भारतातील समाज

भारतातील समाज

डेव्हिड जी. मंडेलबाउम

Popular Prakashan | SAGE | bhasha

Los Angeles | London | New Delhi
Singapore | Washington DC | Melbourne

First Published in 1972 in English by
Popular Prakashan Pvt Ltd as Society in India

This edition published in 2019 by

SAGE Publications India Pvt Ltd   **Popular Prakashan Pvt Ltd**
B1/I-1 Mohan Cooperative Industrial Area   301, Mahalaxmi Chambers
Mathura Road, New Delhi 110 044, India   22, Bhulabhai Desai Road
www.sagepub.in   Mumbai 400026
          www.popularprakashan.com

Published by SAGE Publications India Pvt Ltd and Translation Project Coordinated by TranslationPanacea, Pune.

ISBN: 978-93-532-8545-6 (PB)

Translator: Aarati Deshpande
SAGE Team: Mahesh Sachane

रुथ यांना समर्पित...

Thank you for choosing a SAGE product!
If you have any comment, observation or feedback,
I would like to personally hear from you.

Please write to me at **contactceo@sagepub.in**

Vivek Mehra, Managing Director and CEO, SAGE India.

Bulk Sales

SAGE India offers special discounts
for purchase of books in bulk.
We also make available special imprints
and excerpts from our books on demand.

For orders and enquiries, write to us at

Marketing Department
SAGE Publications India Pvt Ltd
B1/I-1, Mohan Cooperative Industrial Area
Mathura Road, Post Bag 7
New Delhi 110044, India

E-mail us at **marketing@sagepub.in;**
sagebhasha@sagepub.in

Subscribe to our mailing list
Write to **marketing@sagepub.in**

This book is also available as an e-book.

अनुक्रमणिका

विभाग ३: विविध जातींच्या लोकांमधील संबंध

विभाग ४: जातीअंतर्गत नातेसंबंध

खंड २: बदल आणि सातत्य
विभाग ५: गाव, प्रदेश, संस्कृती

प्रस्तावना

मी १९३७ साली भारतात माझे क्षेत्रीय संशोधन सुरू केले त्यानंतर लगेचच या कामाच्या विचाराने आकार घेतला. भारतीय लोकांमध्ये जे प्रचंड वैविध्य आहे त्या वैविध्याने इतर अभ्यासकांप्रमाणे माझेही लक्ष वेधले होते आणि तरीही मला त्या समाजात आणि त्यांच्या नागरी संस्कृतीमध्ये काही समान वैशिष्ट्ये असल्याचे जाणवले होते. यासारख्याच गुणांची दखल पूर्वीच्या अनेक लेखकांनी घेतली होती. परंतु त्यांच्या निरीक्षणांमध्ये सविस्तर माहितीचा अभाव आहे, जी नवीन क्षेत्रीय अभ्यासात उपलब्ध आहे. तसेच अलीकडच्या काळात सांस्कृतिक-सामाजिक मानववंशशास्त्रामध्ये आणि इतर सामाजिक शास्त्रांमध्ये ज्या संकल्पना विकसित झाल्या त्यांचा प्रभाव त्यांच्या अभ्यासावर नव्हता. मला असे दिसले की भारतीय लोक आणि त्यांच्या समाजास समजून घेण्यासाठी एक नवीन सर्वसाधारण चौकट तयार करणे शक्य होते; काही विशिष्ट समूहांना समजून घेण्यासाठी आणि सामाजिक बदलाच्या प्रवाहांचे आकलन करून घेण्यासाठी अशा चौकटीची स्पष्टपणे गरज होती.

सैन्यातील सेवेत असताना १९४३–४५ सालांदरम्यान भारत, श्रीलंका आणि ब्रह्मदेश येथे मी अफाट वैविध्य असलेली ठिकाणे पाहिली आणि दक्षिण आशियातील लोकांविषयीच्या माझ्या ज्ञानकक्षा रुंदावल्या. भारतातील १९४९–५० दरम्यानच्या क्षेत्रीय अभ्यासाच्या काळात मला पुन्हा एकदा भारतातील सामाजिक नातेसंबंधांमधील साम्यांविषयी विचार करण्यास प्रोत्साहित केले. १९५७–५८ मध्ये *सेंटर फॉर ॲडव्हान्स्ड स्टडी इन द बिहेविअरल सायन्सेस* यांच्या पाठ्यवृत्तीमुळे मला भारतीय समाजाविषयी व्यापक लेखन करणे शक्य झाले. १९५८–५९ दरम्यानच्या अल्पवास्तव्यात मला मी करत असलेल्या विश्लेषणासाठीची अतिरिक्त माहिती प्राप्त झाली. या काळातील कामाविषयीच्या खर्ड्यांचे वाचन अनेक सहकारी आणि मित्रांनी केले; त्यावरील कोरा दुबॉई यांचे अभिप्राय विशेषकरून उपयोगी ठरले. हे सर्व मूल्यांकन उत्साहवर्धक होते; पण त्यामुळे मला हेही पटले की काही विशिष्ट विषयांसाठी मला वेगळी पद्धत आणि नव्या संकल्पना विकसित करण्याची गरज आहे. अनेक वर्षे मी इतर प्रकल्पांवर काम करत राहिलो आणि त्या दरम्यान अशा काही कल्पनांवर काम करण्याचा प्रयत्न केला, ज्यांच्यामुळे मला भारतीय समाजाविषयीची प्रचंड माहिती क्रमवारीने एकत्र बांधता येईल. ही अशी माहिती होती जिच्यात भारतीय आणि भारतीयेतर अशा उत्तम मानववंशशास्त्रज्ञांच्या पिढीकडून वेगाने भर घातली जात होती आणि अगणित प्रमाणात सुधारणा झाल्या होत्या. त्या दोन्ही प्रकारच्या मानववंशशास्त्रज्ञांनी भारताच्या स्वातंत्र्यप्राप्तीनंतर येथील क्षेत्रीय अभ्यास सुरू केला.

१९६३–६४ मध्ये मी नवी दिल्लीतील *अमेरिकन स्कूल ऑफ इंडियन स्टडीजचा* वरिष्ठ अधिछात्र होतो आणि त्या वेळेस मला या प्रकल्पाकडे अधिक लक्ष देणे शक्य झाले. या कामाच्या स्वरूपामुळे आणि वैयक्तिक आयुष्यातील चढउतारांमुळेच नाही तर काम सुरू असताना काही महत्त्वाच्या संकल्पना विकसित झाल्यामुळेदेखील हे काम पूर्ण व्हायला जास्त काळ गेला. या नवीन कल्पनांनी आकार घेतल्यामुळे, आधी लिहून झालेला काही भाग पुन्हा नव्या स्वरूपात मांडावा लागला.

बर्कली येथील माझ्या अनेक सहकाऱ्यांनी मला केली, विशेषकरून मरे बी. इमिन्यू (भारतातील माझ्या पहिल्या क्षेत्रीय अभ्यासातील सोबती) आणि गेराल्ड डी. बेरेमन. निरनिराळ्या शैक्षणिक वर्षांतील मानववंशशास्त्रज्ञ, जेव्हा स्वतः विद्यार्थिदशेत होते तेव्हा मी त्यांच्याशी भारतीय समाजाच्या स्वरूपाविषयी विचारविनिमय केला आहे; त्यापैकी ज्यांच्या ज्ञानाचा लाभ मला झाला ते म्हणजे ॲलन बील्स, हेन्री ओरेन्स्टाईन आणि सुरजित सिन्हा. भारतातील मानववंशशास्त्राच्या अधिछात्रांनी अनेक वर्षे मदत केली आहे. एम.एन. श्रीनिवास, एन.के. बोस आणि श्रीमती इरावती कर्वे यांचा मी विशेष आभारी आहे.

आताच्या या कामासाठी अनेक स्रोतांकडून मदत मिळाली. त्यामध्ये *गुगेनहाइम फाउंडेशन, सेंटर फॉर ॲडव्हान्स्ड स्टडी इन द बिहेवियरल सायन्सेस, द अमेरिकन इन्स्टिट्यूट ऑफ इंडियन स्टडीज, कमिटी ऑन रिसर्च आणि द सेंटर फॉर साऊथ एशियन स्टडीज ऑफ द युनिव्हर्सिटी ऑफ कॅलिफोर्निया,* बर्कली यांचा समावेश होतो. त्या सगळ्यांप्रति मी प्रचंड कृतज्ञता व्यक्त करतो. माझे काम सुलभ करण्यासाठी ज्यांची सक्षम कौशल्ये उपयोग पडली त्या प्रशासकीय अधिकाऱ्यांपैकी डी.डी. कर्वे आणि अमेरिकन इन्स्टिट्यूट ऑफ इंडियन स्टडीजचे पी.आर. मेहेंदीरत्ता आणि सेंटर फॉर ॲडव्हान्स्ड स्टडी इन द बिहेवियरल सायन्सेसचे राल्फ टेलर व प्रीस्टन कटलर यांचा मी विशेष आभारी आहे. बर्कली येथील श्रीमती ॲन ब्रोअर यांनी संपादनासाठी केलेली मदत, त्यांचे उत्तम आकलन व संयम यांसाठी मी त्यांचा ऋणी आहे. भारतीय लोकांना समजून घेण्यासाठी मला शेकडो गावकऱ्यांनी मदत केली आहे. माझे सुरुवातीचे मार्गदर्शक असलेले दोघे जण म्हणजे कोल्लीमलाई गावातील स्वर्गीय के. सुल्ली आणि होरानेल्ली गावचे एम. एन. थेसिंग. ही दोन्ही गावे नीलगिरी जिल्ह्यातील आहेत. माझ्या कुटुंबाचे मनापासून आभार.

बर्कली, कॅलिफोर्निया **डेव्हिड जी. मंडेलबाउम**

टीपः या पुस्तकातील काही तथ्ये, संदर्भ आणि निष्कर्ष सद्यःस्थितीत कालबाह्य ठरतात. मूळ पुस्तक गेल्या शतकातील उत्तरार्धात लिहिले गेले असून त्याचा हा निव्वळ अनुवाद आहे.

खंड १
सातत्य व बदल
विभाग १: परिचय

१ कार्य, संकल्पना आणि व्याप्ती

ख्रिस्तपूर्व ३०० दरम्यान मेगॅस्थेनिस नावाचा एक निष्णात ग्रीक राजदूत भारतात येऊन गेला. त्याने भारताविषयी आणि येथील लोकांविषयी नोंदवलेल्या वृत्तान्तामधून आपल्याला प्रथमच एखाद्या परदेशी प्रवाशाच्या दृष्टिकोनातून भारताचे दर्शन घडते. भारतीय समाजातील विशिष्ट प्रकारच्या संरचनेची मेगॅस्थेनिसने नोंद घेतली. लोकांनी व्यवसायविशिष्ट समुदायांमध्ये स्वतःचे विभाजन केले होते. या व्यवस्थेनुसार कोणतीही व्यक्ती केवळ स्वतःच्या समुदायातील व्यक्तीशीच विवाह करू शकत असे व कोणीही एका गटाशी असलेली आपली बांधीलकी सोडून दुसऱ्या गटात जाऊ शकत नसे (मॅकक्रिंडल १८७७, पृ. क्र. ८५, २१२, १९०१, पृ. क्र. ५५; आर. सी. मजुमदार १९६०, पृ. क्र. २२४–२२६, २३६–२३८, २६३–२६८).

मेगॅस्थेनिसनंतर भारतास भेट दिलेल्या अनेक प्रवाशांनी या विशिष्ट सामाजिक व्यवस्थेबद्दल टिप्पणी करून ठेवलेली आहे. या व्यवस्थेमुळे लोकांच्या सार्वजनिक व खासगी वर्तनाचे मोठ्या प्रमाणात नियमन करणे शक्य झाले, जी या प्रदेशातील लोकांसाठी एक प्रमुख आस्थेची बाब होती. परदेशी प्रवाशांसाठी ही गोष्ट परिचित तरीही अपरिचित होती. त्यांच्यासाठी लग्न ही इतरांप्रमाणेच परिचित बाब होती. प्रवाशांच्या जन्मभूमीमध्ये मुले सामान्यतः वडिलांचाच व्यवसाय पुढे चालू ठेवत; समाजातील उतरंड आणि हुद्द्यानुसार असलेले विशेषाधिकार हे कोणालाच अपरिचित नव्हते. परंतु सामाजिक विभागणीतील कठोरपणा, ज्या आधारावर विभागणी केली होती आणि ज्या सखोल पद्धतीने जगण्याच्या सर्व पैलूंना ती लागू होत होती ती पद्धत, या सर्व गोष्टी परदेशी प्रवाशांना स्तिमित करणाऱ्या होत्या.

अशा प्रकारची सामाजिक व्यवस्था हा आकर्षणाचा केंद्रबिंदू ठरत आल्याने भव्य संस्कृती आणि प्रचंड लोकसंख्या असलेल्या भारतीय समाजाबद्दल मोठ्या प्रमाणात लिहिले

गेले आहे. भारतातील प्रचलित समाजव्यवस्थेसाठी आणि त्या व्यवस्थेमध्ये समाविष्ट असलेल्या समूह-घटकांसाठी भारतीय तसेच अभारतीय लेखकांनीदेखील "जात" (कास्ट) ही संज्ञा वापरलेली आहे, जी मूलतः पोर्तुगीजांनी वापरली होती. भारतीय समाजाबद्दल जाणून घेण्याची इच्छा असणाऱ्या असंख्य वाचकांना त्याविषयीच्या अवाढव्य साहित्याने त्यापासून मोठ्या प्रमाणात परावृत्त केले आहे. सविस्तर तपशील पुरविणाऱ्या काही जाडजूड ग्रंथांनी संकल्पना स्पष्ट करण्याऐवजी वाचकांना गोंधळवून टाकलेले आहे. काही लेखन जे सुबोध व सुस्पष्ट आहे, त्यामध्ये विषयाशी निगडित अशा मर्यादित भागाचाच समावेश केला आहे. निरनिराळे भाग एकमेकांशी कसे निगडित आहेत यांचा मागोवा घेण्याचा अशा लेखनात फारसा प्रयत्न केलेला नाही. अखेरीस, जाती-जमातींबद्दल सविस्तर माहितीसह सखोल वाचन केलेल्या असंख्य वाचकांची भारतीय समाजाविषयीची भावना हा समाज गुंतागुंतीचा, अपरिपक्व आणि आकलन होण्यापलीकडचा आहे, अशी होते.

जातीय वर्तनातील मूलभूत एकसारखेपणाचे आकलन झाल्यास भारतीय समाज हा गुंतागुंतीचा असला तरी आकलन होण्यापलीकडचा नक्कीच नाही व अपरिपक्वदेखील नाही. समाजातील व्यवस्था गावकरी योग्य पद्धतीने कुशलतेने हाताळतात. इतर गावांची समाजरचना समजून घेण्यात त्यांना सामान्यपणे फारशी अडचण येत नाही. भारतीय समाजाचे नियम मुळातून समजून घेण्यासाठी समाज व त्यातील निरनिराळे घटक यांच्याकडे एकत्रितपणे व्यवस्था म्हणून पाहणे हा एक मार्ग होय. अशा दृष्टिकोनामुळे अशा संपूर्ण सामाजिक व्यवस्थेचा विचार होतो, ज्या अंतर्गत प्रत्येक समूह घटकाचे कार्य चालते. संपूर्ण व्यवस्थेवर भर दिल्याने त्यातील समूह घटकांचे स्वरूप समजण्यास मदत होते. एका समूहातील सदस्यांच्या दुसऱ्या समूहातील सदस्यांबरोबर असलेल्या संबंधांवरच कुठल्याही समूहाचे कार्य व लक्षणे बहुतांशी अवलंबून असतात. प्रत्येक व्यक्ती एकापेक्षा जास्त सामाजिक भूमिका पार पाडते. सामाजिक व्यवस्थेअंतर्गत व्यक्ती निरनिराळी पदे ग्रहण करू शकते. ज्या भूमिका तिने पार पाडणे गृहीत असते त्या तडीस नेताना त्या व्यक्तीला नेहमीच निवड, ताण, संघर्ष, निर्णय यांमधून जावे लागते. वारंवार होणारे संघर्ष व निर्णय हे सामाजिक व्यवस्थेचे अविभाज्य घटक होत.

असा दृष्टिकोन अंगीकारल्यामुळे, रंगमंचाच्या चौथ्या अदृश्य भिंतीमधून समाजातील निरनिराळ्या भूमिका फक्त पाहण्यापेक्षा समाजाचा एक विद्यार्थी म्हणून कोणतीही व्यक्ती बरेच काही आत्मसात करते. समाजातील घटनांचे अर्थ व्यक्तीला स्वतःच्या भाषेत समजले पाहिजेत व समाजातील निरनिराळ्या भूमिकांचे स्वरूप व भावना यांचे महत्त्व सामाजिक व्यवस्थेसंदर्भातील उदार दृष्टिकोनातून जाणून घेतले पाहिजे. कोणत्याही सामाजिक व्यवस्थेमध्ये अंगभूत असणारा व नेहमीच प्रत्ययास येणारा जिवंतपणा आणि असे बदल जे संपूर्ण व्यवस्थेचे स्वरूप पालटवतात यामधील फरक व्यापक दृष्टिकोन ठेवल्यामुळे लक्षात येऊ शकतो.

सामाजिक व्यवस्था व जातीच्या उतरंडीची संकल्पना

सामाजिक व्यवस्था अनेक समूहांच्या संचांनी मिळून बनलेली असते. ज्यातील सदस्य एकत्रितपणे काही विशिष्ट कामे पार पाडतात, जी त्यांना स्वतंत्र समूह म्हणून साधणे शक्य होत नाही. अशा प्रकारे हे समूह परस्परावलंबी असतात व एका विशिष्ट रचनेत ते एकमेकांवर अवलंबून असतात. दुसऱ्या शब्दांत सांगायचे तर प्रत्येक समूहातील सदस्य दुसऱ्या समूहातील सदस्यांबरोबर बाह्य परिस्थितीनुसार नेहमीच्या अपेक्षित पद्धतींनी ठरलेल्या भूमिका पार पाडतात. व्यवस्थेमधील इतरांना अपेक्षित असलेली नेहमीची देवाणघेवाण जेव्हा समूहातील सदस्यांकडून होत नाही, तेव्हा व्यवस्थेमधील संबंधांमध्ये नियमितपणा राखण्यासाठी इतरांकडून त्याला ठरलेल्या मार्गांनी प्रत्युत्तर दिले जाते.

दोन समूहांतील व सदस्यांमधील देवाणघेवाण व प्रत्युत्तराची भाषा यावरील निर्बंधांवर सामाजिक व्यवस्थेतील सीमारेषा ठरतात (यातील संबंध सामाजिक व्यवस्थेतील सीमारेषा ठरवते). नियमितपणे संवाद घडण्यासाठी समूहांतील सदस्यांची जागरूकता कोणतीही सामाजिक व्यवस्था टिकवण्यातील महत्त्वाचा घटक ठरते. समूहांतील सदस्यांच्या रोजच्या व्यवहारांतील नियमितपणाची केलेली मांडणी म्हणजेच विश्लेषकाने प्राथमिकरीत्या समाजव्यवस्थेचे केलेले वर्णन व विश्लेषण असते.

एखाद्या कुटुंबातील सदस्य व त्यांचे परस्परसंबंध यांच्याकडे सामाजिक संबंधांचा समावेश असलेली व्यवस्था म्हणून पाहता येते. सामाजिक शास्त्रज्ञांना मोठ्या परिप्रेक्ष्यावर भर द्यायचा असल्याने एखाद्या विशिष्ट ठिकाणची व ठरावीक सामाजिक पातळी असलेली कुटुंबेच नव्हे तर भारतीय गावांमधील बऱ्याच कौटुंबिक व्यवस्थेतील आकृतिबंध (नियमितता) पारखून मगच आम्ही मांडणी केली आहे.

कौटुंबिक व्यवस्थेखेरीज भारतातील गावांमध्ये वंशपरंपरा जपणारे आंतरसामाजिक समूह म्हणजेच जाती व गावातील समुदाय या सगळ्यांपासून तयार होणाऱ्या व्यवस्थेचे वर्णन व विश्लेषण करणे उपयोगी ठरते. वंशव्यवस्थेची चर्चा करत असताना त्यातील घटककुटुंबे उपव्यवस्था म्हणून गणले जातात. वंशदेखील उलटपक्षी जातींचे पोटप्रकार म्हणून पाहता येतात. सर्वसाधारणपणे निरनिराळ्या जातींचे लोक गावात एकत्रितपणे काम करतात (तर कधी एकमेकांशी स्पर्धा करतात). गावातील सामुदायिक संबंधांतील व्यवस्थेमध्ये जाती या समूह घटक म्हणून दिसतात. जिल्ह्यांचे घटक भाग म्हणून किंवा प्रशासकीय विभाग म्हणून गावे काही विशिष्ट कारणांसाठी काम करताना आपल्याला दिसतात. भारतीय लोकांच्या संपूर्ण समाजातील एक उपव्यवस्था म्हणूनही आपण अशा गावांकडे पाहू शकतो.

कुठलाच जिवंत समाज प्रत्यक्षात एखाद्या कार्य-काल तक्त्याप्रमाणे सुरळीतपणे व तर्कनिष्ठपणे चालू शकत नाही; एखादा मोठा व गुंतागुंतीचा समाज तर नक्कीच नाही. एकच

व्यक्ती निरनिराळ्या व्यवस्थांमध्ये अनेक भूमिका पार पाडते. भूमिका आणि व्यवस्था यांत अगणित प्रकारचे परस्परसंबंध असतात; ज्यामध्ये कोणतीही व्यक्ती सहभागी होऊ शकते. भारतासारख्या मोठ्या समाजातील व्यवस्था व उपव्यवस्था दोन्हीही समजून घेण्यासाठी— विशेषतः कुटुंब, जाती व गावे–भारतीय समाजाच्या अनेक प्रमुख संस्थात्मक बाबींची उकल करण्याचा प्रयत्न इथे केलेला आहे. निरनिराळ्या उपव्यवस्थांमध्ये व्यक्ती पार पाडत असलेल्या भूमिकांमधील काही समान आकृतिबंध दर्शविण्यासाठी, तसेच भारतातील लोकांनी पूर्वी केलेले व आता होत असलेले सामाजिक बदल यांची सूत्रबद्ध मांडणी करण्याचा प्रयत्न इथे करण्यात आलेला आहे.

सामाजिक व्यवस्थेची कल्पना मूलतः विश्लेषणामागे गृहीत धरलेली आहे; पण विश्लेषणामधील प्रत्येक भाग व्यवस्थेच्या व्याख्येनंतर लगेचच जोडून आलेला नाही. देवाणघेवाण करणारे व वैशिष्ट्यपूर्ण मार्गांनी विरोध करणारे असे सर्वसाधारण आकृतिबंध म्हणून प्रत्येक भागामध्ये समूह-घटक (किंवा व्यक्ती) यांची नोंद घेण्यात आलेली आहे. प्रत्येक विषयावर पुरेशी माहिती अद्याप उपलब्ध नसल्यामुळे शिस्तबद्ध प्रक्रियेनुसार एखाद्या विशिष्ट किंवा कोणत्याही ठरावीक क्रमाने या नोंदी नाहीत.

परिशिष्टामध्ये सामाजिक व्यवस्था या संकल्पनेचे परीक्षण व सामाजिक वर्गीकरण या संकल्पनेबद्दलदेखील चर्चा करण्यात आलेली आहे; कारण त्याचा संबंध भारतातील जातिव्यवस्था समजून घेण्याशी आहे.

समाजव्यवस्थेतील जातिव्यवस्था म्हणून संबोधण्यात येणाऱ्या या प्रकारामध्ये परस्परांवर अवलंबून असण्याच्या क्रमामध्ये विशेष गुणधर्म आढळतो. समूह घटकांमधील व्यापक असमानता हा तो विशेष गुणधर्म होय. विशेष अधिकार व मान, वर्चस्व व खालचे स्थान यात असणारी असमानता एका अर्थी मानवजातीचे वैश्विक वैशिष्ट्यच म्हणता येईल. प्रौढांमध्ये व मुलांमध्ये समानता नसते. अगदी पुरुषप्रधान सत्ता असलेल्या समाजांमध्येदेखील कोणत्याही व्यक्तीच्या विशेष अधिकार व प्राबल्य यांच्या स्वतःच्या अशा स्वतंत्र कक्षा असतात. बऱ्याच समाजांत दोन समूह निरनिराळ्या प्रमाणात (वेगवेगळ्या पद्धतींनी) एकमेकांवर वर्चस्व व विशेष अधिकार मिळवतात. समूहातील कामानुसार किंवा समूहाच्या विशेष दर्जानुसार बऱ्याच समाजांचे श्रेणीबद्ध रचनेमध्ये काही प्रमाणात वर्गीकरण झाले आहे. वर्गीकरण ही संज्ञा उतरंडीची रचना दर्शविते.

अखंडपणे वर्गीकरण झालेले मानवी समाज दाखवता येतात. काही समाज फारच कमी प्रमाणात विभागले गेले आहेत. उदा. नंतर ज्यांचा उल्लेख करण्यात आला आहे ते दोन समूह, चेंचु व पलियन शिकार करून व एकत्र राहून जगतात. या समूहातील लोक खूप विखुरलेले आहेत व त्यांचे सामाजिक संघटन फारच साधे असल्याने त्यांचे वर्गीकरण होण्याची शक्यता

खूपच कमी आहे. वर्गांमध्ये विभागलेल्या समाजांचे व विशेष अधिकारानुसार भिन्न असलेले पण तुलनेने खुले असे समूह अशा समाजांचे विभाजन जास्त प्रमाणात झाले. अशा समाजांच्या पलीकडे, वर्गीकरणाच्या टप्प्यातील दुसऱ्या टोकाला, असे समाज होते, ज्यामधील लोकांनी जास्त तीव्रपणे, ताठरपणे व व्यापकपणे आपापली विभागणी केली होती व विभागलेल्यांमधील संबंध कठोरपणे नियमित केले होते. हीच जातीची उतरंड होय.

जरी भारतातील जातीय समाजाचे चित्रण निष्क्रिय सामाजिक रचना असे करण्यात आले असले तरी, भारतातील लोकांनी समाजव्यवस्थेशी सतत जुळवून घेतले व काळानुरूप त्यात मूलभूत बदल केले. सर्वच समाजव्यवस्था बाळगून असतात; कारण लोकांना सततच ऋतूंतील बदलांना व जीवनचक्राला सामोरे जावे लागते. मानवी जीवनचक्रातील जीवशास्त्रीय टप्प्यांमधून निर्माण झालेले कौटुंबिक विस्ताराचे चक्र, कौटुंबिक विकास, विभागणी व भारतातील फेररचना यांमध्ये वारंवार दिसून येणारे आकृतिबंध याबद्दलची चर्चा कुटुंब या प्रकरणात पाहता होईल.

वारंवार दिसून येणारे अजून एक परिवर्तन म्हणजे श्रेणीतील क्रमात होणारा बदल. खालच्या स्तरातील लोक जेव्हा समाजातील वरिष्ठ लोकांना आव्हान देण्यास पुरेसे सक्षम होतात तेव्हा साधारणपणे असे परिवर्तन होण्यास सुरुवात होते. प्रतिकार होताना काहींचा विरोध दाबून टाकला जातो; तर काही जण आपल्या श्रेणींमध्ये वाढ करून घेण्यात यशस्वी होतात. स्थानिक व्यवस्थेची रचना जरी असे केल्यामुळे बदलत नसली तरी आधीच्या रचनेमधील ठरलेला शिरस्ता त्यामुळे मोडला जातो. धार्मिक नेत्यांचे अनुयायी संप्रदाय निर्माण करतात व प्रचलित असलेल्या सामाजिक व्यवस्थेची काही वैशिष्ट्ये ते सुरुवातीला अमान्य करतात; पण कालांतराने हे संप्रदाय व्यवस्थेचाच एक भाग बनून जातात. याकडे भारतात नेहमीच घडणारी आणखी एक प्रक्रिया म्हणून पाहता येईल. आदिवासी समूहदेखील बऱ्याच वेळा जातीय रचनांमध्ये मिसळून त्यांचाच एक भाग बनून जातात.

वारंवार घडणारे हे बदल वगळता काही व्यवस्थात्मक स्वरूपाचे बदलही होतात. प्राचीन काळातील भारतातील वाङ्मयीन स्रोत असलेल्या वेदांमध्ये खुल्या वर्गांतील व्यवस्था तुलनेने जास्त प्रमाणात प्रतिबिंबित झाली होती. नंतरच्या काळातल्या व्यवस्था या जरी वेदकालीन व्यवस्थेचे विकसित रूप असल्या तरी वेदकालीन लोकांची संस्कृती व समाज आणि नंतरच्या काळातील व्यवस्था यांमध्ये मूलभूत फरक होते. जी. एस. घुर्ये यांनी सामाजिक सुधारणांची रूपरेषा चार कालखंडात सांगितली आहे. त्यांच्या अंदाजानुसार ख्रिस्तपूर्व ६०० मध्ये वैदिक काळाची समाप्ती झाली व नंतरच्या कालखंडात समाजात जातिव्यवस्थेचा सखोल वापर सुरू झाला (मेगॅस्थेनिसने भारतीय समाजाचे केलेले निरीक्षण याच दुसऱ्या कालखंडातील आहे). जातिव्यवस्थेची अनेक वैशिष्ट्ये समोर आल्यामुळे

तिसऱ्या कालखंडात तिचा 'दर्जा' अधिक स्पष्ट झाला. नंतर, दहाव्या किंवा अकराव्या शतकापासून ही विकसित व्यवस्था लक्षणीय सातत्याने साधारणपणे हजार वर्षे चालली (घुर्ये १९६१, पृ. क्र. ४२–१११).

गेल्या शतकात बदलत्या जागतिक वाऱ्यांचा भारतातील लोकांवर जोरदार प्रभाव पडला. ज्या प्रमाणात तंत्रज्ञानविषयक व सामाजिक-राजकीय नावीन्यपूर्ण कल्पना व्यवस्थात्मक बदल घडवत आहेत; त्यांची नोंद प्रस्तुत विवेचनामध्ये केलेली आहे व शेवटच्या प्रकरणात त्याची समीक्षा करण्यात आलेली आहे.

पुराव्याचे स्वरूप

सामाजिक बदल मग ते भव्य व्यवस्थात्मक प्रमाणातील असोत किंवा स्थानिक पातळीवरील आवर्ती बदल असोत; पुरुष व महिला ज्या पद्धतीने रोजच्या जीवनचक्रातील निवड, निर्णय व पेचप्रसंगांना सामोरे जातात त्यातूनच सामाजिक बदल होत असतात. व्यक्तीच्या जगण्यातील दृष्टिकोन, त्याचे आकलन व त्यामागच्या प्रेरणा यांचा या अभ्यासात समावेश करण्याचा प्रयत्न आम्ही केलेला आहे. जागतिक लोकसंख्येच्या बऱ्याच मोठ्या भागाचा व एवढ्या गुंतागुंतीच्या संस्कृतीचा अभ्यास करून तो मांडण्याचा प्रयत्न करणे म्हणजे अव्यवहार्य काम हातात घेण्यासारखे आहे, असे बऱ्याच लेखकांचे याबद्दलचे मत आहे. जातीय वर्गवारीबद्दल मला नक्की कोणती माहिती आहे हे मी स्वतःदेखील खात्रीने सांगू शकत नाही (१९१६, पृ. क्र. १), असे विधान १८८१ मधील पंजाबमधील समाजाच्या जनगणनेबद्दल डेन्झिल इबेट्सनने लिहिलेल्या सविस्तर वृत्तान्ताच्या सुरुवातीलाच त्याने केले आहे. *सोशल चेंज इन मॉडर्न इंडिया* या पुस्तकातील सुरुवातीच्या परिच्छेदांमध्ये प्रा. श्रीनिवास लिहितात, 'भारतातील सर्वच हिंदूंना तंतोतंत लागू होतील अशी विधाने व असा दावा करण्यातील अडचणी व धोके यांची मला पूर्ण जाणीव आहे' (१९६६, पृ. क्र. २).

तरीही हे भले मोठे काम प्रयत्न करण्यायोग्य आहे; कारण गेल्या काही दशकांतील संशोधनातील साधनांमध्ये व विचारांमध्ये झालेल्या प्रगतीमुळे ते आता शक्य होत आहे. काही निष्कर्ष जरी इथे काढले असले तरी संशोधनामध्ये दखल घेण्यायोग्य सुधारणा झाल्यानंतरही त्यातून सर्वसाधारणपणे एखादे विधान करण्यासाठी ही माहिती कितपत पुरेशी आहे हा प्रश्न राहतोच. यावर एक उत्तर असे असू शकते, तुलनेने अधिक अशा लाखो भारतीय गावांचा अभ्यास व सर्वेक्षण केले गेले आहे व देशातील महत्त्वाच्या भागांचा अभ्यास व सर्वेक्षण, या सगळ्यातून हाती आलेले पुरावे आणि सामाजिक घटनांमधील इथे मांडलेली तत्त्वे यामध्ये सुसंगतता दिसून येते. मानववंशशास्त्रज्ञ व सामाजिक शास्त्रज्ञ यांनी गावातील ज्या लोकांमध्ये वास्तव्य केले व अनेक गोष्टी समजून घेतल्या, असे लोक

स्वतःच्या समाजातील साम्य व फरकाबद्दल सतर्क होते. त्यांनी स्वतः पाहिलेल्या गोष्टींबद्दल ते सांगू शकतात व त्यांचे सामान्यीकरण मोठ्या परिप्रेक्ष्यांत पडताळून पाहता येऊ शकते. जास्त साधने उपलब्ध झाल्यावर व संकल्पनांचा विकास अधिक अचूक पद्धतीने झाल्यावर इथे केलेल्या सामान्यीकरणाची निर्विवादपणे पुन्हा एकदा पडताळणी करून पाहता येऊ शकते. साहजिकच कुठल्याही साधारणीकरणाची मांडणी केल्याशिवाय ते सिद्ध करता येत नाही, त्याचा अस्वीकार करता येत नाही वा त्यात सुधारणा करता येऊ शकत नाही. भारतीय समाजाच्या स्वरूपाचे आकलन होण्यासाठी प्रस्तुत अभ्यासाची मांडणी एक गृहीतप्रमेय म्हणून मदत करते. भारतीय समाजाच्या संपूर्ण निर्मितीमधील अंतिम तथ्य मांडणे, हा या मांडणीचा उद्देश नाही. जीवशास्त्रज्ञांनी मधमाश्यांचे वर्णन करताना लोककथांमध्ये असलेला जादुई विहिरीचा दाखला समर्पकपणे वापरला आहे. भारतातील लोकांचा अभ्यास करताना हेच उदाहरण चोख लागू होते. जितके जास्त खोलवर जाऊ तितके अधिक काहीतरी सापडत जाते.

अभिजात परंपरेतील विद्वानांनी केलेल्या किंवा अधिकारी व प्रवाशांनी केलेल्या जुन्या लेखनापेक्षा भारतीय व अभारतीय प्रशिक्षित निरीक्षकांकडून केल्या गेलेल्या अलीकडच्या काळातील कामांचा वापर जास्त प्रमाणात केला जातो. जुने विचार व दाखले आधुनिक अभ्यासात बऱ्याच प्रमाणात सामावून घेतलेले आहेत. सामाजिक व ऐतिहासिक विश्लेषणासाठी काही जुने वृत्तान्त अजूनही उपयुक्त ठरत असले तरी आधुनिक अभ्यासदेखील (सर्वसामान्यपणे) पक्क्या आधारावर उभा आहे. आजपर्यंत बरेच आधुनिक निरीक्षक होऊन गेले असले तरी भारतातील जगण्याच्या काही विशिष्ट पैलूंचे निरीक्षण त्यांनी तुलनेने कमी प्रमाणात केले. नगर व शहरातील सामाजिक संबंधांवरील अभ्यास काही प्रमाणात उपलब्ध आहे. भारतातील बरेचसे लोक गावांमध्ये राहतात आणि नागरी व शहरी जीवनावरील दर्जेदार अभ्यास फारच कमी प्रमाणात उपलब्ध असल्यामुळे इथे गावांवरच जास्त भर देण्यात आला आहे. कोणत्याही प्रौढ व्यक्तीच्या वर्तनाचे व व्यक्तिमत्त्वाचे मूळ सामान्यपणे त्याच्या बालपणामध्ये दिसून येते. असे असले तरीही बालपण व भारतातील घटत गेलेले मुलांचे प्रमाण या विषयावर अद्यापपर्यंत सूक्ष्म निरीक्षण व माहितीपूर्ण संशोधनात्मक मांडणी यावर आधारलेला अभ्यास बोटांवर मोजता येईल इतक्या कमी प्रमाणात झालेला आहे.

शिवाय, महत्त्वाच्या विषयांवरील वापरता येण्याजोगी संख्याशास्त्रीय माहिती फारच अल्प प्रमाणात आहे. त्यामधून वर्तनाच्या आकृतिबंधांची रूपरेषा रेखाटता येऊ शकते; परंतु वर्तनातील भिन्नता, विभागणी व मार्गापासून स्खलन होणे अशा विषयांतर्गत येणारे प्रश्न अनिर्णितच राहतात व पुरेशी संख्यात्मक माहिती नसणे, हा प्रश्नदेखील उपस्थित होतो. सद्यःस्थितीत किती वेळा आणि कुठल्याही परिस्थितीत अशी अधिक माहिती तपासण्याची गरज जेव्हा भासते तेव्हाच "वारंवार घडणाऱ्या" किंवा "एखाद्या वैशिष्ट्यपूर्ण पद्धतीने

घडणाऱ्या" घटनांबद्दल आपण सद्यःस्थितीतील दाखल्यांच्या आधारे ठोस विधाने करू शकतो. संख्याशास्त्रीय स्वरूपातील चांगली माहिती उपलब्ध आहे व ती वापरण्यातदेखील आलेली आहे; पण इतर काही प्रकाशित आकडेवारी वापरण्यास अवघड आहे कारण कशाची मोजणी केली, कोणत्या पद्धतीने व उद्दिष्ट काय होते यांमध्ये स्पष्टता नाही. इथे देण्यात आलेल्या उदाहरणांमधून सर्वसामान्य परिस्थिती व संकल्पना यांचे स्पष्टीकरण मिळते. सर्वसामान्य वर्तनातील काही भागाची रूपरेषा इथे सोदाहरण स्पष्ट केली आहे. त्या कार्यक्षेत्रातील माध्यमे किंवा पद्धती याबद्दल इथे काहीही सांगितलेले नाही.

व्याप्ती, काळ आणि रोख

ग्रामीण समाज हा या अभ्यासाचा प्रमुख विषय आहे. भारतातील चार-पंचमांशपेक्षा जास्त लोकांची ग्रामीण म्हणून गणना होते. आतापर्यंत उपलब्ध अभ्यासानुसार, जरी अलीकडील काही दशकांमध्ये सुशिक्षित शहरी लोक सामाजिक बदलांमध्ये आघाडीवर असले, तरी मुळात भारतातील पारंपरिक शहरी समाज आणि गावातील समाज यांमध्ये सारखेपणा दिसून येतो. इथे चर्चा करण्यात आलेल्या सामाजिक संबंधांचे गाव हेच वैशिष्ट्यपूर्ण घटनास्थळ असल्याने ज्या लोकांच्या उपक्रमांविषयी चर्चा केली जात आहे त्यांच्यासाठीच शक्यतो "ग्रामीण" ही संज्ञा वापरण्यात आली आहे; पण असे असले तरी त्यातील बहुतेक गोष्टी अनेक गावातील आणि शहरी रहिवाशांनाही लागू होतात.

या कामाच्या भौगोलिक विस्तारामध्ये मुख्यतः भारतातील आजचे लोक अंतर्भूत आहेत. विशेषतः मुस्लीम समुदायातील सामाजिक व्यवस्थेबद्दल बोलताना हेतुपुरस्सर पाकिस्तानातील गावांची उदाहरणे दिलेली आहेत; पण भारतीय संस्कृती संपूर्ण भारतीय उपखंडात विकसित झाली आणि त्यात प्रत्येक प्रमुख भाषिक प्रांताने आणि प्रमुख धर्माने योगदान दिले आहे.

चालू काळातील विसाव्या शतकातील साधारणपणे तिसऱ्या भागातील कालखंड निरीक्षणासाठी निवडण्यात आला आहे. त्या कालखंडापूर्वी दखल घेण्यायोग्य बरेच सामाजिक बदल घडत होते. त्या दरम्यान भारतीय लोक ज्या बदलांना सामोरे गेले त्याची विशेष नोंद घ्यावी लागते. त्या वेळी काही समूह आघाडीवर होते. देशातील इतर बांधवांपेक्षा त्यांच्यामध्ये फार मोठ्या प्रमाणात बदल घडले. इतरांपैकी काही लोकांवरच प्रभाव पडू शकला. आधुनिक मार्गांचा अवलंब करताना गावातील बऱ्याच लोकांनी पारंपरिक मार्ग घट्टपणे धरून ठेवले.

भारतातील सामाजिक संस्थेचे रेखाटलेले हे चित्र बारकाव्यांनिशी समाजातील सर्व समूहांना किंवा सर्वच काळातील सर्व सामाजिक पैलूंना लागू होत नाहीत. मूलभूत सामाजिक तत्त्वे व भारतातील बरेचसे लोक जे नियम पाळतात त्यांचे आकृतिबंध समजून घेणे असे ज्याचे उद्दिष्ट आहे, असे हे सर्वसामान्य सर्वेक्षण आहे. हा कुठल्याही जातींच्या प्रकारांचा

शब्दकोश किंवा शब्दार्थसूची नसून हे सामाजिक संबंधांचे व्याकरण असलेले सर्वेक्षण आहे, असे म्हणता येईल. एखादे रेखाचित्र एकाच वेळी महत्त्वाच्या सर्वच गोष्टी रेखाटू शकत नाही. भारतीय सामाजाचे सर्वसाधारण स्वरूप व विविध समूहांच्या सदस्यांमधील चालीरीतींना अनुरूप चालत आलेले संबंध या चर्चेने आपण सुरुवात करू यात. नंतर कुटुंब, जात व गाव या महत्त्वाच्या घटकांचे परीक्षण केले जाईल. या घटकांच्या गतिशील कार्यांचा त्यानंतर विचार करण्यात येईल; कारण हे घटक एकंदरीतच भारतीय समाजव्यवस्थेमध्ये सगळीकडेच अंगीकारले गेले आहेत व सद्यःस्थितीत उत्क्रांत झाले आहेत.

गावातील समाजामध्ये असलेले प्रमुख समूह आणि त्यांच्यामधील देवाणघेवाण व गुणधर्मांमुळे तयार झालेले आकृतिबंध यावर येथे लक्ष केंद्रित करण्यात आले आहे. धर्म, अर्थशास्त्र किंवा राजकारण यावर त्या अनुषंगानेच वेगवेगळ्या प्रकारे भर दिला जातो. सामाजिक महत्त्व ही बाब समाजातील लोकांकडूनच ठरवली जाते. सर्वसामान्यपणे गावातील जीवनामध्ये स्थानिक सामाजिक रचना सर्वांत मोठी आस्थेची गोष्ट आहे. इतर घटकांचा– आर्थिक, धार्मिक, राजकीय, जनसांख्यिकीय, मानसशास्त्रीय–प्रभाव गृहीत धरला असला तरी हे घटक आपल्या अन्वेषणाच्या केंद्रस्थानी नाहीत.

हे सर्वेक्षण अनेक प्रकारच्या गोष्टी तपासण्यासाठी केलेले आहे. भारतीय समाजाची तोंडओळख करून घेण्यास इच्छुक असलेल्या वाचकांना ही मांडणी उपयुक्त वाटू शकेल. तांत्रिक किंवा स्थानिक संज्ञांबद्दलचे प्रश्न अशा वाचकांना तुलनेने मर्यादित प्रमाणात भेडसावतील. उच्चारशास्त्रातील काटेकोरपणापेक्षा स्थानिक संज्ञांचे लिप्यंतर करताना त्यांच्या सर्वसामान्य वापरास प्रधान्य दिले आहे. असे करण्यामागचे एक कारण म्हणजे काटेकोरपणाचा अट्टाहास करणारे असे प्रयत्न गोंधळ वाढवणारे व कृत्रिम वाटू शकतात. सर्रास वापरल्या जाणाऱ्या संज्ञांचेसुद्धा संपूर्ण भारतात प्रमाणभूत मानता येतील असे उच्चार ठरवलेले नाहीत. सर्वसामान्यपणे भाषिक प्रांत बदलेल त्यानुसार निरनिराळ्या प्रदेशांमध्ये संज्ञांचा अर्थ बदलत जातो. विशिष्ट मुद्रणशैली व ध्वनींच्या उच्चारातील फरक यातून मुक्त झाल्यास अभ्यासामागचे उद्दिष्ट सफल होईल असे दिसून येते. संपूर्ण व्यवस्था व त्यातील घटक दर्शविण्यासाठी वापरण्यात येणाऱ्या जात या संज्ञेचा वापर गोंधळ वाढवणारा आहे. या ठिकाणी जात या संज्ञेचा वापर प्रामुख्याने 'जातिव्यवस्थे'त असतो त्याप्रमाणे विशेषण म्हणून केलेला आहे, नाम म्हणून नव्हे.

बऱ्याचशा साहित्यामध्ये भारताबद्दल बोलताना सर्वसामान्यपणे वापरल्या जाणाऱ्या भौगोलिक संज्ञांच्या व्याख्या नेमकेपणाने केलेल्या नाहीत. 'दक्षिण भारत' म्हणून संबोधण्यात आलेला भाग पुरेसा स्पष्ट आहे. प्रामुख्याने द्रविडियन भाषा बोलणाऱ्या प्रदेशांसाठी ही संज्ञा वापरण्यात आलेली आहे; ज्यामध्ये मुख्यत्वे आंध्र प्रदेश, म्हैसूर, मद्रास व केरळ हे प्रदेश

येतात. 'दक्षिण भारत' या संज्ञेमध्येही हेच प्रदेश येतात. सध्याची महाराष्ट्र व गुजरात ही राज्ये 'पश्चिम भारत' समजली जातात. परंतु 'उत्तर भारत' व 'उत्तरेकडील भारत' यांच्या व्याख्या मात्र पुरेशा स्पष्ट नाहीत. उत्तर प्रदेश या राज्यात अललेल्या हिंदी भाषिक प्रांतांना या ठिकाणी 'उत्तर भारत' संबोधण्यात आलेले आहे. 'उत्तरेकडील भारत' ही संज्ञा खूप मोठा प्रदेश दर्शविते. दक्षिणेकडच्या व पश्चिमेकडच्या भारतामध्ये समाविष्ट असलेले प्रदेश वगळून उर्वरित भारतातील बंगालपासून राजस्थानपर्यंतचा जवळजवळ सर्व भाग उत्तरेकडील भारतात येतो.

या ठिकाणी नमूद केलेल्या बऱ्याच गोष्टींशी भारतीय समाजाचा अभ्यास करणारे तज्ज्ञ आधीपासूनच परिचित असले तरी त्याच कल्पना व माहिती त्यांना नव्याने वेगळ्या प्रकाशात पाहता येतील. त्यांनी केलेल्या संशोधनातील महत्त्वाचे निष्कर्ष एकत्रित करण्याच्या या प्रयत्नातून त्यांना नव्याने उपयुक्त वाटणाऱ्या गोष्टींनी या विश्लेषणाचा मोठा भाग व्यापला आहे.

सर्वसामान्यपणे, येथील वर्णन सर्वच बाबतीत आपल्या वैयक्तिक अनुभवांशी जुळणारे नाही, असे भारतात राहणाऱ्यांना वाटू शकेल. वातावरण जिवंत करणारे सुरस तपशील व विविधता व ज्यातून प्रत्यक्ष वस्तुस्थितीपेक्षा वेगळा असा अमूर्त दृष्टिकोन तयार होत असतो अशा गोष्टींची कमतरतादेखील काहींना जाणवेल. विश्लेषणात्मक सत्याचे प्रतिबिंब भावनिक सत्यात क्वचितच सापडते. जातीय संबंध हा भारतातील बऱ्याच लोकांसाठी त्याच्याशी वैयक्तिक भावना जोडलेल्या असल्याने आस्थेचा विषय आहे.

जातीय आकृतिबंधावरील एका संवेदनशील लेखातील सुरुवातीच्या वाक्यात सुरजित सिन्हा लिहितात, 'भारतातील समाजसुधारक व राजकीय पुढाऱ्यांना राष्ट्रीय एकात्मता, आर्थिक सुधारणा व राष्ट्राचे नैतिक पुनर्निर्माण यातील एक मोठा अडथळा म्हणून जातिव्यवस्थेला संबोधित करावे लागते' (१९६७, पृ. क्र. ९२). त्यातील नैतिक प्रश्नांना सिन्हा दोष देत नाहीत; तर जातींच्या समूहातील परस्परसंवादामधील तत्त्वे दाखवून देण्याचे काम करतात. भारतीय समाजाचा अभ्यास करणाऱ्यांसाठी व त्यात सुधारणा करणाऱ्यांसाठी अशा दोघांसाठीही त्यांचा हा दृष्टिकोन स्तुत्य आहे. जातीय संबंधांच्या अनुषंगाने पाया अधिक पक्का करण्याकरिता मूल्यांकन व सुधारणा करण्याच्या योजना यासंदर्भातले सुस्पष्ट आकलन असणे आवश्यक आहे.

या आकलनामध्ये गेल्या काही दशकात भारतीय व अभारतीय विद्वानांच्या कार्यामुळे उल्लेखनीय प्रगती झाली आहे. स्वतःच्याच समाजाचा अभ्यास करताना होणारे फायदे तोटे प्रोफेसर एम. एन. श्रीनिवास यांनी चर्चिले आहेत (१९६६, पृ. क्र. १४७–१६३). स्वतःचा समाज सोडून इतर समाजांचा अभ्यास करताना होणारे फायदे तोटेदेखील तुलना करण्यायोग्य आहेत. भारतीय समाजाचा अभ्यास करणाऱ्या दोन्ही प्रकारच्या संशोधकांमध्ये सुदैवाने

फलदायी सहकार्य होत आलेले आहे. भारतातील जे. एन. भट्टाचार्य, एल. के. अनंतकृष्ण अय्यर व जी. एस. घुर्ये आणि फ्रान्सचे सी. बूगल व एमिल सेनर्ट, जर्मनीचे मॅक्स वेबर, इंग्लंडचे एल. एस. एस. ओमॅली व जी. एच. हॉटन अशा वेगवेगळ्या देशांतील विद्वानांनी केलेल्या कार्यामुळे भारतीय समाजाचा अभ्यास करणाऱ्या विद्यार्थ्यांना लाभ झालेला आहे. यांच्यापैकी प्रत्येकानेच आपापल्या ज्ञानानुसार विशिष्ट दृष्टिकोन बाळगून योगदान दिले आहे. त्यांचे व त्याच तोडीच्या इतर निरीक्षकांचे कार्य यामुळेच भारतीय समाजाचे दृश्य आजच्या काळातील संदर्भानुसार आपल्याला पाहता येऊ शकते.

२ मूलभूत समूह व वर्गीकरण

भारतीय समाजाचा अभ्यास करताना सुरुवातीलाच त्याच्या दोन सर्वसाधारण वैशिष्ट्यांची दखल घेतली गेली पाहिजे. समाजविषयक काही मूलभूत कल्पना या त्या प्रदेशातील लोकांमध्ये सामायिक होत्या आणि आहेत. अद्यापही गावातील सामाजिक संबंध गावकऱ्यांकडून किंवा काही मर्यादित प्रमाणात आसपासच्या भागातील रहिवाशांकडून स्थानिक पातळीवर नियमित केले जातात. सामाजिक वर्तनासाठी आवश्यक असणाऱ्या मोठ्या गोष्टी लहान संस्थांमधूनच समजून घेतल्या जातात.

गावातील लोकांकडून नेहमी सांगितला जाणारा सामाजिक संस्थांबद्दलचा सर्वसामान्य सिद्धान्त व प्रत्यक्षात ज्या पद्धतीने ते आपापसातील सामाजिक संबंध जपतात या दोहोंतील फरक, हे दुसरे वैशिष्ट्य होय. या फरकातील प्राथमिक घटक म्हणजे त्यांची *वर्ण* ही संकल्पना. हा हिंदू धर्मग्रंथावर आधारित एक लोकप्रिय सिद्धान्त आहे. ज्यानुसार समाज हा चार प्रकारची वर्गवारी असणाऱ्या लोकांनी बनला आहे, ज्या वर्गांना वर्ण असे म्हणतात. प्रत्यक्षात सर्व हिंदूंचा या वर्णांमध्ये समावेश होत नाही व कोणत्या व्यक्तीचा कोणत्या वर्णामध्ये समावेश होतो, याबद्दल गावातील लोकांमध्ये नेहमीच मतभिन्नता असते. समाजशास्त्रीय सिद्धान्त म्हणून जरी हा अपूर्ण वाटत असला तरी हा गावकऱ्यांचा सामाजिक दृष्टिकोन व व्यवहार यांमधील नक्कीच एक महत्त्वाचा घटक आहे. समाजातील इतरांचे स्थूलमानाने व सुलभपणे वर्गीकरण करण्यासाठी तसेच स्वतःच्या समाजातील समूहांचे अधिक सूक्ष्मपणे वर्गीकरण करण्यासाठी गावकरी या वर्णसिद्धान्ताचा वापर करतात. गावातील लोकांसाठी एक अत्यंत महत्त्वाचे एकक व समाजव्यवस्थेतील मूलभूत घटक—जाती ही अशा प्रकारे एक सामाजिक समूह आहे.

जाती

जसे जगात इतरत्रही प्रश्नकर्ता कोण आहे यावर 'तुम्ही कोण आहात?' या प्रश्नाचे उत्तर अवलंबून असते; तसेच प्रश्नकर्त्याला कोणती माहिती विचारायची आहे व त्याला नक्की काय माहीत व्हायला हवे, याचा विचार करूनच गावकरी उत्तर देतात (पहा, मंडेलबाउम १९५६). अजूनही भारतातील गावांमध्ये राहत असलेले लोक या प्रश्नाचे उत्तर देताना आपल्या उत्तरामध्ये, ते अशा एका समूहाचे सदस्य आहेत ज्यात त्यांचे पालक आणि आणि इतर नातलगांचा समावेश होतो, अशा गोष्टीचा समावेश करतात. पुढील प्रश्नांना उत्तर देताना ते समजावून सांगतात की प्रत्येक व्यक्ती त्याच्या जन्माच्या आधारावरच या समूहाचा सदस्य आहे. ती व्यक्ती या समूहाअंतर्गतच लग्न करू शकते. त्याची (किंवा तिची) मुले पुढे याच समूहाचे सदस्य बनतील.

प्रत्येक अंतर्वैवाहिक समूहातील लोक वर्तनाचे काही वैशिष्ट्यपूर्ण आकृतिबंध पाळतात. त्यांच्यामध्ये काही ठरावीक गुणधर्म दिसतात व त्यांचे जे विशिष्ट व्यवसाय असतात त्यानुसार स्थानिक रचनेमधील त्या समूहाची श्रेणी ठरते. समूहांच्या पूर्वापार चालत आलेल्या पवित्र व अपवित्र रिवाजांशी श्रेणींचे निकष संबंधित असतात; जे गावातील जबाबदार लोक ठरवून देतात. या विधींच्या निकषांचा उल्लेख सुरुवातीलाच केला जातो. अधिक बारकाईने पाहिले असता, अधिकार व संपत्तीनुसार येणारी योग्यता यांचा विचारदेखील श्रेणीअंतर्गतच गृहीत धरला जातो. अंतर्वैवाहिक समूहातील प्रत्येक सदस्य हा ठरवलेल्या क्रमवार श्रेणीबद्धतेमध्ये सहभागी असतो व या गोष्टीचा परिणाम इतर समूहातील सदस्यांबरोबर असलेल्या संबंधावर होतो.

एखादा खालच्या वर्गातील गावकरी त्याच्या समूहाचे वैशिष्ट्य असणाऱ्या ज्या रीती अपवित्र करणाऱ्या आहेत असे मानले जाते त्या रीती लादलेल्या, अनवधानाने आलेल्या किंवा अस्तित्वातच नाहीत अथवा बिनमहत्त्वाच्या आहेत, असे मान्य करण्यास कचरेल. ती व्यक्ती स्थानिक रचनेतील असे काही समूह दाखवून देते जे त्या व्यक्तीच्या मतानुसार तिच्या खालच्या श्रेणीत असायला हवेत व त्या व्यक्तीच्या वरच्या श्रेणीत म्हणवून घेणारे काही समूह समान म्हणजेच त्यांच्याबरोबरीचे असले पाहिजेत. श्रेणीतील विशिष्ट क्रमवारीबद्दल जरी लोक असहमत असले तरी समूहातील श्रेणींमध्ये उतरंड असली पाहिजे, असा पवित्रा गावातील बरेच लोक घेतात. इतर समूहातील, विशेषतः खालच्या श्रेणीतील सदस्यांपासून आपल्या समूहातील सदस्यांनी स्वतःला वेगळे ठेवले पाहिजे आणि फक्त विवाहच नव्हे तर एकत्रितपणे जेवण घेण्यासारख्या इतर घरगुती खाजगी गोष्टींमध्येसुद्धा अंतर ठेवणारे इतर निकष पाळले पाहिजेत, याच्याशी ते सहमत असतात.

अंतर्वैवाहिक समूहासाठी इथे *जाती* ही संज्ञा वापरण्यात आली आहे. 'जन्मणे' या मूळ संस्कृत शब्दापासून बनलेला हा शब्द सर्वसामान्यपणे उत्तरेकडील भारतातील बऱ्याचशा भाषांमध्ये वापरण्यात येतो. एखाद्या व्यक्तीचा समाजातील जन्मसिद्ध अधिकार व वंशपरंपरागत समूह असा गर्भितार्थ जाती या शब्दात व इतर भारतीय भाषांमधील या अर्थाच्या प्रतिशब्दांमध्ये असतो (पहा, कर्वे १९६५, पृ. क्र. १३९; घुर्ये १९६१, पृ. क्र. ४८, ६४).

गावातील लोकांनी जातीचे केलेले स्पष्टीकरण या व्याख्येमध्ये सारांशरूपाने केले जाऊ शकते. ज्याला नाव असते व ज्यामध्ये काही गुणधर्मांचे मिश्रण असते असा वंशपरंपरेने चालत आलेला अंतर्वैवाहिक समूह, म्हणजे जाती होय. जातींच्या ठरलेल्या गुणधर्मांनुसार जातींमधील प्रत्येक सदस्याने वागणे अपेक्षित असते व भारतातील गावांमध्ये राहत असलेल्या प्रत्येक सदस्याकडून त्याचा सामाजिक दर्जा सांगितला जातो. मूलभूत सामाजिक संबंधांच्या ठरावीक साच्यातील इतर व्याख्यांप्रमाणेच ही व्याख्यादेखील अनेक प्रश्न अनुत्तरित ठेवते. तसे नसते तर या विषयावर थोडे अधिक बोलता आले असते.

एकाच गावात राहणाऱ्या जातींमधील सदस्यांना *जातसमूह* असे संबोधले जाते. एकाच गावात असल्यामुळे त्यांचा एकमेकांबरोबर होणारा संवाद इतर गावातील सहकाऱ्यांपेक्षा जास्त प्रमाणात असतो. सर्वसाधारणपणे भारतातील एका गावामध्ये किमान दोन पासून तीस पेक्षा जास्त असे अनेक जातसमूह असतात. प्रत्येक समूहाला आपापल्या समूहाचे पारंपरिक हक्क व कर्तव्ये, विशेषाधिकार व नियमनासाठी काही परिमाणे असतात. समाजाचे एकूण कार्य चालू राहावे म्हणून लोक निर्मिती किंवा सेवा क्षेत्रात सामूहिकरीत्या विशेष योगदान देतात. जातसमूहांना पूरक असणारे जमीनदारी करणारे शेतकरी, खंडकरी, पुरोहित, सुतार, लोहार व कुंभार असे बलुतेदार; सेवा क्षेत्रातील नाभिक व धोबी/परीट आणि मोलमजुरी करणारे सफाई कामगार व मजूर समाविष्ट असतात. गावातील प्रत्येक समूहातील लोक समान दर्जाच्या लोकांबरोबर विवाह व नात्यातील बंध जपत असत. अंतर्वैवाहिक समूहांमध्ये, जातींमध्ये असंख्य गावांमध्ये पसरलेले सदस्य समाविष्ट असतात.

अशा प्रकारे प्रत्येक व्यक्ती ही त्याच्या गावाची व त्याच्या जातीची सदस्य असते. गाव व आसपासच्या गावांचा समूह विशिष्ट पद्धतीने एकमेकांवर अवलंबून असतात व त्यांचे स्थानिक समुदाय बनतात. आपापल्या गावातील जातींमधील सदस्य एकमेकांचे प्रत्यक्षातील किंवा संभाव्य (मानलेले) कुटुंबीय बनतात. उपजीविकेसाठी व आपल्या जातीची जीवनशैली जपण्यासाठी आवश्यक असणाऱ्या सेवांसाठी व्यक्ती गावातील समुदायावर अवलंबून असते, पण जातीमध्ये असणारे स्थान व जातीमध्ये असणारे रीतीरिवाज व्यक्तीच्या कारकिर्दीचा आराखडा ठरवतात, नातेवाइकांमधील स्थान जवळचे साथीदार निश्चित करतात व व्यक्तीच्या सामाजिक संबंधांतील मोठ्या भागावर परिणाम करतात.

एखाद्या व्यक्तीचे जातीतल्या इतरांबरोबरचे संबंध जवळचे व निर्विवाद असतात. इतर जातीतल्या लोकांशी व्यक्तीचे मैत्रीपूर्ण संबंध असू शकतात; पण ते मैत्रीपूर्ण संबंध सर्वसाधारणपणे स्वतःच्या जातीतल्या लोकांशी असतात तितके टिकाऊ व घट्ट नसतात. रोजचे व्यवहार व्यक्ती इतरांबरोबर करू शकते, परंतु लग्न व नाती यांसारखे जवळचे संबंध मात्र जातीतल्या सहकाऱ्यांबरोबरच ठेवले जातात. व्यक्तीचे जगणे व आशा-आकांक्षा यांची जातीतील इतरांबरोबर घट्टपणे वीण जमलेली असते. इतरांशी असलेले संबंध व स्वरूप यावर व्यक्तीची जात परिणाम करते. व्यक्तीचे बरेचसे जगणे गावातच सामावलेले असते. सामान्यतः व्यक्तीकडून कुटुंबाला कडक निष्ठा व परिश्रम यांची अपेक्षा असते; पण जातीमुळे व्यक्तीला आप्तस्वकीयांचे वर्तुळ उपलब्ध होते. सामान्यपणे, जाती या सामाजिक आधाराचा स्रोत असतात व गावातील घडामोडींमध्ये व्यक्तीला जातीय ओळख साथ देते.

जातीय संबंध व भूमिका यामधील लवचीकता

जातींचा विचार जरी महत्त्वाचा असला तरी काही कृती करत असताना कारकांची जातींशी असलेली संलग्नता अप्रस्तुत ठरते. व्यापक प्रमाणातील विविध जातींचे लोक कामाच्या ठिकाणी मात्र नेहमी असलेले शारीरिक व सामाजिक अंतर न राखता एकमेकांबरोबर काम करतात. खेळांमध्येदेखील जातींचा विचार तात्पुरता बाजूला ठेवला जातो. उदा. इतर वेळी एकमेकांपासून अंतर राखणाऱ्या जमातींमधील लोक कुस्तीपटू म्हणून एकमेकांसमोर उभे राहतात. काही भक्तीपर उपासनांच्या प्रसंगांमध्ये तर अनेक भिन्न जातींमधील भक्त एकमेकांच्या सान्निध्यात येऊन जवळीक साधतात ज्याची अनुमती इतर कोणत्याही संदर्भात दिलेली नसते.

सदस्यांनी एकाच विशिष्ट व्यवसायावर लक्ष केंद्रित केले असावे व जातींमधील सीमारेषा कठोरपणे पाळल्या जात असाव्यात, अशा प्रकारे गावातील लोक जातींबद्दल एकमेकांशी बोलतात. वस्तुस्थिती जास्त लवचीकता प्रकट करते. जातीच्या पारंपरिक व्यवसायाने जातीतील सर्व सदस्यांना त्या व्यवसायात सीमित केले असे नाही. जातीने पुजारी असणारा गावकरी जमिनींचे व्यवस्थापन करतो किंवा पिके काढतो. सुतार जातीचे काही लोक सुतारकाम करतात तर त्याच जातीचे इतर काही लोक शेतकरी, सैनिक किंवा आजकाल शिक्षक अथवा सरकारी अधिकारीदेखील आहेत. परंपरेने गावकऱ्यांच्या व्यवसायाच्या शक्यतांवर मर्यादा आणल्या. उदा. पुजाऱ्यांसारख्या जातींच्या लोकांना त्यांच्या जातीतील लोकांकडून जनावराचे कातडे वा चामडे कमावणे यांसारख्या अपवित्र गोष्टींमध्ये गुंतण्याची अनुमती दिली जात नव्हती.

याउलट, एखाद्या चर्मकाराला उच्च देवतांच्या आवारात येण्यास किंवा पुजारी म्हणून पूजा करण्यास वरच्या स्तरांतील लोकांकडून अनुमती नसे; पण चर्मकार शेतकरी म्हणून काम करू शकत असे; कारण शेतीचे क्षेत्र सर्वांसाठी खुले होते. उत्तर प्रदेशातील कानपूर जिल्ह्यातील एका गावात चर्मोद्योगातील लोक आता चर्मकामासहित शेती व गवंडीकाम यांसारख्या सात वेगवेगळ्या व्यवसायांमध्ये गुंतले आहेत. या विशिष्ट प्रदेशात गाडीचालक वा व्यापारी होण्यास कोणतीही आडकाठी नाही; परंतु अशा उपक्रमांसाठी त्यांच्याकडे भांडवल उपलब्ध नाही (शर्मा १९५६अ, पृ. क्र. १२२–१२३). निरनिराळ्या व्यवसायातील कार्यक्षेत्रे कोणत्याही जातीतील लोकांसाठी खुले होण्याचे प्रमाण विसाव्या शतकाच्या सुरुवातीपेक्षा आता अधिक व्यापक झाले आहे, तरीही काही लोकांनी परंपरेनुसार आलेला आपापल्या जातीचा व्यवसायच पुढे चालू ठेवला आहे व आपापल्या जातीनुसार असणाऱ्या व्यवसायांच्या मर्यादा त्यांनी पाळल्या आहेत.

विवाहसंस्था जातींमधील सीमारेषा अधिक सुस्पष्ट करतात. एकाच जातीतल्या वधू व वरांमध्ये विवाह पार पडणे अपेक्षित असते. जातीबाहेरील व्यक्तींमध्ये विवाह केले जात नाहीत. परंतु यातही काही प्रमाणात लवचीकता दिसून येते. एखाद्या श्रीमंत व्यक्तीला स्वतःच्या मुलीसाठी योग्य असा प्रतिष्ठित नवरामुलगा अंतर्वैवाहिक वर्तुळामध्ये मिळाला

नाही, असे होऊ शकते. एखाद्या लांबच्या गावात त्याला अपेक्षित असलेला त्यासारख्याच जातीतल्या कुटुंबातला व सामाजिक दर्जाचा नवरामुलगा मिळू शकतो. त्यानंतर त्या दांपत्याच्या कुटुंबामधील पूर्वजांमध्ये पूर्वी तशाच प्रकारच्या झालेल्या विवाहांचा शोध घेणे. दोन्हीकडील औपचारिक विनंतीनुसार खऱ्या किंवा मानलेल्या नात्यांमधील संबंध परिश्रमपूर्वक धुंडाळून ऐतिहासिक पूर्वस्मृतीमधील असा एखादा दाखला शोधून विवाहसंबंध जोडले जाऊ शकतात (जातीच्या सीमारेषांच्या स्पष्टीकरणार्थ असलेली इतर उपायांची नोंद नंतरच्या प्रकरणात केली आहे). एका प्रदेशातील शंभरापासून ते काही हजारापर्यंत कुटुंबातील बरेचसे विवाह खरोखरच समान गोत्रांमध्येच होतात; पण आपल्या जातीची पाळेमुळे किती खोलवर व घट्ट आहेत व आपली जात म्हणजे कसे सुस्पष्ट निर्धारित घटक आहे, हे प्रत्यक्षात आहे त्यापेक्षा जास्त प्रकर्षाने ठसवण्याकडे कोणाही गावकऱ्याची प्रवृत्ती असते.

जातींमधील समूह व त्यांचे वर्गीकरण

प्रत्येक व्यक्ती जातींच्या अंतर्गत येणाऱ्या एखाद्या विशिष्ट समूहाशी संबंधित असते. असे विशिष्ट समूह म्हणजे कूळ होय. एकमेकांशी संबंधित कुळांची मिळून वंशावळ बनते. जातींमध्ये अजून एक घटक असतो ज्याला कुलसमूह म्हटले जाते. याशिवाय काही जातींमध्ये अनेक जमाती असतात. काही जातींमध्ये कुळांचे प्रतिष्ठेनुसार वर्गीकरण करण्यात येते.

दोन किंवा त्यापेक्षा जास्त विवाहित पुरुष ज्यांचे एकमेकांशी जवळचे संबंध आहेत–उदा. वडील व मुलगा किंवा भाऊभाऊ–एकाच घरात आपापल्या पत्नी, मुले व अविवाहित मुलींसह राहत असतील, असे एकत्र कुटुंब म्हणजे आदर्श कुटुंब मानण्याची सर्वसामान्य समजूत आहे. अशा कुटुंबात एकच चूल असते व घराचा खर्चदेखील एकाच तिजोरीतून केला जातो. बऱ्याचशा भारतीय कुटुंबांचा विकास होत असताना, कमी कालावधीसाठी का होईना पण एकाच वेळी अनेक मध्यवर्ती कुटुंबे असतात ज्यामध्ये एक विवाहित दांपत्य, त्यांची अविवाहित मुले व काही वेळा त्यांच्यावर अवलंबून असणारे एक किंवा दोन जण या स्वरूपात आदर्श कुटुंबाची रचना प्रत्यक्षात दिसून येते.

स्थानिक वंशातील एकमेकांशी संबंधित जवळची कुटुंबे सामान्यतः एकमेकांना सहकार्य करतात. वंश म्हणजे कुटुंबांचा एकत्रित असा समूह ज्यामध्ये दोन भावांची मुले किंवा नातवंडे असलेले पितृसत्ताक परंपरेने चालत आलेल्या एकाच गोत्रातील असतात, ज्यांची घरे गावामध्ये एकमेकांपासून जवळ असतात आणि ज्यांचे सदस्य अनेक प्रकारे परस्परांना मदत करतात. कुळातील सारखेपणा म्हणजेच वाडवडिलांचे पूर्वज एक असल्याने एकाच वंशातील लोक एकमेकांशी बांधलेले असतात (केरळमधील काही जाती आईकडील पूर्वज मानतात; परंतु नंतरच्या प्रकरणांत स्पष्ट केल्याप्रमाणे त्यांच्या जातिव्यवस्थेतील व्यापक तत्त्वे पितृसत्ताक तत्त्वांप्रमाणेच असतात).

फार दूरचा व एखादा कल्पित असा पूर्वज मानणारे समूह मोठ्या प्रमाणावर आहेत. अशा समूहांचे सदस्य, ज्यांना इथे कूळ असे संबोधले जाते, ते असंख्य गावांमध्ये पसरलेले असतात. काही वेळा ते एकत्र येऊन संयुक्तपणे काही कार्ये पार पाडतात; तर काही वेळा तसे एकत्र येण्याची गरज नसते. सामुदायिक समूहापेक्षा कूळ विशेष समान गुणधर्म असलेले समूह असतात. कुळाचे एक सामुदायिक कार्य म्हणजे पात्र पती किंवा पत्नीस अपात्र पती-पत्नीपासून वेगळे करणे.

एकाच जातीचे एकाच गावात राहणारे जातसमूहातील सदस्य आपल्या अधिकारांच्या समर्थनार्थ प्रसंगी एकत्र येतात. सामान्यपणे गावामध्ये ते स्वतःला एकमेकांपासून स्पष्टपणे वेगळे समजतात. गावातील दोन किंवा त्यापेक्षा जास्त जातसमूह सांस्कृतिकदृष्ट्या जरी एकमेकांच्या जवळ असले व इतरांकडून त्यांना एकसारखीच वागणूक मिळत असली तरी सामाजिकदृष्ट्या ते एकमेकांपासून अंतर राखून असतात. देवरा नावाच्या गावातील (आंध्र प्रदेशातील आदिलाबाद जिल्हा) सुतारांमधील दोन जातसमूहांचे उदाहरण इथे देता येईल. एका समूहातील सदस्य मराठी बोलतात व दुसऱ्यातील सदस्य तेलगू बोलतात. दुबे लिहितात, 'एकमेकांच्या समूहांत ते विवाह ठरवत नाहीत; भाषा, पोशाख, चालीरीती व श्रद्धा या गोष्टी त्यांना पुढे जाऊन एकमेकांपासून वेगळे ठरवतात' (१९५५अ, पृ. क्र. १८२).[१] गावातील दोन जातसमूह एकच भाषा बोलत असले, एकच पारंपरिक व्यवसाय करत असले व एकाच जातीच्या समान चालीरीती जरी पाळत असतील तरी जातसमूहातील सदस्य काही आगळी वैशिष्ट्ये बाळगून असतात जी त्यांना इतर समूहांपासून वगळे ठरवतात. गावातील इतर लोक जरी त्या दोन जातसमूहांना एकच मानून चालत असले तरी त्या समूहातील सदस्य मात्र तसे मानत नाहीत.

सर्वसामान्यपणे जातीच्या अंतर्गत अनेक प्रकारचे फरक केले जातात. संपत्ती, शिक्षण, वडिलोपार्जित मान किंवा इतर कारणांमुळे काही कुटुंबे इतरांपेक्षा प्रतिष्ठित म्हणून ओळखली जातात. हे प्रतिष्ठेनुसार असलेले वेगळेपण विशिष्ट स्वरूप जरी धारण करत नसले तरी काही वेळा औपचारिकपणे दर्जानुसार जातिअंतर्गत त्यांचे गट तयार होतात. कधीकधी नवीन जाती निर्माण होतात जेव्हा वरच्या स्तरातील कुटुंबे इतरांपासून विभक्त होतात. याबद्दलची चर्चा आपण नंतरच्या प्रकरणांमध्ये करणारच आहोत.

एकुणात, कुटुंब, वंश व जातसमूह यांचे सदस्य असल्यामुळे त्या-त्या भूमिकांमधूनच गावातील लोक जातीमधील इतरांबरोबर देवाणघेवाण करतात; पण इतर जातींमधील

---

[१] एकाच अंतर्वैवाहिक समूहामध्ये असणाऱ्या काही जातींमध्ये दोन वेगवेगळ्या भाषिक प्रांतांमधील कुटुंबे समाविष्ट होतात. जसे, देशस्थ ऋग्वेदी ब्राह्मणांमध्ये, मराठी बोलणारी काही कुटुंबे आहेत तसेच कन्नड बोलणारीदेखील काही कुटुंबे समाविष्ट होतात. या जातींअंतर्गत होणारे बरेचसे विवाह समान भाषा असणाऱ्यांमध्ये पार पडतात. पण काही विवाहांमध्ये पती किंवा पत्नी कोणीतरी एक मराठी भाषिक कुटुंबातील तर दुसरा कन्नड भाषिक कुटुंबातील असतो (कर्वे १९५८ब, पृ. क्र. १३७); पण अशा जाती अपवादात्मक आहेत व असे समूह अनेक शतकांपासून भाषिक सीमांवर राहत आहेत. सर्वसामान्यपणे जातीतील सर्वच सहकाऱ्यांची मातृभाषा एकच असते.

लोकांबरोबर व्यवहार करताना परस्परांमधील संवाद सुविहित व्हावा म्हणून भूमिका व नियम निश्चित करण्यासाठी गावातील लोक जातसमूहासारखे इतर सामाजिक प्रकार वापरतात.

जातसमूह

इतर जातींमधील लोकांशी व्यवहार करण्यासाठीचा एक प्रमुख प्रकार म्हणजे जातसमूह होय. त्यांची स्थिती साधारणपणे समान असल्याने इतरांकडून त्यांची एकाच गटात संभावना होते व एकाच जातीच्या नावाखाली श्रेणीनुसार वर्गीकरण केलेल्या निरनिराळ्या जातींचा हा समूह असतो. समाजातील कुटुंब, वंश किंवा जाती इतक्या लहान फरकानुसार प्रत्येक व्यक्तीशी व्यवहार करताना स्वतःच्या वर्तनाचे नियमन करण्यापेक्षा जातसमूह या प्रकाराचा वापर करून बऱ्याच लोकांशी व्यवहार करणे सोपे जाते. गुंतागुंतीच्या समाजरचनेमध्ये ही गोष्ट आवश्यक आहे. जातीअंतर्गत हे सूक्ष्म भेद आवश्यक ठरतात, जाती बाहेर नव्हे.

पारंपरिक व्यवसाय, जातींच्या प्रथा व तुलनात्मक श्रेणी या गोष्टी वर्गीकरण केलेल्या जातींमध्ये साधारणपणे समानच असतात. निरनिराळ्या जातींमधील लोकांचे एकाच समूहामध्ये वर्गीकरण होते व ते एकाच गावात राहतात अशा वेळी जरी गावातील इतर लोक जातसमूहातील सदस्यांना एकसारखेच मानत असले तरी प्रत्येक समूहाचे सदस्य इतर जातसमूहांपासून स्वतःला सामाजिकदृष्ट्या वेगळे मानतात.

काही जातसमूहांमध्ये थोड्या जाती व काही हजार लोक समाविष्ट आहेत तर इतर काहींमध्ये डझनभर जाती व लाखो लोकांचा समावेश होतो. छोट्या समूहांमध्ये व विशेषतः मर्यादित प्रदेशात घटक जातींचे सदस्य एकमेकांशी परिचित असतात व प्रसंगी एकत्र येऊन कृती करतात. इतरांकडून त्यांना मिळणारी एकसारखी वागणूक या वस्तुस्थितीमुळेच ते एकत्रितपणे कृती करण्याचा विशेषतः बचावात्मक कृती करण्याचा मार्ग निवडतात. मोठ्या समूहांमध्ये काहींना जरी समूहातील सर्वच लोकांची माहिती असली तरी नियोजन करून कृती करणे तिथे घडत नाही (पहा, कर्वे १९६१, पृ. क्र. ११–१२). आधुनिक परिस्थितीमध्ये संपर्कसाधनांमध्ये विस्तार होत असताना ज्यांनी पूर्वी कधी एकमेकांबरोबर काम केलेले नाही किंवा ज्यांना एकमेकांच्या अस्तित्वाबद्दल काहीच माहीत नाही असे जातसमूहातील लोकदेखील आता संघटना स्थापन करू शकतात.

दक्षिण भारतातील नीलगिरीच्या टेकड्यांवरील बडगे म्हणजे छोट्या जातसमूहातील उदाहरण आहे; ज्यांची संख्या आता नव्वद हजारांपेक्षा जास्त आहे व जे मुख्यत्वे शेतकरी आहेत. ते अनेक अंतर्वैवाहिक गटांमध्ये विभागले आहेत. जरी सगळे विशिष्ट बडगा भाषा बोलत असले तरी प्रत्येक गट जाणीवपूर्वक दुसऱ्यापेक्षा वेगळा आहे. गावातील बडगे इतर बडग्यांशी बोलताना व व्यवहार करताना स्वतःच्या समूहाच्या नावाचा उल्लेख करतात. उदा.

वोडेय. बाहेरच्यांसाठी सामूहिकरीत्या बडगे म्हणून ओळखले जात असले तरी स्वतःच्या विशिष्ट ओळखीसाठी बडगा समाजातील विभागणी त्यांच्यासाठी एक महत्त्वाचा घटक असते. हा घटक त्यांच्यासाठी सर्वाधिक महत्त्वाचा असतो. फक्त वैवाहिक कारणांसाठीच नव्हे तर दुसरे एक कारण म्हणजे नावाने व संस्कृतीने बडगे असलेल्या अशा जातीतील इतर सहकाऱ्यांबरोबर त्याचे दैनंदिन जीवन तो व्यतीत करतो. काही प्रसंगी, विशेषतः औपचारिक विधींसारख्या प्रसंगांमध्ये कोणत्याही जातीमधील बडगा सहभागी होऊ शकतो. परंतु इतर सामाजिक संदर्भात मात्र निरनिराळ्या जाती या स्वतंत्र समूह म्हणूनच अस्तित्वात असतात.

दुसरीकडे त्यांचे शेजारी, ज्यांत खालच्या वर्गातील कोटासुद्धा असतात, त्यांचा मी अभ्यास केला आहे. त्यांना बडग्यांमधील या फरकाशी फार देणेघेणे नसते. ते सर्व बडग्यांना एकच मानतात आणि त्यांचा एकत्रितपणेच उल्लेख करतात. पण कोटा व्यक्तिगत फरकाविषयी, विशेषतः ज्यांच्याशी ते सौदे करतात अशा बडग्यांमधील संपत्तीतील फरकाविषयी संवेदनशील असतात पण बडगा जातीतील रूढ वर्गवारी त्यांच्यासाठी विशेष महत्त्वाची नसते.

महाराष्ट्रातील सर्वांत मोठ्या जातींचा समूह कुणबी म्हणून ओळखला जातो. या जातींची काही समान सांस्कृतिक वैशिष्ट्ये आहेत. गावातील या जातीचे लोक शेतजमिनी कसतात व मराठी बोलतात. श्रेणीनुसार साधारणतः मराठा या शेतकरी-क्षत्रिय जातीच्या खालोखाल कुणबी जात येते. शेतीशी संबंधित हे साम्य वगळता नात्यांची रचना, पोशाख व आर्थिक कार्ये याबाबतीत मोठ्या प्रमाणावर फरक आहे. कुणबी लोक मराठी भाषिक प्रांतात वेगवेगळ्या भागात राहतात त्यामुळे एका समूहाला इतर समूहांचा थांगपत्ताही नाही असे होऊ शकते (कर्वे १९५८ब, पृ. क्र. १२६–१२७).

पाटिदार व बरिया गुजरातमधील दोन प्रमुख जातसमूह आहेत. पारंपरिक व्यवसायानुसार दोघेही शेतकरी आहेत; पण पाटिदार बरियांपेक्षा वरचढ मानले जातात. बरियांमध्ये असलेल्या वर्गवारीकडे दुर्लक्ष करण्याची प्रवृत्ती पाटिदारांमध्ये असते. डेविड पोकॉक याने नोंदवल्याप्रमाणे एका गावातील बरियांमधील काही कुटुंबे आचारपद्धतीत पाटिदारांपेक्षाही सरस आहेत; पण त्यामुळे गावातील पाटिदार अजिबात संतप्त होत नाहीत. वरच्या स्तरातील बरिया खालच्या स्तरातील बरियांमध्ये मिसळून पाटिदार दोघांनाही एकसमानच समजतात व त्यांना समानतेचा दावा करण्यापासून दूर ठेवतात. बरीचशी बरिया कुटुंबे शाकाहाराच्या बाबतीत पाटिदार कुटुंबांपेक्षाही जास्त कडक असतात; पण त्यांचे पाटिदार शेजारी मात्र 'त्यांना बरिया असेच संबोधतात व बरिया मांस खातात असे ढोबळ विधान करतात' (पोकॉक १९५७ब, पृ. क्र. २८).

हे स्थूल व सोपे असे वर्गीकरण इतर जातींमधील लोकांशी व्यवहार करण्यास उपयोगी ठरते. निरनिराळ्या समूहांमधील श्रेणीनुसार प्रत्यक्षात असणाऱ्या आचारपद्धतींप्रमाणे विचार करून प्रत्येकाला तडजोड करावी लागत नाही. सरसकट सर्वांनाच बरिया किंवा बडगे (किंवा कोणतीही इतर समाविष्ट संज्ञा) मानले जाते.

सर्वसाधारण मानवी प्रवृत्तीनुसार गावकरी सामाजिकदृष्ट्या त्याच्या जास्त जवळचे व लांबचे अशी विभागणी करतो. स्थानिक दुकानदार हा सामुदायिकपणे बनिया म्हणून ओळखल्या जाणाऱ्या जातीचा आहे व तो शास्त्रात सांगितल्याप्रमाणे चारपैकी तिसऱ्या प्रकारात येतो, हे गुजरातमधील गावातल्या एखाद्या शेतकऱ्यालाही माहीत असते. या सुलभ वर्गीकरणामुळे त्याला दुकानदाराबरोबर व्यवहार करणे सोपे जाते. जर शेतकऱ्याला दुकानदाराच्या सामाजिक स्थानाबद्दल सविस्तर माहिती असती तर त्याला बनिया जातीतील सरता जातीचा विसा नावाचा पोटविभाग ज्याचा मूळ स्रोत देसावल आहे, हेदेखील समजून घ्यावे लागले असते (टूथी १९३५, पृ. क्र. १२५). त्यापुढे जाऊन त्याला दुकानदाराचे घराणे व वंशदेखील माहीत करून घ्यावा लागला असता. इतके सगळे माहीत करून घेणे त्या शेतकऱ्यासाठी गरजेचे नाही. इतक्या विस्तृत माहितीच्या आधारावर इतरांबरोबरचे संबंध जपणे त्याच्यासाठी खरोखरच अवघड गोष्ट झाली असती.

पण दुकानदारासाठी मात्र त्याच्या जातीशी संबंधित ही सविस्तर माहिती खूप महत्त्वाची असते. अशा माहितीच्या आधारावरच तो आपल्या नातेवाइकांशी असलेल्या संबंधांचे पालन करतो व त्याच्या व्यवसायासाठी सहायक व सहकारी म्हणून नवीन सदस्यांची निवड शक्यतो जवळच्या आप्तस्वकीयांमधूनच करतो. तो श्रद्धापूर्वक करत असलेल्या कर्तव्यांपैकी बरीचशी कर्तव्ये कुटुंबाशी व जातीतल्या जबाबदाऱ्यांशी बांधलेली असतात. आपल्या सूक्ष्म आकलनशक्तीचा उपयोग व्यक्तिगत संबंधांना दिशा दाखवण्यासाठी तो करतो व असे करून तो आपल्या जातीचे स्थानिक समाजरचनेमधील स्थान अधिक भक्कम करण्यास मदतच करत असतो. याउलट दुकानदाराला मात्र ग्राहक म्हणून आलेल्या शेतकऱ्याचे समाजातील नेमके स्थान जाणून घेण्यात अजिबात रस नसतो. दुकानदाराला ग्राहकाची सर्वसाधारण जात समजली तरी ते पुरेसे ठरते. तो जर हलके काम करणारा एखादा झाडूवाला असेल तर दुकानदार त्याला सेवा पुरवणार नाही. तो वरच्या श्रेणीचा असूनही खालच्या जातीतील असेल तर दुकानदार त्याच्याशी बोलणारही नाही.

ॲड्रियन मेयर याने रामखेरी गावाच्या अभ्यासात सामाजिक कार्याच्या दृष्टिकोनातून या वर्गीकरणाविषयी चर्चा केली आहे (१९६०, पृ. क्र. २७०–२७५). जेव्हा एखादी व्यक्ती गावातील इतर लोकांसाठी कोणतीही सेवा पुरवते तेव्हा लोकांकडून त्याला एका मोठ्या प्रकारात वर्गीकृत केले जाते. एक मित्र म्हणून जेव्हा तो इतर गावातील आपल्या जातीमधील सहकाऱ्यांशी बोलतो तेव्हा अधिक छोट्या समूहांमध्ये विभाजित करून ते त्याच्याकडे पाहतात, अशी नोंद मेयरने केली आहे.

सामाजिक फायदा हा सामाजिक दृष्टिकोनामधील महत्त्वाचा घटक होय. जमिनीचा मालक असणाऱ्या वरच्या स्तरातील एखाद्या व्यक्तीला गावातील खालच्या स्तरात

असणाऱ्या लोकांच्या विभागणीबद्दल फारशी फिकीर नसते. ते त्यांची गणना सरसकट "अस्पृश्य" व्यक्ती म्हणून करतात किंवा गांधीजींच्या भाषेत सांगायचे तर, 'हरिजन', 'देवाची लेकरे' म्हणून करतात. खालच्या स्तरातील लोकांनाही वरच्या स्तरातील लोकांमधील तपशीलवार सामाजिक विभागणीमध्ये फारसा रस नसतो. हे शक्तिशाली लोक त्यांच्यासाठी मालकच असतात व त्यांना तशाच पद्धतीची वागणूक द्यावी लागते.

सामाजिक आकलनामधले असे फरक गुंतागुंतीच्या सर्वच समाजांमध्ये आवश्यक ठरतात. सामाजिक सलगीच्या अशा सूक्ष्म आकलनामुळे भक्कम, व्यवहारयोग्य सामाजिक एकके तयार होतात. एकंदरीत या आकलनामुळे समूहातील निरनिराळ्या घटकांमध्ये परिणामकारक सामाजिक संबंध निर्माण होण्यास मदत होते. भारतातील गावातल्या लोकांकडून तयार झालेली ही तपशीलवार वैशिष्ट्ये प्रामुख्याने कुटुंब व वंश, जातसमूह व गावांमध्ये असणारी गटागटांमधील मैत्री अशा समूहांमध्ये होणाऱ्या परस्परांमधील खाजगी संवादांशी संबंधित आहेत. प्रामुख्याने जातसमूह व वर्ण यांचे मोठ्या प्रमाणावर वर्गीकरण झाले आहे. हे दोन्ही सामुदायिक समूह असण्यापेक्षा वर्गीकरणात्मक आहेत व परस्परसंवादी घटक असण्यापेक्षा विशिष्ट गुणधर्म असलेले विभाग आहेत (पहा, मॅरीऑट १९५९ब).

वर्णः गावकऱ्यांचा सिद्धान्त व सिद्धान्तातील तर्कदोष

इसवीसनाच्या साधारणपणे दुसऱ्या शतकातील ऋषी मनु यांनी केलेल्या उल्लेखानुसार चार वर्ण म्हणजे समाजातील प्रमुख भाग आहेत; जे सामाजिक श्रेणी (वर्ग) म्हणून व्यापक प्रमाणात परिचित आहेत (पहा, घुर्ये १९६१, पृ. क्र. ८७–९७; दत्त १९३१, पृ. क्र. ४–२३). बहुतेक ग्रामीण लोक वर्णाच्या या प्रकारांचा समाजातील आद्य मांडणी म्हणून स्वीकार करतात.

त्या रचनेमध्ये स्थानिक जाती व जातसमूह बसवले गेले आहेत. आदिपुरुषाच्या शरीरापासून हे चार वर्ण अस्तित्वात आले, याबद्दलची मूळ कथा आद्यग्रंथ ऋग्वेदातील ऋचांमध्ये प्रथम सांगितली गेली. त्या आदिपुरुषाच्या मुखातून ब्राह्मणांची उत्पत्ती झाली, जे पुरोहित व विद्वान झाले. त्याच्या बाहूंमधून योद्धे व राज्यकर्ते असे क्षत्रिय निर्माण झाले; त्याच्या मांड्यांमधून व्यापारी असणारे वैश्य निर्माण झाले व त्याच्या पायांमधून शेतकरी असणारे 'शूद्र' निर्माण झाले (बाशम १९५४, पृ. क्र. २४०–२४१). परंपरेनुसार ब्राह्मण जातीच्या लोकांनी धर्म नियंत्रित करून संस्कृतीची व्यवस्था लावणे, क्षत्रियांनी शस्त्रांच्या शक्तीच्या जोरावर समाजाचे व्यवस्थापन करणे, वैश्यांनी व्यापारावरील नियंत्रणामार्फत अर्थशास्त्रीय विभागणीचे नियमन करणे व 'शूद्रां'नी संपूर्ण समाजासाठी अर्थविषयक बाबी निर्माण करणे अपेक्षित असे.

समाजात कष्टाचे योग्य विभाजन व वर्गवार नियोजन अशा समान बाबी इतर संस्कृतींमध्येदेखील होत्या. अशाच प्रकारची एक योजना प्लेटोने मांडली होती. मनुच्या आवृत्तीमध्ये गावातील उच्च व नीच लोक गावांमध्येच राहत; वरच्या श्रेणीतील लोक शहरात किंवा दरबाराच्या ठिकाणी एकवटलेले नव्हते आणि म्हणूनच गावातील सामाजिक उतरंडीमध्ये प्रत्यक्षात जरी चातुर्वर्ण्य पद्धतीचे पालन तंतोतंत होत नसले तरी चारही वर्ण गावाचे प्रतिनिधित्व करू शकत होते.

धर्मग्रंथातील आखणी व प्रत्यक्षातील सामाजिक रचना यामध्ये लक्षणीय फरक होते व आहेत. या वर्णपद्धतीमध्ये गावाच्या पारंपरिक रचनेमध्ये ज्यांच्या सेवा आवश्यक होत्या अशा "अस्पृश्य" म्हणून गणल्या जाणाऱ्या जाती हिंदू समाजातून वगळल्या गेल्या. प्रत्येक ठिकाणी चारही वर्ग आहेत असे दिसून येत नव्हते. मूळचे स्थानिक असलेले युद्ध व व्यापाराशी संबंधित क्षत्रिय व वैश्य दक्षिण भारतातील बऱ्याचशा भागात दिसून येत. ऐतिहासिकदृष्ट्या पाहता प्राचीन ग्रंथांमध्ये असलेले वर्ण बंदिस्त सामाजिक स्तर नसून ती खुल्या स्वरूपातील वर्गरचना होती (बोगले १९०८, पृ. क्र. २८–२९; दत्त १९३१, पृ. क्र. ५८ आणि पुढील; प्रभू १९५४, पृ. क्र. २९०–३४२).

धर्मग्रंथातील आखणी काही ठिकाणी काही मार्गांनी फारच सोपी केली आहे; तर इतर काही ठिकाणी वस्तुतः दिशाभूल झालेली आहे. एम. एन. श्रीनिवास यांनी त्यातील प्रमुख विपर्यासांची नोंद घेतलेली आहे (१९६६, पृ. क्र. २–१२). एक म्हणजे संपूर्ण भारतात प्रांतानुसार न बदलणारी एकाच प्रकारची उतरंड दिसून येते. श्रेणींमधील वैविध्याबद्दल खाली चर्चा करण्यात आलेली आहे. काही वेळा एका गावातील खालच्या स्तरातील जात दुसऱ्या एखाद्या जवळच्याच गावामध्ये वरच्या स्तरातील असू शकते.

वर्णविभागणी म्हणजे सामाजिक रचनेत कार्यरत असणारे समूह आहेत, अशी एक चुकीची धारणा आहे. वर्णांचे प्रकार सामाजिक संवादासाठी नाहीत. कुटुंबे, वंश, जातसमूह, जाती, गावातील समुदाय व इतर गट समाजातील संवादातील प्रमुख समूह आहेत.

सामाजिक उतरंडीची ही रचना सुस्पष्ट आहे व तिचा सर्वांनी स्वीकार केला आहे, असा तिसरा एक विपर्यास दिसून येतो; पण प्रत्यक्षात मात्र श्रेणींबद्दल अस्पष्टता व वादविवाद सार्वत्रिक आहेत, ही वस्तुस्थिती आहे. श्रेणींमधील विशिष्टतेबद्दल संदिग्धता व संघर्ष ही खरोखरच या व्यवस्थेची वैशिष्ट्ये आहेत. भारतीय समाजातील समूह व रचना कायमस्वरूपी निश्चित करून ठेवलेल्या आहेत, असा शेवटी या वर्णव्यवस्थेचा अर्थ लावण्यात आला; पण ऐतिहासिक पुराव्यांवरून मोठ्या प्रमाणात सामाजिक बदल झाल्याचे दिसून येते.

लोकांसाठी असणाऱ्या या सिद्धान्तातील उणिवांचा भारतातील ग्रामीण लोकांवर फारच कमी प्रभाव पडतो; कारण त्या लोकांकडून या सिद्धान्ताचा जास्त चांगल्या प्रकारे वापर केला

जातो. या सिद्धान्ताचा वापर करून तो समाजातील प्रमुख विभागांची क्रमवारी लावू शकतो व साधारणपणे आखून दिलेल्या व्यवस्थेत एखादी अपरिचित जाती सामावून घेऊ शकतो. हा सिद्धान्त जातींना श्रेणीबद्ध करण्यासाठी त्यांचे संक्षेपाने मूल्यांकन करणारी पद्धत पुरवतो. नव्याने उदयास येणारे समूह वरच्या वर्गातील आदर्श व ध्येय ठेवून त्यांचे जीवन गतिमान करण्याचा प्रयत्न करतात (समाजातील चलनवलन सुविहित करण्याचा प्रयत्न करतात). समाजाचे व्यवस्थापन उतरंडीच्या रचनेतूनच होऊ शकते असे मानणाऱ्या गावातील लोकांसाठी चातुर्वर्ण्य सिद्धान्त क्रमवारीची एक सुलभ व्यवस्था पुरवतो.

वर्णांची केलेली आखणी गावातील बऱ्याच लोकांच्या सामाजिक अनुभवांना अनुरूप अशी आहे, ज्याचा उपयोग प्राथमिक वर्गवारीसाठी होऊ शकतो. धार्मिक विधींच्या बाबतीत ब्राह्मणांना चारही सामाजिक स्तरांमध्ये सर्वोच्च म्हणून घोषित केले आहे, हे साधारणपणे कोणत्याही गावकऱ्याला माहीत असते. त्याच्या स्वतःच्या गावात तो जे नेहमीच पाहत आला आहे, त्याच्याशी हे सुसंगतच असते. स्थानिक ब्राह्मण जातीचे लोक विद्वान व पुरोहित नसले तरी सर्वसामान्यपणे ब्राह्मण जातीचे लोक सामाजिक उतरंडीनुसार सर्वांत वरच्या स्तरात येतात. अशा वर्गीकरणामध्ये क्षत्रिय म्हणवून घेणारे योद्ध्यांपेक्षा शेतकरीच वाटत असतील किंवा वैश्य म्हणवणाऱ्यांकडे त्यासाठी लागणाऱ्या पात्रता संशयास्पद असतील तर अशा गोष्टी त्यांच्यासाठी काळजीचे कारण ठरत नाहीत.

ब्राह्मण, क्षत्रिय आणि वैश्य या त्रैवर्णिकांनी पावित्र्य राखण्यासाठी धर्मग्रंथांनुसार आचरण करणे अपेक्षित असते. या तीन वर्णांना मिळून द्विज म्हटले जाते. या वर्णांतील पुरुषांच्या उपनयन संस्कारावरून हे नाव पडले आहे. या संस्कारामध्ये बटूला प्रतीक म्हणून एक पवित्र जानवे दिले जाते. प्रत्येक द्विजाने–बटूने हे जानवे त्यापुढे कायम त्याच्या डाव्या खांद्यावर परिधान करणे अपेक्षित असते. हा संस्कार दुसऱ्या जन्मासमान मानला जातो. जे हे पवित्र जानवे धारण करतात ते द्विज म्हणजे ज्यांचा दोन वेळा जन्म होतो असे ते. ज्यांच्यावर हा संस्कार केला जात नाही असे सर्व, ज्यांचा दोन वेळा जन्म होत नाही त्यांना द्विज मानले जात नाही. हा विधी द्विज जातींमध्ये आता पूर्वीइतक्या काटेकोरपणे केला जात नाही आणि त्यांच्यापैकी काही पुरुष जानवेही घालत नाहीत. असे असले तरीही वर्णसिद्धान्त अजूनही लागू आहे. त्यानुसार उच्चवर्णीयांमध्ये मोडणाऱ्या जाती गावात सगळ्यात जास्त आदरणीय आणि प्रभावी मानल्या जातात. त्या जातींचे सदस्य इतर गावकऱ्यांपेक्षा जास्त काटेकोरपणे पावित्र्याचे नियम पाळतात, त्यामागच्या कारणांची चर्चा पुढे करण्यात आलेली आहे. गुंतागुंतीचे मूल्यांकन सोपे जावे म्हणून ढोबळमानाने केलेली जातींमधील वर्गवारी हा वर्णपद्धतीचा दुसरा एक उपयोग आहे. रामखेरी गावामध्ये (मध्य प्रदेशातील देवास जिल्हा) जातींमधील निरनिराळ्या वर्गांचे उत्तम पद्धतीचे मूल्यमापन म्हणून वर्णांच्या वर्गीकरणाकडे पाहता येते (मेयर

१९५६, पृ. क्र. १३८). इतर गावांप्रमाणे, तिथल्या सामाजिक संस्थांमधील वस्तुस्थिती व वर्णविभागणी एकमेकांशी सुसंगत नाहीत. गावातील जातींची श्रेणीनुसार रचना करून मेयर अजून एक नोंद करतोः 'पारंपरिक पद्धतीनुसार वैश्य वर्ण क्षत्रियांपेक्षा खालचा वर्ण आहे; पण रामखेरीमध्ये मात्र वैश्यांचे शाकाहारी असणे, ही गोष्ट त्यांना क्षत्रियांच्या वरचढ नाही, पण तुल्यबळ तरी बनवते' (मेयर १९५६, पृ. क्र. १३८, १४१); पण अशा विसंगतींमुळे गावकरी चातुर्वर्ण्य पद्धतीवर गांभीर्याने आक्षेप वगैरे घेत नाहीत.

वर्णांची रूपरेषा निरनिराळ्या भौगोलिक व भाषिक प्रांतांमधील जातींच्या मूल्यांकनाचा योग्य मार्ग पुरवते. गावातील लोकांच्या समोर जेव्हा अपरिचित जातींचे लोक येतात तेव्हा ते या चार वर्णांच्या मोजपट्टीने त्यांच्या सामाजिक दर्जाचे चटकन मूल्यांकन करू शकतात. वर्णांच्या सर्वसमावेशक रचनेमध्ये बहुतेक सगळ्याच जाती सामावल्या जातात.

खालच्या जातींमधील महत्त्वाकांक्षी लोक संदर्भासाठी वरच्या स्तरातील तीन वर्णांना आचरणाचे आदर्श म्हणून गृहीत धरतात. वरच्या वर्णांनी आपला कायदेशीर स्वीकार करावा यासाठी नव्याने उदयाला येणारे समूह नेहमीच प्रयत्न करत असतात. या अर्थाने ते वरच्या वर्गांना आदर्श नमुना मानतात. जेव्हा त्यांचा स्वीकार केला जातो तेव्हा त्यांनी सामाजिक चलनशीलतेतील एक प्रमुख उद्देश सफल केलेला असतो.

सरतेशेवटी, वर्णव्यवस्था सामाजिक संबंधांची एक व्यवस्थित मांडणी करते, जी गावातील लोकांच्या दृष्टीने नीटनेटकी व्यवस्था असते; पण संदिग्ध सामाजिक स्थान, विवादास्पद श्रेणी व एकमेकांच्या अधिकारक्षेत्राबद्दल संभ्रम हीदेखील त्याची वैशिष्ट्ये आहेत. गावातील जातसमूहात एखाद्या विशिष्ट वर्गवारीबद्दल अस्पष्टता असू शकते. एकाच गावातील लोकांकडून वेगवेगळ्या घरातून जातींच्या वर्गवारीबद्दल वेगवेगळी क्रमवारी सांगितली जाते. संपूर्ण भारतभरात न बदलणारी अशी एकच वर्गवारीची व्यवस्था असल्याची ग्वाही वर्णव्यवस्था गावातील लोकांना देते. वर्गवारीमध्ये दुर्बोधता असलेल्या काही विशिष्ट ठिकाणची क्रमवारी स्पष्ट करण्यास वर्णव्यवस्था मदत करते. अशी दुर्गम ठिकाणे, ज्या ठिकाणच्या सर्वसामान्य स्थितीचे वर्णन केवळ वर्णव्यवस्थेबद्दल विधाने करूनच होऊ शकते (१९५६, पृ. क्र. १४३).

वर्णांची शास्त्रीय पद्धतीने केलेली आखणी ही दुहेरी विभाजनाची मालिका आहे (लीच १९६७, पृ. क्र. १०–११). लोक एकतर हिंदू समाजात मोडतात किंवा ते त्या बाहेरचे असतात. एडमंड लीच असे निरीक्षण नोंदवतो, ते जर हिंदू समाजांतर्गत येत असतील तर ते एकतर 'द्विज' असतात किंवा सामान्य लोक असतात. ते द्विज असतील तर ते धार्मिक असतात किंवा धर्मनिरपेक्ष असतात; ते जर धर्मनिरपेक्ष असतील तर ते योद्धे-शासक असतात किंवा व्यापारी असतात. ते जर सामान्य लोक ('शूद्र') असतील तर ते 'शुद्ध (स्पृश्य)' किंवा 'अशुद्ध ("अस्पृश्य")' असतात. 'द्विज' वर्णांतील लोक त्यांच्याकडून पाणी स्वीकारतात की

नाही किंवा त्यांच्याबरोबर समान पद्धतीची देवाणघेवाण आहे की नाही यावर ते 'शुद्ध' की 'अशुद्ध' हे अवलंबून असते.[२]

समाज, संगीताप्रमाणेच, अद्यापही बदलत व काळानुरूप विकसित होत आहे. भारतीय संगीतामध्ये तानपुऱ्याला मुख्य सूर मानून त्या पार्श्वभूमीवर उत्स्फूर्तता जपणारे एक प्रवाहीपण आहे. भारतीय समाजात बरेच बदल व सुधारणा होत गेल्या; पण त्यामागचे मुख्य सूत्र व पार्श्वभूमी वर्णव्यवस्थेतील उतरंडीची रचना हेच राहिले. भारतीय संगीतातील तानपुऱ्याप्रमाणेच भारतीय समाजात वर्णव्यवस्था हा एक प्रमुख आवश्यक घटक आहे. वर्णव्यवस्थेच्या या उदाहरणामध्ये सत्याचा विपर्यास होऊनदेखील ती अद्यापही टिकून राहिली ही आश्चर्याची गोष्ट आहे, असे भाष्य श्रीनिवास यांनी असे केले आहे (१९६६, पृ. क्र. ४). कदाचित विपर्यास झाल्यामुळेच ती इतका दीर्घकाळ वापरात राहिली असण्याची शक्यता आहे. गुंतागुंतीची रचना असणाऱ्या समाजातील लोकांचा कल खरोखरच एखादा सोपा सुलभ सिद्धान्त वापरण्याकडे असतो. वर्णयोजना हा असा एक सिद्धान्त होता ज्यामधून लोकांचा सामाजिक संबंधांबाबतचा मूलभूत दृष्टिकोन प्रतिबिंबित व मजबूत झाला.

समाजातील विद्यार्थी या सिद्धान्तांशी परिचित असतात. हे विद्यार्थी सहसा निर्हेतुकपणे लोकांच्या वर्तनाविषयीचे त्यांचे अहवाल त्यांच्या सिद्धान्तांत बसतील अशा प्रकारे तयार करतात. अशा परिस्थितीत, लोकांनी सैद्धान्तिक संकल्पना पुरवलेल्या असतात आणि सिद्धान्त आणि वास्तव यांच्यात असलेल्या दरीने ते गोंधळून गेलेले नसतात. या सिद्धान्ताने दीर्घकाळ स्वतःचे उद्दिष्ट पूर्ण केले आहे, याची आपण नोंद घ्यायला हवी.

संस्कृत धर्मशास्त्रात जातीचा कमी व वर्णाचा उल्लेख वारंवार करण्यात आला आहे. साहित्यिक परंपरांमध्ये या दोन संज्ञांचा वापर करताना गोंधळ झालेला आहे, अशी धोक्याची सूचना देताना एमिल सेनार्टने लिहिले आहे, 'साहित्यिक परंपरांमध्ये वर्णांची व्यवस्थेतील रचना ही वस्तुस्थितीला धरून असलेल्या अचूक नोंदींपेक्षा पक्षपाती समूहांच्या प्रवृत्तीला अनुरूप अशी आहे' (१९३०, पृ. क्र. x). के. एम. पण्णीकर यांनीदेखील अशाच प्रकारचे आपले मत नोंदवले आहे (शब्दांवरचे जोर त्यांनी सांगितल्याप्रमाणेच) 'चातुर्वर्ण्य विभागणी ही *केवळ आदर्श* कल्पना आहे व ती कोणत्याच प्रकारे सामाजिक व्यवस्थेच्या वस्तुस्थितीवर आधारलेली नाही. प्रत्यक्षात असलेल्या आचारपद्धतींशी संबंधित नसलेली, जातींच्या आदर्शवादी सिद्धान्तानुसार हिंदू समाजशास्त्रज्ञांना आपला समाज जसा असायला हवा होता ती ही व्यवस्था आहे' (१९५६, पृ. क्र. ७).

---

[२] लोकांच्या वर्गीकरणासाठी चार दुहेरी फरक आवश्यक आहेत, नात्यांच्या संज्ञा किंवा सैन्यातील स्थान असा गुंतागुंतीच्या व्यवस्था समजून घेण्यासाठी कदाचित किमान पातळीची बोधात्मक क्षमता आवश्यक असेल (१९६१, पृ. क्र. १४६–१४७). चातुर्वर्ण्य आणि स्पृश्य आणि ''अस्पृश्य'' 'शूद्र' अशा भेदांसहित असणाऱ्या या पद्धतीस दुहेरी भेदाची आवश्यकता आहे.

इतिहासाचे अभ्यासक व यशस्वी राजकारणी पण्णीकर जे प्रत्यक्ष राजकीय घडामोडींमध्ये सक्रिय होते त्यांना वर्णव्यवस्थेच्या या लोकप्रिय सिद्धान्ताच्या उपयुक्ततेचा प्रभाव फारसा मान्य नव्हता. वर्णाची आखणी ही सामाजिक वस्तुस्थितीला धरून नसेलही; पण तिच्या मोठ्या अमलाने भारतीय सामाजाच्या वस्तुस्थितीवर बराच मोठा प्रभाव पाडला.

घटक समूह व सामाजिक संकल्पना

गाव म्हणजे एक महत्त्वाचे सामाजिक घटनास्थळ आहे. काही विशिष्ट गरजेच्या गोष्टी व सेवा यासाठी प्रत्येक कुटुंब हे गावातील इतर जातींची कुटुंबे व त्यांचा शेजार यावर अवलंबून असते. वरच्या श्रेणीतील जमिनीच्या मालकांना मोलमजुरी करणाऱ्यांकडून सेवा मिळणे आवश्यक असते. जमिनीचे मालक असणाऱ्या जातीने जर एखादे हलक्या दर्जाचे काम इतर लोकांसाठी करून त्याबद्दल पैसे घेण्याचा निर्णय घेतला तर संपूर्ण जातीचाच सामाजिक दर्जा त्यामुळे धोक्यात येऊ शकतो. सफाई कामगारांचे कुटुंब त्यांच्या उदरनिर्वाहासाठी, आणीबाणीच्या प्रसंगांमध्ये किंवा सणसमारंभांच्या वेळीदेखील मदतीसाठी ते आपल्या आश्रयदात्यांवर अवलंबून असतात. हे परस्परावलंबन असंख्य धाग्यांनी विणलेले असते.

गावातील समुदायाबद्दल व गावातील एखादा विशिष्ट परिसर यांच्या स्वरूपाबद्दल नंतरच्या प्रकरणांमध्ये चर्चा करण्यात आलेली आहे. गाव म्हणजे सर्वसामान्यपणे सरकारी व्यवस्थेमध्ये नोंद व वृत्तान्त असलेले व रहिवाशांच्यादेखील दृष्टिपथात असलेले स्वतंत्र व स्पष्ट, सामाजिक व प्रादेशिक ओळख असलेले अस्तित्व असते; पण जे लोक गावातील सामुदायिक उपक्रमांमध्ये सहभागी होतात, उदा. जेव्हा गावात एखादा समारंभ पार पडतो तेव्हा सीमा तितक्या स्पष्ट नसतात. गावातील कुटुंबे सामान्यपणे आजूबाजूच्या अनेक गावातील लोकांनी पुरवलेल्या वस्तू व सेवा वापरतात. एखाद्या कुटुंबाचा धोबी एका गावात राहतो; तर सुतार दुसऱ्या गावात राहतो व स्वतः ते कुटुंब गावांच्या या साखळीतील इतरांना वस्तू व सेवा पुरवते असे होऊ शकते. त्यांचे आप्तस्वकीयांबरोबरचे संबंध अनेक गावात जातीतील सहकाऱ्यांपर्यंत पसरलेले असतात. व्यवहारातील सुरळीतपणापेक्षा प्रत्यक्षात गावातील स्थिरता हा रहिवाशांच्या सामाजिक व्यवहारांचा केंद्रबिंदू असतो.

संस्कृतीच्या सुरुवातीपासूनच गावातील लोकांनी शहरी केंद्रांबरोबर महत्त्वपूर्ण बंध जपले आहेत. या केंद्रांच्या ठिकाणी ते व्यापार, धार्मिक कृत्ये सरकारी करार अशा गोष्टी पार पाडत आहेत. गाव हे कधीच एक वेगळे स्वतंत्र अस्तित्व नव्हते व असणार नाही. परिसरातील इतर गावांबरोबर व केंद्रातील तज्ज्ञांबरोबर त्यांचे वैशिष्ट्यपूर्ण बंध तयार झालेले असतात.

अलीकडच्या काळात इतर ग्रामीण सामाजिक घटकांचे महत्त्व वाढले आहे. सरकारी संस्था मुख्यत्वे पोलीस व कर संकलनाचे काम चालवत. गावकऱ्यांच्या सामाजिक संबंधांवर त्यांचा

फारच थोडा प्रभाव असे. स्वयंसेवी संस्था या संख्येने कमी होत्या व त्यांचे हेतू मर्यादित होते. मुख्यतः धार्मिक मेळावे हेच त्यांचे हेतू असत; पण आधुनिक विकासामुळे सरकारी योजनांचा गावातील संबंधांवर परिणाम झाला. राजकीय हेतूने प्रेरित किंवा नागरी कल्याणाच्या प्रचारार्थ अशा स्वयंसेवी संस्थाचा आकडा व प्रभाव वाढला. तरीही, या प्रकरणात चर्चिलेले पारंपरिक सामाजिक घटक हेच अजूनही गावातील लोकांच्या जीवनातील मूलभूत स्वरूपाचे सामाजिक सत्य आहे.

या समूहांसाठी व प्रकारांसाठी गावकरी ज्या संज्ञा वापरतात त्या निरीक्षकांना काही वेळा संदिग्ध वाटतात. बोलणाऱ्याचे सामाजिक स्थान किंवा वापराचा संदर्भ किंवा ज्या कार्यावर भर दिला जातो आहे, त्यानुसार संज्ञेचा अर्थ बदलू शकतो. भारतातील सामाजिक विश्लेषणाच्या क्षेत्रात खरोखरच परिभाषेचे अनेक अडथळे आहेत. शब्दशः ऐकणाऱ्याला किंवा वाचणाऱ्याला गावातील लोकांच्या व्यक्त होण्याच्या शैलीमध्ये विसंगती दिसू शकते.[३] त्यशिवाय भारतीय समाजाचे व्यावसायिक अभ्यासक ज्या काही संज्ञा वापरतात त्यादेखील निःसंदिग्ध नसतात.

उत्तर प्रदेशातील किशनगढी या गावात, उदा. उच्च जातीतील लोक गोत्र किंवा गोत ही शास्त्रीय संज्ञा बहिर्विवाही (स्वतःचा सोडून बाहेरच्या समूहात होणारे विवाह) कुळांसाठी वापरतात, तर हाच शब्द गावातील खालच्या जातीतील लोक अंतर्वैवाहिक जातींसाठी वापरतात (पहा, कर्वे १९६५, पृ. क्र. १२४). रामखेरी गावातील सर्व लोक संपूर्ण वंश किंवा कुळासाठी *कुटुंब* हा शब्द वापरतात. व्यक्त होणारा अर्थ हा संदर्भावर अवलंबून असतो, हे या समूहांबद्दल चर्चा करताना आपल्या लक्षात येईल (मेयर १९६०, पृ. क्र. १६७–१६८).

मेयरने जेव्हा जातीय संबंधांची चौकशी केली तेव्हा त्याला मिळालेल्या उत्तरांमधून 'जात आता शिल्लक उरली नाही' असेच सूचित होत होते (१९६०, पृ. क्र. ४८). असे उत्तर दिलेल्या लोकांचा जो अभ्यास मेयरने केला त्यातून वस्तुस्थिती वेगळी असल्याचे स्पष्टपणे दिसते. आता जातीय भेदभावांविषयी राज्य पातळीवर कायदे आहेत (जरी ते कडकपणे लागू केले जात नसले तरी), किंवा जातीय संबंधांची पूर्वीची परिस्थिती आता बदलली आहे, या प्रभावी आणि अतिशयोक्त उत्तरांचा आशय असा असतो.

---

[३] जी. एम. कारस्टेअर्स अशा विसंगतिपूर्ण विधानांची चर्चा करतो जी त्याने राजस्थानातील एका शहरात त्याच्या अभ्यासादरम्यान ऐकली होती. दोन विरोधी गोष्टी एकमेकांच्या शेजारी असूनही त्याला उत्तर देताना लोक अजिबात गोंधळले नव्हते आणि ही गोष्ट पाश्चात्त्य विचारपद्धतीपेक्षा वेगळे असण्याचे निदर्शक आहे, असे भाष्य तो करतो. पण हा फरक तर्काच्या सुसंगतिपेक्षा जास्त अभिव्यक्तीच्या पद्धतींमध्ये जास्त होता अशी शक्यता होती. 'मी कधीच भूते पाहत नाही, मी त्या प्रकारचा मनुष्य नाही.' असे एका व्यक्तीने कारस्टेअर्सला ठामपणे सांगितले आणि त्यापाठोपाठ त्याने लगोलग अगदी अलीकडेच जंगलात भूत पाहिले होते, हेदेखील सांगितले (१९५७, पृ. क्र. ५२–५३). वरवर विरोधाभासी वाटणारी ही विधाने तर्कऐवजी नेमका कशावर भर द्यायचा हे व्यक्त करणारी असू शकतात. प्रत्येक कोपऱ्यात भूतंखेतं शोधणारे जे लोक असतात तसा तो मनुष्य नाही तर त्याला फक्त गेल्या वेळेस एकदाच भूत दिसले होते, असे जर त्याने कारस्टेअर्सला सांगितले असते तर या मनुष्याचे म्हणणे समजून घेता येऊ शकेल.

निरीक्षकाच्या दृष्टीने असणाऱ्या संदिग्धतांबाबत बोलायचे झाले तर “जाती” या शब्दाच्या विविध प्रकारचा वापर आम्ही नमूद केला आहे. या संज्ञेतील अपुरेपणा आणि ती कशा प्रकारे नेहमी साहित्यात वापरली जाते, हे एच.एन.एल. स्टीव्हन्सन यांनी ‘जाती या संज्ञेला समाजशास्त्रीय सत्याच्या जवळ नेणे फारच अवघड आहे’ (१९५४, पृ. क्र. ४९) अशा शब्दांत थोडक्यात आणि स्पष्टपणे मांडले आहे. निरनिराळ्या सामाजिक घटकांसाठी या शब्दाचा वापर केला गेला आहे—अंतर्वैवाहिक समूह, अशा समूहांचे प्रकार, सामाजिक संस्थांची व्यवस्था. खूपच वेगवेगळे स्तर असलेली सामाजिक रचना या संदर्भासाठी जाती ही संज्ञा थेट अवतरणाऐवजी विशेषण म्हणून वापरणे चांगले असे दिसून येते. अंतर्वैवाहिक समूहांसाठी जातींना काही लेखकांनी उपजात ही संज्ञा वापरली आहे. एकाच वेळी निरनिराळ्या अर्थी जर ‘जात’ ही संज्ञा वापरली तर त्या शब्दाचा अर्थ अस्पष्ट होत जातो.

‘भारतातील जातिव्यवस्था’ हा वाक्प्रचार समाजाबद्दलच्या काही ठरावीक कल्पनांच्या संचाच्या संदर्भात वापरला जातो. भारतातील अनेक लोक त्यांच्या सामाजिक संबंधांच्या सुशासनासाठी या व्यवस्थेचा पद्धतशीरपणे वापर करतात. या कल्पनेमागचा ठळकपणे समोर येणारा, सूचकपणे ध्वनित होणारा व स्पष्टपणे व्यक्त होणारा दृष्टिकोन म्हणजे बऱ्याचशा सामाजिक संबंधांची रचना श्रेणीबद्ध असली पाहिजे (पहा, ड्युमॉन्ट १९६६).[४]

म्हणूनच गावातील लोक कुळातील कुटुंबाबरोबर, जातीमधील कुळाबरोबर व परिसरातील जातींबरोबर रचनात्मक संबंध प्रस्थापित करतात. श्रेणीबद्धतेच्या सर्वसामान्य निकषांबाबत व त्यांच्या वर्तणुकीवरील परिणामांबाबत नंतरच्या प्रकरणांमध्ये चर्चा करण्यात येईल. समाजाच्या घडणीसाठी वापरण्यात आलेल्या काही कल्पना आपण याआधी नोंद घेतल्याप्रमाणे वस्तुनिष्ठपणे अचूक नसल्या तरीही व्यक्तिनिष्ठपणे पाहता प्रभावी ठरलेल्या आहेत. या सर्व मध्यवर्ती समजुतींची मिळून भारतीय संस्कृतीची सर्वसमावेशक चौकट बनलेली आहे.

भारतभर अनेक ग्रामीण भागांमध्ये अत्यंत कमी अथवा कुठल्याच देखरेखीविना नियम लागू करण्यात आले. सरकारी संस्थांचा ग्रामीण समाजावरील प्रभाव वाढल्यामुळे सामाजिक नियंत्रण व नियमन आता पूर्वीप्रमाणे पूर्णपणे स्थानिक लोकांच्या हातात राहिलेले नाही. गावातील बऱ्याच लोकांचा परिसरातील लोकांबरोबर अजूनही विनिमय आणि प्रतिविनिमय होत असतो. स्थानिक व्यवस्थेतील एक समूहघटक म्हणून ते त्यांची भूमिका पार पाडत असतात. कुटुंब या अत्यंत व्यक्तिगत जिव्हाळ्याच्या विषयाने या समूहांबद्दलचे आमचे सर्वेक्षण सुरू करत आहोत.

---

[४] या खंडाचे काम संपल्यानंतर लेविस ड्युमॉन्टचे या संकल्पनेवरील कुशल व सविस्तर भाष्य आले, त्यामुळे त्या कामातील विश्लेषण यामध्ये समाविष्ट केलेले नाही.

विभाग २
कुटुंब आणि नातेसंबंध

३ कुटुंब

जाती या जशा ग्रामीण समाजासाठी मूलभूत असतात त्याचप्रमाणे जातींसाठी नातेसंबंध मूलभूत आहेत. वंश व विवाह यामुळे तयार होणारे व्यक्तीचे प्रत्यक्षातले किंवा संभाव्य कुटुंबीय जातीअंतर्गतच येतात; जातीबाहेर नव्हे. त्याच्या जातीच्या सीमारेषा विवाहांमार्फत वारंवार प्रमाणित केल्या जातात; त्यांचा जवळचा परस्परसंवाद सर्वसामान्य नातेवाइकांबरोबरच असतो. व्यक्तीने स्वीकारलेल्या सामाजिक उपक्रमांमध्ये कुटुंबीयांप्रति असलेल्या जबाबदारीला तो नेहमीच प्राधान्य देतो. ही सामाजिक व्यवस्था कशा प्रकारे काम करते, हे समजून घेण्यासाठी गावकरी नातेवाइकांची भूमिका कशा प्रकारे पार पाडतात, हे आपण समजून घेतले पाहिजे.

नातेसंबंधाची सुरुवात कुटुंबापासूनच होते. एका अर्थी संपूर्ण समाजाचीच सुरुवात कुटुंबापासूनच होत असते; कारण समाज जिवंत असे स्वतंत्र अस्तित्व आहे, ज्याचे सतत पुनर्भरण होणे महत्त्वाचे आहे. संपूर्ण समाजाची व्यवस्था एखाद्या यांत्रिक उपकरणाप्रमाणे थांबवून पुन्हा चालू करता येऊ शकत नाही. त्याचे प्रवाहीपण जर खुंटले तर समाजाच्या अस्तित्वाचा शेवट होईल. सर्वांत लहान व अत्यावश्यक असलेल्या कुटुंब या सामाजिक घटकामुळे कोणत्याही समाजाचा प्रवाहीपणा टिकून असतो.

कोणतीही व्यक्ती समूहात वा पूर्ण विकसित अशा समाजव्यवस्थेत जन्माला येत नाही; तर कुटुंबामध्ये आपापल्या पालकांच्या पोटी जन्माला येते. सर्व प्रकारच्या समाजांमध्ये, व्यक्तीच्या किंवा समाजाच्या जगण्यातील प्रमुख कार्यांसाठी असलेली एक मूलभूत बहुउपयोगी संस्था म्हणजे कुटुंब होय. शिवाय, एरिक वूल्फने लिहिल्याप्रमाणे, कुटुंब सद्वर्तन व सार्वजनिक प्रतिष्ठेचे वाहक आहे. कोणाही व्यक्तीची प्रतिष्ठा ही त्याच्या कुटुंबाशी व त्या व्यक्तीचे स्वतःच्या कुटुंबाबरोबर असलेले संबंध याच्याशी निगडित असते.

सामाजिक दर्जाची मानके जरी व्यापक प्रमाणात बदलत असली, तरी एखाद्याने कोणावर विश्वास ठेवावा व कोणाशी विवाह करावा हे प्रत्येक समाजातील श्रेणीच ठरवत असतात. लोक ज्या पद्धतीने कौटुंबिक घडामोडी हाताळतात त्याचाच संदर्भ ते सतत वापरत राहतात. कौटुंबिक आकृतिबंधामध्ये स्त्री-पुरुषांमधील संबंध व पिढ्यांमधील संबंध यांचे स्वरूप स्थापित होते. आपण कोण व ते कोण, आपण दुसऱ्यांशी कशा प्रकारे संबंध ठेवू शकतो, आपण कोणाशी विवाह करू शकतो व कोणाशी नाही याबद्दलचे मूलभूत धडे गिरवले जातात. अशा आकृतिबंधांमुळे मुलांमध्ये प्रेरणा जागृत होतात व हीच मुले पुढे जगण्यातील ध्येय गाठण्यासाठी व त्याच समान सांस्कृतिक आकृतिबंधांचे पालन करण्यासाठी योग्य वेळी आपल्या स्वतःच्या मुलांना उद्युक्त करतात.

कुटुंबाच्या रचनेमध्ये काही विशिष्ट व्याख्या व काही ठरावीक कौटुंबिक भूमिका असतात. कौटुंबिक रचनेमधील या विविधतेमुळेच जगभरातील सर्वसामान्य कौटुंबिक कार्ये पार पाडली जातात; पण प्रत्येक कुटुंबाचे रूप जीवशास्त्रीय स्थिर घटकांवर म्हणजे–पालक व मुले, पती व पत्नी, भावाभावांमधील संबंधांवर आधारित असते. दुसरे एक कायमस्वरूपी वैशिष्ट्य म्हणजे कुटुंबाच्या वारंवार होणाऱ्या विस्ताराचे चक्र. ज्यामध्ये विवाह व प्रजोत्पादनाद्वारे कुटुंबाची निर्मिती होते, मुलांच्या आगमनाने त्याचा विस्तार होतो , मुलांच्या लग्नानंतर पुन्हा ते विखुरते व अखेरीस नवीन घरांची स्थापना होऊन ते स्वतंत्र होते. आज ना उद्या पालकांच्या मृत्यूनंतर ते कुटुंब पूर्णपणे बदलते (पहा, फोर्ट १९५८, पृ. क्र. ४-५; कॉल्व्हर १९६३, पृ. क्र. ८६-८७).

भारतातील खेड्यातील कुटुंबांमध्ये या सर्वसामान्य गुणधर्मांबरोबरच खास भारतीय छापाची वैशिष्ट्ये असतात; याचे एक कारण हे आहे की काही अंशी कौटुंबिक संबंधांचा एक आदर्श नमुना व्यापक प्रमाणात वापरला गेला आणि सामाजिक उतरंडीबद्दल समान दृष्टिकोन हेदेखील दुसरे एक कारण असू शकते. कौटुंबिक संस्थांमध्ये जातीनुसार, प्रादेशिक व आर्थिक विविधतेनुसार नक्कीच खूप फरक असतात. इतकी विविधता असूनही कौटुंबिक संबंधांमध्ये एक प्रकारची दखल घेण्याजोगी मूलभूत समानता असते.

आदर्श प्रारूप व प्रत्यक्षातील स्वरूप

भावंडांनी वाडवडिलांकडील घरामध्ये विवाहानंतरही एकत्र राहणे, एकच तिजोरी व सामायिक मालमत्ता एकत्रितपणे वापरणे, एकमेकांना गरजेनुसार मदत करणे व स्वतःच्या क्षमतेनुसार सर्वोत्तम ते देणे, असे मुलांमधील व भावांमधील हे ऐक्य सामान्यपणे आदर्श मानले जाते. भावंडांनी एकमेकांपासून वेगळे होता कामा नये व त्याहीपेक्षा महत्त्वाचे म्हणजे त्यांनी त्यांच्या पालकांबरोबर राहिले पाहिजे व त्यांना खंबीरपणे साथ दिली पाहिजे. वडील जिवंत व

प्रभावशाली असेपर्यंत या आदर्शांचा वजनदार अंमल असतो पण पुढे आईवडिलांच्या मृत्यूनंतर व भावंडांच्या मुलांचे विवाह झाल्यानंतर हा अंमल कमी होतो (पहा, गोरे १९६५, पृ. क्र. २११–२१३). खालच्या स्तरातील लोकांपेक्षा व भूमिहीनांपेक्षा वरच्या स्तरातील लोकांमध्ये व श्रीमंतांमध्ये याचा प्रभाव जास्त असतो. हे कुटुंबातील पुरुषांना लागू होत असले तरी कुटुंबातील स्त्रियांसाठीसुद्धा हा एक प्रमुख चिंतेचा विषय असतो. वरच्या व खालच्यादेखील बऱ्याचशा जातींमधील प्रस्थापित रूढींप्रमाणे मुलगी विवाहानंतर आपले माहेरचे घर सोडते. नववधू तिच्या होणाऱ्या पतीकडे राहायला जाते (जो आपल्या वडिलांबरोबर राहत असतो) व तिचा तिच्या वडिलांच्या किंवा भावाच्या मालमत्तेत वाटा नसतो. स्त्रिया, विशेषतः आई म्हणून, ही गोष्ट आदर्श पुरुषांइतकेच जास्तीत जास्त उचलून धरतात; पण स्त्रिया पुरुषांइतक्या त्यामध्ये गुंतलेल्या नसतात.

काही मातृवंशीय समूह, उदा. केरळमधील नायर, ज्यांच्याबद्दल पुढे चर्चा करण्यात आलेली आहे, वगळले तर भारतीय गावातील समाज पितृवंशीय व सासुरवाड पद्धतीचा (म्हणजे पतीच्या पालकांच्या जवळपासच्याच भागात राहणारे) आहे. पितृवंशीय तत्त्वांमधून कुटुंब आणि वंशसमूहामध्ये ज्या पुरुषांनी सगळ्यात जास्त सहकार्य करणे अपेक्षित असते अशा पुरुषांची व्याख्या केली जाते. कुटुंबातील आदर्श जवळच्या नातेवाइकांमधील संबंधावर नियंत्रण ठेवतात. गावातील लोकांनी वर्षानुवर्षे याबद्दल *महाभारता*तील गोष्टीतून व अभिजात स्त्रोतातून ऐकल्यामुळे हा नेहमीच चर्चेचा विषय राहिलेला आहे. लोकप्रिय गाण्यांमधून हे आदर्श रूढ झाले आहेत व गावातील गप्पांमध्ये नेहमीच हा विषय चर्चिला जातो.

बाराव्या शतकातील *मिताक्षरा* नावाच्या हिंदू न्यायपद्धतीबद्दल असणाऱ्या महत्त्वाच्या ग्रंथात या आदर्शाचा उल्लेख असल्यामुळे वंशपरंपरेनी चालत आलेल्या मुलामुलांमधील आणि भावंडांमधील या ऐक्याला अजून बळकटी मिळाली. या नियमांतर्गत प्रत्येक पुरुषाचा जन्मापासूनच कौटुंबिक मालमत्तेवर समप्रमाणात हक्क असतो; म्हणून सर्वच भावंडे समभागधारक असतात. प्रत्येकाचा त्याच्या वडील व भावांइतकाच वाटणीवर समान हक्क असतो. एकत्रित मालकी हक्क कायद्याने गृहीत धरलेला आहे. त्यासाठी एकत्रित घर वा एकत्रितपणे सामाजिक व आर्थिक कार्ये असणे आवश्यक नाही, असे त्यात सूचित केले आहे (पहा, देसाई १९५५, पृ.क्र. ११०; मंडेलबाउम १९४८). मुलगी, बायको वा पत्नी असलेल्या स्त्रियांचा त्यांच्या संबंधित पुरुष नातेवाइकाकडून केल्या जाणाऱ्या देखभालीवर हक्क असतो; पण प्राचीन कायद्यानुसार कौटुंबिक मालमत्तेवर त्यांना कोणतेही निहित हक्क नाहीत.

आयुष्यभर एकमेकांची सोबत करण्यासाठी भावाभावांना कोणत्याही स्वयंघोषित नियमांची आवश्यकता नसते, जो त्यांना एकत्रितपणे कायदेशीर तत्त्वात घट्ट बांधून ठेवेल; पण कौटुंबिक मालमत्तेची कायदेशीर विभागणी होताना मात्र स्वतःहून कृती करण्याची

आवश्यकता असते. जेव्हा भाऊ किंवा भावांची मुले दुसरा काहीच पर्याय न उरल्यामुळे अखेरीस घरदार व मालमत्ता यांची विभागणी करतात तेव्हा त्यांच्या एकत्रित मालमत्तेचे विभाजन करण्यासाठी त्यांना अधिकारी व्यक्तीकडे याचिका दाखल करावी लागते. हिंदूंच्या कौटुंबिक कायद्यांची अंमलबजावणी ब्रिटिशांच्या राजवटीत झाली.[१] स्वातंत्र्यानंतर जरी वारसा हक्कांच्या कायद्यांमध्ये बदल झालेला असला तरी मालमत्तेचे हक्क व वारस याविषयी गावातील लोकांमध्ये, पालकांमध्ये, पुरुष व स्त्रियांमध्येदेखील अजूनही प्राचीन पद्धत पाळण्याकडे कल आहे. कायदेशीर परंपरेमध्ये प्रादेशिक भिन्नता होती, विशेषतः बंगालमधील *दायभाग* हा नियम. विवाह झालेल्या मुलांना जगण्यासाठी, काम करण्यासाठी व पालकांच्या पश्चात एकत्रितपणे राहण्यासाठी पालकांबरोबर मालमत्तचे वाटप हे सर्व प्रादेशिक नियम व स्थानिक रीतीरिवाज यांना अनुरूप आहे, असेच गृहीत धरले जाते.

अशा प्रकारचे कुटुंब अनिश्चित काळासाठी एकत्र राहू शकत नाही; कारण त्याच्या सातत्यास नैसर्गिक व सामाजिक अशा दोन्ही प्रकारच्या मर्यादा आहेत. मुले व मुलांची मुले जर आपापल्या पत्नी व मुलांची भर घालत राहिली तर एकाच घरात किती जणांना अन्न पुरवले जाऊ शकते व एकाच घरात किती जण राहू शकतात याला एक नैसर्गिक मर्यादा आहे. भावांच्या मुलांना मात्र सख्ख्या भावंडांप्रमाणे एकमेकांबरोबर राहण्याचे बंधन नसते. मोठ्या कुटुंबाचे तुकडे होणे हा कौटुंबिक विस्ताराच्या चक्रामधील एक अपरिहार्य टप्पा आहे.

छोट्या कुटुंबांच्या या समूहांचे पुढे जाऊन अजून विभाजन होते. सामान्यपणे विवाहित दांपत्य व त्यांची मुले अशा एकल कुटुंबांमध्ये त्यांचे रूपांतर होण्यात त्याची परिणती होते. मुलगा जेव्हा मोठा होतो तेव्हा नवीन वधू आणली जाते व त्यानंतर हे कुटुंब एकत्र कुटुंब म्हणून ओळखले जाते. एकत्र कुटुंबात दोन किंवा जास्त विवाहित दांपत्ये असतात. लहान व एकत्र कुटुंबातील फरक गावातील लोकांकडून नव्हे तर बाहेरील निरीक्षक व जनगणना अधिकारी यांच्याकडून केला जातो. जेव्हा एकाऐवजी दोन विवाहित दांपत्ये एकाच कुटुंबात असतात तेव्हा दोन लहान कुटुंबे एकमेकांत विलीन झाली, असे कुटुंबातील सदस्य मात्र मानत नाहीत. मूळ कुटुंबाची आपल्या इच्छेनुसार होणारी वाढ हा त्यांच्या दृष्टीने एक नैसर्गिक बदल असतो. एका विवाहित दांपत्यासाठी किंवा त्यापेक्षा जास्त विवाहित दांपत्यांसाठी ते वेगवेगळ्या प्रकारच्या संज्ञादेखील वापरत नाहीत. सर्वसामान्यपणे दोन्हींसाठी मूलतः एकच संज्ञा वापरली जाते. कोणत्याही मुलाने आपल्या पत्नीला आपल्या स्वतःच्या (जन्मापासून

---

[१] के.एम. कपाडिया व इतरांच्या म्हणण्यानुसार हिंदू कौटुंबिक कायद्यांची ब्रिटिश न्यायालयांनी लावलेली व्यवस्था, पारंपरिक कुटुंबव्यवस्थेला सुरूंग लावणारी होती कारण आधीचे गतिमान व लवचीक कायदे त्यामुळे जास्त कडक व ताठर झाले (पहा, कपाडिया १९५८ , पृ. क्र. २५०–२५१; कॉह्न १९६५; पृ. क्र. १११–११३; डेरेट १९६१, पृ. क्र. २५१–२५२).

वाढ झालेल्या) घरात आणणे अपेक्षित असते. सर्व जण एकाच स्वयंपाकघरात जेवतात, एकाच घरात किंवा परिसरात अंगणात राहतात, उत्पन्न एकत्रितपणे वापरतात. पुरुष सर्व मालमत्ता एकत्रित ठेवतात, गावात एकमेकांना जवळून पाठिंबा देतात व एकमेकांच्या हेतूंना जगताना व मृत्यूपश्चातही पाठिंबा देतात.

मुलामुलींमधील भावंडांमधील संबंध जपण्याचे लाभ लक्षणीय असतात. बऱ्याच नवविवाहित दांपत्यांनी नुकताच तारुण्यात प्रवेश केलेला असतो; त्यामुळे त्यांच्यामध्ये स्वतःचा नवीन संसार चालू करण्यासाठी पुरेसे ऐहिक व मानसिक बळ नसते. पुढे वैवाहिक जीवनात जेव्हा पुरेशी साधने उपलब्ध होतात तेव्हादेखील ते एकत्र कुटुंबातच राहू शकतात, कारण वेगळे होऊन राहण्याचे तोटे एकत्र राहताना होणाऱ्या त्रासापेक्षा जास्त असतात. दोन भावंडे एकत्र राहत असली किंवा नसली तरी दोघांनीही एकमेकांना मदत करणे अपेक्षित असते. माझ्या माहितीतील एकाच गावातील दोन भाऊ होते जे एकमेकांचे कट्टर शत्रू बनले होते; पण त्यांच्यापैकी एक जेव्हा मानसिक तोल ढळून इतका भ्रमिष्ट झाला की कोणीच त्याची काळजी घेण्यास तयार होईना तेव्हा हाच दुरावलेला भाऊ त्याला स्वतःच्या घरात घेऊन आला व तो बरा होऊन स्वतःच्या पायावर पुन्हा उभा राहिला नाही तोपर्यंत त्याने आपल्या भावाला काळजीपूर्वक सांभाळले. त्यानंतर परस्परांमधले शत्रुत्व पुन्हा सुरू झाले. भावंडे जरी स्वतंत्रपणे राहत असतील तरी त्यांना एकमेकांप्रति असणाऱ्या कर्तव्यांची जाणीव असते. एकत्र राहिल्यामुळे हीच कर्तव्ये आपोआप येणारी व सक्तीची होतात.

एकत्र कुटुंबात एखादा सदस्य जर आजारी पडला तर लवकर बरे होण्याच्या दृष्टीने त्याला लगेच मदत मिळते. एकत्रित श्रम, एकच घर व स्वयंपाकघर यांची आर्थिक गणिते यांमुळे कार्यक्षमता वाढलेली असते व इतरांकडून होणारे उपद्रव परतवून लावण्यासाठी मोठी ताकद मिळते. एकत्र कुटुंबात घरगुती विधी व समारंभ सुसंस्कृतपणे पार पाडता येतात व त्याचा परिणाम कुटुंब व कुटुंबातील सदस्य यांची प्रतिष्ठा वाढण्यात होतो. कुटुंबातील कोणत्याही व्यक्तीकडे गावातील इतर लोक कौटुंबिक प्रतिष्ठेच्या नजरेतूनच पाहतात. जेव्हा तो आयुष्यातल्या विवाहासारख्या एका मोठ्या संक्रमणापर्यंत पोहोचतो तेव्हा घेतल्या जाणाऱ्या निर्णयांमध्ये कौटुंबिक प्रतिष्ठेला महत्त्व दिले जाते. एखाद्याचे कुटुंब मोठे, सामंजस्यपूर्ण व एकत्रित असेल तर त्याचा त्या व्यक्तीला फायदा होतो व त्यामुळे कुटुंबातील सदस्य विश्वसनीय व योग्य असल्याचेदेखील सिद्ध होते.

असे फायदे होत असले तरीही एकसंधपणापासून लांब नेणारी काही कारणे अपरिहार्यपणे निर्माण होतात, ज्यायोगे प्रत्येकच कुटुंबाकडून कधी ना कधी आदर्शाचे उल्लंघन केले जाते. सर्वसामान्यपणे अगदीच गरीब असलेल्या कुटुंबात नवीन वधूने घरात प्रवेश केल्यानंतर लवकरच आदर्शांचे उल्लंघन केले जाते. आर्थिक पातळीच्या दुसऱ्या टोकाला असणारी

कुटुंबे, ज्यामधील पुरुष आधुनिक व्यवसाय करतात त्यांच्यातही लवकर विभक्त होणे घडते. स्वतःची जमीन कसणारी जी कुटुंबे आहेत ती मात्र आदर्श कौटुंबिक व्यवस्था बऱ्याच काळापर्यंत टिकवू शकतात. गावातील जवळजवळ सर्वांकडूनच या आदर्शांचे पालन केले जाते व परिणामी त्यांच्याकडून भावाभावांतील एकसंधपणा जपला जातो. एकत्रित कुटुंब विभक्त झाल्यानंतर त्यांच्यातील एकसंधपणा आणि सहकार्याची भावना पूर्णपणे नाहीशी होत नाही. कुटुंबांचे विभाजन होताना जरी कडवटपणा आला असेल तरी कुटुंबातील बंध पुन्हा पहिल्यासारखे जुळून येतात व काही प्रमाणात एकमेकांना मदत करणे पुन्हा चालू होते.

कौटुंबिक भूमिकांमधील उतरंड

क्रमवारीनुसार ठरणारा कुटुंबातील अधिकारी व्यक्तींचा क्रम जीवशास्त्रीय वस्तुस्थितीवर आधारित असतो. पालकांना आपल्या मुलांना समाजाभिमुख करण्यासाठी त्यांच्या अधिकाराचा उपयोग करावा लागतो व मुलांना बरीच वर्षे आपल्या पालकांवर अवलंबून राहावे लागते. स्त्रियांपेक्षा केवळ शरीराच्या मानाने मोठे व मजबूत असल्यामुळे पुरुषांकडे कुटुंबातील काही विशिष्ट अधिकार असतात. कौटुंबिक श्रेणीबद्धतेवर गावातील लोक विशेष भर देतात. कुटुंबातील वरिष्ठ व कनिष्ठ व्यक्तींमधील परस्परसंवादात सामान्यतः काही गोष्टी गृहीत धरल्या जातात.

वय व लिंग ही कुटुंबातील क्रमवारी ठरवणारी प्रमुख तत्त्वे असतात. 'पारंपरिक भारतीय कुटुंबात स्त्रियांपेक्षा पुरुषांना जास्त निर्णायक अधिकार असतात,' एम. एस. गोरे अशी नोंद करतात, 'तरुणांच्या तुलनेत प्रौढांना जास्त अधिकार असतात' (१९६५, पृ. क्र. २१६). पुढे ते म्हणतात, वरिष्ठपणा औपचारिकपणे ठोसपणे ठरवण्यासाठी वयातील एक किंवा दोन वर्षांचा फरकदेखील पुरेसा ठरतो. प्रौढ स्त्री व तरुण पुरुष यांच्यातील अधिकारी व्यक्ती ठरवताना लिंग हा निर्णायक घटक ठरतो. औपचारिकपणे पुरुषांचा मालमत्तेवर हक्क असतो. लहान भावाने मोठ्या बहिणीची आदराने व प्रेमाने काळजी घेणे जरी अपेक्षित असले व लहान भावाचा प्रत्यक्षातील प्रभाव मोठ्या बहिणीपेक्षा जरी फारसा जास्त नसला तरी त्याचा मालमत्तेवरील हक्क मात्र तिच्यापेक्षा जास्त असतो.

स्त्रियांच्या व पुरुषांच्या व्यवहाराच्या कक्षा स्वाभाविकच स्पष्टपणे विभागलेल्या असतात. विशेषतः उत्तर भारतात जिथे पडद्यासारखी प्रथा पाळली जाते, अशा प्रकारे घरात एकांतवासात ठेवलेल्या कुटुंबातील स्त्रीला इतरांबरोबर ठरावीक वेळेतच संवाद साधता येत असे व नातेवाइकांचे वर्तुळ सोडून इतरांशी संपर्क साधायची परवानगी फारच मोजक्या काळासाठी मिळत असे. फारच कमी भारतीय कुटुंबांची पडद्याच्या प्रथेचे पालन करण्याची इच्छा होती व फारच कमी कुटुंबे त्या प्रथेचे पालन करू शकत; पण पुरुषांच्या तुलनेत स्त्रियांवर जास्तीत जास्त बंधने घालण्याचे तत्त्व सर्वसाधारण आहे.

पुरुष त्याच्या पत्नीपेक्षा वरचढ मानला जातो व त्याला तिच्याकडून प्रतीकात्मकरीत्या व प्रत्यक्षातदेखील आदर दिला जातो. पती-पत्नींनी एकमेकांबरोबर विचार व आवडीनिवडी यांवर चर्चा करावी, अशा महान अपेक्षा इथे दिसत नाहीत. थोडक्यात सांगायचं तर वैवाहिक प्रेम व श्रद्धा इतर समाजांपेक्षा इथे जास्त दिसून येतात. खरोखरच भारतीय स्त्रीची श्रद्धा, मग ती आख्यायिकेतील असो वा प्रत्यक्षातील, कौटुंबिक जीवनातील अभिमान वाटावा असे मूल्य आहे. स्त्री व पुरुष यांच्या भूमिका परस्परांपासून स्पष्टपणे वेगळ्या असल्याचे दिसते. स्त्रियांची कामे स्वयंपाकघराशी बांधलेली असतात किंवा फारतर घरात वा जिथे तिचे काही काम असू शकेल अशा जागीच त्यांची ये-जा असू शकते. या सीमांच्या पार त्या सहसा जात नाहीत. पुरुषांच्या कक्षा मात्र बऱ्याच लोकांपर्यंत व ठिकाणांपर्यंत विस्तारलेल्या असतात.

विवाहित दांपत्य रोजच्या जगण्याच्या गडबडीत एकमेकांना भेटू शकतेच असे नाही. जेवणाच्या वेळी, रिवाजाप्रमाणे स्त्रिया आधी पुरुषांना जेवायला वाढतात व ते जेवून उठल्यानंतर मगच त्या स्वतःसाठी जेवण वाढून घेतात. पत्नीने आपल्या पतीबरोबरच्या सर्व प्रकारच्या संबंधांमध्ये शास्त्रात सांगितलेले पतिव्रतेसाठीचे नियम काटेकोरपणे पाळायचे असतात. तिने आपल्या पतीची इच्छा व अधिकारांचे सर्वच बाबतीत पालन करायचे असते (कर्वे १९५३, पृ. क्र. ७८). शास्त्रांबद्दल व या विशिष्ट संकल्पनेबद्दल गावातील बऱ्याच लोकांना फारच कमी माहिती असली तरी किमान औपचारिकपणे तरी सर्वच सामाजिक स्तरांवर हे विधीनिषेध आदर्श म्हणून पाळले जातात. पती-पत्नी एकत्र चालत असतानादेखील ठरलेल्या रिवाजाप्रमाणे पत्नी पतीच्या मागून चालते. पतीचा एकेरी नावाने उल्लेख करणे ती स्वतःहूनच टाळते. ती पतीशी रूढींप्रमाणेच भीतियुक्त आदराने वागते.

एक स्त्री म्हणून पत्नीला कमी आदर मिळतो पण आई म्हणून नव्हे. मुलांना स्वतःच्या पालकांबद्दल नेहमीच आदर वाटतो. पालकांचे अधिकार हा एक अविरतपणे चालत आलेला आदर्श आहे. वस्तुस्थिती पाहता या आदर्शांचा कालावधी व पालकांच्या अधिकारांचा प्रभाव यावर जरी आर्थिक मर्यादांमुळे व जाती परंपरेमुळे परिणाम होत असला तरी तो खरंतर प्रत्यक्षातही बराच काळ पाळला जातो. घरात मुलगा किंवा मुलगी पालकांच्या इच्छेची, विशेषतः वडिलांची अवहेलना करू शकत नाही. मोठे झाल्यानंतर मुलांना जर पालकांच्या आदेशाचे पालन करण्याची इच्छा नसेल तर ते त्यांना विरोध करण्यापेक्षा आपापले वेगळे मार्ग चोखाळतात. एखादी विधवा आई आपला मुलगा व त्याच्या कुटुंबाला ताब्यात ठेवताना आपला प्रभाव टाकू शकते. एका प्रतिष्ठित कुटुंबातील सुसंस्कृत स्त्रीने अशी साक्ष दिली आहेः 'मी जेव्हा लहानाची मोठी होत होते, वडील हे घरातील सर्वच अधिकृत व आर्थिक प्रश्नांबाबतचे प्रमुख अधिकारी व्यक्ती होते. ते जिल्हा आयुक्त होते व एखाद्या राजाप्रमाणे ते जिल्ह्याचा कारभार पाहायचे; पण तरीही कुटुंबातील कोणत्याही महत्त्वाच्या प्रश्नांवर अंतिम निर्णय घेण्यासाठी मात्र ते नेहमीच

आपल्या आईकडे जायचे, जी जवळपास अशिक्षित होती. सर्वच घरगुती प्रश्नांवर आजी हीदेखील एक अधिकारी व्यक्ती होती व वडील सर्व काही आजीवरच सोपवायचे. लग्न ठरवण्यासारख्या प्रश्नांबाबत आई व वडील प्राथमिक निवड करत व अंतिम मंजुरीसाठी वडील आजीलाच विचारत असत' (रॉस १९६१, पृ. क्र. ९६). पालकांना आदर देण्याबाबतच्या या आदर्शावर क्वचितच प्रश्नचिन्ह उभे केले जाते. रोजच्या व्यवहारात हा आदर मोठ्यांना बहाल केला जातो व मुलेदेखील त्याबाबत निष्काळजीपणा दाखवून दुर्लक्ष करत नाहीत.

भावंडांमध्ये मोठ्या भावांकडे अधिकार असतात. काही आदरणीय मान्यता ज्या मुलांकडून वडिलांना दिल्या जातात किमान तशीच औपचारिकता पाळून लहान भावाने मोठ्या भावाला आदर देणे अपेक्षित असते. एकत्र कुटुंबाचा प्रमुख या नात्याने जेव्हा मोठा भाऊ यशस्वी होतो तेव्हा त्याचे लहान भाऊ, त्यांच्या पत्नी व मुले यांनी, वडिलांनी ज्या पद्धतीचा आदर कमावला होता तशाच प्रकारची निष्ठा व आदर त्याच्याप्रति दाखवणे अपेक्षित असते. स्त्रियांच्या कार्यक्षेत्राचा विचार करता, एखाद्या स्त्रीचे अधिकार हे सर्वसामान्यपणे घरातील तिच्या पतीच्या स्थानावर अवलंबून असतात. ज्येष्ठ व्यक्तीची पत्नी ही स्त्रियांच्या व्यवहारांमध्ये सर्वश्रेष्ठ अधिकार असणारी असते; जिचे म्हणणे संयमाने व आदरपूर्वक ऐकले गेले पाहिजे (रॉस पृ. क्र. ५५, १३२).

कोणत्याही इतर मानवी संबंधांप्रमाणेच, कुटुंबातील एखादे आक्रमक व्यक्तिमत्त्व, उदा. लहान भाऊ, त्याला कौटुंबिक व्यवस्थेमध्ये जरी जास्त अधिकार नसले तरी तो सतत आपला प्रभाव गाजवू शकतो (पहा, शर्मा १९५१, पृ. क्र. ५२); पण औपचारिकपणे केलेली क्रमवारी स्पष्ट व परिणामकारक असते. कोणत्याही व्यक्तीचा त्याच्या पत्नीवर व मुलांवर अधिकार असला पाहिजे, स्त्रियांनी आपल्या अविवाहित मुलींवर व सुनांवर नियंत्रण राखले पाहिजे, मोठ्या भावाला कुटुंबातील लहान भावंडांबाबत योग्य ते अधिकार असले पाहिजेत, असे सर्वच जण मानतात. व्यक्ती कितीही प्रभावशाली असली तरी कुटुंबातील अधिकारी व्यक्तीपुढे तिला नमते घ्यावेच लागते. मोठ्या भावाने आईच्या इच्छा लक्षपूर्वक ऐकल्या पाहिजेत. आईने वडिलांच्या इच्छेचा मान राखला पाहिजे. जर एखाद्याचे वडील किंवा एकत्र कुटुंबातील वरिष्ठ पुरुष कौटुंबिक व्यवहारांमध्ये वरचढ ठरत असतील तर वडिलांनी त्यावर मार्ग काढणे अपेक्षित असते; पण प्रत्येक वेळी लोक अशाच प्रकारे आदर्श वर्तन करतात असे नव्हे; वैयक्तिक प्रवृत्ती व काही विशिष्ट परिस्थिती त्यांना या सर्व अपेक्षांविरोधात कृती करण्यास प्रवृत्त करू शकतात; पण श्रेणीबद्धतेमुळे असणारे नियम सर्वसामान्यपणे कौटुंबिक वर्तणुकीवर प्रभाव टाकतात.

कुटुंबातील अधिकारांबरोबरच जबाबदारीही येते. स्वतःच्याच गैरसमजांमुळे किंवा काही विपरीत परिस्थितीमुळे कुटुंबातील कोणाला त्रास होणार नाही यासाठी कुटुंबाच्या कल्याणाची लक्षपूर्वक जबाबदारी घेणे हेदेखील वरिष्ठांचे कर्तव्य असते. मोठा भाऊ वडिलांसमान व त्याची पत्नी मोठ्या बहिणीसमान मानली पाहिजे व त्यांचा आदर राखून त्यांच्या आज्ञा

पाळल्या पाहिजेत, असा पुणे जिल्ह्याशी संबंधित रहिवाशांचा एक सर्वसामान्य आदर्श आहे. आधीच्या पिढीमधील वयाने सर्वांत ज्येष्ठ असणाऱ्या पुरुषाला आदर देऊन त्याच्या आज्ञांचे पालन करणे अपेक्षित असते, तर दुसरीकडे वयाने ज्येष्ठ अशा स्त्रियांचे सर्वाधिक संरक्षण व काळजी घेतली जाणे अपेक्षित असते (ओरेनस्टायर १९६५, पृ. क्र. ४७–४८).

काही निरीक्षकांनी गावातील कौटुंबिक जीवनातील एका वैशिष्ट्याची नोंद घेतली आहे. याबद्दल काश्मिरातील पंडित ब्राह्मणांबद्दल टी.एन. मदन लिहितात, 'जी एक गोष्ट निरीक्षकांना चकित करते ती म्हणजे टोकाचा संयम; जी पंडित समाजातील प्रौढ स्त्री पुरुषातील संबंधांचे वैशिष्ट्य दाखवते' (१९६५, पृ. क्र. ७६). ॲड्रियन मेयरने (१९६०, पृ. क्र. २१४) मध्य प्रदेशातील एका गावाबद्दल अशाच प्रकारचे भाष्य केले आहे: 'घरगुती संबंधांच्या औपचारिक आकृतिबंधामध्ये संयम हा एक प्रभावशाली मुद्दा असतो. निरनिराळ्या वयाच्या लोकांमधील व दोन विरुद्ध लिंगांमधील संयम.' त्याने सांगितलेल्या वैशिष्ट्यामुळे (दुसऱ्या पद्धतीच्या कौटुंबिक जीवनाची परंपरा असलेल्या एखाद्याला) हे खूपच निर्बंध व एकाधिकारशाही असलेले असे ठिकाण वाटू शकेल पण 'आनंदी असणाऱ्या घरांमध्ये तसे ते नक्कीच नाही. एकीकडे अधिकार तर दुसरीकडे आदर एकमेकांत मिसळल्यामुळे कर्तव्ये सहजपणे पार पाडली जातात व स्त्रियांचा अबोलपणा हा एक विनम्रतेचा भाग असतो, भीतीचा नव्हे.' असे पुढे मेयरने म्हटले आहे. वेगवेगळ्या जातीतल्या लोकांचे आपापसातील व कौटुंबिक संबंध या दोन्हीमध्ये संयम व क्रमवारी ही वैशिष्ट्ये असतात याची नोंद घेतली पाहिजे.

कुटुंबाची कार्ये

भारतातील कुटुंबे म्हणजे इतर ठिकाणांप्रमाणेच एक सामुदायिक समूह आहे, ज्यामधील सदस्य सामायिक हेतू साध्य करण्यासाठी एकत्रितपणे कार्य करतात. सर्वसामान्यपणे ते एकाच घरात राहतात व एकाच स्वयंपाकघरात शिजवलेले अन्न खातात, ते एकत्रितपणे काम करतात, त्यांचे उत्पन्न, खर्च व मालमत्ता एकत्रित करतात व एक कुटुंब म्हणून धार्मिक विधी एकत्रितपणे पार पाडतात.

ही कार्ये क्वचितच निरनिराळी असतात, संपूर्ण जगभरातच कौटुंबिक समूहांकडून अशीच कार्येच पार पाडली जातात; पण भारतात मात्र कोणतीही व्यक्ती संपूर्ण आयुष्यभर बरीचशी कामे कुटुंबाच्या बरोबरीनेच करते. मोठ्या एकत्रित कुटुंबांमध्ये बरेचसे पौढ पुरुष, स्त्रिया व त्यांची मुले एकमेकांच्या सान्निध्यात राहतात व काम करतात. त्यांच्यातील अधिकाराच्या सीमारेषा पुरेशा स्पष्ट असाव्या लागतात नाहीतर त्यांच्यातील मतभेद उत्तरोत्तर वाढत जातात. अशा एकत्र कुटुंबातील नियमित, अपेक्षित अदलाबदली आणि या बदलांस प्रतिक्रिया म्हणून उमटणाऱ्या निवारक संयत बदलांमुळे कुटुंबाचे एक व्यवस्था म्हणून असलेले स्वरूप जास्त स्पष्ट होते.

प्रत्येक व्यक्ती स्वतःच्या कुटुंबाकडून आपल्या संस्कृतीची व समाजाची मूलभूत तत्त्वे शिकते, जगण्यातले समाधान अनुभवते व त्याचे वैयक्तिक यश कुटुंबाबरोबर वाटून घेते. त्याच्या जातसमूहाबरोबर तो प्राथमिकपणे त्याच्या कुटुंबातील सदस्य म्हणून ओळखला जातो व त्यात त्याच्या कुटुंबाची गावातील प्रतिष्ठा गृहीत धरलेली असते. त्याच्या कौटुंबिक संबंधांमध्ये संपूर्ण आयुष्याचा अनुभव पूर्णपणे रुजलेला असतो. त्याच्या जगण्याच्या चक्रातील महत्त्वाची स्थित्यंतरे म्हणजे कौटुंबिक समारंभ असतात व कोणाही व्यक्तीच्या जगण्यातील उदात्त कारणे कौटुंबिक चौकटीशी संबंधित असतात (पहा, कपाडिया १९५८).

गावामध्ये कुटुंब हा आर्थिक उत्पन्नाचा व उपभोगाचा एक प्रमुख भाग असतो. गावातील कुटुंबांकडे स्वतःच्या जमिनी असतात व ते त्या कसतात. निरनिराळ्या जातीच्या कुटुंबांमध्ये वस्तू व सेवा यांच्यातील पारंपरिक पद्धतीने होणारी देवाणघेवाण होते. कुटुंबातील पुरुषांमध्ये परंपरेने चालत आलेल्या मालमत्तेची समान वाटणी होते. १९३० मध्ये आलेला हिंदू विद्याप्राप्त लब्धि कायदा (Hindu Gains of Learning Act) येईपर्यंत असे करता येत नव्हते. हा कायदा आल्यामुळे आता कोणतीही व्यक्ती स्वतःचे कौशल्य व उपक्रम यातून मिळणाऱ्या आर्थिक परताव्याचा कायदेशीरपणे दावा करू शकते.

कुटुंब हे देवासमोर एक एकक असते. जवळजवळ प्रत्येकच घरामध्ये पवित्र गोष्टींसाठी एखादी विशिष्ट जागा राखून ठेवलेली असते जी घरातील सर्व गोष्टींचे रक्षण करते. तो भिंतीवर टांगलेला एखादा शिलालेख असेल किंवा स्वतंत्र खोलीमधील एखादी मोठी समाधी असेल, कसेही असले तरी कुटुंबातील सर्व गोष्टींचे त्यामुळेच संरक्षण होते. बरीच कुटुंबे धर्माचे पालन करण्यात सहभागी होतात. उदाहरणार्थ, उत्तर प्रदेशातील सेनापूर नावाच्या गावात ओप्लेरला दैनंदिन जीवनातील चाळीस विधी असे दिसून आले ज्यापैकी पंचवीस सण/विधी कौटुंबिक गरजा व उद्दिष्टांभोवती फिरणारे होते. "धार्मिक व्यवस्थेचा मोठा भाग कुटुंबातील सदस्यांचे व कौटुंबिक फायद्यांचे अलौकिक शक्तींमुळे होणारे रक्षण व वाईट दुर्दैवी शक्तींपासून वाचविण्यासाठी असलेले एक विस्तृत साधन आहे," असा त्याने निष्कर्ष काढला (१९५९अ, पृ. क्र. २७३).

जी मुख्यत्वे कुटुंबातील सदस्यांकडून कौटुंबिक स्वास्थ्यासाठी आखली जातात व पार पाडली जातात अशा विधींशी पुरोहितांचा फारसा संबंध नसतो. या धार्मिक क्षेत्राची मोठी जबाबदारी मुख्यत्वे कुटुंबातील स्त्रियांवर असते (पहा, मिन्टर्न व हिचकॉक १९६६, पृ.क्र. ६७–६८). जीवनचक्रातील हे विधी प्रामुख्याने कौटुंबिक असतात. त्यातील प्रत्येक विधीला एका विशिष्ट प्रसंगाचे स्वरूप प्राप्त होते जेव्हा कुटुंब नातलगांच्या मदतीने समाजास सामाजिक पातळीवर परिपूर्ण अशी नवजात शिशूपासून ते पूर्वज अशा स्वरूपातील एक व्यक्ती प्रदान करते. व्यक्ती स्वतःच्या व कुटुंबाच्या नावे पूर्वजांसाठी धार्मिक विधी करते आणि त्यायोगे व्यक्ती तिच्या ज्ञात आणि अज्ञात मृत आप्तस्वकीयांशी जोडली जाते.

कुटुंबातील पूर्वजांसाठीचे हे धार्मिक विधी उच्च वर्णातील कुटुंबाच्या लोकांसाठी जास्त महत्त्वाचे असतात व अशा कुटुंबांमध्ये हे विधी सर्वांच्या वतीने वडील पार पाडतात. ते जर हयात नसतील व मोठी मुले एकत्र राहत असतील तर मोठ्या मुलाने श्राद्धाचे हे विधी पार पाडायचे असतात. काश्मिरी ब्राम्हणांमध्ये, कुटुंब विभक्त जरी झाले असेल तरीही कुटुंबातील मोठ्या मुलाला सर्वांच्या वतीने हे विधी पार पाडावे लागतात. परंतु तंजावर जिल्ह्यात मात्र प्रत्येक घरातील प्रमुखाला स्वतंत्र रीतीने हे विधी पार पाडण्याचे कर्तव्य पार पाडावे लागते (मदन १९६२ब, पृ. क्र. १४; गॉघ १९५६, पृ. क्र. ८३९). जन्म व मृत्यूमुळे निर्माण होणारे प्रसंग कुटुंबात एकत्रितपणे राहत असलेल्या सर्वांवरच परिणाम करतात. जन्म आणि मृत्यूमुळे निर्माण होणाऱ्या अशौचातून मुक्त होण्यासाठी सर्वांनी सोयरसुतक आणि शुद्धीकरणाचे विधी पाळायला हवेत. जातीच्या या शौचअशौच हे सर्व विधी कुटुंबाच्या खाणे, संभोग, विधी पार पाडणे या सर्व संदर्भांवर अवलंबून असतात.

कुटुंब म्हणजे फक्त पुनरुत्पादन करणारा घटक व सामाजिक संस्था एवढ्यापुरतेच मर्यादित नसते तर प्रत्येक व्यक्तीसाठी तो व्यापक समाजापर्यंत पोहोचणारा एक महत्त्वाचा दुवा असतो. सर्वच सामाजिक संबंधांमध्ये सर्वसामान्यपणे नातेवाइकांबरोबर असलेले बंध हे टिकाऊ, विश्वसनीय, योग्य व नैतिक समजण्यात येतात (पहा, मदन १९६५, पृ. क्र. २२२). आप्तस्वकीयांची सुरुवात कुटुंबापासून होते व कुटुंबातूनच तिचा विस्तार होतो. गावाच्या रचनेमध्येदेखील कुटुंब हा प्रमुख घटक असतो. गावामध्ये जेव्हा एखाद्या विशिष्ट हेतूसाठी श्रम, पैसा किंवा प्रत्यक्ष सहभाग आवश्यक असतो तेव्हा गावातील प्रत्येक कुटुंबाकडून एखादी व्यक्ती सहभागी होते किंवा ठरावीक रक्कम आकारली जाते. सामाजिक प्रतिष्ठेसाठी असणाऱ्या अटीतटीच्या स्पर्धेमध्ये जेव्हा आहेरांचे वाटप केले जाते तेव्हा नव्याने सुरुवात करणारी एखादी नववधू असो वा नवा बटू असो ते आहेर एका कुटुंबाकडून दुसऱ्या कुटुंबाला प्रदान केले जातात.

कुटुंबांचे समूह लहान वा मोठे असले तरी ही सगळी कार्ये कौटुंबिक समूहातील लोकांकडून पार पाडली जातात. हळूहळू विकसित होणाऱ्या या चक्रामध्ये वेगवेगळ्या टप्प्यांवर कुटुंबातील लोकांची संख्या बदलत जाते. मुले, त्यांच्या पत्नी व त्यांची मुले जेव्हा एकत्रितपणे राहत असतील तेव्हा हा आकडा मोठा असतो व दांपत्यांनी जर वेगळे होऊन स्वतंत्र घरात राहण्याचा निर्णय घेतला तर हा आकडा लहान असतो. एकच दांपत्य असणारे कुटुंब एकल किंवा प्रारंभिक कुटुंब आणि एकापेक्षा जास्त दांपत्य व त्यांची मुले असणारे कुटुंब म्हणजे एकत्र कुटुंब किंवा विस्तारित कुटुंब होय. भारतातील कौटुंबिक जीवनाबद्दल बोलताना या दोन कुटुंबात फरक असणे, हा एक चांगला भाग मानण्यात आला आहे. काही टीकाकारांनी पुढे जाऊन एकत्र कुटुंब म्हणजे अनेक एकल कुटुंबांचे विलीनीकरण असल्याचे मानले आहे. छोटे कुटुंब व एकत्र कुटुंब यात *मिताक्षर*ने केलेला फरक असो किंवा हिंदू कायद्याने अलीकडेच लावलेला अर्थ असो, मात्र

गावातील लोकांच्या दृष्टिकोनानुसार यातील कोणतेच गृहीतक वैध नाही, हे आपण पाहिलेच आहे. या फरकास फक्त आधुनिक आयकराच्या हेतूनेच कायदेशीर ओळख मिळाली आहे (शाह १९६४अ, पृ. क्र. ११, १८, ३२; मदन १९६२ब, पृ. क्र. १३–१४).

कुटुंबातील लोकांची संख्या व त्यांचे कुटुंबातील भूमिकेचे स्वरूप यामुळे कौटुंबिक कार्ये ज्या पद्धतीने पार पडतात त्यात फरक पडू शकतो. एकमेव दांपत्य असलेल्या कुटुंबात जेव्हा नवीन वधू प्रवेश करते, तेव्हा संख्येने कुटुंबात जरी एकाच व्यक्तीची भर पडली असेल तरी कौटुंबिक संबंधांमधील अनेक नवीन भूमिका प्रस्थापित होतात. ती फक्त घरातील मुलाची पत्नी नसते तर ती त्या घरातील आई-वडिलांची सून असते, लहान भावाची व बहिणीची वहिनी असते. मुलाचे आजी-आजोबा जर त्याच घरात राहत असतील तर पालक व त्यांची मुले यांच्यातील संबंधांवर परिणाम होतो; कारण तरुण दांपत्याला वडीलधाऱ्यांच्या उपस्थितीत आपल्या मुलांशी वागताबोलताना ताबा ठेवावा लागतो. कुटुंबातील अपत्य जर मुलगी असेल तर ते कुटुंब स्वतःला अपूर्ण असल्याचे मानते; पण जर मुलगा अपत्य असेल तर कुटुंब अगदीच लहान असले तरी ते कुटुंब एका विशिष्ट अर्थी पूर्ण असल्याचे समजले जाते (शाह १९६४अ, पृ. क्र. ७, ३३). कुटुंबात पुरुष किती आहेत, हे आर्थिकदृष्ट्या महत्त्वाचे असते कारण एखाद्या लहान कुटुंबाच्या तुलनेत अनेक लोकांच्या एकत्रित श्रमाचा व संपत्तीचा त्यांना नक्कीच फायदा होऊ शकतो.

तार्किकदृष्ट्या कुटुंबाची अनेक प्रकारची वर्गीकरणे शक्य आहे; कारण विधवा माता, वडिलांच्या बहिणी (आत्या), घरजावई व अनाथ मुले असे शेकडो तरतऱ्हेचे दूरचे नातेवाईक अस्तित्वात असू शकतात. भूमिकांच्या रचनेनुसारदेखील कुटुंबांचे सविस्तर प्रकार केले जात असले तरी असे केल्याने सर्वसामान्यपणे कोणती उद्दिष्टे सफल होतात, हे प्रत्येक वेळी स्पष्ट असतेच असे नाही. एकत्र कुटुंबाची वेगवेगळ्या प्रकारे व्याख्या केली जाते. सामान्यपणे कोणते सर्वसाधारण वैशिष्ट्य गृहीत धरण्यात येते, यावर ती व्याख्या अवलंबून असते.

मालमत्तेवरील एकत्रित मालकी हक्क हे एकत्र कुटुंबाचे अपरिहार्य वैशिष्ट्य आहे, असे मानणारी पारंपरिक कायदेशीर व्याख्या काही विद्वानांनी स्वीकारली आहे (मदन १९६२ब, पृ. क्र. १३; बेली १९६०अ, पृ. क्र. ३४७). पारंपरिक कायदेशीर अंगाने पाहता वडिलांच्या मालमत्तेवर त्यांच्या अपत्यांचा वडिलोपार्जित हक्क असतो. एकच दांपत्य व एकच मूल असणाऱ्या घरगुती समूहांना क्वचितच एकत्र कुटुंब म्हटले जाते. जरी वडील व मुलगा एकत्र कुटुंबात एकाच छताखाली राहत असले तरी आधुनिक भूमी मिळकत कायद्यांनुसार काही वेळेस वडील व मुलासाठी मालमत्तेचे कायदेशीरीत्या विभाजन करणे फायदेशीर ठरते. कायदेशीर उद्दिष्टांसाठी कायदेशीर व्याख्या आवश्यकच असतात पण प्रत्यक्षातील वर्तणूक समजून घेण्यासाठी त्या फारशा उपयोगी ठरत नाहीत.

भारतात जनगणना करताना मोजणीसाठी प्रत्येक घराला मुख्य घटक म्हणून गृहीत धरले जाते. असे समूह ज्या समूहातील सदस्य अन्नासाठी एकच सामायिक स्वयंपाकघर वापरतात, अशा प्रकारे त्या घराची व्याख्या केली जाते (गोपालस्वामी १९५३, पृ. क्र. ४८–५०). सर्वसामान्यपणे विश्लेषण करण्यासाठी ही व्याख्या फार सोयीची नाही; कारण एकाच घरात राहून दोघांचा कामातील सहभाग जरी एकसारखा असला व मालमत्तेवर हक्कदेखील समान असला तरी घरगुती गोंधळ टाळण्यासाठी विवाहित भावंडे आपापले स्वयंपाकघर वेगळे ठेवू शकतात (पहा, मेयर १९६०, पृ. क्र. १७७–१८२).

भारतात कौटुंबिक रचनेचे अधिक लहान प्रकारांमध्ये केलेले वर्गीकरण फारसे फलदायी ठरलेले नाही; तरी काही उपयुक्त वैशिष्ट्ये निदर्शनास आली आहेत. अपूर्ण वाटणारी कुटुंबे व जवळजवळ पूर्ण असणारी कुटुंबे यांतील फरकाची नोंद ए.एम. शाह यांनी केली आहे (१९६४अ, पृ. क्र. ३–४); दोन्ही प्रकारांमध्ये कुटुंबाचे प्रयत्न व कुटुंबाची ध्येये या दोन्ही जवळजवळ वेगवेगळ्या गोष्टी आहेत. पितृवांशिक व वडिलांकडून विस्तार झालेले कुटुंब या दोन्हीतील फरक टी.एन. मदन यांनी स्पष्ट केला आहे. पितृवांशिक प्रकारात पालक, त्यांचा एकमेव मुलगा व त्याची पत्नी येते आणि वडिलांकडून विस्तार झालेले जे कुटुंब आहे त्यात पालक व त्यांची दोन किंवा जास्त विवाहित मुले समाविष्ट होतात. पहिल्या प्रकारात कौटुंबिक मालमत्तेची विभागणी व त्याबरोबरीने येणारे नेहमीचे ताणतणाव नसतात तर दुसऱ्या प्रकारात विभागणी व घरगुती मतभेद शक्यतो होतातच (१९६२ब, पृ. क्र. १४). कौटुंबिक रचनेबद्दल चर्चा करत असताना सामोरा एक प्रश्न म्हणजे 'कुटुंब' ही संज्ञा फार ढोबळपणे वापरली जाते. अतिशय विस्तृत असे वंशपरंपरागत नातेवाईक, जन्मापासूनचे नातेवाईक तसेच एकत्र कुटुंबातील नातेवाईक, घट्ट लागेबांधे असलेले व एकमेकांशी जवळचे संबंध असलेले घरगुती समूह इत्यादी गोष्टी त्यात समाविष्ट होतात (पहा, ड्युमाँट व पोकॉक १९५७क, पृ. क्र. ४८–४९).

भारतीय कौटुंबिक जीवनाचे संयुक्तिक विश्लेषण करताना त्यामध्ये भारतीय गावांमधील लोकांनी सांगितलेल्या काही संकल्पना आवर्जून समाविष्ट कराव्याच लागतात. उदा. पितृवांशिक बंध व सासुरवाड पद्धतीची घरे वडील व मुलगा यांच्यात असलेले विशिष्ट प्रकारचे संबंध, भावंडांमधील संबंध इत्यादी. कुटुंबातील सदस्यांनी आपसात ऐक्य प्रस्थापित करणे अपेक्षित असते. तसेच शक्य तितका काळ एकाच घरात राहणे, रोजच्या दिनक्रमात व एकूणच जीवनचक्रात (आयुष्यात) एकमेकांना साहाय्य करणे अपेक्षित असते. कोणतेही कुटुंब हे लौकिक अर्थाने वा अगदी कायदेशीरपणे जरी विभक्त झाले असेल तरी भावंडे त्यानंतरही कुटुंब म्हणून एकत्रितपणे कार्यरत राहू शकतात. काही वेळा गावातील कुटुंबातील एखादा भाऊ आपल्या पत्नी व मुलांसह शहरात स्थलांतरित होतो. तो व त्याच्यावर अवलंबून असणारे बऱ्याचदा गावातील स्वतःच्या घरी जाऊन येतात, तो गावातील कुटुंबाच्या उत्पन्नात

स्वतःचे योगदानदेखील देत असतो, अडीअडचणीच्या काळी वा औपचारिक प्रसंगांमध्ये मदत करून ते एकमेकांना सावरतात. लग्न जमविण्यापूर्वी किंवा कारकीर्द वा भविष्याबद्दल निर्णायक उपाययोजना करण्यापूर्वी कुटुंबातील वयाने मोठे असणाऱ्यांचा योग्य तो मान राखून, त्यांचे दृष्टिकोन विचारात घेऊन ते एकमेकांशी सल्लामसलत करतात. परंपरेने चालत आलेला कुटुंब या संज्ञेचा अर्थ गावात व शहरातसुद्धा नेहमीच जपला जातो (पहा, अगरवाल १९५५, पृ. क्र. १४१–१४२, देसाई १९५५, पृ. क्र. १०३; १९५६, पृ. क्र. १४७–१४८; कपाडिया १९५९, पृ. क्र. ७४–७५; रॉस १९६१, पृ. क्र. ९, ३९).

भारतीय कुटुंबाच्या या सर्वसामान्य वैशिष्ट्यांतर्गत त्याचे विस्तृतपणे तीन वेगवेगळे प्रकार आहेत—कुटुंबातील काळानुरूप, गाव व प्रांतानुरूप आणि प्रांताप्रांतांमधील (प्रांतानुरूप).

कुटुंबांतर्गत संबंधांमधील बदल

कौटुंबिक चक्र पुढे सरकते तसे तसे कौटुंबिक संबंधातील ग्रहदशा बदलत जातात. संपत्ती, व्यवसाय व जातीतील श्रेणींनुसार गावातील व जिल्ह्यातील कौटुंबिक संबंधांमध्ये फरक पडत जातो. भाषिक व सांस्कृतिक प्रांतानुसार हे फरक असतात.

व्यक्ती जरी त्याच असल्या तरी त्यांच्या कुटुंबातील भूमिका काळानुरूप बदलत जातात. वधू म्हणून कुटुंबात नव्याने प्रवेश केलेल्या पंधरा वर्षांच्या मुलीला आपल्या सासूला आदर द्यावाच लागतो व तसा आदर ती देते. वीस वर्षांनंतर, मुलांची आई झाल्यानंतरही ती सून असतेच व तिला पतीच्या आईला आदर द्यावा लागतोच. परंतु इतक्या वर्षांनंतर आदराची पातळी व पद्धत यात बराच फरक झालेला असतो. पतींच्या भावांच्या पत्नींचे एकमेकींबरोबरचे संबंध जे आधी मैत्रीपूर्ण किंवा बेपर्वाईचे असतात त्यांचे रूपांतर नंतर स्पर्धात्मक वृत्तीमध्ये होते, असे मदन यांना काश्मीरमध्ये दिसून आले (१९६५, पृ. क्र. १३२–१३५).

स्त्रियांच्या भूमिकेच्या अनुषंगाने होणारा वर्तनातील बदल हा फारच लक्षणीय असू शकतो. श्रीमती कर्वे लिहितात, 'स्त्रियांबाबत असे नेहमीच दिसून येते की ज्या स्त्रियांचे व्यक्तिमत्त्व फारच सहनशील व परतंत्र असते, त्यांचे व्यक्तिमत्त्व फुलत जाऊन वैधव्याच्या साधारण मधल्या कालावधीत सकारात्मकपणे बहरते किंवा वैवाहिक जीवनातील उतरत्या काळात आपल्या वृद्ध पतीवर त्या हुकुमत गाजवतात' (१९६५, पृ. क्र. १३६).[२] जी पत्नी आपल्या पतीला एकत्र कुटुंबापासून वेगळे होण्यासाठी उद्युक्त करते, देसाईंनी म्हटल्याप्रमाणे,

---

[२] काही वेळा वाममार्गाला लागलेल्या व्यक्तीकडून मर्यादेचे उल्लंघन होते; पण त्याबाबत फार काही करता येऊ शकत नाही, कारण त्यासाठी टोकाचे उपाय योजावे लागतात व ते सहजपणे करता येत नाहीत. डी.एन. मजुमदार यांनी एका गावातील कुटुंबाबद्दल सांगितले आहे ज्यामध्ये एका सुनेचे, जिने आपल्या सासऱ्यांची सर्वांत जास्त काळजी घेणे अपेक्षित आहे, त्यांच्याबरोबर भांडण झाले व तिने त्यांना लोखंडी कांबेने डोक्यात मारले (१९५८अ, पृ. क्र. २१७).

ही तीच व्यक्ती असते जिची नंतर एक आई व सासू म्हणून आपल्या एकत्र कुटुंबात फूट पडावी अशी अजिबात इच्छा नसते (१९५५, पृ. क्र. १०४).

सर्वसामान्यपणे, मुलगा मोठा होऊन पौगंडावस्थेत गेल्यानंतर वडील व मुलगा यांच्यातील संबंध बदलतात. पौगंडावस्थेत प्रवेश केलेल्या आपल्या मुलाबरोबर वडिलांनी त्याच्या लहानपणापेक्षा जास्त कडकपणे वागणे अपेक्षित असते. मध्य प्रदेशातील रामखेरी गावाबद्दलच्या वृतांत्तात मेयरने म्हटल्याप्रमाणे नंतर पुढे जाऊन पुन्हा हे संबंध बदलतात. साधारणपणे वयाच्या दहाव्या वर्षापासूनच तिथल्या मुलाला स्वतःच्या वर्तनासाठी जबाबदार धरले जाते. वयाच्या कोणत्याही इतर टप्प्यांपेक्षा पौगंडावस्थेत वडिलांनी मुलाशी अतिशय शिस्तबद्धपणे वागणे अपेक्षित असते. पुढे मुलाचे लग्न झाल्यानंतर आणि विशेषकरून त्याला स्वतःचा मुलगा झाल्यावर, स्वतःच्या मुलाला वाढवताना तो थोडासा स्वतंत्र होतो. तरीही तो आपल्या वडिलांविषयी सदैव आदरभाव बाळगतोच. गावातील काही लोक इतका आदरभाव नक्कीच बाळगतात की ते आपल्या वडिलांसमोर धूम्रपानदेखील करत नाहीत. वडील अशक्त होत चालल्यावर मुलाच्या भूमिकेत (वर्तनात) पुन्हा एकदा बदल होतो. त्याचा वडिलांप्रति असलेला आदर तसाच राहतो पण प्रत्यक्षात तो सर्व अधिकार व घरगुती कारभाराची सूत्रे स्वतःकडे घेतो (मेयर १९६०, पृ. क्र. २१४–२१९).

वागण्या-बोलण्याचे संदर्भ कौटुंबिक परिस्थितीवर परिणाम करतात. सार्वजनिक जीवनात व्यवहार करताना पत्नीने आपल्या पतीचे औपचारिक हक्क व अधिकार डावलता कामा नयेत; पण श्रीमती कर्वे यांनी सुचवल्याप्रमाणे घराच्या आतमध्ये मात्र हुकूमत गाजवणाऱ्या स्त्रिया अपरिचित नाहीत. तरुण विवाहित दांपत्यांसाठी कुठल्याही तिसऱ्या प्रौढ व्यक्तीच्या उपस्थितीत केलेले वर्तन म्हणजे सार्वजनिक वर्तन असते. एकांतात ते गप्पा मारू शकतात, हसू शकतात, एकमेकांना चिडवू शकतात; पण कोणा त्रयस्थ व्यक्तीने जर हे बोलणे पाहिले किंवा ऐकले तर त्यांना लगेचच शांत बसावे लागते. पतीच्या वडिलांच्या किंवा आईच्या उपस्थितीत त्यांना एकमेकांशी संवाद साधताना स्वतःवर फारच ताबा ठेवावा लागतो व ते एकमेकांकडे दुर्लक्ष करत आहेत, असे भासवावे लागते. त्यांनी स्वतःच्या मुलांकडे जास्त लक्ष देऊ नये. विशेषतः असे संदर्भ असणारे घटकच तीन पिढ्या असणाऱ्या कुटुंबांना ज्या कुटुंबात दोनच पिढ्या आहेत अशा कुटुंबांपासून वेगळे ठरवतात. एकत्र कुटुंबात पती, पत्नी व त्यांची मुले यांच्यात पतीच्या पालकांची उपस्थिती हस्तक्षेप करत राहते.

कौटुंबिक रचनेतील आर्थिक घटक

जातीतील श्रेणीनुसार, व्यवसायानुसार व संपत्तीनुसार गावातील कौटुंबिक संबंधांमध्ये फरक पडतो. दक्षिण भारतातील कुंबापेट्टाई हे गाव (गॉघ १९५६) व उत्तर भारतातील

बनारसजवळील सेनापूर (कॉह्न १९६१ए) या गावांच्या अभ्यासात हे सोदाहरण स्पष्ट होते. मद्रास जिल्ह्यातील तंजावरमधील कुंबापेट्टाई १७८० मध्ये स्थापन झाल्यापासून ब्राह्मण जमीनमालकांनी तिथे वर्चस्व प्रस्थापित केले होते.

१९५१–१९५३ दरम्यान जेव्हा डॉ. गॉघ यांनी गावाचा अभ्यास केला तेव्हादेखील ब्राह्मणच सर्वश्रेष्ठ होते. गावाच्या रचनेतील खालच्या स्तरात भूमिहीन मजुरांच्या तीन जाती होत्या, ज्यांना आता आदिद्रविड म्हटले जाते ते मूळचे द्रविड होते. ब्राह्मणांमध्ये वडील ही अधिकारी व्यक्ती अशी असते, ज्यांची हुकुमत खंबीरपणे व दीर्घकाळ चालणारी असते. आदिद्रविडांमध्ये मुलगा तरुणपणीच कमावता होतो व सर्वसामान्यपणे विवाहानंतर काही वर्षांतच स्वतंत्रपणे दुसऱ्या घरात स्थायिक होतो. वडिलांचे आज्ञापालन करून त्यांच्यावर अवलंबून राहण्यापेक्षा एक प्रौढ व्यक्ती म्हणून त्याने आपल्या भावंडांबरोबर किंवा सहकाऱ्यांबरोबर स्वतंत्रपणे काम करणे अपेक्षित असते. ब्राह्मण स्त्रियांपेक्षा आदिद्रविड स्त्रिया आर्थिक व सामाजिकदृष्ट्या जास्त स्वावलंबी असतात. त्या सहजपणे व वारंवार घटस्फोट घेऊ शकतात, विधवा पुनर्विवाह करू शकतात. या स्त्रिया ब्राह्मण स्त्रियांसारख्या मूळच्या घरापासून वेगळ्या झालेल्या नसतात व त्या शेतमजूर म्हणून पैसे कमावू शकतात.

आर्थिक घटकांमुळे कौटुंबिक भूमिकांमध्ये फरक पडतो. ब्राह्मण हे जमिनीचे मालक असतात व ते या जमिनींचे व्यवस्थापन करतात. ते मजूर म्हणून काम करत नाहीत. त्यांचा उत्पन्नाचा मुख्य आर्थिक स्रोत फक्त जमीनच असल्यामुळे व एकत्रित मालकी हक्क असल्यामुळे घरातील तरुणाला विवाहानंतरही क्वचितच वडिलांचे कुटुंब सोडून जाणे शक्य होते. एकत्रित मालकी हक्क व सामायिक व्यवस्थापन करण्यासाठी कोणातरी अधिकारी व्यक्तीची आवश्यकता असते. एकत्रित ब्राह्मण कुटुंबातील कुटुंबप्रमुख जमिनीचा व्यवस्थापक म्हणून वयोवृद्ध होईस्तोवर परिणामकारकपणे व निर्णायकपणे ताबा ठेवू शकतो. ब्राह्मण कुटुंबातील स्त्रियांचा स्वतःच्या नावाने जमिनीवर काहीही हक्क असत नाही व घरगुती उत्पन्नात स्त्रियांचे कोणतेही योगदान नसते. याउलट आदिद्रविड स्त्रिया मात्र आर्थिकदृष्ट्या पुरेशा स्वयंपूर्ण असतात व त्यामुळेच कौटुंबिक प्रश्नांच्या बाबतीत त्या जास्त स्वतंत्र पद्धतीने वागू शकतात. आदिद्रविड कुटुंबातील एखादा मुलगा लवकरच वडिलांइतकेच कमावू लागतो. त्यामुळे अशा घरातील तरुणांवर वडिलांचा आर्थिकदृष्ट्या ताबा राहत नाही. त्यामुळेच ब्राह्मण कुटुंबप्रमुखाच्या तुलनेत वडिलांकडे असलेले अधिकार आदिद्रविड कुटुंबात जास्त काळ टिकत नाहीत.[३]

---

[३] गॉघने दाखवल्याप्रमाणे त्यांच्यामध्ये फार मोठ्या प्रमाणात असमानता नाहीत. दक्षिण भारतातील गावकऱ्यांच्या अनुभवांचा आधार घेऊन लेविस ड्युमॉन्ट याने गॉघच्या वृत्तान्तावर अभिप्राय देताना असे म्हटले आहे; पण दोन सामाजिक स्तरांमध्ये असतात त्याप्रमाणे त्यांच्या कौटुंबिक संबंधांमध्ये नक्कीच काही विशिष्ट फरक आहेत, याच्याशी तो सहमत आहे (ड्युमॉन्ट १९६१ब, पृ. क्र. ८३).

आयुष्यभर पतीशी एकनिष्ठ राहणे व पतीची सेवा करणे हेच स्त्रियांचे विधिलिखित आहे, या ब्राह्मणांच्या श्रद्धेवर आदिद्रविडांचा विश्वास नसतो. आदिद्रविड पित्याला आपल्या मुलाला स्वतःशी बांधून ठेवणे तितकेसे आवश्यक वाटत नाही; कारण ब्राह्मण पित्याप्रमाणे त्याची आपल्या मृत्युपश्चात आपला मुलगा जे अंत्यविधी करेल त्यावरच इथून पुढचे आपले दैव अवलंबून आहे अशी समजूत नसते. असे फरक जरी असले तरी कुटुंब म्हणून असलेले आदर्श दोन्ही समूहांमध्ये समानच असतात. स्त्रियांना इतरांपासून लांब ठेवणे किंवा विधवा पुनर्विवाहाला मनाई अशा गोष्टींना केवळ ब्राह्मणी मूल्ये म्हणून आदिद्रविड तुच्छ लेखत नाहीत. खालच्या श्रेणीतील पण आता संपन्न झालेली कुटुंबे ज्यांना कुटुंबातील स्त्रियांना शेतजमिनीपासून दूर ठेवणे परवडू शकते, ते स्थानिक ब्राह्मणांप्रमाणेच कौटुंबिक संबंधांचा अवलंब करण्याचा प्रयत्न करतात (गॉघ १९५६, पृ. क्र. ८२७).

पारंपरिकरीत्या चामड्याशी संबंधित काम करणारे व शक्यतो भूमिहीन मजूर असणारे सेनापूर गावातील चर्मकार, प्रभावशाली जमीनमालक ठाकुरांप्रमाणे कौटुंबिक संबंधांतील आदर्शांचे पालन करण्याचा प्रयत्न करतात. चर्मकारांना ठाकूर ज्या आदर्शांचे पालन करतात तशाच आदर्शांचे पालन करायची इच्छा असते. उदा. ठाकुरांकडे असते त्याप्रमाणे एकाच घरात एकाच चुलीचा वापर करून एकत्र नांदणाऱ्या तीन पिढ्या. 'अन्नासाठी एकाच चुलीचा वापर करणाऱ्यांचा एकत्र अन्नग्रहण करणाऱ्या लोकांचा (रोटीव्यवहार करणाऱ्या लोकांचा) एक समूह तयार होतो. मालमत्ता व अधिकार, तिजोरी, अन्नपदार्थ ठेवण्याचे फडताळ, कर्ज, श्रमशक्ती या सगळ्यांचे कुटुंबातील एकच समान वाटप व सर्वसामान्यपणे एकच मान्यताप्राप्त कुटुंबप्रमुख असा चर्मकारांसाठी या सहयोगी समूहाचा अर्थ असतो.' (कॉह्न १९६१अ, पृ. क्र. १०५२). बरेचसे चर्मकार एकत्र कुटुंब टिकवण्यात काही विशिष्ट कालावधीसाठी यशस्वी होतात. १९५३ साली या गावात १२२ चर्मकार घरांमध्ये ४२ एकत्र कुटुंबे राहत होती. एकत्र कुटुंबपद्धती दीर्घकाळ टिकवण्यात चांभारांची गरिबी आड येते. जगण्याचा कमी कालावधी हा गरिबीचा एक परिणाम आहे. तीन पिढ्या एकत्रितपणे राहत असलेल्या घरातील कुटुंबप्रमुख होण्याइतके चर्मकारांमधील काहीच पुरुष जगतात. अभ्यासासाठी पाहणी केलेल्या काळात गावातील पन्नास वर्षांवरील चर्मकारांची संख्या केवळ ६% इतकी होती. आपल्या मुलांना अपत्यप्राप्ती व्हायच्या आतच वडिलांचा जर मृत्यू झाला तर एकत्र कुटुंबाला घट्ट बांधून ठेवणारा प्रभाव लोप पावतो.

शिवाय चर्मकारांच्या आयुष्यातील दोन ते चार वर्षं अशी असतात जेव्हा त्यांना पुरेसे अन्न मिळत नाही व बऱ्याचदा ते भुकेलेच राहतात. सेनापूर गावातील चर्मकारांमध्ये कौटुंबिक विभाजनाच्या बारा पैकी आठ प्रसंगांमध्ये, अन्न व उत्पन्नाची विभागणी यावरून वाद होऊन ते विभक्त होतात. "भावाला तीन मुले आहेत म्हणून मी माझ्या अल्प कमाईतील मोठ्या

हिश्श्याचे त्याच्याबरोबर का म्हणून वाटप करावे, असा प्रश्न एकच मुलगा असलेल्या त्याच्या भावाला पडतो" (कॉह्न, पृ. क्र. १०५३). वडील जिवंत असले तरी त्यांचे अधिकार वापरूनसुद्धा अशा प्रकारचे तंटे दडपले जाऊ शकत नाहीत. याचे कारण आर्थिक सूत्रे आता काही अंशीच त्यांच्या हातात असतात. वय वर्षे पस्तीसनंतर त्या व्यक्तीचे मजूर म्हणून असलेले उत्पन्न कमी होते व त्याचा मोठा झालेला मुलगा वडिलांपेक्षा जास्त कमावू शकतो. जमीनमालक ठाकुरांमध्ये वडीलधारे आपला आर्थिक प्रभाव टिकवून ठेवतात कारण ते कुंबापेट्टाईच्या वडीलधाऱ्या ब्राह्मणांप्रमाणेच त्यांची व्यवस्थापकीय कार्ये करण्यास सक्षम असतात. सेनापूरमध्ये कारागीर व मधल्या श्रेणीतील शेतकरी यांची एकत्रित श्रमशक्तीमुळे कार्यक्षमता वाढते व त्यामुळेच ते एकत्रितपणे राहू शकतात. चर्मकारांकडे फारच थोडी जमीन व एकत्रितपणे उभारलेले उद्योग असतात; त्यामुळे अशा अर्थकारणामुळे त्यांना जास्त लाभ मिळू शकत नाहीत.

भावंडे व मुला-मुलींच्या एकजुटीसाठी चर्मकार पत्नी कोणतेही योगदान देत नाहीत. ठाकुरांच्या घरामध्ये स्त्रियांच्या भावनांचा उद्रेक होऊन जी फूट पडू शकते, त्यावर नियंत्रण ठेवले जाऊ शकते; पण चर्मकार स्त्री ना मवाळ असते ना एकटी पडलेली असते. ती जवळपास पुरुषांइतकेच कमावते व जास्त कालावधीसाठी कमावते. तिने जर आपल्या पतीचे कुटुंब सोडून पुन्हा आपल्या वडिलांच्या घरी जाण्याचा निर्णय घेतला तर तिचे स्वागतच केले जाते. तिने कोणतेही घर निवडले तरी ती तिथल्या घरासाठी अन्न व पैसा पुरवते. तिला जर सासूबरोबर राहायची इच्छा नसेल तर ती तिथे राहिली नाही तरी चालते. ठाकुरांच्या घरातील तरुण पत्नीला मात्र अशी निवड करता येत नाही.

चर्मकार हे ठाकुरांप्रमाणे एकाच ठिकाणाशी बांधील नसतात व जिथे कुठे आर्थिक संधी मिळेल तिथे ते पालकांचे कुटुंब सोडून त्वरित निघून जातात. जेव्हा चर्मकारांच्या घरातील पुरुष कामासाठी म्हणून शहरात जातो, त्याची बायकामुले सर्वसामान्यपणे त्याच्या कुटुंबाबरोबर राहतात. यामुळे एकत्र कुटुंबाला अधिक उत्पन्नाचे फायदे होतात. गावातील शाळांमध्ये शिकवणारे तीनही चर्मकार शिक्षक एकत्र कुटुंबातच मोठे झाले. सर्वसामान्यपणे अनेक कुटुंबांच्या एकत्रित साधनांमुळे चर्मकारांना आपल्या मुलांना शिक्षण घेऊ देणे परवडू शकते.

अशी सर्व चर्मकार कुटुंबे ज्यांच्या घरात मुले आहेत ती काही कालावधीसाठी तरी एकत्र कुटुंब बनून राहतात. घरातील तरुण मुलगा पंधरा ते सतरा वर्षांचा झाल्यावर नवीन वधू घरात आणतो व वीस वर्षांचा होईस्तोवर स्वतःचे वेगळे घर बनवत नाही (कॉह्न, पृ. क्र. १०५२). दीर्घ कालावधीसाठी एकत्रितपणे राहण्यासाठी चांगले उत्पन्न व उच्च महत्त्वाकांक्षा दोहोंचीही गरज असते. केवळ उत्पन्न पुरेसे ठरत नाही. काही श्रीमंत चर्मकार एकत्र कुटुंबात राहणे पसंत करत नाहीत; पण शिक्षित असलेले चर्मकार सर्वसामान्यपणे वरच्या जातींप्रमाणेच कौटुंबिक

मानदंड पाळतात. इथल्या दक्षिण भारतातील काही उदाहरणांप्रमाणे ज्यांना आपली सामाजिक पत वाढवायची आहे ते प्रतिष्ठित आदर्श कुटुंबातील नमुन्याचे अनुकरण करतात.

देशभरात सगळीकडेच कौटुंबिक व्यवसाय हा कौटुंबिक रचनेवर परिणाम करतो. अनेक दांपत्ये असलेल्या कुटुंबांपेक्षा किंवा जे स्वतःच्या जमिनी कसत नाहीत किंवा जे भूमिहीन मजूर आहेत त्यांच्यापेक्षा, ज्यांच्याकडे स्वतःच्या जमिनी आहेत व जे स्वतःच्या जमिनी कसतात अशी कुटुंबे एकत्रित राहण्यास जास्त प्रवृत्त होतात, असे निरनिराळ्या प्रदेशातील गावांच्या पाहणीतून दिसून येते. म्हणूनच स्वतःच्या जमिनी विकसित करणाऱ्यांमध्ये एकत्र कुटुंब राखण्याचे प्रमाण केव्हाही जास्त असते. पश्चिम बंगालमधील चार गावांच्या पाहणीदरम्यान वरच्या जातींचा दर्जा व एकत्र कुटुंबाचे जास्त प्रमाण यांच्यात काहीतरी परस्परसंबंध असल्याचे शर्मा यांना आढळून आले पण त्यापेक्षा जास्त सुस्पष्ट संबंध त्यांना व्यवसाय व कौटुंबिक रचना यांच्यात दिसून आले. शेतजमिनीचे मालक व विकासक असणाऱ्या १११ नमुन्यांमध्ये ३५% लहान कुटुंबे तर ६५% एकत्र कुटुंबे होती. शेतमजुरांच्या १२६ कुटुंबांच्या नमुन्यांमध्ये ७५% लहान कुटुंबे तर २५% एकत्र कुटुंबे होती. पिकांचा वाटा मालकांना देणारे (खंडकरी) व जमीन विकसित न करणारे जमीनमालक यांच्यातील प्रमाण अनुक्रमे १४८ कुटुंबांच्या नमुन्यांमध्ये ४५% लहान कुटुंबे व ५३ कुटुंबांच्या नमुन्यांमध्ये ५८% लहान कुटुंबे असे होते (शर्मा १९६४, पृ. क्र. १९८–२०१; १९५९, पृ. क्र. १०४–१०५; या पाहणीतील इतर कोष्टके १९५३–१९५४ मधील बुर्दवान जिल्ह्यातील एल.के. सेन १९६५ यामधील आहेत).

इतर पाहणींदरम्यानदेखील व्यवसायानुरूप असेच समान फरक दिसून आलेले आहेत; पण त्यांचे निष्कर्ष थेट तुलना करण्यायोग्य होऊ शकत नाहीत; कारण अनेक लेखकांनी समान प्रकार वा व्याख्या वापरलेल्या नसतात. उदाहरणार्थ, सेनापूरमध्ये जमीनमालक असलेल्या ठाकूर कुटुंबांपैकी १९% कुटुंबे एकल आहेत; पण मोठ्या प्रमाणात असलेल्या भूमिहीन चर्मकारांमध्ये ५९% एकल कुटुंबे आहेत. दिल्लीजवळ असलेल्या रामपुरामध्ये जाट कुटुंबांमध्ये, जी मुख्यत्वे जमीनमालक आहेत, ७०% एकत्र कुटुंबे आहेत व चर्मकारांमध्ये १९% एकत्र कुटुंबे आहेत. नमुना म्हणून पाहणी केलेल्या बडोदा येथील माध्यमिक शाळांच्या विद्यार्थ्यांमध्ये पाटीदार जातींपैकी ६५% एकत्र कुटुंबे आहेत; जी मुख्यत्वे जमीनमालक व जमीन कसणारी आहेत तर त्यातील पारंपरिक व्यापारी असणारी ३७% जी बंजारा जातीचे आहेत ती एकत्र कुटुंबे आहेत (कोलेंदा १९६८, पृ. क्र. ३६३, ३६८; शाहानी १९६१). व्यापाऱ्यांमधील एकत्र कुटुंबांचे कमी प्रमाण हे त्यांच्या कौटुंबिक रचनेतील बदलाचे निदर्शक आहे. सर्वसामान्यपणे व्यापाऱ्यांमध्ये एकत्र कुटुंबांचे प्रमाण राहण्याच्या बाबतीत जरी नसले तरी आर्थिक व कायदेशीर अंगाने तुलनेने जास्त आहे. वेगवेगळ्या घरातील लोक जरी फक्त कौटुंबिक

समारंभांच्या वेळीच एकत्र येत असले तरी एकत्र कुटुंबांची मालकी व अनेक दुकानांच्या साखळींचे व्यवस्थापन केल्यामुळे लक्षणीय फायदे होतात (देसाई १९६४, पृ. क्र. १७७, १८६, १८९, १९४, २०८, २१२; अगरवाल १९५५, पृ. क्र. १४०–१४४); पण बडोद्यातील बनिया कुटुंबांचे प्रातिनिधिक नमुने व्यापाराचा त्याग करून इतर धंदे व सरकारी व्यवसाय शोधत होते. एकत्र कुटुबांना बांधून ठेवण्यासाठी जे व्यावसायिक कारण बऱ्याच काळापासून वापरले जात होते, त्याचे महत्त्व पूर्वीप्रमाणे राहिले नव्हते (शाहानी १९६१, पृ. क्र. १८२७).

जमीनमालक असणारे व तीच जमीन कसणारे त्याच गावातील इतरांपेक्षा शक्यतो दीर्घकाळ एकत्र कुटुंब टिकवून ठेवतात पण जमीनमालक व कसणाऱ्यांच्या निरनिराळ्या जातींनुसार यासंदर्भात फरक पडतो. उदाहरणार्थ, रामखेरी गावात रजपूत व शेतकरी (खाती) दोघेही जमीनमालक व जमीन कसणारे आहेत; पण एकुणातच रजपुतांपेक्षा शेतकऱ्यांमध्ये एकत्र कुटुंबे जास्त काळ टिकतात. असे घडते कारण शेतकरी हा खऱ्या अर्थाने नेहमीच शेतीचा विचार करत असतो व शेती करताना आवश्यक असणाऱ्या एकत्र कुटुंबाच्या कार्यक्षमतेबद्दल शेतकऱ्याला जास्त काळजी असते; तर रजपुतांना संपत्ती व सामाजिक स्थान यादृष्टीने जमिनीमध्ये जास्त रस असतो, याचे स्पष्टीकरण मेयर असे देतात (१९६०, पृ. क्र. १८१).

पॉलिन कोलेंदा यांनी केलेल्या सहा ठिकाणच्या तुलनात्मक अभ्यासात (उत्तर प्रदेशमधील सेनापूर, खालापूर व सिरकंद, दिल्लीमधील रामपुरा, मध्य प्रदेशातील रामखेरी व मद्रासमधील प्रमलई कल्लार) कौटुंबिक रचनेवर परिणाम करणारा दुसरा एक चल त्यांनी जाणून घेतला. पत्नी व तिचे माहेरचे कुटुंब पतीच्या उपजीविकेसाठी जे योगदान देतात त्यावर हा बदलणारा घटक अवलंबून असतो. पती व त्याच्या कुटुंबाकडून मोठ्या प्रमाणात सामाजिक व आर्थिक साहाय्य होते व पत्नी व तिच्या कुटुंबीयांकडून जेव्हा कमीत कमी मदत घ्यावी लागते तेव्हा विवाहित दांपत्य एकत्र कुटुंबासोबत जास्त काळ राहतात. याउलट, पत्नी ही जेव्हा मुख्यत्वे कमावती असते व तिचे माहेरचे कुटुंब जेव्हा तिच्या वैवाहिक कुटुंबात काही योगदान देत असते तेव्हा पैतृक एकत्र कुटुंब कमी कालावधीसाठी एकत्रितपणे टिकून राहते. नमुना म्हणून तपासलेल्या तीन समुदायांमध्ये, एकीकडे बऱ्याच एकत्र कुटुंबात, तर दुसरीकडे तीनपैकी काहींमध्ये, एक महत्त्वाचा फरक दिसून येतो तो म्हणजे, 'पतीकडून पत्नीच्या नातेवाइकांबरोबर महत्त्वाचे असे आर्थिक व सातत्यपूर्ण सामाजिक बंध नेहमीच जोपासले जात नाहीत.' (१९६७, पृ. क्र. १७३, २११) विशेषतः आधीच्या प्रकारात हे घडते.

कृषितंत्रज्ञानाचादेखील कौटुंबिक रचनेवर परिणाम होऊ शकतो. प्रति कुटुंब जास्तीत जास्त एकर क्षेत्र जिथे सिंचनाखाली होते त्या गावांमध्ये तुलनेने काही एकत्र कुटुंबं होती, असे ओरेनस्टाईनला पुणे जिल्ह्यातील एकोणसाठ गावांच्या पाहणीदरम्यान आढळून आले. ओरेनस्टाईनच्या म्हणण्यानुसार जास्त जमीन सिंचनाखाली असलेल्या कुटुंबांना जास्तीत जास्त

उत्पन्न रोखीने मिळते. पैशाच्या व्यवस्थेवरूनच वाद निर्माण होतात व अशा कुटुंबातील सदस्य जास्त लवकर विभक्त होतात आणि रोख रक्कम व सिंचनाखालील जमीन यांची त्वरित विभागणी होते. सिंचनाखाली असलेली शेती कमी प्रमाणात असेल तर काही वेळा कुटुंबप्रमुखाची व्यवस्थापकीय कार्ये व अधिकार कमी होतात (ओरेनस्टाईन १९६०, पृ. क्र. ३१८–३१९).

भारतातील एकत्र कुटुंबाला लागलेली उतरती कळा याबद्दलचे सर्वसामान्य गृहीतक जो बराच चर्चेचा, लोकप्रिय व विद्वत्तापूर्ण विषय आहे, त्याबद्दलचा आकडा जनगणनेतून स्पष्ट होत नाही. एक संभाव्य निदर्शक म्हणजे, १८९१च्या जनगणनेपासून एका घरातील सरासरी लोकांच्या संख्येत फार ठळकपणे बदल घडलेला नाही (गेट १९१३, पृ. क्र. ४६–४७; गुडी १९६३ पृ. क्र. २३९–२४०; सेनगुप्ता १९५८, पृ. क्र. ३८७–३८८). १९११ ते १९५१ मधील अकरा राज्यांमधील जनगणनेतील माहितीच्या पाहणीनुसार घरगुती सदस्यसंख्या कमी होण्याऐवजी वाढलेली दिसते; पण ही संख्या एकत्र कुटुंबात झालेल्या वाढीपेक्षा वाढत्या लोकसंख्या व अपुरी घरे यांचा परिणामदेखील असू शकते (ओरेनस्टाईन १९६१; लॅंबर्ट १९६२, पृ. क्र. १२६–१२७).

एकत्र कुटुंबात झालेली घट विशेषतः शहरात झाल्याचे गृहीत धरण्यात येते; पण शहरी लोकांनी एकत्र कुटुंबपद्धतीला नाकारले असल्याचे उपलब्ध पुराव्यांद्वारे तरी दिसत नाही. कलकत्त्यामधील २०१ कुटुंबांपैकी, जुन्या व गरीब भागांपैकी १०० व नवीन, श्रीमंतांच्या भागांपैकी १०१ कुटुंबांच्या पाहणीत, श्रीमंतांच्या भागातील ८०% कुटुंबे व त्यांच्या गरीब शेजारी भागांपैकी ५७% कुटुंबे, एकत्र कुटुंबे असल्याचे दिसून आले. एक नमुना म्हणून एकुणातच कलकत्ता शहरातील कुटुंबांपैकी ४२% कुटुंबे एकत्र असल्याचे दिसून आले (जे. शर्मा १९६४, पृ. क्र. २०१–२०५). १९३७ मध्ये पुण्यात झालेल्या पाहणीत २८% एकत्र कुटुंबे असल्याचे दिसून आले. १९५४–५५ मध्ये केलेल्या फेरपाहणीत ३२% एकत्र कुटुंबे असल्याचे दिसून आले. पुण्याच्या अधिक सखोलपणे केलेल्या पाहणीत, विवाह झालेली व नोकरी करणारी मुले असलेल्या अशा १८२ वडिलांपैकी, ६६% मुले आपल्या वडिलांबरोबर राहत होती. या नमुन्यांपैकी, ज्यांना शक्य होते अशांनी म्हणजे दोन-तृतीयांश जणांनी अनेक दांपत्य असणाऱ्या आदर्श घराची रचना प्रत्यक्षात पूर्ण केली होती (सोवनी व इतर १९५६, पृ. क्र. ९५, ४५०; सोवनी १९६१, पृ. क्र. २०७; दांडेकर आणि दांडेकर १९५३, पृ. क्र. १२७–१२९).

अनेक दांपत्य असणाऱ्या कुटुंबांचे *संभाव्य* एकत्र कुटुंबांमध्ये होणारे प्रमाण शोधणे उपयुक्त ठरू शकते, असे या पाहणीमुळे दिसून येते. अपत्य नसलेली किंवा ज्यांना फक्त मुली आहेत अशी दांपत्ये एकदमच एकत्र कुटुंबात विकसित होत नाहीत. नागपूर जिल्ह्यात १९५८ मध्ये २३१४ दांपत्यांची पाहणी करून अशी गणना केली गेली. एकूण नमुन्यांपैकी

३०% अनेक दांपत्ये असणाऱ्या कुटुंबात राहत होते; पण जेव्हा 'रक्ताचे नातेवाईक' असलेल्यांची गणना केली गेली, म्हणजेच ज्यांच्याकडे निवडीचा पर्याय होता, त्यांच्यात एकत्र कुटुंब असलेल्यांचे प्रमाण ४१.८% इतके होते. असा निवडीचा पर्याय असणाऱ्यांपैकी ४९.६% गावातील दांपत्ये, ३९.५% नगरातील दांपत्ये आणि ३२.२% शहरातील दांपत्ये एकत्र कुटुंबात राहत होती (ड्रायव्हर १९६३, पृ. क्र. ४१–४४). प्रजननाचे मूल्यांकन करणे हा या अभ्यासामागील प्रमुख हेतू होता. एक व अनेक दांपत्ये असणाऱ्या कुटुंबांमध्ये प्रजननाबाबत ठळकपणे कोणतेही फरक दिसून आले नाहीत. इतर काही अभ्यासातूनदेखील अनेक दांपत्ये असणाऱ्या कुटुंबांमध्ये प्रजनन जास्त असल्याची कोणतीही माहिती समोर आलेली नाही (तथैव, पृ. क्र. ८२; बेबार्ता १९६६).

गुजरातमधील दोन शहरांमधील एकत्र कुटुंबपद्धती जवळपास मृत झाल्याचे तिथल्या पाहणीतून आढळून आले आहे. दक्षिण गुजरातमधील महुवा नावाच्या शहरात, ४२३ कुटुंबांच्या नमुन्यांपैकी २१% कुटुंबे ही पारंपरिक अर्थाने एकत्र कुटुंबे होती व ९५% कुटुंबांनी त्यांच्याशी संबंधित कुटुंबांशी काही प्रमाणात कौटुंबिक सहकार्याचे संबंध जपले होते (देसाई १९६४, पृ. क्र. ६४). लेखकाच्या व्याख्येनुसार नवसारी शहरात २४६ कुटुंबांच्या नमुन्यांपैकी ५६.५% एकत्र कुटुंबे होती. त्यांनी लोकसंख्येपैकी ६६.६% नमुना म्हणून समाविष्ट केले होते. त्याच प्रदेशातील १५ गावातील कुटुंबांपैकी ४९.७% कुटुंबे ही एकत्र कुटुंबे असल्याचे दिसून आले (कपाडिया १९५६, पृ. क्र. ११२–११५).

भारतातील बदल फार मोठे जरी नसले तरी त्या बदलांची दिशा नक्कीच स्पष्ट आहे, असा निष्कर्ष कुटुंबसंस्थेच्या एका विद्यार्थ्याने काढला आहे (गुडी १९६३, पृ. क्र. २४७). हा दिशात्मक बदल लोकांच्या वृत्तीत व मतांमध्ये जरी आलेला असला तरीही तो अजूनपर्यंत तरी फार मोठ्या प्रमाणावर दिसून आलेला नाही, असा सारांश तो पुराव्यांसह काढतो. अपुऱ्या घरांमुळे जरी एकत्र कुटुंबांची संख्या बहुधा वाढली असली तरी शहरात व गावातदेखील पितृवंशीय आदर्शाचा विशेष मान राखला जातो व ही प्रथा नेहमीच अमलात आणली जाते. अंतिमतः नागरी जीवनातील परिस्थितीमुळे जरी एकत्र कुटुंबांच्या प्रमाणात घट होत असेल तरी, नागरी जीवनाचा कौटुंबिक संबंधांवर परिणाम नक्कीच होतो; पण तो कशा प्रकारे हे अजूनपर्यंत तरी स्पष्ट झालेले नाही, हा एन. व्ही. सोवनी यांनी काढलेला निष्कर्ष आपणही मान्य करायला हवा (सोवनी १९६१, पृ. क्र. २०६–२०७).

एकुणात, आर्थिक घटक जेव्हा कुटुंबाला अनुकूल असतात तेव्हा लोकांचा कल हा एकत्र कुटुंबात टिकून राहण्याकडे असतो. गरीब व खालच्या स्तरातील समूहांमध्ये स्वाभाविकच कमी प्रमाणात एकत्र कुटुंबपद्धती दिसून येते, परंतु अशा सामाजिक स्तरावरदेखील मुलाचे लग्न झाल्यानंतर थोड्या काळासाठी तरी काही कुटुंबांचे रूपांतर एकत्र

कुटुंबात होते. खालच्या जातीतील कुटुंबांमध्ये जेव्हा वरच्या स्तरात जाण्यासाठी सक्षम होण्याएवढे पुरेसे आर्थिक बळ येते व त्यांना पाहिजे असलेले शिक्षण ते घेऊ शकतात तेव्हा ते एकत्र कुटुंब दीर्घकाळ टिकवून ठेवणे, यासारख्या आदरणीय कौटुंबिक आदर्शांचे पालन करण्यास योग्य बनतात. जमिनीवरील एकत्रित मालकी हक्क व जमिनीवर पूर्णपणे अवलंबन हे एकत्र कुटुंबांना घट्ट बांधून ठेवण्यास उपयुक्त ठरतात. व्यापारी व कारागिरांमध्ये मोठ्या घरांची अर्थव्यवस्था एकत्र कुटुंबांना टिकवून ठेवण्यास कारणीभूत ठरते. जेव्हा जमिनीचे उत्पन्न हे मुख्यत्वे रोखीने येते किंवा एखाद्या नवीन व्यवसायाद्वारे उत्पन्न मिळते तेव्हा एकत्र कुटुंबाचा आर्थिक आधार कमकुवत होतो व त्यामुळे एक कुटुंब म्हणून कमी काळ त्याचे अस्तित्व राहते; पण शहरातील आकडेवारीनुसार एकत्र कुटुंबपद्धती कोणत्याही प्रकारे बंद झालेली नाही किंवा भावंडा-भावंडांमधील ऐक्य अचानक संपुष्टातदेखील आलेले नाही.

प्रदेशा-प्रदेशांमधील फरक

कौटुंबिक रचनेतील तिसऱ्या प्रकारचे वैविध्य म्हणजे प्रदेश. वैविध्यातील या प्रकारामधील अभ्यास जरी अगदीच प्राथमिक स्वरूपाचे असले तरी भाषिक-सांस्कृतिक क्षेत्रातील काही विशिष्ट बदलांची नोंद घेता येते. एकीकडे हिंदी भाषिक व लगतच्या प्रदेशातील हिंदू व दुसरीकडे तमिळ, तेलगू व कन्नड बोलणारे दक्षिण भारतातील हिंदू यांच्यामध्ये पत्नीची निवड करण्याच्या पद्धतीत बदल होतो (पहा, मेरीयट १९६०, पृ. क्र. ४०–४२). उत्तरेकडील भागात सर्वसामान्यपणे गावापासून लांबच्या भागातील व जवळच्या नात्यातील नसलेली स्त्री पत्नी म्हणून निवडतात. दक्षिणेमध्ये व्यक्तीने जवळच्या नात्यातल्या मुलीशी विवाह करणे अपेक्षित असते. दक्षिणेतील काही जातींमध्ये विवाहासाठी आईच्या भावाची मुलगी किंवा मोठ्या बहिणीची मुलगी निवडण्यास प्राधान्य देतात. वैवाहिक नियम व नातेवाइकांमधील पद्धती यावरील चर्चेमध्ये हा फरक आपण नंतर विचारात घेऊयात.

कुटुंब व नातेवाइकांच्या बाबतीत केरळ हा प्रदेश सर्वाधिक भिन्न होता व काही अंशी अजूनही आहे. या प्रदेशातील नायर व काही इतर जाती या मातृवंशीय होत्या ज्यामध्ये आई व मुलीमधील संबंध दीर्घकाळ टिकणारे मानले जात. नायर स्त्री ही विवाहानंतरदेखील तिच्या माहेरीच–आपल्या आईच्या घरात राहत असे. वडिलांकडून मुलाकडे वारसा येण्याऐवजी आईकडून मुलीकडे, भावाकडून बहिणीच्या मुलांकडे येई. पुरुषदेखील त्यांच्या जन्मजात मातृवंशीय कुटुंबात राहत. जिथे पत्नी व मुले राहत तिथे नायर पुरुष हा पाहुणा असे. भारतात इतरत्र पालन होत असलेल्या रिवाजांच्या उलट जरी इथे होत असले तरी इतर बाबतीत नायर कुटुंबे ही जवळपास पितृवंशीय कुटुंबांप्रमाणेच होती. मूलभूत द्रविडीयन पद्धतींप्रमाणे दक्षिण भारतातील पितृवंशीय समाज नातेवाइकांसाठी ज्या संज्ञा वापरतो तशाच संज्ञा इथेदेखील

वापरल्या जातात (यालमान १९६७, पृ. क्र. ३५९–३७२). अनेक विवाहित बहिणी, त्यांची मुले, त्यांची आई व तिच्या बहिणी, अधूनमधून येणारे त्यांचे पती यांचे एकत्र कुटुंब हा सर्वसामान्यपणे दिसून येणारा एक आदर्श प्रकार होता. आई व मुलगी, बहिणी-बहिणी व आणि भाऊ-बहीण हे कायम राहणारे बंध मानले जात. वडिलांच्या भूमिकेतून पाहता नायर पुरुषाचा स्वतःच्या मुलांवर कोणतेही कायदेशीर हक्क वा अधिकार नव्हता. तो त्यांच्याशी खेळू शकत असे, त्यांना भेटवस्तू देऊ शकत असे, त्यांना मित्रत्वाच्या नात्याने मार्गदर्शन करू शकत असे. कुटुंबातील मुख्य पुरुष म्हणून त्याचा अधिकार त्याच्या बहिणीच्या मुलांवर असे.

मुलगा हा नंबुदिरी ब्राह्मण पुरुष व नायर स्त्री यांचे अपत्य असल्यास वडील-मुलाचे संबंध जास्त गुंतागुंतीचे होत (असत). नंबुदिरी कुटुंबातील मोठ्या मुलालाच विवाह करण्याची अनुमती होती. लहान मुलाला नायर स्त्रीबरोबर राहता येत असे, जे नित्याचे व संमतदेखील होते, पण तो काही पूर्ण विवाह नसे. कर्नल उन्नी नायर (ज्यांचा जन्म १९११ साली झाला) यांनी नायर एकत्र कुटुंबातील त्यांच्या बालपणाचे वर्णन केले आहे व आपल्या नंबुदिरी वडिलांची प्रशंसा केली आहे. ते किंवा त्यांची आई कधीच वडिलांबरोबर एकत्र जेवत नसत. अगदी वडिलांना जेवतानादेखील पाहत नसत. सकाळच्या अंघोळीपासून ते त्यांच्या दुपारच्या जेवणापर्यंत, नंतर ते वैयक्तिक शुद्धता पाळण्याबाबत थोडे शिथिल होत, दिवसा कधीच ते त्यांच्या वडिलांना स्पर्श करत नसत. इथेसुद्धा वागणुकीच्या संदर्भांचा संमत नात्यांच्या स्वरूपावर परिणाम होत असे. मी जर दिवसा कधी वडिलांना स्पर्श केला तर त्यांना पुन्हा अंघोळ करून कपडे बदलून शुद्ध व्हावे लागत असे; पण वस्तुस्थिती पाहता, वडील भावनांचा फारसा गाजावाजा न करणारे असल्यामुळे, ते एकटे असताना जरी स्पर्श झाला तरी ते त्यावर काही आक्षेप घेत नसत; पण इतरांच्या उपस्थितीत मात्र त्यांना सभ्यता पाळाव्या लागत व तेव्हा आम्ही ब्राह्मणत्व विटाळल्यामुळे नव्हे तर व्यवहारचातुर्य न बाळगल्यामुळे इतरांकडून ओरडा बसायचा (१९५२, पृ. क्र. ५६). मुलांकडून झालेले औपचारिकतेचे उल्लंघन हा जरी मोठा मुद्दा नसला तरी इतरांच्या उपस्थितीत त्यांनी असे केले ही गोष्ट सार्वजनिक दृष्टीने पाहता महत्त्वाची मानली जात असे.

वडील नंबुदिरी वा नायर कोणीही असले तरी त्यांचे आपल्या मुलांशी असलेले संबंध भारतात इतरत्र मुलांचे आपल्या मामाशी ज्याप्रकारचे संबंध असतात तसेच होते. नायरांमध्ये आईचा भाऊ, विशेषतः तो जर कुटुंबप्रमुख असेल, तर त्याच्याकडे काही अधिकार राखून ठेवलेले असत व त्याने आपल्या भाच्यांना शिस्त लावणे अपेक्षित असे. पितृवंशीय जातीतील कुटुंबांमध्ये कुटुंबप्रमुखाला ज्याप्रकारचा आदर मिळतो तसाच आदर नायर मुलाला आईच्या कुटुंबातील प्रमुखाला द्यावा लागतो व त्यांचे त्वरेने आज्ञापालन करावे लागते.

भूमिकांमध्ये अदलाबदल झालेली असेल तरी एखाद्या पितृवंशीय सर्वसामान्य एकत्रित कुटुंबाप्रमाणेच नायर कुटुंबे एकत्रितपणे राहतात ज्यामध्ये आर्थिक व्यवहारांचे मूलभूत घटक होते. त्यातील सदस्यांचा मालमत्तेवर समान हक्क असे असतात. कुटुंबप्रमुख बाहेरील कौटुंबिक प्रश्नांकडे लक्ष देत असे तर घरातील आर्थिक घडी बसवण्याचे काम वरिष्ठ स्त्रिया करत असत. घरातील देव-देवतांच्या पूजाअर्चा, विधींसाठी कुटुंबातील सदस्य एकत्र येत असत. पितृवंशीय कुटुंबात ज्याप्रमाणे भावंडांना आपल्या पत्नींच्या प्रभावाखाली न येता एकत्रित राहण्यासाठी आवर्जून सांगितले जाते त्याचप्रमाणे नायर कुटुंबात पती व मुलांच्या प्रतिक्रियांनी वाहवत न जाता बहीणभावांनी एकत्र राहणे अपेक्षित असते. गेल्या काही दशकांत, कायदेशीर, आर्थिक व सामाजिक अशा काही बाह्य दबावांमुळे नायरांमधील पारंपरिक मातृवंशीय कुटुंबपद्धती दुर्मीळ झाली आहे; पण मातृवंश या त्यांच्यातील धाग्याने अजूनही त्यांना एकत्रित बांधून ठेवले आहे. नायर कुटुंब हे सर्वसामान्य भारतीय एकत्र कुटुंबाचे प्रतिबिंब आहे. मानवी कुटुंबसंस्थेचे हे एक टोकाचे महत्त्वाचे उदाहरण आहे ज्यामध्ये पित्याची सामाजिक भूमिका अगदीच नगण्य असते. मातृवंशीय पद्धतीमध्ये मूलभूत वैविध्य असूनही सर्वसामान्य भारतीय कुटुंबव्यवस्थेत व जातीच्या चौकटीत तिचा समावेश होऊ शकतो हेदेखील त्यामुळे दिसून येते (पहा, गॉघ १९६१क, पृ. क्र. २९८–३७०, उन्नी १९५६, पृ. क्र. ४५–४६; कर्वे १९६५, पृ. क्र. २९१–३०८; कपाडिया १९५८, पृ. क्र. २७३–२८०; ड्युमॉन्ट १९६१अ, पृ. क्र. ३२–३३; ड्युमॉन्ट १९६४अ, पृ. क्र. ८५–८६; मेंचर १९६५).

कौटुंबिक जीवनाबद्दलची गृहीतके व अपेक्षा यांच्या चौकटीमध्ये भावंडांमधील ऐक्याचा आदर्श, उतरंडीवर भर, कौटुंबिक कार्यांच्या व्यापकतेच्या शक्यता व व्यक्तीची कुटुंबाबरोबर असणारी बांधीलकी यांचा समावेश होतो. व्यक्ती कशा प्रकारे कौटुंबिक भूमिका वठवतात त्यावरच ही गृहीतके आणि अपेक्षा प्रत्यक्षात कशा प्रकारे पार पडतात, हे अवलंबून असते.

४ नातेसंबंधांचे व्यापक बंध

ग्रामीण माणसाचे आयुष्य त्याच्या कुटुंबाशिवाय त्याच्या इतर आप्तांसोबतही मोठ्या प्रमाणात व्यतीत होते. दिवसाचा बराचसा वेळ लोकांमधील ऊठबस, सगळे घरगुती सोपस्कार सामान्यपणे त्याच्या नातेवाइकांसोबत पार पडत असतात. गावात राहणारे कुटुंब अडीअडचणींच्या काळात, धार्मिक विधींच्या प्रसंगी, शेतातल्या कामासाठी किंवा वैमनस्यातून होणाऱ्या संघर्षांच्या प्रसंगी आपल्या आप्तस्वकीयांना मदत करण्यास पोहोचते आणि ती कुटुंबेही अशी तातडीची गरज किंवा नित्यक्रमातल्या प्रसंगांत या कुटुंबाची मदत घेतात.

आपल्या नजीकच्या कुटुंबाशिवाय अनेक स्तरांतील आप्तस्वकीयांशी पुरुषाचा संबंध येत असतो. वडिलांच्या घराण्यातील त्यांच्यासाठी निकटवर्ती असणारी कुटुंबं आणि शेजारीपाजारी, ज्यांना स्थानिक समाज असे म्हणता येईल अशा लोकसमूहाशी त्याचा जास्तीत जास्त संबंध येतो. या कुटुंबांमधील पुरुष म्हणजे वेगवेगळी घरे थाटलेले भाऊ किंवा भावांचे मुलगे किंवा चुलतभाऊ असतात. त्या कुटुंबांमधील सुना, दत्तक घेतलेली मुले आणि घरजावयांसह सर्वांना—त्यांचे घराणे हे संबंधित पुरुषाच्या पितृवंशापेक्षा वेगळे असले तरी—या समूहाचा भाग मानले जाते. अशा स्थानिक समाजांमध्ये कमीत कमी दोन किंवा जास्तीत जास्त वीस ते तीसपर्यंत कुटुंबांचा समावेश असतो. एका वंशाशी संबंधित असलेली कुटुंबं सहसा औपचारिक धार्मिक विधींचे कार्यक्रम एकत्र पार पाडतात, विशेषत्वाने सुतक पाळण्यासारखे विधी आणि अशा एकत्रित विधीपालनामुळे त्या समूहाच्या सीमा स्पष्ट होण्यास मदत होते. इतर अनेक कामांमध्येसुद्धा ते सहकार्याने वागतात. वंश म्हणजे एखाद्या कुटुंबाचा विस्तारित भाग मानला जातो आणि त्यामुळे ते बहिर्विवाही एकक ठरते. एकाच कुटुंबापेक्षा एकाच वंशातील मुलगा आणि मुलीचा आपसात विवाह होऊ शकत नाही.

सगळ्या नाही तरी अनेक जातींमध्ये, बाह्यविवाह करणारा वर्ग असतो. आपल्या सोयीसाठी आपण त्याला वंश किंवा घराणे असे म्हटले जाते. वंश हा समूहापेक्षा समूहांचे वर्गीकरण असते. एकत्रित कृतीसाठी कारणीभूत ठरणाऱ्या मुख्य घटकापेक्षा ती एक वर्गीकरणात्मक श्रेणी असते. प्रत्येक व्यक्ती आपल्या वडिलांचा वंश पुढे चालवते आणि वंशांतर्गत विवाहांना बंदी असते; कारण त्या वंशातील सर्व जण एकाच पूर्वजाचे वारस असतात, असे मानले जाते. घराण्यातील सदस्यांचा सामायिक पूर्वज म्हणजे सहसा एक स्मरणात असलेली, प्रत्यक्षात पाहिलेली व्यक्ती असते, परंतु घराण्याचा मूळपुरुष म्हणजे एखादी महान आणि अलौकिक व्यक्ती असते. एखाद्या वंशाचे सदस्य इतके विखुरलेले असतात आणि त्यांचे नात्यांचे बंध इतके सैलावलेले असतात की सामूहिक फायद्यासाठी

किंवा सामूहिक कृतीसाठी ते एकत्र येत नाहीत. मात्र, कुलदेवतेच्या पूजेसारख्या, एकत्रितपणे पार पाडण्याच्या समारंभानिमित्ताने ते भेटतात. परंतु प्रामुख्याने योग्य किंवा अयोग्य वधूवर म्हणून जातीतल्या मुलामुलींचे वर्गीकरण करण्यासाठी वांशिक वर्गीकरण केले जाते.

आप्तस्वकीयांचा आणखी एक प्रकार आहे, जो सामूहिक कृतीसाठी कारण पुरवतो. यामध्ये जातसमूहातील कुटुंबांचा म्हणजेच एकाच गावात राहणाऱ्या एकाच जातीतल्या कुटुंबांचा समावेश होतो. ते अशा अर्थाने निकटवर्तीय असतात की ते खरोखरचे किंवा संभाव्य नातेवाईक असतात आणि एकाच गावातील निवास हा यातील अतिरिक्त संबंध आहे. ते धार्मिक विधींसाठी एकत्र येतात, आर्थिकदृष्ट्या एकमेकांना मदत करतात, इतरांमुळे ज्याचे हित आणि स्थान यांना धोका निर्माण झाला असेल अशा कुठल्याही जातभाईच्या बचावासाठी पुढे येतात. जातीच्या रचनेच्या संदर्भात, नंतरच्या प्रकरणात या समूहाविषयी चर्चा केली जाईल.

आप्तस्वकीयांचा आणखी एक प्रकार म्हणजे असे लोक जे संबंधित पुरुषाशी घरातील स्त्रियांच्या, विशेषत्वाने त्याची आई आणि पत्नीच्या माध्यमातून जोडलेले असतात, अशा आप्तांना त्या पुरुषाविषयी–कुटुंबाचा प्रतिनिधी किंवा कुठल्याही सामुदायिक समूहाचा प्रतिनिधी म्हणून नाही तर एक व्यक्ती म्हणून आत्मीयता वाटत असते. त्यांनी त्याला आधार आणि संरक्षण द्यावे, असे अपेक्षित असते; सामान्यतः ते तसे करतात. त्या बदल्यात, बहिणीचे पती व मुलांच्या बाबतीत आणि कालांतराने त्याच्या मुलीचे पती व मुलांच्या बाबतीत तो तसेच वागतो. या वर्गातील नातेवाइकांसाठी स्त्रीवर्गाशी संबंधित नातलग अशी संकल्पना वापरली आहे. एखाद्या स्त्रीचे स्त्रीवर्गाशी संबंधित आप्त म्हणजे प्रामुख्याने तिच्या आईकडचे, म्हणजेच आईचे भाऊ व आईच्या माहेरच्या कुटुंबातील इतर नातेवाइकांचा समावेश होतो.

एखाद्या पुरुषाचा आणि त्याच्या इतर अनेक पुरुष नातेवाइकांचा समाज, घराणे आणि जातसमूह एकसारखा असू शकतो. पण दोन पुरुषांचे स्त्रीवर्गाशी संबंधित नातलग एकसारखे असण्याची शक्यता खूप दुर्मीळ असते. अगदी दोन भावांचे पत्नींकडून जोडले जाणारे नातेवाईक वेगवेगळे असतात, त्यांच्या पत्नी एकमेकींच्या बहिणी असतील तरच परिस्थिती वेगळी असू शकते. तसेच, पुरुषाला केवळ एकच घराणे, कूळ आणि जातसमूह असतो, पण त्याचे स्त्रीवर्गाशी संबंधित नातलग भरपूर असू शकतात, ज्यांच्यात कदाचित जातीच्या साम्याशिवाय आपसात कुठले विशिष्ट नाते असण्याची शक्यता नसते.

शेवटी, नात्यांचा आणखी एक प्रकार येतो तो म्हणजे मानलेली नाती. एकमेकांसोबतची देवाणघेवाण आणि निष्ठा यांसाठी नात्यांचे बंध खूप महत्त्वाचे ठरतात, असे गावकऱ्यांना वाटते. त्यामुळे एकाच वंशातील नसलेले किंवा लग्नसंबंधांमुळे जे जोडले गेले नाहीयेत असे

लोक एकमेकांशी मानलेल्या नात्यांचे बंध तयार करतात. असे केल्याने, सख्ख्या नात्यांपेक्षा जास्त नात्यांच्या वर्तुळाचा लाभ व्यक्तीला मिळतो. अधिकार आणि समाजातील स्थान निर्माण करण्यासाठी माणसाचे जे प्रयत्न सुरू असतात त्यासाठी इतर सर्व नातेसंबंधांप्रमाणे या नात्यांचा उपयोग होऊ शकतो किंवा त्याच्या कुटुंबाच्या सुरक्षिततेसाठी त्याची जी धडपड सुरू असते त्यामध्ये तो या नात्यांची मदत घेऊ शकतो.

घराणे

पुरुषाचे, त्याच्या घराण्यातले सगेसोबती हे शब्दशः आणि लाक्षणिकदृष्ट्या त्याच्या जवळचे असतात आणि ते साहजिकच असते. कारण त्यांची कार्यक्षेत्रं आणि चूल वेगळी झाली असली तरी ते वडिलांकडील नाती जपणारे भावबंध असतात. एकमेकांपासून वेगळे होण्याचा दुःखद काळ सरला की आपापसातील बंधुभाव जपण्याची वृत्ती त्यांच्यात निर्माण होते. त्यांची मुले आणि नातवंडेसुद्धा, भावंडांमध्ये बंधुप्रेमामध्ये जितकी निष्ठा आवश्यक असते त्यानुसार आणि या नात्यांमध्ये नेहमी होणारे मतभेद सांभाळत नाती जपत राहतात.

नात्यातला हा परस्परविरोध मोठा असतो, कारण बंधुप्रेमाइतका वंशाच्या ऐक्याचा वस्तुपाठ तितकासा प्रबळ नसतो आणि कोणाला पूर्णपणे आपल्याच वंशातील समजायचे, ते नेहमीच स्पष्ट असते असे नाही. अनेक पिढ्यांनंतर वंशामधले नात्यांचे बंध नाहीसे होतात; पण वंशाशी बांधलेल्या पिढ्यांच्या नेमक्या संख्येचा खुलासा सहसा स्पष्टपणे केला जात नाही. दुसऱ्या गावी जाऊन स्थायिक होणारा, वडिलांच्या भावाचा मुलगा धार्मिक विधींपुरता घराण्यातलाच एक असतो; पण सामूहिक उपक्रमांमध्ये त्याला फार क्वचितच पूर्णपणे सहभागी होता येते (पहा, मेयर १९६०, पृ. क्र. १८२–१८३).

नात्यांमधल्या वैरभावामुळे कधीकधी वंशातली एकी कमी होते. पुणे जिल्ह्यातल्या एका गावामध्ये ही बाब उघडपणे दिसली. तिथे एका माणसाने अशी प्रतिक्रिया व्यक्त केली की केवळ भावाभावांमध्ये वाद आहेत म्हणून त्यांची मुले आणि नातवंडेही भांडतात (ओरेन्स्टाईन १९६५अ, पृ. क्र. ८५–८७). काश्मीरमधील एका गावातले लोक आपापल्या घराण्यातल्या लोकांना मदत करतात आणि तरीही त्यांच्यातील वाद म्हणजे आप्तस्वकीयांच्या नातेसंबंधांचे एक महत्त्वाचे वैशिष्ट्य ठरते. "भावंडांमधील वैमनस्य आणि त्यातून होणाऱ्या घराच्या वाटण्या यांमुळे पुढच्या पिढीतल्या नातेसंबंधांमधला वैरभाव जास्त तीव्र होत असलेला दिसतो" (मदन १९६५, पृ. क्र. २०१).

तरीही, एका घराण्यातले लोक धार्मिक विधींमध्ये, आर्थिक उद्योगांत आणि सर्वसामान्य हक्क व प्रक्रियांच्या बाबतीत एकत्र येतात. याच प्रकारे, इतर विषयांत त्यांचे काही मतभेद असले तरी जन्ममृत्यूशी संबंधित विधींमध्ये ते सहसा एकत्रितपणे सहभागी होतात. एकसारखे

कायदेशीर हक्क असणारे एका घराण्यातले लोक कदाचित आपले हक्क अबाधित ठेवण्यासाठी एकत्र येऊ शकतात, पण त्या हक्कांचा जास्त फायदा कोणाला मिळावा यावरून त्यांच्यात भांडणेही होऊ शकतात. जवळचे शेजारी या नात्याने सहसा ते एकमेकांशी आर्थिक मदतीची देवाणघेवाण करतात. त्यामध्ये अगदी चूल पेटविण्यासाठी विस्तव देण्यापासून सुगीच्या काळात एकमेकांच्या शेतात काम करण्यापर्यंतच्या कामांचा समावेश असतो. वाद मिटवताना, घरगुती भांडणांसाठी, गावच्या पंचायतीमध्ये सहसा घराण्यातले सर्व पुरुष एकत्र जमतात. संपूर्ण घराण्याचे नाव आणि प्रतिष्ठेला धक्का पोहोचण्याचा संभव असल्याने शक्यतो अशी प्रकरणे चटकन आणि सहजपणे सोडविण्याचा त्यांचा प्रयत्न असतो. एखाद्या पुरुषाचे दुसऱ्या घराण्यातील किंवा वेगळ्या जातीतील माणसाशी भांडण झाले तर, सहसा त्याचा लगेच बचाव करणारे आणि सलोख्याने वागणारे त्याच्या घराण्यातले सोबती त्याला सापडतात. त्याचे इतर निकटवर्तीय प्रामुख्याने इतर गावांमध्ये असतात; त्याचे सगोत्र नातेवाईक त्याच्यासोबत असतात (पहा, मेयर १९६०, पृ. क्र. २३९).

अशा प्रकारचा एकोपा सातत्याने दृढ केला जातो, कारण एका घराण्यातील कुटुंबं एकमेकांजवळ, एकाच गावात, एकाच गल्लीत किंवा लहानशा खेड्यात राहत असतात. भावंडांची नवी घरे जुन्या घरांच्या जवळच असल्यामुळे ते एकमेकांच्या जवळपास राहतात. त्यांच्या जमिनी आणि घरे तिथे असतात हे एक कारण आणि जवळचे नातेवाईक जवळपास असणे चांगले हे दुसरे कारण, ज्यांमुळे ते एकमेकांना धरून राहतात. त्यामुळे, त्यांच्यातले कोणी आजारी पडले तर इतरांना त्याच्या गरजेकडे सहजासहजी दुर्लक्ष करता येत नाही. एखाद्या घरात मृत्यू झाला तर त्याबाबत आपल्याला माहीतच नाही अशी सबब इतर लोक सांगू शकत नाहीत. एखाद्या कुटंबाला तातडीने मदतीची गरज असेल तेव्हा इतर लोक दुसरीकडे कुठेतरी मजेत राहू शकत नाहीत (पहा, लेविस १९५८, पृ. क्र. २२–२३, मिन्टर्न आणि हिचकॉक १९६३, पृ. क्र. २३७, बेरेमन १९६३, पृ. क्र. १७६, एपस्टाईन १९६२, पृ. क्र. १७४, निकोलस १९६२, पृ. क्र. १७४).

पितृवंशीय वंशानुक्रम हा वंशाला एकत्र ठेवणारा धागा असतो, पण खऱ्या सहकार्यामध्ये अशा सर्वांचा समावेश होतो जे संबंधित कुटुंबाबरोबर राहतात. प्रामुख्याने, यामध्ये दुसऱ्या वंशामध्ये जन्माला आलेल्या सुना, दत्तक घेतलेली मुले, काही निमित्ताने पत्नीच्या नातेवाइकांसोबत राहायला आलेला एखादा माणूस या सर्वांचा समावेश असतो. एखादी वधू जेव्हा तिच्या पतीच्या कुटुंबात सामील होते तेव्हा ती धार्मिक विधी, आर्थिक आणि कायदेशीर अशा बहुतेक कारणांसाठी त्याच्या वंशाचा एक भाग होते. परंतु तिच्या मूळ वंशाशी काही प्रमाणात ती जोडलेली राहते आणि तिथे तिचे काही हक्कही राहतात. एखाद्या स्त्रीचे तिच्या माहेरच्या घराण्याशी पूर्णपणे संबंध तुटण्याचा प्रकार अगदी क्वचितच घडतो.

घराण्याचे बंध आणि धार्मिक विधी

धार्मिक विधी एकत्र पार पाडणे, हा एक घराण्यातील कुटुंबांना एकत्र जोडणारा प्रमुख धागा असतो. ते सोयरसुतक एकत्र पाळतात आणि एकमेकांच्या जन्ममृत्यूशी संबंधित विधींमध्ये एकत्रित सहभागी होतात. काही ठिकाणी ते एकाच कुलदेवतेची पूजा करतात; एका घराण्यातील सर्व कुटुंबांचा मूळपुरुष एकच असतो. घराण्याची सुरुवात जिथून झाली त्या कुटुंबावर लक्ष ठेवणारा असा तो मूळपुरुष. आपण त्या मूळपुरुषाची अपत्ये आहोत, इतकेच नाही तर आपण एकाच पूर्वजाचे वंशज आहोत असे सर्व जण मानतात.

उदाहरणार्थ, म्हैसूरच्या पश्चिमेकडे असलेल्या तोतागद्दे गावामध्ये मूळपुरुष घराजवळ वास करतो आणि इतर अमानवी शक्तींच्या त्रासापासून लोकांचे व प्राण्याचे रक्षण करतो, असे मानले जाते. ब्राह्मणांच्या मूळपुरुषासाठी शाकाहारी अन्नाचा नैवेद्य ठेवला जातो तर खालच्या जातीतील लोकांच्या राखणदारासाठी रक्ताचा नैवेद्य दाखवला जातो.

या गावातील हव्यक ब्राह्मण अपवादात्मक प्रमाणात वांशिक शौचअशौच पाळतात (हार्पर १९६४, पृ. क्र. १६१–१६७). हव्यक ब्राह्मणाच्या मृत्यूनंतर त्याच्या घराण्यातील प्रत्येक स्त्रीला आणि पुरुषाला अकरा दिवस सुतक पाळावे लागते. त्या काळात त्यांना कुठलेही धार्मिक विधी करता येत नाहीत आणि इतर ब्राह्मणांशी जास्त सलगीने वागता येत नाही. त्या काळात, त्यांच्या जातीतील इतरांसाठी ते “अस्पृश्य” असतात. सुतकातील ब्राह्मणाच्या स्पर्शाने दुसरा ब्राह्मण बाटतो. त्याचबरोबर, त्यांच्या घराण्यातील बंध नेहमीपेक्षा जास्त दृढ असतात, ज्यामध्ये पितृवंशाचे वंशज असलेल्या सर्व पुरुषांचा समावेश असतो, ज्यांचे आधीच्या सात पिढ्यांपर्यंतचे पूर्वज समान असतात. हव्यकांच्या म्हणण्यानुसार या नातेसंबंधाच्या पलीकडे जाऊन आताशा वेगाने कमीकमी होत जाणारे पण एकवीस पिढ्यांचे नाते असलेल्या दूरच्या नातेवाइकांचेही सूतक पाळले गेले पाहिजे.

स्त्रिया जोवर लग्नाआधी माहेरी राहत असतात तोपर्यंत माहेरच्या घराण्यासाठी पूर्णकाळ सूतक पाळतात. लग्न होऊन दुसऱ्या घरात गेल्यानंतर त्यांच्या मूळ वंशातील व्यक्तीच्या मृत्यूसाठी त्यांनी जे सूतक पाळायचे असते त्याचा काळ खूपच कमी होते, मात्र त्यांच्या पतीच्या घराण्यातील मृत्यूनंतर त्यांना पूर्णकाळ सूतक पाळावे लागते.

घराण्यातल्या नवीन जन्मासाठी या ब्राह्मण घराण्यांमध्ये काही आनंदाने पाळण्याची बंधनेही घातली जातात. घराण्यातल्या कुटुंबामध्ये जेव्हा नवीन जीव जन्माला येतो तेव्हा बाळंतिणीला अकरा दिवस कडक सोयर पाळावे लागते. सोयर संपेपर्यंत घरातल्या सर्वांना कोणताही धार्मिक विधी करण्याइतके शुद्ध मानले जात नाही आणि सण-समारंभांमध्ये पूर्णपणे सहभागी होता येत नाही (हार्पर १९६४, पृ. क्र. १६७–१६९).

ज्या जातीतील लोक इतके कडक सोयर किंवा सुतक पाळतात, अशा जास्त जाती नाहीत किंवा घराण्याची इतकी खोलवर पाळंमुळं शोधणाऱ्या जाती फारशा नाहीत. परंतु, एकाच

घराण्यातल्या नातेवाइकांनी मृत्यूनंतर सुतक पाळणे आणि अंत्यसंस्कारांच्या खर्चास हातभार लावण्याचे प्रकार खूप सहजपणे दिसतात. आपल्या घराण्यातल्या लोकांसाठी जन्ममृत्यूशी संबंधित प्रसंगी पैसा, सामान आणि स्वतःची उपस्थिती या माध्यमांतूनही ते हातभार लावतात (पहा, माथुर १९६४, पृ. क्र. ४३–४४, ओरेन्स्टाइन १९६५अ, पृ. क्र. ७५–७९, ८४–८५, मदन १९६५, पृ. क्र. १९८).

मदतीच्या या देवघेवीला काही मर्यादा असतात, त्याचे वर्णन ओरिसामधील पहाडी प्रदेशातील बिसिपारा या गावासंबंधीच्या माहितीत केले आहे. वेगवेगळ्या जातींमधले, एका घराण्यातले लोक विशेषत्वाने धार्मिक विधी आणि धार्मिक संकटकाळात एकमेकांना मदत करतात. पण एखाद्यावर जर स्वतःची बैलजोडी मरण्यासारखे काही व्यक्तिगत दुर्दैव ओढवले तर तो माणूस त्याच्या वडिलांच्या बाजूच्या कथित जवळच्या नातेवाइकांपेक्षा त्याची आई किंवा पत्नीमुळे जोडले गेलेल्या नातेवाइकांकडून मदतीची जास्त अपेक्षा करतो. बेली लिहितात, त्याने असे करण्याचे कारण कदाचित एका स्थानिक म्हणीतून स्पष्ट होते. *भाऊ शत्रू असतो* असा अर्थ त्या म्हणीतून व्यक्त होतो. बिसिपारा तसेच त्या परिसरात इतरत्रही कौटुंबिक संपत्तीची वाटणी केली जाते तेव्हा भावाभावांमध्ये वैमनस्य निर्माण होण्याची शक्यता असते. याचा अर्थ भावाभावांमध्ये द्वेषाची भावना असते असे नाही. ते नेहमी एकमेकांना शेतीत मदत करतात आणि आजारपण किंवा धार्मिक संकटांमध्ये एकमेकांसाठी धावून जातात. पण व्यक्तिगत आर्थिक संकटात कदाचित ते इतके तत्पर असतीलच असे नाही. त्यांचे भावी नातेसंबंध कसे असतील हे वाटण्यांवर अवलंबून असते. आजारपणात किंवा बाहेरच्या लोकांविरुद्ध वागताना भावाशी सख्य आणि मैत्री असते. पण त्याच्या वाटणीला आलेली संपत्ती त्याने नीट सांभाळली नाही तर त्याने स्वतःचे स्वतः पाहून घ्यावे (बेली १९५७, पृ. क्र. ८३–८४).

इतर ठिकाणांप्रमाणे इथेही एका घराण्यातील पुरुषांमध्ये स्वार्थापोटी वाद होऊ शकतात आणि त्यांच्यातील या स्वार्थी वैरामुळे, परस्परसाहाय्याने केल्या गेलेल्या प्रयत्नांचे फलित कमी होऊ शकते किंवा ते प्रयत्न निष्फळ ठरू शकतात. मात्र, एका घराण्यातले लोक सहसा गावातल्या भांडणांमध्ये एकमेकांची बाजू घेतात. तरीही, घराण्याचे नाव आणि प्रतिष्ठा पणाला लागलेली नसते तोवर सर्व जण एकमेकांच्या व्यक्तिगत वादांमध्ये सहभागी होत नाहीत. उदाहरणार्थ, प्रमलाई कल्लरांमध्ये, घराण्यातली एखाद्या नातेवाइकाचे कोणाशी भांडण झाले असेल आणि तसे नसताना एरवी तो धार्मिक व्यवहारात सहभागी झाला असता, अशा नातेवाइकाचा पर्याय म्हणून एखादा माणूस धार्मिक विधीमध्ये सहभागी होऊ शकतो (ड्युमॉन्ट १९५७ब, पृ. क्र. १७६).

आर्थिक आणि कायदेशीर प्रकरणांतील वंशाचे बंध

एका वंशातील लोक आर्थिक आणि कायदेशीर बाबतीतही सहकार्य करतात. उदाहरणार्थ, गावामध्ये काही विशिष्ट जाती संपूर्ण गावाला सेवा पुरवतात. सफाई कर्मचारी, ब्राह्मण, देवळातले पुजारी, कुंभार, चर्मकार आणि बुरुड अशा प्रत्येक जातीतील घराणे आणि घराण्यांच्या विभागांनुसार सार्वजनिक सेवेचे काम नेमून दिले जाते (ओरेन्स्टाईन १९६५अ, पृ. क्र. ६४–९०). महाराष्ट्रातील या प्रदेशात आश्रयदात्यांपेक्षा गावाला अशा सेवा देण्याची पद्धत सामान्यपणे आढळते.

गावातल्या स्थानिक वंशपरंपरेला स्वतःचे असे महत्त्व असले तरी गावकरी या वंशपरंपरेला निश्चित, औपचारिक मर्यादा घालत नाहीत आणि त्याविषयी काही बोलतही नाहीत. या समाजासाठी सहसा 'भावकी' असा शब्द वापरला जातो. या भावकीमध्ये, सध्या कुठेही राहत असलेले परंतु ज्ञात पितृवांशिक घरात जन्मलेले किंवा अडीअडचणीला मदत करणाऱ्या आणि सहसा शेजारीपाजारी राहणाऱ्या गावातल्या लोकांचा समावेश होतो. गावातल्या बहुतेक जातसमूहांमध्ये केवळ एकच समाज असतो किंवा एकच समाज अतिप्रमाणात वर्चस्व गाजवणारा असतो. त्यांच्यापैकी काही जण आपापल्या वंशावळीच्या नोंदी ठेवत नाहीत आणि जी कुटुंबे स्वतःला एखाद्या वंशाचा भाग मानतात त्यांना कदाचित त्यांचे पितृवंशातील नेमके कोणते पूर्वज सारखे होते तेही माहीत नसते. असे किमान एकतरी पूर्वज असतील असे त्यांनी गृहीत धरलेले असते. वंशावळीचा नेमका इतिहास काय आहे त्यापेक्षा एकमेकांच्या सोबतीने राहणे ही बाब एकोप्याची भावना वाढविण्यास जास्त कारणीभूत ठरते. या कारणासाठी आणि जातसमूहात लेकीसुनांसह इतरांचाही समावेश असल्यामुळे, या स्थानिक समूहांसाठी तांत्रिक अर्थाने केवळ वंश हा शब्द वापरता येणार नाही असे ओरेन्स्टाईनला वाटते. त्यांच्यापैकी काही जणांकडे त्यांच्या वंशावळींच्या नोंदी नसल्या तरी, आपल्या आताच्या उद्देशांसाठी त्यांना स्थानिक वंश असे म्हणता येईल.

गावातील चोवीसपैकी दोन जातींमध्ये कुठलीही वंशव्यवस्था नाही. त्यापैकी एक म्हणजे टोपल्या विणणारी बुरुड जात. ही जात वेगवेगळ्या समाजांपेक्षा बहिर्विवाहामुळे निर्माण झालेल्या अर्धकांमध्ये विभागली जाते. दुसरी असते ती सोनारांची जात. गावात सोनाराची अगदी एक किंवा दोनच घरे असतात याकडे ओरेन्स्टाईनने लक्ष वेधले आहे आणि अशा तऱ्हेने विखुरलेले नातेवाईक संयुक्त घराण्यांच्या गटाबरोबर योग्य प्रकारे एकोप्याने राहू शकत नाहीत (१९६५अ, पृ. क्र. ६२–६५). गावातल्या स्थानिक घराण्यांमध्ये, दोन ते चार घरांचा एक संच असतो जो भावाभावांमधील ताण किंवा सख्य यांतून निर्माण होतो किंवा त्या ताणाचा अथवा सख्याचा वारसा ते पुढे चालवत राहतात (तथैव, पृ. क्र. ८४). तरीही घराण्यातील एक बराच मोठा गट आळीपाळीने गावातील कामे करत राहतो. उदाहरणार्थ,

सफाई कर्मचाऱ्यांमधील असा प्रत्येक गट वर्षातल्या ठरवून दिलेल्या काळात गावाची साफसफाई करतो.

वंशाच्या निश्चित अशा सीमा ठरवून दिलेल्या नसल्यामुळे काही प्रश्न उद्भवतात. उदाहरणार्थ, शहरात स्थलांतर केलेल्या भावाच्या मुलाला समाजाचा भाग मानणे. त्या मुलाला लग्नसमारंभ आणि अंत्यविधींच्या वेळेस बोलावले जाते का आणि तो त्यांमध्ये पूर्णपणे सहभागी होतो का, यावरून ही बाब निश्चित होते. वंशातील सर्व जण जेव्हा एकत्र जमतात, त्या प्रसंगी सहसा समाजाशी संबंधित विषयांबाबत आणि घराण्यातील तंट्यांच्या न्यायनिवाड्याबाबत निर्णय घेतले जातात आणि घराण्याचे सदस्यत्व निर्धारित केले जाते (तथैव पृ. क्र. ७०–७१, ८५).

काही गटांमध्ये महत्त्वाची आर्थिक कामे संपूर्ण वंशाला दिली जातात. दिल्लीच्या आसपास असलेल्या मेरठ व इतर जिल्ह्यांतील जाट लोकांमध्ये असे होते. गावाच्या विशिष्ट भागातील जमिनींवर एखाद्या घराण्यातील पुरुषांचा संपूर्ण हक्क असतो आणि त्या जमिनीतील कोणताही भाग घराण्याबाहेर इतर कोणालाच दिला जाऊ शकत नाही. जातींच्या या वहिवाटीविषयीच्या कायद्याला सरकारी न्यायालयांनी मान्यता दिलेली असून त्याची अंमलबजावणीही केली आहे. जाट आणि त्या प्रदेशातील इतर जमीनदारांसाठी सामाजिक संघटनेचा तो प्रमुख नियम मानला जातो (प्रधान १९६५). जमीन आणि वंशाबाबतची अशी एकी भारतातील आदिवासी लोकांमध्ये खूप सर्रास आढळते.

उत्तर भारतात पितृवंशावर जास्त भर दिला गेल्यामुळे वंशावळी जाणणाऱ्यांच्या जातींना महत्त्व आले. रजपूत, जाट आणि तत्सम गट यांच्याबाबतीत जिथे समाज आणि जमिनींचा खूप घनिष्ठ संबंध असतो आणि वारसाहक्काच्या गणितांवर अधिकार अवलंबून असू शकतात, तिथे या सेवा विशेषत्वाने महत्त्वाच्या ठरतात. शाह आणि श्रॉफ यांनी गुजरातच्या संदर्भात नमूद केल्याप्रमाणे, "एखाद्या रजपूत व्यक्तीचे समाजातील स्थान हे त्याच्या समाजातील वंशावळीत असलेल्या त्याच्या स्थानावर अवलंबून असते" आणि हे स्थान केवळ वंशावळीच्या नोंदींनुसारच साधार निश्चित होऊ शकते (१९५८, पृ. क्र. २६३). वंशावळींच्या नोंदी ठेवणारा माणूस समाज आणि कुळांचे वंशवृक्ष तयार करण्याशिवायही बरेच काम करतो. सामान्यपणे तो भाटही असतो जो पितृवंशीय घराण्यांच्या पराक्रमांचे गुण गातो, पूर्वजांनी मिळविलेल्या देदीप्यमान यशाच्या कथा सांगतो आणि हयात पिढ्यांना केवळ भूतकाळाशी जोडण्याचेच काम करत नाही तर देवतांच्या संदर्भावरून त्यांच्या वंशांची पाळेमुळेही शोधतो. ज्यांच्या पितृवंशाच्या स्मृती अशा प्रकारे ताज्या होत्या आणि कीर्ती कायम होती, ते दक्षिण भारतातील लोकांच्या तुलनेत आपल्या पितृवंशीय आप्तेष्टांसोबत कृतिगट तयार करण्यासाठी जास्त अनुकूल होते. दक्षिणेत वंशावळींच्या नोंदी ठेवणारे

व्यावसायिक मोजकेच आहेत, तर उत्तर प्रदेशात काही कारागीर, व्यापारी आणि अगदी काही चर्मकारांकडेही वंशावळींच्या नोंदी ठेवणारे व्यावसायिक आहेत (शाह आणि श्रॉफ १९५८, मेयर १९६०, पृ. क्र. १९४–२०१, बेन्स १९१२, पृ. क्र. ८५–८९).

सुरुवातीच्या शतकांमध्ये भारताच्या अनेक भागांत जमीन आणि घराण्यांमधील संबंधांचे जे जाळे पसरले होते; त्यावरच राज्य तसेच गावांची रचना आधारलेली होती. आताच्या पूर्व उत्तर प्रदेशातील प्रमुख वंश छोट्या छोट्या संस्थानांचे शासक होते, अशी नोंद अठराव्या शतकाच्या अखेरीस, बर्नार्ड कॉह्न यांनी केली आहे. आपल्यावर शासन करणाऱ्या शासकांसाठी सैन्याची तरतूद करण्याची आणि जमिनीचा महसूल भरण्याची जबाबदारी अशा प्रमुख वंशावर होती. आतापेक्षा त्या घराण्यांचा आकार खूप मोठा होता. कधीकधी त्यांमध्ये हजारपेक्षा जास्त कुटुंबांचा समावेश असे; कारण फार मोठ्या समूहामध्ये घराण्यासारखे ऐक्य कायम ठेवण्याची क्षमता असणारे पुरुष आर्थिकदृष्ट्या आणि राजकीयदृष्ट्या खूप भक्कम होते (कॉह्न १९५९अ, पृ. क्र. ७९–८०, १९६१क, पृ. क्र. ६१६–६१९, श्रीनिवास १९६६, पृ. क्र.३३–३५).

ब्रिटिशांनी जेव्हा प्रथम सत्ता हातात घेतली तेव्हा त्यांनीसुद्धा समाज किंवा समाजप्रमुखास जमिनीच्या महसुलासाठी आणि सुव्यवस्थेसाठी जबाबदार धरले. १७८९ मध्ये ब्रिटिशांनी या प्रदेशातील जमिनीचा भोगवटा आणि महसुलासंबंधीची व्यवस्था बदलण्यास सुरुवात केली आणि तिथे ज्यांचा अंमल होता त्या समाजांचे अधिकार कमी केले. पण १८८०–१८८२ मधील तहानंतर शासक घराण्यांच्या लहान लहान संस्थानांमध्ये आमूलाग्र बदल केले गेले.

घराण्यातील राजकीय कार्ये प्रामुख्याने गावातले सगेसोयरे आणि गटांपुरती मर्यादित असतात; काही मोजक्या जातींमध्ये जमिनींचे हक्क अजूनही समाजात गुंतलेले असतात, पण घराण्यातल्या वडिलधाऱ्यांनी त्यांच्या घराण्यातील कुटुंबांमध्ये होणारे वाद सोडविण्यासाठी पुढे येणे ही अजूनही सर्वसामान्य बाब आहे. उत्तर प्रदेशाच्या पूर्वेकडील भागात, केवळ पूर्वीच्या शासकांच्या वंशजांबाबत हे घडते असे नाही तर चर्मकार म्हणजे परंपरेने चर्मकार म्हणून काम करणारे आणि मजूर यांच्या बाबतीतही हे असे आहे. सेनापूर गावात, चर्मकारांच्या घरातले वाद जे कुटुंबप्रमुखाकडून सोडविणे शक्य नसते ते घराण्याच्या प्रमुखाकडे नेले जातात. हे प्रमुख चर्मकार वस्तीच्याच एका भागात राहत असल्यामुळे त्यांना त्या वादाविषयी सुरुवातीपासून माहिती असते आणि सामान्यपणे ते त्या वादावर तोडगा सुचवू शकतात. घराण्यातल्या दोन कुटुंबांमध्ये वाद होतात तेव्हा घराण्याचे प्रमुख याच पद्धतीने वाद शांत करण्याचा प्रयत्न करतात. त्यांना ते शक्य झाले नाही तर ते चर्मकारवस्तीची पंचायत बसवतात आणि तिथे सर्व घराण्यांचे प्रमुख आणि वस्तीतील इतर कुटुंबप्रमुखांनी उपस्थित राहणे आवश्यक असते.

पूर्ण घराण्यांमधील तंटे सोडविण्यासाठी याच प्रकारची पंचायत बसविली जाते आणि त्यामध्ये वस्तीच्या बाहेरील मान्यवर चर्मकार मंडळींचाही समावेश असतो. घराण्यांच्या दरम्यान होणारे तंटे म्हणजे गंभीर प्रकरण असू शकते. या तंट्यांमध्ये सामाजिक बंधनांचे मोठ्या प्रमाणात उल्लंघन किंवा विवाह अथवा व्यवसायातील अनियमिततेसारख्या विषयांचा समावेश असेल तर त्यात बहिष्काराची शिक्षादेखील होऊ शकते.

एखादे कुटुंब आपल्या घरातील लग्नात घराण्यातल्या सगळ्या सग्यासोयऱ्यांना बोलावू शकले नाही तर फार मोठा वादंग निर्माण होऊ शकतो. दोन्ही घराण्यांतील सर्व प्रौढ पुरुषमंडळी आणि वस्तीतल्या प्रत्येक घरातील किमान एका पुरुषाने लग्नाला उपस्थित राहायला हवे. एखाद्या घरी, हेतुपूर्वक किंवा चुकून आमंत्रण दिले गेले नाही तर त्या अपमानामुळे राग येऊ शकतो आणि वस्तीतल्या पंचायतीकडून औपचारिक न्यायनिवाड्याची मागणी केली जाऊ शकते आणि दुसऱ्या एखाद्या चर्मकार कुटुंबाकडून एखाद्या कुटुंबाचा अपमान होतो तेव्हा संपूर्ण समाजात क्रोधाची भावना निर्माण होऊ शकते (कॉह्न १९५९अ, पृ. क्र. ८२−८४, १९६०, पृ. क्र. ४२२−४२४).

जातीत मिळणारे हक्क आणि विशेषाधिकार एखाद्या विशिष्ट कुटुंबापेक्षा संपूर्ण घराण्याला मिळतात. जातसमूहाच्या प्रमुखाचे कार्यालय किंवा पंचायतीमधील वडिलधाऱ्यांचे पद विशिष्ट घराण्यास अनुरूप असू शकते (पहा, रेड्डी १९५२, पृ. क्र. २४३, एपस्टाईन १९६२, पृ. क्र. १२७−१२८). जिथे घराण्यांची मुळे फार पसरलेली नसतात आणि त्यांची कार्येही मर्यादित असतात तिथे त्यांच्यातील क्रमवारीत सहसा फारसा फरक नसतो. पण संपूर्ण घराण्याला मिळून काही महत्त्वाची कार्ये सोपविली जातात तेव्हा समाजात आणि समाजांदरम्यान स्थानांची श्रेणी ठरवून दिलेली असण्याची शक्यता असते. याच प्रकारे, गुजरातमधील एका जिल्ह्यात रजपूत व्यक्तीचे स्थान त्याच्या समाजाची श्रेणी आणि समाजातील त्याच्या शाखेचा वरचा दर्जा व त्याच्या कुटुंबाचा शाखेतील वरचा दर्जा यांनुसार ठरते (स्टीड १९५५, पृ. क्र. १२७).

सर्वसामान्यपणे, एखाद्या ग्रामीण मनुष्यासाठी त्याच्या कुटुंबानंतर एकोप्याने राहण्यासाठीचा मोठा गट म्हणजे अनेक कुटुंबांचा एक समूह असतो, ज्याच्यासोबत वंशागत नातेही असते आणि ते एकाच परिसरात राहत असतात (पहा, ड्युमॉन्ट १९६४ब, पृ. क्र. ७५−७६). वंशामुळे एकोपा, सामीप्य आणि संधी यांसाठीची कारणमीमांसा मिळते. एकाच पितृवंशातील पुरुषांबरोबर इतर वंशातले शेजारी मिळूनमिसळून राहतात; पण लग्न आणि लैंगिक संबंधांच्या बाबतीत संबंधित व्यक्तीची जन्मापासूनची ओळख पुसून टाकता येत नाही. कुठलाही पुरुष, विवाहाद्वारे किंवा विवाहाशिवाय त्याच्या स्वतःच्या पितृवंशातील मुलीशी अगम्यगमनाच्या दंडाचा धोका पत्करून लैंगिक संबंध ठेवू शकत नाही. ती मुलगी

कुठेही राहत असली, तिच्या मूळ घरापासून ती कितीही काळ दूर असली तरी याबाबतीत ती मरेपर्यंत तिच्या मूळ घराण्याचा एक भागच असते.

वंशामुळे निर्माण होणारे बंध आणि एकमेकांच्या सान्निध्यात राहिल्याने निर्माण होणारे बंध यांतील फरकाविषयीचे उदाहरण मध्य प्रदेशातील रामखेरी गावाच्या माहितीमध्ये दिलेले आहे. या गावकऱ्यांच्या घराण्यांसाठी तीन वेगवेगळ्या शब्दांचा (कुटुंब, भाऊबंद, खानदान) वापर करता येईल. त्या शब्दांपैकी प्रत्येक शब्दामध्ये आणखी एका प्रकारच्या गटव्यवस्थेचा संदर्भही असू शकतो. शब्दाचा वापर कुठल्या कारणाने केला जातो त्यानुसार त्याचा अपेक्षित संदर्भ अवलंबून असतो. या प्रकारे, *भाऊबंद* म्हणजे एकतर घराणे किंवा कूळ असा अर्थ होतो. एखाद्या माणसाला त्याचे *भाऊबंद* कोण असे विचारले तर तो त्याच्या कुळाचे नाव सांगेल कारण त्याच्या पितृवंशाच्या संदर्भात प्रश्न विचारला आहे, असे त्याला वाटेल. पण त्याचे *भाऊबंद* कुठे राहतात, असे विचारले तर तो त्याच्या घराण्याचा संदर्भ लक्षात घेऊन उत्तर देईल; कारण घराणे म्हणजे त्याच्यासाठी असा गट असतो, ज्याच्यासोबत तो राहतो आणि त्याचा वंश एक असतो.

एकमेकांच्या जवळपास राहिल्याने घराण्याशी असलेले जवळचे संबंध कायम राहतात, लांब गेल्याने त्या नात्यांचा विसर पडतो. त्या गावातील एका माणसाने असे सांगितले की जवळपासच्या दोन गावांमध्ये त्याचे भाऊबंद होते, इथे घराण्यातील मंडळी असा संदर्भ आहे आणि त्यांच्यासोबतच्या नात्याविषयी नेमकी खात्री नसतानाही त्याने त्याच्या घरच्या कार्यांमध्ये त्या लोकांना आमंत्रित केले. साधारणपणे ३० मैल दूर असलेल्या आणखी एका गावामध्येही त्याच्या घराण्यातले त्याचे नातेवाईक राहतात, ज्यांच्याशी तो व्यवहार करत नाही. साधारणपणे इतक्या अंतरावरील गावातल्या लोकांशी घराण्यामुळे असलेले बंध पाच-सहा पिढ्यांनंतर संपुष्टात येतात. "मग कूळ हाच समाज बनतो (*भाईबंद गोत्र में जाता है*) आणि मग लोक फक्त एका कुळातले सोबती (*गोत्रभाई*) बनून राहतात" (मेयर १९६०, पृ. क्र. १६७–१६८).

कूळ

वंश हेच कूळ बनते. या विधानातून निकटवर्तीयांच्या नातेसंबंधांमधली वारंवार घडणारी प्रक्रिया सूचित होते. समाजात समावेश असलेल्या कुटुंबांसह समाजाचा पसारा वाढ आणि विलगीकरणाच्या माध्यमातून मोठा होत जातो (पहा, मदन १९६५, पृ. क्र. २२५–२२७). परंतु घराण्यात अंतर निर्माण होणे ही सहसा हळूहळू घडणारी प्रक्रिया आहे आणि आपसांतील व्यवहार थोड्याथोड्या प्रमाणात कमी होण्याने ती घडते. अचानक, स्फोट होऊन नाते तुटण्यापेक्षा कधीकधी विरोधाने, कधीकधी परस्परसंमतीने ही प्रक्रिया घडते. ज्याप्रमाणे एखाद्या कुटुंबात फाटाफूट झाल्यानंतर ते केवळ घराण्याचा एक भाग बनून राहते, त्याप्रमाणे काळानुसार घराण्यात अंतर निर्माण होऊन ते एक कूळ बनते.

बहिर्विवाहाचा नियम मात्र कधीच संपुष्टात येत नाही. ज्या लोकांनी घराण्यातील एकोप्याचे संबंध सोडून दिलेले असतात, त्यांचा त्यांच्या कुळाशी जन्माने असलेला संबंध तरीही कायम राहतो. ते आणि त्यांचे पितृवंशीय वंशज बहुतेक नेहमीच त्या बहिर्विवाहासंबंधीच्या प्रकारात मोडतात. समाजातील नातेसंबंधांना स्थळकाळाच्या मर्यादा असतात, पण कुळाशी असलेले नाते काळ आणि स्थळाच्याही पुढे जाऊन कायम राहते.

त्या अर्थाने, पितृवंशातील बहिर्विवाहात अगम्यगमनास असलेली बंदी न बदलणारी आणि सनातन आहे हे कूळ या संकल्पनेतून निश्चित होते. एखाद्या कुळाचे मूळ कोणते याविषयी कुळातील सदस्यांकडे एखादी कथा असते, जी त्यांना एकाच अलौकिक स्रोताशी जोडते. रामखेरी गावात, जातीतल्या प्रत्येक कुळाची एक कुलदेवता असते. त्या देवतेची पूजा म्हणजे विशिष्ट कुळाशी संबंध असल्याची पारख करणारी प्रमुख परीक्षा असते, तसेच त्याबाबतची पुष्टी पूजेतून मिळते. एखादी अनोळखी व्यक्ती गावात आली आणि आपण एका विशिष्ट कुळातील असल्याचा दावा करू लागली तर, गावकरी आणि ती व्यक्ती या दोहोंशी नाते असलेल्या परिचित नातेवाइकाचा शोध घेऊन खात्री होईपर्यंत किंवा एखाद्या विश्वासू व्यक्तीने हमी देईपर्यंत त्या व्यक्तीला इतरांसोबत देवीची पूजा करण्याची परवानगी दिली जात नाही (मेयर १९६०, पृ. क्र. १८४).

कुळातील सदस्यांमधील सहकार्य जनसंख्येचे उत्तम प्रमाण आणि आर्थिक घटकांवर अवलंबून असते. कुठल्याही एखाद्या भागात, जेव्हा जातीतली कुटुंबं अन्यत्र विखुरलेली असतात आणि गावात त्या जातीची फक्त एकदोन कुटुंबंच शिल्लक असतात–जसे गावच्या सोनारांच्या बाबतीत आणि काही रामखेरी जातींच्या बाबतीत होते–तेव्हा तिथे इतकी कमी कुटुंबं असतात की त्यामुळे घराणे प्रस्थापित होऊ शकत नाही. तसे झाले तर, प्रत्येक कुटुंब आपल्या कुळातील तसेच घराण्यातील कुटुंबांशी जवळचे, आश्वासक नाते प्रस्थापित करेल (मेयर १९६०, पृ. क्र. १६८–१६९).

अशा काही जाती असतात, प्रामुख्याने खालच्या आणि गरीब जाती, जिथे समाजाचा विकास फारसा होत नाही, कुळातल्या लोकांचे बंध अगदी नाममात्र किंवा पूर्णपणे अनुपस्थित असतात. उदाहरणार्थ, पश्चिम महाराष्ट्रातील कुंभार आणि उत्तर प्रदेशाच्या पूर्वभागातील मातकाम करणाऱ्यांना कुळं नसतात (कर्वे १९५८, पृ. क्र. १३१, रोवे १९६०, पृ. क्र. ३००). पण बहुतांश प्रदेशांमध्ये, आपण रेखाटले आहे तसे घराणे आणि कुळांमधील संबंधाचे एक सर्वसाधारण स्वरूप परिचित असते. तरी त्या नात्यांसाठी गावकरी आणि मानववंशशास्त्रज्ञांकडून केल्या जाणाऱ्या शब्दप्रयोगात बराच फरक दिसतो. या प्रकारे, हिमालयातील सरकंडा गावात नात्यातली कुटुंबं त्यांच्या पितृवंशामुळे आणि एकमेकांच्या जवळपास राहत असल्यामुळे घराणेपद्धतीने एकत्र येतात (या गटासाठी बेरेमन यांनी वंश असा शब्द वापरला आहे). रामखेरीप्रमाणे सरकंडामध्ये कुळातल्या (बेरेमन यांनी "संबंधित"

असा शब्द वापरला आहे) लोकांचे धार्मिक विधींचे कार्यक्रम होत असतात. सरकंडामध्ये, समान कुळातील लोक एकमेकांप्रति एक विशिष्ट प्रकारची निष्ठा बाळगतात, त्यामुळे त्यांच्यात दुफळी माजेल आणि एकाच कुळातील लोक एकमेकांच्या विरोधात उभे राहतील, अशा प्रकारचे वाद फार थोडे असतात (बेरेमन १९६३, पृ. क्र. १७६–१८७).

दक्षिणेकडील तोतागद्दे गावात, आपण आधी पाहिले आहे त्याप्रमाणे हव्यक ब्राह्मणांमध्ये बऱ्यापैकी जुन्या पूर्वजांशी संबंधित लोकांशी घराण्यासारखे संबंध कायम ठेवतात. प्रत्यक्षात, नातेसंबंधांत जितका दुरावा आला असेल तितका त्या नात्यांचा सोयीस्कर विसर पडतो. परंतु हव्यकांमध्ये अगदी लांबच्या नातेवाइकांच्या बाबतीत एखाद्या सामायिक पूर्वजाचे वंशज काही पिढ्यांनंतर एका घराण्याचे सदस्य राहत नाहीत. ते फक्त सगोत्र म्हणजे एकाच कुळाचे किंवा गोत्राचे सदस्य म्हणवले जातात (हार्पर, १९६४, पृ. क्र. १६३).

आप्तसमूहातील गोत्र आणि इतर संकल्पना

"गोत्र" हा संस्कृत शब्द खूप व्यापकपणे वापरला जातो. नित्यनेमाने करायच्या धार्मिक विधींमध्ये, देवासमोर स्वतःची नेमकी ओळख सांगताना ब्राह्मण व्यक्तीला स्वतःचे गोत्र स्पष्टपणे सांगावेच लागते. पण वेगवेगळ्या जातींमध्ये गोत्र या शब्दातून वेगवेगळ्या प्रकारच्या गटांचे संदर्भ पुढे येतात आणि जातींकडून सर्व सामाजिक स्तरांवर त्यांचा वापर केला जातो. अगदी वेदांमध्येसुद्धा गोत्र या शब्दाचे वेगवेगळे अर्थ आहेत आणि या शब्दाच्या प्रमुख किंवा मूळ अर्थाविषयी, भारतीय समाजाचा अभ्यास करणाऱ्यांमध्ये तीव्र मतभेद आहे (मदन १९६२क, पृ. क्र. ६०–६३, कपाडिया १९५८, पृ. क्र.१२४–१३०).

आपण ज्याला कूळ म्हणतो ते, म्हणजेच एखाद्या जातीमधील बहिर्विवाह करणाऱ्या गटप्रकारासाठी गोत्र हा शब्द खूप सामान्यपणे वापरला जातो. याचा जो प्रमुख वापर नेहमी एकच प्रकारचा असतो, तो म्हणजे लग्न जुळवण्याच्या प्रक्रियेचे नियमन करणे. एकाच गोत्रातील सर्व लोकांचा अलौकिक स्रोत एकच असल्याचे किंवा ते एकाच स्रोताशी संबंधित असल्याचे गृहीत धरले जाते. वेगवेगळ्या जातीतील लोकांचे गोत्र एकच असू शकते आणि एकाच ऋषींच्या किंवा देवतेच्या कुळात जन्मल्याचा दावा ते करू शकतात; पण त्यामुळे त्यांच्यात कुठलाही विशेष संबंध असल्याचे स्पष्ट होत नाही. संस्कृत भाषेच्या वळणाने जाणाऱ्या अनेकांनी गोत्रांची नावे घेतल्यामुळे वेगवेगळ्या प्रकारच्या जातींमध्ये संस्कृत नावे आढळतात (ह्युटन १९६१, पृ. क्र. ५५, ड्युमॉन्ट अँड पोकॉक १९५७क, पृ. क्र. ५२, मदन १९६२क, पृ. क्र. ७२–७३, माथुर १९६४, पृ. क्र. ४७–४९).

गोत्राशी संबंधित कार्ये जाती आणि प्रदेशांनुसार बदलत राहतात. सरकंडामध्ये गोत्राचा वापर अगदीच अपवादात्मक असल्याचे दिसते, कारण तिथे गोत्र हा प्रकार केवळ

लग्नकार्यातील धार्मिक विधींच्या वेळेस परिचयासाठी वापरला जातो आणि तिथे बहिर्विवाह गोत्रावर अवलंबून नसतात. काश्मीरचे पंडित ब्राह्मण गोत्राचा वापर, बहिर्विवाह आणि धार्मिक विधींमधील परिचय या दोन्हींसाठी विशिष्ट धार्मिक ग्रंथांतील पद्धतींनुसार करतात. परंतु, खूप क्वचितपणे त्यांच्यात कायदेशीर गृहीतकांचा वापर करून किंवा प्रायश्चित्ताचे विधी पार पाडून एकाच गोत्रातील काही विवाहांना मान्यता दिली जाते. याउलट, पश्चिम बंगालमधील एका गावात गोत्रावर आधारित बहिर्विवाह पद्धतीचे कधीच उल्लंघन झाले नाही, असे सांगितले जाते. रामखेरीमध्ये, आम्ही नमूद केले आहे त्यानुसार, कूळ आणि गोत्रांमध्ये केवळ बहिर्विवाह केले जात नाहीत तर त्यांची दैवतं आणि विधीदेखील एकसारखे असतात (बेरेमन १९६३, पृ. क्र. १८७–१९१, मदन १९६५, पृ. क्र. १०३–१०५, क्लास १९६६, पृ. क्र. ९५७–९५८, मेयर १९६०, पृ. क्र. १८४–१८८. तसेच पहा, ह्युटन १९६१, पृ. क्र. ५६, कर्वे १९६५, पृ. क्र. ११८, करंदीकर १९२९, पृ. क्र. ७६).

पूर्वीच्या काळात, एखादा प्रदेश जिंकून तिथे राज्य स्थापन करणाऱ्या रजपूत योद्ध्यांच्या एका तुकडीमध्ये कधीकधी समकुलीन बांधवांप्रमाणे नाते असे. ब्रिटिशांचे राज्य असतानासुद्धा त्यांपैकी काही राज्यांमध्ये राजकुमार आणि त्याच्या समकुलीन लोकांमध्ये सतत संघर्ष होत असत. त्या सर्वांनी त्याच्यापेक्षा खालच्या स्तरावर, त्याचे नोकर म्हणून राहावे असे त्याला वाटत होते; तर त्याचे समकुलीन बांधव या नात्याने त्यांना विशेष सुविधा मिळाव्यात, असा दावा या योद्ध्यांनी केला होता (कोल १९३२, पृ. क्र. १३५, शाह आणि श्रॉफ १९५८, पृ. क्र. २६०).

एखाद्या प्रभावशाली जातीमधील विशिष्ट कुळाचा कधीकधी गावावर प्रामुख्याने प्रभाव असतो. या प्रकारे, दिल्लीजवळ रामपुरा येथील एका कुळाचे नाव जवळपास वीस गावांना दिले जाते; कारण त्या गावांमध्ये इतर कुळांचा समावेश असला तरी, त्या कुळातील सदस्यांचे नेतृत्व ही सर्व गावे मान्य करतात (लेविस १९५८, पृ. क्र. २९–३०). मात्र, सर्वसामान्यपणे, आता कुळांच्या स्तरावर कमीत कमी कार्ये केली जातात आणि जे गावकरी गोत्र किंवा इतर कोणत्याही संकल्पनेच्या आधारे कुळातील वर्गरचनेचे पालन करतात ते प्रामुख्याने बहिर्विवाहासाठीचा प्रकार म्हणून तसे करतात.

व्यक्तीच्या स्वतःच्या कुळाबाहेरही बहिर्विवाहाचा नियम लागू होऊ शकतो. विशेषत्वाने उत्तर भारतातील काही उच्च जातींमध्ये चार गोत्रांशी विवाहसंबंध जोडण्यास मनाई आहे, ती म्हणजे: स्वतःचे, आईचे, वडिलांच्या आईचे आणि आईच्या आईचे. याला चार गोत्रांचा नियम असे म्हणतात. या नियमाचे कठोर पालन केले तर भावी वरवधूंच्या एकूण आठ गोत्रांपैकी दोन गोत्रे सारखी असतील तर विवाह करण्यास बंदी आहे (कर्वे १९६५, पृ. क्र. ११५–१२५, मेयर १९६० पृ. क्र. २०२–२०३). उत्तर भारतातील इतर जातींमध्ये या प्रतिबंधाची व्याप्ती कमी आहे—केवळ आईच्या कुळापुरतेच किंवा आईचे कूळ आणि वडिलांच्या आईच्या कुळापुरतीच ही बंदी आहे.

निकटवर्ती नात्यांच्या विश्लेषणात, वेगवेगळ्या वंशांचे वर्गीकरण उपजाती या बहिर्विवाहविषयक समुदायामध्ये करूनही कूळ बहिर्विवाहाची व्याप्ती वाढविता येऊ शकते. मराठा समाजात, प्रत्येक कुळाचे एक देवक असते, एखादा भाला किंवा गवताचा एक प्रकार किंवा विशिष्ट झाडाची पाने. विवाहाच्या वेळेस प्रत्येक कुटुंब आपल्या देवकाची पूजा करते, परंतु कुटुंबातल्या इतर विधींमध्ये त्याला फारसे स्थान दिले जात नाही. अनेक वेगवेगळ्या कुळांचे देवक एकसारखे असते आणि असे एकसारखे देवक असणाऱ्या दोन व्यक्तींचा विवाह होण्याची शक्यता नसते. वैवाहिक नात्यासाठी मराठ्यांच्या वंशांचीसुद्धा क्रमवारीनुसार श्रेणी ठरविलेली असते. श्रीमती कर्वे या क्रमवारीचे वर्णन करताना, पंचकुळी प्रकारापासून सुरुवात होऊन ही क्रमवारी कमी होत जाते आणि पाच प्रतींमध्ये विभागलेली "शहाण्णव कुळे" दिसतात (कर्वे १९६५, १७६–१७९, ओरेन्स्टाईन १९६५अ, पृ. क्र. ६२–६३, १२४–१२६).

या सर्वांपैकी, सर्वाधिक गुंतागुंतीची वांशिक रचना असलेला एक वंश म्हणजे रजपूत, ज्यांचे वास्तव्य उत्तर भारतामध्ये सर्वत्र आहे. वांशिक श्रेणीची रचना अस्तित्वात आहे, हे रजपूत मान्य करतात; परंतु विशिष्ट वंशातील श्रेणीनिहाय रचनेबाबत ते सहमती दाखवत नाहीत. रजपुतांचा प्रत्येक वंश हा एका खूप मोठ्या समूहाचा, शाखेचा भाग असतो. अशा अनेक शाखांची मिळून अनेक मुख्य वंशावळींपैकी एक वंशावळ बनते आणि त्यातील सर्व जण स्वतःची उत्पत्ती सूर्य, चंद्र, नाग किंवा अग्नी या चार प्रमुख मूळ स्रोतांपासून झाल्याचे मानतात (कर्वे १९६५, पृ. क्र. १६५–१७१, मेयर १९६०, पृ. क्र. १६४–१६५).

कुठल्याही स्तरावरील किंवा प्रदेशातील नातलगांचे गट किंवा प्रकारांचे वर्गीकरण करताना, यापूर्वी काय नोंद केली होती ते समजून घेणे विशेषत्वाने महत्त्वाचे ठरते, कारण स्थानिक संकल्पनांमुळे दिशाभूल होऊ शकते. सामाजिक संरचना आणि सामाजिक कार्यापेक्षा काही विशिष्ट संकल्पनांवर लक्ष केंद्रित करणारा विद्यार्थी फार पटकन शब्दांच्या विरोधाभासात्मक वाटणाऱ्या अर्थांमुळे गोंधळून जातो. रामखेरी आणि इतर कुठल्याही ठिकाणची ग्रामीण मंडळी वेगवेगळ्या गटांसाठी एकच शब्द वापरतात आणि वापरण्याच्या संदर्भानुसार त्यांच्या अर्थांमध्ये फरक करतात. त्याचबरोबर, एखादा शब्द जो एका संदर्भानुसार एखाद्या गटाशी संबंधित असेल त्याचा अर्थ दुसऱ्या संदर्भानुसार एखाद्या नात्याचा प्रकार असा असू शकतो. पंजाबमधील एका गावाविषयी चर्चा करताना मॅरियॉटने अशी नोंद केली आहे की, "*बिरादरी*" ही संकल्पना केवळ गावपातळीवरील एखाद्या ठोस संरचनेसाठी वापरली जात नाही तर कोणत्याही पातळीवरील विभाजनामध्ये पितृवंशीय नाती, खरी, मानलेली किंवा काल्पनिक नात्यांसाठी वापरली जाते (१९६२, पृ. क्र. २६४, हेसुद्धा पहा, हॉनिगमन १९६०ब, पृ. क्र. ८३६).

एकाच समूहाला वेगवेगळी नावे असू शकतात. उदाहरणार्थ, सरकंडामध्ये बहिर्विवाहासाठीच्या समूहरचनेस जाती किंवा बिरादरी असे म्हणतात (बेरेमन १९६३, पृ. क्र. १४९, १८२). पण सरकंडामधील काही लोक बहिर्विवाहाऐवजी, आंतरविवाहाच्या संदर्भातसुद्धा जाती हा शब्द वापरतात. याआधीही उल्लेख केल्याप्रमाणे, भारतातील मानववंशशास्त्रासंबंधीच्या लेखनात वापरलेल्या कुठल्याही तांत्रिक संकल्पनांचे योग्य प्रमाणीकरण झालेले नाही. इथे "घराणे" हा शब्द मरडॉक यांच्या "तडजोड करणाऱ्या नात्यांचा गट" या संकल्पनेऐवजी वापरला असून दोन्ही बाजूंचे वंश आणि एकाच परिसरात राहणाऱ्यांचा समावेश असलेल्या समूहासाठी तो आहे (मरडॉक १९४९, पृ. क्र. ६५–७८). असा समूह तयार होताना खऱ्या अर्थी कसलीही तडजोड केली जात नाही. किंबहुना पितृवंशीय कूळ आणि स्थानिक लोकांशी असलेले सख्य यांचे एकमेकांना पूरक ठरणारे परिणाम कसे होतात, ते या समूहामुळे दिसून येते.

गावांमध्ये, जात आणि कूळ अशा प्रत्येक मोठ्या सामाजिक वर्गास तशाच प्रकारच्या इतर वर्गांपासून वेगळे करण्यासाठी वेगवेगळे नाव दिले जाते. परंतु, आंतरक्रिया करणारे लहान गट, कुटुंब आणि समाजांना स्वतंत्र नावे दिली जात नाहीत आणि सहसा एखाद्या प्रमुख सदस्याच्या नावाने त्यांना ओळखले जाते. निकटवर्तीयांचे हे लहान गट प्रामुख्याने एका गावातील समुदायापुरते कार्यरत असतात, तर इतर नातेसंबंधांमध्ये वेगवेगळ्या गावांतले लोक एकमेकांशी जोडले जातात.

स्त्रीवर्गाशी संबंधित नातलग

गावांमध्ये आणखी एक महत्त्वाचा संबंध असतो तो म्हणजे एखाद्या पुरुषाचा अशा नातेवाइकांशी असलेला संबंध ज्यांना आपण स्त्रीवर्गाशी संबंधित नातलग म्हणतो. आई, विवाहित बहिणी, पत्नी आणि विवाहित मुलींच्या माध्यमातून अशा नातलगांशी त्या पुरुषाची नाती जुळतात. सदर पुरुष आणि त्याचे स्त्रीवर्गाशी संबंधित नातलग यांच्या दरम्यान भेटवस्तूंचे आदानप्रदान सतत सुरू असते. त्याचबरोबर ठरावीक काळाने भेटी घेणे, नियमित संपर्क, परस्परांची प्रतिष्ठा वाढविणे आणि वैयक्तिक अडीअडचणींमध्ये एकमेकांना मदत करणे हेदेखील नेमाने केले जाते. संबंधित पुरुष आपल्या विवाहित बहिणी, मुली आणि त्यांच्या सासरच्या मंडळींसाठी या गोष्टी देत राहतो आणि त्याउलट त्याला त्याची पत्नी आणि आईच्या माहेरकडून या गोष्टी मिळत राहतात. आईवडील आणि मुलीमध्ये आणि विशेषत्वाने भाऊबहिणीमध्ये असलेले नात्यांचे चिरंतन बंध हे या नातेसंबंधांच्या केंद्रस्थानी असतात. पुरुषाला आईच्या भावाकडून विशेष मदत केली जाते अशी नोंद आहे. याचे कारण म्हणजे, त्याला आपल्या बहिणीच्या मुलाविषयी जास्त कणव असते. सासरी गेलेल्या बहिणीला भाऊ

म्हणून शक्य त्या सर्व पद्धतींनी उपयोगी पडावे अशी त्याची इच्छा असते, जसे बहिणीच्या पतीला मदत करणे, त्याच्या कुटुंबाच्या पाठीशी उभे राहणे, बहिणीच्या मुलांना भेटवस्तू देणे आणि त्यांच्यावर मर्जी ठेवणे. विवाहित मुलीच्या वडिलांनाही याच पद्धतीने मुलीला मदत करावीशी वाटते पण सहसा ते मुलांच्या आयुष्यात प्रत्यक्ष लक्ष घालत नाहीत.

कुटुंबात आणि समाजात वावरताना पुरुषाला उदरनिर्वाहाशी संबंधित रोजची कामे पार पाडावी लागतात, आप्तेष्टांशी संबंध जपावे लागतात, स्वतःची प्रतिष्ठा सांभाळावी लागते आणि आपली ताकद वाढवत राहावी लागते. त्याच्या, स्त्रीवर्गाशी संबंधित नातलगांना त्याच्याविषयी एखाद्या कुटुंबाचा सदस्य म्हणून आस्था असण्यापेक्षा व्यक्ती म्हणून अधिक आस्था असते. त्याच्या दैनंदिन जीवनापेक्षा त्याच्या आयुष्यातील विशेष प्रसंगात आणि कुटुंबाच्या नियमित देखभालीपेक्षा त्याच्या व्यक्तिगत अडीअडचणींमध्ये हे नातलग अधिक मदत करतात. ते त्याच्या गावात राहत नाहीत अन्यत्र राहतात–उत्तर प्रदेशातील गावाबाहेर विवाह करण्याच्या पद्धतीमुळे, जे दक्षिणेमध्ये सामान्यपणे घडते–आणि त्यामुळे ते भावाभावांमधील कुठलेही स्थानिक वैमनस्य किंवा दोन कुटुंबांमधील सत्तास्पर्धेचा भाग नसतात. मदुरा जिल्ह्यातील एक कल्लार त्याच्या आप्तेष्टांपैकी एका आप्तेष्टास त्याच्या घरी जाऊन भेटल्यावर त्याला काय वाटले, त्याचे वर्णन ड्युमॉन्ट यांनी केलेले आहे. त्याच्या मानसिकतेत झालेला बदल लगेच दिसून येतो, कुठलीही औपचारिकता नसते, लगेच थट्टाविनोद सुरू होतात. त्याला एकदम निश्चिंत झाल्यासारखे वाटते. अशा ठिकाणी कामासाठी का असेना पण जाणे ही आनंदाची बाब असते (१९५०, पृ. क्र. १३). पश्चिम पाकिस्तानातील, गुजरात जिल्ह्यातल्या मुस्लीम गावातदेखील अशाच भावना व्यक्त केल्या गेल्या. आपल्या आजोळच्या कुटुंबाविषयी पुरुषाला आयुष्यभर ममत्व वाटत राहते. आजोळी गेले की आपल्यावर प्रेमाचा वर्षाव होतो आणि परत येताना छान भेटवस्तूसुद्धा मिळतात, हे त्याला लहानपणीच समजते (एग्लर १९६०, पृ. क्र. ८०, हेदेखील पहा: मदन १९६५, पृ. क्र. २०९–२१७). सगळ्याच स्त्रियांना माहेरी किंवा आजोळी गेले की मोकळे वाटते. पण स्त्रिया इतक्या सहजासहजी तिथे जात नाहीत, त्यामुळे ही नाती पुरुषच अधिक सक्रियपणे सांभाळतात.

स्त्रियांशी संबधित या नात्यांविषयी नोंद केल्याप्रमाणे, ही नाती गावातल्या प्रत्येक माणसाला आणि प्रत्येक गावाला सामाजिक व्यवस्थेत सहभागी करून घेतात ज्यामुळे गावातील जीवनाच्या अनेक पैलूंवर प्रभाव पडतो. यातील एक प्रासंगिक परिणाम म्हणजे, या नात्यांच्या माध्यमातून पुरुषाची आर्थिक स्थिती स्पष्ट केली जाते. याविषयी बील्स यांनी गोपालपूरमधील एका गावकऱ्याचे उदाहरण दिले आहे. त्याला एका अनोळखी गावात व्यवसाय करण्यासाठी स्वतःची हमी देणे गरजेचे आहे. गोपाळपूरमधील एखादी मुलगी तिथे

लग्न होऊन गेली असेल तर ती त्याच्या नावलौकिकिकावर शिक्कामोर्तब करू शकते. वैवाहिक नातेसंबंधांमुळे गावपातळी आणि व्यक्तिगत पातळी या दोन्ही बाबतीत सर्व आर्थिक व्यवहार सुलभ होतात (बील्स १९६२, पृ. क्र. २८).

विल्यम रोव यांनी नोनिया जमातीमधील वैवाहिक व्यवस्थेचा अभ्यास केला; त्यामध्ये वैवाहिक नातेसंबंधांचे महत्त्व नोंदविण्यात आले आहे. नोनिया ही बनारस जवळच्या सेनापूर गावातील जमात मातकामाचा पारंपरिक व्यवसाय करत होती. वेगवेगळ्या गावांतील नोनिया लोकांनी सेनापूरमध्ये येऊन केलेल्या गाठीभेटींची नमुना मोजणी केली असता ८६ टक्के गाठीभेटी विवाहामुळे जोडलेल्या घरांनी आपापसात केलेल्या गाठीभेटी होत्या. काही गाठीभेटी सेनापूरजवळच्या गावातील जातभाईंनी दिलेल्या होत्या; कारण त्या गावांतले नोनियासुद्धा त्याच बहिर्विवाह समाजाशी संबंधित होते, ज्याच्याशी सेनापूरच्या नोनियांचा संबंध होता आणि त्यामुळे विवाहसंबंधांनी जोडलेल्या नात्यांइतकी भरीव देवघेव त्यांच्यात होत नाही. ही देवघेव भरीव असते कारण एखाद्या कुटुंबाला आपल्या सर्व समारंभांमध्ये सहभागी करून घेण्यासाठी, विवाहसंबंधाने जोडलेल्या शक्य तितक्या सर्व नातेवाइकांना आमंत्रित करावे लागते. त्याचबरोबर, विवाहामुळे नाते निर्माण झालेली कुटुंबे एकमेकांना अनेक प्रकारे मदत करतात. ते एकमेकांसाठी श्रमदान करतात, शेतीची उपकरणे, जनावरे आणि रक्कम एकमेकांकडून उसनवारीने घेतात. एखाद्या नोनियाला कुणा जादूटोणा करणाऱ्याला लपूनछपून भेटायचे असेल तर तो विवाहसंबंधांने नाते जोडलेल्या गावात जातो. त्याच्या स्वतःच्या गावात, विशेषत्वाने ताकदवान जमीनदारांकडून त्याला त्रास होतो तेव्हा तो त्याच्या आईच्या भावाकडे म्हणजे मामाकडे किंवा पत्नीच्या भावाकडे जाऊन आश्रय घेतो (रोवे १९६०).

गावातील चर्मकारसुद्धा हे नातेसंबंध अशाच पद्धतीने जपतात. स्त्रीवर्गाशी संबंधित नातलगांकडे ते वरचेवर आणि बहुधा जास्त काळासाठी जातात. चर्मकार समाजातील लहान मूल त्याच्या आईच्या माहेरी दोन-तीन वर्षे जाऊन राहू शकते. गावातल्या जमीनदारांकडून त्रास झाला तर नोनियांप्रमाणे चर्मकार समाजातला माणूसही त्याच्या आईच्या किंवा पत्नीच्या माहेरी मदतीसाठी जातो. गावातल्या खालच्या जातीतील अनेक माणसे (सेनापूरच्या चर्मकारांच्या बाबतीत १५ टक्के) दुसऱ्या गावातून आलेली असण्यामागे हे एक कारण आहे. काही जण घरजावई म्हणून येऊन राहिलेत, पण इतर लोकांना नातेवाइकांकडे आश्रय किंवा उदरनिर्वाहाचे साधन मिळाले आहे (कॉह्न १९५५, पृ. क्र. ५७–५८).

उच्चवर्णीय तसेच खालच्या जातीतील पुरुष आधारासाठी सर्वप्रथम आईच्या किंवा पत्नीच्या भावाकडे जातात. खालापूर गावच्या रजपूत समाजाचा एक मुलगा खालच्या जातीतील मुलीमध्ये गुंतला आहे, ही बातमी सर्वांना समजल्यावर त्या मुलावर इतका दबाव आणला गेला की त्याला त्या गावात राहणे शक्य नव्हते. तो त्याच्या मामाकडे पळून गेला.

इतर खालच्या जातींप्रमाणे, रजपुतांसारख्या प्रभावशाली समाजातील पुरुषाचे स्त्रीवर्गाशी संबंधित नातलगांशी असलेले नाते त्याच्या पितृकुलीन नातलगांसोबतच्या नात्यापेक्षा थोडे वेगळे असते. त्या नात्यात मित्रत्वाची भावना असते आणि कुठलाही ताण नसतो (मिन्टर्न आणि हिचकॉक १९६३, पृ. क्र. २३९). या नात्याची व्याप्ती वाढून, एखाद्या व्यक्तीचे स्त्रीवर्गाशी संबंधित नातलग जिथे राहतात त्या गावातल्या इतर गावकऱ्यांशीसुद्धा असे सहज आणि मित्रत्वाचे नातेसंबंध निर्माण होऊ शकतात.

ओरिसातील बिसिपारा गावात अशी विस्तारलेली नाती पाहायला मिळतात. बेली यांनी लिहिले आहे की बिसिपारामध्ये असा क्वचितच एखादा मनुष्य असेल ज्याचे कोंडमाल उपविभागातील प्रत्येक उडिया गावातील किमान एका घरात असे जवळचे नातलग सापडणार नाहीत. यातील काही नातेसंबंध पितृवंशाकडून असतात; पण बहुतांशी ते विवाहसंबंधांमुळे जुळलेले किंवा नाळेने जुळलेले म्हणजेच मामामुळे निर्माण झालेले असतात. तसेच संबंधित गावातील सर्वांशी म्हणजे अगदी सर्व जातींतील लोकांशी त्या नात्याची व्याप्ती वाढलेली असते. या पद्धतीने, बिसिपारामधील धनगराकडे बऱ्याच वेळा त्याच्या पत्नीच्या माहेरच्या गावातून पाहुणे येत असत. त्यांच्यापैकी काही जण "अस्पृश्य" होते. "त्यांचे महत्त्व आणि नात्यातील गहिरेपण यांनुसार त्यांचे स्वागत केले जात असे. पण काही नाही तरी त्यांना किमान अंगणात झोपायची परवानगी दिली जात होती" (बेली १९५७, पृ. क्र. २४८).

मानलेली नाती

काही प्रदेशांमध्ये मानलेली नाती जोडल्याने, स्त्रीवर्गाशी संबंधित नाती आणि पितृकुलीन नाती या दोन्हींचे बंध आणखी घट्ट करता येऊ शकतात. दिल्लीजवळ शांतिनगर येथे, प्रत्येक गावकरी गावातल्या अन्य लोकांना जवळच्या नातलगांप्रमाणेच संबोधतात, मग ते कुठल्याही जातीचे असोत. एकसारखे शब्दप्रयोग केले तरी नात्यांच्या बाबतीत गावकऱ्यांचा संभ्रम होत नाही. दुसऱ्या जातीतला एखादा माणूस ज्याला ते काका म्हणतात त्याच्यात आणि आपल्या सख्ख्या काकामध्ये फरक आहे हे त्यांना समजते. तरीही, असे सारखे शब्द वापरल्याने त्याला थोडासा सख्ख्या नात्यांचा गंध येतो (फ्रीड १९६३अ, पृ. क्र. ८६–८७, पहा, मॅरिऑट १९५५ब, पृ. क्र. १७७–१७८).

कुठल्याही दोन गावकऱ्यांमधील मानलेल्या नात्यांचा संबंध सहसा त्यांच्या जातींमधील दोन महत्त्वाच्या पुरुषांमुळे सर्वप्रथम निर्माण होतो. त्यांची पिढी एक असते आणि त्यांच्यात मदतीचे आदानप्रदान होते या गोष्टींच्या आधारावर जर त्या दोघांनी एकमेकांना भाऊ म्हटले तर इतरांना जातीपलीकडे जाऊन नात्यांचा परीघ मोठा करण्यासाठी एक सेतू उपलब्ध होतो. प्रत्येक व्यक्तीला आपले कुटुंब आणि आपल्या स्वतःच्या जातीमधील प्रमुख पुरुष

यांच्यातील संबंध शोधता येईल. मग ती व्यक्ती, त्या जातप्रमुखाच्या भावाच्या माध्यमातून इतर सर्व जातींशी जवळचे संबंध शोधते. फ्रीडने याचा प्रयोग करून पाहिला आणि त्याला आढळले की त्याने शोधलेल्या १५४३ संकल्पनांपैकी ८१ टक्के संकल्पना या प्रक्रियेनुसार बरोबर होत्या. इतर उत्तरांपैकी बहुतांश उत्तरांमध्ये, मानलेल्या नात्यांची संकल्पना आणि पिढ्यांनुसार आणि सामाजिक स्थानांनुसार निर्माण झालेली विसंगती कमीत कमी दिसावी यासाठी बदल केले गेले होते (१९६३अ, पृ. क्र. ९७–१०२).

आप्तस्वकीयांसाठी केले जाणारे शब्दप्रयोग मामाच्या गावातील गावकऱ्यांसाठी सारख्याच पद्धतीने वापरले जातात; तेव्हा एखाद्या व्यक्तीच्या आप्तस्वकीयांसाठीच्या परिभाषेत समावेश होणाऱ्यांची संख्या बऱ्याच प्रमाणात वाढते. प्रत्यक्ष एकोप्याने वागणे आणि नुसतेच जवळच्या नात्यांसाठीचे शब्द वापरणे यांमध्ये फार मोठा फरक आहे. परंतु एखाद्या पुरुषाने ठरवले आणि त्याची क्षमता असेल तर एक लाभकारक देवघेव सुरू करण्याची शक्यता अशा शब्दप्रयोगांमुळे निर्माण होऊ शकते.

नातेसंबंधांचे उपयोग

जवळचे नातेसंबंध निवडण्याच्या बाबतीत भरपूर वाव असतो. प्रतिष्ठा आणि उदरनिर्वाहासाठी होणाऱ्या तीव्र स्पर्धेत एखादा पुरुष आणि त्याच्या कुटुंबाकडे मित्रत्वाने वागणारे जवळचे नातलग असलेच पाहिजेत. गावातल्या माणसाचे जवळचे नातलग हेच त्याला अत्यंत प्रामाणिकपणे मदत करणारे पाठीराखे असतात किंवा आणखी स्पष्ट बोलायचे तर कुठल्यातरी जवळच्या नात्याने बांधलेले लोक हे सर्वांत जास्त अवलंबून राहता येण्यासारखे सगेसोयरे असतात. सत्ता आणि आणि सत्तेमुळे वाढणारी प्रतिष्ठा अपेक्षित असलेल्या एखाद्या महत्त्वाकांक्षी माणसाने त्याच्या आप्तस्वकीयांचे वर्तुळ वाढविले पाहिजे आणि मजबूत केले पाहिजे. आपल्या कुटुंबाचे सामाजिक स्थान अबाधित ठेवण्यासाठी चिंतित असलेल्या कुठल्याही पुरुषाने त्याच्या जवळच्या नातलगांचे बंध सातत्याने दृढ करत राहिले पाहिजे.

जवळची नाती जोडण्याच्या बाबतीत सर्वांवर एकसारखे दडपण किंवा निवडीसाठी एकसारखा वाव निश्चितच नसतो. लहान मूल जिथे जन्मते तिथे आप्तस्वकीयांबाबतचे वातावरण कसे असावे ते निवडण्याचा पर्याय त्याच्याकडे नसतो. एखाद्या स्त्रीला घरात महत्त्वाचे स्थान प्राप्त होईपर्यंत नात्यांच्या बाबतीत फारसा वाव मिळत नाही आणि नंतर आप्तेष्टांच्या मोठ्या वर्तुळातील तिचे वजन प्रामुख्याने कुटुंबातील पुरुषांच्या माध्यमातून उपयोगात आणता येते. परंतु, एखादा पुरुष, विशेषत्वाने कुटुंबप्रमुखाकडे काही प्रमाणात निवडीचा पर्याय असतो. "निवडीचे पर्याय इतक्या आग्रही पद्धतीने मांडले जातात आणि निर्णय घेण्याची गरज इतकी निकडीची असते की अनेकांसाठी हे पर्याय म्हणजे

निवडस्वातंत्र्यापेक्षा दास्य ते बंधनापर्यंत जाचक असतात. दुसऱ्या क्रमांकावरील बहिणीच्या तिसऱ्या मुलाच्या जन्मप्रसंगी किती आहेर द्यायचा? थोरल्या मुलीच्या लग्नात किती दूरवरच्या गावांतून किती पाहुण्यांना बोलवायचे? मयत भावाच्या कटकट्या मुलासाठी काय करायचे?"

काही विशिष्ट बंधनांच्या बाबतीत थोडीशी लवचीकता असते. एखाद्या पुरुषाची त्याच्या आईवडिलांप्रति असलेली कर्तव्ये त्याला स्वेच्छेने स्वीकारता किंवा नाकारता येत नाहीत आणि स्वतःच्या अपत्यांची जबाबदारी जशी त्यांना टाळायची नसते त्याचप्रमाणे आई-वडिलांसाठीची कर्तव्ये जाणूनबुजून नाकारावी असेही बहुतांश पुरुषांना वाटत नाही. आपल्या सर्व बहिणींपैकी कोणाला जास्त आणि कोणाला कमी मदत करावी, हे जरी त्याला ठरवावे लागत असले तरी भाऊ या नात्याने आपल्या बहिणीचे संरक्षण करावे असे पुरुषाला वाटत असते. आपल्या भावांच्या बाबतीत जीवाला किंवा प्रतिष्ठेला धोका निर्माण होतो तेव्हा बंधुत्वाच्या नात्याने छुप्या पद्धतीने आणि उघडपणे त्यांना मदत करणे भाग आहे, असे पुरुषाला वाटते. परंतु भावांच्या बाबतीतली त्यापेक्षा अधिक कर्तव्ये पुरुष एकतर औपचारिकपणे व आखडत्या हाताने किंवा प्रेमाने आणि सढळपणे पार पाडेल. एका गुजराती म्हणीनुसार, "निरुपयोगी भावाला ओळख दाखवू नये." यामध्ये दोन अर्थ सामावले आहेत ते म्हणजे भावाभावांमधील नात्याचा बंधसुद्धा अर्थानुसार बदलतो आणि आप्तस्वकीयांशी असलेले नाते जितके सक्रिय केले असेल तितकेच बंधनकारक ठरते.

एखादा पुरुष इतरांबरोबर जितकी अधिक जवळची नाती जोडेल, प्रत्येक नात्यासाठी जितक्या जास्त भेटवस्तू तो देईल तितकीच इतरांकडून त्यांच्या क्षमतेनुसार देवाणघेवाण होण्याची शक्यता असते–वस्तूंपेक्षा जास्त प्रमाणात असलेली निष्ठा–आणि त्याची ताकद तितकीच जास्त वाढते. त्या वाढीला असलेला वाव आणि मर्यादांचे वर्णन बील्स यांनी म्हैसूरमधील गोपालपूरच्या (१९६२, पृ. क्र. ३२) संदर्भात केले आहे आणि भारतातील बहुतांश भागांच्या बाबतीत ते वर्णन खरे ठरते. गोपाळपूरमधील एक माणूस ज्याने त्याच्या नात्यांचा पसारा वाढविला आहे तो इतरांची आणि अगदी वेगवेगळ्या जातींमधील लग्नेसुद्धा जमवू शकतो, कारण अनेक भागांमध्ये त्याची ओळख आहे आणि बऱ्याच गावांमध्ये त्याचे नातेवाईक आहेत. एखादा माणूस ज्याने बरेच नाव कमावले आहे तो त्याच्या अनेक नातेवाइकांना सातत्याने पोसत असतो आणि त्यांचे मनोरंजन करत असतो; आणि त्यासाठी त्याच्याकडे संपत्ती असली पाहिजे. एकदा त्याने आप्तस्वकीयांचे एक मोठे वर्तुळ प्रस्थापित केले की मग त्यांची मदत आणि प्रभावामुळे त्याची संपत्ती सांभाळण्यास आणि वाढविण्यास मदत होते; पण संपत्ती मिळविण्यासाठी तो गोपाळपूरमधील इतर लोकांबरोबर, बाकी काही नाही तर त्यांच्या जमिनींसाठी स्पर्धा करतो. तसेच प्रतिष्ठा आणि प्रभाव निर्माण करण्यासाठी त्याच्या जातीतल्या आणि परिसरातल्या बड्या मंडळींबरोबरसुद्धा तो स्पर्धा करतो. त्याला

कसेही करून त्यांना शांत करावे लागते किंवा मागे टाकावे लागते, नाहीतर त्याला प्रगती करण्यापासून रोखण्यासाठी ते सगळे एकत्र येऊ शकतात. त्याला ठामपणे मदत करणारे समर्थक, त्याच्या निकटवर्तीयांमधून निवडण्याच्या क्षमतेवर त्याचे यश अवलंबून असते.

ग्रामीण माणसाला अशी निवड करण्यासाठी वाव असतो कारण त्याचे प्रत्यक्षात ज्यांच्याशी जवळचे नाते असते त्यांच्यापेक्षा बऱ्याचशा जातभाईंबरोबर त्याचे जवळचे नाते जुळू शकते. मध्य प्रदेशातील रामखेरीचा अभ्यास करताना मेयर यांनी मांडलेले दोन प्रकार म्हणजेच, नात्याने जवळचे असणारे आप्तस्वकीय आणि मदतीसाठी पुढे येणारे आप्तस्वकीय यांच्यात हाच फरक असतो. उदाहरणार्थ, भारतातील इतर कुठल्याही गावांत घडते त्याप्रमाणे तिथेही लग्नप्रसंगी एखादा श्रीमंत माणूस, एखाद्या गरीब माणसाच्या तुलनेत जास्त नातेवाइकांना बोलावतो. "अशा तऱ्हेने निकटवर्तीय नाती ही बऱ्याच प्रमाणात संपत्तीवर आणि जवळच्या नातलगांना आमंत्रित करण्याच्या क्षमतेवर व नाती दुरावू न देण्याच्या क्षमतेवर अवलंबून असतात," असे रामखेरीचे लोक म्हणतात (१९६०, पृ. क्र. २४९).

परंतु, सर्वसामान्यपणे नात्यांचा केवळ मोठा परीघच संपत्तीवर अवलंबून असतो कारण अगदी एखाद्या गरीब माणसालासुद्धा त्याच्या कुटुंबातील महत्त्वाच्या धार्मिक विधींच्या वेळेस जवळच्या नातेवाइकांचा पाहुणचार करावा लागतो. तसेच, एखाद्या गरीब माणसाने सणसमारंभासाठी आमंत्रण दिले नाही तर अगदी जवळच्या नातेवाइकांना फार मोठा अपमान झाल्यासारखे वाटणार नाही. पण एखाद्या श्रीमंत आणि प्रतिष्ठित माणसाने आपल्याला कमी लेखल्यासारखे वाटले तर ते निश्चितपणे त्यावर त्वेषाने आक्षेप घेतील किंवा त्यांची स्वतःची प्रतिष्ठा आणि आत्मसन्मान खूपच दुखावला जाईल.

तरीही, मेयर सांगतात त्यानुसार, जवळच्या नात्यांमधले बंध नाहीसे होतात. सर्व प्रकारच्या नातेसंबंधांमध्ये नात्यांतले व्यवहार "थंडावल्याची" उदाहरणे आहेत आणि प्रामुख्याने दोन्ही बाजूंनी संबंध कमी केल्यामुळे हे घडते. एखादा माणूस त्याच्याकडून व्यवहार कमी करतो आणि समोरचा संभाव्य नातलगही तसेच करतो. याआधी नमूद केले आहे की रामखेरीमध्ये, जसजशा पिढ्या सरत गेल्या आणि लोक अन्यत्र विखुरले तसे समाजातील नात्यांचे बंध सैल होत गेले. एखादे नाते निश्चितपणे पूर्वजांमुळे जोडलेले नसेल तर त्या नात्यातले आदानप्रदान संपल्यानंतर बराच काळ ते स्मरणात राहते. रामखेरीमध्ये, नात्याने जवळचा असणारा समाज त्याच्या आरंभापासून साधारणपणे दहा पिढ्यांपर्यंत स्मरणात राहतो. एकोप्यातून बनलेला समाज जास्तीत जास्त पाच ते सहा पिढ्यांपर्यंत एकत्र राहू शकतो. स्त्रीवर्गाशी संबंधित नातलगांमध्येही, मदतीवर आधारलेली नाती आणि जवळची म्हणून ओळखली जाणारी नाती या नात्यांमध्येही असाच फरक असतो. त्यामुळे, रामखेरीमधील एखादा श्रीमंत माणूस त्याच्या पत्नीच्या मामाला मदतीवर आधारित नात्यांमध्ये

सामील करून घरच्या विवाहप्रसंगी आमंत्रित करेल अशी शक्यता असते. परंतु गरीब माणसाकडून मात्र अशी आमंत्रणे टाळली जाण्याची शक्यता असते (मेयर १९६०, पृ. क्र. १६९–१७२).

केवळ नावापुरती शिल्लक असलेली नाती आणि दोन्ही बाजूंनी जपली जात असलेली नाती यांतील फरक खेडूत स्वतःच स्पष्ट करून घेतात असे मेयर सांगतात. जन्माने किंवा नात्यामुळे जोडलेल्या, स्मरणात ठेवलेल्या नात्यांपेक्षा सामाजिक व्यवहारांनुसार निर्माण होणाऱ्या नात्यांचा समावेश जवळच्या नात्यांच्या व्याख्येत अधिक होतो, असा विचार त्यांपैकी अनेक जण करतात. संपत्ती आणि श्रमांनुसार जितके आवाक्यात असेल तितके जवळच्या नातलगांचे वर्तुळ मोठे असावे हे आदर्श मानले जाते; आणि ज्या कुटुंबाचे अशा जवळच्या नातलंगाचे वर्तुळ मोठे असेल ते कुटुंब यशस्वी मानले जाते. असे वर्तुळ ज्यामध्ये, एकोप्यावर आधारित नात्यांचा परीघ शक्य तितक्या प्रमाणात जवळच्या म्हणून ओळखल्या जाणाऱ्या नात्यांइतका वाढवला जातो. समाजपातळीवर आणि विशेषत्वाने जास्त वाढविता येतील अशा, स्त्रीवर्गाशी संबंधित नातलगांच्या माध्यमातून नात्यांची व्याप्ती वाढवायला वाव असतो. स्त्रीवर्गाशी संबंधित नात्यांमध्ये वेगवेगळ्या डावपेचांसाठी भरपूर वाव असतो. घराण्यातले सगेसोयरे हे मूळ पूर्वजांच्या वंशजांपुरतेच मर्यादित राहतात, मात्र एखाद्या पुरुषाच्या घरातील अनेक मुलींच्या (स्त्रियांच्या) विवाहांमुळे त्याला वेगवेगळ्या कुटुंबांतील, नात्यांतील आणि समाजांतील अनेक लोकांशी नाती निर्माण करणे शक्य होते.

एखाद्या पुरुषाच्या मानलेल्या नात्यांमध्येसुद्धा नुसती नावापुरती नाती आणि ज्यांच्याशी त्याचे जवळचे, मित्रत्वाचे आणि मदतीचे व्यवहार आहेत त्या नात्यांमध्ये फरक असतो. एखादा महत्त्वाकांक्षी पुरुष ज्याप्रमाणे त्याच्या समाजातील औपचारिक नातेसंबंधांचे रूपांतर जवळच्या नात्यांमध्ये करतो, त्याचप्रमाणे त्याच्या मानलेल्या नात्यांमधील संभाव्य मित्रांशी प्रत्यक्षात जवळचे नाते प्रस्थापित करून अधिकार मिळवू शकतो.

मानलेल्या नात्याचा एक वेगळा प्रकार आहे ज्याकडे आता सांगितलेल्या प्रकारापेक्षा वेगळ्या पद्धतीने पाहायला हवे. एखाद्या मनुष्याचे दुसऱ्या माणसाशी भावासारखे वैयक्तिक नाते जुळू शकते किंवा स्त्रीशी बहिणीसारखे नाते जुळू शकते. कधीकधी या दोन व्यक्ती वेगवेगळ्या जातीतल्या असू शकतात आणि सहसा त्यांचे गुरू, मार्गदर्शक एकच असतील तर त्यांच्यात नाते निर्माण होते आणि ते "गुरू"बंधू किंवा "गुरू"भगिनी म्हणवले जातात (पहा, ओरेन्स्टाईन १९६५अ, पृ. क्र. १६४). रामखेरी गावात या नातलगांना धार्मिक नातलग म्हणतात आणि इतर प्रकारच्या मानलेल्या नात्यांना गावातली नाती म्हणतात. धार्मिक नात्यामुळे जात आणि शेजारपाजारच्यांबरोबरच्या नात्यातील अंतर कमी करण्याचे साधन प्राप्त होते. धार्मिक नात्याने जोडलेले लोक एकमेकांशी मित्रत्वाने वागतात, परंतु सहसा

जवळच्या मित्रासारखे किंवा कामासाठी भागीदारी करणाऱ्यांसारखे वागवत नाहीत (मेयर १९६०, पृ. क्र. १३९–१४६). धार्मिक नातेसंबंधांत व्यक्तिगत मैत्रीपेक्षा अधिकारप्राप्तीची प्रेरणा कमी असल्याचे दिसते आणि त्या नात्यांचे परिणाम हे सहसा दोघांच्या नातेसंबंधांपुरते मर्यादित राहतात.

गावच्या व्यवहारांमध्ये जवळची नाती आणि सत्ता यांचा खूप जवळचा संबंध असतो ही वस्तुस्थिती आहे; पण त्यामुळे आपण नातेसंबंधांकडे केवळ सत्तेचे माध्यम म्हणून पाहू नये. नातेसंबंधांचे जे इतर उपयोग आपण पाहिले आहेत त्याशिवाय–लहान मुलांच्या सामाजिकीकरणासाठी आणि आर्थिक व धार्मिक वर्तुळांसाठी–उदाहरणार्थ एखादी ग्रामीण व्यक्ती ज्या वातावरणात राहते, जिथे एक व्यक्ती म्हणून तिची देखभाल आणि जपणूक केली जाते, ते वातावरण जवळच्या नात्यांचे असते. पतीपत्नींचे आनंदाचे खासगी क्षण, लहान मुलाचे संगोपन, मुलांविषयीचा अभिमान, तरुण वयातील भावांची मौजमस्ती, भावाबहिणींमधील गहिरे प्रेम, बहिणीच्या मुलाचे आनंदाने केलेले स्वागत, मामाने आनंदाने घेतलेली गाठभेट, आत्याने आनंदाने दिलेली धावती भेट, नातवंडांचे सुख आणि आजीआजोबांच्या असण्यामुळे मिळणारा दिलासा–मानवी नात्यांमध्ये दिसणारे हे आणि यासारखे अनेक मूलभूत अनुभव सत्ता–अधिकारांच्या प्रश्नांपासून दूर असतात आणि आपापल्या परीने व्यक्ती व समाजासाठी महत्त्वाचे असतात. परंतु, ग्रामीण जीवनचक्रामध्ये सत्तेविषयीचे प्रश्न समोर येत राहतात. सामाजिक उतरंड आहे असे गृहीत धरले जाते, हे त्याचे कारण आहे. तरीही, विशिष्ट सामाजिक क्रमांच्या बाबतीत चढाओढ केली जाते आणि सत्तासंघर्षात तो वादाचा मुद्दा ठरतो.

असे काही पुरुष आणि कुटुंबं आहेत, अगदी संपूर्ण गावं अशी आहेत–जी सत्तासंघर्षापासून तुलनेने दूर राहतात आणि काही असे आहेत जे यापासून दूर नाहीत; कारण त्यांना असे वाटते की जर ते सत्तासंघर्षापासून दूर राहिले तर ते त्यांच्या समाजाच्या अगदी तळागाळाच्या लाजिरवाण्या अवस्थेस पोहोचतील. ग्रामीण माणसाचा सत्तेकडे जाणारा मार्ग सर्वप्रथम जवळच्या नात्यांची मदत घेऊन आणि त्या नात्यांना परिणामकारक स्थान देऊन मोकळा केला जातो. एखादे महत्त्वाचे स्थान प्राप्त केल्यानंतर गावातील माणसाला त्याच्या नातेवाइकांना टाळता येत नाही. अशा प्रकारे, खालापूरमध्ये असे नोंदविण्यात आले आहे की एखाद्या बड्या आसामीला त्याचे निकटवर्ती आणि मित्र यांच्याकडे दुर्लक्ष करणे परवडू शकत नाही. स्पष्टपणे जाणवेल इतक्या प्रमाणात त्याने तसे केले तर ती बडी आसामी राहणार नाही आणि गावच्या व्यवहारांमध्ये त्याला महत्त्वाचे स्थान मिळणार नाही (मिन्टर्न आणि हिचकॉक १९६३, पृ. क्र. २५७). जो आपल्या आप्तस्वकीयांच्या कल्याणाचा विचार करतो तो ताकदवान मनुष्य अशी व्याख्या केली जाते. त्याने तसा विचार केला नाही तर, त्याचे

उत्पन्नाचे स्त्रोत काहीही असले आणि प्रचंड प्रभावशाली लोकांबरोबर त्याचे काहीही संबंध असले तरी तो खरा ताकदवान माणूस बनू शकत नाही, असे गावकरी समजतात.

एखाद्या मनुष्याला मानसन्मान मिळविण्यासाठी फार मोठ्या संख्येने सगेसोयरे मिळवावे लागतात आणि त्यांना मदत करावी लागते. हा विचार समजून घेतला तर त्याने सत्तेचा पाठपुरावा करण्यामागे असलेले स्पष्टीकरण आणि कारणमीमांसा कळण्यास मदत होते. एखाद्या गरीब माणसाच्या तुलनेत श्रीमंत माणूस त्याचे ध्येय खूप चांगल्या प्रकारे गाठू शकतो आणि अशा जाती ज्यांमधील कुटुंबं इतर समुदायांपेक्षा सधन असतील त्यांना गरीब जातींच्या तुलनेत हे अधिक उत्तम प्रकारे करता येते. गावकऱ्यांमध्ये असलेले कुठलेही उपयुक्त सामाजिक नाते आप्तस्वकीयांच्या स्वरूपात व्यक्त केले जाऊ शकते, कारण आप्तस्वकीयांची नाती जास्त टिकणारी, स्थिर, बिनशर्त आणि व्यापक असतात असे गृहीत धरले जाते. कंत्राटी आणि इतर प्रकारच्या नात्यांना कालमर्यादा जास्त असतात, त्यांचा उपयोग खूप मर्यादित आणि सशर्त असतो, प्रसंग आणि संदर्भांनुसार त्यांमध्ये बदल होतो.

उत्तर आणि दक्षिण भारतातील जवळच्या नात्यांचे बंध

विवाहाने जुळणारे संबंध हे आपुलकीच्या नात्यांचे नवीन बंध तयार करण्याचे प्रमुख माध्यम असतात आणि कुटुंबातील भूमिका व देखभाल याविषयी चर्चा करताना नमूद केल्याप्रमाणे उत्तर आणि दक्षिण भारतात याबाबतीत मूलभूत फरक दिसतो. सविस्तरपणे बोलायचे तर, दक्षिणेकडे विवाहाच्या माध्यमातून, आधी अस्तित्वात असलेली नाती अधिक मजबूत करण्याचा प्रयत्न कुटुंबाकडून केला जातो, तर उत्तरेकडील कुटुंबांमध्ये आधीपासून ज्यांच्याशी नाते नाही अशा नवीन लोकांशी संबंध जुळविण्याकडे कुटुंबाचा कल असतो.

दक्षिण भारतातील बहुतेक द्रविडभाषिक लोकांकडून आपुलकीच्या नात्यांसाठी वापरले जाणारे शब्द जवळच्या विवाहातल्या शब्दांसारखेच असतात. ज्यांच्याशी लग्न करता येईल आणि ज्यांच्याशी लग्न करता येणार नाही, अशा सर्व वंशांचे दोन पोटविभाग केले जातात. या शब्दांमधून असे सुचविले जाते की संबंधित पुरुषाच्या पिढीतील सर्व पुरुष हे त्याचे भाऊ किंवा मेव्हणे असतात आणि स्त्रिया एकतर बहिणी असतात किंवा भावी जोडीदार असतात. द्राविडी शब्दयोजनेमध्ये अत्यंत सुरेख सातत्य आणि प्रमाणबद्धता आहे, असे निरीक्षण मॉर्गन यांनी फार पूर्वीच नोंदविले होते (१८७१, पृ. क्र. ३९४). या शब्दांची रचना काही गृहीतकांवर आधारित असू शकते, त्यांपैकी प्रमुख गृहीतक म्हणजे भावाबहिणींच्या मुलांचे आपापसात विवाह होऊ शकतात. विरुद्ध लिंगी मामे-आते भावंडासाठी (क्रॉस कझिनसाठी) (व्यक्तीच्या मामाची मुलगी आणि सहसा त्याच्या आत्याचीही मुलगी) वापरल्या जाणाऱ्या शब्दामध्ये भावी किंवा संभाव्य जोडीदार असा गर्भितार्थ असतो. व्यापकपणे, सर्व संभाव्य जोडीदारांना

क्रॉस कझिन म्हटले जाते. एकोप्यावर आधारित नात्यांच्या वर्तुळात होणाऱ्या विवाहांच्या माध्यमातून वेळोवेळी ही नाती नव्याने दृढ केली जातात (पहा, ड्युमॉन्ट १९५३, १९५७अ, ड्युमॉन्ट अँड पोकॉक १९५७क, पृ. क्र. ५८–६४, कर्वे १९६५, पृ. क्र. २४३–२५२).

दक्षिण भारतीय नातेसंबंधांच्या विश्लेषणात नुर यालमान यांनी असा निष्कर्ष काढला आहे की भाऊ आणि बहिणीमध्ये नेहमी संबंध आणि व्यावहारिक हक्कांवर भर दिला जातो. "बहीणभावांनी वेगळे राहिले पाहिजे, पण त्यांच्या अपत्यांमध्येसुद्धा एकी असली पाहिजे." पती आणि पत्नी म्हणजे बहीणभावांची मुले असण्यास प्राधान्य दिले जाते यातून जाती आंतरविवाहाचा मूळ हेतू स्पष्टपणे व्यक्त झालेला दिसतो (१९६७, पृ. क्र. ३७४–३७५).

मानलेल्या नात्यांचे बंध या पद्धतीने निर्माण होऊ शकतात. एकाच जातीतील दोन माणसं ज्यांच्यात प्रत्यक्ष नातेसंबंध नाहीत ती एकमेकांशी नाते जोडू शकतात. याविषयी यालमान यांनी एक उदाहरण दिले आहे. श्रीलंकेमधील एका गावातल्या दोन नवश्रीमंतांचे उदाहरण यालमान यांनी दिले आहे (असेच प्रसंग दक्षिण भारतात घडतात). आपण एकत्र येऊन काम करणे फायद्याचे ठरेल, असे त्या दोघांना वाटले. त्यांच्यापैकी एक जण दुसऱ्याला मामा म्हणू लागला आणि त्या दोघांच्या कुटुंबांतील सर्वांनी एकमेकांशी योग्य ती नाती जोडल्यानंतर त्या दोघांपैकी पहिल्याने दुसऱ्याच्या मुलीशी लग्न केले. आता ती त्याची क्रॉस कझिन बनलेली होती आणि द्राविडी शब्दयोजनेनुसार त्याच्यासाठी योग्य जोडीदार होती (यालमान १९६२, पृ. क्र. ५५४). द्राविडी-करीयरा जमातीसारखीच शब्दयोजना सिंहली लोक, पूर्वेच्या तटवर्ती प्रदेशातले मातृवंशीय आणि घरजावई बनणारे सिलोन मुस्लीम आणि दक्षिण भारतातील इतर जमातींसह तोडस, कूर्ग, प्रमलाई कल्लार जमातींमध्ये केली जाते याकडेही यालमान यांनी लक्ष वेधले आहे. यालमान यांच्या मते, या सर्व वेगवेगळ्या समाजांमध्ये शब्दयोजनेबरोबरच इतरही बाबतीत साम्य आहे. जवळच्या, आंतरविवाहातून नाते जोडण्याची समान पद्धत त्यांच्यात आहे, ही नाती सत्तेचे केंद्रस्थानही असतात (१९६२, पृ. क्र. ५६७–५६९).

याउलट, उत्तर भारतातील बहुतांश भागांत विवाहसंबंध जोडण्याच्या बाबतीत केंद्राभिसारी पद्धतीपेक्षा केंद्रापसारी पद्धत आढळते. विवाहासाठी अनुरूप संभाव्य स्थळाकडे, आधीपासून असलेले नातेसंबंध दृढ करण्याच्या संधीपेक्षा दोन वेगवेगळ्या घराण्यांचे नाते जुळविण्याची संधी म्हणून पाहिले जाते. परिभाषेनुसार आणि व्यवहारातही, प्रत्येक जोडीदाराकडे त्याच्या समूहाचा प्रतिनिधी म्हणून पाहिले जाते. तर द्राविडी शब्दयोजनेत आणि प्रत्यक्ष व्यवहारात संबंधित व्यक्तीकडे एक व्यक्ती म्हणून जास्त लक्ष दिले जाते. उत्तर भारतात एकवंशीय नातेवाइकांचा संबंध नेहमी एका विशिष्ट परिसराशी असतो, प्रत्यक्षात किंवा कशाचा तरी परिणाम म्हणून, त्यामुळे गाव बाह्यविवाहाची प्रथा सर्रास दिसते. दक्षिणेकडे उभयपक्षी नात्यांवर जास्त भर दिला जातो आणि प्रादेशिक बहिर्विवाहाची प्रथा फार थोड्या प्रमाणात

आहे किंवा अजिबातच नाही. दक्षिणेकडे सोयरेमंडळी एकमेकांची मदत करू शकतात आणि त्यांचे व्यवहारही एकमेकांशी अशा पद्धतीने गुंतलेले असू शकतात, जे उत्तरेकडील जातींमध्ये चालवून घेतले जात नाही (पहा, कर्वे १९६५, पृ. क्र. १०४–१३८, मॅरिऑट १९६०, पृ. क्र. ४०–४३, ५२–५३, यालमान १९६७, पृ. क्र.३४८).

सारांश

नातेसंबंधांमधील विविध स्तर प्राथमिक बहुद्देशीय समूहाच्या स्वरूपातील कुटुंबापासून सुरू होतात. कुटुंबातील सदस्य एकमेकांच्या जैविक गरजा आणि सामाजिक देखभालींकडे लक्ष देतात. प्रजनन आणि सामाजिकीकरण, उपभोग आणि उत्पादन यांसाठीचे कुटुंब हे प्रमुख स्थान असते. आंतरक्रिया आणि आरोपणाचा मुख्य प्रकाशझोत कुटुंबावर असतो. कुटुंबांचा विकास एका चक्राच्या माध्यमातून होतो आणि त्यामध्ये मोठे बदल होत असतात जे आपण नोंदवले आहेत.

काळाच्या ओघात, कुटुंब विखुरते आणि स्थानिक समाजाचे स्वरूप प्राप्त करते, म्हणजेच एकोप्यावर आधारित नातेसबंधांचा पुढचा स्तर गाठते. पितृकुलीन वंश आणि राहण्याचे स्थान या दोन्ही बाबतीत जवळ असलेल्या या कुटुंबांमधील एकोप्याचे नातेही सहसा जवळचे असते. एक समूह म्हणून ही एकमेकांच्या नात्यांतली कुटुंबं जातीमध्येच आरोपण तसेच आंतरक्रियेचे एक युनिट तयार करतात. नातेसंबंधांचा एक मोठा प्रकार असलेल्या कुळाचा वापर प्रामुख्याने संभाव्य जोडीदारांचे शक्य आणि अशक्य असे वर्गीकरण करण्यासाठी केला जातो. नातेवाइकांचा आणखी एक प्रकार म्हणजे, संबंधित व्यक्तीचे स्त्रीवर्गाशी संबंधित नातलग विशेषकरून त्याच्याशी संवाद साधतात आणि तो त्यांच्याशी संवाद साधतो. पण हा संवाद प्रामुख्याने संयुक्त समूहापेक्षा व्यक्तिगत पातळीवर दुहेरी पद्धतीने होतो.

व्यक्तीच्या जातीमध्ये त्याच्या सर्व आप्तांचा समावेश होतो; जातीची मर्यादा म्हणजे त्याच्या प्रत्यक्षातील आणि संभाव्य आप्तस्वकीयांच्या नात्याची मर्यादा असते. या प्रकारे जवळच्या नात्यांच्या बंधांमध्ये जातीचे गुणविशेष आणि मर्यादा दिसतात. वेगवेगळ्या जातीच्या लोकांमधील संबंध हे प्रत्येक स्थानिक सामाजिक व्यवस्थेतील मूलभूत संबंध असतात. आमच्या अभ्यासाच्या पुढील भागात या संबंधांचा आढावा घेतलेला आहे.

विभाग ३
विविध जातीच्या लोकांमधील संबंध

५ जातींच्या क्रमवारीचा निकष

काही विशिष्ट व्यवहारांच्या बाबतीत कुटुंबामधील आणि जातींमधील परस्परावलंबित्व फक्त प्राधान्यक्रमापेक्षाही अधिक काहीतरी असते. या परस्परावलंबित्वाकडे जीवनक्रम म्हणून पाहिले जाते. प्रत्येक व्यक्तीचे तिच्या इतर जातीच्या शेजाऱ्यांबरोबर जे रोजचे व्यवहार होतात त्यामध्ये त्या व्यक्तीच्या जातश्रेणीच्या तुलनेत शेजाऱ्यांची जी जातश्रेणी असते त्यानुसार काही प्रकारच्या व्यवहारांवर निर्बंध येतात आणि त्यातून इतरांसाठी मर्यादा ठरवून दिल्या जातात.

दैनंदिन जीवनातील असंख्य गोष्टींमध्ये या सामाजिक क्रमवारीचे प्रदर्शन केले जाते. बहुतेकदा या बाबी इतक्या रूढ झालेल्या असतात की गावातल्या लोकांना फार क्वचितच त्यांची जाणीव होते. अशा प्रकारे, जेव्हा गावातली पुरुषमंडळी बोलण्यासाठी एकत्र जमतात, मग ते गप्पागोष्टी करण्यासाठी असो किंवा पंचायतीच्या महत्त्वाच्या सभेसाठी असो ते स्वतःहूनच जातीच्या क्रमवारीनुसार बसतात. बाजेचा बाकड्यासारखा वापर करतात, तिच्यावर काही जण बसतात आणि बाकीचे जमिनीवर बसतात. बाजेच्या वरच्या बाजूस म्हणजे निजणाऱ्याची डोके ठेवण्याची जी बाजू असते ती सभेतील वरच्या श्रेणीतल्या लोकांसाठी राखून ठेवलेली असते. कानपूर जिल्ह्यातल्या एका गावातील लोकांच्या बसण्याचा जो क्रम सांगण्यात आला तो असा: बाजेच्या वरच्या बाजूस सर्वांच्या आधी ब्राह्मणांचे स्थान असले पाहिजे, ठाकुरांचे स्थान सगळ्यांच्या आधी परंतु ब्राह्मणांनंतर असेल. त्यांच्या नंतरच्या श्रेणीतील लोक बाजेच्या पायाकडील बाजूस बसतील आणि बऱ्यापैकी खालच्या श्रेणीतले लोक जमिनीवर बसतील. चर्मकार—आणि धानुक—डुक्करपालांसारख्या सर्वांत खालच्या जातीतले पुरुषच जेव्हा उपस्थित असतील तेव्हा दोन्ही जातींचे पुरुष एका बाजेवर बसतील पण चर्मकार धानुकांना बाजेच्या खालच्या भागातच बसू देतील (शर्मा १९५६अ, पृ. क्र. २५९).

आसनव्यवस्थेमध्ये केवळ शिष्टाचारानुसार जागांचे विभाजन करण्याचा भाग नसतो तर, त्यातून अधिकारव्यवस्था आणि सत्तेशी संबंधित नाती प्रतीकात्मक स्वरूपात दिसून येतात. बाजेच्या वरच्या बाजूस बसलेले ब्राह्मण आणि त्यांच्यानंतर बसलेल्या ठाकुरांनी चर्चेत पुढाकार घ्यावा आणि नंतर सर्व सहमतीने जे ठरेल ते बोलून दाखवावे, अशी अपेक्षा असते. सभेतील बोलणे थट्टा-मस्करीचे असो किंवा चर्चेच्या स्वरूपातील जमिनीवर बसलेल्यांमध्ये कडेला बसणाऱ्या धानुक-डुक्करपालांना ते बोलणे स्पष्ट ऐकू यावे, असे अपेक्षित नसते आणि सहसा त्यांची तशी अपेक्षा नसते. काही गावांमध्ये ब्राह्मण जातसमूह संख्येने कमी आणि तुलनेने कमी महत्त्वाचा असतो. ब्राह्मणांना प्राधान्य दिले जाते, पण त्यांच्याकडे अधिकार नसतात. अशा गावांमध्ये, बाजेच्या वरच्या बाजूस बसलेली ब्राह्मण व्यक्ती केवळ किरकोळ धार्मिक विधींशी संबंधित विषयांतच अधिकारवाणीने बोलू शकते. महत्त्वाच्या ऐहिक विषयांतल्या महत्त्वाच्या निर्णयांसंदर्भातील प्रश्नांवर बोलू शकत नाही.

आसनव्यवस्थेत फरक करणे म्हणजे जाती-जातींमधील संमत व्यवहार आणि निषिद्ध संपर्क या गोष्टींचे फक्त एक उदाहरण आहे. काही विषयांत, विशेषतः लग्नाच्या बाबतीत, जातीबाहेर व्यवहार करता येत नाही. एकत्र धूम्रपान करणे/हुक्का पिण्यासारख्या इतर कामांसाठी या बंधनांत बरीच शिथिलता असू शकते. उच्च श्रेणीच्या जातींतले लोक, खालच्या जातीच्या लोकांची शिवाशिव टाळण्याच्या बाबतीत बऱ्यापैकी ताठर असतात. खालच्या जातीच्या लोकांनी स्वतंत्र पाणवठे वापरावेत, स्वतंत्र वस्ती करून राहावे आणि खालच्या व वरच्या जातींदरम्यान शारीरिक व सामाजिक अंतर राहील, हे सुनिश्चित करणाऱ्या इतर अनेक गोष्टींचा अवलंब करावा, अशी उच्च श्रेणीच्या जातींमधील लोकांची अपेक्षा असते.

वर्तनाचे क्रमविरहित संदर्भ

जातश्रेणी प्रभावशाली आणि व्यापक स्वरूपाची असली तरीही ती लागू करण्यावर मर्यादा येतात. सर्व कामांमध्ये ती एकसारख्या पद्धतीने लागू होत नाही; ती सतत विचारात घेतली जात नाही; जातश्रेणी म्हणजे परस्परांमधील व्यवहारासाठी सूचीबद्ध केलेला कायमचा संकेत नसतो.

आधी नमूद केल्याप्रमाणे, काही विशिष्ट कामांमध्ये सहभागी व्यक्तींची सापेक्ष क्रमवारी इतर गोष्टींच्या तुलनेत कमी महत्त्वाची असते. उदाहरणार्थ, स्वयंपाकघरातल्या कामापेक्षा शेतातल्या कामांमध्ये धार्मिक सोवळेओवळे कमी असते. सुगीच्या धामधुमीत वेगवेगळ्या जातींचे लोक एकत्र काम करू शकतात आणि एरवी घरांत किंवा गावच्या रस्त्यांतून चालताना टाळली जाणारी शिवाशिव इथे होऊ शकते. प्रत्येक श्रेणीतील जातीचे लोक शेतात काम करू शकतात आणि ते अन्य कुठल्याही ठिकाणापेक्षा तिथे एकमेकांच्या बरोबरीने काम करू

शकतात (जगळपुरे आणि काळे १९३८, पृ. क्र. ३९३–३९४, माथुर १९५८अ, पृ. क्र. ५१–५२, सिल्व्हरबर्ग १९५९, गाऊल्ड १९६४, पृ. क्र. ३२).

शेतीकामासारख्या ठिकाणी जातविषयक निर्बंध सैलावतात. याच प्रकारे म्हैसूरमधील गावच्या संघांमध्ये होणाऱ्या कुस्तीच्या सामन्यांत खूपच खालच्या जाती वगळता सर्व जातींतले तरुण स्पर्धेसाठी एकत्र येऊ शकतात (बील्स १९६४, पृ. क्र. १०७). उत्तर प्रदेशच्या पश्चिम भागात गावोगाव फिरणाऱ्या नाटकमंडळींमध्ये वेगवेगळ्या जातीच्या अभिनेत्यांचा समावेश असू शकतो (गम्पेर्झ १९६४, पृ. क्र. ९४). पूजाअर्चेच्या काही प्रसंगांच्या संदर्भात, विशेषत्वाने *भक्तीभावाने केल्या* जाणाऱ्या पूजाअर्चनेत, भक्तमंडळींमधील जातिभेद बिनमहत्त्वाचे समजले जातात आणि त्यांच्याकडे काही प्रमाणात खरोखरच दुर्लक्ष केले जाते. काम, खेळ, नाटक आणि पूजाअर्चनेमध्ये अशा प्रकारची मुभा देण्याची प्रथा भारतात जुनी आहे. सर्वसाधारणपणे, गावाबाहेर बाजारपेठा किंवा जत्रांमध्ये मोकळेपणाने वागण्याची पद्धतही जुनीच आहे. शहरे, व्यापार, प्रशासन आणि नव्या प्रकारची कामे यांसारख्या आधुनिक गोष्टींमुळे गावकऱ्यांच्या अनुभवांत भर पडल्याने, परंपरेने मिळालेल्या स्वातंत्र्याची व्याप्ती वाढलेली आहे.

जातींच्या क्रमवारींमध्ये बऱ्याच प्रमाणात फरक असूनही गावकऱ्यांच्या वैयक्तिक पातळीवरील औपचारिक नात्यांमध्ये अडसर येत नाही. सफाई कर्मचाऱ्यांच्या समाजातील स्त्री एखाद्या उच्चप्रतिष्ठित, श्रीमंत घरात साफसफाई, घाणीच्या कामांसाठी येऊ शकते. घरातला तिचा वावर कसा असावा याबाबत बरीच बंधने असतात. ती स्वयंपाकघरात जाऊ शकत नाही किंवा घरातल्या लोकांना स्पर्श करू शकत नाही किंवा घरातल्या देव्हाऱ्याच्या जास्त जवळ जाऊ शकत नाही. परंतु, तिचे येणे त्या घरातल्या स्त्रियांसाठी अत्यंत सुखावणारे असायचे कारण उच्चकुलीन स्त्रिया असल्यामुळे त्यांच्यासाठी घराबाहेर वावरण्यावर बऱ्याच मर्यादा येतात. अर्थात, घराबाहेर वावरण्यावर बंधने असली तरी शेजाऱ्यांच्या खासगी जीवनाविषयी जाणून घेण्यातली त्यांची उत्सुकता मात्र कमी नसते. सफाई कर्मचाऱ्यांच्या समाजातली स्त्री गावात सर्वत्र मुक्तपणे वावरते आणि वेगवेगळ्या घरांमध्ये जात राहते. त्यामुळे, ती गावच्या हकिकती-किस्से सांगणारी एक प्रमुख व्यक्ती असू शकते, मानवी कुतूहलाचे केंद्रस्थान असू शकते आणि कधीकधी उत्साहपूर्ण मनोरंजनाचा एक स्रोत असू शकते.

ज्योतिर्मयी शर्मा यांनी बंगालमधील हुगळी जिल्ह्यातील एका गावाची माहिती दिली आहे. त्यानुसार, घरात काम करणारे नोकर घरातलेच एक बनून जातात. पण तरीही त्यांना जातीनुसार शिवाशिव पाळावी लागते. अशाच एका बागडीनामक खालच्या जातीचे नोकर घराच्या आतल्या खोल्यांमध्ये प्रवेश करू शकत नाहीत, अंघोळीसाठी किंवा पिण्यासाठी वापरायच्या पाण्याला हात लावू शकत नाहीत. तसेच त्यांना इतर अनेक नियम पाळावे लागतात. तरीही

घरातल्या लहान मुलांचे त्यांच्याशी मानलेले नाते तयार होते आणि अशा नोकरमाणसांवर बऱ्यापैकी जबाबदारी टाकता येऊ शकते (शर्मा १९६०, पृ. क्र. १९२–१९५).

अशा मर्यादा असूनही ग्रामीण जीवनातल्या अनेक पैलूंवर जातश्रेणींचे थेट परिणाम होतात. जातश्रेणीच्या प्रतिकांमधून नेहमी सत्ता-अधिकारांमधील खरा फरक सूचित होतो, तसेच गावातल्या इतरांनी आपल्याशी कसे वागावे याविषयीच्या एखाद्या गावकऱ्याच्या अपेक्षा इतरांच्या जातीच्या क्रमवारीमध्ये आणि रूढींमध्ये चौकटबद्ध केलेल्या असतात. त्यांच्या जातींच्या स्थानिक पातळीवरील तुलनात्मक स्थानांमुळे त्यांच्या आपापसातील व्यवहारांवर मर्यादा येतात.

मग गावकरी कशाच्या आधारे, जातींची एक निश्चित श्रेणीबद्ध व्यवस्था किंवा क्रमवारी आहे हे गृहीत धरतात आणि त्यांनी ठरविलेल्या त्या क्रमवारीचे स्पष्टीकरणे ते कसे देतात? सगळीकडेच प्रभावशाली लोक जे करतात, त्याप्रमाणे उच्चस्तरीय जाती वारसाहक्काने आलेल्या त्यांच्या श्रेष्ठत्वाच्या आधारे ही क्रमवारी स्पष्ट करतात. खालच्या जातीच्या लोकांना या क्रमवारीविषयी खात्री नसते, पण वर्तमानस्थितीत त्यांचे जे स्थान आहे त्यापेक्षा वरचे स्थान प्राप्त करण्याची त्यांची पात्रता आहे याविषयी त्यांना निश्चित खात्री असते. जातीनुसार ठरविल्या जाणाऱ्या क्रमवारीमध्ये धार्मिक शुद्धाशुद्धतेचा समावेश असतो, याविषयी गावकऱ्यांचे सहसा एकमत असते. त्यांनी नमूद केलेले हे धार्मिक निकष खरोखरच महत्त्वाचे असतात; जातीच्या क्रमवारीत ऐहिक बले हासुद्धा महत्त्वाचा घटक असतो. याविषयी प्रकरण ६ मध्ये चर्चा केली जाईल.

धार्मिक निकषः वैयक्तिक शुद्धता आणि अशुद्धता

पारंपरिक स्पष्टीकरण असे दिले जाते की उच्चश्रेणीच्या जातीतल्या लोकांमध्ये अस्वच्छता कमी असते आणि खालच्या जातींच्या तुलनेत ते धार्मिक विधींसाठी स्वतःच्या स्वच्छतेची जास्त काळजी घेतात. खालच्या जाती सर्वांत जास्त अशुद्ध असतात आणि प्रमुख देवता तसेच वरच्या जातीच्या लोकांशी जवळची नाती जपण्यास ते आजिबात पात्र नसतात. शुद्धता आणि अशुद्धता या दोन्ही गोष्टी खासकरून व्यक्तीच्या जैविक आणि शारीरिक कृतींशी संबंधित असतात. विशेषत्वाने माणसांच्या आणि प्राण्यांच्या शारीरिक क्रियांशी या गोष्टींचा संबंध असतो. कदाचित सर्वच समाजांमध्ये आढळणाऱ्या सामाजिक श्रेष्ठत्व आणि न्यूनत्व यांच्या स्पष्टीकरणाचा संबंध शेवटी लोकांच्या वैयक्तिक आणि सामूहिक अनुभवांशी जोडला जातो. अनेकांच्या बाबतीत या अनुभवांचा संबंध निश्चितपणे धार्मिक संकल्पनांशी असतो. भारतीय संस्कृतीमध्ये हे संबंध सुस्पष्ट असतात आणि ग्रामीण समाजरचनेत स्पष्टपणे लागू केले जातात.

धार्मिक निकषांचा प्रमुख भर शुद्धतेपेक्षा अशुद्धतेवर असतो. अशुद्ध झाल्यामुळे इतर लोकांच्या आणि देवाच्या थेट संपर्कात येण्याबाबत एखाद्या व्यक्तीवर आडकाठी येते. त्याच्याइतके अशुद्ध नसलेल्या लोकांपासून त्याला अंतर ठेवून वागावे लागते, नाहीतर त्याच्यामुळे तेही बाटू शकतात. त्याच्या अशुद्ध अवस्थेत देवांना त्याची शिवाशिव चालत नाही, त्यामुळे कदाचित तो पूजाअर्चा करणार नाही. कुठल्याही गंभीर स्वरूपाच्या अशुद्धतेसाठी टाळाटाळ आणि बहिष्कार टाकला जाऊ शकतो.

मात्र, विटाळाच्या दोन मुख्य प्रकारांमध्ये फरक आहे. एक प्रकार तात्पुरता आणि वैयक्तिक विटाळाचा आहे, ज्यांस प्रत्येक मर्त्यास रोज सामोरे जावे लागते. दुसरा प्रकार कायमस्वरूपी आणि सामूहिक विटाळाचा असून जातीतल्या सर्वांना लागू होतो. सामाजिक रचना ठरविण्यासाठीचा तो प्रमुख निकष आहे (पहा, काणे १९४१, पृ. क्र. १६५–१७९). विटाळाचे अनेक स्रोत आहेत. त्यातील सर्वाधिक प्रभावी स्रोत म्हणजे मृत्यूचे सान्निध्य आणि रक्त व मळ यांसारख्या शरीरातून बाहेर पडणाऱ्या घटकांच्या संपर्कात येणे. प्रत्येक व्यक्ती नियमितपणे आणि वेळोवेळी दूषित करणाऱ्या या घटकांच्या संपर्कात येत असते. मूत्रविसर्जन करते तेव्हा ती व्यक्ती अस्वच्छ होते. मग तिने स्वतःची नीट स्वच्छता केल्याशिवाय इतर लोकांच्या संपर्कात येणे टाळले पाहिजे आणि अलौकिक शक्ती-देवांच्या आसपासही फिरकले नाही पाहिजे. नुसतेच हातपाय धुतले तर कदाचित लांबून हात जोडता येऊ शकतील.

शरीरातून बाहेर पडणारा प्रत्येक स्राव आणि मळ तसेच जादा वाढलेले केस आणि नखे हे सर्व, अपवित्र करणारे घटक बनतात. हे घटक शरीरापासून वेगळे करण्याची कृती करून व्यक्ती स्वतः अशुद्ध होते. "विष्ठा, मूत्र, वीर्य, मासिक पाळीचे रक्त, लाळ आणि कापलेली नखे व केस हे सर्व धार्मिकदृष्ट्या अशुद्ध असतात" (श्रीनिवास १९५२अ, पृ. क्र. १०४, पहा, माथुर १९६४, पृ. क्र. १०३–१०५). या सर्वांमुळे होणारा विटाळ एकसारखा असल्याचे मानले जात नाही. स्वतःच्याच लाळेला स्पर्श केला तर फक्त हात धुण्याची गरज असते. पण मासिक पाळीच्या काळात स्त्रियांना खूप जास्त प्रमाणात पुन्हा शुद्धीकरण करून घ्यावे लागते.

प्रत्येक व्यक्तीला, ती जे काही काम करत असेल त्याला साजेशी स्वतःची शुद्धी करून घ्यावी लागते. शर्मा यांनी केलेल्या अभ्यासानुसार, बंगालच्या एका गावातील गृहस्थ व्यक्तीला, शिजवलेल्या अन्नास आणि विशेषतः भाताला स्पर्श करण्यापूर्वी अंग धुऊन कपडे बदलावे लागतात. एकदा अन्नाला स्पर्श केल्यानंतर पुन्हा एकदा अंग धुतल्याशिवाय ती व्यक्ती दुसरे कुठलेही काम करण्यासाठी अनुकूल अवस्थेत असत नाही. अन्नग्रहणाच्या कृतीमुळे ती व्यक्ती किंचित अक्षम अवस्थेत जाते. त्यामुळे पुढे काही करण्याआधी त्या व्यक्तीने विधिवत स्नान करून स्वतःला त्या अवस्थेतून बाहेर काढले पाहिजे (शर्मा १९५५,

पृ. क्र. १७१). अन्नसेवनाच्या क्रियेमध्ये शरीरातून स्राव बाहेर पडणे किंवा मृत्यू यांसारख्या, विटाळाचा प्रमुख स्रोत असलेल्या क्रिया होत नाहीत. पण त्या क्रियांप्रमाणे, अन्नसेवनाच्या क्रियेत व्यक्ती एका अवस्थेतून दुसऱ्या अवस्थेत जाते. या प्रकारची अवस्थांतरे अशुद्ध बनवणारी नसली तरी धार्मिकदृष्ट्या संवेदनशील असतात.

अनेक गावकरी या प्रकारचे रोजचे विधी थोडक्यात उरकतात किंवा टाळतात. कारण त्यांच्याकडे वेळ नसतो, बदलण्यासाठी कपडे नसतात आणि धार्मिक सोपस्कारांविषयी फारशी आस्थाही नसते. काही जण या रोजच्या अवस्थांतरांकडे पूर्णपण दुर्लक्ष करतात, तरी अगदी सर्वांत खालच्या जातीतल्या गरीब खेडुतांनाही अशा अशुद्धतेची माहिती असते. 'हरिजन'देखील त्यांना शक्य तितक्या प्रमाणात अशा प्रकारच्या विटाळाच्या बाबतीत काळजी घेतात. बंगालच्या गावातील ब्राह्मण व्यक्ती काही विशिष्ट धार्मिक विधी टाळत नाहीत, जे कदाचित इतरांकडून टाळले जाऊ शकतात. त्यामुळे मलत्याग केल्यानंतर त्याला कपडे बदलावे लागतात आणि स्नान करावे लागते. "ब्राह्मण व्यक्ती कदाचित कपडे बदलण्यापूर्वी स्वतःच्या खोलीत प्रवेश करणार नाही किंवा घरातल्या वस्तूंना हात लावणार नाही; आणि त्याक्षणी त्याने एखाद्या खालच्या जातीतल्या ("अस्पृश्य") व्यक्तीला जरी हात लावला तरी ती "अस्पृश्य" व्यक्ती मलीन होते आणि तिलाही कपडे बदलावे लागतात" (*तथैव*).

सर्वांत जास्त नाट्यमय उत्सर्जन म्हणजे अपत्यजन्म. मूल जन्माला आल्यानंतर आई आणि बाळ या दोघांना विशिष्ट काळासाठी एकांतवासात राहावे लागते, त्यांच्यासाठी साग्रसंगीतपणे काही धार्मिक विधी केले जातात आणि एकांतवासाचा काळ संपल्याचे सूचित करण्यासाठी काही शुद्धीकरणाचे विधी करून घ्यावे लागतात. अशा प्रकारे शुद्धीकरण केल्यानंतर बाळंतीण स्त्री तिच्या घरातल्या आणि गावातल्या लोकांशी सर्वसामान्य व्यवहार सुरू करू शकते. या जगात जन्माला आलेले तिचे नवजात बाळ समाजात मिसळू शकते. मूल जन्माला येण्याच्या या घटनेमुळे घरातल्या इतर लोकांवरही परिणाम होतो, त्यामुळे त्यांनाही पुन्हा त्यांच्या सामान्य अवस्थेत येण्यासाठी काही धार्मिक विधी करणे आवश्यक ठरते.

अपत्यजन्मानंतरच्या एकांतवासासाठी विटाळ हे एकमेव कारण नसते. बाळ आणि बाळंतीण दोघांवरही बाहेरच्या वातावरणाचे प्रतिकूल परिणाम होण्याची शक्यता असते. अशा काळात, ज्याप्रमाणे, रुग्णालयात भेटायला येणाऱ्या अस्वच्छ नातेवाइकांपासून लांब ठेवण्यासाठी नवजात अर्भकाला रुग्णालयाच्या बालगृहात ठेवले जाते त्याप्रमाणे त्या दोघांना सुरक्षित ठेवण्याचा विचार यामागे असू शकेल. अवस्थांतराच्या इतर विधींमध्येसुद्धा अनेक कारणांनी धार्मिक विधी केले जातात; पण त्यामागे नेहमी शुद्धीकरणाचा समावेश असतो.

घरातील व्यक्तीचा मृत्यू हे एक अत्यंत दुःखदायक अवस्थांतर असते आणि त्यामुळे मृत व्यक्तीच्या मागे राहणाऱ्या जिवलगांवर त्यांना दुर्बल बनवणारे परिणाम होतात. मृत

व्यक्तीच्या जवळच्या नातेवाइकांनी पुन्हा सर्वसामान्य आयुष्य सुरू करण्यापूर्वी काही धार्मिक विधींच्या मदतीने हे परिणाम नाहीसे करावे लागतात. मृत्यूच्या सान्निध्यामुळे व्यक्ती सामाजिक कक्षेच्या बाहेर जाऊन तिच्यावर अतिभौतिक कक्षेचे सावट निर्माण होते. अशा पद्धतीने सावट निर्माण झालेल्या आणि सामाजिक सुरक्षितता व सुरळीतपणासाठीची सापेक्ष शुद्धता नाहीशी झालेल्या सर्वांना मूळ स्थितीत परत आणण्यासाठी अंत्यविधी केले जातात. उदाहरणार्थ, नीलगिरीतील कोटा समाजामध्ये विधवा आणि विधुर व्यक्तींना शुद्धीकरणाचे विधी करून घ्यावे लागतात आणि वंशातील सर्व व्यक्तींना स्नान करून पूर्वस्थितीत यावे लागते. योग्य धार्मिक विधी पार पाडल्याशिवाय मृत व्यक्तीचे पार्थिव शरीर आणि आत्मा शुद्ध होत नाही आणि त्याला विश्वात योग्य स्थान प्राप्त होत नाही (मंडेलबाउम १९५४ब, पृ. क्र. ८९–९०). त्यामुळे, सर्वसामान्यपणे भारतातल्या खेडेगावांमध्ये, मृत्यूच्या घटनेसमयी उपस्थित सर्वांना आणि प्रत्येक गोष्टीला समारंभपूर्वक सामान्य व्यवहारात परत आणले जाते.

अशा प्रकारे, प्रत्येक व्यक्तीला नियमितपणे आणि तुरळकपणे ऱ्हास व पुनःस्थापनेच्या चक्रातून जावे लागते. शरीरातून मलत्याग करणे हे दैनंदिन चक्र असते तर लैंगिक संबंध, मासिक पाळी, केस नखे यांची वाढ, जन्म, मृत्यू यांसारख्या जैविक घटनांमुळे पुन्हापुन्हा दुर्बलता लादली जाते आणि ठरावीक काळाने ती भरून काढावी लागते. एखाद्या व्यक्तीच्या बाबतीत जवळच्या नातलगाचा मृत्यू किंवा जन्माची घटना घडते तेव्हा तिला धार्मिक दुर्बलतेला सामोरे जावे लागते आणि ही दुर्बलता योग्य त्या धार्मिक विधींद्वारे दूर करावी लागते. वेगवेगळ्या जातींमधील शुद्धीकरणाच्या पद्धतींमध्ये निश्चितपणे बरेच फरक असतात. पण श्रीमंत आणि गरीब, उच्च आणि नीच, उदासीन तसेच सनातनी अशा सर्व गावकऱ्यांना या प्रकारचे शरीरशास्त्रानुसार आवश्यक आणि धार्मिकदृष्ट्या गरजेचे शुद्धीकरण करावे लागते.

शुद्धतेची अवस्था स्वेच्छेने प्राप्त केली पाहिजे, मात्र अशुद्धतेची अवस्था सहसा इच्छेविरुद्ध किंवा एखाद्या जैविक क्रियेचा परिणाम म्हणून निर्माण होते. अशुद्धता आणि शुद्धता या दोन्हींच्या प्रमाणात वैविध्य असते. एखाद्या व्यक्तीची सामान्य स्थिती ही शुद्धही नसते आणि मलीनही नसते. 'अशुद्धतेचे सौम्य स्वरूप' असे याचे एक वर्णन केले जाते (श्रीनिवास १९५२अ, पृ. क्र. १०७, पहा, स्टिव्हन्सन १९५४, पृ. क्र. ५०, हार्पर १९६४, पृ. क्र. १५२–१५५). व्यक्तीची धार्मिक अवस्था, या सामान्य स्थितीतून कुठल्याही दिशेला जाऊ शकते. आंध्र प्रदेशातील तेलंगणामध्ये धार्मिक शुद्धतेचे जे दोन टप्पे मानले जातात, त्यांचे वर्णन दुबे (१९५५क) यांनी केले आहे. यातील सर्वांत शुद्ध अवस्था बराच काळ शरीर स्वच्छ करून प्राप्त केली जाते, ज्यामध्ये दातांची स्वच्छता आणि स्नानांचाही समावेश असतो. धार्मिकदृष्ट्या संपूर्णपणे जंतुनाशक प्रक्रिया करून धुतलेले आणि वाळवलेले कपडे परिधान करावे लागतात.

अशा प्रकारे शुद्ध झालेला पुरुष, "द्विज" वर्णांतील मुले ज्या विधीमुळे गृहस्थाश्रमात प्रवेश करतात अशा महत्त्वाच्या उपनयनाच्या विधीतही सहभागी होऊ शकतो. या शुद्ध अवस्थेमध्ये देवाला सकाळी नैवेद्य दाखविण्याचे कामही तो करू शकतो. स्वयंपाकाचे आणि जेवायला वाढण्याचे कामदेखील या सोवळ्या अवस्थेत केले जाते. उत्सवमूर्तीचे जेवण झाले की ही सोवळेपणाची अवस्था बदलते आणि त्यामध्ये थोडी शिथिलता येते. स्नान करून, विवाहविधी पार पाडणे आणि संध्याकाळच्या स्वयंपाकाची तयारी करणे यांसारख्या कामांसाठी चालतीलशी रेशमी वस्त्रे परिधान करण्याइतपत हे सोवळे पाळता येऊ शकते. अशा कामांमध्ये धार्मिक विधी करावे लागत नाहीत (दुबे १९५५क, पृ. क्र. १८८). मलमूत्रविसर्जन, संभोग, अशुचित प्राणी किंवा धार्मिकदृष्ट्या स्वच्छ नसलेल्या व्यक्तीला स्पर्श, चामडे किंवा खास पद्धतीने न धुतलेले कपडे यांसारख्या अस्वच्छ वस्तूंना स्पर्श केल्यानेसुद्धा अशा प्रकारचे सोवळे मोडू शकते.

एखादा गावकरी जेव्हा औपचारिक पूजाअर्चनेची तयारी करतो तेव्हा त्याने देवाजवळ जाण्यासाठी स्वतःला योग्य प्रकारे शूचिर्भूत करून घेतले पाहिजे. तो विटाळकारक वैयक्तिक कामांपासून दूर राहतो, अशुद्ध करणाऱ्या व्यक्तींचा आणि वस्तूंचा स्पर्श टाळतो. तो स्नान करतो आणि इतर प्राथमिक कामे करतो. ज्यांच्या स्पर्शामुळे इतर लोक देवाच्या जवळपास जाण्यास अपात्र ठरतील अशी खालच्या जातीतली माणसं त्यांच्या मालकीच्या पवित्र ठिकाणी जातानासुद्धा काळजी घेतात. खालच्या जातीच्या लोकांना देवळात प्रवेश करण्यास असलेली बंदी नव्या कायद्यानुसार उठविली गेली असली तरी सहसा या लोकांकडे त्यांच्या मालकीची देवळं असतात.

विशेष शुद्धतेची आवश्यकता असणाऱ्या भूमिका

काही विशिष्ट लोक असतात ज्यांना धार्मिक शद्धतेच्या बाबतीत विशेष दक्षता पाळावी लागते. यामध्ये सर्व जातींतले पुरोहित आणि उच्चवर्णीयांमधील विधवा स्त्रियांचा समावेश होतो. पुरोहित मंडळी धार्मिक कार्यांचे नेतृत्व करतात. तसेच वरचेवर आणि जास्त प्रमाणात देवाच्या जवळ जात असल्यामुळे स्वच्छतेच्या बाबतीत, इतर सामान्य लोकांच्या तुलनेत त्यांना जास्त कडकपणे वागावे लागते (पहा, हार्पर १९६४, पृ. क्र. १७६). ब्राह्मण जातींमध्ये, ज्यांना परंपरेने पुजारी असे संबोधले जाते त्यांचा दर्जा, केवळ अध्ययनासाठी वाहून घेण्याची परंपरा असलेल्या ब्राह्मणांपेक्षा कमी असतो. बेन्स लिहितात की, ब्राह्मणांमधील "उच्चवर्ग" देवळातील सेवेचे काम करत नाही. ते कमीपणाचे काम मानले जाते आणि खालच्या स्थानावरील ब्राह्मण जातींकडे ते सोपवले जाते (१९१२, पृ. क्र. २७). ब्राह्मणांसाठी एक योग्य व्यवसाय म्हणून पूजाअर्चेचे काम उच्चवर्णीयांनी करावे असे पुराणग्रंथांमध्ये लिहिलेले असूनही पुजाऱ्यांच्या कामाला प्रतिष्ठा मिळत नाही, याकडे भट्टाचार्य

यांनी लक्ष वेधले आहे. या कामामध्ये "बहुतकरून अकुशल सेवेचा" समावेश असतो, या कामासाठी कुठल्याही ज्ञानाची गरज नसते; आणि "धार्मिक विधींचे नियम ज्यांवरून ठरले अशा मूळ ग्रंथांचा अभ्यास करण्याचे काम ज्या जातीकडून केले जाते, त्या जातीच्या लोकांना पुजाऱ्याच्या प्रत्येक कामामध्ये दोष दिसू शकतो. तसेच हे लोक स्वतःसाठी परीक्षणाची आणि देखरेखीची वरच्या पातळीवरील कामे राखून ठेवतात" (१८९६, पृ. क्र. २५).

जिथे प्रचंड संख्येने भक्तगण येतात अशा मोठ्या देवळांमधील पुजारी विशेषत्वाने मोठ्या प्रमाणात मलीनतेच्या संपर्कात येतात. इतर अनेक कारणांबरोबरच, या कारणामुळे यापैकी काही पुजाऱ्यांचा जास्त आदर केला जात नाही. तसेच त्यांच्याकडून आहार आणि वर्तणुकीच्या बाबतीत ढिसाळपणा केला जाण्याचीही शंका घेतली जाते. गावातल्या पुजाऱ्याकडे गावकऱ्यांचे जास्त लक्ष असते आणि ज्यांच्यासाठी तो धार्मिक विधी पार पाडतो त्या सामान्यजनांच्या तुलनेत सहसा हा पुजारी धार्मिक बाबतीत जास्त दक्ष राहतो.

ब्राह्मण समाजातील, पुजारी म्हणून काम करणारे सगळे किंवा अगदी बहुतांश लोकदेखील प्रत्यक्ष पुजाऱ्यासारखे वागत नाहीत. ते वेगवेगळे व्यवसाय करतात. ब्राह्मणांमध्येही अशा काही जाती आहेत, ज्या जातींचे पुरुष इतरांसाठी पौरोहित्य करत नाहीत, तर ते जमीनदार आणि शेतकरी असतात. ब्राह्मणांमधल्या सगळ्या पोटजातींचे लोक शाकाहारी नसतात. नुसत्या ब्राह्मणांपेक्षा हिंदू धर्मातील वैष्णव पंथीयांमध्ये शाकाहारी असण्याला फार महत्त्व दिले जाते याकडे के.एन. शर्मा यांनी लक्ष वेधले आहे (१९६१अ). परंतु स्थानिक व्यवस्थेतील इतर जातींच्या तुलनेत ब्राह्मणवर्गाचे आचरण जास्त शुद्ध असावे अशी अपेक्षा असते. मैला वाहून नेणे किंवा मृत जनावरे उचलण्यासारखी जातीला कलंक लावणारी कामे ब्राह्मण जातीतील कुठलीच व्यक्ती करू शकत नाही.

उच्चवर्णीयांमधील विधवा स्त्रियांनीसुद्धा इतर लोकांच्या तुलनेत जास्त कडक धार्मिक सोवळे पाळावे अशी अपेक्षा असते. पतीच्या निधनामुळे अनेक सामाजिक आणि धार्मिक कार्यांमधील तिच्या सहभागावर कायमची बंदी येते, ज्या कार्यांमध्ये ती एरवी पत्नीच्या नात्याने सहभागी होऊ शकली असती. धार्मिक कर्मकांडांच्या बाबतीत, ती सधवा पत्नी असताना वागत होती त्यापेक्षा जास्त जपून वागावे लागते, कारण विधवा झाल्यामुळे तिचे सामाजिक आणि धार्मिक स्थान बदलून तिची अवस्था आणखी वाईट झालेली असते (स्टिव्हन्सन १९५४, पृ. क्र. ५९). तरीही, विरोधाभास असा की घरातल्या सधवा सुना जी कामे करणारी नाहीत अशी अस्वच्छतेची कामे विधवा करू शकतात. कदाचित तात्पुरत्या अस्वच्छतेमुळे विधवा स्त्रीचे फारसे नुकसान होणार नसते म्हणून तिला ती कामे करायची परवानगी असू शकेल. माझ्या माहितीच्या, एका उच्चवर्णीय जातीतील विधवा स्त्रीने एका "अस्पृश्य" स्त्रीच्या प्रसूतीच्या वेळेस अवघड आणि जिवावर बेतणारी परिस्थिती निर्माण

झाल्यामुळे प्रसूतीसाठी मदत केली होती. म्हैसूरच्या हव्यक ब्राह्मण समाजातल्या विधवा स्त्रिया प्रसूतीच्या वेळेत मदत करतात. कारण त्या वेळेस होणारा मोठा विटाळ दूर करणे त्यांच्यासाठी फारसे गैरसोयीचे नसते, असे म्हटले जाते (हार्पर १९६४, पृ. क्र. १७५). खालच्या जातीच्या विधवा स्त्रियांवरदेखील काही धार्मिक बंधने असतात, पण त्या पुन्हा लग्न करू शकतात आणि पुन्हा एकदा सधवा पत्नी बनून राहू शकतात.

जैविक कार्ये आणि मृत्यू या दोन्हींमुळे होणारे हे विटाळ किंवा प्रदूषणे तात्पुरती आणि वैयक्तिक असतात. त्यांच्यामुळे तात्पुरती शिवाशिव आणि एकांतवासाचे पालन करावे लागते, जे नंतर दूर होऊ शकते (स्टिव्हन्सन १९५४, पृ. क्र. ५१–५३). या कार्यांमुळे होणारा संसर्ग शारीरिक स्पर्शाने पसरू शकतो, पण मलीन झालेली व्यक्ती किंवा जवळच्या नातलगांसाठी हा संसर्ग वैयक्तिक स्वरूपाचा असतो. त्यापेक्षा जास्त व्यापक प्रमाणात आणि आपोआप तो संसर्ग पसरत नाही. अशा प्रकारच्या विटाळामुळे जातीच्या क्रमवारीवर थेट परिणाम होत नाही.

सामूहिक विटाळ आणि जातीची क्रमवारी

जातीच्या क्रमवारीवर विटाळाचा ज्या प्रकारच्या परिणाम होतो त्याचा संबंध संपूर्ण जातीशी असतो. कायम राहणाऱ्या आणि व्यापक स्वरूपाच्या अक्षमता जातीतल्या अशा सर्व लोकांच्या बाबतीत सारख्याच प्रमाणात निर्माण होतात, ज्यांना परंपरेने नेमून दिलेल्या कामामुळे मृत्यूशी संबंधित आणि शरीरातून बाहेर पडणाऱ्या घाणीशी संबंधित कामे करावी लागतात. प्राण्यांची कातडी आणि कातड्यांच्या उत्पादनांशी संबंधित काम जे लोक करतात त्यांना प्राण्यांच्या मृत्यूमुळे होणाऱ्या विटाळाचा त्रास जास्त होतो. माणसाच्या पार्थिवाप्रमाणेच मृत प्राण्यांच्या अवशेषांमुळेही संसर्ग होतो.

सर्व प्राण्यांमध्ये पवित्र मानल्या गेलेल्या गायीमध्ये शुद्धीकरणाची आणि विटाळाची विशेष क्षमता असते. मृत गायीपासून बनणारी उत्पादने, तिचे मांस आणि कातडी इतर प्राण्यांपासून मिळणाऱ्या उत्पादनांपेक्षा जास्त विटाळकारक असतात (पहा, ब्राऊन १९५७). जातीच्या प्रथेनुसार जे लोक शाकाहारी असतात ते मटण आणि हरिणाचे मांस यांसारखा मांसाहार करणाऱ्यांपेक्षा स्वतःला जास्त शुद्ध समजतात. यांतले सर्वांत जास्त दूषित झालेले लोक म्हणजे असे हिंदू आहेत जे गोमांस खातात (किंवा ज्यांचे जातभाई असे करत असल्याचा लौकिक आहे), किंवा जे मृत गुरांपासून बनलेले कुठलेही उत्पादन हाताळतात. प्राण्यांमध्ये डुकरे सर्वांत जास्त विटाळकारक असतात कारण ते विष्ठेचे सेवन करतात. जे लोक डुकरे पाळतात ते त्या विटाळामुळे जास्त मलीन होतात.

ज्या लोकांच्या जातीचा व्यवसाय परीटकामाचा असतो, जे केवळ मळलेलेच नाही तर घामामुळे खराब झालेले कपडे धुतात, त्यांच्या जातीला त्यामुळेच खालची श्रेणी दिली जाते.

धूळ-घामापेक्षा जास्त विटाळ करणारे कपडे म्हणजे मासिकपाळीच्या रक्तामुळे खराब झालेले कपडे. आधी नमूद केलेल्या प्रकारचे कपडे धुणारा परीट नंतरच्या कपड्यांना साधा स्पर्शही करणार नाहीत.

जाती विटाळाचे प्रमाण वेगवेगळे असते. कपडे धुणाऱ्या गावकऱ्यांची श्रेणी सहसा मृत गायीचे अवशेष उचलणारे, त्यांचे मांस खाणारे, त्यांच्या चामड्यावर काम करणाऱ्यांच्या श्रेणीपेक्षा वरची असते. जातीमधील कायमस्वरूपी विटाळाचे प्रमाण पुढील गोष्टी निश्चित करण्यासाठी खूप महत्त्वाचे ठरते–"कोण कोणासाठी अन्न शिजवेल आणि कोणाबरोबर जेवण करेल; कोण कोणासाठी काम करेल; किंवा कोणाबरोबर काम करेल किंवा कोणासोबत देवाची उपासना करेल..." (स्टिव्हन्सन १९५४, पृ. क्र. ५०; पहा, घुर्ये १९६१, पृ. क्र. १–२७).

कायमस्वरूपी विटाळ संपूर्ण जातीसाठी संसर्गजन्य आणि सामूहिक स्वरूपाचे असतो. एखादा नाभिक इतरांच्या शरीरावर वाढलेले केस, नखे वगैरे काढतो, तेव्हा तो विटाळ सोबत घेऊन येतो. अनेक ठिकाणी नाभिक जातीतल्या स्त्रियांच्या वावरण्यावर मर्यादा असते. दाढी करून घेणारी व्यक्ती न्हाव्याचा स्पर्श झाला म्हणून स्वच्छ होण्यासाठी नंतर स्नान करते. बाळंतीण स्त्रीला शुद्धीकरणाचे लांबलचक सोपस्कार पार पाडावे लागतात, पण तिलादेखील तिचे पूर्वीचे धार्मिक आणि सामाजिक स्थान परत मिळते. पण जे लोक पैशासाठी काही सेवा उपलब्ध करून देतात त्यांना समाजात कायमची अक्षमता प्राप्त होते आणि हा कलंक जातीतल्या प्रत्येक व्यक्तीला लागतो.

नाभिक आणि सुईणीच्या जातीत जन्माला आलेली एखादी व्यक्ती, जिने कधीही केशकर्तनाचे काम केलेले नसते किंवा त्याच्या पत्नीने प्रसूतीच्या वेळेस मदत केलेली नसते तिलाही त्या जातीचाच दर्ज़ा दिला जातो. नाभिक जातीतल्या एखाद्या कुटुंबाने जर आपल्यापेक्षा कमी दर्जाच्या जातीतल्या पुरुषांचे केशकर्तन करायचे ठरवले–कदाचित चर्मकार जातीचे लोक, ज्यांची आर्थिक स्थिती सुधारलेली असेल आणि आतापर्यंत शक्य नसलेल्या सेवांसाठी खर्च करणे त्यांना शक्य असेल–तर नाभिक जमातीमधील इतर कुटुंबांकडून प्रचंड विरोध होऊ शकेल. आपल्या जातीतल्या एखाद्या कुटुंबाने एखादे हलके काम केले तर आपल्या जातीचा दर्जा आणखी खालावेल अशी भीती त्यांना वाटते. पण पुढे आपण पाहणार आहोत की, अशा प्रगती करणाऱ्या जातीपैकी काहींनी काळाच्या ओघात इतरांच्या सेवा प्राप्त करून घेतल्या आणि त्यामध्ये केवळ नाभिकच नाही तर ब्राह्मण पुरोहितांच्या सेवेचाही समावेश होता.

जातीतले धार्मिक विटाळ त्या जातीतल्या व्यक्तींनी केलेल्या धार्मिक विधींमुळे कमी होत नाही. खालच्या श्रेणीतील जातीचे काही सदस्य प्रचंड शुचितेचा अवलंब करत असले तरी उच्च दर्जाच्या जातीतल्या लोकांना, खालच्या जातीतले ते लोक आणि त्यांच्या जातभाईंशी विशिष्ट सामाजिक अंतर ठेवूनच वागावे लागते. खालच्या जातींमधले लोक एकतर

सद्यःस्थितीत विटाळकारक काम करत असतात किंवा त्यांनी कथितपणे पूर्वी ते केलेले असते किंवा त्यांच्या पूर्वजांचा वारसा त्यांनी चालवावा असे अपेक्षित असते. स्थानिक समाजरचनेत मधल्या स्थानावर अशा जाती असू शकतात, ज्या जातीतल्या लोकांवर असे काम प्रत्यक्ष किंवा कथितपणे केल्याचा ठपका नसतो. धार्मिक शुचिताचे पालन जितक्या जास्त प्रमाणात करायला हवे तितक्या प्रमाणात ते ज्यांच्याकडून केले जात नसेल, अशा जातींपेक्षा या जातींना खालचा दर्जा का द्यावा त्याचे स्पष्टीकरण केवळ धार्मिक निकषांतून मिळत नाही. या क्रमवारीच्या बाबतीत इतर घटकही लागू होतात, जे आपण नंतर पाहणार आहोत. परंतु, धार्मिक विटाळाची संकल्पना गावकऱ्यांकडून सर्रास एक निमित्त म्हणून वापरली जाते. एखाद्या जातीला दुसऱ्या जातीपेक्षा वरचा दर्जा का द्यायचा हे सांगण्याचा दबाव त्यांच्यावर येतो तेव्हा, विटाळाशी संबंधित एखाद्या कारणमीमांसेचा विचार त्यांच्याकडून केला जाण्याची शक्यता असते.

धार्मिक कर्मठपणामध्येही जातीनुसार बदल होतात. "द्विज" लोकांनी जास्त धार्मिक विधी करावेत आणि धार्मिक विधींपेक्षा जास्त कठीण असलेली कर्मे 'शूद्र'वर्णीयांनी करावेत असे पोथ्यापुराणांमधील नियम सांगतात. प्रत्यक्ष व्यवहारांमध्ये खालच्या जातीपेक्षा वरच्या जातींचे लोक धार्मिक कर्मकांडांसाठी जास्त वेळ, पैसा आणि ऊर्जा खर्च करतात. याचे एक कारण म्हणजे, खालच्या जातीचे लोक सहसा इतके जास्त निर्धन असतात की धार्मिक कार्यांसाठी जास्त वेळ किंवा पैसा खर्च करू शकत नाहीत (दुबे १९५५क पृ. क्र. १८७–१८९ माथुर १९६४, पृ. क्र. ९९, १०६).

पण ही केवळ सर्वसामान्य वृत्ती आहे. अशाही काही खालच्या श्रेणीतील जाती आहेत ज्यांच्या धार्मिक प्रथा व्यापक आणि कडक आहेत. स्थानिक समाजरचनेतील सर्वांत खालचा दर्जा प्राप्त झालेल्या काही जातींमध्ये, त्यांच्यापेक्षा वरच्या श्रेणीतील काही जातींच्या तुलनेत कदाचित धार्मिक कर्मकांडे जास्त कडकपणे पाळली जात असतील. उदाहरणार्थ, म्हैसूरच्या तोतागद्दे गावात 'शूद्र'वर्णीयांमधील अनेकांपेक्षा 'अस्पृश्य' जातींमध्ये मासिक पाळीच्या काळातली शिवाशिव जास्त कडकपणे पाळली जाते. 'हरिजनां'नी ब्राह्मण समाजासाठी कुळगडी म्हणून काम करताना खूप जवळून पाहिलेल्या त्यांच्या चालीरिती आत्मसात केल्यामुळे आणि स्वतःच्या जातीचे स्थान उंचावण्यासाठी ते खूप जास्त संघर्ष करत असल्यामुळे, कदाचित त्यांच्याकडे इतक्या कडक पद्धती असतील असे हार्पर यांनी सुचविले आहे (१९६४, पृ. क्र. १९१).

खालच्या दर्जाच्या जाती उच्चवर्णीयांपेक्षा जास्त सावध असण्याची उदाहरणे अनेक गावांमध्ये दिसतात. तरीही, वैयक्तिक आणि सामूहिक शुचिताच्या बाबतीत, खालच्या जातींपेक्षा उच्चवर्णीय जास्त आग्रही आहेत हीच बाब सर्वसाधारणपणे खरी असल्याचे दिसते. शुचिता किंवा सोवळे आणि विटाळाच्या संकल्पना म्हणजे समाजातील स्थानिक व्यवस्थेची काही प्राथमिक वैशिष्ट्ये आहेत आणि आपण त्यांचा थोडा सविस्तर अभ्यास करत आहोत.

६ धर्मनिरपेक्ष निकष आणि जातींच्या क्रमवारीचे आरोपण

एखाद्या जातीच्या सामाजिक श्रेणीचा आणि त्या जातीतले लोक किती संपत्ती जमवू शकतात व त्यांच्या जातीय उद्देशासाठी किती संख्येने लोकांना एकत्र आणू शकतात, या गोष्टींचा एकमेकांशी फार मोठा संबंध असणे अपेक्षित नसते. धर्मग्रंथांमधील नियमांनुसार इथे धार्मिक विधींसाठीची शुद्धता महत्त्वाची ठरते. श्रेष्ठ स्थान मिळविण्यासाठी जेव्हा जातींमध्ये संघर्ष होतो तेव्हा प्रत्येक जातीकडून आपापल्या दाव्यांचे समर्थन करण्यासाठी कर्मकांडांशी संबंधित कारणे दिली जातात. घुर्ये यांनी त्यांच्या एका टिप्पणीमध्ये असे म्हटले आहे की हिंदू जातिव्यवस्थेतील एखाद्या व्यक्तीचे स्थान तिच्या संपत्तीवर नाही तर तिला नशिबाने ज्या जातीत जन्म लाभला त्या जातीच्या महत्त्वावर अवलंबून असते (१९६१, पृ. क्र. २). त्याचप्रमाणे, प्रभू यांनी लिहिले आहे की हिंदूंच्या भारतामध्ये संपत्ती आणि सामाजिक स्थान यांना वेगळे ठेवण्याचा प्रयत्न केला गेला आणि तो साध्यही झाला (१९५४, पृ. क्र. ११७).

सामाजिक व्यवस्थेची संदर्भचौकट म्हणून कर्मकांडांविषयीच्या मापदंडांचा वापर केला जातो, परंतु वेगवेगळ्या जातीच्या गावकऱ्यांमधील संवादावर धर्मनिरपेक्ष विचारांचा प्रचंड प्रभाव असतो. एकोणिसाव्या शतकाच्या सुरुवातीस दक्षिण भारतीय लोकांविषयीच्या आपल्या अभिजात लेखनात ॲबे दूब्वॉ यांनी या गोष्टीची दखल घेतली आहे. ते म्हणतात, या प्रकारे देशाच्या शासकाची जी जात असते, तिला अन्यत्र कितीही खालचा दर्जा दिला जात असला तरी त्या शासकाच्या स्वतःच्या क्षेत्रात ती सर्वोच्च जात मानली जाते. तसेच त्या जातीच्या प्रत्येक व्यक्तीला शासकाकडून मानाने वागविले जाते (१९२८, पृ. क्र. २३).

जातींची क्रमवारी ज्या व्यापक मर्यादांनुसार ठरविली जाते त्यासाठी गावातले लोक अजूनही कर्मकांडांचे निकष वापरतात. या मर्यादांमध्ये राहून जातीला प्राप्त होणारे स्थान ठरविण्यासाठी ते धर्मनिरपेक्ष विचारांचे पालन करतात. त्याचबरोबर, औपचारिक अग्रक्रम आणि प्रत्यक्ष प्रभाव यांमधील फरक लक्षात घेण्यासारखा असतो. कर्मकांडांनुसार वरची श्रेणी प्राप्त झालेल्या जातीच्या लोकांना खूप मोठ्या प्रमाणात आदराने वागविले जाऊ शकते परंतु त्या जातीतल्या पुरुषांना गावच्या कारभारात फारसे अधिकार मिळत नाहीत. प्रापंचिक वर्चस्व आणि कर्मकांडांनुसार मिळणारे महत्त्व या दोन्ही गोष्टी ज्यांना मिळतात त्यांच्या अधिकारांना दुहेरी बळ मिळते.

प्रापंचिक प्रभावाची अंमलबजावणी

सामाजिक श्रेणीवर ऐहिक प्रभावांचा अनेक प्रकारे परिणाम होतो. कर्मकांडांच्या पद्धतींत तुलनेने साम्य असलेल्या अनेक जातींपैकी ज्या जातीच्या लोकांकडे मुख्य अधिकार आणि संपत्ती असते त्यांचा जातिक्रम सहसा सर्वांत वरचा असतो. दुसरे म्हणजे, प्रापंचिकदृष्ट्या वर्चस्व असणाऱ्या जातीमध्ये कर्मकांडांच्या बाबतीत कमतरता असतील तर त्याकडे गावातले इतर लोक सौम्यपणे पाहतात. शेवटी, समाजात खालच्या स्तरावर असणारी आणि जिच्याकडे संपत्ती व सत्ता आहे अशी जात स्वतःच्या बळाचा वापर, आपल्या कमी दर्जाच्या कामांमध्ये बदल करून जातीला वरचे स्थान मिळवून देण्यासाठी करते.

धार्मिक विधींच्या बाबतीत समान दर्जा असलेल्या लोकांतील मातब्बर वर्गाचे श्रेष्ठत्व म्हैसूरच्या रामपुरा गावच्या उदाहरणात स्पष्ट केले आहे. श्रीनिवास यांनी ज्यांचा उल्लेख केला आहे ते कुणबी जातीचे लोक रामपुरामध्ये मोठे जमीनदार असतात आणि स्थानिक पातळीवरील त्यांच्या वर्चस्वामुळे त्यांना मधल्या श्रेणीतील जातींमध्ये सर्वांत वरचे स्थान प्राप्त होते (१९५५ब, पृ. क्र. २५). श्रीनिवास यांनी अभ्यासलेला आणखी एक समूह म्हणजे दक्षिण भारतातील कूर्ग. प्रभावशाली जातीमधील कर्मकांडविषयक कमतरतांकडे गरीब आणि दुर्बल समूहांमधील तत्सम दोषांच्या तुलनेत कसे कमी कठोरपणे पाहिले जाते त्याचे चित्रण या जातीमध्ये दिसते. कूर्ग समाज डुकराचे मांस खातो, जास्त नशा आणणारी दारू पितो, विधवांच्या पुनर्विवाहास मान्यता देतो, मासिक पाळीच्या वेळची शिवाशिव पाळत नाही—या अशा गोष्टी आहेत ज्यामुळे इतर ठिकाणी त्या जातीला एकदमच खालचा दर्जा दिला गेला असता. परंतु त्या प्रदेशात कूर्ग समाजाचे वर्चस्व होते, जमीनदार आणि लढवय्या लोकांचा एक प्रभावशाली आणि भरपूर संख्याबळ असलेला गट होता (१९५२अ, पृ. क्र. ३२–३७). त्यामुळे, त्यांच्या पहाडी भागातल्या लोकांमध्ये त्यांना फार आदराचे स्थान दिले गेले होते.

योद्ध्याची अभिमुखता असणाऱ्या यांचे युद्धपरंपरा भूषणावह मानणाऱ्या रजपूत आणि उत्तर प्रदेशातील काही समूह यांच्याशी त्यांचे साम्य दिसून येते. या जातीतील पुरुष कर्मकांड आणि संन्यासी पायंडा असणाऱ्या प्रारूपापेक्षा युद्धपरंपरा आणि बहिर्गत प्रारूपाचा अवलंब करतात. सांस्कृतिक कर्मकांडांमधील मापदंडांचे धार्मिकदृष्ट्या असलेले श्रेष्ठत्व ते मान्य करतात. परंतु सर्व ब्राह्मणी विधींशी चिकटून राहणे त्यांना बंधनकारक वाटत नाही. हिचकॉक लिहितात, "शिकार करणे, मांसाहार करणे (अर्थातच गायीचे मांस वर्ज्य करून), मद्य पिणे आणि अफूची नशा करणे या सर्व गोष्टींची परवानगी असणे हा सैनिकाचा खास अधिकार असल्याचे लढवय्या रजपूत मानतो" (१९५८, पृ. क्र. २२०).

काही ठिकाणी लढवय्या शैलीची कुटुंबं इतर सर्वांपेक्षा वरचढ ठरतात, त्यामुळे स्थानिक पातळीवरील ब्राह्मण समाजाची गावातली संख्या फारच थोडी असते. दिल्लीजवळच्या एका

गावात असे चित्र आहे. तिथे प्रभावशाली जमीनदार–शेतकरी जाट समाजाचे आहेत, जो उत्तर भारतातील फार मोठ्या जातसमूहाचा एक भाग आहे. कर्मकांडांच्या निकषानुसार या जमीनदारांचे स्थान ब्राह्मणांच्या नंतरचे आहे. पण तिथे ब्राह्मणांची संख्या खूप कमी आहे, त्यांचे अधिकार अनिश्चित स्वरूपाचे आहेत आणि एकंदरीतच ते जमीनदारांच्या चाकरांसारखे आहेत; तसेच सर्वसामान्यपणे ते प्रभावशाली जातसमूहांपुढे झुकून वागतात. जमिनीचे मालकीहक्क आणि बेदखल करण्याचे अधिकार यांमुळे ब्राह्मणांसह इतर गावकऱ्यांवर वर्चस्व निर्माण करणे जमीनदार जातीला शक्य होते (लेविस १९५८, पृ. क्र. ६०).

प्रभावशाली जातींमधील कर्मकांडांसंबंधीच्या कमतरतांवर भाष्य करणारे एक टोकाचे उदाहरण दुबे यांनी आंध्र प्रदेशातील आदिलाबाद जिल्ह्यातल्या एका गावासंदर्भात दिले आहे. तेथील प्रभावशाली जमीनदार राज गोंड समाजाचे असून ती मूळची आदिवासी जमात आहे. दुबे यांनी १९५० च्या सुरुवातीला त्या गावाचा अभ्यास केला तेव्हा राज गोंड गोहत्या करत होते आणि गोमांस खात होते. त्यांच्या या वैशिष्ट्यांमुळे त्यांना अपवित्रतेच्या निकषावर इतर हिंदूंमध्ये सर्वांत खालचे स्थान दिले गेले असते. परंतु, त्या गावातील दोन जाती वगळता सर्व जातींच्या हिंदूंनी त्यांच्याकडून पाणी घेतले आणि खालच्या जातीतल्या लोकांनीही त्यांच्याकडून अन्न घेतले. आदिवासींविषयीच्या नंतरच्या एका प्रकरणात आम्ही त्या गावात राज गोंडांना असामान्यपणे दिल्या जाणाऱ्या उच्च स्थानाची विशेष कारणे नमूद करू. तसेच हैद्राबाद संस्थानाचा एक भाग असलेल्या त्यांच्या प्रदेशातील मुस्लीम सत्ताधाऱ्यांकडून झुकते माप मिळाल्यामुळे त्यांना होणाऱ्या फायद्यांचाही समावेश त्यामध्ये असेल (दुबे १९५५अ, पृ. क्र. १८९–१९०). राज गोंडाच्या उदाहरणावरून असे दिसून येते की एरवी कर्मठ असणाऱ्या हिंदूंकडून विशेषतः सत्तेच्या मजूबत स्थितीपुढे अगदी सर्वांत भयंकर वाटणाऱ्या विटाळकारक कृत्यांकडेही दुर्लक्ष होऊ शकते.

वरचे स्थान प्राप्त करण्यासाठी संपत्ती आणि सत्तेचा वापर करण्याच्या, प्रापंचिक प्रभावाच्या तिसऱ्या प्रकाराविषयी सामाजिक संदर्भातील नंतरच्या प्रकरणांमध्ये चर्चा केलेली आहे. एखाद्या जातीतल्या लोकांनी कितीही वरच्या स्थानाविषयी दावे केले, कितीही चांगल्या कर्मकांडांचे पालन ते करत असले तरी त्यांच्या दाव्यांना भक्कम संपत्ती आणि अधिकारांचे पाठबळ असल्याशिवाय वरच्या स्थानाविषयीच्या त्यांच्या महत्त्वाकांक्षांना क्वचितच मान्यता दिली जाते.

सत्तेचे स्रोत

स्थानिक अधिकार प्रामुख्याने जमिनीमुळे प्राप्त होतात. कृषीव्यवस्थेमध्ये जमीन हा प्रमुख घटक असतो, जमीन हा संपत्तीचा प्रमुख स्रोत असतो, प्रगतिपथावर असलेल्या जातीसाठी जमीन ही प्रमुख गरज असते. "ग्रामीण जीवनातील सर्व मौल्यवान गोष्टींमध्ये, सर्वांत महत्त्वाची आणि कायमस्वरूपी गोष्ट पैसा नसून जमीन असते", असे भाष्य एस.एस. नेहरू

यांनी उत्तर प्रदेशातील ५४ गावांच्या सर्वेक्षणामध्ये केले होते (१९३२, पृ. क्र. ४७); आणि सध्याच्या काळातील ग्रामीण भारतात ही बाब अगदी सर्वत्र आढळते. जमीन हा प्रमुख, दुर्लभ आणि उत्पादक साधनस्त्रोत आहे. जमिनीवरील नियंत्रण म्हणजे चरितार्थाच्या साधनावरील नियंत्रण.[१] ब्रिटिशांच्या राजवटीत, लोकसंख्यावाढीमुळे जमिनीचे मोल वाढले कारण एकोणिसाव्या शतकाच्या पूर्वार्धामध्ये अगदी गंगेच्या मध्य खोऱ्यात उपलब्ध असलेल्या शेतीयोग्य जमिनीही चटकन ताब्यात घेतल्या गेल्या, त्यामुळे काही कारागीरही शेतीच्या व्यवसायात आले (पहा, मंडेलबाउम १९४९). स्थिर राजकीय व्यवस्थेमध्ये जमिनीमध्ये सत्ता एकवटलेली असते कारण जमीनदाराकडे त्याच्या चरितार्थाचे सुरक्षित साधन असते आणि त्याच्या वाटेकऱ्यांचा उदरनिर्वाहदेखील त्याच्या हातात असतो. अलीकडच्या दशकांमध्ये व्यवसाय आणि सत्तेचे पर्यायी स्त्रोत बऱ्याच प्रमाणात वाढले आहेत, परंतु तरीही त्यांची संख्या कमीच आहे. त्यामुळे पैसे असणे ही चांगली गोष्ट आहे आणि मालकी हक्काची जमीन असणे ही त्यापेक्षा जास्त चांगली गोष्ट आहे (पहा, बेली १९५७, पृ. क्र. २३९–२४६).

कुठलाही जमीनदार जर संख्येने मोठ्या आणि एकजुटीने राहणाऱ्या जातसमूहाशी आणि जातीशी संबंधित असेल तर त्याची सत्ता अबाधित राहते. मग अनेक लोकांच्या बळामुळे त्यांचे आर्थिक आणि कायदेशीर हक्क भक्कम होऊ शकतात. तरीही माणसांच्या नुसत्या संख्येमुळे जातीचे पाठबळ मिळेल याची हमी नसते. गावातल्या खालच्या जातीतल्या लोकांची संख्या भरपूर असू शकते परंतु त्यांच्या निष्ठा त्यांच्या आश्रयदात्यांमध्ये विभागलेल्या असू शकतात आणि त्यांची गरिबी इतकी प्रचंड आणि त्यांना कमजोर करणारी असू शकते की स्वतःची स्थिती सुधारण्यासाठी ते एकत्र येऊन कृती करू शकत नाहीत. कुठलाही समूह, मग ती जात असो किंवा जातसमूह किंवा घराणे-त्यांच्याकडे जेव्हा तुलनेने जास्त संख्याबळ असते आणि उघड कृती करण्याइतकी आर्थिक सुरक्षितता असते तेव्हा त्या समूहाचे सदस्य त्यांच्या धार्मिक विधींसंदर्भातील दाव्यांना न्याय मिळावा म्हणून आक्रमकपणे आग्रह धरू शकतात. असे मजबूत, एकवटलेले आवाज जमीनदारांचे असतात तेव्हा याप्रकारचे वाद जास्त आग्रही ठरतात.

एखाद्या जातीतील सदस्यांचे राजसत्तेशी प्रभावी संबंध असतात तेव्हा त्या जातीकडे सत्ता एकवटू शकते. शासक ज्या जातीतला असतो त्या जातीचे स्थान उंचावते अशी नोंद ॲबे दूब्वॉ यांनी केली आहे. संबंधित शासकाच्या साम्राज्याची स्थापना एखाद्या मोठ्या लुटारूने केलेली असली तरी हे घडत होते. लोकांना देण्यासाठी शासकाकडे जमिनी आणि कृपादृष्टीची

---

[१] हे चित्र नेहमीचे नाही. सुरुवातीच्या शतकांमध्ये नांगरणीखाली आणण्यासाठी नव्या जमिनी उपलब्ध असायच्या. विशेषत्वाने मोठ्या दुष्काळानंतर किंवा साथीच्या रोगांनंतर जमिनींपेक्षा शेतकऱ्यांचे किंवा गुराढोरांचे दुर्भिक्ष्य होते. अगदी विसाव्या शतकातही विरळ लोकसंख्येच्या प्रदेशातील—जसे केरळातील वायनाड तालुक्यात—काही समूहांना जमिनीपेक्षा, अन्य दुर्मीळ उत्पादक स्त्रोतांविषयी, नांगरणाऱ्या बैलांविषयी जास्त आस्था असते (रूक्सबी १९५६).

पूंजी होती आणि सहसा तो त्याच्या जातीतल्या आप्तस्वकीयांची उपासमार करत नसे. त्याला त्याची राजप्रतिष्ठा कायम ठेवायची होती आणि त्याच्या जातभाईंचे स्थान उंचावलेले असेल तर त्याची प्रतिष्ठा अधिक चांगल्या प्रकारे उंचावत असे.

ब्रिटिश अधिकारी सर्वोच्च शासक बनले तेव्हा त्यांच्याशी नियमित संपर्कात असणाऱ्यांचा फायदा झाला. असा संपर्क स्थानिक अधिकाऱ्यांना–जसे गावचा पाटील किंवा पोलीस अधिकारी–खूश करून निर्माण करता येत असे. मात्र सत्ता मिळविण्यासाठीचा तो तुलनेने खूप छोटा मार्ग होता. पाश्चिमात्य शिक्षण प्राप्त करून जास्त मोठ्या प्रमाणात त्यांच्यापर्यंत पोहोचता येऊ शकत होते. स्थानिक प्रभावासाठी शिक्षणाचा मार्ग आजही चांगला आहे. इंग्लिशमध्ये किंवा प्रादेशिक भाषेत औपचारिक पद्धतीने अर्ज लिहू शकणारा आणि अधिकाऱ्यांच्या भाषेत प्रशासकीय अधिकाऱ्याशी बोलू शकणारा ग्रामीण माणूस अशा माणसापेक्षा खूप सुस्थितीत असे; ज्याला दुभाषी, लेखनिक आणि सतत हात पसरणाऱ्या सेवकाची मदत घ्यावी लागे.

प्रशासकीय पदासाठी पात्र ठरणारी किंवा महत्त्वाच्या कार्यालयात काम करण्यासाठी निवड झालेली व्यक्ती सत्तेच्या प्रशासकीय स्रोतांच्या जास्त जवळ येते. त्यामुळे, ज्या जातीमध्ये पाश्चिमात्य शिक्षण घेतलेले लोक संख्येने जास्त असतात तिचा अधिक लाभ होतो असे मानले जाते. एखाद्या अधिकाऱ्याने त्याच्या जातभाईंसाठी प्रत्यक्षात केलेले काम कमी आणि क्षुल्लक असले तरी त्याने फारसा फरक पडत नाही. बहुतेक गावकऱ्यांवर त्याचा प्रभाव पडतो. शिक्षण प्राप्त केलेल्या पुरुषांनी मिळविलेल्या अशा यशामुळे जे वलय निर्माण होते, त्यामुळे जातीतल्या सर्वांच्या स्थानिक क्रमवारीला झळाळी प्राप्त होते.

हे असे काही मार्ग आहेत ज्यामुळे जमीन, लोकसंख्या, कार्यालय आणि शिक्षण यांसारख्या धार्मिकेतर बलांमुळे सामाजिक वर्गवारीवर परिणाम होतो. पुराणग्रंथांतील नोंदी आणि प्रादेशिक रचना या दोन्हींवर म्हणजे पूर्णपणे कर्मकांडांवर ही वर्गवारी आधारित असणे अपेक्षित असते. या सिद्धान्तामध्येही कर्मकांडांचे प्रमुख असणारे म्हणजे विशेषत्वाने स्थानिक ब्राह्मणजातीचे लोक वर्गवारी करतात. प्रत्यक्ष व्यवहारात, आपल्या जातीस वरच्या श्रेणीचे परमाधिकार प्राप्त व्हावेत यासाठी कर्मकांडप्रमुखांचे मन वळविण्यात प्रभावशाली जातीचे पुरुष नेहमी यशस्वी ठरलेले दिसतात.

कर्मकांडांच्या आणि ऐहिक साधनस्रोतांचा परस्परांकडून होणारा वापर

तरीही असे पुरुष कर्मकांडांच्या संदर्भातील मर्यादा तत्काळ आणि पूर्णपणे बदलू शकत नाहीत. याचे एक कारण म्हणजे कर्मकांडांवर आधारित वर्गवारीमध्ये बऱ्यापैकी निष्क्रियता आलेली आहे. एखाद्या जातीने कितीही प्रगती केली तरी त्या जातीच्या उगमाविषयीच्या स्मृती खूप जुन्या–कधीकधी अनेक शतके जुन्या–असतात. ऐहिक अधिकारांमुळे प्रतिष्ठा लाभू

शकते. मात्र, पूर्वापारपासून प्राप्त असलेला कर्मकांडांवर आधारित लौकिक आणि वर्तमानकाळातील सत्ता/अधिकार हे दोन्हीही ज्यांना मिळते त्यांच्यासारखा प्रश्नातीत आणि संपूर्ण आदर प्राप्त करणे जास्त अवघड आहे.

त्याशिवाय, अगदी अतिमहत्त्वाकांक्षी गावकऱ्यांनाही कर्मकांडांवर आधारित मापदंडांमध्ये पूर्णपणे बदल करायचा नसतो. एखादा पुरुष या मापदंडांच्या आधारे स्वतःचे आणि त्याच्या जातीचे मूल्यमापन करतो. ते मूल्यमापन शक्य तितके जास्त अनुकूल असावे याकडे त्याचा कल असतो, परंतु काही मूल्यमापने करणे त्याला शक्य नसते. असे काही शासक आहेत ज्यांच्या पूर्वजांची मूळ जात बऱ्यापैकी खालच्या दर्जाची होती. असा महाराजा मोठ्या भूप्रदेशावर ठामपणे सत्ता गाजवू शकतो. मात्र त्याच्या मुलासाठी, साजेशा उच्चश्रेणीची वधू शोधताना त्याला अडचण येऊ शकते.

बऱ्यापैकी खालच्या जातीतल्या पात्र व्यक्तीला कधीकधी गावच्या विषयांमध्ये वजन प्राप्त होऊ शकते हे खरे आहे. म्हैसूरच्या रामपुरा गावात ताडी उतरविणाऱ्यांच्या समूहातील एका माणसाने बऱ्यापैकी संपत्ती आणि अधिकार प्राप्त केला आहे (श्रीनिवास १९५५ब, पृ. क्र. १७). परंतु असे लोक ज्या जातींमधून येतात त्यामुळे त्यांना संपूर्ण आदर मिळू शकत नाही आणि कर्मकांडांमध्ये सहभागी होता येत नाही, जे उच्च जातींतल्या पात्र आणि यशस्वी पुरुषांना शक्य होते.

उत्तर प्रदेशातील किशनगढी गावातला एखादा माणूस त्याच्या व्यक्तिगत यशाच्या मदतीने त्याच्या जातीच्या दर्जावर जितका परिणाम साधू शकतो त्यापेक्षा त्याची *इभ्रत*, व्यक्तिगत प्रतिष्ठा जास्त सहजपणे वाढवू शकतो, असे निरीक्षण मॅरिऑट यांनी नोंदविले आहे: "किशनगढीमध्ये एखाद्या माणसाच्या एकूण प्रतिष्ठेचे मूल्य सात आण्यांइतके असते. संपत्ती आणि राजकीय संबंधांमुळे ते नऊ आण्यांइतके होते. अशा प्रकारे, गावातील जवळजवळ प्रत्येक जण हे मान्य करतो की ब्राह्मणजातीला सर्वांत वरचे स्थान दिले गेले पाहिजे आणि चर्मकारांच्या जातीला अगदी तळाकडील स्थान द्यायला हवे. तरीही बरेचसे लोक काही विशिष्ट सधन आणि आदरणीय चर्मकारांना काही ठरावीक धर्मनिष्ठ व गरीब ब्राह्मणांपेक्षा अधिक वरच्या पातळीवरील व्यक्तिगत गौरव प्रदान करतात" (१९५९ब, पृ. क्र. १०२–१०३).

खूप खालच्या जातीतल्या पुरुषांना खूप वरच्या पातळीवरील सन्मान गौरव प्राप्त होण्याचे प्रसंग सर्रास घडत नाहीत, पण पूर्वीपेक्षा आता ते जास्त वारंवार घडतात. तरीही, ग्रामीण जीवनात या सन्मानाचे प्रमाण मर्यादित असते कारण रोटीबेटी व्यवहारांसारख्या अत्यंत महत्त्वाच्या नात्यांमध्ये अशा माणसाचे व्यक्तिगत स्थान त्याच्या जातीय स्तराइतकेच कमी समजावे लागते. सात आणे म्हणजे जुन्या सोळा आण्यांच्या रुपयाच्या निम्म्यापेक्षा कमी. जातीच्या श्रेणीवरील पारंपरिक प्रभावामध्ये घट होत असल्याचे ठळक उदाहरण. पण तरीही एखाद्या माणसाच्या सध्याच्या समाजातील सामाजिक मूल्याचा हा एक मोठा भाग आहे.

धार्मिक बाबतीत ब्राह्मणांचा जो आदर केला जातो त्यामुळे त्यांना त्यांची ऐहिक संपत्ती वाढविण्यास मदत झाली. ब्राह्मणांना दान देणे ही स्तुत्य गोष्ट असल्याची शिकवण संस्कृत ग्रंथांनी दिलेली आहे. अनेक अज्ञात राज्यकर्त्यांनी कर्तव्यभावनेने पुराणग्रंथांमधील या शिकवणीचे पालन केले. विल्यम वॉर्ड यांनी बंगालमध्ये जे पाहिले त्यानुसार ब्राह्मणांना थेट स्वरूपात दिली जाणारी मालमत्ता किंवा देवस्थानाला देणगी दिल्यानंतर ब्राह्मण कुटुंबाकडून जिची व्यवस्था पाहिली जाते अशी मालमत्ता हा त्यांच्यासाठी सर्वांत मोठा आधार होता. वॉर्ड लिहितात, अशी देणगी देणारे लोक जुने राजे आणि संबंधित मालमत्तेचे मालक होते. त्यांच्या या दानधर्माच्या बदल्यात त्यांना स्वर्गप्राप्ती व्हावी अशी त्यांची अपेक्षा असे (१८२२, पृ. क्र. ८८). वॉर्ड यांनी बंगालमधील जनजीवनाचे जे निरीक्षण केले ते सहानूभूतीपूर्ण किंवा विश्वासार्ह नव्हते. तरीही, ब्राह्मण कुटुंबांना अशा प्रकारच्या देणग्यांमुळे मिळणाऱ्या उत्पन्नाचा आधार मिळत असे, हे त्यांनी केलेले निरीक्षण बरेचसे योग्य होते. तसेच थेट किंवा मानधनाच्या स्वरूपात मिळणाऱ्या उत्पन्नाच्या जोडीला काही ब्राह्मणांना घरगुती पुरोहित आणि शिक्षक म्हणून केलेल्या कामाचे शुल्क किंवा जजमानी–बलुतेदारी मेहनतानासुद्धा मिळतो.

अशा पद्धतीने मिळालेल्या आणि वारसा हक्काने राहिलेल्या जमिनींबरोबरच ब्राह्मणांना सर्वसामान्य पद्धतीने जमीन संपादन करण्याची मुभाही दिली जाऊ शकते. अगदी अलीकडच्या काळातले निरीक्षक एस.एस. नेहरू यांनी या अनुषंगाने केलेली नोंद अशी की त्यांनी सर्वेक्षण केलेल्या गावांमध्ये ब्राह्मण म्हणजे सर्वसाधारपणे सर्वांना पूज्य असलेली विद्वान व्यक्ती असते (प्रामुख्याने उत्तर प्रदेशातील रायबरेली जिल्ह्यात). ते लिहितात की त्या गावातले ब्राह्मण इतर गावकऱ्यांच्या तुलनेत कमी किमतीस जमिनी विकत घेऊ शकतात आणि कमी दराने जमिनी खंडाने देऊ शकतात (१९३२, पृ. क्र. ५१). कानपूर जिल्ह्यातील गामरस गावातले आणखी एक उदाहरण शर्मा यांनी दिलेले आहे. शर्मांनी त्या गावाचा अभ्यास केला त्या काळात गावातील २६ पैकी २० ब्राह्मण कुटुंबं शेतीवर उपजीविका करत होती. तसेच ते बऱ्याच काळापासून जमीनदार होते. त्यांच्यापैकी अनेकांना त्यांच्या जजमानांकडून भेट स्वरूपात जमीन मिळालेली होती, तर काहींनी गावातली त्यांची पत कायम ठेवण्यासाठी जमीन खरेदी केलेली होती (शर्मा १९५६अ, पृ. क्र. १०३–१०४). सामाजिक चलनशीलतेविषयी पुढे केलेल्या चर्चेमध्ये हे नमूद करण्यात येईल की, गरिबीची अवस्था ओढविलेल्या ब्राह्मणांकडे, खालच्या जातींचे पुरोहित म्हणून काम करण्याचा पर्याय नेहमीच उपलब्ध होता. अशी सेवा घेताना त्यांचा ब्राह्मण वर्ण कायम राहत असे.

कधीकधी, आध्यात्मिक आणि सांसारिक अशा दोन्ही बाबतीत ब्राह्मणांचे प्रभावशाली वर्चस्व असे, तेव्हा गावकऱ्यांमध्ये त्यांच्याविषयी संताप असे आणि गावकरी त्यांचा सूडही घेत असत. इतिहासात सुरुवातीच्या काळात या विरोधाला धार्मिक वळण लागत असे. नंतर

त्यावर राजकीय प्रतिक्रिया उमटू लागली. विशेषत्वाने मद्रास राज्यामध्ये, ब्राह्मणांकडून घेतले जाणारे गैरफायदे या नजरेने ब्राह्मणेतर लोक ज्या गोष्टींकडे पाहत होते त्या रद्द करण्यात त्यांना राजकीयदृष्ट्या यश आले होते (इर्स्चिक १९६९).

एकंदरीतच, धार्मिक विधींच्या आणि ऐहिक गोष्टींच्या प्रभावांचा वापर दोन्ही बाजूंनी केला गेला आहे. धार्मिक विधींच्या संदर्भात प्राप्त झालेल्या उच्च स्थानामुळे ऐहिक लाभ झाले आणि त्यामुळे पुन्हा धार्मिक विधींच्या संदर्भातील प्रतिष्ठा कायम ठेवण्यास मदत झाली. अधिक महत्त्वाचे म्हणजे, जातीतल्या लोकांना जेव्हा ऐहिक स्रोत वाढविणे शक्य झाले तेव्हा त्यांची धार्मिक विधींच्या अनुषंगाने येणारी पतही ते वाढवू शकले.

जातींच्या गटांनुसार श्रेणीचे आरोपण

अशा प्रकारे जातींमधील श्रेणीबद्धता हे स्थानिक व्यवस्थेमधील परस्परावलंबित्वाचे प्रमुख वैशिष्ट्य आहे. ही श्रेणी कोण आणि कशी ठरवतात, याचे थोडक्यात उत्तर असे की ढोबळ वर्गीकरणाचा एक भाग म्हणून अप्रगल्भ परंतु प्रभावी पद्धतीने जातीची श्रेणी ठरविली जाते. स्थानिक व्यवस्थेत एखादा प्रभावशाली जातसमूह असतो, ज्या समूहातील पुरुष त्यांच्या प्राबल्याचा एक भाग म्हणून स्थानिक व्यवस्थेवर अंकुश ठेवण्याचे काम करतात, त्या समूहातील संघटित आणि प्रभावशाली सदस्य जातीची श्रेणी ठरवतात. मात्र जिथे अशा प्रकारचा अधिकाराने वागणारा समूह नसतो तेव्हा नेमका प्राधान्यक्रम ठरवलेला नसतो. अशी अनेक गावे आहेत आणि अशा गावांमध्ये कोणाला कोणापेक्षा वरचे स्थान मिळावे याविषयी अगदी सर्रास संघर्ष होत असतो. तरीही अशा सविस्तर श्रेणीव्यवस्थेबाबत मतैक्य नसूनसुद्धा त्या गावांतील लोकांना त्यांच्या समाजातील कार्ये पार पाडणे शक्य झाले आहे. त्याशिवाय, सामाजिक चलनशीलता हे ग्रामीण समाजाचे जुने पुनरावर्ती वैशिष्ट्य आहे; त्यामुळे ज्या जातीचे सदस्य त्यांची श्रेणी बदलण्याचे प्रयत्न करत असतात त्या जातीच्या योग्य श्रेणीविषयी मोठ्या प्रमाणात मतभेद होण्याची शक्यता बरीच असते.

गावांतील वर्णव्यवस्थेचे आणि जातसमूहांचे मूल्यांकन करताना ज्याप्रमाणे ढोबळ वर्गीकरण केले जाते, त्याप्रमाणे जातश्रेणीचे मूल्यांकन ढोबळमानाने केले पाहिजे. जातीतल्या लोकांमध्ये असलेल्या, जातीच्या प्रतिष्ठेशी संबंधित प्रत्येक गुणाची मोजणी करायची झाली तर गावकऱ्यांना फार मोठ्या प्रमाणात आकडेमोड करावी लागेल. जातीच्या व्यवहारांमध्ये सहसा काही तुलनात्मकदृष्ट्या शुद्ध आणि तुलनात्मकदृष्ट्या अशुद्धीकारक गोष्टींचा समावेश असतो. कुठल्याही जातीतल्या लोकांमध्ये धार्मिक विधींच्या दृष्टीने असलेला अभाव आणि ऐहिक समृद्धी यांमध्ये फरक असतो.

उदाहरणार्थ, गांव नावाच्या खेड्यात (पुणे जिल्हा) उच्च जातींपैकी एका जातीमध्ये विधवा पुनर्विवाहासारखी हलकी प्रथा चालविली जाते. तेथील 'हरिजन' जातींपैकी एका

जातीत काही समृद्ध कुटुंबं आहेत ज्यांनी ब्राह्मण पुरोहितांच्या सेवा मिळविण्यासाठी पुरेसे ठरेल इतके स्वतःचे स्थान उंचावलेले आहे. सर्व मोठ्या जातसमूहांमध्ये कौटुंबिक संपत्तीच्या बाबतीत मोठ्या प्रमाणात तफावत आहे (ओरेन्स्टाईन १९६५अ, पृ. क्र. १२०–१४९).

गावामधील एखादा रहिवासी एखाद्या विशिष्ट जातीतील व्यक्तीबरोबर त्याचे नेमके नाते काय असावे, हे ठरविण्यासाठी अशा बहुविध चलांचे विश्लेषण करत नाही. जातींच्या नेमक्या श्रेणीविषयी गावातही स्पष्ट एकमत नसते. गावातला एकच माणूस वेगवेगळ्या प्रसंगी वेगवेगळ्या श्रेणी ठरवू शकतो. परंतु ज्या प्रमुख गटांमध्ये (असा उल्लेख इथे करण्यात आलेला आहे) जातींचे वर्गीकरण होऊ शकते त्याबाबत बऱ्याच प्रमाणात एकमत आणि ताळमेळ असतो. गांवमध्ये असे चार गट आहेत. बहुतांश प्रसंगी प्रत्येक गटातील जातींचे स्थान समान असल्याचे मानले जाते. काही जातीतले लोक त्यांच्या शेजाऱ्यांनी /इतरांनी त्यांचे वर्गीकरण कसे केले त्याची पर्वा करत नाहीत, पण तेसुद्धा त्याच गटरचनेचा वापर करतात (ओरेन्स्टाईन १९६५अ, पृ. क्र. १३६–१३८).

गट म्हणजे प्रामुख्याने स्थानिक पातळीवरील वर्गीकरण असते, जे जातसमूह आणि वर्ण यांसारख्या गटांपेक्षा वेगळे असते. गांवमध्ये, एका गटात आठ जातसमूहांचा समावेश आहे, ज्यांना "उच्चवर्णीय जाती" म्हणतात. कर्मकांडविषयक प्राधान्यक्रमानुसार सर्वांत वरच्या पातळीवर असलेल्या ब्राह्मण गटानंतर या गटाचे स्थान आहे. त्यातील आठपैकी एक जात मराठा आहे, महाराष्ट्रात सर्वत्र पसरलेल्या जातसमूहांचे एक स्थानिक चित्र. मराठ्यांना सैनिकी परंपरा आहे. तरीही त्याच गटामध्ये मराठ्यांबरोबर नाभिक आणि लोहार जातींचाही समावेश आहे. यापैकी कुठल्याच जातीचा समावेश वर्णपरंपरेमध्ये होत नाही किंवा बऱ्याचशा प्रदेशांमध्ये त्यांना इतक्या वरचे स्थान मिळत नाही.

इतर सर्व गावांमध्ये लागू होणारी प्रत्येक जातीनुसार सामाजिक प्राधान्यक्रमाची निश्चित अशी सारणी नसली तरी बहुतांश गावांतल्या स्थानिक व्यवस्थेत सर्वांत वरच्या आणि सर्वांत खालच्या श्रेणीची जात कोणती हे स्पष्ट असते. गावकऱ्यांच्या एकमताने ब्राह्मण जातीला नेहमीच वरचे स्थान दिले जाते आणि "हरिजनां"च्या जातींचे स्थान या क्रमवारीत सर्वांत शेवटी असते. जॉर्ज डिव्हॉस यांनी जातींच्या वर्तनाचा जो बहुसांस्कृतिक तुलनात्मक अभ्यास केला त्यामध्ये उच्चनीच जातींच्या स्पष्टीकरणामागील काही मानसशास्त्रीय कारणे नमूद केलेली आहेत (डिव्हॉस आणि वागत्सुमा १९६६, पृ. क्र. ३३२–३८४). प्रत्येक व्यक्तीने स्वतःच्या आयुष्यात जो विटाळ पाळायला हवा त्याचे उदाहरण म्हणजे 'हरिजन'. कर्मकांडांसंबंधीच्या अपवित्रतेमुळे होणारे जे अधोगतिकारक परिणाम होतात, त्याचे ते जिवंत उदाहरण आहेत. धार्मिक विटाळाशी संबंधित मानहानिकारक परिणामांचे ते जिवंत उदाहरण आहेत. कदाचित इतर जातीच्या लोकांनी त्यांना इतके खालचे स्थान देण्यावर जोर दिला

असावा कारण; तसे करताना ते कदाचित धार्मिक विटाळ हा खरोखर हिणकस आणि टाळण्याजोगा तसेच ज्याचे निराकरण केले जावे, असा असतो हे ते सिद्ध करत असतात.

दोन्ही टोकांच्या गटांच्या दरम्यान इतर जातींच्या अनेक गटांची श्रेणी ठरविली जाते. गट म्हणजे वर्गीकरणाची साधने आहेत; एकत्र वर्गीकरण केलेल्या जातींमधील एकोप्याविषयी ही गटव्यवस्था काही सांगत नाही. किंबहुना एकाच गटातल्या जातींमध्ये फार टोकाचे शत्रुत्व असू शकते. तसेच ही गटवार रचना म्हणजे सुस्पष्ट आणि सविस्तरपणे परिभाषित केलेली वर्गवारी नसते. एकतर गावकऱ्यांनी ढोबळपणे केलेल्या त्या तुकड्या असतात कारण प्रत्येक गटातील लोकांचे इतरांकडून अन्नधान्य व पाणी स्वीकारण्याचे मापदंड नेहमी एकसारखे असतात. तसेच अन्नधान्य स्वीकारण्याबाबतच्या दोन जातींच्या पद्धती एकसारख्या असल्या तरी त्यांच्या जातीय प्रथांमध्ये फरक असू शकतो.

स्थानिक जातींची वर्गवारी करताना गावकऱ्यांवर, विशेषत्वाने ब्राह्मण जातींच्या धार्मिक विधींमध्ये वर्णव्यवस्थेतील वर्गीकरणाचा प्रभाव असतो. तरीही, गांव या खेड्याप्रमाणे, प्रत्यक्ष वापरली जाणारी गटवारी आणि अभिजात वर्गीकरण यांचा मेळ बसत नाही. अशा प्रकारे, किशनगढी गावातले लोक (अलिगढ जिल्हा, उत्तर प्रदेश) हे मान्य करतात की २४ स्थानिक जातींना पाच किंवा सहा गटांमध्ये विभागून त्यांना सर्वोच्च, उच्च, नीच, मुस्लीम, अत्यंत नीच आणि सर्वांपेक्षा अगदी खालचा दर्जा अशी नावे दिली जातात. जातींची ही गटनिहाय वर्गवारी एकमेकांना अभिवादन करणे, जेवणखाण, हुक्कापाणी व बसण्याची व्यवस्था करणे यांसारख्या बऱ्याचशा आंतरजातीय व्यवहारांमध्ये दिसून येते, अशी नोंद मॅरिऑट यांनी केलेली आहे. प्रत्येक मोठ्या गटातील, स्वतंत्र जातींची श्रेणी गावकऱ्यांनी धार्मिक विधींच्या लहानशा निकषांनुसार ठरविली पाहिजे. एखाद्या गटातील विशिष्ट श्रेणींच्या निकषांमध्ये सातत्य नसते किंवा त्यांबाबत सहमती नसते"(१९५९ब, पृ. क्र. १०२).

स्थानिक व्यवस्थेमध्ये अशाच प्रकारच्या गटवारीची नोंद सर्व प्रदेशांत केली गेली आहे.[२] उत्तर प्रदेशातल्या कानपूर जिल्ह्यातील एका गावाविषयी शर्मा यांनी त्यांच्या वृत्तान्तामध्ये गावकऱ्यांकडून ढोबळपणे केल्या जाणाऱ्या वर्गीकरणाचे चित्रण केले आहे. त्या गावामध्ये

[२] जे. शर्मा यांनी पश्चिम बंगालमधील एका खेड्यातील अशा आठ श्रेणींची नोंद केली आहे (१९५५, पृ. क्र. १६८). असे पाच गट असणाऱ्या गावांमध्ये कानपूर जिल्ह्यातील गामरस (शर्मा १९५६ अ, पृ. क्र. २४०), मध्य प्रदेशातील पोटलोड (माथुर १९६४, पृ. क्र. ६८–७१) मध्य प्रदेशातलेच शमिरपेट जिथे सहा गट आणि मुस्लिमांचा समावेश आहे (मेयर १९५६, पृ. क्र. १२१–१२४) तेलंगणातील एक सहा गटांचे गाव (दुबे १९५५क, पृ. क्र. १८२), पुणे जिल्ह्यातील गांव मध्ये चार गट आणि त्यापैकी कुठल्याही गटात समावेश नसलेल्या दोन जाती (ओरेन्स्टाईन १९६५ अ, पृ. क्र. १३६–१३९), तंजावर जिल्ह्यातील कुंबापेट्टाईमध्ये तीन गट (गॉघ १९५५, पृ. क्र. ८२–८३), मलाबार खेड्यांमध्ये सहा गट (मिलर १९५४, पृ. क्र. ४११) या सर्वांचा समावेश होतो.

ब्राह्मण गटातील लोकांची संख्या सर्वांत जास्त (ज्या काळात अभ्यास करण्यात आला त्या वेळी एकूण ६९७ लोकसंख्येपैकी १०४ ब्राह्मण होते) आहे आणि कर्मकांडांच्या बाबतीत इतर जातींच्या तुलनेत वादातीतपणे श्रेष्ठ आहे. तरीही, बहुतांश जातभाई करत नसले तरी त्यांपैकी पाच ब्राह्मण मांसाहार करतात. हे काही अचानक घडलेले नाही. ब्राह्मणांमधील काही वडीलधाऱ्या व्यक्तींनी विश्वासाने सांगितले की त्यांच्या वडिलांच्या पिढीतही मांसाहार केला जात असे. मांसाहार करणारे हे ब्राह्मण सैन्यदलात होते आणि कदाचित याचा काहीतरी संबंध त्यांच्या या वेगळ्या वागण्याशी असू शकतो किंवा ब्राह्मणांकडून जे अपेक्षित असते त्यापेक्षा वेगळे वागण्यासाठी सैन्यदलातील नोकरी हा फक्त एक निराळा मार्ग होता. उच्च ब्राह्मणी वर्तनापेक्षा वेगळ्या वर्तनाच्या काही प्रकारांची नोंद शर्मा यांनी केली आहे (१९५६अ, पृ. क्र. १८१, २४१).

तरीही काही ब्राह्मण पौरोहित्याचे काम करीत आहेत आणि जातीतले काही लोक कर्तव्याला मुकले म्हणून संपूर्ण जातीचे अधःपतन होत नाही. सैद्धान्तिकदृष्ट्या ते झाले पाहिजे, पण प्रत्यक्षात त्यांची पौरोहित्याची परंपरा आणि त्यांची संख्या या दोन्ही गोष्टी अशा प्रकारच्या उणिवांवर मात करतात. दरडोई उत्पन्नाच्या बाबतीत जातसमूह म्हणून त्यांचे सरासरी स्थान वरून पाचवे आहे आणि संघर्षातून निर्माण झालेल्या दुफळीमुळे त्यांचे संख्याबळ कमी झाले आहे. त्यानंतरची सर्वांत वरची जात म्हणजे ठाकूर. ब्राह्मणांच्या व्यक्तिगत शुचिताविषयी साशंक असल्यामुळे ठाकूर त्यांच्याकडून कच्चा शिधा घेत नाहीत. असे असूनही ब्राह्मणांची कर्मकांडातील अधिकारवाणी कायम राहते.

परंपरेने कारकुनी काम करणाऱ्या कायस्थ जातीतली चार कुटुंबं शंभरेक वर्षांपासून श्रीमंतीचा आणि गावातील स्थानाचा अनुभव घेत आहेत. जमिनीच्या नोंदी ठेवण्यासारख्या प्रशासकीय कामांसंबंधीच्या पदांवर बराच काळ काम करत असल्यामुळे विशेषत्वाने त्यांनी ते स्थान मिळविले आहे. परंतु, स्थानिक ब्राह्मण आणि ठाकूर अजूनही कायस्थांना प्राचीन काळात 'शूद्रां'मध्ये गणले जात असल्याची आठवण करून देतात. केवळ चारच कुटुंबे असल्यामुळे गावात कायस्थांचे संख्याबळ मोठे नाही. उत्तर प्रदेशातल्या इतर अनेक गावांमध्ये कायस्थांना ज्या परिस्थितीविरुद्ध संघर्ष करावा लागला तशीच स्थिती या गावातल्या कायस्थांची आहे. त्यांच्याकडे असलेली प्रचंड संपत्ती, राजकीय प्रभाव आणि कर्मकांडांमधील शिष्टसंमत पद्धती, हे सगळे असूनही ठाकूर त्यांना समान किंवा समान वाटेलसे सामाजिक स्थान देत नाहीत (शर्मा १९५६अ, पृ. क्र. २४२–२४३). या गावात ब्राह्मण आणि ठाकुरांचा जातसमूह बऱ्याच काळापासून गावचा कारभार पाहत आहे; मात्र त्यांच्या नियंत्रणामुळे कायस्थ किंवा काही आणखी खालच्या दर्जाच्या जातींना या व्यवस्थापक गटांच्या मर्जीपेक्षा जास्त लाभांचा दावा करण्यापासून प्रतिबंध झालेला नाही.

गावच्या एकंदरीत व्यवहारांतील बऱ्याचशा व्यवहारांत सर्व जातींसाठी निश्चित क्रमवारीची गरज नाही. जातीच्या श्रेणीबाबत वाद निर्माण होतात तेव्हा उच्च जातींच्या आदर्श पद्धतींनुसार, धर्मग्रंथांमधील नियमांच्या आधारे त्यांचे निराकरण केले पाहिजे. धर्मग्रंथांचे सर्वांत जास्त ज्ञान स्थानिक ब्राह्मण जातींतल्या पुरुषांकडे असल्यामुळे खालच्या दर्जाच्या दोन जातींच्या सापेक्ष श्रेणींविषयीचे वाद त्यांनी सोडविणे आवश्यक असते. कधीकधी ते तसे करतात. पण बऱ्याचदा संबंधित प्रकरणातील तथ्ये स्पष्ट होत नाहीत किंवा विद्वान मंडळींमध्ये सहमती होत नाही किंवा त्यांच्या मतांना कमी महत्त्व दिले जाते किंवा त्यांच्याकडून अजिबातच सल्ला घेतला जात नाही.

श्रेणीक्रमाविषयी सहमती आणि मतभेद

जिथे एखादी प्रभावशाली जात असते जिचे सदस्य कर्मकांडांतील सर्वमान्य मापदंडांचे पालन करतात, ज्या जातीतल्या कुटुंबांकडे स्थावर मालमत्ता आहे, जे संख्येने जास्त आहेत आणि शक्तिशाली आहेत आणि ज्या जातीतले लोक एका अधिकारवाणीने बोलतात, अशा जातीचे जातपुढारी संबंधित गटाच्या मूल्याची पारख करतात आणि कर्मकांडांनुसार त्याची क्रमवारी सांगतात. अशी प्रभावशाली जात जर ब्राह्मणांची नसेल तर त्या जातीतले पुरुष धार्मिक विधीसंबंधीच्या विशिष्ट विषयांमध्ये ब्राह्मणांचा सल्ला घेतात.

तरीही, असा नियम अमलात आणू शकेल इतकी प्रभावशाली आणि एकजुटीने वागणारी कुठलीच जात सहसा नसते. स्थानिक व्यवस्थेमध्ये कर्मकांडांचा आग्रह धरेल असा कोणी अधिकारी असण्याची गरज नसते आणि सहसा कोणी नसतो. असे अधिकार सर्वप्रथम ब्राह्मणांना मिळतात असे गृहीत धरले जाते; परंतु स्थानिक ब्राह्मणांना त्यांचे हक्क वापरण्याची परवानगी कदाचित दिली जाणार नाही.

श्रेणी निश्चित करणाऱ्या एखाद्या अधिकारी गटाच्या अनुपस्थितीमुळे स्थानिक व्यवस्था विस्कळीत होत नाही. त्याही स्थितीत गावकरी जातींच्या गटांनुसार एकमेकांमध्ये फरक करतात आणि या गटांनुसार इतर जातीतल्या लोकांबरोबरच्या आपल्या नात्याचे नियमन करतात. सर्व स्तरातील गावकरी कर्मकांडांच्या मापदंडांवर आधारित सामाजिक उतरंडीवर विश्वास कायम ठेवतात. उच्च श्रेणीतील दोन जातींमधले पुरुष एकमेकांचे कट्टर विरोधक असू शकतात तरीही कर्मकांडांच्या दृष्टीने कमी प्रतीच्या जातीला त्यांना योग्य वाटणाऱ्या जागेवर ठेवण्यासाठी ते एकत्र येतील.

एकाच गटातील दोन जातींमध्ये श्रेष्ठत्व ठरविण्यावरून होणारे वाद नवीन नाहीत. मध्य प्रदेशातील रामखेरी गावाच्या माहितीत आम्हाला असे आढळले की, "दुसऱ्या जातीचे लोक आमच्या हातचे अन्न खातात असे एक जात म्हणू शकते, पण दुसरी जात ही गोष्ट नाकारते"

(मेयर १९५६, पृ. क्र. १२१) आणि श्रीनिवास यांनी जातींविषयी चर्चा करताना म्हैसूरच्या रामपुरामधील छोट्या शेतकऱ्यांविषयी असे लिहिले आहे की शेजारच्या गावातले छोटे शेतकरी गावठी डुकराचे सेवन करतात असे म्हटले जाते; पण यासंदर्भातील कुठलेही विधान अशा छोट्या शेतकऱ्यासमोर केले तर त्यामुळे भांडणे होऊ शकतात. “रामपुरातले आणि आसपासचे अत्यंत गरीब छोटे शेतकरी शेतातले उंदीर आणि पाणसाप खातात ही बाबदेखील सर्वज्ञात आहे, पण तेही कोणी मान्य करणार नाही. मद्यसेवन करणारे काही मोजके लोक फक्त मद्यसेवनाची कबुली देतील” (श्रीनिवास, १९५५ब, पृ. क्र. २१).

एखाद्या जातीमध्ये अशा विषयांबाबत फार मोठे एकमतही नसते. एखाद्या गावातील छोट्या शेतकऱ्यांच्या जातीतला एखादा माणूस लोहारांच्या गटाला त्याचे जातभाई जे स्थान देतात त्यापेक्षा कदाचित वरचे स्थान देईल. संबंधित लोहाराच्या कुटुंबाबरोबर त्याचे थोडे जास्त सलोख्याचे संबंध असल्यामुळे कदाचित तो तसे करेल. स्वतःच्या जातीविषयी सर्व जातभाईंमध्ये औपचारिक मतैक्य असू शकते; पण तिथेही एखाद्या व्यक्तीला आपल्या गटाविषयी इतरांच्या तुलनेत जास्त आकांक्षा असू शकतात.

चांगल्या श्रेणीसाठी स्पर्धा करताना, श्रेणीच्या विशेषाधिकारास–बाहेरून पाहणाऱ्यास ते कितीही क्षुल्लक वाटले तरी–सर्वाधिक महत्त्व दिले जाईल. याविषयीची अनेक समकालीन उदाहरणे नंतर नमूद केली जातील. इथे सतराव्या शतकात डच मिशनरी अब्राहम रॉजर याने केलेल्या वर्णनातील एक उदाहरण देता येईल. त्याने असे लिहिले की (इंग्रजी भाषांतर एल. एच. ग्रे यांनी केले आहे), ‘शूद्रां’मध्ये अनेक आणि विविध प्रकारचे गट आहेत. “त्यांपैकी प्रत्येक जण स्वतःला दुसऱ्याच्या वरचढ सिद्ध करण्याचा प्रयत्न करत असतो आणि त्यामुळे कधी कधी लग्न असो किंवा अंत्यविधी एखाददुसऱ्या जातीत असा संघर्ष उद्‌भवतो जेव्हा रूढ चालीरीतीचेही भान राहत नाही.”

ते सांगतात, जानेवारी १६४० मध्ये पुलिकत शहरात बरीच अंदाधुंदी निर्माण झाली होती. तिथे कुक्कुटपालन करणाऱ्या पल्ली जातीतल्या लोकांनी त्यांच्यातील एका मयताचा दफनविधी करताना संपूर्ण प्रेताच्या आकाराचे कापड जमिनीवर अंथरले. पण तसे करण्याचा विशेष हक्क “काउवरी” जातीच्या लोकांना असल्यामुळे त्यांनी हरकत घेतली. त्यांनी अंत्यविधीमध्ये बाधा आणली आणि नंतर स्थानिक राज्यकर्त्याने हलविण्याची व्यवस्था करेपर्यंत प्रेताचा दफनविधी झाला नाही. त्याच्या निर्णयामुळे पल्ली समाज संतापला आणि त्यांनी काउवरींवर हल्ले करायला सुरुवात केली. सुतार, घिसाडी आणि सोनार यांसारखे–संकटकाळात ज्यांनी साथ द्यायलाच हवी असे–कारागीर पल्ली समाजाच्या मदतीस धावून आले. अनेक महिने त्या भागात असंतोषाचे वातावरण होते. रक्त सांडल्याशिवाय ते प्रकरण संपुष्टात आले नाही. मार्च महिन्यात पंधरा पल्ली आणि काउवरी या भांडणात मारले गेले.

त्यामुळे, 'शूद्रां'मधील प्रत्येक जात स्वतःच्या बळावर कशी उभी राहते ते तुम्ही पाहू शकता (जॅक्सन १९०७, पृ. क्र. २४२–२४३).

आदरास पात्र श्रेणीमुळे तेव्हा आणि आताही होणारे लाभ विचार करण्याजोगे आहेत आणि त्यामुळे, जातीच्या प्रतीकांसंदर्भात वारंवार होणारे संघर्षही विचार करण्यासारखे आहेत. कुठल्याही प्रसंगी, इतरांकडून दूर ढकलले जाणे किंवा बाजूला केले जाणे या गोष्टी एखाद्या दुर्बळ आणि खालच्या जातीतल्या माणसाला जितक्या सहज वाटतात तितक्या उच्च जातीतल्या माणसाला वाटत नाहीत. खालच्या जातीतल्या लोकांसाठी पत वाढणे या गोष्टीचा अर्थ त्यांना जिथे राहणे बंधनकारक केले जाते त्याऐवजी हव्या त्या ठिकाणी राहण्याचे स्वातंत्र्य किंवा त्यांना नाकारले गेलेल्या पाणवठ्यांचा वापर करण्याचे स्वातंत्र्य–असा होऊ शकतो. इतरांसाठी प्रामुख्याने हा आत्मसन्मानाचा विषय असतो–भिलाला समाजातल्या माणसाला उच्चवर्णीयांच्या मोठ्या जमावासोबत धूम्रपान करायची इच्छा असते, तेली माणसाला रजपुतांच्या सोबत जेवण्याचा समान हक्क मिळावा आणि त्याच्या हातून जे अन्न स्वीकारत नाहीत, अशा अनेकांनी त्याच्याकडून अन्न स्वीकारावे अशी इच्छा असते (मेयर १९५६, पृ. क्र. १४०).

जातीविषयीच्या या चढाओढीने एखाद्या स्थानिक परिसरातील जातीच्या तुलनेने जबाबदार असणाऱ्या सामाजिक व्यवस्थेस सांस्कृतिक निकषांच्या एका सापेक्ष संचामध्ये बद्ध केले आहे. जातीविषयीच्या तंट्यानी उच्च श्रेणी खूप महत्त्वाची आहे, अशा प्रकारच्या गावकऱ्यांच्या कल्पनांना कदाचित खतपाणी घातले. पण स्थानिक श्रेणीसाठीची स्पर्धा आणि कलह यांच्याबरोबरच जातीतील अंतर्विवाह आणि विधींचे निकष यांबाबत एकमत आढळून आले आहे.

हे असे आवश्यक असलेले आणि किमान मतैक्य झाल्यामुळे व्यक्तींना आणि समूहांना बऱ्यापैकी व्यापक प्रमाणात बदल करता येऊ शकतात. सर्वसाधारण सर्वेक्षणामध्ये व्यक्तिगत जीवनकथांचा अभ्यास सविस्तरपणे करता येऊ शकत नाही. तरीही, इथे एका स्त्रीसंदर्भात घडलेली घटना नमूद करता येईल. तिने तिच्या अत्यंत अपारंपरिक उद्देशांसाठी, रूढींचे संकेत पाळले नाहीत, व्यवस्था बदलली आणि एक ब्राह्मण विधवा स्त्री म्हणून तिची जी सांस्कृतिक भूमिका होती तिचे पालन केले नाही.

के.एन. शर्मा यांनी अभ्यासलेल्या या घटनेतील ती स्त्री उत्तर प्रदेशातील कानपूर जिल्ह्यातल्या एका गावातली ब्राह्मण विधवा होती. ब्राह्मण विधवा स्त्रियांनी जे खडतर आयुष्य जगावे असे सांगितले गेले आहे, ते मान्य करण्यास तिने नकार दिला आणि एका ठाकुराशी संबंध जोडले. गरोदर राहिल्यानंतर ती त्याच्याबरोबर पळून गेली, गर्भपात करवून घेतला आणि गावात परत आली. तिथे ते दोघेही पुरोहितांकडून लग्नसंस्कार करून न घेता किंवा मान्यवर मंडळींच्या परवानगीशिवाय पतीपत्नीसारखे राहू लागले. प्रथेनुसार या प्रदेशातील सधन कुटुंबांकडून विशिष्ट प्रसंगी ब्राह्मणांना शिधा भेट म्हणून दिला जातो. या विधवा स्त्रीच्या पहिल्या दुःसाहसानंतर

साधारणपणे दहा वर्षांनी, गावातील एक प्रमुख कायस्थ लाला शिव प्रसाद यांनी वडीलधाऱ्या ब्राह्मण मंडळींच्या सल्ल्यानुसार त्या स्त्रीला जातीचा मान म्हणून दिला जाणारा शिधा देणे बंद केले. यावर तिने आक्रमक होऊन आक्षेप घेतला आणि ब्राह्मण म्हणून तिला जन्मतः लाभलेला हक्क तिच्या व्यक्तिगत अपयशासाठी डावलला गेल्याचा युक्तिवाद केला. "त्यानंतर तिने त्या कायस्थास आणि गावातील इतर ब्राह्मणांना त्रास द्यायला सुरुवात केली. लाला शिव प्रसाद यांनी विनाकारण त्रास नको म्हणून तिला शिधा दिला" (शर्मा १९५६अ, पृ. क्र. ४३३).

तिच्या जागी एखादी दुबळी ब्राह्मण विधवा असती तर शरमेने चूर झाली असती आणि मातब्बर ब्राह्मणांनी ज्याच्या मागे टुमणं लावलं आहे, असा एखादा जास्त निश्चयी कायस्थ असता तर त्याने त्या स्त्रीचा जास्त क्रोधाने आणि जोर लावून धिक्कार केला असता. ज्याप्रमाणे तिने ज्यांचे उल्लंघन केले जाऊ नये अशा तत्त्वांचे उल्लंघन केले होते.

असे प्रकार अपवादाने घडतात. गावकरी अपवाद म्हणून त्या घटनांना दूर सारतात आणि अशा प्रकारचे व्यक्तिगत विरोध डावलून गावचे व्यवहार सुरू ठेवतात. अशा विचित्र घटनांमुळे केवळ मापदंड ठरवायला मदत होते म्हणून नाही तर अशा अनियमित, असामान्य आणि व्यवस्थेच्या विरोधातील प्रकरणांतून महत्त्वाच्या सामाजिक बदलांचे भाकीत केले जाते, म्हणून या घटनांची नोंद घेणे महत्त्वाचे ठरते.

एक संपूर्ण जात किंवा जातसमूहास त्याच भागातील इतरांकडून विशेष वागणूक दिली जाते. ते स्थानिक व्यवस्थेत पूर्णपणे सहभागी होत नाहीत; मात्र त्या व्यवस्थेच्या कारभारास धोकाही निर्माण करत नाहीत. उदाहरणार्थ, जातीची श्रेणी काही काळासाठी तहकूब केली जाऊ शकते. रामखेरी गावातील रोटीव्यवहाराविषयी चर्चा करताना मेयर यांनी असे निरीक्षण नोंदविले आहे, "अहिर समाजाचे लोक अलीकडेच उत्तरेकडून स्थलांतरित होऊन आले आहेत. सध्या ते कोणाकडूनच अन्न स्वीकारत नाहीत. तसेच इतर कुठल्या जातीचे लोकही त्यांच्याकडून अन्न स्वीकारत नाहीत" (१९५६, पृ. क्र. १२२). गावातल्या अन्य बहुतांश लोकांनी स्वघोषित श्रेणीस मान्यता दिलेली नसताना, दक्षिणेतील काही विशिष्ट कारागिरांच्या गटांनी, जणू ते ब्राह्मण समाजाशी संबंधित असावेत, अशा पद्धतीने वर्तन कसे केले ते आपण नंतर पाहू.

तरीही काही ठिकाणी, श्रेणीविषयीचे मतभेद ठरावीक काळानंतर दूर व्हावे लागतात. काही उत्सवप्रसंग असतात जिथे श्रेणीव्यवस्था सर्वांना दिसावी म्हणून स्पष्टपणे मांडली जाते. अशा प्रसंगी श्रेणीव्यवस्थेच्या बाबतीत तात्पुरती असली तरी स्पष्ट तडजोड केली जाते. प्रामुख्याने तडजोड करणे जास्त अवघड असल्यामुळे, काही मोजक्या गावांमध्ये आता असे प्रसंग घडतात.

गावातल्या सर्व जातींचा सहभाग असेल अशा समारंभामध्ये, पंगती वाढण्याच्या पद्धतीवरून स्थानिक समाजातील व्यवस्थेचे प्रतीकात्मक चित्र दिसते. कोणता जातसमूह कोणत्या समूहांच्या नंतर जेवतो आणि भोजनसमारंभात कोणाला कोणाच्या आधी जेवण

वाढले जाते त्यावरून श्रेणी व्यवस्थेविषयीचे एकमत किंवा श्रेणींविषयीचे चालू वाद तात्पुरते कसे सोडविलेले आहेत ते दिसते. सर्वसामान्य ग्रामीण जीवनात, अन्नपदार्थ आणि पाणी स्वीकारण्याच्या कृतीकडे गावकरी जातीच्या क्रमवारीविषयीचे सर्वोत्तम मार्गदर्शक या दृष्टीने पाहतात. अशा रीतीने, एखाद्या जातीने आयोजित केलेल्या आणि सर्व स्थानिक जातींचा समावेश असेल अशा समारंभांमध्ये त्या जातीचे स्थान स्पष्ट केले जाते—या जातीच्या लोकांनी कुठे बसायचे, या जातीच्या लोकांकडून अन्य कुठल्या जातीचे लोक शिजविलेले अन्न ग्रहण करतील आणि या जातीतल्या लोकांनी कोणाकडून अन्न स्वीकारायचे यासारख्या गोष्टींतून ते स्थान स्पष्ट होते. परंतु, गावातल्या एखाद्या समारंभात याप्रकारची श्रेणीव्यवस्था स्पष्टपणे जाहीर केल्यानंतरही अन्य एखाद्या संदर्भात किंवा दुसऱ्या कुठल्या प्रसंगी त्या श्रेणीव्यवस्थेतील काही तपशिलांचे उल्लंघन होऊ शकते आणि जवळपासच्या इतर गावांमध्ये ही श्रेणीव्यवस्था वेगळी असू शकते.

तरीही श्रेणीव्यवस्थेचा विषय हा अनेक गावकऱ्यांवर मोठ्या प्रमाणात आणि अखंडपणे होणाऱ्या परिणामांचा विषय आहे. काही अभ्यासांमध्ये गावातील जातश्रेणींचे सर्वसाधारण निकष सूत्रबद्ध करण्याचा प्रयत्न केला गेला आहे. त्यासाठी, गावाची माहिती देणाऱ्या लोकांना काही पत्त्यांचा क्रम लावण्यास सांगितले गेले. त्यातील प्रत्येक पत्त्यावर गावातील जातीचे नाव लिहिले होते (फ्रीड १९६३ब). सर्वसाधारण निष्कर्ष मिळविण्यासाठी ही उत्तरे गणिती पद्धतीने एकत्र केली गेली. परंतु ही गणिती पद्धतीने तयार केलेली यादी आणि प्रत्यक्षातील वर्तन यांमध्ये फारसे साम्य नसण्याची शक्यता आहे, कारण त्यामध्ये श्रेणीकरणाचे विविध निकष आणि लोकांच्या परस्परसंवादांवर ज्यामुळे परिणाम होतो असे वेगवेगळे संदर्भ तिथे विचारात घेतले जात नाहीत, असे बेरेमन यांनी म्हटले आहे (१९६५). आणखी एका पद्धतीमध्ये, धार्मिक विधींच्या बाबतीत जातींमध्ये असणारे अंतर सूत्रबद्ध करण्यासाठी प्रत्यक्ष स्थितीविषयी प्रश्न विचारले गेले आणि त्यासाठी अनेक निकषांचे तंत्र वापरले गेले (कोलेंडा १९५९). यामध्ये संदर्भ आणि निकष विचारात घेतले जातात, मात्र प्रत्यक्षात वापरात येणाऱ्या संदर्भ आणि निकषांपैकी काही मोजक्या संदर्भांपुरते आणि निकषांपुरतेच ही पद्धत मर्यादित राहते.

इतर गावकऱ्यांकडून आणि ज्या गटामध्ये जातीचे वर्गीकरण केले आहे त्या गटाकडून एखाद्या जातीच्या व्यवहारांचे मूल्यमापन कसे केले जाते ते काही मुद्द्यांवर अवलंबून असते. जसे त्या जातीतल्या कुटुंबांची ताकद आणि त्यांच्या वर्तनाविषयीचे प्रसिद्ध साचेबंद प्रवाद, तसेच जातीच्या व्यवहारांचा कर्मकांडांच्या निकषानुसार ठरणारा दर्जा. जातश्रेणीच्या मूल्यांकनामध्ये खूप लहानलहान फरक असतात, तरीही काही उत्पादक तत्त्वांच्या आधारे ते मूल्यांकन केलेले असते. शुद्धता आणि विटाळ, संपत्ती आणि अधिकार हे महत्त्वाचे मुद्दे विचारात घेतले जातात.

७ सांस्कृतिक फरक आणि जातिव्यवस्था

एखाद्या प्रदेशातील जातींमध्ये जे सांस्कृतिक फरक असतात त्यांच्यामुळे त्या जातिव्यवस्थेतील उतरंड आणखी पक्की होत जाते. उच्चवर्णीय लोक त्यांच्या वैशिष्ट्यांनुसार अशा प्रकारच्या घरगुती आणि धार्मिक रीतिरिवाजांचे पालन करतात जे खालच्या जातींमधील रीतीरिवाजांपेक्षा खूप जास्त श्रेष्ठ आहेत, असे त्यांना वाटते. आपल्या रीतीभातींचा दर्जा अत्यंत कनिष्ठ आहे, या विचाराशी खालच्या जातीतले लोक सहमत होतातच असे नाही; पण एकदा ते त्यांना शक्य झाले की मग ते उच्च जातींमधील अधिक प्रतिष्ठित पद्धतींच्या बाबतीत चढाओढ करतात. या चढाओढींच्या प्रक्रियेविषयी नंतर सामाजिक चलनशीलतेवरील प्रकरणांमध्ये चर्चा केलेली आहे. इथे आम्ही काही सांस्कृतिक फरक नमूद केले आहेत.

गावातल्या लोकांची अशी अपेक्षा असते की प्रत्येक जातीची स्वतःची अशी काही वैशिष्ट्ये असावीत. प्रत्यक्षात मात्र एकाच जातीतल्या प्रथांमध्ये बऱ्यापैकी वैविध्य असू शकते. काही जातींमध्ये, त्या जातींतले फार थोडे लोक जातीचा पारंपरिक व्यवसाय करतात. तर एखाद्या गावातल्या दोन वेगवेगळ्या जातींमधील सांस्कृतिक फरकाचे प्रमाण अगदी किंचितसे असू शकते. तरीही, प्रत्येक जातीचे स्वतःचे वैशिष्ट्य असावे, हा विचार काही प्रमाणात व्यवहारात उतरताना दिसतो. प्रत्येक जातीच्या हमखास काही विशिष्ट प्रथा असतात.

त्याशिवाय, जातींमधील मुख्य गटांमध्ये सांस्कृतिक फरक असतात. धर्मग्रंथातील नोंदी आणि धार्मिक विधी यांसंदर्भातील फरक गावातल्या सर्वांत श्रेष्ठ आणि सर्वांत कनिष्ठ जातगटांमध्ये खूप स्पष्टपणे दिसून येतात. सर्वांत खालच्या जातींच्या तुलनेत ब्राह्मण आणि इतर उच्च जातींचा आहार जास्त शुद्ध असतो. खालच्या जातीच्या लोकांना कदाचित प्रसंगानुसार मिळणारा मांसाहार सोडणे शक्य होत नाही. सर्वांत उच्च जाती खालच्या जातींच्या तुलनेत एकंदरीतच कर्मकांडांच्या बाबतीत जास्त चोखंदळ असतात. खालच्या जातीच्या लोकांना कदाचित तसे करणे परवडू शकत नाही किंवा त्यांना कर्मकांडांमधील नेमके तपशीलही माहीत नसतात. जातींमधले भेद स्पष्ट करणाऱ्या, पेहरावातल्या बारकाव्यांमुळे–जसे जानवे–सहसा उच्च–नीच जातीतल्या लोकांमधील फरक स्पष्ट होतो. ब्राह्मण जातीतल्या पुरुषांना प्रमुख धर्मग्रंथांमधील काही संकल्पना माहीत असतात किंवा हिंदू धर्मातील भव्य, पवित्र, सुसंस्कृत परंपरेशी ते इतर मार्गांनी जोडलेले असतात किंवा असे असणे अपेक्षित असते. याउलट, कनिष्ठ जातीतले लोक पवित्र धर्मग्रंथांचे पठण करण्याची कल्पनाही करत नाहीत आणि पूर्वी त्यांना ते शक्यही नव्हते.

"द्विज" वर्गातील इतर दोन जातींपेक्षा ब्राह्मण जातीतल्या पुरुषांसाठी हे अध्ययन जास्त योग्य असते. परंतु, तीनही उच्च वर्णांतल्या जातींची जीवनशैली, रोजची कर्मकांडे, जातिअंतर्गत समारंभ आणि विशेषत्वाने वैवाहिक नातेसंबंध खालच्या श्रेणीतील जातींपेक्षा वेगळे असावेत, अशी अपेक्षा असते. चलनशीलतेच्या प्रारूपांवर चर्चा करताना याविषयीच्या तपशिलांची आम्ही नोंद घेणार आहोत. वरच्या सामाजिक स्तरातील गटांतील स्त्रीचे विवाहामुळे जुळणारे नाते अक्षत असते. मृत्यूनंतरही ते तसेच राहिले पाहिजे. विधवेने पुनर्विवाह करायचा नाही, घटस्फोटास परवानगी नाही. खालच्या जातीतल्या महिलांवर अशा प्रकारची कुठलीही बंधने नसतात. त्या काडीमोड घेऊ शकतात, त्यांना काडीमोड दिला जाऊ शकतो आणि काडीमोड झाल्यानंतर किंवा विधवा असताना त्या पुनर्विवाह करू शकतात.

ब्राह्मणांमध्ये पूर्वजांसाठी पुरुषांनी जे विधी पार पाडायचे असतात त्यावर जास्त भर दिला जातो, ज्यामुळे घरात मुलाचा जन्म होणे विशेषकरून भाग्याचे मानले जाते. म्हैसूरमधील ब्राह्मणेतरांविषयी लिहिताना श्रीनिवास यांनी अशी नोंद केली आहे की मुलगा होण्यास जास्त प्राधान्य असले तरी मुलीचा जन्मही साजरा केला जातो. त्या लोकांना मुली जन्माला यायला हव्या असतात आणि पाळी सुरू होण्यापूर्वी मुलीचे लग्न लावून देण्याचे कुठलेही धार्मिक बंधन त्यांच्यावर नसते. ब्राह्मणांमध्ये स्त्रियांच्या जगण्याराहण्याविषयीचे संकेत जितके कडक असतात तितके ते इतर लोकांमध्ये नसतात (१९५६अ, पृ. क्र.४८५).

ब्राह्मणांकडून पाळल्या जाणाऱ्या सर्व नीतिनियमांना धर्मग्रंथ स्पष्ट अनुमती देत नाहीत. संस्कृत धर्मग्रंथ म्हणजे धार्मिक पवित्र लिखाणाचा समन्वय असलेला एकमेव संग्रह नव्हे. आधीचे लेखन आणि नंतरचे लेखन यांमध्ये फरक आहे. एखादे विशिष्ट विधिवाक्य किंवा एकाच लेखनातून बरेच वेगवेगळे अर्थ घेतले गेले आहेत. पण धर्मग्रंथांमध्ये केलेले विवेचन गावकऱ्यांसाठी फारसे महत्त्वाचे नसते. शुद्धता आणि अशुद्धता यांच्या संकल्पना आणि त्यांच्याशी संबंधित वर्तनाचा उगम धार्मिक ग्रंथांमध्ये झाला ही यासंदर्भातील महत्त्वाची आणि प्रचलित श्रद्धा आहे. लिखित परंपरेविषयी थोडेफार जाणणाऱ्या गावकऱ्यांच्या दृष्टीने या संकल्पना कायमस्वरूपी रूढ झालेल्या आहेत; आधीच्या सगळ्या पिढ्यांनी त्या पाळल्या आणि या प्रतिकूल काळातही त्यांचे पालन केले जात आहे.

धार्मिक कर्मकांडांमधील फरक

धर्माच्या धर्मग्रंथांशी संबंधित आणि आध्यात्मिक पैलूंमध्ये मोठे फरक आहेत. हे फरक प्रामुख्याने उच्चवर्णीय जातींमधील रीतीरिवाजांचे पालन करण्यासंदर्भातील आणि व्यावहारिक पैलूंसंदर्भातील असतात. त्यांचा वापर सर्व जण करतात पण पालन प्रामुख्याने खालच्या जातीच्या लोकांकडून केले जाते. पुढे गाव आणि संस्कृतीविषयीच्या तसेच आदिवासींच्या

अभिवृद्धीविषयीच्या प्रकरणांमध्ये या फरकांविषयी चर्चा केलेली आहे. विविध सामाजिक स्तरांमध्ये असलेल्या सांस्कृतिक वेगळेपणाचे स्वरूप स्पष्ट करण्यासाठी दोन्ही पैलूंमधील फरक स्पष्ट करणारी काही वैशिष्ट्ये इथे नमूद केलेली आहेत.

प्राण्यांचा बळी देण्याची पद्धत ही अशाच विरोधी स्वरूपाच्या वैशिष्ट्यांपैकी एक आहे. द्विजवर्गातील जातींपेक्षा खालच्या जातीतल्या लोकांकडून ही प्रथा जास्त पाळली जाते. विशिष्ट प्रकारच्या प्राण्यांचे बळी देण्याविषयी धर्मग्रंथांमध्ये काही जुने दाखले दिलेले आहेत. मात्र आताच्या काळातील सुशिक्षित लोकांच्या नागर पूजाअर्चनेमध्ये ते असंबद्ध समजले जातात. ज्यूडिओ–ख्रिश्चन परंपरेतील धर्मगुरूंनी ज्याप्रमाणे बायबलमधील रक्तपाताविषयीचे जुने दाखले बाजूला ठेवले तसेच काहीसे हे आहे.

अंगात येणे, हे आणखी एक फरक स्पष्ट करणारे वैशिष्ट्य आहे. अनेक प्रदेशांमध्ये अशी माणसे आहेत ज्यांच्या नेहमी अंगात येते. एखाद्या पुरुषाच्या (किंवा खूप क्वचित स्त्रीच्या) अंगात देवतेने किंवा आत्म्याने प्रवेश केल्यावर तो त्या अलौकिक शक्तीच्या आवाजात बोलतो, आजारपणं आणि व्यक्तिगत समस्यांविषयीच्या प्रश्नांना उत्तरे देतो आणि जी चूक झाली असेल त्यावर उपाय करण्यासाठी आज्ञा देतो किंवा मार्गदर्शन करतो. अंगात येणारी ही माणसं प्रामुख्याने सर्वांत उच्च जातींच्या खालोखाल असणाऱ्या जातगटांमधील असतात; ब्राह्मणांमध्ये या पद्धतीने अंगात येण्याचे प्रकार फार क्वचित घडतात (पहा, हार्पर १९५७ब; कारस्टेअर्स १९५७, पृ. क्र. ९२–९४).

किशनगढी या गावातील विविध सामाजिक स्तरांत केल्या जाणाऱ्या पूजाअर्चनेची तुलना केली असता हे स्पष्ट होते की खालच्या जातीतल्या लोकांच्या पूजाअर्चनेपेक्षा उच्चवर्णीयांच्या भक्तिमार्गामध्ये धार्मिक ग्रंथांत उल्लेख केलेल्या देवदेवतांचा समावेश जास्त ठळकपणे दिसून येतो. खालच्या जातीतल्या लोकांचे धार्मिक विधी बहुतकरून स्थानिक देवतांशी संबंधित असतात. "ब्राह्मणांकडून पूजिल्या जाणाऱ्या देवतांपैकी पंचेचाळीस टक्के देवदेवता नागर देवता आहेत. ब्राह्मणांखालोखाल येणाऱ्या १० जातींकडून पूजल्या जाणाऱ्या ३५ टक्के देवदेवता नागर देवता असतात; पण खालच्या आणि सर्वांत खालच्या जातीतल्या लोकांकडून पूजल्या जाणाऱ्या अनुक्रमे १५ आणि १९ टक्के देवदेवताच फक्त नागर देवता असतात" (मॅरिऑट १९५५ब, पृ. क्र. २०९).

ही आकडेवारी धार्मिक प्रभावाच्या बाबतीत ठळकपणे दिसून येणारा फरक स्पष्ट करते, तसेच त्यांतील जाणवण्याजोगी सरमिसळही दाखवते. विशेषत्वाने, सर्व जातीच्या स्त्रियांप्रमाणे ब्राह्मणदेखील बऱ्याच प्रमाणात स्थानिक शक्तींची आणि देवतांची पूजाअर्चना करतात. वेगवेगळ्या देवदेवतांना जे महत्त्व दिले जाते त्याचा विचार या आकडेवारीत केलेला नसून केवळ त्यांच्या संख्येचा विचार केलेला आहे. तरीही धर्मग्रंथांमध्ये अपवित्र मानल्या गेलेल्या अनेक देवता ब्राह्मणांसाठी पूज्य आहेत, ही बाब महत्त्वाची ठरते.

एखाद्या विशिष्ट कारणासाठी सगळे गावकरी स्थानिक देवतांना आवाहन करू शकतात. या पद्धतीने, मद्रासच्या तंजावर जिल्ह्यातील कुंबापेट्टाई गावामध्ये, गावातल्याच एका कोणार (गुराखी) स्त्रीच्या आत्म्यास ग्रामदेवता म्हणून पुजले जाते. तिचा मृत्यू देवी रोगामुळे झाला होता. तिचे पुजारी ब्राह्मणेतर आहेत. ती कोणारांची देवता आहे आणि दरवर्षी त्यांच्या यात्रेत ते तिची आराधना करतात, तरीही वर्षभरातील काही विशिष्ट प्रसंगी ब्राह्मण आणि आदिद्रविड या दोहोंकडून तिची पूजा केली जाते. गावच्या वेशीवर देवीची मूर्ती उभी असून ती पिकांची नासाडी, साथीचे आजार, स्त्रियांमधील वंध्यत्व आणि त्यांचे बाळंतपणातील मृत्यू यांपासून गावाचे रक्षण करते असे मानले जाते. आजारपणं, वंध्यत्व किंवा वेड यांसारखी संकटे घरावर येतात तेव्हा कुठल्याही जातीचे लोक या देवीची आराधना करू शकतात. गावची मुख्य जत्रा या देवीसाठी भरवली जाते (गॉघ १९५५, पृ. क्र. ८९).

सांस्कृतिक विरोधाभास आणि त्यांचे सामाजिक परिणाम

कुंबापेट्टाई गावामध्ये स्थानिक समाजरचनेतील उच्च आणि नीच जातींमध्ये असलेले सांस्कृतिक फरक विशेषत्वाने नोंदविण्यात आले आहेत. अनेक शतकांपासून चालत होते त्याच पद्धतीने १९५० मध्ये, स्थानिक ब्राह्मण समाज धार्मिकदृष्ट्या वरचढ होता आणि जमीनदार म्हणूनही त्यांचे प्रचंड वर्चस्व होते. आदिद्रविडांमधील दोन जाती प्रामुख्याने भूमिहीन मजुरांच्या आहेत (गॉघ १९५६, पृ. क्र. ८२६–८२७).

वंशपरंपरा अखंड राहणे आणि मागच्या व पुढच्या पिढ्यांशी पुरुषाचे असलेले दृढ संबंध या गोष्टींना हे ब्राह्मण खूप जास्त महत्त्व देतात. जमिनीचा ताबा आणि वारसा या गोष्टी वारसदारानुसार ठरतात. त्यामुळे वंशाचा वारसदार त्यांच्यासाठी सर्वांत जास्त महत्त्वाचा असतो. वांशिक नाती जशी आर्थिकदृष्ट्या महत्त्वाची असतात त्याप्रमाणे धार्मिकदृष्ट्या पुत्रजन्म आवश्यक असतो. मुलाने नियमितपणे विधीपूर्वक पिंडदान केल्याशिवाय मृत व्यक्तीच्या आत्म्याला सद्गती मिळत नाही. या पद्धतीने मृत्यूनंतर वडील पूर्णपणे मुलावर अवलंबून असतात, तर वडिलांच्या हयातीत मुलाने त्यांच्यावर जास्तीत जास्त अवलंबून असले पाहिजे. वडील किंवा वडिलांच्या स्थानी असलेल्या व्यक्तीकडे संपूर्ण अधिकार असणार आणि वयाने व मानाने लहान असणाऱ्या पुरुषमंडळींनी पूर्णपणे आज्ञाधारक बनून राहायचे, यासारखा विषम नातेसंबंध सर्वांत जास्त मोलाचा आणि आदर्श मानला जातो.

स्थानिक सामाजिक श्रेणीनुसार त्या श्रेणीच्या अगदी विरुद्ध टोकाला असणाऱ्या आदिद्रविडांकडे जमीन नसते; वारशाचा मुद्दा त्यांच्यासाठी फार महत्त्वाचा नसतो. मुले मोठी झाली की त्यांना स्वतःची काळजी स्वतः घ्यावी लागते आणि वयात आल्यानंतर लवकरच ती वडिलांच्या अधिकारकक्षेतून बाहेर पडतात. मृतात्म्यासाठी धार्मिक कर्तव्ये पार

पाडण्याबाबत त्यांना फारशी आस्था नसते. वडील आणि मुलामधील दूरच्या व जवळच्या नातेसंबंधांना ते जास्त महत्त्व देत नाहीत आणि परस्परांवर अवलंबून राहण्याची पद्धत आदर्श आहे, असे ते मानत नाहीत. आप्तस्वकीयांमधील दृढ ऐक्य आणि बहीणभावांमधील समानतेवर त्यांचा अधिक भर असतो (पहा, मंडेलबाउम १९४१; १९५५). ब्राह्मणांमध्ये असते तसे अगदी मागच्या आणि पुढच्या पिढीतील नातेवाइकांच्या संकुचित वर्तुळापेक्षा समकालीन नातेवाइकांच्या मोठ्या गोतावळ्याशी पुरुषाचे जे नाते असते त्यावर अधिक भर दिला जातो. आपले प्रतिनिधित्व करणाऱ्या गटप्रमुखाच्या नेतृत्वाखाली एखाद्या जातगटातील आप्तस्वकीय बनून राहणे, त्यांना जास्त व्यवहार्य वाटते. याउलट, गावातल्या ब्राह्मणांना एकत्र कृती करणे आणि सर्वांसाठी एकच प्रतिनिधी निवडण्याच्या बाबतीत सहमत होणे कमी सोयीचे वाटते (गॉघ १९५६, पृ. क्र. ८४०, ८४६).

वेगवेगळ्या नात्यांना दिले जाणारे हे महत्त्व, आप्तस्वकीयांसाठी वापरल्या पारिभाषिक शब्दांमध्ये दिसून येते. ब्राह्मणांच्या पारिभाषिक शब्दांमध्ये एखाद्या व्यक्तीचा त्याच्या वंशावळीतील लोकांशी असलेला संबंध स्पष्ट होतो; सोयऱ्यांसोबतच्या नात्यांसाठी त्यांच्याकडे तुलनेने कमी संज्ञा असतात. आदिद्रविडांमध्ये सोयरे आणि आईकडच्या नातेवाइकांना अनेक वेगवेगळ्या नावांनी संबोधले जाते (गॉघ १९५६, पृ. क्र. ८४८).

कुंबापेट्टाईमधील ब्राह्मण स्त्री फक्त घरातली कामेच करते, तिच्याकडे स्वतःच्या मालकीची जमीन नसते आणि लग्नानंतर तिचे सामाजिक व्यक्तिमत्त्व तिच्या पतीशी एकरूप होते. उदाहरणार्थ, पतीच्या नातेवाइकांना पती ज्या नावांनी संबोधतो त्याच नावांचा वापर ती करते. पतीपत्नींचे वैवाहिक आयुष्य स्थिर राहावे म्हणून नवऱ्यामुलीच्या घरच्या मंडळींना नवऱ्यामुलाला संपत्तीचे दान करावे लागते. तसेच लग्नानंतर पतीपत्नींना नवऱ्यामुलाच्या घरी राहावे लागते. धर्मग्रंथांमध्ये घटस्फोट आणि विधवा पुनर्विवाहास बंदी असल्यामुळे वधूला आयुष्यभर नवऱ्याचे जे सामाजिक स्थान आहे ते स्वीकारून राहावे लागते.

आदिद्रविड समाजातल्या स्त्रिया आर्थिकदृष्ट्या, सामाजिकदृष्ट्या आणि धार्मिकदृष्ट्या जास्त स्वतंत्र असतात. त्या शेतात पुरुषांबरोबर काम करतात आणि त्यांना स्वतंत्र व व्यक्तिशः मजुरी दिली जाते. लग्नात ब्राह्मणांपेक्षा अगदी विरुद्ध पद्धत असते, म्हणजेच, नवऱ्यामुलाकडून वधूला संपत्ती दिली जाते. लग्नानंतर वडिलांच्या घरीच राहिले पाहिजे अशी सक्ती नसते. स्त्रीचे सामाजिक व्यक्तिमत्त्व लग्नानंतर बरेचसे स्वतंत्र राहते; नातेवाइकांना पती ज्या नावाने संबोधतो त्या नावांनी ती संबोधत नाही. तिचे माहेरचे कुटुंब आणि त्यांचे सामाजिक बंध याबाबतीत तिला प्रचंड आपुलकी असते. लग्न म्हणजे कायमची, न संपणारी बांधीलकी नसते. आदिद्रविड स्त्री घटस्फोट घेऊ शकते आणि पुन्हा लग्न करू शकते. तिची स्थानविषयक आणि सामाजिक चलनशीलता ब्राह्मण स्त्रीपेक्षा जास्त असते. या जातींमध्ये,

घरात स्त्रीचे वर्चस्व असते हे सांगायला नको. तिला किमान वरवर तरी विनम्रपणे वागावे लागते. पण ती सहनशक्ती संपल्यानंतर तिच्या नवऱ्याला सोडून—कदाचित कायमची आईच्या घरी निघून जाऊ शकते आणि ब्राह्मण स्त्रीच्या तुलनेत ती अधिक सहजपणे हे करू शकते.

कुंबापेट्टाईमधील आदिद्रविडांना ब्राह्मणांप्रमाणे लैंगिक वैराग्य किंवा ब्रह्मचर्य महत्त्वाचे वाटत नाही. तसेच या समाजातले पुरुष अधिक सहजपणे त्यांच्या आक्रमकतेला वाट करून देऊ शकतात, मारामारी करू शकतात आणि नंतर ते भांडण विसरू शकतात. ब्राह्मण पुरुष कदाचित या पद्धतीने शारीरिक आक्रमकता दाखवणार नाहीत. ब्राह्मण कुटुंबातील पुरुषांमध्ये शारीरिक मारामारी होणे ही सर्वाधिक लाजिरवाणी आणि विसरता न येण्यासारखी घटना ठरेल (गॉघ १९५६, पृ. क्र. ८४७).

कुंबापेट्टाईमधील ब्राह्मण आणि आदिद्रविडांमधील या तुलनेमध्ये त्यांच्यातील फरक स्पष्टपणे दिसून येतो. बहुतांश गावांमध्ये सर्वांत वरच्या आणि सर्वांत खालच्या जातींमध्ये इतक्या मोठ्या प्रमाणात असमानता दिसत नाही. संस्कृतीमध्ये काही सापेक्ष फरक असतात आणि काही ठळकपणे दिसणारे फरकही असतात.

सर्वांत वरच्या जातींमध्ये धर्मग्रंथांमधील देवतांची भक्ती तुलनेने अधिक प्रमाणात केली जाते आणि सर्वांत खालच्या जातींमध्ये देवऋषींची मदत तुलनेने जास्त घेतली जाते. कौटुंबिक भूमिकांसंबंधीच्या प्रकरणांमध्ये नमूद केले होते त्यानुसार उच्चवर्णीय कुटुंबांमध्ये खालच्या श्रेणीतील कुटुंबांच्या तुलनेत वडीलधाऱ्यांचा जास्त मान ठेवला जातो आणि स्त्रियांना कमी स्वातंत्र्य असते. स्थानिक समाजरचनेनुसार धार्मिकदृष्ट्या जी जात सर्वांत वरच्या श्रेणीतील आहे ती शाकाहारी नसू शकेल, पण त्या जातीतले लोक त्यांच्या आहाराच्या बाबतीत जास्त सावध आणि चोखंदळ असतात.

देवऋषी असणे किंवा प्राण्यांचा बळी देणे यांसारख्या जातिवैशिष्ट्यांमधून जातीतले फरक स्पष्टपणे दिसतात. उच्चवर्णीय लोक मृतात्म्यांशी संपर्क किंवा बकऱ्याचा बळी या गोष्टींची फळं कदाचित स्वेच्छेने स्वतःहून वाटून घेऊ शकतात, पण त्यांच्यापैकी कोणा एकाच्या अंगात येणे किंवा बळी देण्यासाठीचे हत्यार चालविणे अशा गोष्टी क्वचितच होतात. तसेच सर्वांत उच्च आणि सर्वांत खालच्या जातींची तुलना केली तर लग्नाच्या बाबतीत स्त्रियांचे भाग्य निराळे असते-उच्च जातींमध्ये घटस्फोट नसतात, विधवा पुनर्विवाह होत नाहीत, वयात येण्यापूर्वी लग्न लावतात (वैवाहिक जीवनाचा प्रारंभ आणि शरीरसंबंध वयात आल्यानंतर होत असले तरी); आणि सर्वांत खालच्या जातीमध्ये घटस्फोट सहज होतात, विधवांच्या पुनर्विवाहाच्या बाबतीत प्रश्न निर्माण होत नाहीत आणि मुले-मुली वयात आल्यानंतर त्यांची लग्ने लावली जातात.

एकोणिसाव्या शतकाच्या सुरुवातीस डाव्या आणि उजव्या हिंदूंमध्ये झालेले संघर्ष किंवा विसाव्या शतकाच्या सुरुवातीस शिया आणि सुन्नी मुस्लिमांमध्ये झालेले दंगे यांमागच्या प्रचंड

सामाजिक अशांततेसाठी सांस्कृतिक फरक हेच निमित्त आणि प्रतीक ठरले आहेत. पण काळाच्या ओघात अशा उलथापालथीस मर्यादा आली. गावातले सर्वसामान्य जनजीवन, ज्यामध्ये सांस्कृतिक फरक रोजच्या जगण्याचा एक भाग म्हणून स्वीकारले जातात त्या वातावरणाचा विशेष भाग म्हणून या घटना घडल्या नाहीत.

गावकऱ्यांनी समाजातील धार्मिक किंवा जातीय स्थानाच्या पलीकडे जाऊन समाजाविषयीची अशी बरीच माहिती दिली. आंतरविवाह करणाऱ्या श्रेणीबद्ध गटांची एक क्रमवारी असावी, क्रमवारी ठरविणे महत्त्वाचे आहे, धार्मिक अशुचिता आणि शुचितेवर ती अवलंबून आहे, या विचाराच्या बाबतीत सहसा संपूर्ण एकमत असते. अशा प्रकारच्या सामूहिक मतांमुळे समाजाला एक विस्तृत आणि एकरूपतेची चौकट प्राप्त होते. या चौकटीत आखून दिलेल्या मर्यादांमध्ये सांस्कृतिक बहुतत्त्ववाद संमत आणि अपेक्षित आहे.

तरीही मूलतः दोष या फरकांचा नसतो. एखादा ब्राह्मण मनुष्य ब्राह्मण समाजातील विधवा पुनर्विवाहाचे खंडन करेल, पण त्याच्याकडे साफसफाई करणाऱ्या माणसाची विधवा स्त्री पुन्हा लग्न करते की नाही याची फिकीर तो करणार नाही. 'हरिजन' समाजातल्या देवऋषीच्या अंगात ग्रामदैवतेचा संचार होतो तेव्हा सहसा तो मोठ्या देवळांमध्ये पूजल्या जाणाऱ्या देवांविषयी अपशब्द बोलत नाही. तसेच पोथ्यापुराणांतल्या देवांचे भक्त स्थानिक शक्तींची उपासना बंद करत नाहीत. नागर देवतासमूहांतील देवांना हिंदू लोक ब्रह्मांडाच्या देवता मानतात. पण सगळ्या गावावर त्यांचे वर्चस्व नसते किंवा त्यांच्या स्वतःच्या कार्यकक्षेत विशेष हक्कांची मागणीही ते करत नाहीत.

नंतरच्या प्रकरणांमध्ये इतर सांस्कृतिक फरकांचा अभ्यास केला जाईल, जसे संप्रदाय, धर्म आणि प्रदेश. एखाद्या गावामध्ये दोन संप्रदायांमधील फरक बाहेरून पाहणाऱ्या व्यक्तीला अगदीच लहान वाटू शकतील, पण प्रसंगानुसार गावकऱ्यांच्या दृष्टीने ते मोठे ठरतात. उलटपक्षी, हिंदुत्व आणि इस्लाम यांना वेगळे ठरविणाऱ्या विचारसरणीतील फरक, गावच्या सामान्य जनजीवनात, एकाच ठिकाणच्या आणि एकसारखे सामाजिक स्थान असलेल्या हिंदूमुस्लिमांच्या रोजच्या जगण्यात तुलनेने कमी असतात. जातिव्यवस्थेच्या पसाऱ्यासाठी वेगवेगळ्या जातींमधील पद्धती काही प्रमाणात वेगळ्या असणे गरजेचे असते. मूळ तत्त्वांना धक्का पोहोचत नाही तोपर्यंत स्थानिक व्यवस्थेमध्ये मोठ्या प्रमाणात सांस्कृतिक वैविध्य असले तरी गावकरी ते सहन करू शकतात.

सारांश

"जातिव्यवस्थेमुळे सर्व भारतीयांना एक सामायिक सांस्कृतिक वैशिष्ट्य प्राप्त होते: एखादी व्यक्ती भारतात कुठेही असली तरी ती जातींच्याच विश्वात असते." देशाच्या सर्व भागांचा

अभ्यास केल्यानंतर, श्रीनिवास (१९५८, पृ. क्र. ५७३) यांच्या या विधानाची पुष्टी होते. तरीही आम्ही प्रकरण क्रमांक एक मध्ये नमूद केले आहे त्यानुसार, जातिविश्वातील या वैशिष्ट्यांचे व्याकरण (आणि अर्थातच शब्दकोश) तयार करण्यात आणि त्याच्या लांबीरूदीचे मोजमाप करण्यात ज्या समस्या येतात त्यांची जाणीव जातींचा अभ्यास करणाऱ्यांना आहे.

जुन्या काळातील एक विद्वान एमिल सेनार्ट यांनी जातींवर लिहिलेल्या आणि १८९६ मध्ये आलेल्या त्यांच्या एका पुस्तकात, संपूर्ण जातिव्यवस्थेचे चित्र मांडण्याचा अवघड प्रयत्न आपण सोडून द्यावा का, असा प्रश्न उपस्थित केला आहे. सेनार्ट यांनी त्यांच्या उत्तरादाखल आणि पुस्तकातील १५ प्रकरणांमध्ये, हा प्रयत्न सुरू ठेवावा, असे ठामपणे सांगितले आहे. सेनार्ट यांच्या म्हणण्यानुसार, असा कुठलाही प्रयत्न अपुरा असू शकतो पण म्हणून तो चुकीचा किंवा दिशाभूल करणारा ठरत नाही. कुठलेही विधान परिपूर्ण समजू नये आणि विविध वस्तुस्थितींमध्ये जो संबंध असतो त्यामुळे अनेक प्रकारच्या फरकांना जागा राहते. तसेच ज्या वैशिष्ट्यांची व्याप्ती सर्वांत जास्त असते तीच सगळीकडे सार्वत्रिकपणे आढळतात (१९३०, पृ. क्र. १९–२०). परिपूर्ण विधानांविषयीच्या या इशाऱ्याचे योग्य भान ठेवत आम्ही आतापर्यंत चर्चा केलेल्या जातींच्या आणि जातींमधील संबंधांच्या वैशिष्ट्याचा आढावा घेतलेला आहे.

भारतातील बहुतांश लोक या जातींवर आधारित समाजरचनेत राहिलेले आहेत, तरीही संपूर्ण भारतीय जातिव्यवस्थेला नियंत्रित करू शकेल अशी एकच सामाजिक उतरंड अस्तित्वात नाही. स्थानिक व्यवस्थेमध्ये एका प्रचंड मालिकेप्रमाणे जातिव्यवस्था फोफावलेली आहे, प्रत्येक जात काही प्रमाणात स्वतंत्र आहे, प्रत्येकीचा इतरांशी गहन संबंध आहे.

प्रत्येक स्थानिक व्यवस्थेचे केंद्र संबंधित गावामध्ये किंवा एकमेकांना लागून असलेल्या काही गावसमूहांमध्ये असते. इतर गावांतून बलुतेदारीची किंवा इतर कामे करण्यासाठी नियमितपणे येणाऱ्यांचा समावेश यामध्ये होतो. एखादी व्यक्ती ज्या गावात राहते त्या गावात केंद्रस्थान असलेल्या स्थानिक व्यवस्थेमध्ये ती व्यक्ती गावकरी म्हणून सहभागी होते. त्या व्यक्तीचे आप्तस्वकीय आणि जातभाई जिथे राहतात अशा इतर गावांमध्ये/ठिकाणी ती व्यक्ती जातसदस्य म्हणून सहभागी होते. या दोन्ही भूमिकांच्या बाबतीत त्याला त्याचे अगदी जवळचे असणारे लोक आणि ज्यांच्याशी फारसे जवळचे नाते नसणारे लोक यांच्यात खूप कमी फरक दिसतो. लग्नामुळे जोडलेली नाती आणि कुटुंबाचा गोतावळा यांच्या पलीकडे जाऊन व्यक्तीला फक्त व्यापक प्रमाणात दिसणाऱ्या सामाजिक वर्गवारीची दखल घ्यावी लागते. नाभिक, धोबी आणि यांच्याशी जमीनदाराचे वरचेवर संबंध येऊ शकतात आणि

तरीही त्यांची घराणी किंवा नाभिक, धोबी अथवा मजुरांच्या जातगटातील त्यांच्या जातीचे स्थान याविषयी त्यांना माहिती नसू शकते.

व्यापक स्वरूपातील सामाजिक विभाजने अनेक प्रकारची असतात. एकसारखेपणाची भावना निर्माण करण्यासाठी आम्ही संस्कृती आणि संवादाचे पुरेसे बंध असलेल्या आणि एकाच नावाने ओळखल्या जाणाऱ्या, विविध जातींच्या गटासाठी जातसमूह असा शब्द वापरलेला आहे. गावातल्या लोकांकडून त्यांच्या गावातल्या जातींचे वर्गीकरण अनेक जातगटांमध्ये केले जाते. हे जातगट म्हणजे वेगवेगळ्या जातींचे एकत्र केलेले आणि समान वागणूक दिले जाणारे समूह असतात. कधीकधी हे गट वर्णप्रकारांतील आणि इतर प्रकारांतील असतात, जसे मुस्लीम–ज्यांचा समावेश वर्णपद्धतीमध्ये होत नाही. मात्र या गटामध्ये अशा जातींचा समावेश असू शकतो ज्या जातीचे लोक थोडी वेगळ्या प्रकारची वर्णपरंपरा पाळतात आणि तरीही इतर गावकऱ्यांकडून त्यांना समान वागणूक मिळते. तरीही, गावकरी मुख्य गटांना वर्णव्यवस्थेत बसविण्याचा प्रयत्न करतात. वर्णव्यवस्था ही केवळ स्थानिक समाजरचनेपेक्षा मोठी असते असे नाही तर धर्मग्रंथांमधील दैवी आणि सर्वव्यापक संदर्भामुळे ती पवित्रही ठरते.

भारतातील जातीय समाजातील अनुभवजन्य सुसूत्रीकरण म्हणून पाहिले गेल्यामुळे वर्णव्यवस्थेची रूपरेषा खूप सहजपणे मांडली गेली. ज्यामुळे तिचे चुकीच्या पद्धतीने अतिसरलीकरण झाले आणि दिशाभूलही झाली. गावकऱ्यांसाठी त्यांच्या सामाजिक रचनेचे हे प्रतिमान असल्यामुळे याकडे एक उपयुक्त आणि आवश्यक सामाजिक साधन म्हणून पाहिले जाते. याचा वापर करून, एखाद्या व्यक्तीला तिच्या स्थानिक व्यवस्थेतील विविध प्रकारच्या गटांतल्या लोकांशी संबंध प्रस्थापित करता येतात आणि ते कायम ठेवता येतात. तसेच स्थानिक वर्तुळापलीकडे जाऊन अनेक प्रकारच्या जातींशी संबंध ठेवता येतात.[१] ज्या लोकांची संस्कृती गुंतागुंतीची आहे, त्यांना सरळसाध्या सामाजिक सिद्धान्ताची गरज असते. भारतामध्ये असा सिद्धान्त हिंदू धर्मग्रंथांमधून घेतला जातो.

---

[१] जातसमूहांची संख्या मोजण्यासाठी जनगणनेमध्ये जे वेगवेगळे आणि अपूर्ण प्रयत्न केले गेले त्यांवरून त्या विविधतेचे प्रमाण तपासून पाहता येईल. १९०१ मध्ये केलेल्या भारतीय जनगणनेत मुख्य जातींची संख्या (आपल्या भाषेत बहुतांशी जातविभाग) २३७८ इतकी होती. दहा वर्षांपूर्वी प्रमुख जातींमधील उपजातींची गणना केली गेली. त्या वेळेस अहिरांसाठी १७०० पेक्षा जास्त अर्ज आले होते, जाटांसाठीही अशीच मोठी संख्या होती आणि कुर्मी लोकांची जवळपास १५०० नावे होती.

१९३१ च्या जनगणनेच्या वेळेस १५ दशलक्षांपेक्षा जास्त ब्राह्मण टिहरी गढवालच्या पहाडी प्रदेशात परत आले होते आणि एकूण लोकसंख्या फक्त ३५०,००० होती. त्यामध्ये ब्राह्मणांच्या ३८७ उपजाती आणि रजपुतांच्या १०२५ उपजाती होत्या (डेव्हिस १९५१, पृ. क्र. १६६).

ज्या गटांमध्ये धर्म किंवा पंथांमुळे भिन्नता असते, याविषयी आपण पुढे पाहणारच आहोत, त्या गटांना जातींच्या स्थानिक रचनेमध्ये चपखल बसवले जाते. स्थानिक व्यवस्थेने तयार केलेल्या जातीच्या क्रमवारीमध्ये सर्व प्रकारच्या गटांचा समावेश करून त्यांना अनुकूल बनवले जाते आणि यामध्ये जातीला विरोध केल्यामुळे निर्माण झालेल्या गटांचाही समावेश असतो. ग्रामीण व्यक्तीला तिच्यात आणि तिच्या शेजाऱ्यांमध्ये असलेल्या सांस्कृतिक फरकाची भीती वाटत नाही किंवा ती व्यक्ती शेजाऱ्यांना त्यांच्या पद्धती बदलण्यास प्रवृत्तही करत नाही. आपल्या जातीचा विशेष हक्क मानल्या गेलेल्या एखाद्या गोष्टीवर इतरांनी बोलण्याचा प्रयत्न केला तर ती व्यक्ती आक्षेप घेते. जातिव्यवस्थेमध्ये आणि जातीच्या निकषांमध्ये असलेल्या प्रादेशिक फरकांची जाणीव असली तरी अशा प्रकारचे फरक असतात, ही बाब ग्रामीण लोकांना अस्वस्थ करत नाही.

प्रदेश, स्थानिक व्यवस्था, संबंधित व्यक्तीच्या जातीय भूमिकेची व्याप्ती सामाजिक विभागणीविषयीचा त्या व्यक्तीचा दृष्टिकोन या सर्वांमुळे जे फरक दिसतात ते एक प्रकारे जातिव्यवस्थेतील स्थिर संकल्पनांसाठी विरोधी ठरतात. या स्थिर संकल्पनांमध्ये धार्मिक विधींसंदर्भातील शुद्धता व अशुद्धता आणि सामाजिक संबंधांवर विशेषतः अंतरविवाहसंबंधांवर त्यांचे होणारे परिणाम या गोष्टींचा विचार केला जातो. धार्मिक विधी आणि ऐहिक विषयांच्या संदर्भातील जातींची वैशिष्ट्ये, त्यांचे परस्परावलंबित्व आणि रचनांचा समावेश त्यात होतो. काही विशिष्ट पद्धतींचा, विशेषत्वाने खाणे आणि शारीरिक क्रियांविषयीच्या पद्धतींचा परिणाम व्यक्तीच्या धार्मिक विधींसंदर्भातील शुद्धतेवर आणि अशुद्धतेवर होतो; आणि यामुळे त्या व्यक्तीच्या इतर लोकांशी असलेल्या नात्यांचेही नियमन होते. एखादी व्यक्ती तात्पुरती अशुद्ध होते किंवा इतरांपेक्षा जास्त शुद्ध अवस्थेत असते तेव्हा अशा प्रकारचे नियमन केले जाते. धार्मिक विधींच्या संदर्भातील ही तात्पुरती असमानता घरगुती वातावरणात रोज निर्माण होते आणि नाहीशी होते.

घरातील सर्वांचा एकमेकांशी जवळचा संबंध येतो त्यामुळे सर्वांमध्ये नेहमीच धार्मिक विधींच्या बाबतीत समानता असते. एकमेकांशी वैवाहिक संबंध जोडणाऱ्या सर्व कुटुंबांमध्येही धार्मिक विधींच्या बाबतीत अशीच समानता आढळते. अंतरविवाहाची पद्धत जातीतल्या लोकांना एकत्र बांधून ठेवते. जातीबाहेर लग्न करण्यास सक्त मनाई असल्याने जात घट्ट एकत्र बांधून ठेवली जाते. या मनाईसाठी आपण बाह्यसंकर (एक्सेस्ट) हा शब्द वापरला तर असे म्हणता येईल की भारताच्या ग्रामीण भागांत बाह्यसंकराची भीती ही आंतरसंकराच्या (अगम्यगमन) भीतीइतकीच प्रबळ आहे. आनुवांशिकदृष्ट्या जात हा प्रजननाचा तसेच सामाजिक पुनरुत्पादनासाठीचा एक घटक आहे. जातीय समाजाच्या अभ्यासात जातीमधील आनुवांशिकतेचा पैलू तितकासा उलगडून पाहिला गेलेला नाही.

प्रत्येक व्यक्तीचा जन्म एका आणि केवळ एकाच जातीत होतो. ती व्यक्ती आणि तिच्या जातीतल्या इतर सर्वांकडे काही विशिष्ट गुण असतील असे त्यांच्या आजूबाजूचे लोक मानतात. सामान्यतः यात त्यांच्या पारंपरिक व्यवसायकौशल्यांचा समावेश असतो. या गुणांचा परिणाम जातीतल्या लोकांच्या कायमस्वरूपी शुद्धतेवर आणि अशुद्धतेवर होतो आणि त्यामुळे जे जास्त किंवा कमी प्रमाणात कायमस्वरूपी शुद्धता किंवा अशुद्धता पाळतात अशा इतर लोकाशी असलेल्या त्यांच्या संबंधावरही परिणाम होतो. अशा जातींना जास्त शुद्ध मानण्यासाठी गावातले लोक त्यांना उच्च जाती मानतात आणि त्यांना अधिक प्रमाणात जातीचे विशेषाधिकार देतात. ज्या जातींना जास्त अशुद्ध मानले जाते त्यांना खालचा क्रम दिला जातो आणि त्यांच्यात धार्मिक विधींच्या बाबतीत जास्त अक्षमता असल्याचे मानण्यात येते. जातीच्या श्रेणीसाठीचा धार्मिक विधींसंदर्भातील निकष हा जातीकडे असलेली संपत्ती व सत्ता यांसारख्या ऐहिक गोष्टींशी जोडलेला असतो. गावात सामाजिक उतरंड आहे आणि तिची एक विशिष्ट रूपरेषा आहे याविषयी सर्वसाधारणपणे गावातल्या सर्वांचेच एकमत असते. पण तरीही जातीच्या श्रेणीसंदर्भातील किमान काही विषयांत त्यांच्यात बऱ्यापैकी मतभेद असतात.

जाती स्वतंत्रही असतात आणि परस्परांवर अवलंबूनही असतात. जातींमधील फरक आणि संकेत यांमुळे प्रत्येक जातीचे सदस्य विशिष्ट बाबतीत इतरांपेक्षा वेगळे असतात. एकमेकांवर अवलंबून असल्यामुळे सगळ्या जाती एकमेकींशी बांधलेल्या असतात. सहसा कुठलीही जात आर्थिकदृष्ट्या किंवा धार्मिकदृष्ट्या स्वयंपूर्ण नसते. ग्रामीण जीवनातील असे अनेक विषय आहेत; जिथे जातींची श्रेणी मोठ्या प्रमाणात असंबद्ध ठरली आहे आणि अशा विषयांची व्याप्ती व महत्त्व वाढत आहे. तरीही बहुतांश गावकरी अजूनही जातीशी आपला दृढ संबंध असल्याचे मानतात आणि आजूबाजूच्या बऱ्याचशा लोकांबरोबर जातश्रेणीच्या निकषांवर नाती जोडतात.

विशिष्ट विषयांवर आधारित या उदाहरणांमधून देशाच्या बहुतांश भागातील खेड्यांमधील समाजाचे मूलभूत नियम समजतात. अनेक शतकांपासून संस्कृत धर्मग्रंथांमधून आणि त्यांच्या प्रादेशिक आवृत्त्यांमधून हे नियम जतन केले गेले आहेत. यामध्ये एकाच चौकटीत सामावणारे वेगवेगळ्या स्थानिक व्यवस्था दिसतात. धर्मग्रंथांमधील शिकवण प्राप्त करण्याची मुभा खालच्या जातीतल्या लोकांना फार थोड्या प्रमाणात होती. तरीही त्यांनी त्या ग्रंथांमधील कथा आणि संकल्पनांची माहिती दिली. थोडक्यात सांगायचे तर शेकडो-हजारो गावांतील सर्व स्तरांतील लोक संपूर्ण समाजाचे समग्र चित्र उभे करतात. जातीतल्या जातीत असणाऱ्या त्यांच्या नात्यांविषयीचे त्यांचे विचारही असेच आहेत.

विभाग ४
जातीअंतर्गत नातेसंबंध

८ जातगटांतील विरोध आणि सलोखा

विरोधाचे कारण काय असते? एकाच जातगटातील सोयरगटांमध्ये भांडणे का होतात? याची उघड दिसणारी कारणे सहज समजून घेता येतात. हिंदी भाषेमध्ये या प्रश्नाचे एक ठरावीक उत्तर दिले जाते, जे वेगवेगळ्या जातीतल्या पुरुषांमध्ये होणाऱ्या संघर्षासाठी तसेच जातभाईंमधील संघर्षाबद्दल आता आपल्यासमोर असलेल्या प्रश्नालाही लागू होते. *ज़मीन, ज़र, जनानी* म्हणजेच जमीन, संपत्ती आणि स्त्री ही या भांडणांमागील कारणे असल्याचे म्हटले जाते. बऱ्याचशा वादांचे मूळ खरोखरच या गोष्टींमध्ये असते.

जमीन हे एक प्रमुख उत्पादक साधन आहे, जे दुर्मीळ आणि महाग आहे. जमीन ताब्यात असेल तर व्यक्तीला स्वातंत्र्य आणि अधिकार प्राप्त होतात. जमिनीचा ताबा मिळावा म्हणून कारस्थाने, युक्त्या, लबाडी आणि तंटे केले जातात. गुरेढोरे किंवा घरे यांसारख्या इतर प्रकारच्या संपत्तीचे विषयदेखील संवेदनशील असतात. त्यामुळे, एखाद्या व्यक्तीकडील गुरे किंवा घराच्या बाबतीत अगदी किंचित आणि कदाचित निर्हेतुकपणे केलेल्या अतिक्रमणामुळे त्या व्यक्तीला राग येऊ शकतो. स्त्रिया पुरुषांसमोर जास्त आज्ञाधारक आणि पुरुषांच्या तुलनेत अधिक आकर्षक असल्याचे मानले जाते. पुरुषांकडे विशेषतः उत्तरेकडील प्रभावशाली जातींतल्या पुरुषांकडे व्यक्तिगत धाडसीपणा आणि त्यांच्या स्त्रियांच्या मानमरातबाविषयी कळकळ असणे अपेक्षित असते. त्यामुळे, पुरुषमाणसांतील आपापसातल्या समस्या आणि सोयरगटातील समस्या यांसाठी जनानी खरोखरच कारणीभूत ठरते.

हरिपुरा गावातील वोक्कलिगा (ओक्कलिगा) समाजात पंचेचाळीस वर्षांपेक्षा अधिक काळात झालेल्या मोठ्या भांडणांची कारणे सारणीरूपात मांडली आहेत, त्या आकडेवारीतून या विषयासंदर्भातील त्या जुन्या म्हणीचा प्रत्यय येतो. जमीन, स्त्रिया आणि संपत्तीचा वारसा ही प्रमुख कारणे असल्याचे या आकडेवारीतून दिसून येते. धिल्लन यांनी नमूद केल्याप्रमाणे

यातील "प्रमुख" वाद हे सोयरगटांमध्ये झाले होते आणि ते दीर्घकाळ व कडवेपणाने चालू होते, असा तर्क आपण करू शकतो. या प्रमुख वादांपैकी सहा वाद हे जमिनीसाठी, पाच वाद अनैतिक लैंगिक संबंधांसाठी, पाच वाद वारसाहक्कासाठीचे होते. सणसमारंभातील कार्यपद्धतीसाठी चार आणि दत्तकविधीसाठी तीन वाद असल्याचेही आढळले. "छोट्या भांडणां"पैकी नऊ भांडणांमागे जमीन आणि वारसाहक्क ही दोन्ही कारणे होती. तीन भांडणांमागे अनैतिक लैंगिक संबंधांचे कारण होते. दत्तकविधीसाठी तीन आणि सणसमारंभातील विधींचे कारण एका भांडणामागे होते (१९५५, पृ. क्र. ८०).

खेडेगावांत मोठ्या तंट्यांसाठी कारणीभूत ठरणारे प्रसंग बऱ्यापैकी क्षुल्लक असू शकतात–जसे शेतातल्या टाकाऊ गोष्टींसाठीचे वाद, एखाद्या कार्यक्रमातील किरकोळ बाबींवरून होणारे मतभेद, उभ्या पिकात गाय कशी शिरली असती म्हणून निर्माण झालेला प्रश्न वगैरे. यांसारख्या छोट्या आणि मर्यादित आवाका असलेल्या वादांमधून खूप मोठे आणि कडवे तंटे निर्माण होऊ शकतात. याचे एक कारण म्हणजे एकमेकांच्या थेट विरोधात असलेल्या दोन व्यक्तींचे सोयरसंबंधी आपापल्या पाठीराख्यांशी पूर्णपणे सहमत झालेले असतात. त्यामुळे, जी व्यक्ती जिंकते तिच्यामुळे तिचा संपूर्ण सोयरगट विजयी ठरतो आणि हरणाऱ्या व्यक्तीमुळे तिच्या बाजूचा संपूर्ण पक्ष पराभूत होतो. इतकेच नाही तर, एखाद्या किरकोळ प्रकरणातील पराभवाकडेसुद्धा पूर्ण शरणागतीचे साधन म्हणून पाहिले जाते. या अर्थी, जिंकणारा पक्ष स्वतःच्या विजयाकडे स्वतःच्या सोयरगटाच्या सामाजिक श्रेणीत झालेली वाढ म्हणून पाहू शकतो. अशा प्रकारचा अर्थबोध हा, बहुतांश सामाजिक व्यवहार सामाजिक उतरंडीनुसार केले जातात, या मूळ संकल्पनेशी सुसंगत ठरतो. समाजातील ही उतरंड अनेक गोष्टींसाठी कारणीभूत ठरत असल्याचे मानले जाते आणि उच्च श्रेणीमुळे नीच श्रेणीच्या लोकांवर सर्वसाधारण तसेच विशिष्ट प्रकारचे वर्चस्व प्रस्थापित होते.

आव्हाने आणि पुनर्रचना

गावातला प्रत्येक लहानसहान वाद वाढून त्याचे रूपांतर दुफळी निर्माण करणाऱ्या संघर्षात होत नाही. पण दोन सोयरगटांमधले लोक जेव्हा आधीपासूनच आव्हाने द्यायला आणि आव्हाने घ्यायला बरोबरीने उभे ठाकतात तेव्हा, जे प्रसंग एरवी थोडक्यात शांत झाले असते ते मोठ्या तंट्यांसाठी कारणीभूत ठरतात. एखाद्या प्रभावशाली जातगटामध्ये अशा प्रकारचे संघर्ष पुन्हापुन्हा उद्भवतात, कारण गावातले लोक साधारणपणे समान सामाजिक दर्जा असलेल्या लोकांसमोर स्वतःचा दुय्यमपणा तात्पुरता मान्य करतात–अगदी एकाच जातीतल्या इतरांसमोर नाममात्र दुय्यमपणा स्वीकारतात. त्यामुळे एखाद्या जातसमूहातील, सामाजिक दर्जा कमी असलेल्या लोकांमध्ये बळ निर्माण झाले की ते वरचा सामाजिक दर्जा

प्राप्त करण्याचा प्रयत्न करतात आणि उच्च श्रेणीतील लोक शक्य तितके स्वतःचे बळ वापरून अशा प्रकारच्या प्रयत्नांना विरोध करतात. जातींमध्ये होते त्याप्रमाणेच एखाद्या जातगटातील एखाद्या कुटुंबाला ऐहिक साधनांच्या बाबतीत होणाऱ्या लाभाचा वापर नेहमी जातगटाची प्रतिष्ठा वाढविण्यासाठी केला जातो. पोकॉक यांनी गुजरातेतील परिदार समाज आणि पूर्व आफ्रिकेत स्थायिक झालेल्या परिदारांमधील विरोधाभास स्पष्ट करताना म्हटल्याप्रमाणे, "गुजरातेत संपत्ती आणि सत्ता निश्चितच खूप महत्त्वाची असते; पण तिथे एखाद्या विशिष्ट व्यवस्थेत उभे राहण्यासाठी संपत्ती आणि सत्ता जरूरी असते, तरी खऱ्या अर्थाने प्रतिष्ठेमुळे जीवनात अर्थ प्राप्त होतो" (१९५७अ, पृ. क्र. ३०३).

एखादे कुटुंब किंवा अनेक कुटुंबातील लोक साधने गोळा करतात तेव्हा ते सर्वप्रथम स्वतःविषयी काही प्रतीकात्मक विधाने करतात. त्यांची ही विधाने कुठल्याही विशिष्ट गटासाठी थेट धोक्याचा इशारा देणारी नसतात, त्यामुळे ती विधाने वादाचा मुद्दा बनण्याची शक्यता क्वचितच निर्माण होते. खालापूरच्या रजपुतांमधील अशा प्रकारचे प्रगतिशील कुटुंब चांगली घरे बांधते, डौलदार बैल खरेदी करते (हे बैल शेतीसाठी उपयोगी नसले तरी) आणि उंची कपडे व अलंकार खरेदी करते. अशा प्रकारची कुटुंबं आता त्यांच्या मुलांना शाळेत घालतात. त्यांच्याकडे खूप सढळपणे आदरातिथ्य केले जात असल्यामुळे जास्तीत जास्त पुरुषमंडळी त्या घरातल्या पुरुषांबरोबर गप्पागोष्टी करायला येतात. आपल्या मुलांची लग्ने ते चांगल्या प्रकारे जमवतात आणि शाही थाटात लग्ने लावून देतात. सत्ता आणि प्रतिष्ठेचा आधार प्राप्त केल्यामुळे ते स्थानिक वादांत, न्यायालयीन प्रक्रियेत किंवा निवडणुकांमध्ये दुसऱ्या सोयरगटांना आव्हान देऊ शकतात. "अशा प्रकारच्या भांडणांचा जो शेवट अपेक्षित असतो तो शक्तिप्रदर्शन करून होणाऱ्या भौतिकेतर लाभांपेक्षा अधिक भौतिक लाभ करून देणारा नसतो–उदाहरणार्थ काही चौ.फूटांची मालमत्ता–शक्तिप्रदर्शनाने होणारा भौतिकेतर लाभ हा एखाद्याच्या शत्रूपेक्षा मोठा असतो" (मिन्टर्न आणि हिचकॉक १९६३, पृ. २५६).

अधिक उघडपणे दिली जाणारी आव्हाने ही सहसा धार्मिक विधीतील विशेष हक्क आणि गावच्या कचेरीविषयीची असतात. सहसा या गोष्टींचा ताबा, गावात पूर्वी दबदबा असलेल्या एखाद्या घराण्याकडे किंवा सोयरगटाकडे असतो. जातगटातील इतरांकडे बळ निर्माण होते तेव्हा ते त्यांच्या आर्थिक आणि धार्मिक दर्जामधील फरकासाठी राग व्यक्त करतात. उदाहरणार्थ, वंगाला गावात प्रभावशाली जातीमध्ये भरभराटीला येत असलेली दोन घराणी आहेत. त्या घरातले पुरुष गावात काही काळापूर्वीच आले आहेत, त्यामुळे पारंपरिक विधींमध्ये त्यांना कुठलेही औपचारिक स्थान नाही. "आम्हाला इथे आर्थिक, राजकीय आणि धार्मिक दर्जात असमतोल असल्याचे आढळले आणि धार्मिक विधींमधील स्थान हा सामाजिक दर्जा ठरविणारा अंतिम निकष मानला जात असल्याने 'प्रगतिशील' गट स्वतःची

धार्मिक प्रतिष्ठा स्वतःच्या आर्थिक वर्चस्वाइतकी असावी म्हणून सातत्याने प्रयत्न करत आहे.” आगामी उत्सवाची चर्चा करण्यासाठी जेव्हा कधी पंचायतीच्या सभा होतात तेव्हा ‘प्रगतिशील’ लोकांचे नेते त्यांच्या स्वतःच्या घराण्यांसाठी एखादे औपचारिक पद मिळविण्याचा प्रयत्न करतात. त्यामुळे आधीच्या सुस्थापित घराण्यांकडून याला खूप तीव्र विरोध होतो कारण त्यांची स्वतःची भौतिक शक्ती कमी होते (एपस्टाईन १९६२, पृ. क्र. १३२).

याच पद्धतीने, एकाच सोयरगटातील वेगवेगळ्या कुटुंबांमध्ये सत्ता आणि दर्जा यांच्या बाबतीत असंतुलन असेल तर त्यामुळे आधीच्या नातेसंबंधात वितुष्ट येते. एखाद्या सोयरगटामध्ये केंद्रस्थानी असलेली कुटुंबं आणि आश्रित कुटुंबं यांचा समावेश असतो, हे आम्ही नमूद केले आहे. पण काळाच्या ओघात त्या कुटुंबांची ताकद बदलू शकते. एखाद्या आश्रित कुटुंबातील आणि घराण्यातील एखादा हुशार, महत्त्वाकांक्षी आणि प्रभावी पुरुष प्रगती करू शकतो. त्याशिवाय जर त्याला एखाद्या जैविक नात्यामुळे अनपेक्षितपणे जर एकुलता एक मुलगा किंवा वारसदार म्हणून बऱ्यापैकी जमीन वारशाने मिळू शकली आणि ठोस पाठिंबा देऊ शकतील असे पुरेसे आप्तस्वकीयही असतील तर कदाचित त्याला वेगाने सत्ता प्राप्त होऊ शकते.

केंद्रस्थानी असलेल्या कुटुंबांचे प्रमुख, पूर्वी आश्रित असलेल्या एखाद्या व्यक्तीला सोयरगटाचा प्रमुख म्हणून आनंदाने स्वीकारत नाहीत. अशा प्रकारे हरिपुरा गावात “एका भाऊबंदकीच्या गटातल्या प्रमुख कुटुंबांना त्यांच्यापेक्षा खालच्या पायरीवर असलेल्या आणि स्वतःच्या अनेक गरजांसाठी या मध्यवर्ती कुटुंबांवर अवलंबून असलेल्या कुटुंबांची आर्थिक स्थिती सुधारलेली सहन होत नाही” (धिल्लन १९५५, पृ. क्र. ३२). एका घराण्यातले लोक किंवा एकमेकांपासून वेगळे झालेले भाऊ एकमेकांना ज्या पद्धतीने वागवितात, बऱ्याच अंशी त्याच प्रकारे हे प्रमुख, अशा होतकरू आश्रितांना वागवितात. अशा आश्रित व्यक्तीसमोर स्पष्टपणे एखादे संकट दिसत असेल आणि त्याची हार झाल्यामुळे, त्यांचे अहित होणार असेल अशा वेळेस त्या आश्रितास मदत करणे या प्रमुखांसाठी बंधनकारक असते. मात्र, त्या आश्रितांसमोर असलेल्या अडचणी प्रमुखांसाठी त्रासदायक नसतात तेव्हा ते बऱ्यापैकी अलिप्त राहू शकतात.

सोयरगटातील एकी ज्यांनी कायम राखावी अशी अपेक्षा असते, अशा गटप्रमुखांनी इतरांसाठी स्वतःच्या हिताचा त्याग करणे अपेक्षित नसते. अशा तऱ्हेने, एखादा माणूस एखाद्या गंभीर न्यायालयीन प्रकरणात अडकलेला असतो तेव्हा त्याच्या सोयरगटाकडून त्याला नैतिक प्रोत्साहन, शारीरिक संरक्षण, कर्ज घेण्यासाठी मदत आणि न्यायालयीन पुरावे जमविण्यासाठी साहाय्य मिळू शकते. पण न्यायालयात त्याची हार झाली आणि आर्थिकदृष्ट्या तो उद्ध्वस्त झाला तर, सोयरगट बिनव्याजी कर्ज देऊन वगैरे त्याची आर्थिक स्थिती पूर्ववत होण्यासाठी कुठलेही विशेष प्रयत्न करत नाही (धिल्लन १९५५, पृ. क्र. ३२–३३).

सर्वसामान्यपणे, या मातब्बर कुटुंबांना संपूर्ण सोयरगटाचे अधिकार आणि धार्मिक स्तर कायम ठेवण्यात रस असतो. पण एरवी, एखाद्या आश्रित कुटुंबास शक्य झाले तर ते आपल्या नेतृत्वाला आव्हान देऊ शकते हे माहीत असल्याने, सोयरगटातील त्यांचे स्थान आहे तसे कायम ठेवण्यात त्यांना जास्त रस असतो.

एकत्र कुटुंबासारख्या एखाद्या सोयरगटामध्ये फूट पडली आणि अशा घटनांमध्ये बऱ्यापैकी वाढ झाली तर त्यांच्यातील दरी वाढत जाते. आंध्र प्रदेशातील 'हरिजनां'च्या प्रमुख जाती माला आणि मदिगा यांच्या बाबतीत अशी नोंद करण्यात आली आहे की, साधारणपणे पन्नास घरांचा समावेश असलेल्या एका वस्तीचे विभाजन करून, एकमेकांशी नाते असलेल्या कुटुंबांचे दोन गट तयार केले जातील. याचे एक कारण म्हणजे, एखाद्या घरात लग्नकार्य असेल तर इतक्या मोठ्या वस्तीला जेवू घालणे त्या कुटुंबप्रमुखाला शक्य होत नाही (रेड्डी १९५२, पृ. क्र. २५८). याआधी आपण प्रामुख्याने प्रभावशाली, जमीनधारकांच्या जातींची उदाहरणे पाहिली असली तरी 'हरिजन'देखील त्यांच्या स्वतंत्र वस्त्यांमधील, सोयरीक जुळविलेल्या कुटुंबांनुसार त्यांच्या जातीची विभागणी करतात. सोयरगटाच्या आकाराची एक विशिष्ट श्रेणी असू शकते.[1] विशिष्ट संख्येपेक्षा कमी कुटुंबं असतील तर तो गट स्वयंपूर्ण राहू शकणार नाही आणि विशिष्ट संख्येपेक्षा जास्त कुटुंबं असतील तर सोयरगटातील सर्वांना एकत्र बांधून ठेवणे अवघड होईल.

या प्रकरणाच्या सुरुवातीला विचारलेल्या प्रश्नाचे उत्तर द्यायचे तर असे म्हणता येईल की, विशेषत्वाने एका मोठ्या आणि प्रभावशाली जातसमूहामध्ये पुन्हापुन्हा होणारी भांडणे ही संपत्ती आणि सत्तेच्या ध्यासातून निर्माण होतात. जगातल्या अनेक गावांप्रमाणे भारतीय गावांतील ग्रामस्थही, चांगल्या गोष्टींच्या उपलब्धतेचं प्रमाण मर्यादित असतं असं मानतात आणि स्वतःची वाढ किंवा प्रगती करण्याकडे त्यांचा कल नसतो (पहा, फॉस्टर १९६५, १९६६). त्यामुळे एखाद्या माणसाला काहीतरी जास्त मिळालं तर दुसऱ्याला ते कमीच मिळणार. जास्त मोठे होण्यासाठी, जास्त संपत्ती मिळविण्यासाठी, जास्त संपत्ती बाळगण्यासाठी प्रत्येक माणसाला नेहमी इतरांशी, म्हणजे अगदी स्वतःच्या जातभाईंशी आणि शेजाऱ्यांशीही स्पर्धा करावी लागते. या स्पर्धेमागे सामाजिक प्रतिष्ठा मिळविण्याची प्रचंड ओढ हे कारण असते आणि यातूनच केवळ आर्थिक बाबतीतच नाही तर इतर अनेक संदर्भांत ही स्पर्धा जास्त तीव्र आणि वेगवान होत जाते. सामाजिक प्रतिष्ठेसाठीची स्पर्धा ही सामाजिक उतरंडीत तळाशी असलेल्या जातगटामध्ये दिसू शकते तशीच ती उच्चवर्णीय

[1] उत्तर प्रदेशातील सहा गावांचे सर्वेक्षण केले असता ३१२५ घरांमध्ये १७५ "भाऊबंदकीचे गट" आढळून आले. अशा एका गटातील सरासरी घरांची संख्या अशा प्रकारे १७.८ होती. सर्वांत मोठ्या गटामध्ये ४३ किंवा ४४ घरांचा समावेश होता (सिंग १९६१, पृ. क्र. ९).

जातगटातली दिसू शकते. जे आंध्र प्रदेशातील माला आणि मदिगांच्या उदाहरणात दिसून येते. पण मातब्बर जातगटांमधील सोयरगटांचे केंद्रस्थान हे नेहमी त्यांच्या गावातील राजकारण असते.

एखाद्या पुरुषाला आणि त्याच्या कुटुंबाला त्यांच्या वंशाबाहेरची जवळची नाती जोडणे गरजेचे वाटते म्हणून सोयरीकी जुळवल्या जातात. प्रतिष्ठेसाठीच्या स्पर्धेमध्ये यशस्वी व्हायचे असेल तर संबंधित कुटुंबाकडे सोयरसंबंधी असावेच लागतात. एखाद्या मातब्बर कुटुंबाला आश्रितांची गरज असते आणि निर्बलास संरक्षकाची गरज असते. यासाठी नुसते वांशिक बंध पुरेसे नसतात. एखाद्या माणसाचे पितृक—सगोत्र सोयरसंबंधी त्याच्या गरजांच्या तुलनेत खूप कमी असतात, अशी नाती जोडण्याच्या बाबतीत थोडीफार लवचीकता असली तरी. त्याचबरोबर, राजकारणाइतक्या सहजपणे वांशिक नातेसंबंध गृहीत धरता येत नाहीत किंवा तोडता येत नाहीत. तरीही सोयरीकीची नाती स्थिर राहू शकतात आणि अनेक वर्षे—कधीकधी काही दशकांपर्यंत कायम राहू शकतात. कधीकधी या सोयरगटांमधील काही सदस्य वांशिक नात्याने तर इतर काही जण उभयपक्षांचे हेतू, उभयपक्षी मदत आणि सातत्याने होणारी देवघेव यांमुळे जोडलेले राहू शकतात; पण सामाजिक प्रतिष्ठेसाठीची स्पर्धा आणि आश्रयदाता-आश्रित यांच्यातले नातेसंबंध या दोहोंमागच्या प्रेरक गोष्टी, ज्या नातेसंबंध मजबूत करण्यासाठी मदत करतात, त्याच काळाच्या ओघात नात्यांमध्ये वितुष्टही आणतात. माणसांकडील विशिष्ट क्षमता आणि साधने यांमध्ये फेरफार झाले की नाती दुरावतात. जुने स्पर्धक आणि नातेवाइकांची जागा नवे स्पर्धक आणि नातेवाईक घेतात; नवीन नातेबंध आणि नवीन वाद निर्माण होतात.

सोयरीक विकास आणि सोयरगटांच्या निर्मितीमधील फरक

सोयरगटाचं मिश्रण आणि पुनःमिश्रणाची प्रक्रिया, जी गावपातळीवर केवळ स्थानिक दबाव आणि व्यक्तिगत हेतूंचे परिणाम म्हणून घडत असल्यासारखी दिसते, ती खरेतर मोठ्या प्रमाणात होणाऱ्या जनसांख्यिक, आर्थिक आणि राजकीय हालचालींमुळे आकार घेत असते. अशा प्रकारे १९२० पासून सातत्याने झालेल्या लोकसंख्यावाढीमुळे अनेक गावांमधल्या आधीच्या नातेबंधांमध्ये उलथापालथ झाली असेल आणि त्यामुळे आधीचे काही सोयरगट व्यावहारिक न वाटण्याइतके आकाराने मोठे झाले असतील. सिंचनव्यवस्था, नगदी पिके आणि उत्पन्नाचे इतर नवीन स्रोत निर्माण झाल्यामुळे महत्त्वाकांक्षी आणि सक्षम लोकांना त्यांच्या वाडवडिलांपेक्षा जास्त प्रगती करणे शक्य झाले आहे आणि त्यामुळेसुद्धा नातेसंबंधांची पुनर्रचना झाली. जमीन सुधारणा कायदा आणि मतदानाचा अधिकार हेदेखील संसाधनाचे फेरवाटप आणि सोयरगटांविषयीच्या निष्ठांमधील बदल यांसाठी कारणीभूत ठरले आहेत.

एकमेकांपासून बऱ्याच अंतरावर असलेल्या तीन गावांमध्ये काही मोठी साम्ये असल्याचे सोयरगटांच्या इतिहासात दिसून येते. त्या गावांची ऐतिहासिक माहिती आमच्याकडे आहे.

त्यापैकी एक आहे राधानगर गाव जे बिहारच्या उत्तरेकडे वसलेले आहे आणि तिथे ब्राह्मण जातीचे वर्चस्व आहे. गावच्या लोकसंख्येतील ब्राह्मणांचे प्रमाण २८ टक्के असले तरी गावातील ९० टक्के जमीन त्यांच्या मालकीची आहे. दुसरे गाव आहे दिल्ली राज्यातील रामपुरा, जिथे जाट समाजाचे प्रमाण ६० टक्के आहे आणि गावातील सर्व जमीन त्यांच्या मालकीची आहे. तिसरे गाव म्हणजे बंगलोरच्या दक्षिणेकडचे हरिपुरा गाव. तिथे वोक्कलिगा (ओक्कलिगा) समाजाचे प्रमाण ९५ टक्के इतके आहे आणि सगळ्या जमिनीची मालकी त्यांच्याकडेच आहे. रामपुराचे जाट आणि हरिपुरामधले वोक्कलिगांचे (ओक्कलिगांचे) सामाजिक स्थान बरेचसे सारखे आहे. वर्णव्यवस्थेत दोन्हीही समाज 'शूद्र' मानले जातात आणि आपापल्या गावात त्यांच्या सार्वभौम स्थानावर कुणाचेही आक्रमण त्यांना सहन होत नाही.

एकोणिसाव्या शतकाच्या अखेरीस प्रभावशाली जातगटांमध्ये जे दुहेरी विभाजन झाले तिथून या तीनही गावांतील ऐतिहासिक नोंदींचा आरंभ होतो. भाऊबंदकीचे संघर्ष निर्माण झाले, कुटुंबांमधील सख्यामध्ये झालेले बदल हे सर्व द्विपक्षीय चौकटीमध्ये घडून आले. त्यानंतर प्रखर संघर्षाचा काळ आला; मोठ्या प्रमाणात स्थलांतर झाले आणि अलीकडच्या काही वर्षांत मूळच्या दोन सोयरगटांबरोबर नवीन सोयरगट निर्माण झाले आहेत.

राधानगरमध्ये दोन ब्राह्मण सोयरगटांमधील तंट्यामुळे निर्माण झालेली जुनी विभाजन व्यवस्था १९३७ पर्यंत कायम राहिली. त्यानंतर, किसान राजकीय चळवळीच्या प्रेरणेने इतर जातींनी आणि काही बंडखोर ब्राह्मणांनी दिलेल्या आव्हानामुळे, एकमेकांच्या विरोधातील ब्राह्मण सोयरगटांना एकत्र यावे लागले. परंपरेने अधिकारी स्थानावर असलेल्या ब्राह्मणांनी अखेरीस १९४२ मध्ये एका न्यायालयीन खटल्याच्या माध्यमातून या वादात विजय प्राप्त केला. पण दुहेरी सोयरगटांची व्यवस्था रद्द झाली. त्यानंतर अस्थिर सोयरगटांचा एक काळ आला. १९५९ पर्यंत दोन किंवा तीन सोयरगटांची व्यवस्था परत येऊन भाऊबंदकीमधील नातेबंधांमध्ये स्थैर्य आले (रॉय १९६३).

रामपुरा आणि हरिपुरामध्ये दुहेरी विभाजन व्यवस्थेमध्ये साधारण एकाच काळात बदल झाले; रामपुरामधील बदल १९१५ मध्ये झाल्याची नोंद आहे आणि हरिपुराचे बदल १९१९ मध्ये झाले. दोन्ही गावांत अनेक वर्षे प्रखर संघर्ष आणि कुरघोडीचे प्रकार घडले आणि त्यानंतर प्रत्येक जातगटामध्ये अनेक नवीन सोयरगट तयार झाले. रामपुरामध्ये साधारणपणे १९३९ मध्ये आणि हरिपुरामध्ये १९४२ मध्ये सोयरगटांची पुनर्रचना झाली (लेविस १९५८, पृ. क्र. १४२–१४७; धिल्लन १९५५, पृ. क्र. ८२–९४). दुहेरी विभाजनापासून ते प्रखर संघर्षाचा आणि सोयरगटांमधील बदलांचा काळ आणि चांगल्या प्रकारे स्थिर झालेल्या अनेक सोयरगटांपर्यंतचे जे बदल या तीनही ऐतिहासिक प्रकरणांत दिसून येतात

त्यांची व्याप्ती बरीच मोठी असू शकते आणि पुरेशी माहिती उपलब्ध झाल्यावर त्याचा सखोल अभ्यास केला जायला हवा (पहा, कॉह्न १९६५, पृ. क्र.९७–९८).

जातगटांमधील सोयरगटांच्या स्वरूपात झालेले काही विशिष्ट प्रमुख बदल सध्या उपलब्ध असलेल्या पुराव्यांतून दिसून येत नाहीत. त्यातील एक बदल उत्तर आणि दक्षिण भारतामध्ये झाला आणि दुसरा नव्या शहरी प्रभावांचा जास्त परिणाम झालेले ग्रामस्थ आणि कमी परिणाम झालेले ग्रामस्थ यांच्या दरम्यान झाला. उत्तर भारतातील रामपुरा आणि दक्षिण भारतातील हरिपुरामधील सोयरगटांच्या कार्यांत असणाऱ्या फरकांची नोंद एच.एस. धिल्लन यांनी केली आहे. धिल्लन रामपुराच्या अभ्यासात सहभागी झाले होते आणि मग ते हरिपुरामधील भाऊबंदकीचा अभ्यास करण्यासाठी दक्षिणेस गेले. त्यामुळे दोन्ही गावांची तुलना अधिक चांगल्या प्रकारे करणे त्यांना शक्य होते.

रामपुरामधील भाऊबंदकीचे गट हरिपुराच्या तुलनेत जास्त एकसंध आहेत आणि त्यांच्यातील परस्परविरोध जास्त मजबूत आणि अधिक ठळकपणे दिसून येणारा आहे, असे निरीक्षण धिल्लन यांनी नोंदविले आहे. उत्तर आणि दक्षिणेकडील सामाजिक रचनेमध्ये आणि विशेषत्वाने लग्नामुळे जोडल्या जाणाऱ्या नात्यांत याची कारणे दडलेली आहेत. दक्षिणेकडील स्त्री, उत्तरेकडील स्त्रीच्या तुलनेत, लग्नानंतर तिच्या माहेरच्या कुटुंबाशी अधिक जवळचे नातेसंबंध कायम ठेवते; आणि उत्तरेत असते त्याप्रमाणे तिच्या माहेरची माणसे तिच्या पतीच्या कुटुंबापेक्षा पूर्णपणे कमी दर्जाची नसतात, त्यामुळे तिच्या पतीच्या व्यवहारांमध्ये त्यांचा काही प्रमाणात सहभाग असण्याची शक्यता असते. हरिपुरामधील एखाद्या पुरुषाचे त्याच्या भावांशी आणि घराण्यातील नातेवाइकांशी जे संबंध असतात त्यांमध्ये त्याचे स्त्रीसंबंधी नातलग हस्तक्षेप करतात. हेच रामपुरामध्ये “अशा प्रकारच्या मातुल नातेवाइकांना कुटुंबातील व्यवहाराशी अजिबात देणेघेणे असू नये अशी अपेक्षा असते” (धिल्लन १९५५, पृ. क्र. ७७).

हरिपुरातील लोकांमध्ये असलेला विरोधाचा कालावधी आणि आवेश यांमध्ये लक्षणीय घट झालेली आहे. कारण विरोधी पक्षांतील लोकांचे स्त्रीसंबंधी नातेवाईक सहसा सारखेच असतात आणि—स्त्रीसंबंधी नातेवाइकांच्या कल्याणाचा विचार करून—ते नातेवाईक त्यांच्या रागावलेल्या आप्तांना शांत करण्यात नेहमी यशस्वी ठरले आहेत. त्याचबरोबर, हरिपुरामध्ये सोयरगटातील मैत्रीचे संबंध पुनःप्रस्थापित करण्यासाठी स्त्रिया पुढाकार घेऊ शकतात; तर रामपुरामधील स्त्रिया अशा गोष्टीत सक्रिय सहभाग घेऊ शकत नाहीत. आणखी एक फरक म्हणजे, दक्षिणेकडील गावात उत्सवकाळात तंट्यांचे प्रसंग जास्त घडतात, कदाचित त्यातून धार्मिक आणि कर्मकांडांच्या बाबतीत असलेले प्राबल्य सूचित केले जाते.

रामपुराच्या तुलनेत, हरिपुरामध्ये आपसांतील विरोधांत घट झाल्यामुळे गावागावांतील तात्पुरत्या युतींची आणि शत्रुत्वांची संख्या कमी होते (धिल्लन १९५५, पृ. क्र. ३२,

७७–८२) पण हरिपुरामध्ये सोयरगटांतील विरोधी भावना फार काळ टिकणारी आणि व्यापक राहिली नसली तरी, सोयरगटांविषयीच्या निष्ठा मात्र बऱ्यापैकी टिकून राहणाऱ्या आहेत. धिल्लन लिहितात की, एखाद्या भाऊबंदकीच्या गटातील बहुतांश वाद काळाच्या ओघात सोडवले गेले असले तरी, "मागील ६० वर्षांत या वादांचा परिणाम म्हणून एका भाऊबंदकीच्या गटातून दुसऱ्या गटात जाण्याच्या १२ घटना घडलेल्या आहेत" (१९५५, पृ. क्र. ७८). साठ वर्षांत बारा घटना म्हणजे खूप नाही.

कधीकधी गावकरी त्यांच्या पैतृक नातेवाइकांविषयीची निष्ठा आणि स्त्रीसंबंधी आप्तेष्टांविषयीची काळजी यांत अडकतात. हरिपुरामधील अशा प्रकारच्या द्विधावस्थेची पाच प्रकरणे धिल्लन यांना समजली. त्यांपैकी चार प्रकरणांत सहभागी असलेली कुटुंबे तटस्थ राहिली; पंचायतीच्या सभांमध्ये त्यांनी त्यांच्या वंशाशी संबंधित नात्यांना प्राधान्य दिले, पण खाजगीत त्यांनी त्यांच्या स्त्रीसंबंधी नातेवाइकांना कर्ज देऊन मदत केली. तसेच इतर गावांतून त्यांना मदत मिळवून देण्यासाठी चतुराईने प्रयत्न केले. सांस्कृतिक निकषांवर पाहता ही तडजोड वाजवी होती: पितृबंधू हे बहुतकरून सामुदायिक, सार्वजनिक संस्थेसारखे असतात; तर स्त्रीसंबंधी नातेवाइकांचा संबंध खाजगी, वैयक्तिक विषयांशी अधिक असतो. पाचव्या प्रकरणामध्ये संबंधित पुरुषाने उघडपणे त्याच्या पितृबंधूंच्या विरोधात जाऊन त्याच्या बहिणीच्या पतीला मदत केली; आणि त्यामुळे त्याला सोयरगटाच्या बाहेर काढण्यात आले. तो त्याच्या प्रमुख विरोधकांकडे न जाता दुसऱ्या सोयरगटामध्ये सामील झाला, ज्याचे सदस्य त्याच्या बहिणीच्या पतीच्या बाजूने होते (धिल्लन १९५५, पृ. क्र. ७९). उत्तरेच्या तुलनेत दक्षिणेकडील गावात सोयरगटांतील संलग्नता फार प्रभावशाली नसली आणि सोयरगटांमधील विरोधी भावनेत कडवेपणा कमी असला तरी, हरिपुरातील वोक्कलिगा (ओक्कलिगा) समाजातील माणसाचा सोयरगट त्याच्याशी प्रचंड निष्ठेने वागतो आणि त्याला भक्कम पाठिंबा देतो.

दक्षिण भारतात सोयरगट निर्मितीचा आणखी एक प्रकार दिसून येतो. दक्षिण भारतातील इतर जातींतल्या ग्रामस्थांच्या तुलनेत तेथील ब्राह्मण स्थिर आणि सलोखा असलेले सोयरगट निर्माण करण्याबाबत तितकेसे उत्सुक नसतात. बिहारच्या राधानगरचे उदाहरण आपण पाहिले त्याप्रमाणे उत्तर भारतामध्ये, निष्ठेने नाती सांभाळतात; पण दक्षिणेकडील ब्राह्मणांमध्ये इतरांपासून दूर राहण्याची वृत्ती अधिक असते आणि त्यांच्यातील वैर हे दोन सोयरगटांपेक्षा मातब्बर व्यक्तींमध्ये वैर जास्त असते.

म्हैसूरच्या आग्नेयेकडील, तोतागद्दे गावात अधिकारी स्थान असलेल्या हव्यक ब्राह्मणांच्या उदाहरणाने हे स्पष्ट झालेले आहे. हार्पर यांनी नोंदविलेल्या निरीक्षणानुसार हव्यक समाजातील माणसाचे त्याच्या जातगटातील एक किंवा दोन पुरुषांशी जवळचे नातेसंबंध असू शकतात आणि कदाचित एक-दोघांशी विरोधाचे नाते असू शकते. अशा प्रकारचे शत्रुत्व ही

सामान्य बाब आहे आणि सामान्यतः ते दीर्घकाळपर्यंत चालू राहते. पण दोन बाजूंमध्ये होणाऱ्या भाऊबंदकीच्या संघर्षापेक्षा त्यात दोन व्यक्तींमधील वाद अधिक असतात. भाऊबंदकीच्या वादांमध्ये उलटसुलट डावपेच केले जाऊ शकतात. यांतील शत्रू जरी एकमेकांशी शारीरिक हिंसा करत नसले तरी दोन्ही बाजू एकमेकांवर कायदा मोडल्याचे आरोप करू शकतात आणि जादूटोणे करू शकतात. स्थानिक क्रमवारीनुसार ज्यांची श्रेणी जवळची आहे अशा दोन तुलनाक्षम माणसांच्या (किंवा सोयरगट किंवा दोन जाती) दरम्यान असणाऱ्या नेहमीच्या चुरशीतून असे वाद निर्माण होतात. दोन महत्त्वाच्या व्यक्तींमध्ये होणारा असा एखादा वाद भाऊबंदकीपर्यंत पोहोचतो.

प्रत्येक नेत्याकडे त्याला पाठिंबा देणारी काही माणसे असतात, पण बहुतांश हव्यक लोक कुठल्याही गटाशी जोडलेले नसतात आणि प्रत्येक नेत्याला त्याच्या जवळच्या मित्रांकडून भाऊबंदकीवर आधारित समर्थन मिळत नाही. बहुतेकदा हव्यकांमध्ये होणारी भांडणे ही दोन व्यक्तींमध्ये होत असतात; एखाद्या माणसाला त्याच्या विरोधकांसमोर पाठिंबा देण्याची बांधीलकी त्याचे जवळचे आप्त आणि मित्र यांना वाटत नाही (हार्पर आणि हार्पर १९५९, पृ. क्र. ४६०–४६३).

प्रत्येक माणसामध्ये स्वातंत्र्य आणि समानतेविषयी जी प्रभावशाली भावना असते, त्यामुळे हा सामाजिक समष्टिवाद निर्माण होतो. एकत्र कुटुंबातील संपत्तीचे मालकी हक्क असणाऱ्या वडीलधाऱ्यांना असतो, तितकाच अधिकार या जातीतल्या पुरुषांना जातीतल्या इतर माणसांच्या बाबतीत असू शकतो. इतर सगळ्या प्रसंगांत हव्यक लोक इतर हव्यकांशी असलेली त्यांची समानता आक्रमकपणे जपतात. “एखाद्या मालमत्तेचे मालकी हक्क ज्यांच्याकडे आहेत अशा गटातील कनिष्ठ स्तरावरील पुरुषाचा दर्जा हा इतर कुठल्याही गटातील वरिष्ठ स्तरावरील पुरुषासारखा असतो.” एखाद्या व्यक्तीला इतरांचा अनुनय करायचा नसतो किंवा अवलंबून राहायचे नसते तेव्हा सोयरगट त्या व्यक्तीवर तशी जबरदस्ती करू शकत नाहीत (हार्पर १९६३, पृ. क्र. १६५).

हाच व्यक्तिवाद तंजावर जिल्ह्यातील कुंबापेट्टाई गावातल्या मातब्बर ब्राह्मणांमध्ये दिसून येतो. तिथेही बहुतेकदा सोयरगटांपेक्षा दोन व्यक्ती आणि कुटुंबांमध्ये भांडणे होतात. एखाद्या घराण्यातील लोक दुसऱ्या घराण्याच्या विरोधात उभे राहू शकतात, कदाचित एखादा विशेष हक्क प्राप्त करण्यासाठी, “पण त्यांच्या सदस्यांमध्ये असलेल्या पैतृक आणि वैवाहिक नातेसंबंधांमुळे थोड्याच अवधीत त्यांच्यातील संघर्ष शांत होतो”(गॉघ १९६०, पृ. क्र. ३७). गॉघ यांनी या ब्राह्मणांच्या मूल्यांचे आणि ती मूल्ये बिंबवणाऱ्या बालसंगोपन पद्धतीचे जे विश्लेषण केले त्यानुसार, त्यांच्यातील सर्वांत बहुमूल्य मानले जाणारे वैयक्तिक नाते हे द्विक पद्धतीचे असते, वयाने आणि मानाने खूप मोठ्या असलेल्या व्यक्तीशी असलेले नाते.

आम्ही आधी नमूद केले आहे त्याप्रमाणे, बांधवांशी ऐक्यभावना असणे आदर्श मानले गेले असले तरी समवयस्कांसोबत एकजूट असण्याला त्यांच्यात फारसे महत्त्व दिले जात नाही. त्यांच्यात शक्तिशाली नेते निर्माण होत नाहीत कारण दुसऱ्या ब्राह्मणापुढे कमीपणा घेण्याची इच्छा फार कमी ब्राह्मण व्यक्तींमध्ये असते. त्यामुळे ब्राह्मणेतरांमध्ये दिसते तशी सोयरगटातील संसक्ती ब्राह्मणांमध्ये दिसत नाही.

सोयरगटांचा जो तिसरा प्रकार दिसतो त्याचे कारण म्हणजे काही ग्रामस्थांनी प्रतिष्ठेविषयीच्या वादाचे पारंपरिक खेळ सोडून प्रतिष्ठेच्या नवीन प्रतीकांचा आणि प्रक्रियांचा अंगीकार केलेला आहे. एपस्टाईन यांनी वंगाला आणि दलेनामधील दोन टोके दाखवणारे उदाहरण दिले आहे, त्यात हे स्पष्ट केलेले आहे. वंगालामध्ये पारंपरिक विरोध पारंपरिक पद्धतीने सुरू ठेवले जातात, दलेनामध्ये तसे होत नाही. म्हैसूरमधील या दोन्ही गावांमध्ये प्रामुख्याने वोक्कलिगांचे (ओक्कलिगांचे) वास्तव्य आणि प्राबल्य आहे.

आधी नमूद केल्याप्रमाणे, वंगाला गावाने जलसंधारण सुविधेचे आगमन आणि उसाची लागवड या दोन्हीमुळे प्रगती केलेली आहे. स्थानिक साखर कारखान्याने त्यांच्या प्रगतीमध्ये आणखी भर घालत काही नियम केले आणि ऊस उत्पादनासंबंधीच्या प्रमुख आवश्यकता सांगितल्या; वंगाला गावातल्या लोकांनी फक्त या नियमांचे पालन करून भरपूर मेहनत करायची होती आणि भरपूर पीक घ्यायचे होते. त्यांना कुठेही परदेशी जावे लागले नाही, आर्थिक पर्यायांची निवड करावी लागली नाही, किंवा शहरांशी आणि शासनाशी संपर्क साधावा लागला नाही. त्यामुळे त्यांची जीवनशैली पूर्वीपेक्षा अधिक प्रगत झालेली आहे.

दोन प्रमुख सोयरगट त्यांच्या धार्मिक प्रतिष्ठेसाठी चढाओढीने स्पर्धा करतात, त्यांतील "प्रगतशील" गट त्यांची नवीन सत्ता आणि धार्मिक अधिकारांचा अभाव यांच्यात समतोल साधण्याचा प्रयत्न करतात, तर "पुराणमतवादी" लोक धार्मिक अधिकार स्वतःकडे ठेवून त्यांना असे करण्यापासून अडवण्याचा प्रयत्न करतात. त्यांच्या या टोकाच्या विरोधामध्ये, कुठल्या गोष्टींसाठी भांडणे योग्य आहे त्याबाबत दोन्ही बाजूंचे मतैक्य होते. आव्हान देणाऱ्या सोयरगटाला त्यांची पारंपरिक धार्मिक पद्धत बदलण्याची इच्छा नसते, पण आपल्या माणसांना अधिक प्रतिष्ठा मिळवून देण्यासाठी ते तसे करतात (एपस्टाईन १९६२, पृ. क्र. १२९–१३७).

जलसिंचन योजनेतले कालवे दलेना गावापासून काही अंतरावर येऊन थांबले; पण गावातील अनेक लोकांनी कठोर मेहनत केल्यामुळे त्यांची प्रगती झाली. गावाच्या बाहेरही त्यांनी जमीन आणि कामे मिळवली आणि जवळच्या शहरातील लोकांशी संपर्क निर्माण केले. इथेही, प्रमुख विरोध हा पुरोगामी आणि प्रतिगामी लोकांमध्येच आहे आणि त्यांच्यातील संघर्षाचा परिणाम गावातील सर्व विषयांवर आणि प्रत्येक वादावर होतो. पुरोगामी गटाचे प्रमुख हे तीन उद्योजक आहेत. त्यांना शहरातील चालीरीती आणि शासकीय अधिकाऱ्यांविषयी

माहिती आहे. नव्याचा ध्यास घेणाऱ्या या लोकांना गावातील प्रतिष्ठेच्या पारंपरिक प्रतीकांपेक्षा त्यांचे आर्थिक हितसंबंध जिथे गुंतले आहेत अशा गावाबाहेरच्या राजकीय आणि सामाजिक वर्तुळातील प्रतिष्ठेविषयी जास्त काळजी आहे. गावातील धार्मिक रीतीरिवाज पुढे चालू ठेवण्यात त्यांना फारसा रस नाही आणि त्यामुळे दलेना गावात अनेक पारंपरिक उत्सव साजरे केले जात नाहीत.

वंगाला गावामध्ये, एकमेकांशी संघर्ष करणारे पक्ष गावातील उत्सवांच्या महत्त्वाबाबत इतके सहमत आहेत की भाऊबंदकीतल्या गटांच्या आपापसातील वादांमुळे हे उत्सव दुय्यम स्वरूपात साजरे केले जातात. दलेनामध्ये प्रतिगामी लोकदेखील पारंपरिक उत्सव पूर्णपणे साजरे करत नाहीत. वंगाला गावात, दुष्काळ किंवा रोगांसारख्या एखाद्या सार्वजनिक संकटाच्या काळात सर्व ग्रामस्थ आपापसातील उच्चनीच भेद बाजूला ठेवतात. पण दलेना गावात अशी काही संकटे समोर दिसत आहेत ज्यांच्याकडे ग्रामस्थ सार्वजनिक संकट म्हणून पाहतात आणि त्यांचा सामना सर्वांनी मिळून करायला हवा असे मानतात. दलेना गावातल्या नेत्यांना प्रतिष्ठेची अपेक्षा राहिली नाही असे नाही, पण त्यांपैकी काहींनी प्रतिष्ठेची पारंपरिक प्रतीके बाजूला ठेवून जिल्हा आणि राज्यस्तरावरील (एपस्टाईन १९६२, पृ. क्र. २८४–२९०). व्यापक सामाजिक क्षेत्रातील नव्या वर्तुळाकडे लक्ष केंद्रित केले आहे. या बदलामुळे दलेनामधील समाजजीवनावर परिणाम झाला असला तरी ते विस्कळीत झालेले नाही. मात्र, काही ठिकाणी या बदलामुळे समाजजीवन बऱ्यापैकी विस्कळीत झाले आहे कारण, प्रतिष्ठेविषयीचे नवे मापदंड अजूनही समजून घेतले गेले नसले तरी त्यांचा जो प्रभाव पडत आहे, त्यामध्ये पारंपरिक पद्धतींचे मूल्य कमी लेखले जात आहे.

ॲलन बील्स यांनी १९५२–५३ मध्ये केलेल्या निरीक्षणात (सिगेल आणि बील्स १९६०अ, १९६०ब) बंगलोरजवळच्या नामहळ्ळी गावामध्ये अशा प्रकारची अपरिपक्व स्थिती आढळली. नामहळ्ळीमध्ये कुठल्याही एका जातगटाचे वर्चस्व नाही. पण तिथे प्रत्येक प्रमुख जातगटामध्ये वाद होते. बील्स ज्याला व्यापक भाऊबंदकी म्हणतात, ती तिथे आढळली. गावाच्या फायद्यासाठी सहकारी तत्त्वावरील काही उपक्रम राबवले जात होते. काही विशिष्ट गोष्टी करण्याची अत्यंत गरज आहे, याविषयी सर्व जण सहमत होते. जसे, गावातील रस्ते दुरुस्त केले पाहिजेत, जलसिंचन सुविधांची देखभाल केली पाहिजे, उत्सव आणि नाटकांचे कार्यक्रम आयोजित केले गेले पाहिजे, शासकीय अनुदाने प्राप्त केली पाहिजेत. पण अशा प्रकारच्या उपक्रमांची पूर्तता करण्यासाठी केले गेलेले सगळे प्रयत्न निष्फळ ठरले.

गावकऱ्यांमध्ये आपापसांत विश्वास नव्हता त्यामुळे ते एकमेकांना सहकार्य करत नव्हते आणि करू शकले नाहीत. तसेच पूर्वीच्या शत्रुत्वाच्या भावनेला त्यांनी इतक्या उत्साहाने खतपाणी घातले की एखादा वाद सोडविण्याच्या प्रयत्नांचा वापरसुद्धा आधीचा वाद पुन्हा

सुरू करण्यासाठी केला गेला. परंपरेने चालत आलेल्या निष्ठा पूर्वीप्रमाणे लोकांना बांधून ठेवू शकल्या नाहीत—सार्वजनिक वादात एखादा भाऊ आपल्याच भावाच्या विरोधात उभे राहिल्याचे प्रकार नवीन नव्हते—तसेच सामाजिक मतभेद मिटविण्यासाठी वापरल्या जाणाऱ्या पारंपरिक पद्धती निष्फळ ठरल्या. गावकरी वरचेवर बाजू बदलू लागले. एखाद्या भाऊबंदकीतल्या गटाने दुसऱ्या गटावर मिळविलेल्या विजयामुळे, पराभूत गटाच्या मानहानीशिवाय फार काही साध्य होत नव्हते. विजयाची परिणती ही सहसा नवीन सोयरगटांमधील कडवेपणा आणि वैरभावना ताज्या करण्यामध्ये होत असे (सिगेल आणि बील्स १९००अ, पृ. ३९७, बील्स १९५९, पृ. ४३३). लेखकांच्या मते या अव्यवस्थितपणाचे मुख्य कारण म्हणजे, ज्या प्रसंगांमध्ये सहकार्याने वागण्याची किंवा मध्यस्थीची गरज होती तिथे वर्तनाच्या योग्य पद्धती कशा असाव्यात यांविषयीचा अंतर्गत ताण, अनिश्चितता आणि संघर्षाचे वाढलेले प्रमाण हे होते.

१९६० मध्ये जेव्हा बील्स नामहळ्ळी गावाचा पुन्हा आढावा घेण्यासाठी परतले तेव्हा त्यांना गावातील व्यवहारांची एक वेगळी बाजू दिसली (१९६२, पृ. ९२–९७). त्या काही वर्षांत गावातील ताण कमी झाला होता आणि व्यापक भाऊबंदकीचे प्रमाण घटले होते. सर्वांच्या हितासाठी गावकरी एकमेकांना सहकार्य करत होते. ही आनंदी परिस्थिती निर्माण होण्याचे प्रमुख कारण म्हणजे गावांतील अनेक जण शहरात नोकऱ्या करू लागले होते आणि त्यांतील अनेकांना सर्वांत मोठ्या नवीन कारखान्यांपैकी एखाद्या कारखान्यात कामे मिळाली होती. त्यांनी केवळ नवीन कौशल्येच आत्मसात केली नाहीत तर गावाची व्यवस्था पाहण्याचे नवे मार्गही शिकून घेतले. चिटफंडासारखे नवीन आर्थिक तंत्र व्यक्तिगत आणि सामुदायिक उद्योग सुरू करण्यासाठी प्रभावी ठरले. या योजनेतून शेतकऱ्यांना जास्त चांगले बियाणे आणि खतांसाठी भांडवल उपलब्ध करून दिले जाते आणि शाळकरी मुलांसाठी बसची फेरी किंवा गावातील मंदिराची पुनर्बांधणी यांसारख्या उपक्रमांसाठी पैसे उभारण्याचा मार्ग म्हणूनदेखील याचा वापर केला जातो.

नामहळ्ळीतील लोकांचे शासकीय अधिकाऱ्यांशी असलेले संबंध पूर्वीपेक्षा खूप सलोख्याचे झाले आहेत. कामगार संघटनांमध्ये सदस्यत्व मिळाल्याने राजकीय सत्ता उपलब्ध झाल्याची भावना काही गावकऱ्यांमध्ये निर्माण झाली आहे. पूर्वी त्यांना पोलिसांची भीती वाटत असे आणि त्यामुळे ते गाव तसेच गावातील तंट्यांपासून पोलिसांना दूर ठेवायला उत्सुक असत. पण ही परिस्थिती १९५९ पर्यंत होती. १९५९ मध्ये नामहळ्ळीतील एका गावकऱ्याने शेजाऱ्याच्या कारवायांविषयी पोलिसांकडे तक्रार नोंदविली. आता जेव्हा एखादा पोलीस गावात येतो तेव्हा गावचे प्रमुख त्याच्याशी एखाद्या जुन्या मित्राप्रमाणे संवाद साधतात. त्याने जर कोणाला धमकी दिली किंवा लाच घेण्याचा प्रयत्न केला तर त्याची तक्रार केली

जाते आणि कारखान्यातील व कामगार संघटनेतील अधिकारी वरिष्ठ पोलीस अधिकाऱ्यांकडे तक्रार करतात (बील्स १९६२, पृ.९५).

नामहळ्ळीतील पारंपरिक जीवनपद्धतीचा अगदीच पूर्णपणे त्याग करण्यात आलेला नाही. मात्र तिच्यात बदल, पुनर्रचना आणि समृद्धी आणण्याचे काम केले गेले आहे. कुटुंब, घर आणि धार्मिक विषयांत जाती आणि जातगटांचे महत्त्व अजूनही आहे. पण रोजच्या जगण्यात त्यांचे स्थान कमी झाले आहे. गावातील सर्व सामाजिक संबंध सर्वसमावेशक फुटीरवादाच्या काळापेक्षा आता पुष्कळ स्थिर आहेत. नामहळ्ळी गावाच्या उदाहरणातून, गावातील सर्वसाधारण अव्यवस्थेतून एकात्मतेकडे होणाऱ्या वाटचालीचे चित्र दिसते. तसेच शहरी प्रभावांचा वापर कसा आणि कुठल्या उद्देशाने केला जातो त्यानुसार, शहरी प्रभाव कुठल्याही परिस्थितीवर परिणाम करू शकतो हेही यातून दिसून येते.

जातगटातील सलोख्यासाठीचे प्रेरक घटक

जातगटांमध्ये सामान्यपणे दिसणारी फूट आणि मोठे मतभेदाचे प्रकार असूनही जातगटाचे सदस्य त्यांच्यातील एकी कायम ठेवतात आणि काही विशिष्ट महत्त्वाच्या उद्देशांकरिता एकसंधपणे उभे राहतात. प्रामुख्याने त्यांचे सामायिक धार्मिक स्थान त्यांच्यातील एकीला बळ देते. त्या अनुषंगाने त्यांना गावातील आणि पंचक्रोशीतील इतर जातीच्या लोकांसमोर एकत्र यावे लागते. याचा परिपाक म्हणून गावातील त्यांचे शेजारी एखाद्या जातीतील (आणि बहुधा विविध जातीतील) सर्वांना, धार्मिक रीतीने परिभाषित असलेल्या एका समूहाचे समान पातळीचे सदस्य असल्याप्रमाणे वागणूक देतात.

जातगटातील सदस्यांकडून पार पाडल्या जाणाऱ्या विधींमधूनसुद्धा त्यांच्यातील ऐक्य दिसून येते. काही विशिष्ट विधी हे धार्मिक विरोध बाजूला ठेवण्याच्या उघड उद्देशानेच केले जातात. अंत्यविधींच्या बाबतीत हे सर्वसामान्यपणे दिसून येते. वंशातील किंवा जातीतील एखाद्या व्यक्तीच्या मृत्यूनंतरच्या दिवसकार्यांमध्ये सहसा विरोधक एकत्रितपणे सहभागी होतात. जातीतले काही उत्सवही असे असतात जिथे जातीतील मजबूत बंध आणि एकवाक्यतेचे प्रदर्शन होते आणि तिथे शत्रुत्वाची भावना औपचारिकपणे बाजूला ठेवली जाते.

अंत्यविधी आणि उत्सव या दोन्हींतून समाजाचे एक प्रकारचे बचावात्मक ऐक्य दिसून येते- हे ऐक्य अंत्यविधींच्या वेळेस माणसाच्या जैविक अपयशाविरोधात आणि उत्सवांच्या वेळेस अलौकिक शक्तींच्या तुलनेत दाखवले जाते. अशा प्रकारच्या वर्तणुकीतून एक सुसंगत आणि आश्वासक संघटना म्हणून जातीतील एकता नव्याने ठामपणे दाखविली जाते. उदाहरणार्थ, अंत्यविधींच्या वेळेस मृत व्यक्तीच्या वंशातील लोक आणि जवळचे स्त्रीसंबंधी नातेवाईक अंत्यविधी पार पाडण्यासाठी उपस्थित राहतात (मंडेलबाउम १९५४ब,

१९५९ब). संबंधित कुटुंबाच्या दुःखात संपूर्ण जात सहभागी आहे आणि सर्वसाधारणपणे सामाजिक संबंध पुनःप्रस्थापित करण्यात सर्वांचे सहकार्य आहे, हे दाखवून देण्यासाठी सर्वसामान्यपणे जातगटातील प्रत्येक वंश किंवा कुटुंबाच्या किमान एका प्रतिनिधीने अंत्यविधींना उपस्थित राहणे आवश्यक असते. अर्थातच, अशा प्रकारची एकता व्यक्त करणारी तंत्रे प्रत्येक वेळेस उपयोगी पडत नाहीत, पण ती उपयोगी ठरावीत असे बऱ्याच गावकऱ्यांना वाटते (धिल्लन १९५५, पृ. ६९, ७१, ८७).

जातगटातील संघर्षाचे प्रदर्शन बाहेरच्या लोकांसमोर केले जात नाही. ज्याप्रमाणे एखाद्या अंतर्गत कलह असलेल्या कुटुंबात मुलींची लग्ने करण्यास लोक उत्सुक नसतात, त्याप्रमाणे ज्या जातगटामध्ये टोकाचे तंटे आहेत तिथे आपल्या मुलींची लग्ने लावून देण्यास जातीतले इतर लोक उत्सुक नसतात. त्याचबरोबर, परस्परांमध्ये सहज सहकार्य असलेला जातगट ही अभिमानाची आणि प्रतिष्ठेची बाब असते आणि उघडपणे संघर्ष करणाऱ्या जातगटाला ती प्रतिष्ठा मिळत नाही. त्यामुळे जातीच्या एकतेला तडा गेला आहे हे ओळखणे एखाद्या बाहेरच्या माणसासाठी फारसे अवघड नसले तरी अगदीच पहिल्या प्रश्नात त्याला ते समजू शकत नाही. राल्फ निकोलस यांनी लिहिले आहे त्यानुसार, त्यांनी अभ्यासलेल्या बंगालच्या काही भागांमध्ये, "आमच्या गावात फूट (दल) नाही," या विधानाच्या अगदी उलट स्थिती असणे हा सर्वसाधारण नियम असू शकतो. त्याचबरोबर, असे विधान करणारे लोक स्वतःच या फुटीरगटांमध्ये अधिक सहभागी असण्याची शक्यता असते (निकोलस १९६२, पृ. १७२–१७३).

तरीही जातगटांमधील ऐक्य म्हणजे केवळ शोभेची गोष्ट नसते. काही परिस्थितींमध्ये ती एक महत्त्वाची वस्तुस्थिती असू शकते. स्वभावतः, उच्चवर्णीय लोकांना जेव्हा खालच्या जातीतील लोकांकडून त्यांच्या स्थानाला धोका आहे असे वाटते किंवा त्या खालच्या जातीतल्या लोकांना त्यांच्या हक्कांवर उच्चवर्णीयांकडून गदा आणली जात आहे असे वाटते तेव्हा त्यांचे अंतर्गत कलह बाजूला ठेवले जातात आणि सर्व जण एकत्रितपणे अन्यायाविरूद्ध उभे राहतात. इतर सामाजिक स्तरांवर आणि विशेषत्वाने संपूर्ण गावात—जेव्हा गावातील सर्वांना एकत्रितपणे धोका असल्याचे जाणवते तेव्हा—आणि संपूर्ण जातीच्या स्तरावरसुद्धा अशा प्रकारचे बचावात्मक ऐक्य तातडीने दिसून येते; पण प्रतिष्ठेसाठी उभी राहणारी बहुतेक आव्हाने ही स्थानिक पातळीवर उभी राहत असल्याने बचावात्मक भूमिकेचे प्रमाण जातगटामध्ये अधिक सर्रास दिसते. याच प्रकारे, बिहारच्या राधानगरमधील खालच्या जातीतल्या लोकांनी स्थानिक ब्राह्मणांच्या राजकीय वर्चस्वाला आव्हान दिले तेव्हा बऱ्याच काळापासून कट्टर विरोधक असलेले दोन ब्राह्मणगट न्यायालयीन खटला लढण्यासाठी एकत्र आले आणि जिंकले (रॉय १९६३). उत्तर प्रदेशच्या पूर्वेकडील सेनापूर गावात, कातडी कमावण्याचे काम करणाऱ्या कामगारांनी त्यांचे सामाजिक स्थान सुधारण्याचे प्रयत्न केले

तेव्हा, सत्तेवर असलेल्या ठाकुरांनी अनेकदा आपापसांतील विरोध बाजूला ठेवला (कॉह्न १९५५, पृ. क्र. ६८–७२).

दक्षिण भारतातील नीलगिरी पर्वतरांगेत वसलेल्या कोटा गावात मला कोटामधील सुधारक आणि प्रतिगामी लोकांमध्ये चालू असलेला संघर्ष दिसून आला. पण सुधारकांच्या सुधारक पद्धतींमुळे त्यांच्यातील प्रमुखाला प्रभावशाली जातीतल्या लोकांकडून मारहाण केली गेली तेव्हा, त्याच्या बाजूने असलेले सगळे गावकरी–ज्यांमध्ये काही पक्के प्रतिगामी लोकही होते–ते सर्व जण त्याच्यावर हल्ला करणाऱ्या जातीकडून नुकसानभरपाईचा दावा करण्यासाठी आणि ती मिळविण्यासाठी एकत्र आले (मंडेलबाउम १९६०).

एका प्रभावशाली जातगटाने एका खालच्या जातगटाच्या आक्रमकतेविरोधात दाखविलेली एकी बंगालामधील एका प्रसंगातून दिसून येते. गावातील 'हरिजनां'कडून सादर केल्या जाणाऱ्या नाटकांमध्ये, राजाची भूमिका करणारा कलाकार सिंहासनावर न बसता उकिडवा बसत असे. प्रेक्षकांत बसलेल्या उच्चवर्णीय लोकांपेक्षा जास्त उंचीवर त्याचे डोके असू नये यासाठी असे केले जायचे. त्यांच्या आगामी नाटकात सिंहासनाचा वापर केला जाईल असे जेव्हा त्यांच्या नाटक कंपनीने जाहीर केले तेव्हा खूप तीव्र प्रतिक्रिया उमटली. वोक्कलिगा (ओक्कलिगा) समाजातील सर्वांनी 'हरिजन' मजुरांना काम देणे बंद केले. कालांतराने 'हरिजनां'च्या प्रमुखाला सलोख्यासाठी दंड आकारला गेला आणि त्याच्या सर्व जातभाईंना तो दंड भरावा लागला. त्यांची आक्रमक भूमिका आणि त्यामागचा उद्देश निदान त्या वेळेस तरी पराभूत झाला (एपस्टाईन १९६२, पृ. १८३–१८९).

दोन भिन्न जातींमध्ये होणाऱ्या प्रत्येक तंट्यामुळे जातगटातील एकतेला उत्तेजन मिळते असे नाही. उदाहरणार्थ, रामपुरा गावात, चर्मकार समाजातील लोकांना जेव्हा प्रथम पारंपरिक घरपट्टी देण्यास नकार दिला तेव्हा वेगवेगळ्या जातींतले भाऊबंदकीचे गट एकत्र आले. पण काही वर्षांनी एका जातप्रमुखाशी जमिनीच्या तुकड्याच्या मालकीवरून वाद सुरू केला तेव्हा जातीतल्या दोन सोयरगटांनी न्यायालयीन प्रकरणात चर्मकार समाजाला उघडपणे पाठिंबा दिला (लेविस १९५८, पृ. ७४, १४१). एखाद्या काळात, विशिष्ट परिस्थितीमध्ये एखादा जातगट ज्या कारणामुळे एकत्र येतो ते दुसऱ्या कुठल्या काळात किंवा परिस्थितीत असेलच असे नाही. पण कुठल्याही काळात काही प्रकारच्या वर्तनांमुळे जातगटातील सदस्यांना त्यांचे अंतर्गत कलह, तात्पुरते का असेना पण, बाजूला ठेवून आपल्या बचावासाठी एकत्र यावे लागते.

या प्रकारे, एखाद्या जातगटातील संघर्ष मर्यादित स्वरूपाचे असतात, मात्र त्यांना औपचारिकरीत्या दिशा दिली जात नाही. एखाद्या मोठ्या आणि प्रभावशाली जातगटामध्ये सहकार्याप्रमाणेच संघर्षही स्वाभाविकपणे अस्तित्वात असतात. पण वंश आणि सोयरगटांमधील सहकार्य धार्मिक विधींच्या वेळेस स्पष्टपणे आणि औपचारिकपणे दिसून येते

त्या पद्धतीने त्यांच्यातील स्पर्धा औपचारिकपणे किंवा स्पष्टपणे दाखविली जात नाही. या एका कारणामुळे, भाऊबंदकीतल्या गटांमधील छुप्या तंट्यांमध्ये बाहेरच्या माणसाला गोंधळाची स्थिती दिसते. असे काही प्रसंग असतात ज्यांमध्ये जातगटांमधील छुपे संघर्ष वैधरीत्या स्पष्ट आणि व्यक्त केले जाऊ शकतात. जसे धार्मिक खेळांतील किंवा नियमित राजकीय व्यवहारांमधील संघर्ष. काही प्रसंगी शासकीय न्यायालयांमध्ये संघर्ष सोडविले जातात मात्र सर्वसाधारणपणे असे संघर्ष सोडविण्याऐवजी ते वाढविण्यासाठीच गावकऱ्यांकडून या न्यायालयांचा वापर केला जातो.

एका भारतीय मानवशास्त्रज्ञाने एफ.जी. बेली यांना एकदा अशी प्रतिक्रिया दिली की गावकरी समाजाला सामोरे जात नाहीत, तर समाजाकडे पाठ फिरवून जास्त वागतात (बेली १९६५, पृ. ६). गावातील एखाद्या महत्त्वाच्या वादातील प्रत्येक पक्षाला काही समर्थक मिळतात, जे नातलग किंवा सोयरगटाविषयीच्या निष्ठेसाठी म्हणून नाही तर आधीच्या आणि सहसा त्यांच्याशी फारसा संबंधित नसलेल्या तंट्यातील नुकसान भरून काढण्यासाठी त्या पक्षात सामील होतात (अटल १९६३). सोयरगटांमध्ये खूप चटकन मेळ निर्माण होऊ शकतो आणि कदाचित तितक्यात चटकन तो नाहीसा होऊ शकतो. काही माणसे एखाद्या महत्त्वाच्या वादात काठावर राहून त्यांचा फायदा कसा होईल ते पाहू शकतात. मुक्त सल्लागार, ज्यांचे वरच्या पातळीवर संपर्क असल्याचा दावा असतो ते न्यायासाठी आणि काही शुल्क मिळावे म्हणून मदत करायला तयार असतात.

लग्नाची सोयरीक जुळवताना जी उद्दिष्टे असतात त्याच उद्दिष्टांसाठी उपयोगी येणाऱ्या खेळीचा वापर स्पर्धकांकडून केला जातो; म्हणजेच स्थानिक क्रमवारीमध्ये उच्च स्थान मिळविण्याची खेळी. पण लग्न जुळवताना सगळ्यांनाच लाभ होणार, हे गृहीत धरलेले असले तरी जातगटांतील अंतर्गत संघर्षात कोणाला तरी जिंकायचे असेल तर कोणाला तरी हरावे लागते. जिंकण्याहरण्याच्या या खेळामध्ये अनेक जण हिरिरीने सहभागी होतात. अगदी स्पर्धेपासून दूर राहणारे लोकसुद्धा खूप उत्साहाने त्यांचे अनुकरण करतात. जातगटांच्या प्रमुखांसाठी हा सर्वांत गंभीर खेळ असतो, जो कधीकधी अत्यंत गांभीर्याने खेळला जातो.

जातबांधवांमध्ये अपेक्षित असलेल्या सुसंवादांसाठी असे संघर्ष अडचणीचे ठरतात असे जरी गावकऱ्यांना वाटत असले तरी ते जातगटासाठी पूर्णपणे अडचणीचे ठरत नाही. जातगटातील स्पर्धांमध्ये, एखादा सक्षम माणूस बहुमान प्राप्त करू शकतो आणि त्यातून तो जातीची मूल्ये पुन्हा दृढ करू शकतो. अशा प्रकारच्या स्पर्धेमुळे गावात वरिष्ठ स्थानी असलेल्या एखाद्या जातीकडून सोबतच्या इतर जातगटांमध्ये आणि सोयरगटांमध्ये एखाद्या प्रभावशाली जातगटाचे वर्चस्व कायम राखले जाते (हिचकॉक एन.डी., एमएस., पृ. क्र. ५१–५५, कॉह्न १९६५, पृ. क्र. ९७).

एकंदरीतच, जातगट म्हणजे ग्रामीण जीवनातील एक मूलभूत संस्था असते, वैशिष्ट्यपूर्ण, सहकाराने आणि कधीकधी सामूहिक कृती करणारी एक संस्था. मोजक्या कुटुंबांनी मिळून बनलेल्या एखाद्या लहान जातगटातील कुटुंबांचे परस्परसंबंध हे एका वंशातील कुटुंबांतील परस्परसंबंधांपेक्षा वेगळे नसतात. पण अधिक कुटुंबसंख्या असलेल्या एखाद्या मोठ्या जातगटात सहसा सोयरगट आकाराला येऊ लागतो: आणि जिथे जातगट मोठा व प्रभावशाली असतो तेव्हा त्याच्या सोयरगटांमध्ये जातीतल्या नातेसंबंधांची काही वैशिष्ट्ये आढळतात. याला अपवाद म्हणजे धार्मिक विधींच्या निकषांचा समावेश त्यात होत नाही. अशा प्रकारे, सोयरगटांमध्ये सामाजिक स्थानासाठी फार मोठे वैर असू शकते, एकमेकांना टाळण्याची वृत्ती असू शकते, आपल्या स्वतःच्या गटासाठी पूर्णपणे बांधीलकी असू शकते आणि नियम मोडणाऱ्याला बहिष्कृत करण्याची पद्धतही असू शकते आणि हे सर्व अशा तत्त्वज्ञानाचा आधार घेऊन केले जाते ज्यामध्ये एखाद्या जातीतील स्पर्धेला तितकेच महत्त्व दिले जाते जितके महत्त्व वर्णसिद्धान्तांत जातींमधील स्पर्धेला दिले जाते. एखाद्या प्रभावशाली जातगटातील सोयरगट एकमेकांशी भांडत असले तरी इतर जातीच्या गावकऱ्यांकडून दिल्या जाणाऱ्या आव्हानाला एकत्र तोंड दिले पाहिजे या जाणिवेने ते एकत्र येऊन गावावर नियंत्रण ठेवतात.

सोयरगटांमधील शत्रुत्व, संपत्ती आणि प्रतिष्ठेच्या बाबतीत असलेली प्रचंड असमानता या गोष्टी ग्रामीण जीवनातील प्रत्येक स्तरावरील जातगटांमध्ये दिसू शकतात. प्रत्येक स्तरावर एखाद्या जातगटातील कुटुंबांना एकसारखे रीतीरिवाज आणि परंपरांमुळे, समान धार्मिक मापदंड, एकमेकांचे आर्थिक हितसंबंध आणि इतरांकडून मिळणारी वागणूक यांमुळे, एकमेकांशी जोडले गेल्यासारखे वाटू शकते. त्यांच्यात ऐक्यभावना आहे, हे ते मान्य करतात आणि ती कायम ठेवणारी माध्यमे त्यांच्याकडे असतात.

९ पंचायतींचे उपयोग

गावात एक म्हण नेहमी वापरली जाते. ती म्हणजे, "जिथे पंचायत असते तिथे देव असतो." यासोबत असेही म्हणता येईल की जिथे पंचायत असते तिथे समूहदेखील असतो. कारण पंचायतीच्या सत्रांमध्येच कुठल्याही समूहाचे स्वरूप स्पष्ट केले जाते, मग ते एखादे घराणे असो, जातसमूह असो किंवा जात असो. संबंधित समूहाच्या सीमारेषा ठरविल्या जातात, त्यांच्यातील संलग्नता कायम ठेवली जाते, मापदंड निश्चित केले जातात, सामूहिक कार्याचे नियोजन केले जाते आणि उद्देश स्पष्ट केले जातात. पंचायत हे समूहातील अंतर्गत व्यवस्थेविषयी हमी देण्याचे, धार्मिक विधींसंदर्भातील चुका आणि ऐहिक अपराधांच्या परिमार्जनाचे आणि वाद-तंट्यांमुळे निर्माण झालेली अस्वस्थता कमी करण्याचे एक महत्त्वाचे माध्यम असते. गावच्या समाजव्यवस्थेत बदल करण्याची कृती अशा प्रकारे पंचायतींच्या माध्यमातून मोठ्या प्रमाणात केली जाते. बाहेरच्या आव्हानांपासून संरक्षण करण्यासाठीसुद्धा पंचायतींचा वापर केला जातो.

एखाद्या घराण्यातील सदस्यांसाठी, जातीतल्या लोकांसमोर समूहाच्या सामाजिक दर्जाविषयी बाजू मांडणे आवश्यक ठरते, तेव्हा ते पंचायतीत भेटतात. जातसमूहाचे लोक त्यांच्या पंचायतसभांच्या माध्यमातून गावातील त्यांचे स्थान सुरक्षित करतात. एखादी जात स्थानिक व्यवस्थेतील आपले स्थान अबाधित ठेवण्याचे आणि त्यात आणखी प्रगती करण्याचे काम करते. त्याचबरोबर, एखाद्या समूहातील सदस्य पंचायतीतल्या चर्चांमधून इतर समूहांशी सहकाऱ्याचे नाते जोडतात आणि इतर सामाजिक श्रेणीतील लोकांसोबत ऐक्यभाव निर्माण करतात. एखाद्या घराण्याची पंचायत जातीतल्या प्रकरणांमधील त्यांच्या सहभागाविषयी चर्चा करते. एखाद्या घराण्याची पंचायत गावातल्या समारंभांमधील त्यांच्या भूमिकेविषयी नियोजन करते; एखाद्या जातीची पंचायत शासकीय संस्थांसोबत काम करते. सरतेशेवटी, पुढील प्रकरणांमध्ये सांगितले आहे त्यानुसार समूहांच्या कार्यांमध्ये सुधारणा करण्यासाठी आणि बदलत्या परिस्थितीशी जुळवून घेण्यासाठी पंचायतींचा वापर केला जातो. गावच्या पंचायतींची खास वैशिष्ट्ये आम्ही गावाविषयीच्या नंतरच्या प्रकरणांमध्ये नमूद करू.

वेगवेगळ्या जातींमधील पंचायतीच्या वापराच्या प्रमाणात बरीच तफावत आहे. काही जातींतल्या लोकांनी—विशेषतः खूप गरीब आणि इतरांच्या वर्चस्वाखाली अत्यंत दबलेल्या—लोकांनी पंचायतीचा वापर खूप कमी किंवा अजिबातच न करण्याची परंपरा निर्माण केली. इतरांनी वारंवार पंचायतीची मदत घेतली. सध्या काही विषयांच्या बाबतीत, विशेषतः ज्या विषयांत शासकीय संस्था जास्त प्रभावी बनत आहेत, त्यांसाठी पंचायतींवर कमी प्रमाणात अवलंबून राहण्याकडे कल आहे. त्याच वेळेस, औद्योगिक आणि परिवर्तनविषयक

उद्देशांसाठी आधुनिक स्वरूपातील जात पंचायत आणि जात संघटना यांच्यावर मोठ्या प्रमाणात अवलंबून राहण्याची वृत्ती दिसून येते.

धार्मिक कृत्यांमधील त्रुटी दूर करणे

अनेक ग्रामस्थांना अत्यंत महत्त्वाचे वाटणारे पंचायतीचे एक कार्य म्हणजे धार्मिक कृत्यांमधील त्रुटी दूर करणे. हेदेखील धार्मिक कृत्यांचा दर्जा कायम ठेवणारे काम आहे. एखाद्या माणसाने केलेल्या गंभीर उल्लंघनाचा परिणाम त्याच्या संपूर्ण जातीवर होत असल्यामुळे जातीमधील धार्मिक कृत्यांविषयीची एकता सर्वांत मोलाची ठरते. याबाबतीत तिथे पूर्णपणे समानता असते, कुठलीही उतरंड नसते. जातीतल्या प्रत्येक सदस्याला जातीतले धार्मिक शुद्धतेविषयीचे लहानातले किमान मापदंड पाळावेच लागतात. प्रत्येक जातीसाठी हे मापदंड वेगवेगळे असतात आणि सर्वसामान्यपणे उच्च श्रेणीतल्या जातींसाठी ते अधिक कडक असतात, पण सर्व जातींतले लोक–अगदी सर्वांत खालच्या जातीतलेही–असे मापदंड कायम ठेवण्याचे आणि त्यांची अंमलबजावणी करण्याचे प्रयत्न करतात.

एखाद्या व्यक्तीला अपवित्र करणारी अशी कुठलीही गोष्ट जिच्यामुळे, त्या व्यक्तीशी जातभाई म्हणून नियमित नाते ठेवणारे लोक अशुद्ध होतात, ती पंचायतीच्या कार्यकक्षेत येते. यामध्ये अयोग्य अन्नाचे सेवन करणे किंवा अयोग्य लोकांच्या संगतीत अन्नसेवन करणे, या गोष्टींचा समावेश होतो. एखादे अगम्यागमन (सख्ख्या नात्यांतील व्यभिचार) उघडकीस आले किंवा सगोत्र विवाहविषयक नियमाचे उघडपणे उल्लंघन झाले तर पंचायतीसाठी ते निकडीचे विषय ठरतात. एखादा माणूस त्याच्या जातीच्या प्रतिष्ठेपेक्षा कमी दर्जाचा व्यवसाय विनाकारण स्वीकारतो तेव्हा पंचायतीने त्याला अडवले पाहिजे किंवा त्याचा त्याग केला पाहिजे. चपलेने मार खाणारा एखादा माणूस पारंपरिक दृष्टिकोनातून इतका अशुद्ध झालेला असतो की त्याची अशुद्धता दूर होईपर्यंत तो जातीचा सदस्य म्हणून राहू शकत नाही. गोहत्या करणारा हिंदू माणूस इतका भ्रष्ट झालेला असतो की शुद्धीकरणाचे प्रदीर्घ धार्मिक सोपस्कार पार पाडल्यानंतरच तो जातीत परत येऊ शकतो.

पावित्र्यभंग होण्याच्या अशा गंभीर प्रकरणांतील दोषी माणसाचा उद्देश किंवा त्याचा निरागस हेतू, यांमुळे त्याची अशुद्धता दूर होत नाही. त्याला अपवित्र करणाऱ्या त्या कृत्यात तो अनिच्छेने सहभागी झाला असेल; तरीही तो भ्रष्ट झालेला असतो आणि त्याच्या या भ्रष्टपणाचा संसर्ग अशा सगळ्यांना होतो, जे त्याच्याशी जातभाईच्या नात्याने वागतात. जातीने बहिष्कृत केलेल्या एखाद्या जातभाईशी अनावधानाने सामाजिक संबंध ठेवणाऱ्या व्यक्तीच्या बाबतीतही हे लागू होते. लखनौ जवळच्या मोहना गावातील एका चर्मकाराला दुसऱ्या गावातील एक चर्मकार भेटायला आला होता. यजमान चर्मकाराने पाहुणाचाराचा एक भाग

म्हणून स्वतःचे दुपारचे जेवण त्या पाहुण्यासोबत वाटून खाल्ले. पाहुण्या चर्मकाराला जातीने बहिष्कृत केले होते, हे त्याने मोहना गावात कोणाला सांगितलेले नव्हते आणि मग ही बाब जेव्हा तिथे समजली तेव्हा मोहना गावातील चर्मकारांच्या पंचायतीला असे वाटले की त्यांनी पाहुणचाराची प्रथा पार पाडणाऱ्या त्या यजमान चर्मकाराला (तात्पुरते का असेना) वाळीत टाकले पाहिजे (मजुमदार १९५८, पृ. क्र. ९४–९५).

जातीतून बहिष्कृत केल्यामुळे निर्माण होणारे प्रदूषण बरेच दूरपर्यंत पोहोचू शकते. या अनुषंगाने, म्हैसूर जिल्ह्यातल्या एका गावातील एका धोब्याने त्याच्या पुतणीचे लग्न ठरवले म्हणून त्याच्या जातपंचायतीत त्याच्यावर आरोप ठेवण्यात आला. त्याच्या पुतणीसाठी एक स्थळ अगदी योग्य आहे असे वाटून त्याने तिथे लग्न ठरवले होते. पण असे समजले की नवऱ्यामुलाची मावशी एका 'अस्पृश्या'सोबत राहत असल्यामुळे तिला बारा वर्षांपूर्वीच जातीतून बहिष्कृत केले गेले होते. पंचायतीसमोर असा अवघड प्रश्न उभा राहिला की त्या नवऱ्यामुलाच्या आईने, बहिष्कृत स्त्रीशी, म्हणजे तिच्या बहिणीशी सामाजिक संबंध पुन्हा प्रस्थापित केले होते की नाही. तिने संबंध प्रस्थापित केले असतील तर तीसुद्धा मूळ दोषी व्यक्तीइतकीच अपवित्र ठरणार होती. तिचा मुलगा तिच्यासोबत राहत असल्यामुळे आईइतकाच दोषी होता आणि हे आरोप सिद्ध झाले तर, ज्या माणसाने त्या मुलाला नवरीमुलगी देऊ केली तोही अपराधी ठरणार होता. आरोपी माणसाचा हेतू किंवा सर्व परिस्थितीविषयी त्याला असलेली माहिती यांमध्ये पंचायतीला फारसा रस नव्हता. अपवित्रपणाचे वर्तुळ प्रत्यक्षात आहे की नाही, हा विचार करण्याचा मुद्दा होता (श्रीनिवास १९५४).

नवऱ्यामुलाच्या आईने आरोपी व्यक्तीला तिच्या चपलेने मारण्याची धमकी दिली, तेव्हा या प्रकरणाला नवे वळण लागले, "खरोखरच फार मोठा अपमान होता तो. त्यामध्ये, आगळीक काढणारी व्यक्ती आणि बळी पडणारी व्यक्ती अशा दोघांनाही तात्पुरते जातीतून बाहेर राहावे लागणार होते" (श्रीनिवास १९५४, पृ. क्र. १५५). उच्चवर्णीयांपैकी एक नसलेल्या या जातीमध्ये अशी कुठलीही व्यक्ती जिला चेहऱ्यावर किंवा डोक्यावर चपलेने एक फटका मारला तरी तो पुरेसा ठरतो, त्या व्यक्तीचे धार्मिक कार्यांतील स्थान खालवते, मग अगदी ती व्यक्ती चुकून केलेल्या हल्ल्यात चुकून बळी पडली असेल तरी. त्या व्यक्तीला शुद्धीकरण आणि जातीत पुन्हा सामावून घेण्याची प्रक्रिया करावीच लागते. हल्ला करणाऱ्या माणसालासुद्धा समूहातून बाहेर काढले जाऊ शकते, पण एखादी उतावळी किंवा सूडबुद्धीने वागणारी व्यक्ती चपलेने मारण्याच्या धमकीचा वापर हत्यारासारखा करू शकते.

चपलेने मारहाण करण्याची नुसती धमकीसुद्धा, ज्याला धमकी मिळाली आहे त्याच्यासाठी धोक्याची ठरू शकते. म्हैसूरच्या रामपुरा गावातील एका कुंभाराच्या बाबतीत असे घडले. एकदा तो एका चहाच्या टपरीत पुत्ता म्हणजे एका लिंगायत पुजाऱ्याने त्याची उधारी परत केली

नाही म्हणून रागाने त्याला शिव्याशाप देत बसला होता. शेवटी त्याचा राग टोकाला पोहोचला आणि तो म्हणाला, "मी त्या पुजाऱ्याच्या बायकोबरोबर झोपू का." "त्याच्या आईबरोबर झोपू का." अशा प्रकारचे अपशब्द वापरणे ही नवीन बाब नसली तरी तो कुंभार पुढे असे काहीतरी बोलला जे फार क्वचित बोलले जायचे आणि त्याकडे फार गंभीरपणे पाहिले जायचे. तो म्हणाला, "मी त्याला माझ्या चपलेने मारणार आहे आणि चपलेचे पाच जोड तुटत नाहीत तोपर्यंत मी त्याला मारणार आहे."

शेवटचे वाक्य केवळ फुशारकीने बोलले गेले होते. पण तसे बोलल्यामुळे त्या प्रकरणाने फारच गंभीर वळण घेतले आणि त्यावर तोडगा काढणे एरवीपेक्षा जास्त अवघड ठरले. त्या प्रकरणावर अनौपचारिकपणे आणि त्वरेने निर्णय घेणे शक्य नव्हते; कारण पुजाऱ्याच्या जातीच्या पंचायतीने त्याला धार्मिक कृत्यांसाठी अपवित्र ठरवले असते. "पुत्ता हा एका महत्त्वाच्या मंदिरातला पुजारी आहे आणि कुंभाराने त्याला चपलेने मारण्याची धमकी दिली ती प्रत्यक्ष कृती केल्यासारखीच आहे, असा अर्थ जातीतल्या वडीलधाऱ्यांकडून काढला जाण्याची शक्यता होती" (श्रीनिवास १९५९ब, पृ. क्र. १९३, २०५).

त्यामुळे धार्मिक कृत्यांच्या बाबतीतले उल्लंघन जाणुनबुजून केलेले असो किंवा अभावितपणे, दोषी (किंवा बळी) ठरलेला माणूस त्याच्या संपूर्ण समूहासाठी कायमस्वरूपी संकट ठरतो. पंचायतीच्या माध्यमातून कृती करणाऱ्या त्याच्या समूहाने स्वतःचे संरक्षण केलेच पाहिजे. जर उल्लंघनाची कृती छोटीशी असेल तर पंचमंडळी थोड्याशा रकमेचा दंड आकारतील, जो सार्वजनिक निधीत जमा केला जाईल आणि दोषी माणसाने एक साधा स्नानविधी करून स्वतःला शुद्ध करून घ्यावे लागेल. त्याच्याकडून यानंतर चूक होणार नाही, अशी कबुलीही त्याला सर्वांसमोर द्यावी लागेल.

एखादा गुन्हा मोठा असेल तर, मात्र दूषित झालेल्या व्यक्तीला बाहेर काढून समूहाने सर्वप्रथम स्वतःला शुद्ध करून घेतले पाहिजे. दोषनिवारणाची ही पहिली पायरी म्हणजे पारंपरिक पंचायतीच्या अधिकारांना दिलेली अंतिम मान्यताही असते. जर दोषी माणसाने पूर्वकृत्यांसाठी जाहीर माफी मागितली, योग्य तो दंड भरला आणि योग्य प्रकारे शुद्धीकरण करून घेतले तर त्याला समाजात पुन्हा सामावून घेतले जाऊ शकते. मात्र, धार्मिक कृत्यांच्या बाबतीत झालेले काही गुन्हे कधीच पुसले जाऊ शकत नाहीत. उदाहरणार्थ, एखाद्या 'हरिजन' माणसासोबत राहणारी एक ब्राह्मण स्त्री जातीकडून उद्धार होण्याच्या पलीकडे गेलेली असते आणि तिच्या आधीच्या नातलगांपासून ती कायमची दुरावते. जातीतून बहिष्कृत होण्याच्या अनेक प्रकरणांमध्ये मात्र नंतर जातीत सामावले जाण्याची शक्यता असते.

एखाद्या व्यक्तीला सर्व प्रकारच्या समूहांमधून बाहेर काढले जाऊ शकते; एखाद्या समूहातून वगळले जाणे याचा अर्थ पूर्ण समाजाने नाकारणे अशा होत नाही. एखादे कुटुंब

त्यांच्या समूहातील एखाद्या सदस्याशी नाते तोडू शकते आणि तरीही त्यांचा समूह किंवा जातीकडून त्याचे अनुकरण केले जात नाही. उदाहरणार्थ, रामखेरी गावात एक रजपूत स्त्री उघडपणे एका ब्राह्मण प्रियकरासोबत राहू लागली. तिच्या कुटुंबाला तिच्याशी काही देणेघेणे नव्हते. पण सर्वांनी त्याच पद्धतीने तिच्याशी संबंध नाकारावेत अशी मागणी त्यांनी केली नाही. गावातील अनेकांनी खूप तीव्र नापसंती व्यक्त केली, तरीही कुठलाही औपचारिक निर्णय घेतला गेला नाही. संबंधित कुटुंबाने अधिक कारवाईची मागणी केलेली नसल्यामुळे आहे तशी परिस्थिती मान्य करून राहण्याची मुभा इतरांना होती. मात्र, तिने जर खालच्या जातीच्या माणसाशी संबंध ठेवले असते, तर तो विषय असाच सोडून देणे तिच्या जातसमूहास शक्य झाले नसते (मेयर १९६०, पृ. क्र. २६०).

याच प्रकारे, एखाद्या दोषी माणसाचे त्याच्या जातसमूहाशी आणि गावाशी असलेले सर्वसामान्य नातेसंबंध तुटू शकतात, पण तरीही तो इतर गावांतील जातभाईंशी संबंध कायम ठेवू शकतो. या अनुषंगाने, पश्चिम म्हैसूरच्या तोतागद्दे गावातील एक हव्यक ब्राह्मणाने त्याच्या विवाहित मुलीला तिच्या पतीकडे पाठविण्यास नकार दिला म्हणून त्याला असे बहिष्कृत केले गेले होते. आणखी एका हव्यक ब्राह्मणाने रस्तेदुरुस्ती आणि गुरूंच्या भेटीसाठीच्या खर्चातील हिस्सा देण्यास नकार दिला म्हणून त्याला दंड भरावा लागला होता. या प्रकरणांमध्ये गावच्या पंचायतीने दोषी व्यक्तीभोवती "एक कुंपण घालणे" अपेक्षित असते. मग त्याला स्थानिक मजुरांकडून काम करून घेता येणार नाही, त्याच्या घरगुती समारंभांत भटजी पूजा सांगणार नाहीत, गावातील कोणीही त्याला भेटणार नाही, त्याचे पीक आणि शेतीला नुकसान पोहोचवण्याच्या आणि चोरीच्या लहानसहान प्रकारांना त्याला नेहमी तोंड द्यावे लागेल. तरीही त्याचे जातीतले सदस्यत्व कायम राहते. त्याच्याकडून काही काळ विरोध होऊ शकतो, पण सहसा त्याला हार मानण्यास आणि पंचायतीच्या अटी मान्य करून पुन्हा सामावून घेण्याची विनंती करण्यास प्रवृत्त केले जाते (हार्पर अँड हार्पर १९५९, पृ. क्र. ४६३–४६४).

जातीतून बहिष्कृत करणे, बाहेर काढले जाणे ही समूहापासून दूर करण्याची एक टोकाची पद्धत आहे. धार्मिक कृत्यांच्या संदर्भातील गंभीर गुन्ह्यांसाठी ती वापरली जाते. तमिळभाषिक लोकांसोबत राहिलेल्या ॲबे दुबॉई यांनी बहिष्कृत व्यक्तीच्या बाबतीत जे घडते त्याविषयी एक हृदयद्रावक परिच्छेद लिहिला आहे: "बहिष्कारामुळे जगासाठी त्याचे अस्तित्व जणू संपते आणि त्याला सगळ्या समाजाशी जोडणारा कुठलाच बंध उरत नाही. जातीपासून तुटल्यामुळे त्याला केवळ त्याचे नातेवाईक आणि मित्रच गमवावे लागत नाहीत; तर सहसा त्याची पत्नी आणि मुलांनाही गमवावे लागते. त्याची पत्नी त्याच्यावरील कलंक स्वतःला लावून घेण्यापेक्षा त्याला दैवाच्या हवाली करणे पसंत करेल. त्याच्यासोबत जेवणे किंवा अगदी त्याला थेंबभर पाणी देण्याचीही हिम्मत कोणी करत नाही" (१९२८ ची आवृत्ती, पृ. क्र. ३८). हा

परिच्छेद एकोणिसाव्या शतकाच्या सुरुवातीस लिहिलेला असल्यामुळे, आता हे जातीतून बहिष्कृत करणे फार क्वचित घडते; काही जातींमध्ये आता हे पूर्णपणे बंद झालेले आहे आणि अगदी जेव्हा केव्हा असा बहिष्कार लागू केला जातो तेव्हा त्या बहिष्कृत माणसाला कुठेतरी आसरा मिळू शकतो. मग कदाचित तो शहरात असेल किंवा एखाद्या खूप खालच्या श्रेणीतील जातसमूहामध्ये असू शकेल. तरीही बऱ्याच जातींमध्ये दंड आकारला जाण्याची भीती ही अजूनही ॲबेंनी त्यांच्या लेखनात व्यक्त केलेल्या अंतिम सामाजिक क्षयाइतकीच मोठी आहे.

जातीतून बहिष्कृत करण्याची अलीकडच्या काळातील उदाहरणेही कमी नाहीत. १९५५ मध्ये तोतागद्दे गावातील हव्यक ब्राह्मणांमधील एक विधवा गरोदर असल्याचे आढळले, तेव्हा तिला औपचारिकपणे तिच्या जातीतून बाहेर काढले गेले (हार्पर अँड हार्पर १९५९, पृ. क्र. ४६५). १९६० मध्ये बंगालच्या दोन गावांमधील सामाजिक बहिष्काराच्या घटनांचे वर्णन उपलब्ध आहे. "गावातील लोक दोषी माणसाशी बोलणार नाहीत; सेवा उपलब्ध करून देणाऱ्या जातींना त्याच्या घरी जाण्यास बंदी केली जाईल; दैनिक मजुरी करणारे लोक त्याच्यासाठी काम करणार नाहीत आणि त्याच्या घरातील लग्नकार्य, मृत्यू किंवा अगदी उपासमारीच्या संकटातही त्याला कोणीही मदत करणार नाही" (निकोलस आणि मुखोपाध्याय १९६४, पृ. क्र. २२).

जातीतून बहिष्कृत झालेल्या ज्या लोकांना त्यांच्या स्वतःच्या जातीत परत घेतले जाण्याची आशा वाटत नाही ते शक्यतो एखाद्या 'हरिजन' जातीत जातील, जसे मध्य प्रदेशातील बालाहींनी केले होते. त्यांनी उच्चश्रेणीच्या जातीतून बाहेर काढलेल्या लोकांना त्यांच्या जातीत घेतले होते. अशा नव्याने येणाऱ्या लोकांची नोंद योग्य वेळी बालाहींच्या वंशावळीमध्ये केली जाते आणि त्यांच्यापासून बालाहींचा नवीन वंशदेखील सुरू होऊ शकतो. पण 'हरिजनां'च्या समूहात सामील होण्याचा अर्थ बहिष्कृत व्यक्तीला जातीच्या अपेक्षांपासून दिलासा किंवा सूट मिळणे असा होत नाही; त्यामुळे बहिष्काराची तीव्रता आणि काही विशिष्ट नियमांमध्ये फक्त बदल होऊ शकतो. 'अस्पृश्यां'साठीही काही लोक 'अस्पृश्य' असतात, अशा अर्थाचे विधान गांधीजींनी केले होते, ते बालाही समाजाच्या बाबतीत सिद्ध होते. बालाहींसाठी, सफाईकाम करणारे मेहतर लोक 'अस्पृश्य' असतात. एखादा बालाही माणूस एखाद्या मेहतराबरोबर एका बिछान्यावर किंवा बैलगाडीत बसला तर त्याची जातपंचायत त्याला जातीतून बाहेर काढू शकते (फ्युक्स १९५०, पृ. क्र. १८, ६१).

पंचायत एखाद्या माणसाला परत सामावून घेऊ शकते किंवा नाकारू शकते. सहसा पंचायतीचा कल नियमांचे उल्लंघन करणाऱ्याचा सामाजिक क्षय करण्याकडे नसतो, तर त्याचा उद्धार करण्याकडे असतो. पंचमंडळींना सहसा त्यांच्या जातीतील माणूस बाहेर जायला नको असतो, तर त्यांची जात अबाधित राहायला हवी असते. त्यामुळे, जातीतून

बहिष्कृत करण्याप्रमाणेच जातीत परत घेण्याची तरतूदही असते. सेनापूरच्या चर्मकार समाजात जातीतून बहिष्कृत करण्याचा सर्वांत मोठा कालावधी बारा वर्षांचा होता; ती व्यभिचार करणाऱ्यांसाठीची शिक्षा होती.

एखाद्या चर्मकाराला त्याच्या जातीबाहेर ठेवले जाते; त्या काळात त्याच्याबरोबर कुठलेही सामाजिक संबंध ठेवण्यास मनाई केली जाते. त्याच्यासोबत कोणी काही खाणार नाही किंवा धूम्रपान करणार नाही, त्याला विहिरीचा वापर करू देणार नाही, त्याला अन्न किंवा अवजारे देणार नाही, किंवा त्याच्या घरातील धार्मिक विधींमध्ये सहभागी होणार नाही. नंतर त्याला व त्याच्या कुटुंबाला सार्वजनिक निधीत दंड जमा करण्याची आणि एक किंवा दोन गावजेवणे देण्याची परवानगी मिळते. मग काही काळासाठी ते अंशतः बहिष्कृत अवस्थेत राहतात– तेव्हा त्यांना गावच्या विहिरीतून पाणी भरण्याची आणि शेजारच्या घरातील चुलीतून अग्नी घेण्याची परवानगी मिळते. पण जातीत पुन्हा सामावण्यासंबंधीचे सर्व विधी पूर्ण होईपर्यंत त्याला सर्व चर्मकारांच्या सोबतीने हुक्का पिण्याची किंवा सणसमारंभांमध्ये सहभागी होण्याची परवानगी नसते (कॉह्न १९५९अ, पृ. क्र. ८४; १९६५, पृ. क्र. १००–१०१).

दंडाची रक्कम ठरविण्यासाठी अनेक जातींमध्ये जे सूत्र वापरले जाते, त्यामध्ये संबंधित दोषीच्या तुलनेत जातीचे श्रेष्ठत्व, नियमभंगापेक्षा प्रथेचे श्रेष्ठत्व, गुन्हेगारापेक्षा समाजाचे श्रेष्ठत्व या गोष्टींवर भर दिला जातो. दोषी माणसाकडून जेवढी अपेक्षा असते त्यापेक्षा खूपच जास्त दंड पंचायतीच्या प्रवक्त्याकडून जाहीर केला जातो. दोषी माणूस, ज्याने पंचायतीचा निर्णय स्वीकारलेला असतो, तो पंचायतीसमोर दंडवत घालतो–शब्दशः किंवा रूपकात्मक अर्थाने–आणि दंडाची रक्कम कमी करण्यासाठी नम्रपणे विनंती करतो. मान्य करण्यायोग्य आणि देण्यायोग्य रकमेवर एकमत होईपर्यंत तीन वेळा किंवा त्यापेक्षा जास्त वेळा ही कृती केली जाते. चुकीची भरपाई करण्यासाठी योग्य ती कृती करण्यात आली आहे, या गोष्टीची दर वेळेस जाहीर पुष्टी करण्यात येते. एखाद्या चिडचिड्या किंवा उद्धट याचिकाकर्त्याने हा शरणागतीचा विधी पूर्ण करेपर्यंत त्याची या त्रासातून सुटका होत नाही (पहा, निकोलस आणि मुखोपाध्याय १९६४, पृ. क्र. २२; ड्युमॉन्ट १९५७ब, पृ. क्र. २९८).

एक शीख नेता मास्टर तारासिंग आणि त्यांच्या नऊ सहकाऱ्यांनी १९६१ मध्ये अशा प्रकारचा विधी मोठ्या प्रमाणात पार पाडलेला होता. पंजाबी भाषिकांचे स्वतंत्र राज्य करण्याची (ते १९६६ मध्ये स्थापन करण्यात आले) त्यांच्या पक्षाची मागणी पूर्ण होईपर्यंत आमरण उपोषण करण्याची शपथ त्यांनी घेतली होती. पण शासनाच्या प्रतिनिधींनी उपोषण थांबवण्यासाठी त्यांचे मन वळवले आणि त्यांनी त्यांची प्रतिज्ञा मोडली म्हणून इतर शीख नेत्यांनी त्यांना पक्षातून आणि समाजातून हाकलण्याची मागणी केली. पाच प्रमुख शीख धर्मगुरूसमोर हे प्रकरण ठेवण्यात आले. त्यांनी मास्टर तारासिंगांना पाच भागांची शिक्षा

सुनावली आणि त्यांच्या सहकाऱ्यांना त्यापेक्षा सौम्य शिक्षा केली. तारासिंगांना एका मंदिरामध्ये ग्रंथपारायण आयोजित करावे लागले. त्यांना स्वतःला महिनाभर काही प्रार्थनांचे पठण करावे लागले आणि पाच दिवस मंदिरातील भांडी व भक्तगणांच्या चपला स्वच्छ करण्याचे काम करावे लागले. तसेच, शीख समाजाच्या एका खूप मोठ्या संमेलनात धार्मिक विधींच्या मदतीने संपूर्ण समुदायाला स्वतःचे शुद्धीकरण करून घ्यावे लागले. त्या वेळेस शीख समाजाने एकत्रितपणे प्रार्थनांचे पठण केले. हे सर्व यथासांग पार पाडले गेले (*द ट्रिब्यून*, अंबाला, १ ऑक्टोबर–५ डिसेंबर, १९६१; *हिंदुस्तान टाईम्स*, नवी दिल्ली, १ ऑक्टोबर–५ डिसेंबर, १९६१).

कोणत्याही जातीमध्ये विधीवत पुनःप्रवेश करण्याच्या क्रियेमध्ये सार्वजनिक शिक्षा आणि शुद्धीकरणाचा समावेश असतो. संस्कृत ग्रंथांमध्ये शुद्धीकरणाचे एक साधन सांगितले आहे, ते म्हणजे पंचगव्याचे सेवन. पंचगव्य म्हणजे दूध, दही, तूप, गोमय आणि गोमूत्र या गायीपासून मिळणाऱ्या पाच उत्पादनांचे मिश्रण (घुर्ये १९६१, पृ. क्र. ९२, १०१; ह्यूटन १९६१, पृ. क्र. ८८, १०८). प्रायश्चित्त घेणाऱ्या व्यक्तीला कदाचित सर्वांत पवित्र स्थानी स्वतःला शुद्ध करण्यासाठी एखाद्या पावन तीर्थस्थळाची यात्रा करावी लागेल. जातबंधूंच्या समोर सामाजिक प्रायश्चित्त घेण्याचा एक अंतिम विधीसुद्धा पार पाडावा लागतो (पहा, फ्युक्स १९५०, पृ. क्र. ४५–४९). तीर्थस्थळाची यात्रा वगळता येऊ शकते आणि शुद्धीकरणाच्या विधीवत स्नानामध्ये बऱ्यापैकी काटछाट होऊ शकते, पण पुनःप्रवेशाच्या सार्वजनिक नाट्याकडे सहसा दुर्लक्ष करता येत नाही. पुनःप्रवेशचा अखेरचा टप्पा गावजेवणाचा असतो. दोषी व्यक्तीच्या खर्चाने गावजेवण दिले जाते आणि त्या वेळेस, बहिष्कार उठवण्यात आलेला तो दोषी माणूस त्याच्या जातभाईंच्या पंगतीत जेवतो, विशेषतः अशा लोकांच्या पंगतीत ज्यांच्याकडे वंशपरंपरागत सत्ता असते. अशा रीतीने ते दाखवून देतात की त्या दोषी माणसाचे पाप नाहीसे झाले आहे आणि जातीची एकी यशस्वीरीत्या कायम ठेवण्यात आली आहे.

अंमलबजावणीच्या आणि अधिकारक्षेत्राच्या समस्या

सर्वांनाच माघार घ्यायची इच्छा नसते. काही जण पंचायतीच्या निर्णयाला विरोध करतात आणि एखादा करारी, भक्कम माणूस कधीकधी जातीतून झालेल्या औपचारिक हकालपट्टीला आव्हानही देतो. दक्षिण भारतातील नीलगिरी पर्वतातील कोटा समाजात असे संघर्ष अनेक वर्षांपासून चालत आलेले मी पाहिले आहेत. मी दुसरीकडे कुठेतरी लिहिले आहे त्यानुसार (१९४१, १९६०), कोटा समाजातील पहिला शाळाशिक्षक सुल्ली हा कोटा समाजाच्या प्रथांमध्ये सुधारणा करण्याबाबत इतका आग्रही होता की त्याने त्याच्या केसांची लांबीसुद्धा

कमी केली होती. त्या वेळेस ती कृती खूप महत्त्वाची ठरली, कारण कोटा समाजातील पुरुषांची अंबाड्यासारखी केशरचना ही त्या काळात पौरुषाचे मानाचे प्रतीक होती. त्याच्या त्या कृत्यावर प्रतिक्रिया म्हणून कोटा समाजाच्या सात गावांतील वडीलधाऱ्यांनी त्याला जातीबाहेर काढले. त्याला बराच काळ त्याच्या जातभाईंपासून पूर्णपणे लांब राहावे लागले, तरीही त्याने गावातच राहून सुधारणांसाठीची त्याची लढाई सुरू ठेवली. त्याच्या भावांनी त्याला टाळले; त्याच्या पत्नीला माहेरी पाठविण्यात आले; त्याच्या घराण्यातील लोक त्याला सोडून गेले. शिक्षकाची नोकरी असल्यामुळे तो त्याला त्याचा चरितार्थ चालू ठेवणे शक्य झाले. खूप उद्यमशील असल्यामुळे त्याने पैसे साठवले होते, ते त्याने त्याच्या बचावासाठी वापरले आणि त्याचे म्हणणे बरोबर होते, या मतावर तो ठाम राहिला.

काही काळानंतर त्याची पत्नी परत आली. त्याच्या जवळच्या नातलगांनी पुन्हा संबंध प्रस्थापित केले आणि त्याचे समर्थन करणारे काही जण त्याच्या बाजूने उभे राहिले. त्याच्याकडे पलटवार करण्यासाठी मजबूत हत्यारे होती. त्याने स्थानिक शासनसंस्थांकडे असंख्य याचिका दाखल केल्या; त्याच्या प्रमुख विरोधकांवर अनेक खटले चालवून त्यांना जेरीस आणले; वेगवेगळ्या युक्त्यांनी एकएक करत समर्थक गोळा केले, एकाला मदत केली, दुसऱ्याला कुठली तरी सेवा देऊ केली, तिसऱ्याला कर्ज दिले. काही वर्षांतच त्याने एक सोयरगट तयार केलेला होता आणि मी त्याला शेवटचे पाहिले तेव्हा म्हणजे पंचायतीच्या निर्णयानंतर तीसेक वर्षांनी, खूप थोडे वयस्कर अडमुठे लोकच फक्त त्याला कोटा समाजाच्या बाहेरचा मानत होते. सुल्लीसारखे करारी आणि हिकमती लोक फार नसतात. बहुतांश वेळा, एखादी मोठी पंचायत नियमांचे उल्लंघन करणाऱ्या एखाद्याची हकालपट्टी केली पाहिजे असा निर्णय घेते, तेव्हा त्या अपराधी माणसाला दयेची आणि जातीत पुन्हा सामावून घेण्याची विनंती करणे भाग पडते.

सर्वसाधारणपणे गावातील इतर लोक, एखाद्या जातपंचायतीने ठाम आणि निश्चयीपणे सुनावलेल्या निर्णयाचा आदर करतात. इतर जातीतले लोक, मग ते दोषी माणसाचे आश्रयदाते असोत किंवा ग्राहक, ते पंचायतीचा निर्णय अमलात आणण्यासाठी मदत करतील. अन्यथा, त्या माणसाविरुद्ध एकवटलेल्या जातीचा रोष त्यांच्यावरही ओढवू शकेल. एखादा जमीनदार जातीतून बहिष्कृत केलेल्या एखाद्या सफाई कर्मचाऱ्याला काम देणार नाही. नाहीतर इतर सफाई कामगार त्याच्यासाठी काम करणार नाही आणि त्याला सफाई कर्मचाऱ्यांच्या समाजाकडून दिल्या जाणाऱ्या त्रासांच्या मालिकेला सामोरे जावे लागेल. मात्र, पंचायतीच्या निर्णयाचे समर्थन करण्याच्या बाबतीत उदासीनता आहे, असे दिसल्यास त्या आदेशाचे अस्तित्व हळूहळू पुसले जाऊ शकते. पंचायतीच्या निर्णयाची अंमलबजावणी ही सार्वजनिक एकीतून निर्माण झालेल्या मतावर आणि कृतीवर अवलंबून असते; अधिकृतपणे बळाचा

वापर करू शकेल अशा विशिष्ट अधिकाऱ्यांना अंमलबजावणीचे काम दिले जात नाही. बळाचा वापर होण्याची छुपी शक्यता नेहमी असते, पण पंचायतीचा निर्णय अमलात आणण्यासाठी जाणूनबुजून आणि उघडपणे या मार्गाचा अवलंब फार क्वचितच केला जातो.

निर्णय घेणे आणि त्याची अंमलबजावणी करणे यांमध्ये वैयक्तिक विचारांचा वाटा फार मोठा असतो. एखाद्या प्रकरणातील मुद्द्यांचे मूल्यमापन करताना प्रमुख दोषी माणसाचे किंवा साक्षीदाराचे चारित्र्य या दोन गोष्टींचा विचार महत्त्वाचा ठरतो. गावातील माणसाला त्याच्या जातभाईंची किंमत स्पष्टपणे माहीत असते आणि कॉह्न यांनी सेनापूरच्या चर्मकारांविषयी लिहिले आहे त्यानुसार, असे मूल्यमापन करताना स्वतःचे हे ज्ञान विचारात न घेण्याचे कुठलेही कारण त्या ग्रामस्थाकडे नसते: "काही चर्मकार कुटुंबं सन्माननीय आहेत, काही सुशिक्षित आहेत, काहींनी देशाटन केले आहे, काही नैतिकदृष्ट्या हलक्या दर्जाचे आहेत, काही मूर्ख आहेत, काही आळशी आहेत—ही सर्व वैयक्तिक वैशिष्ट्ये माहीत असतात, ती न्यायप्रक्रियेमध्ये विचारात घेतली जातात आणि ती स्पष्टपणे सांगण्याची गरज नसते" (१९५९अ, पृ. क्र. ८६).

एखाद्या आदेशाचे संभाव्य परिणाम काय होतील, त्याचाही विचार निर्णय घेताना केला जातो. एखाद्या गरीब आणि प्रभावहीन माणसाच्या तुलनेत एखाद्या मातब्बर माणसाच्या बाबतीत अधिक सौम्यपणे न्यायनिवाडा केला जातो, कारण तो मातब्बर माणूस पंचायतीच्या निर्णयाला विरोध करू शकतो किंवा निर्णय रद्दही करू शकतो. निकोलस आणि मुखोपाध्याय यांनी अभ्यासलेल्या बंगालच्या दोन गावांमध्ये तीन मातब्बर माणसे होती ज्यांना त्यांच्या गुन्ह्यांसाठी पंचायतीसमोर हजरही केले गेले नाही. त्यातील एकाने वेश्या ठेवली होती, दुसरा त्याच्या मोठ्या भावाच्या विधवेसोबत राहत होता आणि तिसऱ्याने त्याच्या शेतातील वाटेकऱ्याच्या पत्नीला वेश्या म्हणून ठेवले होते. या अनैतिक शारीरिक संबंधांबद्दल सर्वांना माहीत होते आणि फारसे प्रभावशाली नसलेल्या माणसांनी असे वर्तन केले असते तर त्यांना त्यासाठी शिक्षा झाली असती. मात्र या तिघांना पंचायतीच्या चौकशीतून सूट दिली गेली (निकोलस आणि मुखोपाध्याय १९६४, पृ. क्र. २२).

१७९६ मध्ये न्यायालयाच्या निर्णयामुळे उद्भवलेल्या अशाच प्रकारच्या प्रसंगाची नोंद करण्यात आलेली आहे. बंगालमधील ईस्ट इंडिया कंपनीच्या न्यायालयाने तो निर्णय घेतलेला होता. दोन सामर्थ्यशाली माणसांनी उघडपणे वेश्या बाळगल्या होत्या, ज्यामुळे सैद्धान्तिकदृष्ट्या त्यांच्या जातभाईंनी त्यांना जातीतून बाहेर काढायला हवे होते. "त्या तिघांच्या चुकांची दखल घेण्याचे किंवा अगदी त्यांना विरोध करण्याचे धाडस जातभाईंकडे नसतेच आणि त्यांना जातीतून बाहेर काढण्याचे धाडस तर अगदीच कमी असते" (कॉह्न १९६५, पृ. क्र. १०१ मध्ये उद्धृत).

तरीही शक्तिशाली लोकांच्या बाबतीत नरमाई दाखविण्याला मर्यादा असतात. एखाद्या जातीतील सर्वाधिक सधन आणि उच्चभ्रू माणसाने व्यभिचार केला किंवा खालच्या जातीतील स्त्रीशी लग्न केले किंवा गोहत्या केली, हे सर्वांना समजले तर त्याची सहजपणे निर्दोष सुटका होऊ शकत नाही. कदाचित त्याला एखाद्या गरीब माणसाच्या तुलनेत अधिक सहजपणे जातीतल्या नात्यांच्या गोतावळ्यात सामावून घेतले जाईल. पण त्याचे जातभाई त्याच्या दुराचाराकडे दुर्लक्ष करू शकत नाहीत (पहा, फ्युक्स १९५०, पृ. क्र. ३७).

खूप मोठ्या प्रमाणात उपलब्ध असलेले पुरावे एखाद्यावर बऱ्याच मोठ्या प्रभावावर मात करू शकतात. या अनुषंगाने, एका प्रकरणात एका धोब्याने दुसऱ्या धोब्यावर आरोप केला की त्याने जातीतून बहिष्कृत झालेल्या एका स्त्रीशी संबंध ठेवले आहेत. आरोप करणारा माणूस सामर्थ्यशाली असूनही त्याच्या विरोधात निकाल लागला. त्याने खोटे कुभांड रचले आहे, हे पंचायतीच्या सत्रात स्पष्ट झाले तेव्हा त्याला त्या चुकीच्या आरोपांसाठी दंडही आकारण्यात आला (श्रीनिवास १९५४, पृ. क्र. १६१). याच पद्धतीने, पंचायतीच्या कारवाईपासून दूर असणाऱ्या, खालापूरमधील एका रजपूत माणसाला जातीतून बहिष्कृत केले गेले आणि गावाबाहेरही काढले गेले. त्याच्यासाठी बहिणीसारखी असलेली गावातील एक स्त्री त्याच्यापासून गरोदर राहिली आणि नंतर त्याने तिला पळवून नेऊन दूरच्या ठिकाणी विकण्याचा प्रयत्न केला म्हणून त्याला ही शिक्षा दिली गेली (मिन्टर्न आणि हिचकॉक १९६३, पृ. क्र. २५५–२५७).

धार्मिक विधी आणि ऐहिक विषयांच्या संदर्भातील गंभीर गुन्ह्यांवर उत्तर देण्यासाठी सर्व जण बांधील आहेत, असे मानले जाते. पण एकसारख्या गुन्ह्यांसाठी सर्वांना समान वागणूक मिळत नाही आणि तशी अपेक्षाही नसते. समूहाचा सांभाळ करणे, पंचांचे पहिले काम असते. अधिकारांसंबंधीच्या वास्तवाकडे ते दुर्लक्ष करू शकत नाहीत; कारण समूहाच्या रचनेचा तो एक भाग असतो.

आणखी एका गोष्टीचा संबंध इथे असतो ती म्हणजे ज्याच्यावर खटला चालवला जात आहे, त्याचे आणि न्यायनिवाडा करणाऱ्यांचे संबंध. एखादा वयस्कर माणूस त्याच्याच घराण्यातील एखादे प्रकरण हाताळत असतो आणि त्यामध्ये त्याचा जवळचा नातलग म्हणून खूप परिचयाचा असलेला माणूस दोषी असतो; तेव्हा कसेतरी करून प्रकरण शांतपणे हाताळावे आणि शक्यतो फारसा गाजावाजा न करता संबंधित दोषी व्यक्तीशी पुन्हा पूर्ववत संबंध जुळावेत याकडे त्याचा कल असतो. पण जेव्हा तो माणूस जातपंचायतीमध्ये बसतो आणि वैयक्तिक परिचय नसलेल्या व जवळचे नाते नसलेल्या एखाद्या माणसाचा न्यायनिवाडा करतो तेव्हा कदाचित तो जातीच्या औचित्याबाबत जास्त आग्रही असू शकतो आणि शिक्षा व औपचारिक नुकसानभरपाई अशा संपूर्ण उपाययोजनेवर जोर देऊ शकतो.

ज्या प्रकारच्या गुन्ह्यांसाठी जात पंचायत बोलावली जाते ते सहसा अधिक उघड स्वरूपाचे असतात. उदाहरणार्थ, रामखेरीमध्ये एका जातीची आंतरग्रामीण पातळीवरील पंचायत असे गुन्हे हाताळते "जे, सर्वांत सहजपणे नजरेत येतात आणि ज्यांच्या बाबतीत योग्य शिक्षेबाबत एकमत असते." जातसमूह किंवा गावपंचायतीमध्ये जी प्रकरणे हाताळली जातात ती, "अशी असू शकतात जी सिद्ध करणे अधिक कठीण असते, ज्यांच्या गांभीर्यानुसार त्या प्रकरणांविषयीची मते बदलतात आणि ज्यांमध्ये योग्य शिक्षा देण्याबाबत फारशी सहमतीची भावना नसते" (मेयर १९६०, पृ. क्र. २६१, २६२). आंध्र प्रदेशातील शमिरपेटमध्ये वेगवेगळ्या पंचायतींचा कल वेगवेगळी शिक्षा देण्याकडे असतो; जातसमूहाची पंचायत एखाद्या व्यक्तीला क्वचितच बहिष्कृत करते, तर जातपंचायतीत ते नेहमी केले जाते आणि म्हैसूरच्या रामपुरामध्ये गावातील वडीलधाऱ्यांची पंचायत जातीतल्या वडीलधाऱ्यांच्या पंचायतीपेक्षा अधिक मित्रत्वाने आणि सौम्यपणे वागते (दुबे १९५५ब, पृ. क्र. २१०; श्रीनिवास १९५९ब, पृ. क्र. २०७).

जातसमूहाच्या आणि जातीच्या अशा दोन पंचायतींकडून कधीकधी वेगवेगळे निर्णय दिले जातात. रामखेरी गावातील शेतकरी जातीचा एक माणूस एका विधवेसोबत राहू लागला आणि तिची जमीन कसू लागला, त्या प्रकरणात हे घडले. तिच्या मयत पतीच्या नातलगांनी यावर आक्षेप घेतला. एखाद्या मृत माणसाच्या भावांनी त्याच्या विधवेच्या दुसऱ्या पतीला भेटायचे नसते—म्हणजेच, त्या दुसऱ्या पतीने पहिल्या पतीचे भाऊ जिथे राहतात त्या गावात राहू नये—असा जातीचा नियम होता आणि वरवर पाहता त्यांच्या आक्षेपाचे तेच कारण होते. पण त्यापेक्षाही खूप महत्त्वाचे म्हणजे त्यांना तिची जमीन हवी होती. त्यांनी जातसमूहाची पंचायत बोलावली आणि त्या पंचायतीने त्यांना वेगळे होण्याचा किंवा गाव सोडून जाण्याचा आदेश दिला. त्यांनी याला नकार दिल्यावर त्यांना जातसमूहाच्या पंचायतीने त्यांच्यावर बहिष्कार टाकल्याचे जाहीर कले. या निर्णयाला दुजोरा देण्यासाठी जातपंचायत बोलावली जायला हवी होती. पण इतर गावांतील जातभाई त्या प्रकरणापासून दूर राहिले. त्यांचे असे म्हणणे होते की जातीच्या नियमाचे उल्लंघन झालेले नाही; कारण तो माणूस त्या स्त्रीचा पती नसून त्यांचे केवळ प्रेमसंबंध आहेत. त्या दोघांच्यात काहीही नाते असले तरी इतर गावांमध्ये त्या माणसाचे मित्र आणि समर्थक होते आणि जातसमूहाच्या पंचायतीने सुनावलेल्या बहिष्काराच्या शिक्षेला विरोध करण्याची क्षमता त्याच्याकडे होती (मेयर १९६०, पृ. क्र. २६३–२६४).

एखाद्या आदेशाबाबत दुमत असण्याचे आणखी एक उदाहरण गांधीजींच्या चरित्रात आढळते. इंग्लंडमधील त्यांचे शिक्षण पूर्ण करून ते परत आले तेव्हा त्यांना शुद्धीकरणाचे धार्मिक विधी पार पाडावे लागले होते. त्या काळात अनेक जातींमध्ये तशी प्रथा होती. धर्मग्रंथांनी समुद्रापार प्रवास करण्यास बंदी केली आहे एवढेच कारण त्यामागे नव्हते तर

रोगप्रतिबंधक उपाय म्हणूनही कदाचित ते केले गले. घरापासून दूर अनेक ठिकाणी प्रवास करून आलेला माणूस प्रदूषण करणारे प्रभाव आणि अयोग्य विचार यांच्या संपर्कात आलेला असू शकतो. त्याला जातीतून बाहेर काढायचे आणि मग समारंभपूर्वक पुन्हा जातीत घ्यायचे, असे करण्याने ही गोष्ट निश्चित होते की तो माणूस धार्मिक विधींत सहभागी होण्यास पात्र आहे आणि जातीशी सर्वसामान्य नातेसंबंध ठेवण्यासाठी नैतिकदृष्ट्या अनुकूल आहे. गांधी परदेशातून परत आले तेव्हा त्यांचे बंधू त्यांना थेट नाशिकसारख्या पवित्र स्थळी घेऊन गेले आणि तिथे त्यांनी शुद्धीकरणाचे विधी पार पाडले. त्यांच्या मूळगावी त्यांच्या जातभाईंनी त्यांना स्वीकारले, मात्र बॉम्बे आणि पोरबंदरमधील (त्यांचे जन्मगाव) जातप्रमुखांनी जातीत पुन्हा सामावून घेतलेली व्यक्ती म्हणून त्यांना स्वीकारण्यास नकार दिला (ग्रे आणि पारेख १९३१, पृ. क्र. ८; प्यारेलाल १९६५, पृ. क्र. २२३, २८१–२८४).

एखाद्या जातीतल्या एका गटाचे इतरांशी असलेले मतभेद सहसा काळाच्या ओघात दूर होतात किंवा कमी होतात. पण ते वाढूही शकतात. कदाचित मूळ कारणापेक्षा लक्षणांच्या स्वरूपात ते वाढू शकतात आणि त्यामुळे जातीतील दरी वाढत जाते किंवा जातीतून वेगळे झालेले लोक नवीन जातीची स्थापनाही करतात. या अनुषंगाने, रामखेरी गावात नाभिक समाजाची पंचायत बोलावण्यात आली. जातीचा निधी ज्याच्याकडे सोपविलेला त्या माणसाचे नुकतेच निधन झाले होते आणि नंतर तो निधी नाहीसा झाला म्हणून पंचायत भरवली होती. त्याच्या मुलाने त्या पैशाविषयी काही माहीत नसल्याचे सांगत कुठलीही जबाबदारी घ्यायचे नाकारले. शेवटी त्या मुलाच्या गावातील आणि जवळच्या अर्धा डझन वस्त्यांमधील लोक पंचायतसभेतून बाहेर पडले आणि पंचायतीसाठी बनविलेल्या भोजनासाठीही थांबले नाहीत. हा दुहेरी अपमान होता: केवळ पंचायतीसमोरून बाहेर निघून जाणे इतकेच नाही तर यजमानाचाही अपमान झाला होता आणि त्याने बनवलेले अन्न वाया गेले होते. तेव्हापासून, निदान पंचायतीच्या दिवसापासून ते हा अभ्यास करेपर्यंतच्या मधल्या अनेक वर्षांत तरी दोन्ही बाजूंनी स्वतंत्र जात पंचायती स्थापन केल्या आणि एकाच समारंभांमध्ये कधी एकत्र आले नाहीत (मेयर १९६०, पृ. क्र. २५८–२५९).

अशा भांडणांमध्ये धार्मिक विधींशी संबंधित विषयांतील गंभीर मतभेदांचा समावेश असेल तर कायमची तेढ निर्माण होण्याची शक्यता असते. त्यामुळे दोन्ही बाजूंचे एकत्र अस्तित्व शिल्लक राहत नाही. रामखेरीच्या रजपुतांमध्ये असे घडले आहे. साधारणपणे बारा गावांतील रजपुतांना धार्मिक विधींच्या संदर्भातील एका अपराधासाठी दोषी ठरविण्यात आले आणि त्या सर्वांना उर्वरित जातीपासून वेगळे करण्यात आले. ते सर्व जण अविचलपणे एकत्र राहिले आणि त्यांनी त्यांची जात स्थापन केली, जी इतर स्थानिक रजपुतांच्या दृष्टिकोनातून बहिष्कृत जात आहे (मेयर १९६०, पृ. क्र. २६०). अशा प्रकारे जातीचे विभाजन होणे ही वारंवार उद्भवणाऱ्या बदलांमधील एक सामान्य प्रक्रिया आहे, ज्याविषयी आपण नंतर चर्चा करू.

एका व्यक्तीचे किंवा एका गटाचे दूर जाणे, ही बाब ग्रामीण समाजातील प्रत्येक स्तरावर शस्त्रासारखी आणि शिक्षेसारखी वापरली जाते. एखादा महत्त्वाचा माणूस एखाद्या समारंभात सहभागी होण्याचे नाकारून त्या समारंभाचे नुकसान करण्याची धमकी देऊ शकतो. एखादा महत्त्वाचा गट या सामाजिक परिस्थितीचा फायदा घेऊ शकतो. त्याउलट, एखादा गट वेगवेगळ्या प्रकारे अलिप्त राहून एखाद्या व्यक्तीवर दबाव टाकू शकतो. यामध्ये, त्या व्यक्तीला एखाद्या समारंभास न बोलावण्यापासून ते त्याला समाजापासून तोडण्यापर्यंतचे प्रकार असू शकतात. अलिप्तपणा हा एक राजकीय उपायही आहे, ज्यामुळे समूहाची आणि सामूहिक कृतींची पुनर्रचना अनिवार्य ठरते. तरीही हे असे राजकीय साधन आहे जे बळाच्या वापरावर अवलंबून नाही. बहिष्कृत ठरवलेली व्यक्ती किंवा गटावर सामाजिक दबाव असतो, शारीरिक नाही आणि बळाच्या वापरापेक्षा व्यावहारिक देवाणघेवाण थांबल्याने त्यांना जास्त त्रास होतो.

या अनुषंगाने, मेरठ विभागातील जाटांची एक पंचायत काही विशिष्ट गुन्हे आणि गुन्हेगारांसाठी मारहाण करण्याची शिक्षा सुनावू शकते. त्या लोकांमध्ये लढवय्येपणाची परंपरा आणि लढाऊ वृत्ती असली तरी मोठ्या गुन्ह्यांसाठी त्यांच्याकडे मृत्युदंडाची औपचारिक शिक्षा कधीच नव्हती. त्यांच्यातील सर्वांत भयंकर शिक्षा ही जीवे मारण्याची नव्हती तर सामाजिक पाठिंबा काढून घेण्याची आणि–पंचायतीच्या शिव्याशापांच्या माध्यमातून–दैवी आधार काढून घेण्याची होती (प्रधान १९६५, पृ. क्र. १८६२–१८६३).

वादांचे निराकरण आणि सरकारी न्यायालये

एखाद्या घराण्याच्या किंवा जातीच्या पंचायतीसमोर जे ऐहिक विषय ठेवले जातात ते प्रामुख्याने कुटुंबाविषयीचे आणि लैंगिक संबंधांविषयीचे, जमीन आणि चरितार्थाविषयीचे, चोरी आणि हिंसक हल्ल्याविषयीचे असतात. एखाद्या कुटुंबाच्या कारकिर्दीतील काही कालावधी वादळी ठरण्यासारखे असतात. कुठल्याही गावात अगदी कधीही पाहिले तरी, एकत्र कुटुंबाच्या वाटणीची प्रकरणे पंचायतीच्या मध्यस्थीसाठी विलंबित पडलेली दिसतात.

वाङ्निश्चय झालेली प्रकरणे कधीकधी अडकून पडलेली असतात, कदाचित एखाद्या कुटुंबाला दुसऱ्या कुटुंबात आतापर्यंत माहीत नसलेला दोष समजला असेल म्हणून किंवा एखादे अधिक चांगले स्थळ मिळण्याची शक्यता दिसली असेल किंवा त्या संबंधांत योग्य मान राखला गेला आहे की नाही ते ठरविणे कठीण वाटत असेल. लग्नाचा करार करणाऱ्या कुटुंबांमध्ये होणारे मतभेद तिथल्या तिथे सोडविले गेले पाहिजेत, अन्यथा मोठे नुकसान होऊ शकते. घरगुती बेबनाव टाळण्यासाठी घटस्फोट आणि दुसरा विवाह, वारसाहक्क आणि दत्तकविधान यांमध्ये नेहमी पंचायतीची मदत आवश्यक ठरते.

लैंगिक संबंधांविषयीच्या काही चुका या फक्त ऐहिक असतात, इतर चुकांसाठी धार्मिक विधींचे प्रायश्चित्त घ्यावे लागते. एखाद्या रागावलेल्या पतीने त्याची पत्नी त्याच्या घराण्यातील व्यक्तीबरोबर पळून गेल्याची तक्रार केली तर तो फक्त ऐहिक विषय ठरतो. पण ती तिच्या जन्मघराण्यातील एखाद्या पुरुषाबरोबर आढळली तर ते अगम्यागमनाचे प्रकरण ठरते आणि त्यावर केवळ वैवाहिक नाते पुन्हा जुळविण्याचा उपाय पुरेसा ठरत नाही.

जमिनीसंदर्भातील वाद निदान सुरुवातीला तरी, नेहमी जातसमूहाच्या पंचायतीसमोर आणले जातात. शेताची हद्द हलविण्याविषयीचे किंवा एखाद्या रस्त्यावर अतिक्रमण करण्याचे किंवा पीक पायदळी तुडवण्याचे भांडण असू शकते. पंचमंडळी असे वाद गावातील इतरांपर्यंत आणि गावाच्या न्यायकक्षेच्या बाहेर पसरू नयेत म्हणून प्रयत्न करतात. जमिनीइतकाच पाण्याचा विषयही कटू वादाचा ठरू शकतो; विहिरीचा वापर, पाटाचे पाणी दुसरीकडे वळवणे यांसारखे विषय नेहमी वादाला कारणीभूत ठरतात. जातीतल्या एका माणसाने दुसऱ्यावर केलेले हिंसक हल्ले आणि चोऱ्या हे विषयदेखील, बाहेरच्या व्यवस्थेला दूर ठेवता येईल इतक्या प्रमाणात, जातीतल्या वडीलधाऱ्यांकडे नेण्यात येतात. ज्या जातींमध्ये लूटमार हे नियमित उत्पन्नाचे साधन होते, तिथे बाहेरच्यांनी केलेली लूटमार आणि जातभाईंनी केलेली लूटमार यांमध्ये ठळक फरक करण्यात आला होता. जातभाईंनी केलेल्या लूटमारीच्या गुन्ह्याचा न्यायनिवाडा उत्साहाने आणि योग्य रीतीने केला जावा म्हणून ते प्रकरण जात पंचायतीकडे नेण्यात आले होते (पहा, ड्युमॉन्ट १९५७ब, पृ. क्र. ३०३).

यांपैकी बरेचसे ऐहिक प्रश्न सरकारी कायद्यानुसारही दखलपात्र ठरतात. सरकारी कायदे आणि न्यायालयांचा प्रभाव ग्रामीण जीवनावर पडलेला आहे. पण जिच्याशी जुळवून घ्यायचे किंवा आपल्या मर्जीनुसार जिचा वापर करायचा अशी आगंतुक शक्ती अशा सर्वसाधारण दृष्टिकोनातूनच गावकऱ्यांनी त्याकडे पाहिले आहे. जातीतल्या प्रकरणांमध्ये एका विशिष्ट मर्यादेपर्यंत शासनाचा हस्तक्षेप फार पूर्वीपासून मान्य करण्यात आलेला आहे. प्राचीन काळातील कायदेविषयक ग्रंथांमध्ये राजाने सामाजिक व्यवस्था कायम ठेवण्यासाठी, जातींमधील संभ्रम टाळण्यासाठी थेट आदेश दिल्याचा उल्लेख आहे (पहा, काणे १९४६, खंड ३, पृ. क्र. ३, ५७; इंगॉल्स १९५४, पृ. क्र. ४२; स्मिथ १९६३, पृ. क्र. २९७–३००). अगदी ब्रिटिश राजवटीतही एखादे महाराज दोन जातींमध्ये असलेले श्रेष्ठत्वाबद्दलचे वाद सोडवायचे आणि जातपंचायतीकडून अन्याय झाला आहे असे ज्या व्यक्तींना वाटायचे त्यांच्या याचिकाही ऐकायचे (ह्युटन १९६१, पृ. क्र. ९४–९५; कॉह्न १९६५, पृ. क्र. १०१–१०२).

तरीही एखाद्या भारतीय राजाने आणि ब्रिटिश कायदाव्यवस्थेतील अधिकारी व्यक्तीने केलेल्या हस्तक्षेपामध्ये एक मुख्य फरक होता. राजे सहसा स्वतःच्या हस्तक्षेपाकडे, समाजव्यवस्था चालू ठेवण्याच्या किचकट प्रक्रियेतील एक घटक या नजरेने पाहत असत.

भारतातील ब्रिटिशांच्या कायदाव्यवस्थेने त्या प्रक्रियेची किंवा प्रत्यक्षात चालवण्यात येणाऱ्या सामाजिक व्यवस्थेची पूर्णपणे दखल घेतली नाही. ब्रिटिशांनी भारतातील बऱ्याचशा प्रदेशांवर नियंत्रण मिळवल्यानंतर लगेचच त्यांना त्यांच्या या नवीन अधिकारक्षेत्रांची व्यवस्था पाहण्यासाठी एतद्देशीय कायद्यांचा वापर करणे गरजेचे वाटले. सर्वप्रथम त्यांनी हिंदू कायदा म्हणजे काय ते सांगण्यासाठी ब्राह्मणांना नोकरीवर ठेवले. नंतर, हिंदू कायदा हा ब्रिटिश कायद्यापेक्षा खूपच वेगळा आहे आणि त्याचा उघड वापर हा नेहमीच लेखी कायद्यापेक्षा अधिक महत्त्वाचा ठरला आहे, हे त्यांना समजले तेव्हा त्यांनी प्रथागत कायद्याची एक माहितीपुस्तिका तयार करण्याचा प्रयत्न केला. पण त्या प्रयत्नामुळेही एतद्देशीय व्यवस्थेचा विपर्यास झाला, कारण महाराजा किंवा गावपंचायतींच्या तुलनेत ब्रिटिश न्यायाधीशांनी प्रथागत कायद्यातून फार काटेकोर अर्थ काढले (मेन १८८१, पृ. क्र. ७१–७३; कॉह्न १९६५, पृ. क्र. १०५–११३; गॅलंटर १९६४). हिंदू आणि मुस्लीम पर्सनल लॉ (वैयक्तिक कायदा) यांमधील फरक, हिंदू कायद्याच्या अनेक प्रादेशिक प्रकारांमधील फरक आणि जातींच्या विशेष प्रथा यांसारखे फरक ब्रिटिश भारतीय कायद्याने मान्य केले. पण त्यांमुळे, ब्रिटिशांची त्या कायद्याकडे पाहण्याची नजर आणि ग्रामीण समाजात प्रत्यक्षात होणारा त्याचा वापर या दोन्ही प्रक्रियांमधील मूलभूत फरकांचा मेळ बसला नाही.

गावाच्या दौऱ्यावर आलेल्या जिल्हा अधिकाऱ्याने सरकारी कायदा लागू केला तेव्हा तेथील समाजव्यवस्था चालविण्याच्या प्रत्यक्ष प्रक्रियेतील अलिखित गोष्टी त्याने समजून घेतल्या असतील आणि विचारात घेतल्या असतील. पण त्याच अधिकाऱ्याची जेव्हा न्यायाधीश म्हणून नेमणूक झाली असेल आणि मुख्यालयाच्या शहरात त्याने न्यायालयीन सत्रांचे प्रमुखपद निभावले असेल तेव्हा पुराव्यांविषयीचे कायदे, कायदेशीर प्रक्रियेची सूत्रे आणि इंग्लंडमधील न्यायप्रक्रियेस सहाय्यक ठरणारे सर्व लिखित आणि संहिताबद्ध आदेश/ घोषणा यांमुळे गावातील अलिखित कायद्यांविषयीचे त्याचे ज्ञान पूर्णपणे वापरण्यावर मर्यादा आल्या असतील.

या देशातील बहुतांश नियमप्रथा न्यायालयांना समजल्या नाहीत आणि त्याचा परिणाम म्हणून, ब्रिटिशांची कायदाव्यवस्था खरोखरच न्यायाशी आणि त्यांच्या समाजहिताशी संबंधित आहे ही बाब ग्रामस्थ फार मुश्किलीने स्वीकारू शकले. ब्रिटिश कायद्यामध्ये अशा सामाजिक व्यवस्थेची कल्पना केली गेली जी गावकऱ्यांकडे नव्हती आणि गावातील व्यवस्थेची फारशी नोंद ब्रिटिश कायद्याने घेतली नाही. ग्रामीण समाजासाठी पूर्णपणे अनोळखी असलेली मूल्ये त्या कायद्याने गृहीत धरली आणि गावकऱ्यांच्या काही मूलभूत गृहीतकांकडे इमानेइतबारे डोळेझाक केली. त्या कायद्याकडे दुर्लक्ष करणे शक्य नव्हते. असेही, सरकारची आणि त्या कायदाव्यवस्थेतील पोलिसांची ताकद खूप जास्त होती आणि ते सर्वव्यापी असू

शकले असते. पण त्यांच्या प्रत्यक्ष न्यायकक्षेचा आवाका एका किमान विशिष्ट मर्यादेपर्यंत आणून ठेवता येऊ शकतो (कॉह्न १९६५, पृ. क्र. १०५).

हत्या, जायबंदी करणारा प्राणघातक हल्ला आणि दरोड्याची प्रकरणे ब्रिटिश काळातील पोलिसांपर्यंत नेली जाऊ शकत होती, विशेषतः हल्लेखोर जर त्या प्रकरणातील बळींच्या जातीतील किंवा गावातील नसतील तर. फिर्यादी आणि प्रतिवादी जेव्हा विशेषकरून विरोधी सोयरगटांतील किंवा वेगवेगळ्या जातीतील असतील तेव्हा कर्ज आणि करारभंगाचे कथित गुन्हेदेखील न्यायालयासमोर आणले जायचे.

बहुतांश जात्यंतर्गत वादांमध्ये, गावकऱ्यांचा कल सदर प्रकरणे न्यायालयापासून दूर ठेवण्याकडे होता. तिथे नुसतेच भरपूर पैसे खर्च होत असत आणि असंबद्ध निकाल लावले जात असत; त्यापेक्षा, पंचायतींमध्ये बरेचसे प्रश्न जास्त चांगल्या प्रकारे सोडवले जायचे. काही गावकरी वैयक्तिक फायद्याचे साधन म्हणून लवकर आणि अधाशीपणे न्यायालयीन खटल्यांकडे वळले, तर काहींना असे वाटले की न्यायालयांमध्ये फक्त जातीतल्या महत्त्वाच्या विषयांवर तोडगा निघू शकतो. या अनुषंगाने, हरिपुरा गावातील दत्तकविधानासंबंधीची प्रकरणे १९४५ पर्यंत न्यायालयाकडे नेली गेली नाहीत. तोतागद्दे गावामध्ये, मध्यमश्रेणीतील एक कुटुंब साधारणपणे १९४९ मध्ये सर्वप्रथम न्यायालयात गेले. १९५० च्या दशकात त्या गावातील कुठल्याही 'हरिजना'ने त्याचे प्रकरण न्यायालयात नेले नव्हते. त्यासाठी त्यांच्याकडे न्यायालयाविषयीचे ज्ञान नव्हते, पैसा नव्हता आणि तेवढे धाडसही नव्हते. परंतु, गावातील ब्राह्मण फार पूर्वीपासून न्यायालयीन व्यवस्थेचा वापर करत होते. तिथे एक "गतिमान कायदेशीर सीमा" होती. ब्रिटिश कायद्याने काही विषयांत, इतर विषयांच्या तुलनेत अधिक सहजपणे पकड मिळवली आणि इतरांच्या तुलनेत काही गटांनी त्याचा जास्त चटकन वापर सुरू केला (धिल्लन १९५५, पृ. क्र. १०८; हार्पर आणि हार्पर १९५९, पृ. क्र. ४६४; गॅलँटर १९६४).

अनेक कायदेविषयक प्रकरणे सरकारी न्यायालयांत नेता आली नाहीत; कारण न्यायालयांना ती त्यांच्या न्यायकक्षेत सामावून घेता आली नाहीत.[१] या अनुषंगाने, धार्मिक कृत्यांशी निगडित अपराधांचे निवारण फार मोठ्या प्रमाणात अधिकृत कायद्याच्या परिघाबाहेर

---

[१] जातीतून बहिष्कृत केलेल्या व्यक्तींनी जेव्हा बहिष्कार टाकणाऱ्यांवर न्यायालयात खटला दाखल केला तेव्हा न्यायालयांनी एखाद्या क्लबमधून बाहेर काढण्यासंदर्भातील इंग्लिश कायदा लागू केला. कलकत्त्यातील एका न्यायालयाने असा न्याय दिला की "नैसर्गिक न्याया"च्या निकषावर, क्लबमधील हकालपट्टीपेक्षा जातीतून होणाऱ्या हकालपट्टीसाठी कायदेशीर संरक्षण जास्त गरजेचे होते आणि त्यामुळे जातीतून बहिष्कृत करण्यासंबंधीची प्रकरणे सत्र न्यायालयासाठी दखलपात्र होती. पण जेव्हा खाजगी पंचायतीकडे प्रकरण नेण्यात आले तेव्हा क्लबविषयीच्या इंग्लिश कायद्याचे समर्थन करण्यात आले (मॅककॉरमॅक १९५९, पृ. क्र. ३४–३८).

केले जात होते आणि आजही केले जाते. अशा निवारणासाठी तरतूद केल्याशिवाय जातीची आणि गावाची सामाजिक सुव्यवस्था कायम ठेवता येत नाही. शासकीय कायद्याने अशी कोणतीही तरतूद किंवा व्यावहारिक पर्याय देऊ केले नाहीत. गावकऱ्यांना असे वाटले की शासनाच्या कायदेशीर यंत्रणेच्या संसर्गापासून शक्य तितक्या दूर राहतील अशा त्यांच्या स्वतःच्या न्यायालयीन प्रक्रिया त्यांच्याकडे असल्या पाहिजेत. दोन्ही व्यवस्था पूर्णपणे स्वतंत्र ठेवणे त्यांना शक्य झाले नाही. त्याचे एक कारण म्हणजे लवकरच न्यायालयांचा वापर प्रतिष्ठेच्या स्पर्धेतील प्रमुख शस्त्रांसारखा केला जाऊ लागला.

ब्रिटिश कायदा आणि गावांतील नियमप्रथांमध्ये असलेल्या विसंगतींपैकी चार विसंगतींचे चित्रण बर्नार्ड कोह्न यांनी उत्तर भारताच्या संदर्भात केले आहे (१९५९अ, पृ. क्र. ९०–९२). संपूर्ण भारतामध्ये त्या विसंगती व्यापकपणे खऱ्या ठरतात. त्यातील पहिली विसंगती ही गावातील सामाजिक उतरंडीवर आधारित दृष्टिकोन आणि कायद्यासमोर प्रत्येक व्यक्ती समान असते हा ब्रिटिश कायद्यातील मूळ विचार. लोक न्यायालयात येतात तेव्हा बाकी सर्व सोडून फक्त फिर्यादी आणि प्रतिवादी म्हणून असलेल्या त्यांच्या भूमिकांनुसारच त्यांची पारख केली जाते. न्यायालयाच्या बाहेर ते कोण आहेत, ते आणखी कोणत्या भूमिका पार पाडतात, समाजात त्यांच्या सामाजिक दर्जाचे काय मोल आहे–हे सर्व विचारात घेणे अपेक्षित नसते किंवा निदान खूप मोठ्या प्रमाणात तरी नाही. ग्रामस्थांसाठी सहसा हे अगदीच निरर्थक नसते–कायदा बनविणाऱ्यांच्या आणि न्याय देणाऱ्यांच्या साहजिकच स्वतःच्या जातप्रथा असतात–पण जातीच्या किंवा गावाच्या उद्देशांसाठी त्या पूरक नसतात. त्यांना माहीत असते की त्यांच्या समाजातील पुरुषांना जन्मतः प्राप्त होणारे मूल्य फार वेगवेगळे आहे. एखादा पुरुष त्याला मिळालेल्या मर्यादित भूमिकेपासून ढळू शकत नाही. आपली बरोबरी जमीनदार ठाकुरांशी होऊ शकत नाही हे चर्मकार मजुराला माहीत असते. "त्याला समान स्थान मिळवावेसे वाटू शकते. पण वस्तुस्थिती तशी नाही हे त्याला माहीत असते. चर्मकार कुठल्याही पद्धतीने आपल्या बरोबरीचे आहेत हे ठाकुरांना पटू शकत नाही. पण न्यायालय मात्र दोन्ही पक्षांकडे समान नजरेने पाहते" (कॉह्न १९५९अ, पृ. क्र. ९१). न्यायालय या निकषांवर आपला निर्णय सुनावते आणि बरेचदा गावातील सत्तेविषयीची वस्तुस्थिती उत्स्फूर्तपणे तो निर्णय नाकारते.

दुसरी विसंगती सामाजिक दर्जा आणि करार यांमध्ये असल्याचे सर हेन्री मेन यांनी दर्शविले आहे. सरकारी कायद्यामध्ये जमीनदार आणि कूळ यांच्यातील नाते हे कंत्राटी पद्धतीचे असते आणि ते जमिनीचा वापर व भाडे भरण्यापुरते मर्यादित असते; प्रत्यक्षात त्या नात्याचे अनेक पदर असतात आणि त्यात अनेक प्रकारची बांधीलकी असते. केवळ करारविषयक पैलूंचा विचार करणाऱ्या न्यायालयीन निर्णयात त्या नात्यातील अशा महत्त्वाच्या घटकांकडे दुर्लक्ष करावे लागते. जसे, जमीनदाराच्या मुलीच्या लग्नात काम करण्याची कुळाची

बांधीलकी आणि कुळाच्या गायीला चारापाणी देण्याची जमीनदाराची बांधीलकी. "लोकांना नेहमी अशा बहुपदरी समाजात राहावे लागते आणि एकत्र काम करावे लागते. त्यामुळे करार या कल्पनेवर आधारित असलेले न्यायालयीन निर्णय भारतातील गावांच्या मूल्यव्यवस्थेमध्ये आणि सामाजिक रचनेत चपखल बसत नाहीत" (कॉह्न १९५९अ, पृ. क्र. ९१).

तिसरी विसंगती ही निर्णय घेण्याच्या आवश्यकतेशी संबंधित असते. सरकारी कायद्याच्या प्रक्रियेत ठाम आणि पुरेसे त्वरित निर्णय घेणे आवश्यक असते; कुठल्याही प्रकरणात तिथे कोणीतरी जिंकते आणि कोणाची तरी हार होते. पंचायतीमध्ये याच्या पूर्णपणे उलटे घडते. एखाद्या तंट्यात सहभागी असलेल्या सर्व पक्षांसाठी समाधानकारक तोडगा निघेपर्यंत ते प्रकरण विलंबित ठेवायचे, त्यामध्ये चर्चा सुरू ठेवायची आणि मतभेद दूर करायचे हा पंचायतीचा सर्वसाधारण उद्देश असतो. आपली बाजू मजबूत आहे, असे ज्या माणसाला वाटते किंवा जो माणूस त्याच्या विरोधी पक्षाहून खूप जास्त शक्तिशाली असतो, तो त्याच्या शक्तीचे प्रदर्शन करण्यासाठी त्वरित निर्णय घेण्याचा आग्रह धरेल. पण पंचांनी किमान तडजोडीचा विचार तरी मांडण्याचा प्रयत्न केला पाहिजे. वादात सहभागी असलेल्या प्रत्येकाची प्रतिष्ठा कायम राहिल्याचे दिसायला हवे. त्यामुळे पंचायतीमध्ये सामाजिक दर्जाच्या विजयापेक्षा, समाजव्यवस्था सांभाळणे या गोष्टीचा पुरस्कार केला जातो.

शेवटची विसंगती म्हणजे, सरकारी प्रक्रियेतील कुठल्याही कायदेशीर प्रकरणात फक्त त्या प्रकरणाबाबतच निर्णय घेतला जातो. त्याच्याशी निगडित इतर वादांचा त्या प्रकरणाशी थेट संबंध नसतो. पंचायतीच्या प्रक्रियेमध्ये, मूळ अडचणीच्या कारणाशी निगडित असलेली कुठलीच गोष्ट असंबद्ध नसते. पंचायतीमधील वडीलधाऱ्यांना असे वाटते की त्यांना जर परिणामकारक पद्धतीने न्यायनिवाडा करायचा असेल तर त्यांनी त्या वादाच्या मुळाशी गेले पाहिजे. दुसरीकडे, सरकारी न्यायालय फक्त लक्षण म्हणून समोर दिसणारे प्रकरणच हाताळू शकते. नियमानुसार न्यायालयाला त्या लक्षणाच्या मूळ कारणाचा शोध घेण्याची परवानगी नसते.

सरकारी कायद्याला फक्त शासनव्यवस्था कायम ठेवणे शक्य होते; जात किंवा गावाची व्यवस्था कायम ठेवणे, या कायद्याला शक्य नव्हते आणि त्या कायद्याने तसे केलेही नाही. शासकीय अधिकाऱ्यांनी वेठबिगारी बंद केली, दळणवळण सुकर केले, महसुलाची खात्रीने वसुली होईल याकडे लक्ष दिले, जमिनीच्या नोंदी नियमित केल्या, शस्त्रांच्या बळावर होणारी बंडखोरी संपुष्टात आणली आणि बाजारपेठा व व्यापारास संरक्षण दिले. ब्रिटिश सत्तेमुळे मिळालेल्या या फलितांचे खूप महत्त्वाचे परिणाम संपूर्ण जातिव्यवस्थेवर आणि त्या व्यवस्थेच्या स्थानिक अभिव्यक्तीवर झाले.

ब्रिटिश अधिकाऱ्यांना जातीशी संबंधित प्रकरणांमध्ये गुंतायचे नव्हते आणि जातीविषयक प्रश्न औपचारिक स्वरूपात शासकीय न्यायालयांत आणण्याची परवानगी त्यांनी दिली नाही, तरी

त्यांनी जातीसंबंधीच्या अनेक विषयांवर कायदेशीर निर्णय घेतले. त्यांना जी प्रकरणे त्यांच्या न्यायकक्षेत घ्यावी लागली त्यामध्ये वर्णांचे वर्गीकरण, जातकचेऱ्या आणि आंतरजातीय संबंध (कॉह्न १९६५, पृ. क्र. ११३–११४) या विषयांचा समावेश होता. पण बहुतांश विषयांत सामाजिक कृतीवर फक्त विशिष्ट मर्यादा घालणेच सरकारी कायद्याला शक्य झाले. त्या व्यापक मर्यादांच्या पलीकडे जाण्याचा प्रयत्न या कायद्याने केला नाही किंवा त्याला बाहेर ठेवण्यात आले.

न्यायालय आणि पंचायत यांचे अधिक्षेत्र

सामाजिक दर्जासाठीची स्पर्धा हा ग्रामीण समाजाचा एक पैलू होता आणि त्यासाठी न्यायालये पूरक होती. आपसांतील वैर सरकारी न्यायालयाच्या न्यायकक्षेत येऊ शकेल अशा एखाद्या समस्येच्या चौकटीत मांडणे शक्य झाल्यास, व्यक्तिगत पातळीवर लोकांना त्यांच्या विरोधकांवर कुरघोडी करणे शक्य होत होते, एका सोयरगटास दुसऱ्यावर वर्चस्व प्रस्थापित करणे शक्य होत होते, एखाद्या जातीला स्वतःचे श्रेष्ठत्व दुसऱ्यांवर लादणे शक्य होत होते. यात यशस्वी ठरण्यासाठी, अशी समस्या चौकटीत मांडणाऱ्यांना न्यायालयीन प्रकरणांत जिंकावे लागायचे. व्यक्तिगत पातळीवर अशा प्रकारे केल्या जाणाऱ्या न्यायालयांच्या वापराचे उदाहरण म्हैसूरच्या तोतागद्दे गावाच्या संदर्भात देण्यात आले आहे. तिथे वैयक्तिक भांडणाकरिता वरचेवर न्यायालयांची मदत घेतली जाते. एखाद्या माणसाला जेव्हा खात्री पटते की जिथे तथ्याची खातरजमा करून घेण्याची शक्यता जास्त असते, तसेच वादी-प्रतिवादींची पार्श्वभूमी आणि व्यक्तिमत्त्वाच्या नकारात्मक व सकारात्मक बाजूंचा काळजीपूर्वक विचार केला जातो अशा पंचायतीच्या तुलनेत न्यायालयात त्याला त्याच्या प्रतिस्पर्ध्यांवर मात करता येईल, तेव्हा तो त्याचे प्रकरण न्यायालयात नेतो (हार्पर अँड हार्पर १९५९, पृ. क्र. ४६४).

किशनगढी (अलीगढ जिल्हा, उत्तर प्रदेश) गावातील सोयरगटांच्या आपसांतील संघर्षांमध्येही न्यायालयीन प्रकरणे केली जातात, जिथे दर महिन्यास सरासरी एक नवीन न्यायालयीन प्रकरण प्रविष्ट केले जाते. मॅरिऑट यांनी त्या गावाचा अभ्यास केला तेव्हा तिथे कधीही सर्वसाधारणपणे अशी तीन प्रकरणे निलंबित अवस्थेत असायची (१९५५ब, पृ. क्र. १७५). सेनापूरचे (जौनपूर जिल्हा, उत्तर प्रदेश) ग्रामस्थ जातींचे तसेच सोयरगटांचे आपसातील संघर्ष न्यायालयाच्या माध्यमातून लढतात. एखाद्या मातब्बर ठाकुरजातीतील जमीनदार, जो न्यायालयात त्याचे प्रकरण नेतो त्याला केवळ ते एक प्रकरण अपेक्षित नसते तर असे अनेक न्यायालयीन खटले, त्यांचे तहकूब होणे, पुनर्याचिका आणि प्रतियाचिकांची मालिका अपेक्षित असते, ज्यामुळे त्याच्यापेक्षा अत्यंत गरीब असलेल्या प्रतिस्पर्ध्याला उद्ध्वस्त करता येईल. “ब्रिटिश कायद्याची प्रक्रिया आणि न्यायनिवाडा भारतीयांसाठी अतर्क्य ठरला. त्यामुळे एखाद्या प्रकरणात वाईट अनुभव आलेला माणूस, चांगला अनुभव आलेल्या माणसाइतकाच कोर्टात

जाण्यास इच्छुक असायचा." न्यायालयीन खटल्यांतील यशामुळे एखाद्या कुटुंबाचा सामाजिक दर्जा खूपच वाढत असे आणि जर ते कुटुंब न्यायालयाच्या मदतीने स्पर्धकांना उद्ध्वस्त करू शकले तर त्या कुटुंबाची ताकद वाढायची (कॉह्न १९५९अ, पृ. क्र. ९३).

सरकारी कायद्यानुसार चालणारे, कसोटी पाहणारे हे खटले चालवणे केवळ कणखर स्पर्धकांनाच परवडत असे. त्याचबरोबर, ड्युमॉन्ट यांनी दक्षिण मद्रासमधील कल्लारांची न्यायालये आणि पंचायतींविषयी चर्चा करताना मांडलेल्या मुद्द्यानुसार न्यायालये म्हणजे लाभ मिळविण्याचा एक कठोर मार्ग आहे. एखाद्या कल्लार माणसाला कसेही करून त्याच्या प्रतिस्पर्ध्याला उद्ध्वस्त करायचे असेल तेव्हा तो सरकारी न्यायालयाचा वापर करतो; कारण, पंचायत इतकी जास्त बुद्धिनिष्ठ, जाणकार आणि समेटाच्या बाबतीत दक्ष असते की ती "या भांडणांच्या अव्यावहारिकपणाला दाद देत नाही..." (१९५७ब, पृ. क्र. ३०६). एखाद्यावरील आरोप पुढे रेटण्यासाठी आणि ते प्रकरण न्यायालयांमध्ये खेळवत ठेवण्यासाठी लागणारी कायदेशीर सेवा विकत घेणे केवळ मजबूत कुटुंबं किंवा सोयरगटांनाच शक्य होते. कायद्याला पटेल असा प्रसंग उभा करणे आणि पढवून तयार केलेले, ठामपणे व निष्ठेने बोलणारे साक्षीदार उभे करणे यासाठी लागणारे मनुष्यबळ केवळ तेच जमवू शकतात. एखादा गरीब कल्लार मनुष्य कधीतरी न्यायालयाची मदत घेईल, पण तेव्हाच जेव्हा त्याला आवर्जून आडमुठेपणा आणि दुःसाहस करायचे असेल आणि त्याच्या प्रकरणाची जमेची बाजू त्याला नको इतकी पटली असेल.

कधीकधी ग्रामस्थ पंचायतीच्या आदेशाची अंमलबजावणी करण्यासाठी किंवा दबाव टाकण्यासाठी खोटी कायदेशीर तक्रार दाखल करतात. मसुरीजवळ डोंगराळ प्रदेशात वसलेल्या श्रीकंदा गावात, बेरेमॅन यांनी विश्लेषण केलेल्या वादांपैकी तीन वाद अशा प्रकारे कपोलकल्पित होते. "प्रत्येक प्रकरणातील अन्यायाच्या घटना, ज्या न्यायालयात यशस्वीपणे मांडणे शक्य झाले नाही त्यांच्यासाठी न्यायालयात चालवता येईल असा एक खटला तयार करून त्यांचे निराकरण केले गेले." एका प्रकरणात अनैतिक शारीरिक संबंध ठेवणाऱ्या एका माणसाला शारीरिक हल्ला आणि बलात्काराच्या आरोपाखाली न्यायालयासमोर हजर केले गेले आणि त्याला न्यायालयाने शिक्षा सुनावली; त्या परिसरातील उपलब्ध माहितीनुसार ते प्रकरण केवळ बलात्काराचे होते, प्रत्यक्ष घडलेल्या किंवा कथित. आणखी एका प्रकरणात, एका माणसाने केलेल्या प्रगतीविषयी गावकऱ्यांना चीड होती; त्यांनी त्याच्या घरात मद्य लपवून ठेवले आणि तो मद्याचा बेकायदेशीर व्यवसाय करत असल्याचे पोलिसांना सांगितले. तिसरे प्रकरण गावातील एका खालच्या जातीतील माणसाचे होते. उच्च श्रेणीतील लोकांना तो अतिउद्दाम आहे असे वाटायचे; त्याच्यावर चोरीच्या आरोपाखाली न्यायालयात खटला दाखल केला गेला (१९६३, पृ. क्र. २७०–२७२).

स्पर्धात्मक लाभ मिळविण्यासाठी दिवाणी प्रकरणेसुद्धा तयार केली जातात. कधीकधी न्यायालयीन खटल्यांच्या मदतीने जमीन मिळवली जाऊ शकते. पश्चिम बंगालमधील एका

गावात जमीन प्राप्त करण्याचा हा एक प्रमुख मार्ग आहे. "अशा प्रकारे, एखाद्या सुखवस्तू माणसाला एखाद्या खूप गरीब माणसाच्या जमिनीवर तात्पुरता का असेना पण दावा मिळतो, तेव्हा तो न्यायालयाच्या माध्यमातून त्या प्रकरणाचा पाठपुरावा करणे ही एक सुज्ञ गुंतवणूक असल्याचे मानू शकतो." दीर्घकाळ चालणारी कायदेशीर लढाई आपण लढू शकणार नाही हे जाणून तो गरीब माणूस कदाचित त्याची जमीन कमी किमतीत अशा एखाद्या माणसाला विकेल ज्याच्याकडे न्यायालयीन लढाई लढण्यासाठी साधनसंपत्ती असेल. यामुळे दोन प्रभावशाली ग्रामस्थ एकमेकांविरोधात उभे राहतात किंवा आधीपासूनच अस्तित्वात असलेले वैर आणखी वाढते (निकोलस आणि मुखोपाध्याय १९६४, पृ. क्र. २८).

सरकारी कायद्याचा अवलंब करणे, ज्यांना आवश्यक होते त्या ब्रिटिश न्यायाधीशांना त्या कायद्यातील त्रुटींची कल्पना होती. हिंदू कायद्याविषयी पूर्वी लिहिण्यात आलेल्या पुस्तकांपैकी एका पुस्तकाच्या लेखकांनी १८११ ते १८२८ या काळात बंगाल प्रांतातील प्रत्येक न्यायालयात व्यक्त करण्यात आलेली मते तपासून पाहिली. त्यांना असे आढळले की, "किमान नऊ दशांश मते ही चुकीच्या, संशयास्पद, पुराव्यांचा आधार नसलेल्या किंवा अन्य कारणाने जाहीर करण्यास अयोग्य अशा पडताळणीच्या आधारे निश्चित केली गेली होती"(कॉह्न, १९६१ क, पृ. क्र. ६२४–६२५ मध्ये उद्धृत). हिंदू कायद्याविषयी अलीकडच्या काळात लेखन करणाऱ्या लेखकाने अशी प्रतिक्रिया व्यक्त केली आहे की, "१९ व्या शतकातील केस लॉ (जुन्या न्यायालयीन आदेशांवर आधारित कायदा) मधील आश्चर्य वाटावा इतका भाग केवळ अंशतः चांगल्या दर्जाचा आहे किंवा अगदी स्पष्ट सांगायचे तर वाईट आहे. विद्यार्थ्यांनी या पुस्तकात उल्लेख केलेले १९३० पूर्वीचे, हिंदू कायद्याशी संबंधित कुठलेही प्रकरण पाहू नये; आणि तरीही ते कुठे दिसले तर थोड्या संकोचानेच त्याकडे वळावे" (डेरेट १९६३, पृ. क्र. ६).

एका तरुण अधिकाऱ्यास जेव्हा कायद्याची प्रत्यक्ष कार्यपद्धत समजली तेव्हा त्याचा जो गोंधळ उडाला त्याविषयी भारतीय नागरी सेवेचे माजी सदस्य पेंडेरेल मून यांनी लिहिले आहे: "न्यायालयीन खटले म्हणजे राष्ट्रीय स्तरावरचा फावल्या वेळचा उद्योग झाला आहे आणि फौजदारी कायदा हे एक असे मान्यताप्राप्त व नेहमी वापरले जाणारे साधन आहे जे एखाद्याच्या शत्रूला त्रास देण्यासाठी, तुरुंगात पाठविण्यासाठी आणि अगदी फासावर चढविण्यासाठीही वापरले जाते." त्याच्या असे लक्षात आले की फौजदारी/गुन्हेगारी प्रशासनाशी कुठल्याही प्रकारे संबंध येणाऱ्या प्रत्येक अधिकाऱ्यास, न्यायालये म्हणजे "ढोंग आणि उपहासाची गोष्ट" असल्याची जाणीव होती. प्रत्येकाने त्याविषयी खेद व्यक्त केला आणि तरीही त्यावर काही करता आले नाही (१९४५, पृ. क्र. ५३–५४).

न्यायाधीश प्रामाणिक होते आणि ग्रामस्थ त्यावर विसंबून राहू शकत होते. न्यायाधीशांचा गैरवापर करणे शक्य नव्हते, पण कायद्याचा गैरवापर शक्य होता. एखादे प्रकरण हुशारीने

कायदेशीर चौकटीत बसवले की मग तसे करणाऱ्यांना हवा तसा निकाल सुनावण्याशिवाय काही पर्याय क्वचितच शिल्लक असायचा. ब्रिटिश किंवा भारतीय, कुठल्याही अधिकाऱ्यांना सरकारी कायद्याची गृहीतके आणि प्रक्रिया बाजूला ठेवण्यास सांगणे म्हणजे फार मोठी गोष्ट होती; आणि सामाजिक वस्तुस्थितीपेक्षा खूप वेगळी असलेली ती गृहीतके व प्रक्रिया स्वीकारणे बहुतांश ग्रामस्थांसाठी अशक्य होते. स्वातंत्र्य मिळाल्यापासून सरकारी कायद्यामध्ये लक्षणीय बदल झाले; पण विचारी आणि जबाबदार अधिकाऱ्यांना अजूनही कायद्याचे उद्देश आणि गावपातळीवरील त्याच्या वापराचे परिणाम यांतील अंतराविषयी अजूनही खेद वाटतो.

गावातील समाजव्यवस्थेची देखभाल करण्यासाठी जर कायदा खरोखरच फारसा अनुकूल नसेल तर ज्या देशातील जनता मोठ्या संख्येने खेड्यांमध्ये राहते त्या देशाची देखभाल तो कायदा कसा करू शकेल? याचे एक उत्तर म्हणजे सरकारी कायदा आणि प्रथागत कायदा समांतर संकेतासारखा वापरला जात होता. दोन्हींचा प्रभाव एकमेकांवर पडत होता, पण प्रत्येकाचे सार्वभौमत्व वेगवेगळ्या क्षेत्रातील होते आणि दोन्हीही कायदे एकमेकांच्या पूर्णपणे विरोधात नव्हते.

व्यक्ती किंवा सोयरगट ज्याप्रमाणे त्यांच्या शत्रूंबरोबरचा स्पर्धात्मक संघर्ष न्यायालयास साजेशा भाषेत मांडून न्यायालयात घेऊन जातील तशीच एखादी जात किंवा एकमेकांशी जोडलेला जातींचा संच उच्च सामाजिक दर्जासाठीचा त्यांचा संघर्ष कोर्टात घेऊन जाईल. ब्रिटिश शासनाच्या काळात कायस्थ आणि मराठा यांच्यासारख्या जातसमूहांच्या वर्णदर्जानुसार आणि लिंगायत व जैन यांच्यासारख्या संप्रदायावर आधारित जातींनुसार न्यायालयाचे निकाल दिले जात असत (मॅककॉरमॅक १९५९, पृ. क्र. २३–३०).

जातीच्या हक्कासाठीची लढाई कायद्याच्या रणांगणात लढणे, ही गोष्ट पूर्णपणे योग्य असल्याचे गावकऱ्यांचे मत होते, पण एखाद्या जात्यंतर्गत प्रश्नासाठी एखाद्या जातभाईला न्यायालयात खेचण्यास फारशी मान्यता नव्हती. हे बऱ्यापैकी वारंवार घडते, पण बरेचदा जातीतील एखादा विषय जातीबाहेर नेण्यास विरोध करणारा सामाजिक दबाव असूनदेखील हे घडते (पहा, कॉह्न १९६५, पृ. क्र. १०७). कधीकधी हा दबाव उघडपणे व्यक्त केला जातो, जसा तो ओरिसातील महानायक 'शूद्र' या शेतकरीसमूहाच्या संघात व्यक्त करण्यात आला. १९३५ मध्ये या संघाच्या एका बैठकीत नोंदविण्यात आलेल्या निर्णयांपैकी एक म्हणजे, जातीतील नियमांचे पालन करण्यासाठी, जातीतील कोणताही सदस्य न्यायालयीन खटले दाखल करणार नाही. "जर कोणी तसे केले तर त्याला जातीतून बहिष्कृत केले जाईल आणि नऊ प्रदेशांच्या संघाने काही उपाय शोधेपर्यंत त्याला बहिष्कृत ठेवले जाईल. कुठल्याही एका प्रदेशाच्या किंवा उपप्रदेशाच्या किंवा परिसरातील संघास सदर बहिष्कार मागे घेण्याचा अधिकार नसेल" (पटनाईक १९६०अ, पृ. क्र. ८८).

न्यायालय आणि पंचायतीच्या अधिकारांमधील फरक वांगाला गावातील दोन वोक्कलिगांमधील (ओक्कलिगा) वादाच्या प्रकरणात मांडण्यात आलेला आहे. १९५४–५५ मध्ये स्कार्लेट एपस्टाईन यांनी या प्रकरणाचा अभ्यास केला त्या वेळेस सदर वाद पाच वर्षांपासून चालू होता. पाव एकर जमिनीच्या मालकी हक्काविषयीचे ते प्रकरण होते. त्यातील एक दावेदार केम्पा याला पंचायतीत खूप भक्कम पाठिंबा होता. दुसरा दावेदार तिम्मा याने अनेक कायदेशीर प्रकरणांतील पुनर्विचार याचिकांमध्ये विजय मिळवला होता आणि त्या जमिनीवर शेती करताना कोणी हस्तक्षेप केल्यास पोलीस संरक्षण मिळविण्याचा हक्क त्याच्याकडे होता. पण तिम्माच्या पत्नीने जेव्हा तिथे पेरणी सुरू केली तेव्हा केम्पा आणि त्याच्या भावांनी तिला रोखले. तिम्माने शहरातून पोलिसांना बोलावले आणि पोलिसांनी केम्पाला हस्तक्षेप न करण्याबद्दल बजावले. तरीही पोलीस गेल्यानंतर ती जमीन वापरण्याचे धाडस तिम्माकडे नव्हते. पोलीस संरक्षण हे काही काळापुरते असते; गावातील विरोधकांचा धोका कायमस्वरूपी असतो.

त्यानंतर लवकरच एका पंचायतसभेमध्ये तडजोडीचा उपाय सुचविण्यात आला. तो म्हणजे ती जमीन दोघांमध्ये समान प्रमाणात वाटण्यात यावी. त्या दोघांनी जमिनीच्या बाजारभावापेक्षा दुप्पट रक्कम कायदेशीर शुल्कासाठी खर्च केली होती. पण दोघांपैकी कोणीच तडजोडीला तयार नव्हते. केम्पाचा संबंध एका प्रमुख घराण्याशी आणि भक्कम सोयरगटाशी होता. तिम्माचे घराणे कमी दर्जाचे होते आणि गावात त्याच्याकडे फारसे बळ नसल्यामुळे त्याला कायद्याची मदत घ्यावी लागत होती. केम्पाकडे असलेल्या ताकदीने कायदेशीर निर्णयाची प्रभावीपणे अडवणूक केली होती. श्रीमती एपस्टाईन यांनी ते गाव सोडले तेव्हाही ते प्रकरण स्थगित होते आणि त्या वादग्रस्त जमिनीवर अजूनही लागवड झालेली नव्हती (१९६२, पृ. क्र. १२३–१२४).

जातीचा सदस्य या नात्याने एखादा माणूस सहसा जातपंचायतीच्या माध्यमातून वाद सोडविण्यास प्राधान्य देतो. पण एखाद्या लढाईतील समर्थक या नात्याने त्याला त्याच्या हेतूस पुढे नेतील अशी कुठलीही साधने त्याच्याकडे उपलब्ध असावीत असे वाटते. प्रत्यक्ष वादात सहभागी प्रतिस्पर्ध्याऐवजी तो इच्छुक प्रेक्षक असेल तेव्हा, न्यायालयांचा वापर करून त्याला वैयक्तिक लाभ मिळवता येतील असे त्याला वाटत असेल तर त्याची मते वेगळी असूनही तो न्यायालयात जाण्याची शक्यता असते.

आता अधिक संख्येने ग्रामस्थ कायद्याचा वापर करू शकतात आणि सरकारी कायदे गावच्या प्रकरणांत अधिक खोलवर शिरत असल्यामुळे, सामाजिक प्रतिष्ठेसाठीची चुरस न्यायालयांच्या आवारात जास्त प्रमाणात रंगते. तरीही, समूहाचे अंतर्गत कलह आणि धार्मिक कृत्यांच्या संदर्भातील उल्लंघनाचे प्रायश्चित्त याविषयीचे बरेचसे तोडगे, बाहेरच्या संस्थांच्या मदतीपेक्षा अजूनही जातभाईंकडूनच, त्यांच्या स्वतःच्या न्यायिक साधनांच्या मदतीने काढले जातात.

खंड २
बदल आणि सातत्य
विभाग ५: गाव, प्रदेश, संस्कृती

१० गाव: स्वतंत्र चुली आणि सामायिक घर

कुठलीही जात एकटी राहू शकत नाही. जातीतले लोक अपरिहार्यपणे इतर जातीतल्या काही लोकांना सहकार्य करतात; ते एकत्र येऊन बाहेरच्यांशी स्पर्धा करतात. गाव ही या सहकार्याची आणि स्पर्धेची प्रमुख पार्श्वभूमी असते. त्यामध्ये त्या प्रदेशातील सगळ्या जातींपेक्षा त्या गावातील आणि जवळच्या गावांतील कुटुंबं आणि जातसमूहांचा प्रामुख्याने सहभाग असतो. मग एखाद्या गावकऱ्यासाठी त्याचे गाव म्हणजे केवळ घरे, गल्ल्या आणि शेतांचा पुंजका राहत नाही. ते एक महत्त्वाचे सामाजिक वास्तव असते. गावाचे अभ्यासक आणि निरीक्षक यांच्याकरिता समाजाचे स्वरूप समजून घेण्यासाठीचा तो एक प्रमुख घटक ठरतो. तरीही, अनेक समुदायांचा एक समूह किंवा विश्लेषणासाठी उपयोगी असणारा एक घटक यांपैकी कोणत्या स्वरूपात गाव महत्त्वाचे आहे, याविषयी काही निरीक्षकांनी शंका व्यक्त केली आहे (उदा. ड्युमॉन्ट अँड पोकॉक १९५७, पृ. क्र. २५–३२; १९६०, पृ. क्र. ८८–८९).

एके काळी गावाच्या स्वायत्ततेविषयीच्या ज्या अतिशयोक्तीपूर्ण कल्पना प्रवाहित होत्या त्यावर प्रतिक्रिया म्हणूनही काही अंशी या शंका निर्माण झाल्या असतील. अनेक जातींच्या लोकांनी बनलेला गाव आणि अनेक गावांत पसरलेली एका जातीची माणसे यांच्यातील नात्याविषयीच्या गुंतागुंतीतूनही या शंकांना बळ मिळू शकते. त्याचबरोबर, गावाचा अभ्यास करणाऱ्या व्यक्तीस गावातील एकजुटीपेक्षा तेथील दुही अधिक ठळकपणे जाणवलेली असण्याची शक्यता आहे.

भारतीय गावांच्या महाकाय, अनेक लहानलहान घटकांनी बनलेल्या आणि न बदलणाऱ्या स्वरूपाविषयी पुन्हापुन्हा उद्धृत केले जाणारे एक ठरावीक विधान आहे, जे भारतातील ब्रिटिश सत्तेच्या संस्थापक प्रशासकांपैकी एक सर चार्ल्स मेटकाफ यांच्या अहवालामध्ये लिहिले गेले

होते. त्या परिच्छेदाची सुरुवात अशी होते, "गावातील समुदाय म्हणजे छोटी गणराज्ये असतात. त्यांच्याकडे त्यांना हवी असलेली जवळजवळ प्रत्येक गोष्ट असते आणि परकीयांशी संबंध न ठेवण्याचे स्वातंत्र्य त्यांना असते." त्यात पुढे असे म्हटले आहे की युद्धं लढून संपतात, राजवटी येतात आणि जातात; पण एक समाज म्हणून गाव नेहमीच अपरिवर्तित, स्थिर आणि स्वयंपूर्ण राहते. नंतर सर हेन्री मेन, कार्ल मार्क्स आणि महात्मा गांधी यांसारख्या मोठ्या प्रभावशाली लेखकांनी हा विचार पुनःउद्धृत केला आणि असे सुचवले की गाव इतके मजबूत राहू शकले कारण ते स्वयंपूर्ण होते (मेटकाफ १८३३, पृ. क्र. ४७० किंवा १८३२, पृ. क्र. ३३१; श्रीनिवास आणि शाह १९६०).

अलीकडच्या काळात जेव्हा विशिष्ट क्षेत्रीय अभ्यास केला गेला तेव्हा मात्र, बरीच वेगळी परिस्थिती दिसून आली. भारतातील खेडेगावात आता गणराज्यासारखी व्यवस्था क्वचितच दिसते; काळाच्या ओघात निश्चितपणे त्यामध्ये बदल झालेले आहेत आणि ते अजिबातच स्वयंपूर्ण राहिलेले नाही. पारंपरिक समाजाचे संपूर्ण चित्र पालटून स्वावलंबी एकल गावाच्या पूर्णपणे विरुद्ध स्वरूप त्याला प्राप्त झाले आहे. पूर्वीच्या काळात खराब रस्ते आणि प्रवास धोक्याचा असूनही एकमेकांच्या गावात जा-ये करण्याचे प्रमाण खूप जास्त होते. लग्नाची नाती वेगवेगळ्या गावांतील दोन कुटुंबांदरम्यान जोडली जायची आणि प्रत्येक लग्नामुळे विवाहित दांपत्याच्या दोन कुटुंबांमध्ये एकमेकांच्या घरी जाणेयेणे सुरू होत असे. त्यांच्या मुलांमुळे नंतरच्या किमान एका पिढीपर्यंत हे जाणेयेणे चालू राहायचे.

गावागावांमध्ये वरचेवर होणाऱ्या या दळणवळणाच्या जुन्या कारणांप्रमाणेच, अशा प्रकारची ये-जा अजूनही चालू आहे. आर्थिक गरजांमुळे लोक गावाबाहेर जात येत राहतात. काही गावांमध्ये सर्व प्रकारचे कसबी लोक वस्तीस आहेत. वाराणसीजवळच्या सेनापूरमध्ये चोवीस जातींचे लोक राहतात; पण एखाद्या कुटुंबाला पस्तीस ते चाळीस जातींकडून पुरवल्या जाणाऱ्या सेवेची गरज असते. त्यामुळे तिथे काम आणि व्यापारासाठी सतत लोकांची वर्दळ सुरू असते. प्रत्येक स्थानिक परिसर हा एखाद्या मजूरसंघासारखा असतो; तेथील काही गावे इतर गावांमधील अतिरिक्त मजुरांचा उपयोग करून घेतात; विशेष कौशल्ये प्राप्त असलेले ग्रामस्थ आजूबाजूच्या गावांमध्ये फिरत राहतात (ओप्लर १९५६, पृ. क्र. ७). काही विशिष्ट सेवा या केवळ अगदी जवळच्या शहरांमध्येच उपलब्ध असतात. गवंडी काम आणि चुनाकाम करणारे कामगार, सोनार आणि तांबट, फूलमाळी आणि हेळवी/भाट समाज आता शहरांमध्ये किंवा मोठ्या गावांमध्येच आढळतात.

एखाद्या भागातील बाजारपेठा हे तेथील दळणवळणाचे महत्त्वाचे कारण असते. एखादे गाव बाजारपेठेचेच गाव असेल तर गोष्ट वेगळी. अन्यथा जिथून कोणीही आठवडी बाजारासाठी अन्यत्र जात नाही, असे गाव विरळाच असते. अनेक शतकांपासून आंतरप्रादेशिक

स्तरावरील बाजारपेठीय अर्थव्यवस्थेमध्ये अनेक गावे सहभागी होत आली आहेत. ही गावे शेतीत पिके घेत असत आणि ती पिके अनेक प्रदेशांत आणि राज्यांत वाहून नेली जात असत (श्रीनिवास आणि शाह १९६०, पृ. क्र. १३७६–१३७७).

इतर काही ठिकाणे धार्मिक कारणांसाठीही प्रसिद्ध आहेत. एखाद्या गावातील उत्सवासाठी इतर शेकडो गावांतील लोक येऊ शकतात. प्रत्येक प्रदेशात अशी पवित्र ठिकाणे आहेत, जिथे लोक काही ठरावीक दिवशी किंवा त्यांना गरज भासेल तेव्हा कधीही भेट देतात आणि अशी अनेक तीर्थक्षेत्रं आहेत जिथे दरवर्षी लाखो लोक दर्शनाच्या ओढीने भेट देतात.

अलीकडच्या काही दशकांमध्ये या सर्व प्रकारच्या दळणवळणाचे प्रमाण आणि वेग वाढलेला आहे. शिक्षण, प्रशासकीय कामे, न्यायालयीन खटले या नवीन कारणांमुळे या दळणवळणात वाढ झालेली आहे. मात्र, गावात राहणारी प्रत्येक व्यक्ती निश्चितच अशा प्रकारे गावाबाहेर जात नाही. अनेक ग्रामीण स्त्रिया त्यांचे घरदार सोडून क्वचितच बाहेर पडतात आणि काही पुरुषमंडळी विशिष्ट प्रसंगीच घरापासून दूर जातात. पण काही झाले तरी गावातील बहुतांश लोकांच्या दृष्टीने गाव म्हणजे इतरांपासून वेगळा पडलेला एखादा घटक नसतो. एका मोठ्या सामाजिक वर्तुळात गावकरी एकमेकांशी घट्ट बांधले गेलेले असतात आणि खूप काळापासून ते असे एकत्र असतात. उदाहरणार्थ, ओप्लर लिहितात की सेनापूर गावातील लोकांचे इतर समुदायांशी आणि दूरवरच्या गावांशी असलेले बंध "ही अलीकडची घटना किंवा संचार व दळणवळणाच्या आधुनिक प्रणालींचा परिणाम नाही. पूर्वापार होत असलेले व्यवहार आणि वागण्याच्या पद्धतींवर हे बंध आधारित आहेत" (ओप्लर १९५६, पृ. क्र. ८).

एखादा ग्रामस्थ ज्याप्रमाणे इतरांशी अनेक धाग्यांनी बांधलेला असतो–एखाद्याशी व्यवहार करायचा आणि अन्य कोणाच्या तरी वरातीत सहभागी व्हायचे–तसेच त्याचे गावदेखील अनेक मार्गांनी इतर गावांशी, नगरांशी, शहरांशी बांधलेले असते. एखादे गाव म्हणजे व्यवस्थितपणे वेगळा करता येईल असा सामाजिक आणि संकल्पनात्मक संच नसतो तर, तो एक पायाभूत सामाजिक घटक असतो. एखादा अभ्यासक गावात प्रथम राहण्यास येतो तेव्हा गावातील अंतर्गत मतभेद लगेच त्याचे लक्ष वेधतात–गावातील निवास पद्धत, दैनंदिन व्यवहारांतील शिवाशिव, श्रम आणि सत्तेचे विभाजन या सगळ्यांतून ते मतभेद दिसतात–ज्यामुळे गावातील एकजुटीची प्रतीके झाकली जातात.

गावातील एकजूट

तरीही सहसा अशी एकजूट अस्तित्वात असते आणि विशिष्ट कारणांसाठी व विशिष्ट परिस्थितीत ती पल्लवित होते. गावातील लोक एकमेकांच्या जवळ राहतात; एकमेकांना भेटतात आणि इतर गावांतील लोकांच्या तुलनेत एकमेकांशी अधिक वारंवार संवाद साधतात. त्यांचे राहणीमान/

भवताल एकसारखे असते आणि दुष्काळ किंवा सुगी, पूर किंवा साथीचे रोग, उपवास आणि उत्सवांच्या काळातील त्यांचे अनुभवही एकसारखे असतात. सहसा गाव म्हणजे प्रशासकीय आणि महसुली कामांचा तळ असतो. त्यामुळे गावातील शाळा, टपाल कार्यालय, महसूल वसुली अशा ठिकाणच्या काही अनुभवांमध्ये साम्य असते. एखाद्या माणसाचे ज्यांच्याशी सखोल आर्थिक संबंध असतात ते लोक सहसा त्याच्या गावात असतात—त्याचे आश्रयदाते किंवा यजमान किंवा कामगार किंवा ग्राहकाच्या रूपात—ज्यांच्या मदतीने तो त्याचा चरितार्थ चालवतो.

एखादा माणूस गावाबाहेर जातो, तेव्हा त्याची जात किंवा इतर कुठल्याही संदर्भापेक्षा त्याला प्रथम त्याच्या गावावरून ओळखले जाते. एखाद्या आठवडी बाजारात किंवा छोट्या शहरात दोन अनोळखी माणसे भेटतात आणि एकमेकांशी बोलतात तेव्हा पहिला प्रश्न ते एकमेकांना विचारतात तो म्हणजे, "तुमचे गाव कोणते?" एखादे कुटुंब एखाद्या छोट्या शहरात स्थलांतरित होऊन बराच काळ गेल्यानंतरही त्या कुटुंबातील लोकांना त्यांच्या पूर्वजाचे मूळ गाव माहीत असते आणि ते त्या गावावरून स्वतःची ओळख सांगू शकतात. श्रीमती कर्वे लिहितात, महाराष्ट्रामध्ये गावाला "पांढरी आई" असे म्हणतात. काळ्या मातीच्या शेतांपासून वेगळा असलेला तो निवासी भाग असतो आणि एखादी औपचारिक शपथ घेताना गावातील माणूस या संकल्पनेचा वापर करतो. त्याला वाळीत टाकले असेल तर पुन्हा गावात सामावून घेण्याआधी त्याला सर्व गावाची माफी मागावी लागते (कर्वे १९५८अ, पृ. क्र. ८३, ८७).

एखाद्या ठरावीक गुणवैशिष्ट्यामुळे गावाची ओळख निर्माण झाली असेल तर गावातील सर्वांनाच त्या विशेषणाचे लेबल लावले जाते, मग ते गाव साधे किंवा मेहनती किंवा कंजूस या विशेषणाने ओळखले जात असले तरी. अशा प्रकारची साचेबंद विशेषणे फारशी महत्त्वाची नसतात. सासू-सुनेच्या आणि अगदी पती-पत्नीच्या भांडणात ते एकमेकांवर त्यांच्या मूळ गावांच्या फारशा कौतुकास्पद नसलेल्या उपाध्यांचा मारा करत असले तरी ते महत्त्वाचे ठरत नाही. कधीकधी गावाच्या लौकिकाचा विषय जास्त गंभीर बनतो. राजस्थानच्या एका गावातील घटनेविषयी कारस्टेअर्स यांनी सांगितले आहे. तिथे एका तरुणाने मित्रांच्या चिथावणीवरून थोडीशी मानवी विष्ठा खाल्ली. लगेचच हे सर्वांना समजले आणि त्या मुलाला वाईट परिणामांना सामोरे जावे लागले. इतकेच नाही तर, गावातल्या सगळ्यांचीच ओळख, "मानवी विष्ठा खाणाऱ्यांचा गाव" अशी बनली (कारस्टेअर्स १९६१, पृ. क्र. १०५–१०६).

तत्काळ न्यायनिवाडा करणारे पंच आणि जातीच्या क्रमवारीची अंमलबजावणी करणारे लोक हे संबंधित माणसाच्या गावातीलच असतात. ते त्या भागातील आणि तिथल्या संस्कृतीमधील मापदंडांचे पालन करतात आणि त्या नियमांपासून ते जास्त फारकत घेत नाहीत. तरीही, एखाद्या व्यक्तीच्या जातीस स्थानिक व्यवस्थेत विशिष्ट स्थान देण्याची कृती आणि त्यासंदर्भात मते व्यक्त करण्याचे काम हेच लोक करतात. आपण याआधी

पाहिल्यानुसार, प्रत्येक गावानुसार यामध्ये बदल होतात. या अनुषंगाने, बिसिपारा गावातील धोबी समाजास स्वच्छ जातींमध्ये स्थान मिळाले आहे. पण ओरिसामधील त्याच जिल्ह्यातील बोड प्रदेशात त्यांना 'अस्पृश्य' समजले जाते (बेली १९६३ब, पृ. क्र. १२९).

जवळजवळच्या गावागावांमध्ये जातीचे स्थान ठरविण्याबाबत काही मतभेद असू शकतात. उदाहरणार्थ, रामखेरी गावातील एक माणूस जवळच्या गावातील समारंभास उपस्थित राहतो तेव्हा, तो जिथे पाहुणा म्हणून गेला आहे तेथील जातींची क्रमवारी रामखेरीपेक्षा वेगळी असली तरी तो तिचे पालन करतो. पण तो विशिष्ट मर्यादेपर्यंत तसे करतो. अशी एक मर्यादा म्हणजे, एखादा पाहुणा स्वतःच्या गावातील ज्या माणसांकडून पाणी घेणार नाहीत, अशा कोणाहीकडून तो पाहुणा अन्नही घेणार नाही. याचा अर्थ, तो पाहुणा त्याच्या वर्तनात इतका बदल करेल की एरवी ज्याच्याकडून तो फक्त पाणी स्वीकारतो त्याच्याकडून आता तो अन्नही घेऊ शकेल. रामखेरी गावातील या पद्धतीचा नमुना म्हणून रामखेरीमधील एका गावकऱ्याने दोन माणसांचे उदाहरण दिले. त्यांपैकी एक रजपूत होता आणि दुसरा शेतकरी जातीचा होता. ते दोघेही दुसऱ्या गावातील लग्नसमारंभासाठी एकत्र गेले. ते दोघे घरी एका पंगतीत बसून जेवू शकत नव्हते, पण त्या दुसऱ्या गावात तसे केले जात होते. "आम्हीसुद्धा एका पंगतीत बसून जेवू; आणि आमच्या रामखेरीच्या जातपंचायतीकडे नेण्यासारखा हा विषय नाही, कारण ही त्या गावातील पद्धत आहे." लेखक म्हणतात की गावाची वेस ओलांडून दुसऱ्या गावात जाणारा माणूस स्वतःच्या गावात राहताना असलेले त्याचे स्थान आपोआपच सोडून देतो आणि यजमान गावातील सहभोजनाविषयीच्या नियमांनुसार तो वागू शकतो. याबाबतीत, "गावातील वस्तुस्थिती सर्वांत मोठी ठरते" (मेयर १९६०, पृ. क्र. ४९, १५९). भारताच्या इतर भागांतही, गावातील क्रमवारी ठरविण्याबाबत गावाची भूमिका थोड्याशाच पण जाणवेल इतक्या प्रमाणात निर्णायक ठरू शकते.

हे सर्व मापदंड, ओळखी आणि कार्यपद्धती यांतून एखाद्या गावाची निष्ठा दिसते, जी अनेक मार्गांनी व्यक्त केली जाते. एक मार्ग म्हणजे भावना. गावातील सर्वांमध्ये काही प्रमाणात नात्यांचा बंध आहे ही भावना सर्वत्र नाहीतरी व्यापक प्रमाणात पसरलेली असते. मानलेल्या नात्यांच्या बाबतीत आणि आपण उत्तर भारताच्या संदर्भात पाहिलेल्या गाव-बहिर्विवाहांच्या बाबतीत हे थेटपणे व्यक्त केले जाते. दक्षिणेकडेसुद्धा गावातील एखाद्या लग्नाविषयी गावातल्या सर्वांना आस्था वाटू शकते. विशेषत्वाने गोपालपूरसारख्या लहान गावाच्या बाबतीत हे खरे ठरते. बील्स लिहितात की तिथे लग्नाच्या घटनेकडे गावगावांमधील स्पर्धेतील विजय म्हणून पाहिले जाते. गोपालपूरमधील प्रत्येक लहान मुलाच्या लग्नामुळे जास्त नातेसंबंध जोडले जातात आणि त्यामुळे गोपालपूरच्या लोकांसाठी भावी सोयरगटांची तजवीज होते. "या कारणासाठी, गोपालपूर आणि अन्य एखाद्या गावादरम्यान जोडल्या

जाणाऱ्या लग्नसंबंधास संपूर्ण गावाची मंजुरी मिळते आणि गोपालपूर गावात लग्नाचे आयोजन केल्यानंतर इतर गावातील लोकांचा मान राखला जाईल हे सुनिश्चित करण्याची जबाबदारी संपूर्ण गावाकडून घेतली जाते"(१९६२, पृ. क्र. २८).

काही कारणाने, दक्षिण भारतातील सर्वच गावे अशा प्रकारचा रस दाखवत नाहीत. विशेषतः काही गावांत जिथे उच्च श्रेणी आणि कनिष्ठ श्रेणीच्या जातींमध्ये खूप मोठे सामाजिक अंतर असते तिथे, 'हरिजनां'मधील संबंध कसे जुळतात याविषयी उच्चवर्णीयांना क्वचितच उत्सुकता असते. पण अशा ठिकाणीसुद्धा, गावातील कोणामुळेच गावाचे नाव बदनाम होऊ नये, याबाबत सर्वोच्च स्तरावरील लोकांना काळजी असते.

गावातील सणसमारंभ म्हणजे गावातील एकजुटीची अभिव्यक्ती असते. गोपालपूरच्या परिसरात ही एकजुट *जत्रा* नामक उत्सवांतून स्पष्टपणे दाखवली जाते. त्यांच्या ग्रामदेवतेप्रति आदर व्यक्त करण्यासाठी ही जत्रा गावातील सर्व जण मिळून आयोजित करतात. यजमान कुटुंबं इतर गावांतील नातेवाइकांना आमंत्रित करतात आणि त्यांच्यासाठी जेवणावळी व मनोरंजनाचे कार्यक्रम आयोजित करतात. वेगवेगळ्या गावांतील कुस्तीसंघात होणारे कुस्तीचे सामने हे या प्रसंगाचे प्रमुख वैशिष्ट्य असते. प्रत्येक स्पर्धक त्याच्या प्रतिस्पर्ध्यावर पकड घट्ट करतो तेव्हा त्याच्या संघातील सहकारी आणि गावकरी त्याचा जयघोष करतात. सगळ्या जातींमधले युवक (सर्वांत खालच्या जातींचे आणि कदाचित ब्राह्मण सोडून) त्यांच्या गावासाठी कुस्तीसंघातले सहकारी म्हणून सहभागी होतात. त्यांच्यात एरवी असणारे मतभेद आणि अंतर तेवढ्यापुरते बाजूला ठेवले जाते. एकमेकांना जीवे मारण्याची प्रतिज्ञा केलेले दोघे जण अशाच एका जत्रेत, एका कुस्तीसंघात सहभागी झाले आणि गावाच्या विजयासाठी त्यांनी त्यांची प्रतिज्ञा व त्यामागचे हेतू बाजूला ठेवले. "गावाची एकता दाखवून देण्यासाठी, जत्रेतील इतर गोष्टींप्रमाणे हाताने खेळल्या जाणाऱ्या कुस्तीसाठीही गावातील सामाजिक दर्जासंदर्भातील मतभेदांना किमान स्तरावर ठेवले जाते" (बील्स १९६४, पृ. क्र. १०७).

जत्रेचे आयोजन करणारे यजमान गाव चांगले, मित्रत्वाने वागणारे आणि सहकार्य करणारे आहे, हे जत्रेच्या उत्सवातून दाखवून देणे अपेक्षित असते. जे लोक त्यांच्या गावासाठी उपकारक ठरेल असा लौकिक निर्माण करण्यात यशस्वी ठरतात त्यांना लग्नाची बोलणी करताना तसेच व्यापार आणि नोकऱ्यांच्या बाबतीत त्याचा फायदा होतो. त्यामुळे गावातले बहुतांश लोक अशा उत्सवकाळात पाहुण्या लोकांना खूश ठेवण्याचा तसेच देवधर्म यथासांग पार पाडण्यासाठी खूप प्रयत्न करतात. जत्रोत्सवासाठी गावात येणाऱ्या माहेरवाशिणींसाठी त्यांचे वडील आणि मोठे भाऊ मोठ्या प्रमाणात मद्याची व्यवस्था करतात. त्यामुळे त्या आनंदाची मनसोक्त उधळण करतात. रात्री उशीरपर्यंत महिला गटागटाने एकत्र जमून गाणी म्हणतात आणि एकमेकीसोबत मद्यपान करतात.

पाहुणे म्हणून आलेल्या पुरुषमंडळींना मात्र यजमान गावाने केलेली व्यवस्था त्यांच्या गावातील व्यवस्थेपेक्षा उत्तम आहे हे मान्य करावेसे वाटत नाही. त्यामुळे त्यांच्याकडून टीका करण्याचे आणि दोष शोधण्याचे प्रमाण खूप जास्त असते. "जत्रेतून निघताना पाहुणेमंडळी 'आमचा गाव' आणि 'आमच्या गावाने' कसे सर्वांना छान वागवले आणि 'आमच्या गावाची जत्रा' कशी जास्त चांगली होती याविषयी बोलतात." गावागावांमध्ये असणारी ही चुरस कधीकधी इतकी तीव्र होते की त्याचे पर्यवसान दंग्यांमध्येही होते.

बील्स यांनी केलेल्या नोंदीनुसार ज्या गावामध्ये खरोखरच कसलेही गंभीर वादतंटे नसतात, त्यांना मोठमोठे खर्च करून त्यांच्या गावातील वस्तुस्थितीचे प्रदर्शन करण्याची गरज नसते. त्यामुळे, जत्रेचे आयोजन करून आपल्या ऐक्याची जाहिरात करणाऱ्या गावातच विशेषत्वाने एकदिली नसण्याची शक्यता असते. तरीही जत्रेचा उत्सव यशस्वी होण्यासाठी गावातील लोकांना—स्वतःला तसेच इतरांना—त्यांच्या गावाप्रति निष्ठा बाळगावी लागते आणि तिचे प्रदर्शन करावे लागते (बीक १९६४, पृ. क्र. १०९–११३).

गावातील एकजूट दाखवणारे विधी बऱ्याच भागांमध्ये सारखेच असतात. उदाहरणार्थ, रामखेरी गावामध्ये एक विधी आहे ज्यामध्ये गावातील चव्वेचाळीस समाधिस्थळांची एकामागे एक अशी व्यवस्थित पूजा केली जाते आणि त्याविषयी संपूर्ण गावाला आस्था असते (मेयर १९६०, पृ. क्र. १०१–१०२). सगळ्या गावाचे रक्षण करणारा देव म्हणून एखाद्या ग्रामदैवताची पूजा केली जाते तेव्हा काही विशेष विधी पार पाडले जातात, ज्यांमध्ये सगळे गावकरी सहभागी होऊ शकतात. सेनापूरमध्ये, गावाचे ग्रामदैवत बाहेरच्या संकटांपासून सर्व गावकरी आणि प्राण्यांचे रक्षण करते असे मानले जाते. पण तो (किंवा ती) देव असे रक्षण तेव्हाच करतो जेव्हा "गावाने स्वीकारलेल्या धार्मिक, नैतिक आणि आध्यात्मिक प्रथांचे पालन करून एकमेकांशी एकोप्याने राहण्यास गावकरी तयार असतील;" गावातील प्रत्येक कुटुंबाने वर्षातून किमान एकदा तरी ग्रामदेवतेची पूजा केली पाहिजे (आर.डी. सिंग १९५६, पृ. क्र. ११).

अलौकिक शक्तींच्या संदर्भात गावातील एकतेचे नाट्यमय प्रदर्शन *अखता* या गुराढोरांना बरे करण्याच्या विधीदरम्यान केले जाते. उत्तर भारतातील काही भागांमध्ये हा विधी पार पाडला जातो. दिल्ली राज्यातील एका गावाविषयीच्या वर्णनानुसार (फ्रीड आणि फ्रीड १९६६), हा विधी पार पाडत असताना संपूर्ण गाव बंदिस्त करून बेचाळीस तासांसाठी त्याचे बाहेरच्या जगाशी संबंध तोडले जातात. कोणीही गावात येऊ शकत नाही किंवा बाहेर जाऊ शकत नाही. अगदी एखादी बससुद्धा तिथून जाऊ शकत नाही. त्या काळात गावातील प्रत्येकाने लोखंड, गहू आणि मिठाचा वापर निषिद्ध मानला पाहिजे. तसेच सर्वांनी अन्य प्रथागत गोष्टींपासून दूर राहिले पाहिजे. गावातील प्रत्येकाचा दिनक्रम त्या वेळेस बदललेला असतो; प्रत्येकाला त्या विधीविषयी माहिती असणे आणि त्यावर लक्ष एकाग्र करणे आवश्यक असते.

गावातील गुराढोरांवर एखादी साथ आलेली असते तेव्हा हा कार्यक्रम केला जातो. आजारी गुरांना बरे करणे आणि गावातील सगळ्या उपयुक्त पाळीव प्राण्यांपासून तो रोग दूर करणे हा यामागचा उद्देश असतो. पहिल्या दिवशी रात्रीचा अंधार पडल्यानंतर हा विधी सुरू होतो. गावातील काही पुरुषमंडळींचा एक गट प्रत्येक घरात आणि गुरांच्या गोठ्यात जातो आणि एका भांड्यात धूप व शेण एकत्र जाळून होणारा धूर सगळीकडे पसरवतो. त्यातील धुपामध्ये हवा स्वच्छ आणि शुद्ध करण्याची शक्ती असते असे मानले जाते. दुसऱ्या दिवशी गावातील प्रत्येक प्राणी–गायीगुरे, उंट, डुकरं, गाढवं आणि अगदी कोंबड्याही (कुत्री आणि मांजरांशिवाय)–एका ठरावीक ठिकाणी आणला जातो आणि त्या प्राण्यांवर ओरडत व त्यांच्यावर पाण्याचे हबकारे मारत त्यांना गावाभोवती तीन प्रदक्षिणा घालायला लावले जाते.

प्राण्यांच्या त्या कळपामागून एक माणूस येतो. त्याच्या हातात पेटत्या धुपाचे भांडे असते. शेवटची फेरी झाल्यानंतर तो त्या बहुढंगी प्राण्यांच्या कळपातून पुढे निघून शेतांच्या पलीकडे जातो. त्याला पलीकडच्या दुसऱ्या गावातील जमिनीत ते भांडे पुरायचे असते. त्याच्या गावातील रोग दुसऱ्या गावाकडे पाठवला असा त्याचा प्रतीकात्मक अर्थ असतो. फ्रीडद्वयांनी असा एक समारंभ पाहिला होता. त्यामध्ये धुपाचे ते भांडे जिथे पुरले ती बहुधा सरकारमालकीची जमीन होती; दुसऱ्या गावातील लोकांना जर त्यांच्या हद्दीत असे भांडे पुरण्याचा हेतू समजला असता तर त्यांनी "काठ्या काढल्या असत्या" (फ्रीड आणि फ्रीड १९६६, पृ. क्र. ६८२–६८९).

त्या संपूर्ण विधीतून, संबंधित गाव म्हणजे दुष्ट अलौकिक शक्तींशी सामना करणारे स्वयंरक्षक गाव आहे, असे प्रतीकात्मक चित्र दिसते. त्या वेळेस गावकरी सगळ्या जगापासून दूर होत एकत्र उभे राहतात. एकत्र येऊन आणि इतरांच्या मदतीशिवाय, त्यांच्या सामूहिक अस्वस्थतेतून ते त्यांचे सामूहिक बळ गोळा करतात. जातींच्या क्रमवारीचा भेद बाजूला ठेवून ते एकत्रितपणे त्यांच्या गुराढोरांसाठी काही रोगप्रतिबंधक विधी पार पाडतात आणि त्यांच्या गावावरील दुष्टशक्तीचा प्रभाव दुसऱ्या गावाकडे पाठवतात.

फ्रीडद्वयी ज्या गावात राहत होते तिथे हा विधी पार पाडण्यास विरोध होता. कारण असे प्रकार आर्य समाज या धार्मिक सुधारणा करणाऱ्या चळवळीच्या शिकवणीच्या विरुद्ध आहेत. मातब्बर जमीनदारांतील बहुतांश कुटुंबे या चळवळीचे अनुयायी आहेत. तरी त्यांतील काही थोड्या लोकांनीच त्या चळवळीचे सगळे विचार अगदी काटेकोरपणे अंगीकारले आहेत. एका माणसाने सांगितले की अखता करण्यास त्याच्या वडिलांचा विरोध होता, कारण गावात अखता केला तर आर्य समाजाच्या चळवळीतले लोक त्यांना मूर्ख समजले असते (फ्रीड आणि फ्रीड १९६६, पृ. क्र. ६८२–६८३). फ्रीडद्वयी उत्तरादाखल म्हणाले की त्यांनी कधीही अखता होताना पाहिलेले नाही आणि त्यांना ते पाहायला आवडेल.

नंतर, बरीच गुरे मेल्यानंतर गावपंचायतीने तो विधी करण्याचा निर्णय घेतला. मात्र आक्षेप घेणाऱ्या काही जणांना शांत करण्यासाठी तो विधी थोड्या सुधारित स्वरूपात करायचे ठरले. हा विधी पूर्वीपेक्षा खूप कमी प्रमाणात केला जातो. सुधारणावाद्यांच्या विरोधामुळे नव्हे तर साथीचे रोग दूर करण्याचे इतर मार्ग समोर येत आहेत आणि ते वापरले जात आहेत म्हणून.

बरेच ठिकाणी गावातील सर्व प्रकारच्या उत्सवांचे प्रमाण कमी होत आहे (पहा, नाथ १९६२). त्याचे एक कारण म्हणजे अंतर्गत मतभेदांमुळे उत्सवांचे आयोजन करणे अवघड होते आणि दुसरे म्हणजे पर्यायी कार्यक्रम आणि प्रवाह लोकप्रिय झाले आहेत; पण धार्मिक विधींच्या माध्यमातून गावाच्या एकीचे प्रदर्शन करण्याचे प्रमाण कमी झाले असले तरी ती एकी इतर मार्गांनी दाखविली जाऊ शकते.

गावाची एकी दाखवण्याचा एक सामान्य मार्ग म्हणजे बाहेरच्यांकडून होणारे आक्रमण दूर करणे. सरकारी फौजांनी जर संपूर्ण गावाला इशारा दिला किंवा कुठल्याही परक्या माणसांनी गावातील कोणाला त्रास देण्याचा प्रयत्न केला किंवा दुसऱ्या गावातील लोकांनी आपल्या गावातील एखाद्यावर हल्ला केला तर गावातले सर्व जण त्याच्या संरक्षणासाठी एकत्र उभे राहतील. याचे उदाहरण देणारी एक घटना म्हैसूरजवळच्या रामपुरामध्ये घडली. तिथे सरकारी कृषी खात्याने गावातील तळ्यांमध्ये मासेमारी करण्याच्या हक्कांचा लिलाव करण्याचे आदेश दिले. त्या तळ्यांमध्ये गावकरी हवे तेव्हा मासेमारी करत असत. त्यामुळे हा आदेश म्हणजे त्यांच्या हक्कांवर अतिक्रमण आहे, असे त्यांना वाटले. त्यामुळे, जेव्हा सरकारी अधिकाऱ्याने गावात येऊन बोली सुरू केली तेव्हा कोणीही बोली लावली नाही. गावातून किंवा अन्यत्र कोठूनही कोणीही त्यांचे हक्क विकत घेण्यासाठी तिथे येणार नाही याची तजवीज गावकऱ्यांनी केली होती (श्रीनिवास १९५५ब, पृ. क्र. ३२).

अशीच एक घटना म्हैसूरच्या वांगालामध्ये घडली. तिथे एका महसूल निरीक्षकाने कर थकल्यामुळे तिथल्या एक एकर जमिनीचा लिलाव करणार असल्याचे जाहीर केले. ती जमीन एका गरीब माणसाची होती आणि त्याला अनेक संकटांना सामोरे जावे लागले होते. वांगालामध्ये जमीन दुर्मीळ आहे आणि तिचे मोल खूप आहे. त्यामुळे ती जमीन घेण्यास बरेच जण उत्सुक असू शकतात. तरीही एका विरोधी सोयरगटाने जाहीर केले की त्या लिलावात कोणीही सहभागी होणार नाही कारण, "अशा लिलावात बोली लावण्याने आपल्याच गावातील माणसाच्या विरोधात सरकारला मदत केल्यासारखे होईल." पंचायतीच्या सभेत हा निर्णय घेतला गेला; नंतर तो लिलाव रद्द केला गेला आणि जमिनीच्या मालकाला थकित कर भरता येण्याइतके कर्ज मिळावे अशी व्यवस्था केली गेली. गावाच्या (आणि जातीच्या) एकीने गावातील भाऊबंदकीतल्या मतभेदांवर मात केली (एपस्टाईन १९६२, पृ. क्र. १४३–१४५).

हैद्राबादजवळच्या शमिरपेटमधील असे दोन प्रसंग सांगितले गेले आहेत. एके दिवशी जवळच्या सैनिकी छावणीतून काही सैनिक सैन्याच्या दोन ट्रक्समधून गावात आले आणि एका गावकऱ्याच्या मालकीचा लाकूडफाटा ट्रकमध्ये भरू लागले. अर्थातच त्या लाकडांचे पैसे देण्याचा त्यांचा उद्देश नव्हता आणि त्या लाकडांच्या मालकाने त्यांना विरोध केला तेव्हा त्यांनी त्याला मारहाण केली. ही बातमी वेगाने गावात पसरली आणि गावातील लोक काठ्या सरसावून ती लूट थांबवण्यासाठी पोचले. त्यामुळे ते सैनिक तिथून निघून गेले आणि जाताना त्यांनी आणखी कुमक घेऊन परत येण्याची आणि सगळे गाव उद्ध्वस्त करण्याची धमकी दिली; पण ते परत आले नाहीत.

आणखी एका घटनेत, शमिरपेटच्या शेतांसाठी असलेले पाणी रात्रीच्या अंधारात जवळच्याच अलियाबाद गावातील शेतांकडे वळवले गेले. "दुसऱ्या दिवशी शमिरपेटच्या सुसंघटित टोळीने अलियाबादवर हल्ला केला." अलियाबादच्या लोकांनी सांगितले की ते पाणी चुकून त्यांच्याकडे वळवलेले आहे; बहुधा त्यांनी सुरक्षारक्षकांना लाच दिली होती आणि शमिरपेटला अजिबात पाणी न देऊन स्वतःची मर्यादा ओलांडली होती. "पण त्या वादात दोन्ही गावांना त्यांच्या अंतर्गत मतभेदांचा आणि लाथाळ्यांचा विसर पडलेला होता आणि प्रत्येक गावाने एकसंघपणे वर्तन केले होते"(दुबे १९५५ब, पृ. क्र. २१०–२११).

शमिरपेट, वंगाला आणि रामपुरा या तीनही गावांमध्ये तुलनेने थोडे कमी विसंवाद होते. त्यामुळे एखाद्या जास्त फूट असलेल्या गावाच्या तुलनेत तेथील लोक स्वतःच्या बचावार्थ एकत्र येण्याची शक्यता जास्त असू शकते. पण अगदी एखाद्या भांडखोर गावातील लोकांमध्येही काही प्रमाणात एकी असते. त्याचे साधे कारण म्हणजे गावकऱ्यांच्या उपक्रमांचा तो छेदनबिंदू असतो. वर म्हटले त्यानुसार, सर्वसामान्यपणे जिथे माणूस लहानाचा मोठा होतो, त्याचे जवळचे नातेवाईक राहतात, त्याचे सहकर्मी आणि मदतनीस असतात, त्याचे मित्र असतात, जिथे तो देवधर्म करतो, जिथे त्याला लोक ओळखतात आणि तो स्थिरावलेला असतो ते त्याचे गाव असते. तो त्याच्या गावातील शेजाऱ्यांसोबत गावातील आख्यायिकांबद्दल आणि कहाण्यांबद्दल बोलतो. गावाचे अंतरंग सांगणारी ती माहिती बाहेरच्या कोणाला माहीत नसते.

असे म्हणतात की गावामधील नात्यांच्या विस्तारामुळे गावात एकी असते, त्यांच्याशिवाय ती असत नाही (सिंगर १९५६ब, पृ. क्र. ४). म्हणजेच, एखाद्या गावकऱ्याचे त्याच्या मूळ गावातील इतर लोकांशी असलेल्या नात्यांचे स्वरूप इतके मोठे असते की तो सामाजिकदृष्ट्या आणि मानसिकदृष्ट्या त्या गावामध्ये पूर्णपणे गुंतलेला असतो. याचा अर्थ असा नाही की गाव म्हणजे नेहमी किंवा अगदी एरवी एकीने राहणारा समुदाय असतो; याचा अर्थ असा आहे की गावातील लोकांसाठी गाव महत्त्वाचा असतो.

काही अभ्यासकांनी असे म्हटले आहे की गावातील लोकांमध्ये दोन प्रकारची एकी असते, एक म्हणजे "उभी" आणि दुसरी "आडवी"; गाव हा एक उभा घटक आहे, ज्याची रचना

आडव्या स्तरांनी मिळून झालेली आहे. प्रत्येक स्तर म्हणजे एक जात आहे. एखाद्या ग्रामस्थ माणसाची संलग्नता आणि कृतींचे हे खूप स्थिर चित्र असू शकते. कुठल्याही सामाजिक गटाला त्याच्याकडून मिळणारे समर्थन हे संदर्भानुसार आणि परिस्थितीनुसार बदलते.

या अनुषंगाने, रामपुरामध्ये असे काही प्रसंग असतात ज्यामध्ये गावातील अनेक माणसे एकत्र येतात. अनेक गावांचा सहभाग असलेल्या उत्सवांच्या काळात दुसऱ्या गावाशी भांडण्यासाठी येतील तसे ते एकत्र उभे राहतात. तरीही गावातील ब्राह्मण माणसाचे गावातील शत्रू त्याच्याशी भांडण करतील अशी शक्यता कमी असते, कारण ब्राह्मण या नात्याने धार्मिक कर्मकांडांमध्ये त्याचे एक विशेष स्थान असते. रामपुरातील एखादा 'अस्पृश्य' किंवा मुस्लीम माणूस अशा भांडणात सहभागी होऊ शकतो. गावाबद्दलच्या निष्ठेपेक्षा त्याच्या एखाद्या विशिष्ट आश्रयदात्याशी असलेल्या जवळच्या नात्यामुळे तो हे करतो, जो आश्रयदाता स्वतःदेखील त्या रिंगणात उतरलेला असतो. ब्राह्मण, मुस्लीम आणि 'अस्पृश्य' या तीन समूहांना गावातील वार्षिक समारंभात महत्त्वाच्या औपचारिक भूमिका दिल्या जात नाहीत; पण तरीही समारंभ पार पाडण्यासाठी त्यांच्याकडून सहकार्याची अपेक्षा केली जाते (श्रीनिवास १९५५ब, पृ. क्र. ३३).

ज्याप्रमाणे "उभी" एकी दाखविण्याच्या प्रसंगी समूहातील प्रत्येक माणूस सहभागी होत नाही, त्याचप्रमाणे "आडवी" एकी दाखवायच्या वेळेस जातसमूहातील प्रत्येक माणूस आणि कुटुंब एकत्र येतेच असे नाही. जातीविषयीची निष्ठा आणि गावाविषयीची निष्ठा यांमध्ये कधीकधी संघर्ष होतात. आम्ही आधी नमूद केल्याप्रमाणे, गावच्या पंचायतीमधील एखाद्या वयस्कर व्यक्तीला गावासाठी चांगले काय आहे आणि त्याच्या जातीतील नातलगांच्या फायद्याचे काय आहे, या दोन्हींमधील संकुचित रेषा कधीकधी पार करावी लागते. सामान्यपणे असा समज असतो की आप्तस्वकीयांशी असलेल्या नात्याला सर्वांपेक्षा जास्त महत्त्व दिले जाते. पण आप्तस्वकीयांकडे दुर्लक्ष न करता, जनहित अबाधित ठेवणे या दोन्ही गोष्टींमध्ये मेळ घालता येतो की नाही, ही एखाद्या कर्तृत्ववान नेत्याची एक कसोटी असते.

गावातील जातींमध्ये असलेले संबंध म्हणजे "स्वतंत्रपणे एकत्र राहण्याचे" मार्ग असतात, असे बील्स म्हणतात. कुठल्याही ठिकाणच्या मनुष्यजातीसाठी हा वाक्प्रचार लागू होतो; प्रत्येक व्यक्ती तिच्या कुटुंबात स्वतंत्र असते, अनेक समूहांच्या कोंडाळ्यातील एखाद्या समूहाची ती सदस्य असते आणि एका मोठ्या समाजव्यवस्थेतील स्थानिक समाजाचा एक भाग असते. पण भारतीय गावकऱ्यांच्या बाबतीत बंधुभाव आणि तुटकपणा/अंतर या दोन्ही गोष्टी एकाच ठिकाणी अस्तित्वात असतात, ज्या एकाच समूहातील लोकांमध्ये आढळतात आणि त्यांमध्ये धार्मिक विधींच्या संदर्भातील अंतर मोठ्या प्रमाणात महत्त्वाचे ठरते. लोकांमधील अंतर हा महत्त्वाचा विषय ठरतो, तरीही कुठलीही जात एकेकटी टिकून राहू शकत नाही, ही वस्तुस्थिती लक्षात घेऊन हे अंतर कमी करावे लागते. गोपाळपूरमध्ये, "जातींमध्ये भावाभावांप्रमाणे

जवळचे संबंध असतात आणि सर्व जाती एकमेकींना आवश्यक सेवा पुरवतात, या विश्वासामुळे विभिन्न जातींमध्ये एकतेची भावना निर्माण होते"(बील्स १९६२, पृ. क्र. ४१).

एका मोठ्या समाजाचा आणि संस्कृतीचा भाग असलेल्या गावकऱ्यांसाठी गाव हा निश्चितपणे महत्त्वाचा आणि व्यवहार्य असा सामाजिक घटक असतो. त्यामुळे, भारतीय समाजाचा अभ्यास करणाऱ्या काही विद्यार्थ्यांनी उपस्थित केलेल्या, गाव हा स्वतंत्रपणे अभ्यास करण्यायोग्य घटक आहे का, या प्रश्नाचे नेमके उत्तर देण्याची आवश्यकता नाही. काही बाबतीत गाव स्वतंत्र आहे, काही बाबतीत नाही. गावातील लोकांचा आणि संस्कृतीचा अभ्यास स्थानिक पार्श्वभूमीच्या निकषांवर आणि व्यापक निकषांवर अशा दोन्ही प्रकारे केला गेला पाहिजे (पहा, मॅरिऑट १९५५ब, पृ. क्र. १७१–१८२).

वसाहतींचे आकृतिबंध आणि एकीचे संबंध

गावाच्या एकजुटीवर दोन महत्त्वाच्या गोष्टींचा प्रभाव पडतो. त्या म्हणजे भौगोलिक स्थिती, विशेषतः गावातील वसाहतीचा आकृतिबंध आणि स्थानिक अर्थव्यवस्था, विशेषतः जमिनीच्या व्यवस्थापनाची साधने. गावातील लोक कशा प्रकारे एकत्र राहतात किंवा राहत नाहीत त्यावर या दोन्हींचा परिणाम होतो. तरीही, भौगोलिक किंवा आर्थिक स्थितीबाबतीत कशाही प्रकारची तफावत असली तरी गावाविषयीची आपुलकी खूप जास्त असते, ही बाब महत्त्वाची मानली पाहिजे.

गावातील वसाहतींच्या आकृतिबंधाचे तीन प्रकार असतात. त्यातील सर्वांत सर्रास आढळते ते केंद्रांकित—इतरांपासून पूर्णपणे विलग असलेले गाव. हे गाव गावकऱ्यांच्या शेतांना लागून एकमेकांना चिकटून असलेल्या घरांनी बनलेले असते. कदाचित त्याच्यापासून दूर असलेली एखादी वाडी असते किंवा अशा अनेक दूरस्थ वाड्या असतात. दुसरा प्रकार एकरेषीय वसाहतीचा असतो. त्यात ओळीने घरे असतात. प्रत्येक घराभोवती स्वतःची बाग किंवा कुंपण असते. यामध्ये एका गावाची हद्द कुठे संपते आणि दुसरे कुठे सुरू होते त्याच्या खुणा पुसट असतात किंवा अजिबात नसतात. असा प्रकार केरळमध्ये, कोकणात आणि बंगालच्या त्रिभुज प्रदेशांत आढळतो (मिलर १९५४; कर्वे १९५८अ, पृ. क्र. ७४–७५; निकोलस १९६३; मेंचर १९६६). तिसऱ्या प्रकारात दोन किंवा तीन घरांचे पुंजके विखुरलेले असतात आणि तिथेही कुठल्याही गावाची हद्द सूचित करणाऱ्या खुणा नसतात. अशा प्रकारची गावे डोंगराळ प्रदेशांत आढळतात. जसे हिमालयाचा पायथा, गुजरातचा डोंगराळ प्रदेश आणि महाराष्ट्रातील सातपुड्याच्या पर्वतरांगा (शाह १९५५ब; कर्वे १९५८अ, पृ. क्र. ७६–८२; नंदी आणि त्यागी १९६१). प्रत्येक प्रकारातील गावाच्या व्याख्येमध्ये घरे आणि शेते या दोन्हींचा समावेश होतो.

शेवटच्या दोन प्रकारच्या गावांमध्ये भौगोलिक सीमारेषा पुसट असूनही अशा गावांतील लोकांना कोण कुठल्या गावात राहते आणि गावात कशाचा समावेश आहे, ते माहीत असते. एखाद्या विशिष्ट गावाच्या सीमा कोठे आहेत, त्याविषयीच्या शासकीय व्याख्यांशी याचा मेळ बसला किंवा नाही बसला तरी कोणाचा संबंध कुठल्या गावाशी आहे ते गावकऱ्यांना ठाऊक असते. या अनुषंगाने, हिमालयातील सरकंडा गावातील अर्धेअधिक लोक मध्यवर्ती वसाहतीच्या बाहेर राहतात. ते प्रामुख्याने त्यांच्या शेतातील घरांमध्ये (ज्यांना चान असे म्हटले जाते) राहतात, जी गावाच्या केंद्रस्थानापासून काही अंतरावर आहेत. गावापासून दूर राहणारी ही माणसे आपण सरकंडा गावचे असल्याचे तत्परतेने सांगतात आणि इतर लोकही त्यांना त्याच नात्याने ओळखतात. "ते लोक गावात राहत नसूनही इतर गावे त्यांच्या आणि त्यांच्या गावाच्या मध्ये पसरलेली असू शकतात आणि त्यांच्या अवतीभवती इतर गावांतील चान असू शकतात" (बेरेमन १९६३, पृ. क्र. ३४–३५, २६०).

उत्तर केरळामध्येही असेच आहे. तिथे एका गावातील घरांची ओळ दुसऱ्या गावाच्या घरांमध्ये मिसळते आणि नवख्या माणसाला त्यांच्यामध्ये सीमारेषा दिसत नाही. "तरीही, गावात राहणाऱ्यांना गावाच्या सीमा माहीत असतात आणि गावाबाहेरच्या लोकांपेक्षा गावातील लोकांचे सामाजिक संबंध जास्त दृढ असतात"(मिलर १९५४, पृ. क्र. ४११). बंगालच्या त्रिभुज प्रदेशातील काही भागांत पाण्याच्या किनाऱ्यापासून उंचावर असलेल्या मैदानी प्रदेशांत घरे वसलेली असतात; तेथील गाव म्हणजे घरांच्या लांबलचक रांगेने बनलेला एक भाग असतो, तरीही त्याचे सामाजिक अस्तित्व वेगळे असते. मिदनापूर जिल्ह्यातील अशा दोन संलग्न गावांपैकी एका गावातील काही घरांमध्ये जाण्यासाठी दुसऱ्या गावाच्या काही भागातून जावे लागते. एका गावातील लोकांना दुसऱ्या गावातील जातींकडून सेवा पुरवली जाते; एका गावातील लोकांकडे दुसऱ्या गावातील जमिनीची मालकी आहे; गावाच्या सीमेवर, एकमेकांना लागून घरे असणारी दोन्ही बाजूची कुटुंबं एकमेकांना एकाच समुदायाचा भाग मानतात, "तरीही ती गावे एकमेकांपासून वेगळी आहेत." प्रत्येक गावाचे वेगवेगळे प्रमुख आहेत, सभेसाठी स्वतःचा मंडप आहे, स्वतःचे मंदिर आहे. प्रत्येक गावाचा स्वतंत्र न्यायविभाग आहे ; गावातील लोक त्यांचे वाद सोडविण्यासाठी स्वतःची पंचायत बोलावतात (निकोलस आणि मुखोपाध्याय १९६४, पृ. क्र. १५–२२).

तीनही प्रकारांमध्ये, गाव हे एक महत्त्वाचे सामाजिक एकक आहे. पण तसे असूनही वसाहतींचे आकृतिबंध–आणि त्यांसाठी कारणीभूत ठरणारे घटक यांमुळे सामाजिक रचनेवर परिणाम होतो, याकडे आपण आवर्जून पाहिले पाहिजे. उदाहरणार्थ, केरळातील दाट वस्तीच्या गावांपेक्षा विखुरलेल्या गावांचे संघटन विस्कळीत स्वरूपाचे असते (मेंचर १९६६, पृ. क्र. १४३–१४६).

गावातील वसाहतींच्या आकृतिबंधाचा गावाच्या संघटनावर होणारा परिणाम पुढे पश्चिम बंगालमधील त्रिभुज प्रदेशातील एकरेषीय गाव आणि केंद्रांकित गावाच्या तुलनेतून दाखविण्यात आलेला आहे. तेथील चंदीपूर नामक केंद्रांकित गावात (मुर्शिदाबाद जिल्हा) पाच एकरांच्या वसाहत क्षेत्रामध्ये एकशेसाठ घरे आणि एक हजार माणसांची वस्ती आहे. राधानगर या अन्य एका गावात शंभर घरे आहेत, जी वीस मैलांच्या परिसरात वळणदार वसाहत शृंखलेत पसरलेली आहेत. दोन्ही गावांच्या संस्कृतीमध्ये साम्य आहे, तरीही केंद्रांकित गाव बरेच जुने आहे आणि तेथील बहुतांश जमिनीवर तिथल्या मातब्बर ब्राह्मण समाजाचा मालकीहक्क आहे. दुसरे गाव अलीकडेच पाण्यात भराव घालून वसवलेले आहे; तिथे राहणारे लोक हे प्रामुख्याने मध्यम आणि कनिष्ठ श्रेणीच्या जातीतील लोक आहेत. जमिनीविषयीच्या लालसेमुळे त्यांनी त्या सीमावर्ती भागात वस्ती करण्याचे धाडस केले. तेथील जमिनीचा मालकी हक्क बराचसा समप्रमाणात विभागलेला आहे. त्या गावात कारागीर आणि नोकरवर्गातील काही जाती आहेत. घरे विस्कळीत स्वरूपात असल्यामुळे सामाजिक संवादाचे प्रमाण कमी आहे आणि जातींच्या क्रमवारीमध्ये फार काटेकोर भेदभाव केलेले नाहीत.

दोन्ही गावांतील राजकीय व्यवस्थेमध्ये असलेला फरक विशेषत्वाने दिसून येतो. त्रिभुज–सीमावर्ती भागातील गावात एखादा वाद सोडवायचा असेल किंवा सार्वजनिक निर्णय घ्यायचा असेल तेव्हा गावातील प्रमुख पंचायत भरवतात आणि “गावातील महत्त्वाची आठ किंवा दहा पुरुषमाणसे खात्रीने प्रत्येक सभेस हजर असतात, कारण त्यांच्याशिवाय कुठलाही निर्णय होऊ शकत नाही.” चंदीपूर या जुन्या गावातील प्रमुखाकडे सार्वभौम अधिकार असतात; तो गावचा सर्वांत मोठा जमीनदार असतो आणि सत्तारूढ जातीमधील सर्वांत शक्तिशाली कंपूचा प्रमुख असतो. कोण दोषी आहे हे तो ठरवतो, फटक्यांची शिक्षा सुनावतो आणि दंड गोळा करतो. “बाकीचे लोक नुसते प्रेक्षक म्हणून येऊ शकतात आणि काही प्रभावशाली लोक त्यांची मते व्यक्त करू शकतात, पण निर्णय घेण्याचे काम फक्त प्रमुखच करतो” (निकोलस १९६३, पृ. क्र. ११९५). राधानगरसारख्या गावात, जिथे जमिनीचे मालकीहक्क आणि घरांची वस्ती मोठ्या प्रमाणात विखुरलेली आहे तिथे अशा प्रकारे सत्तेचे केंद्रीकरण होऊ शकत नाही. दोन्ही उदाहरणांमध्ये गाव हा घटक महत्त्वाचा आहे. पण दाटवस्तीच्या घरांपेक्षा पसरलेल्या किंवा विखुरलेल्या गावात इतका जास्त प्रमाणातील नियंत्रण तितकेसे स्वीकारले जाणार नाही.

सहसा एखाद्या गावाच्या मांडणीतून तेथील सामाजिक जडणघडणीतील कशाचे तरी प्रतिबिंब दिसून येते. सामान्यतः 'हरिजन' त्यांच्या स्वतंत्र वस्तीत राहतात, गावाच्या मुख्य तळापासून दूर थोड्याशा मोकळ्या जागेत त्यांची वस्ती असते आणि त्यांना स्वतंत्र पाणवठा दिलेला असतो. अशा तऱ्हेने त्यांची वाडी इतरांपेक्षा वेगळी होते. जिथे दोन बऱ्यापैकी मोठे

'हरिजन' जातसमूह असतील तिथे प्रत्येकाचे स्वतंत्र वसतिस्थान असते. डॉ. कर्वे यांनी आंध्र प्रदेशात केलेल्या पाहणीमध्ये तेथील माला आणि मदिगा या दोन प्रमुख 'हरिजन' जातींचे लोक एकाच ठिकाणी, एकमेकांत मिसळलेल्या विभागांमध्ये राहत असल्याचे चित्र त्यांना कुठल्याच गावात दिसले नाही; महाराष्ट्रातील 'हरिजन' जातींच्या बाबतीतही त्यांना हेच आढळले (१९५८ब, पृ. क्र. १३७). केवळ 'हरिजन'च नाहीत तर इतर कुठल्याही जातसमूहाची वस्ती स्वतंत्र असू शकते आणि त्यामागे गावच्या इतिहासातील एखादे विशिष्ट कारण असू शकते.[१]

मध्यवर्ती गाव अनेक भागांमध्ये विभागलेले असू शकते. प्रभाग/गल्ली म्हणून त्या भागांची औपचारिक सीमा निश्चित केलेली असू शकते किंवा त्यांना अधिक अस्पष्टपणे स्वतंत्र वस्त्या म्हणून ओळखले जाऊ शकते. दोन्हींही बाबतीत, प्रत्येक भागामध्ये विशिष्ट जातसमूह किंवा घराण्याचे लोक राहतात, ज्यामुळे गावातील प्रत्येक भागास एक वेगळे सामाजिक रूप प्राप्त होते. तंजावरच्या श्रीपुरम गावात असे फरक अधिक स्पष्ट केलेले आहेत. तेथील वसाहतीच्या आकृतिबंधामध्ये तीन प्रमुख सामाजिक स्तरांचे प्रतिबिंब दिसते. ब्राह्मण जाती एका लांबलचक रस्त्यावरील परिसरात राहतात; आदिद्रविड लोक ('अस्पृश्य') मुख्य रस्त्याच्या परिसरात राहतात आणि मध्यम श्रेणीतले, ज्यांना "ब्राह्मणेतर" असे म्हटले जाते ते या दोन्हींच्या मधल्या भागात राहतात. ब्राह्मणवस्तीच्या रस्त्याचा परिसर हे त्यांचे विशेष अधिकाराचे क्षेत्र आहे. तिथे इतर लोकांचे काहीतरी विशिष्ट काम असल्याशिवाय ते तिथे प्रवेश करत नाहीत. ब्राह्मणही सामान्यतः आदिद्रविडांच्या रस्त्यावर पाऊल ठेवत नाहीत; ते जर तिथे गेले तर घरातील दैनंदिन कामांना हात लावण्यापूर्वी त्यांना स्नान करावे लागते.

आर्थिक व्यवहार वगळता, तीनही स्तरांतील लोक एकमेकांपासून बरेच अलग राहतात. गावातील बऱ्याचशा जमिनीवर ब्राह्मणांचा मालकीहक्क आहे; बहुतांश आदिद्रविड भूमिहीन मजूर आहेत; ब्राह्मणेतर हे प्रामुख्याने भाडेकरू आणि कारागीर आहेत. अशा रीतीने, निवासीक्षेत्राचे विभाजन हे जातश्रेणी आणि आर्थिक स्तरानुसार झालेल्या विभाजनास समांतर आहे (बेटली १९६२, पृ. क्र. १४२). तंजावर जिल्ह्यातील गावांमध्ये सामाजिक आणि भौतिक निकषांवरील विभागणी विशेषत्वाने ठळक होती कारण मातब्बर जमीनदार या नात्याने ब्राह्मण लोक धार्मिक निकषांवर काटेकोरपणे हे विभाजन लादू शकत होते (पहा, गॉघ १९५५, पृ. क्र. ४७–५२).

बहुतांश भागांत कुठलेही कुटुंब त्यांच्या जवळच्या नातलगांच्या आसपास राहणे पसंत करते. त्याचे एक कारण म्हणजे अन्नधान्य आणि इतर कुठल्याही वस्तूंची मुक्त देवाणघेवाण

---

[१] पूर्व भारतामध्ये, पूर्व उत्तर प्रदेश ते बंगालपर्यंत अशा दूरस्थ वाड्यांची संख्या इतर कोणत्याही ठिकाणापेक्षा जास्त आहे असे म्हटले जाते (नाथ १९६१, पृ. क्र. १४२; पहा, स्पेट १९५४, पृ. क्र. १७१–१८१).

सोयीस्करपणे करता येते. एकत्र राहण्याने एकमेकांकडून सुरक्षित सोबत मिळते, हेही एक कारण त्यामागे आहे. विशेषतः गावातील लहान, दुबळ्या समूहांच्या बाबतीत हे घडते. "कुठल्याही माणसाला त्याच्या जातीच्या *केरी*मध्ये (गल्ली) सुरक्षित वाटते," म्हैसूरच्या रामपुराच्या बाबतीत श्रीनिवास असे म्हणतात आणि हे मोठ्या प्रमाणात खरे ठरते (१९५९अ, पृ. क्र. ५). एखाद्या जातीमध्ये खूप जास्त कुटुंबं असतील तर त्यांतील एकाच घराण्यातील लोकांचे घराचे कोंडाळे वेगळे असते. जर कुटुंबांची संख्या कमी असेल तर त्या घरांच्या कोंडाळ्यात संपूर्ण जातसमूहाचा समावेश असतो. गावकऱ्यांनी सांगितले की (आणि हे खरे असेल असे मानण्याचे कारण माझ्याकडे आहे) अगदी कुत्र्यांनासुद्धा त्यांची गल्ली माहीत असते आणि बाहेरून कुठून तरी आलेले प्राणी किंवा अनोळखी लोकांचा पाठलाग करण्याचा प्रयत्न ती कुत्री करतात (पहा, स्मिथ १९५२, पृ. क्र. ५४).

एखाद्या वस्तीच्या सामाजिक बंधांचे चित्रण रामखेरी गावातील गल्ल्यांच्या संदर्भात केलेले आहे (मेयर १९६०, पृ. क्र. १३२–१३९). इतर ठिकाणांप्रमाणे तेथील गल्ल्यांतील लोकांचीही भेटीगाठीची स्वतःची अशी खास जागा असते. अशा जागी जमणारे लोक एखाद्या विशेष ठिकाणी बसलेले दिसू शकतात, संध्याकाळी पुरुष मंडळी हुक्का ओढतात ती जागा किंवा आवडते कट्टे किंवा कारखान्यातल्या कामकाजांच्या ठिकाणी किंवा अगदी एखाद्या वर्दळीच्या ठिकाणी, जिथून आजूबाजूला काय चाललेय ते दिसू शकते. एखाद्या माणसाला शोधायचे असेल तर शोधणारी व्यक्ती त्या माणसाच्या गल्लीतील त्याच्या ठरलेल्या विरंगुळ्याच्या ठिकाणी जाते. पुरुषांच्या तुलनेत स्त्रिया जास्त घरात राहत असल्यामुळे त्यांची सामाजिक देवाणघेवाण त्यांच्या घराच्या परिसरापुरती मर्यादित राहते. विविध गल्ल्यांमधील स्त्रिया जिथे एकत्र जमतात; त्या विहिरीवरील फेरफटक्याचा त्या चांगला उपयोग करून घेऊ शकतात. पण या अशा विरंगुळ्यासाठी खर्च करण्याचा वेळ मर्यादित असू शकतो. सुगीच्या काळात, ज्यांची शेते एकमेकांना लागून किंवा जवळजवळ आहेत त्यांची पिकाची मळणी एका ठिकाणी होते आणि त्यातून रामखेरीतल्या वेगवेगळ्या जातीच्या गावकऱ्यांमध्ये एक अनौपचारिक बंध तयार होतो.

एकमेकांच्या शेजारी असलेल्या घरामध्ये बऱ्यापैकी अनौपचारिक एकोपा असतो. लोक त्यांच्या गल्लीतील शेजाऱ्यांकडून भांडीकुंडी किंवा धान्य उधार घेतात आणि पुरुषमंडळी रोजच्या श्रमाच्या कामांमध्ये एकमेकांना मदत करतात. एखाद्या कुटुंबातील लहानसे धार्मिक विधींचे कार्यक्रम, ज्यासाठी इतर गावांतील जवळचे नातलग मोठ्या संख्येने येत नाहीत अशा कार्यक्रमांना शेजारचे लोक उपस्थित राहतात. जिथे बाहेरच्या, तिऱ्हाईतांची गरज असेल अशा विधींमध्ये हे शेजारचे लोक मदतही करतात. जसे, लग्नाची वरात, जिथे सांगितिक वातावरणाकरिता गाणीबजावणी करण्यासाठी आणि पुढे येऊन सर्वांची थट्टामस्करी करण्यासाठी स्त्रियांची गरज असते.

एकमेकांच्या शेजारी राहणाऱ्यांचे सोयरगट एकसारखे नसले तरी एखाद्या विशिष्ट भागात केंद्रस्थानी राहण्याकडे एखाद्या सोयरगटाचा कल असतो. याचे एक कारण म्हणजे, त्या सोयरगटातील घराणी आणि जातसमूहांमध्ये अशीच केंद्रस्थानी राहण्याची वृत्ती असते. इतर ठिकाणांप्रमाणेच भारताच्या ग्रामीण भागांतही, एकमेकांच्या जवळ राहणाऱ्यांमध्ये वैर निर्माण होऊ शकते. पण, सर्वसाधारणपणे गावात एकमेकांच्या शेजारी राहणारे लोक गावाच्या मर्यादेत राहून एकमेकांशी किमान शेजारधर्म पाळतात आणि इमानदारीने वागतात (पहा, धिल्लन १९५५, पृ. क्र. ४३–४५; निकोलस आणि मुखोपाध्याय १९६४, पृ. क्र. २७–२९).

ग्रामीण व्यवस्थेवरील आर्थिक आणि इतर प्रभाव

एखाद्या गावातील कुटुंबं आणि जातींमध्ये असलेल्या नात्यांतील महत्त्वाचा घटक म्हणजे जमिनीच्या मालकीहक्कांचे स्वरूप. पुढील प्रकरणामध्ये अशा एका गावाविषयी लिहिलेले आहे ज्यामध्ये एका जातसमूहाकडे गावातील बहुतांश जमिनींचे मालकीहक्क असतात आणि त्यामुळे गावातील बऱ्याचशा भागावर त्याचे नियंत्रण असते. अशा नियंत्रणाचे आर्थिक पैलू उत्तर प्रदेशातील दोन गावांच्या तुलनात्मक माहितीमध्ये मांडलेले आहेत. ती गावे एकाच भागात आहेत, गावांतील जातींची संख्या समान आहे आणि सर्वसाधारण संस्कृतीही सारखी आहे. त्यातील एक गाव, मधुपूरमध्ये मातब्बर जातीकडे ८२ टक्के जमीन आहे आणि बऱ्याच काळापासून गावावर त्यांची सत्ता आहे. दुसऱ्या म्हणजे रामपुरा गावात दोन प्रमुख जाती आहेत, केवट आणि ब्राह्मण. दोन्ही जाती अलाहाबादच्या तीर्थस्थळांमधून भरपूर उत्पन्न प्राप्त करतात. या दोन जातसमूहांचा आर्थिक स्तर समान आहे आणि दोघांकडेही मालकीची जमीन फारशी नाही. त्या गावाचा अभ्यास केला तेव्हा गावातील बहुतांश जमीन ही तिथे उपस्थित नसलेल्या जमीनदाराच्या मालकीची होती. ब्राह्मण आणि केवटांमध्ये धार्मिक विधींच्या बाबतीत फार मोठा सैद्धान्तिक फरक असला तरी रामपुरामध्ये हे सामाजिक फरक तितक्या ठळकपणे निर्माण झालेले नाहीत, जितके ते एकाच जातसमूहाचे वर्चस्व असलेल्या मधुपूरमध्ये आहेत. मधुपूरमध्ये मातब्बर जमीनदारांनी इतर जातसमूहांना सक्तीने आपल्यापेक्षा खालच्या स्तरावर ठेवले आहे आणि कनिष्ठ श्रेणीतील जातींनी स्वतःचा दर्जा वाढविण्याचे जे प्रयत्न केले ते त्यांनी मोडून काढले आहेत (ओप्लर आणि सिंग १९५२, पृ. क्र. १८८–१९०). वेगवेगळ्या गावांतील जातींचे आपापसातील संबंध धार्मिक प्रथांनुसार ठरलेल्या उतरंडीच्या एकाच चौकटीत बसवलेले असले तरी आर्थिक सत्तेचे विभाजन करण्याबाबत गावागावांमध्ये जे फरक आहेत, त्यामुळे त्या नात्यांमध्ये बराच फरक पडतो.

धार्मिक विधींशी निगडित नात्यांवर आर्थिक सत्तेचा होणारे परिणामसुद्धा, ॲलन बील्स यांनी उत्तर म्हैसूरमधील सहा गावांची जी थोडक्यात तुलना केली आहे; त्यामध्ये दाखवलेले

आहेत (१९६२, पृ. क्र. ८४–९७). त्या सहा गावांमध्ये काही मैलांचे अंतर असले तरी त्यांच्यात जाणवण्याइतके फरक आहेत. एक गाव ठळकपणे प्रतिगामी आहे, दुसरे स्पष्टपणे प्रगतिशील आहे; एकामध्ये जातीय रेषा गडद आहेत, तर दुसऱ्यामध्ये त्या जास्त शिथिल आहेत. चिंतनहळ्ळी नावाच्या एका गावातील जमीनदार आणि अन्य गावकऱ्यांच्या संपत्तीमध्ये विशेषत्वाने मोठा फरक आहे; सहा गावांपैकी त्या गावातील सामाजिक रचनेत सर्वाधिक हुकुमशाही आहे. चिंतनहळ्ळीच्या जमिनींवर जलसिंचन केले जाते, जमिनी खूप सुपीक आहेत आणि अल्प भांडवल हातात असलेल्या शेतकऱ्यांसाठी त्या जमिनीची खरेदी खूप जास्त खर्चीक ठरते. तेथील बागायती पिकांना सतत आणि जास्त प्रमाणात श्रमांची गरज असते. भूमिहीन मजूर संघटित स्वरूपात आणि समोरासमोर होणाऱ्या संघर्षात जमीनदारांना विरोध करू शकत नाहीत. कारण जमीनदार मारहाण आणि अटकेच्या मार्गाने स्वतःचा बचाव जास्त चांगल्या तऱ्हेने करू शकतात. मग हे मजूर चोरी, हत्या (पाच वर्षांत तीन) आणि स्थलांतर अशा मार्गांनी व्यक्त होतात. अशा प्रकारचा संघर्ष त्या भागात सर्रास आढळत नाही आणि बील्स यांच्या निष्कर्षानुसार हा संघर्ष त्या गावातील नेहमीपेक्षा मोठ्या आर्थिक दरीमुळे निर्माण होतो. या उदाहरणातील ज्या गावांमध्ये संपत्तीच्या बाबतीत मोठी दरी नाही तेथील सामाजिक स्तरीकरणही तितकेसे कडक आणि व्यापक नाही. अशा प्रकारे, चिंतनहळ्ळीप्रमाणे एखाद्या गावातील संपत्तीमध्ये असलेल्या ढोबळ फरकांमुळे जास्त कठोर सामाजिक स्तरीकरण आणि हुकुमशाहीचे वर्चस्व जास्त असू शकते. केवळ सहा गावांच्या प्राथमिक अभ्यासातून हे निष्कर्ष काढलेले आहेत. त्यांचे अधिक मोठ्या प्रमाणात परीक्षण केले पाहिजे.

बील्स यांनी केलेल्या तौलनिक अभ्यासात मैसूर येथील अन्य दोन गावांचा समावेश आहे. त्यांपैकी एका गावात विशिष्ट प्रकारचे पर्यावरण आणि एका कट्टरपंथीय धर्मामुळे झालेल्या परिणामाचे उदाहरण दिसते; तर दुसऱ्यामध्ये गावालगतच्या शहरामुळे झालेल्या परिणामांचे उदाहरण दिसून येते. पहिल्या गावाचे नाव एलिफंट असून ते एका दूरस्थ पर्वतरांगेत वसलेले आहे. तेथील बहुतांश रहिवासी हे लिंगायत म्हणजे एका विशिष्ट पंथावर आधारित जातीचे सदस्य आहेत. एखाद्या जातीपेक्षा एक धर्म म्हणून लिंगायत समाजाचे त्या गावात वर्चस्व असल्याचे दिसते. "या विटाळलेल्या जगात जातीच्या शुद्धतेचे कैवारी आपणच आहोत असे त्या लोकांना वाटते." त्या गावामध्ये धर्मसत्ताक राज्यपद्धती आहे आणि तिथे पूर्णपणे पुजाऱ्यांची व काही प्रभावशाली माणसांची सत्ता आहे. कधीकधी या सत्ताधीशांमध्ये आपापसात वाद होतात, पण ते गावात फारसा संघर्ष, पापकर्म, अवज्ञा किंवा चोरीचे प्रकार होऊ देत नाहीत.

एलिफंट गावावर "एक विशिष्ट दबाव"देखील आहे, ज्यामुळे तेथील पुरुषमंडळी आपापल्या पत्नींची विशेष काळजी घेतात. दुष्काळात/उन्हाळ्यात तिथे पिण्याचे पाणी उपलब्ध नसते आणि पाचशे फूट अंतरावरील मैलभर खोलीच्या दगडी पायऱ्या उतरून

खालच्या दरीवजा विहिरीतून पाणी आणावे लागते. इतका त्रास होणाऱ्या ठिकाणी आपल्या मुलींना लग्न करून पाठविण्यास लोकांची तयारी नसते. त्यामुळे एलिफंट गावातील पुरुषमंडळी पाणी व लाकुडफाटा जमविण्यासाठी मदत करून स्त्रियांना विशेष हातभार लावतात. "तिथे पत्नीवर्गाशी वागताना खूप काळजी घेतली जाते, कारण एक पत्नी निघून गेली तर दुसरी शोधणे कठीण होऊ शकते" (बील्स १९६२, पृ. क्र. ९१).

दुसऱ्या गावाचे नाव आहे नामहळ्ळी. तिथे कुठल्याही बाराव्या शतकातील पंथाचे नाही, तर विसाव्या शतकाच्या मध्यापासून चालू असलेल्या दूरसंचार कारखान्याचे वर्चस्व आहे. आधी नमूद केल्यानुसार, नामहळ्ळी हे बंगलोर शहराजवळचे गाव आहे आणि जसजसा शहराचा विस्तार झाला तसे नामहळ्ळीला जवळजवळ उपनगराचे स्वरूप प्राप्त झाले आहे. कारखान्यातील कामासाठी गावकऱ्यांना नेण्याकरिता रोज बसेसची ये-जा सुरू असते. तरीही, नामहळ्ळीवर जाणवण्याइतका परिणाम झालेला असूनही आणि अलीकडेच शहराच्या विस्ताराचा फायदा होऊनही, अद्याप ते गावच आहे आणि तेथील लोक ग्रामजीवनाच्या मूळ पद्धती आणि मूल्यांचे पालन करतात.

बील्स लिहितात की गोपाळपूर, एलिफंट आणि नामहळ्ळी येथील गावकऱ्यांची संस्कृती एकसारखीच आहे. "ते सर्व जण जातीचे महत्त्व जाणतात, वडीलबंधूंची अवज्ञा करणे पाप असते, यावर त्या सर्वांचा विश्वास आहे आणि त्या सर्वांना अशी आशा असते की त्यांचे लग्न त्यांच्या बहिणीच्या मुलीशी होणार आहे" (१९६२, पृ. क्र. ९२–९६). या लक्षणांतून दिसून येते की अनेक शतकांपासून शहराच्या जवळ असूनही गावातील सर्वसामान्य मापदंडांमध्ये फार मोठे बदल झालेले नाहीत; कारखाना जवळ असून आणि कारखान्यातील नोकरीनेही गावकऱ्यांवर काही परिणाम झालेले नाहीत. याविषयी पुढील प्रकरणात उल्लेख केला जाईल; पण गावाच्या या वैशिष्ट्यांमध्ये अद्याप काही बदल झालेला नाही.

शहराच्या प्रभावामुळे गावातील सामाजिक रचनेवर फार मोठा फरक झाल्याचे दिसत नाही. तरीही आधुनिक शहरीकरणाचा आणखी मोठा परिणाम अद्याप व्हायचा असेल. ग्रामीण जीवनावर शहरी भागांच्या परिणामाची पाहणी केल्यानंतर लॅम्बर्ट यांनी असा निष्कर्ष मांडला की ग्रामीण जीवनात जे प्रमुख बदल होतात ते विशेषत्वाने शहरी स्रोतांमुळे नसतात तर समाजातील एकंदरीत बदलांचा तो परिपाक असतो. त्यांना जे दिसले त्यानुसार, जमिनीच्या हक्कांमधील बदल आणि शहरी भागांचा परिणाम यांबाबतीत सामाजिक संरचना सर्वाधिक संवेदनशील असते आणि शहरी भागांचा परिणाम हा, "अपेक्षेपेक्षा कमी असतो"(१९६२, पृ. क्र. १२९, १३८–१४०).

मजुमदार यांनी मोहना गावाच्या अभ्यासात हे आणखी स्पष्ट केलेले आहे. मोहना हे गाव लखनौपासून फक्त आठ मैलांच्या अंतरावर आहे. लखनौकडे जाणाऱ्या महामार्गापासून आत

जाणाऱ्या दोन मैलांच्या बैलगाडीरस्त्यामुळे मोहना आणि लखनौची वाट वेगळी होते. पावसाळ्यात तर त्या दोन मैल रस्त्यावरील चिखलामुळे प्रवास दुष्कर होतो. तरीही, व्यापार, विपणन, देवाची उपासना आणि शिक्षण यांसाठी शहर आणि गावाचा बराच संबंध येतो. परंतु, त्या भागातील इतर गावे जी शहरापासून बरीच दूर आहेत आणि त्यांचा शहराशी फारसा संबंध येत नाही अशा गावांतील सामाजिक स्थितीपेक्षा मोहनातील स्थिती म्हणावी इतकी वेगळी नाही. मोहना गावातील लोक स्वतःला शहरी वातावरणातील प्रचलित जीवनापेक्षा अधिक चांगल्या, साध्या आणि शुद्ध जीवनशैलीचे पालन करणारे गावकरी मानतात. ज्यांना शहरांविषयी विशेष ज्ञान आहे त्यांच्याकडून ते कदाचित मदत घेतील आणि त्यांच्या अनुभवाचे कौतुक करतील, पण बहुतांश लोक, "गाव म्हणजे शहरापेक्षा वेगळे आहे आणि गाव व शहरात सामाजिक अंतर आहे असे मानतील" (मजुमदार १९५८अ, पृ. क्र. ३२९). शहर आणि गावातील समाजात कदाचित फारसा फरक नसेल, पण मोहनातील बऱ्याचशा लोकांना वाटते की तसा फरक आहे आणि ते ग्रामीण पद्धतींचे कट्टरपणे पालन करतात.

ग्रामीण समाजामध्ये बदल घडवून आणण्याची मोठी कुवत ज्यामध्ये आहे तो घटक म्हणजे जलसिंचनाचा शिरकाव. याआधी अनेक वेळा नमूद केलेल्या, म्हैसूरमधील दोन गावांच्या तुलनात्मक अभ्यासात याविषयीची माहिती तपशीलवार नमूद करण्यात आली आहे. त्यापैकी वांगाला गावास जलसिंचन मिळाले आणि दलेना गावातील जमिनींना मिळाले नाही. वंगालामध्ये उसासारखे नवीन नगदी पीक घेण्यासंबंधीच्या बहुतांश आर्थिक बाबींची जबाबदारी, साखर कारखान्यांच्या व्यवस्थापकांनी स्वतःकडे घेतली. उसाचे पीक घेतल्याने वांगाला गावातील शेतकऱ्यांची भरभराट झाल्यामुळे त्यांना गावाबाहेर जाण्याचे कारण उरले नाही आणि त्यांनी त्यांचा स्थानिक समाज व संस्कृतीवर अधिक भर दिला. दलेनामध्ये, शेतीत अशा कुठल्याही शक्यता निर्माण केल्या गेल्या नाहीत. बाहेरून कसलेही तज्ज्ञ मार्गदर्शन दिले गेले नाही अन् त्यामुळे त्या भागातील जास्त भाग्यवान ठरलेल्या गावांच्या वाढत्या भरभराटीशी मिळतेजुळते घेण्यासाठी पुरुषमंडळींना गावाबाहेर संधींचा शोध घ्यावा लागला. त्यांनी बाहेरून मदत मिळविण्याचा प्रयत्न केला आणि त्यात ते बरेच यशस्वीही ठरले. तसे करताना, त्यांनी त्यांची काही पारंपरिक उद्दिष्टे सोडून दिली किंवा त्यांमध्ये बदल तरी केले आणि शहरातील पद्धती व मापदंड स्वीकारले. यामुळे गावातील सामाजिक संबंधांवर निश्चितच परिणाम झाला. पण त्यामध्ये शहराविषयीच्या आंतरिक ओढीमुळे होणाऱ्या परिणामापेक्षा दलेनातील लोकांना ज्यांमुळे शहरात जावे लागले त्या आर्थिक दबावांमुळे होणारे परिणाम जास्त होते (एपस्टाईन १९६२, पृ. क्र. ३११–३३५).

ग्रामीण सामाजिक रचनेच्या प्रकारांचे वर्गीकरण करण्यास नुकतीच सुरुवात झाली आहे. मेन (१८८१) आणि बेडन-पॉवेल (१८९६) यांच्यासारख्या व्यक्तींनी सुरुवातीला

केलेल्या अभ्यासातून संबंधित अभ्यासक-लेखकांची उद्दिष्टे साध्य झाली. पण ते अभ्यास आता पुरेसे नाहीत. बोस (१९५८सी) यांनी या वर्गीकरणासाठी काही विशिष्ट निर्देशांक नमूद केले आहेत. त्यामध्ये कारागीर किंवा व्यापाऱ्यांच्या एकत्र येण्याचे प्रमाण आणि सामाजिक बदलाचे प्रकार या गोष्टींचा समावेश आहे. ॲलन बील्स यांनी अंतर्गत संघर्षांच्या निकषावर गावांचे वर्गीकरण केलेले आहे; बर्नार्ड कॉह्न यांनी गावांच्या चार प्रकारांतील फरक स्पष्ट करण्यासाठी तंटानिर्मूलनाचे जे सर्वेक्षण केले त्यामध्ये ॲलन बील्स यांच्या मार्गदर्शक तत्त्वांचा अंगीकार केलेला आहे. त्यातील पहिले गाव लहान असून तिथे फक्त एकच जात आहे. इतर तीन प्रकार हे बहुजातीय गावांचे आहेत आणि त्या गावांमध्ये अनुक्रमे एक प्रमुख, एक मातब्बर जात आणि एकही मातब्बर जात नाही अशी स्थिती आहे (कॉह्न १९६५, पृ. क्र. ८३–९८). या वर्गीकरणामध्ये गावाच्या नेतृत्वाचे स्वरूप हा घटक महत्त्वाचा आहे. गावात नियुक्त केलेले अधिकारी गावाचे नेतृत्व करतील किंवा करणार नाहीत, पण गावातील समाजव्यवस्था कायम ठेवण्यासाठी प्रत्येक कचेरीतील कार्ये महत्त्वाची असतात.

गावातील कचेऱ्या: गावाचा प्रमुख

सर्वसामान्यपणे गावातील सामाजिक व्यवस्थेमध्ये एका (किंवा अनेक) अधिकृत प्रमुखाचा/पाटलाचा आणि जमिनीच्या नोंदी ठेवणाऱ्या हिशेबनीसाचा– तलाठ्याचा समावेश असतो. ते दोघेही बहिर्गत सत्तेचे प्रतिनिधी असतात. त्यांची नेमणूक सरकारकडून झालेली असते आणि ते सरकारला उत्तर देण्यास बांधील असतात. गावचा पाटील हा गावात राहणारा माणूस असतो. त्याला त्याची काही कर्तव्ये नेमून दिलेली असतात आणि ती पूर्ण केल्याबद्दल त्याला काही मोबदला दिला जातो. सर्वसामान्यपणे तो जमीनदार असतो किंवा गावातील सर्वांत महत्त्वाच्या व्यक्तींपैकी एक असतो. कायम गावातच राहणारा माणूस असल्यामुळे त्याच्यावर इतर गावकऱ्यांकडून शक्य तेवढा सामाजिक दबाव टाकला जातो. मात्र, तलाठी गावात राहणारा किंवा गावातील जुना रहिवासी असणे गरजेचे नसते आणि काही राज्यांमध्ये, उदाहरणार्थ पंजाबमध्ये असे अधिकृत धोरण आहे की तलाठ्याची नेमणूक त्याच्या स्वतःच्या गावात करायची नाही. अशा ठिकाणी, जिथे तलाठी काही काळापुरता राहणारा तिऱ्हाईत माणूस असतो. तिथे त्याच्या स्वार्थासाठी तो जे अधिकार वापरू शकतो ते खूप मोठे असतात.

गावपाटलाच्या कचेरीस अनेक नावांनी ओळखले जाते; या कचेरीची कार्यालयीन कामे भारतभर सगळीकडे साधारण सारखीच असतात. गावपाटील सर्वप्रथम जमिनीवरचे कर गोळा करतो. त्यासाठी त्याला जमा केलेल्या एकूण रकमेमधील काही रक्कम (कमिशन) मिळते किंवा वापरासाठी थोडी जमीन भाडे न आकारता दिली जाते. दुसरे म्हणजे, तो पोलिसांचा स्थानिक पातळीवरील प्रतिनिधी म्हणून काम करतो. गावात सुव्यवस्था राखण्याचे

काम त्याच्याकडे असते आणि काही अराजक निर्माण झाले तर त्यानेच तत्परतेने जवळच्या पोलीस स्टेशनमध्ये खबर द्यायची असते. गावाने जर पहारेकरी नेमले तर त्यांच्यावर गावपाटील लक्ष ठेवतो; पोलिसांना प्रत्येक आठवड्याचा अहवाल हवा असेल तर गावपाटलाला तो पाठवावा लागतो आणि गावात कोणी अनोळखी व्यक्ती येऊन गेली असेल तर त्याचा उल्लेख त्यामध्ये करावा लागतो. एखादे भांडण होऊ घातले असेल तर ते गावपाटलाने थांबवणे अपेक्षित असते; आणि त्याला जर हिंसेचा उद्रेक होणार आहे, असे वाटले तर तसे होण्याआधी त्याने पोलिसांना बोलावले पाहिजे. काही ठिकाणी तो महत्त्वाची आकडेवारी उपलब्ध करून देतो; कुठल्याही गावपाटलाला गावात येणाऱ्या शासकीय अधिकाऱ्यांची व्यवस्था पाहावी लागते. तसेच त्यांचे आदेश आणि इच्छांना त्वरित प्रतिसाद मिळेल असे चित्र उभे करावे लागते. गावकऱ्यांना जेव्हा अधिकारीवर्गाकडून काही हवे असते तेव्हा त्याने गावकऱ्यांचा प्रतिनिधी म्हणून वागणे अपेक्षित असते.

गावपाटलाचे पद हे सहसा वारसाहक्काने मिळालेले असते. तरीही शासकीय अधिकारी काही कारणासाठी गावपाटलाला पदावरून काढू शकतात आणि त्याचे कचेरीचे काम दुसऱ्या कुटुंबाकडे देऊ शकतात. गावात एकापेक्षा जास्त गावपाटील असावेत हा निर्णय गावपाटलाची नियुक्ती करणारे अधिकारी घेऊ शकतात—रामखेरी गावात तीन गावपाटील आहेत आणि प्रत्येकाकडे गावातील वेगवेगळ्या भागाची जबाबदारी आहे. महाराष्ट्रामध्ये, सहसा दोन गावपाटील असतात, मुलकीपाटील आणि पोलीसपाटील. ओरिसाच्या कोंडमाळ लोकांमध्ये गावपाटील पोलिसाची कामे करतो, पण महसूलवसुलीचे काम असा गावपाटील करतो ज्याच्याकडे अनेक गावांच्या कामाची जबाबदारी असते (बेली १९५७, पृ. क्र. १४८).

गावपाटलाच्या कार्यालयीन कामांबरोबरच त्याला कार्यालयाबाहेरची काही कामेही करावी लागतात. गावपाटील हा त्याच्या गावाचे किंवा अगदी त्याच्या जातसमूहाचे प्रत्यक्ष नेतृत्व करणाऱ्यांपैकी एक असेल असे नाही, पण पोलीस आणि शासकीय अधिकाऱ्यांशी असलेल्या संबंधांचा फायदा त्याला होऊ शकतो. यामुळे त्याचा प्रचंड प्रभाव निर्माण होतो असे गावकऱ्यांना वाटते आणि खरोखरच तो तसा होतो. पोलीस आणि इतर अधिकाऱ्यांशी सहकार्याने वागणारा गावपाटील त्यांना त्यांचा माणूस वाटतो आणि त्याचे म्हणणे ऐकून घेण्याकडे व त्याला पाठिंबा देण्याकडे त्यांचा कल असतो.

गावपाटलाभोवती त्याच्या प्रभावाचे जे वलय असते त्यामुळे त्याला भांडणतंट्यातील मध्यस्थीसाठी बोलावले जाऊ शकते. गावच्या पारंपरिक पंचायतीमध्ये तो सहभागी होतो आणि त्याच्याकडे पंचायतीचे अध्यक्षपद असण्याची शक्यता असते. गावातील धार्मिक विधींमध्ये तो नेहमी सगळ्या गावकऱ्यांच्या वतीने पुढाकार घेतो. विशेषतः सगळे गावकरी जेव्हा एकत्रितपणे देवासमोर जमतात अशा मोठ्या समारंभांच्या बाबतीत हे घडते (पहा, मेयर

१९६०, पृ. क्र. ११२–११४). गावातील एखाद्या प्रकल्पाविषयी विनंती करण्यासाठी गावातून एखादा गट जिल्हा मुख्यालयात जातो किंवा एखाद्या महत्त्वाच्या राजकीय व्यक्तीला भेटतो, किंवा गावासाठी त्या गटाला एखाद्या उच्च अधिकाऱ्याकडून मदत हवी असते. अशा वेळेस गावपाटलाने त्यांच्यासोबत असणे अपेक्षित असते.

गावपाटलाचा प्रत्यक्ष प्रभाव हा काही अंशी त्याच्या व्यक्तिगत क्षमतांवर आणि सामाजिक पात्रतेवर अवलंबून असतो. आम्ही सोयरगटाच्या प्रमुखासंदर्भात जे नमूद केले होते बऱ्याचशा तशाच या क्षमता आणि पात्रता असतात. तसेच काही अंशी हा प्रभाव गावातील सामाजिक रचनेवर अवलंबून असतो. या अनुषंगाने, तंजावर जिल्ह्यातील कुंबापेट्टाई गावात गावपाटलाचे काही अस्तित्व नाही. तेथील मातब्बर ब्राह्मण समाजातून तो आलेला आहे आणि तो समाज त्यांच्यातील एखाद्याचा विशेष उत्कर्ष झाला हे सहृदयपणे स्वीकारू शकत नाहीत. त्या गावावर त्यांची परंपरागत सत्ता होती आणि ती सांभाळण्यासाठी त्यांना कुठल्याही गावपाटलाची गरज नव्हती (गॉघ १९५५, पृ. क्र. ४३–४४). त्याउलट, पश्चिम बंगालच्या चंदीपूरमध्ये एक गावपाटील आहे. तेथील सत्ताधारी जातीतला सर्वाधिक श्रीमंत माणूस असलेला तो गावपाटील एखाद्या अडाणी हुकुमशहासारखा गावाचा कारभार चालवतो (निकोलस १९६३, पृ. क्र. ११९५). उत्तर म्हैसूरच्या गोपालपूरमधील गावपाटलाचेही स्थान सर्वोच्च आहे, पण त्यात प्रत्यक्ष अधिकारांपेक्षा गावाकडून मिळणाऱ्या सन्मानाचा भाग जास्त आहे. बील्स असे लिहितात की, गोपालपूरमधील अगदी साधासा गावकरीसुद्धा गावपाटलाकडे एक विद्वान आणि मान देण्यासारखा माणूस म्हणून पाहतो आणि प्रत्येक बाबतीत त्याला वरचढ मानतो. गावकरी त्यांच्यातील वाद सोडविण्यासाठी गावपाटलाकडे नेतात आणि आनंदाने त्याची आज्ञा पाळतात, त्याच्यात अनेक दोष आहेत हे अनेकांना माहीत असले तरी. त्यांच्यासाठी तो "आमचा गौडा" आमचा गावपाटील असतो. "गोपालपूरमधील लोक त्यांचा गौडा स्वतः घडवतात कारण त्या गावाला सामान्यपणाच्या पलीकडे असलेल्या एखाद्या श्रेष्ठ माणसाची गरज असते"; त्याच्या आयुष्यात "एकटेपणा, दुःख आणि भीती" आहे याची गावकऱ्यांना फार फिकीर नसते (बील्स१९६२, पृ. क्र. ५३–६३).

बहुतांश गावपाटील निरुपयोगी किंवा हुकुमशहा किंवा आदर्श मानावेत, असे नसतात. बहुतेकदा ते आंध्र प्रदेशातील शमिरपेटच्या किंवा मध्य प्रदेशातील रामखेरीच्या गावपाटलासारखे असतात–घरंदाज घराणे आणि प्रमुख जातीतील सुखवस्तू माणसांसारखे. धार्मिक निकषांवर त्यांची जात श्रेष्ठ असणे गरजेचे नसते, पण बहुतेकदा त्यांची जात ही त्या भागातील प्रभावशाली आणि सन्माननीय जात असते (दुबे १९५५ब, पृ. क्र. ४५–४६; मेयर १९६०, पृ. क्र. ९६–९७). असे गावपाटील एखाद्या महत्त्वाच्या विषयावर जातप्रमुखांशी किंवा सोयरगटाच्या प्रमुखांशी सल्लामसलत करून स्वतःचा प्रभाव कायम ठेवतात. आधीपासूनच प्रभावशाली

असलेल्या एखाद्या जातसमूहाच्या सदस्यांमधून गावपाटलाची निवड केल्याने सर्वसाधारणपणे त्या जातीची ताकद वाढते. कचेरीतील अधिकारांमुळे त्या जातसमूहाच्या ताकदीस बळ मिळते आणि ती ताकद वाढविण्यासाठी अधिकारांचा उपयोग होऊ शकतो.

सामाजिक आणि आर्थिक विकासासाठी नवीन संस्था गावात येत असताना, शासकीय अधिकाऱ्यांशी होणाऱ्या संभाषणावर गावपाटलाचा तितकासा अंमल राहिलेला नाही. इतर गावकरी शासकीय अधिकाऱ्यांशी नियमित संपर्कात राहतात. शासकीय अधिकाऱ्यांशी प्रभावीपणे बोलू शकतील इतके पुरेसे शिक्षण आणखी गावकऱ्यांनी घेतले की गावप्रमुखांची पकड सैल होते. तरीही, सहसा गावपाटील म्हणजे अशी व्यक्ती असते जिची गावच्या व्यवहारांमध्ये दखल घ्यावी लागते. एखाद्या पाहुण्या व्यक्तीने त्याच्याकडे दुर्लक्ष केले तर केवळ त्याचे जवळचे कट्टर समर्थकच नाहीत तर तो ज्यांच्यासाठी गावाचे प्रतिनिधित्व करतो त्या गावकऱ्यांचाही त्याच्यावर रोष ओढवतो.

गावातील कचेऱ्या: तलाठी व इतर कचेऱ्या

तलाठ्याची कचेरी बरीच वेगळी असते. बहुतकरून जमिनीच्या नोंदी ठेवण्यापुरता तिच्या कामाचा आवाका मर्यादित असतो. शासकीय नोकरशाही व्यवस्थेतील बहुधा ही सर्वांत खालची श्रेणी असते आणि शालेय शिक्षकाइतकेच कमी वेतन त्याला दिले जाते. अधिकृतपणे तलाठी हा गावपाटलाचा कनिष्ठ सहकारी असतो. तरीही, त्याच्या स्वतःच्या वर्तुळात तो गावातील सर्वांत बलाढ्य माणूस असू शकतो. याचे कारण म्हणजे, जमिनीबाबतचे हक्क ज्यांमुळे मिळतात त्या कार्यालयीन कागदपत्रांची माहिती देणारा, कधीकधी त्यांचे अर्थ समजावून सांगणारा आणि त्या कागदांच्या नोंदी करणारा तो एकमेव माणूस असतो.

लेविस यांनी रामपुरामध्ये केलेल्या निरीक्षणानुसार, एखाद्या सामान्य गावकऱ्याकडे तलाठ्याची अचूकता तपासून पाहण्याचा काही मार्ग नसतो. त्याने केलेल्या कुठल्याही नोंदीस आव्हान देण्यासाठी खर्चीक आणि वेळखाऊ न्यायालयीन खटल्याची प्रक्रिया पार पाडावी लागते, जी कदाचित उच्च न्यायालयापर्यंत जाते (लेविस १९५८, पृ. क्र. ३३०–३३७). त्याचबरोबर, त्या नोंदींमधील कुठलेही बदल जे तलाठ्याने मूळ मालकाला न सांगता केलेले असतात त्यांच्याबाबत ठरावीक वर्षांच्या काळात प्रश्न उपस्थित केले नाहीत तर त्यांना कायदेशीर स्वरूप प्राप्त होते. पंजाबमध्ये हा काळ चार वर्षांचा आहे आणि इतर राज्यांत पाच किंवा सात वर्षांचा आहे. एखाद्या साक्षर, सुशिक्षित माणसालासुद्धा त्या तलाठ्याच्या तांत्रिक बाबी सहजपणे समजत नाहीत, तर मग एखाद्या गावकऱ्याला त्या तलाठ्याशी वैर घेणे क्वचितच परवडू शकते.

वायजर यांनी आग्र्याच्या पूर्वेकडील करीमपूर गावाचा अभ्यास केला, त्यामध्ये या तलाठ्याच्या ताकदीविषयी विस्तृतपणे लिहिलेले आहे. तिथे, तलाठ्याने ठेवायच्या नोंदींमध्ये

एखाद्या जमिनीच्या तुकड्यावर आलेले पीक, त्याचे मूल्य आणि त्यावर लागू होणारे विविध हक्क या सर्वांचा समावेश असतो. जमिनीच्या मालकी हक्कामध्ये झालेले सर्व बदल, वारसाहक्काने मिळणारे हिस्से, तारण, भाडे आणि विक्री या सर्वांची नोंद तो ठेवतो. गावातील अनेकांना वाचता येत नाही आणि त्याने केलेल्या नोंदी तपासता येत नाहीत, त्यामुळे त्याच्याकडे असे सर्व अधिकार असतात, "ज्याकडे त्याने एक कनिष्ठ श्रेणीचा कर्मचारी या नात्याने दुर्लक्ष करणे क्वचितच अपेक्षित असते." एका प्रकरणात, पाचपैकी एका मालकाचे नाव कमी करण्यासाठी अप्रत्यक्ष पण अचूक इशारे करून त्याने धमकी दिलेली होती. त्यांपैकी जो एक कमनशिबी होता त्याला त्या तलाठ्याला काही रक्कम द्यावी लागली, नाहीतर त्या नोंदींमधून त्याचे नाव कमी झाल्यामुळे काही वर्षांनी त्याला त्या बागेवरचे हक्क सोडून द्यावे लागले असते. "इतक्या असंख्य नोंदींमधून असे बदल लक्षात येण्याची शक्यता फार कमी असते. एकदा एका पाहणी अधिकाऱ्याला अशी विसंगती आढळली तेव्हा तलाठ्याने सगळा दोष स्वतःच्या मदतनिसाच्या निष्काळजीपणावर ढकलला."

आणखी एका प्रकरणात, एका विधवेने तिची जमीन पाच वर्षांसाठी भाड्याने दिली होती. ती बऱ्याच काळासाठी तिच्या नातेवाइकांकडे गेली असताना, तलाठ्याने पन्नास रुपयांच्या मोबदल्यात तिच्या जमिनीवरील तिचे नाव काढून जमिनीच्या भाडेकरूचे नाव लिहिले. त्या विधवेने सर्व प्रकरण न्यायालयात नेले आणि खूप चिकाटीने जमीन परत मिळवली. पण त्या तलाठ्याला फक्त ताकीद देऊन सोडून देण्यात आले (वायजर १९६३, पृ. क्र. १०७–१११).

कामात दिरंगाई करणे ही तलाठ्याची नेहमीची क्लृप्ती असते. एखाद्या माणसाला एखाद्या जमिनीवरील त्याचे नाव दाखवणाऱ्या कागदाची प्रत हवी असेल किंवा एखाद्या विक्रीव्यवहाराची अथवा तारणाची नोंद करायची असेल तर तलाठी कामात दंग असल्याची बतावणी सहजपणे करू शकतो आणि त्याने मागितलेले अतिरिक्त शुल्क म्हणजे कार्यालयीन शुल्कापेक्षा जास्त रक्कम मिळेपर्यंत काम अडवून ठेवू शकतो. रामपुरामध्ये एखाद्या भूखंडाच्या खरेदीची किंमत ही प्रत्यक्ष दिलेल्या किमतीपेक्षा नेहमीच जास्त नोंदविली जाते. एक प्रकारे तो मालकी हक्काचा विमा असतो; कारण इतर लोक कायद्यातील एखादी तांत्रिक बाब दाखवून विक्रीव्यवहारास आव्हान देऊ शकतात आणि आधीचा मालकीहक्क कायम ठेवण्याचा दावा करू शकतात. पण त्यात त्यांना यश मिळाले तरी त्यांना नोंद केल्याप्रमाणे जमिनीची किंमत खरेदीदारास परत द्यावी लागते. या वाढीव किमतीमुळे तलाठ्याला उत्पन्नाचे आणखी एक साधन मिळते (लेविस १९५८, पृ. क्र. ३३२–३३३).

त्यामुळे गावकरी तलाठ्याशी चांगले संबंध ठेवण्याचा प्रयत्न करतात. त्याला धान्यधुन्यं, भाज्या, दूध आणि तेलपाणी वगैरेंच्या भेटी मिळतात; राहण्यासाठी त्याला नेहमी चांगले घर मिळते आणि भाडेही आकारले जात नाही. खास व्यवहारांसाठी त्याला गाय किंवा म्हैस किंवा

अगदी जमीनदेखील भेट म्हणून मिळते. गावचा एखादा व्यापारी, जो जमीनदारदेखील असतो तो या तलाठ्याची काही देणी माफ करतो. केवळ जमिनीची मशागत करणारा एखादा किरकोळ मजूरच त्याला मान देतो असे नाही, तर मोठमोठे जमीनदार, अगदी वरच्या श्रेणीच्या अधिकाऱ्यांनासुद्धा त्याच्या अधिकाऱ्यांची व्यवस्थित जाणीव असते.

भारतीय नागरी सेवेतील एक अधिकारी बी.एस. ग्रेवाल यांनी माझ्याशी या विषयावर बोलताना पंजाब विधानसभेच्या सभापतींची स्वातंत्र्यपूर्वकाळातील एक आठवण सांगितली. तेथील राजासोबत आलेले, सभापतींसारखे इतके महत्त्वाचे व्यक्तिमत्त्व एका बाजेवर गावातील एका माणसाशेजारी बसलेले होते आणि त्याच्याशी अत्यंत अदबीने बोलत होते. तो गावकरी माणूस गेल्यानंतर त्यांनी सांगितले की त्यांचा तो पाहुणा म्हणजे त्यांच्या मूळ गावातील तलाठी होता. त्या गावात सभापतीसाहेबांच्या मालकीची काही जमीन होती. तलाठ्याची कृपा नसेल तर त्यांनाही गावच्या जमिनीसंदर्भात काही नुकसान सहन करावे लागले असते. ग्रेवाल यांनी त्यांचा आणखी एक अनुभव सांगितला. १९६० मध्ये पंजाबचे वित्तीय आयुक्त असताना त्यांना आढळले की अजूनही पंजाबच्या ग्रामीण भागात तलाठ्याचे प्रस्थ फार मोठे आहे.

गावकऱ्यांसमोर स्वतःची बाजू मांडताना तलाठी म्हणू शकतो की त्याला बरेच मोठमोठे खर्च भागवावे लागतात. करीमपूरमधील तलाठ्याला त्याच्यानंतर लगेचच्या पदावर असलेल्या वरिष्ठ अधिकाऱ्यास महिन्याच्या पगाराइतके पैसे द्यावे लागायचे. त्याला जिल्हा मुख्यालयातील अधिकाऱ्यांसमोर हजेरी लावावी लागायची, ज्यासाठी उंची कपड्यांवर तसेच प्रवासावर खर्च करावा लागत असे. मात्र, तितकेच महत्त्वाचे म्हणजे अशा सुशिक्षित लोकांबरोबर असलेल्या कार्यालयीन संबंधांमुळे त्याला स्वतःचा सामाजिक दर्जा सुधारण्याची, त्याच्या मुलांना शिक्षण देण्याची आणि त्याच्या मुलींचे विवाह सुशिक्षित कुटुंबांमध्ये व मोठ्या थाटामाटात लावण्याची प्रेरणा मिळते.

कुठल्याही वादात तलाठ्यामुळे नुकसान झाले तरी गावकरी काही पूर्णपणे असहाय्य नसतात. ते न्यायालयात त्यांच्या नोंदी नेऊ शकतात आणि त्यामध्ये दुरुस्ती करून घेऊ शकतात, जसे करीमपूरमधील विधवा स्त्रीने नेले होते किंवा पुणे जिल्ह्यात घडले त्याप्रमाणे गावातील लोक तलाठ्याची बदली करवून घेऊ शकतात. पुणे जिल्ह्यातील तलाठ्याने त्याच्या जातीच्या भरभराटीसाठी, तसेच स्वतःचे खिसे भरण्यासाठी त्याच्या कार्यालयीन पदाचा खूप जास्त गैरवापर केला होता. तो 'हरिजन' होता आणि 'हरिजनां'चे नेते कै.डॉ. आंबडेकरांची जयंती त्याने सार्वजनिक स्तरावर साजरी केली. त्यासाठी त्याने हरिजनेतर लोकांकडूनही वर्गण्या घेतल्या. पण लवकरच त्याला पदावरून काढण्यात आले (ओरेन्स्टाईन १९५९, पृ. क्र. ४२१) आणि रामपुरामध्ये ज्या तलाठ्यांनी "स्वतःच्या अधिकारांचे उल्लंघन केले त्यांना असंतुष्ट गटांकडून मारले जाण्याचा धोका आहे" (लेविस १९५८, पृ. क्र. ३३२).

रामपुरामधील तलाठ्याचे स्थान जास्त भक्कम आहे कारण अन्य काही ठिकाणचे गावपाटील करत असलेल्या कामांचा भार त्याच्याकडे आहे. त्या गावात तो महसूल विभागाचा एकमेव प्रतिनिधी आहे आणि गावकरी व शासकीय अधिकाऱ्यांमधील मुख्य दुवा आहे. इतर ठिकाणी, जिथे गावच्या कचेरीचे अधिकार वारशाने मिळतात आणि तेथील अधिकारी हा गावातील रहिवासी असतो, जसे सर्वसामान्यपणे दक्षिण भारतात घडते, तिथे त्याचे कार्यालयेतर अधिकार बरेचसे कमी झाल्यासारखे असतात (पहा, श्रीनिवास १९५५ब, पृ. क्र. ६, १२). एका सोयरगटाऐवजी दुसऱ्या सोयरगटाला मदत करणे त्याला शक्य असू शकते, पण उघडपणे तो एखाद्या तलाठ्यासारख्या भरमसाठ भेटवस्तू घेत नाही. तलाठ्याची नियुक्ती त्या गावात काही वर्षांसाठी झालेली असते आणि तिथून जमतील तितके फायदे करून घेतले पाहिजेत असे त्याला वाटते.

भूसुधारणा आणि जमीन एकत्रीकरणासारख्या नवीन उपक्रमांमुळे तलाठ्यांना नवीन संधी प्राप्त झाल्या आहेत. एखाद्या कुटुंबास किती जमीन कसता येऊ शकेल त्याबाबत काही कमाल मर्यादा असतात तिथे त्या कुटुंबासाठी जास्तीत जास्त फायदेशीर ठरेल अशा पद्धतीने जमिनीच्या वाटपासंबंधीचा अहवाल देण्याचे काम तलाठी करतो आणि ठरावीक वर्षे जमीन कसल्यानंतर त्या जमिनीचे मालकीहक्क कुळाला मिळतात, अशा वेळेस त्याने जमीन कसल्याचा खरा अवधी नोंदवला जाणार नाही याची काळजी तलाठी घेतो. श्रीमती वायजर बत्तीस वर्षांनी करीमपूरचा पुन्हा आढावा घेण्यासाठी आल्या तेव्हा, जमीन मिळविणे पूर्वीपेक्षा जास्त अवघड झाले होते आणि ती मिळविण्याचा एक मार्ग होता, "जमिनीविषयी नोंदी करणाऱ्यास नोंदींमध्ये बदल करण्यासाठी लाच देणे" (वायजर १९६३, पृ. क्र. १५५).

तरीही जमिनीच्या नोंदींचे वाचन आता अनेकांना करता येते आणि खोट्या नोंदींविषयी तक्रार करण्याचे धाडस अनेक जण करतात, त्यामुळे तलाठ्याची मक्तेदारी आता कमी होत आहे आणि तलाठ्याकडे जेव्हा गावाच्या कल्याणाची जबाबदारी सोपविली जाते तेव्हा त्याच्या अधिकारांमध्ये बदल होतात. या अनुषंगाने, म्हैसूरच्या त्या भागातील प्रथेनुसार वांगालाचा तलाठी हा ब्राह्मण जातीचा वारसाहक्काने अधिकार प्राप्त झालेला अधिकारी आहे. त्याचा वरिष्ठ अधिकारी, ज्याला महसूल निरीक्षक असे म्हटले जाते तो लोकांची मदत करण्यासाठी किंवा ती मदत अडवून ठेवण्यासाठी गावच्या तलाठ्याशी हातमिळवणी करू शकतो. गावाच्या मालकीच्या पडीक जमिनीवर केल्या जाणाऱ्या शेतीकडे तो डोळेझाक करू शकतो; अतिथकित कर किंवा जमिनीचे बेकायदेशीर व्यवहार यांबाबतीत तो उदारवृत्ती दाखवू शकतो.

मात्र, अलीकडच्या काळात गावकऱ्यांनी प्रगतिशील व्हावे यासाठी त्यांना प्रोत्साहन देण्याचे काम पाहणी अधिकारी आणि त्यांचे कर्मचारी यांना देण्यात आले आहे. त्यासाठी पाहणी अधिकाऱ्यांना गावकऱ्यांच्या सहकार्याची गरज असते आणि अशा सहकार्यावर त्यांची बढती अवलंबून असते. त्यामुळे जिल्ह्याच्या उपआयुक्तांच्या नियोजित भेटीनिमित्त गावकऱ्यांनी रस्ते

स्वच्छ करून स्वागताच्या कमानी लावाव्यात म्हणून भेटीच्या अनेक आठवडे आधी, शहरी पोशाखातील महसूल निरीक्षक गावकऱ्यांची समजूत घालताना दिसला. त्या सधन भागातल्या गावकऱ्यांना अशा अधिकाऱ्यांच्या भेटीविषयी फारसे अप्रूप नव्हते. अशा काळात महसूल निरीक्षक गावकऱ्यांच्या विनंत्या जास्त आनंदाने मान्य करतो. एकदा, स्वेच्छेने जमिनीचे पुनर्वाटप करण्यासाठी भूदान चळवळीत द्यायच्या जमिनीचे ठरलेले प्रमाण त्याला पूर्ण करायचे होते. त्या वेळेस एक व्यवहार ठरवला गेला ज्यामध्ये दोन एकर निरुपयोगी जमीन दान दिली गेली आणि गावातील सामायिक जमिनीतील एक एकराचा तुकडा, जो बहुधा जास्त सुपीक होता तो गुपचूप एका बड्या असामीच्या नावे करण्यात आला (एपस्टाईन १९६२, पृ. क्र. १४२–१४३).

महसूल अधिकाऱ्यांकडून केले जाणारे प्रकार तरीही कमी आहेत आणि बऱ्याचशा गावांमध्ये जमीन व पिकांसंबंधीच्या व्यवहारात अडथळा आणण्याचे नकारात्मक अधिकार व स्वतःचे उत्पन्न वाढविण्याचे सकारात्मक अधिकार अजूनही बऱ्याच प्रमाणात तलाठ्याकडेच आहेत. या अधिकारांचा एक परिणाम म्हणजे, ज्या स्थानिक जातीतील तलाठ्याची नेमणूक झाली असेल त्या जातीच्या दर्जात वाढ होते. त्याचबरोबर, सहसा गावकऱ्यांच्या दृष्टीने तलाठी म्हणजे एक सरकारी अधिकारी असतो आणि तो त्यांच्यासोबत गावात राहत असला आणि त्याचे अधिकार गावकऱ्यांवर वापरत असला तरी गावकऱ्यांसाठी तो परकाच असतो. अशा नव्या भूमिकेतून गावात येणाऱ्यांविषयी गावकऱ्यांची एक पद्धत ठरून गेलेली असावी, कारण कूपनलिका हाताळणारा कर्मचारीसुद्धा शासकीय सेवक असतो, तोही परकाच असतो आणि त्याच्या अधिकारांचा पाराही पैसे देऊन खाली आणावा लागतो.

शाळेतील शिक्षक हा आणखी एक सरकारी कर्मचारी असतो आणि बऱ्याच काळापासून त्याची अनेक गावांवर पकड आहे. तात्पुरत्या काळासाठी गावात राहणारा हा शिक्षकदेखील गावकऱ्यांसाठी अनोळखी असतो; पण त्याच्याकडे उत्कृष्ट व्यक्तिगत क्षमता असतील आणि ज्या परिसरात तो अध्यापन करतो तिथे त्याचा थोडासा प्रभाव किंवा अधिकार असतील तर तो अपवाद ठरू शकतो. एखादा शाळाशिक्षक त्याचे काम झोकून देऊन करत असेल, पण त्याच्या वेतनामुळे त्याला तसे करता येत नाही. त्याला जास्तीची कामे शोधावी लागतात–अर्ज लिहून देणे, शिकवण्या घेणे, दुकान सांभाळणे वगैरे. एखाद्या शिक्षकाची स्वतःच्या गावात जमीन असेल तर, शाळेचे काम संपल्यावर लगेच तो जमिनीच्या कामांसाठी गावी जातो.

गावास भेट देणाऱ्या अधिकाऱ्यांची सेवा करणारे रखवालदार, सफाई कर्मचारी तसेच अनेक कार्यकर्ते असे गावातील अनेक सेवक असतात. साधारणपणे, त्यांच्या सेवांच्या मोबदल्यात त्यांना जमीन दिली जाते (पहा, दुबे १९५५ब, पृ. क्र. ५१–५३) त्यांची कर्तव्ये बाह्य समाजापेक्षा संस्थेच्या आतील कामकाजाशी संबंधित असतात.

गावकरी—एकत्र आणि विभक्त

वेगवेगळ्या जातीच्या लोकांमधील दैनंदिन संबंध हे सहसा मैत्री किंवा इतर ऐच्छिक देवाणघेवाणीपेक्षा आर्थिक आणि धार्मिक विधींच्या संदर्भातील व्यवहारांमुळे जास्त येतात. एखाद्या माणसाचे आर्थिक व्यवहार त्याच्या गावात आणि आसपासच्या गावांमध्ये एकवटलेले असतात. याआधी नमूद केल्याप्रमाणे, कुठल्याही एखाद्या गावामध्ये आवश्यक ती सगळी कसबी माणसे उपलब्ध नसतात. बलुतेदारी संबंधांमधील स्थानविषयक पैलूचे चित्रण शेरुपूर गावाच्या उदाहरणात केलेले आहे (फैजाबाद जिल्हा, उत्तर प्रदेश); शेरुपूरमध्ये बलुतेदारीची सेवा देणाऱ्या पस्तीस जणांपैकी बरेचसे लोक त्या गावात राहत नाहीत, तर गावापासून दोन मैलाच्या परिसरात राहतात (गाऊल्ड १९६४, पृ. क्र. २६—२८).

एखादा जमीनदार थोड्या दूर अंतरावर राहणाऱ्या कसबी लोकांशी संबंध ठेवतो. त्यांच्यामध्ये एखादा वंशावळ लिहिणाराही असू शकतो, जो काही ठिकाणी ठरावीक काळानंतर येतो आणि त्याच्याकडील नोंदी अद्ययावत करतो, संबंधित घराण्याचे गुणगान करतो आणि त्याचा मोबदला घेतो. शहरात एखादा सोनार असू शकेल ज्याच्याकडे एखादा माणूस गरजेनुसार दागिनेखरेदीसाठी जात असेल. एखादा भटक्या भिकारी किंवा बैरागी असतो जो त्याच्या ठरलेल्या वर्तुळात भीक मागत फिरत असतो; पण हे सगळे संबंध कधीतरी येतात. आर्थिक देवघेव आणि धार्मिक विधींसंबंधी सेवांचे प्रमुख स्थान गावात आणि त्याच्या आसपासच्या भागांत असते.

आम्ही बलुतेदारी संबंधांविषयी चर्चा करताना नमूद केले होते त्यानुसार स्थानिक पातळीवरील मागणी व पुरवठ्याचा परिणाम या देवघेवीवर होतो. म्हैसूरच्या तोतागद्दे गावातील एका न्हाव्याचा मृत्यू झाला आणि त्याच्यामागे कोणी वारसही नव्हते. तेव्हा जमीनदारांनी त्याच्या जागेसाठी दुसऱ्या माणसाचा शोध घेतला, त्यांना एक माणूस मिळाला आणि त्यांनी त्याला गावात आणले. त्याने अनेकदा शुल्क वाढवून मागितले आणि त्याला ते मिळाले. त्याच्या जागी पुन्हा नवीन माणूस शोधण्यापेक्षा गावातील नेत्यांनी नाखुशीने त्याच्या मागण्या मान्य केल्या (हार्पर १९५९ब, पृ. क्र. ७७०).

शहरात जास्त फायदेशीर कामे मिळत असल्यामुळे, दिल्लीजवळच्या शांतिनगरमध्ये नाभिक लोकांच्या उपलब्धतेचे प्रमाण मर्यादित आहे. स्टॅन्ली फ्रीड म्हणतात, मी त्या गावात गेलो त्या वेळेस गावातील पुरुष मंडळींची दाढी करण्यासाठी हजर असलेली एकमेव व्यक्ती म्हणजे एक अकरा वर्षांचा मुलगा होता. प्रत्यक्ष काम करतानाच शिकून तो त्याच्या जातीच्या व्यवसायाची कर्तव्ये पूर्ण करत होता आणि त्या वेळेस सकाळच्या दाढीनंतर बऱ्याच जणांच्या चेहऱ्यावर जखमेमुळे रक्त आलेले दिसायचे आणि चेहरे खडबडीत दिसायचे.

कधीकधी मागणीपेक्षा पुरवठा जास्त असतो. उदाहरणार्थ, सरकंडामध्ये, बाजारपेठेतील वस्तूंच्या स्पर्धेमुळे तेथील कारागिरांना त्यांचे बरेच ग्राहक गमवावे लागले आहेत आणि त्यांना

अवैध दारुभट्ट्या लावण्यासारख्या हलक्या कामांकडे वळावे लागले आहे. या कारागिरांमध्ये ग्राहकांसाठी होणाऱ्या स्पर्धेमुळे त्यांच्यात कडवी वैरभावना निर्माण झालेली आहे (बेरेमन १९६२ब, पृ. क्र. ३९०). अतिप्रमाणातील पुरवठ्याचे एक नमुनेदार उदाहरण विणकरांचे आहे. कारखान्यात बनणारे स्वस्त कापड उपलब्ध झाल्यामुळे भारतात सगळीकडेच विणकरांची संख्या गरजेपेक्षा जास्त झाली. त्यांतील अनेकांना भूमिहीन मजूर म्हणून काम करावे लागले आणि काही गावांत विणकऱ्यांवर गरिबी ओढवल्यामुळे त्यांच्या जातीचा दर्जा घसरला (पहा, बेन्स १९१२, पृ. क्र. ६२–६४).

मागणी आणि पुरवठ्याचे हे गणित सामाजिक श्रेणीतील दुसऱ्या बाजूसही दिसते. जिथे कनिष्ठ श्रेणीतील जातीतील कुटुंबांची भरभराट होते तिथे सर्वसाधारणपणे ब्राह्मण पुरोहितांची मागणी वाढलेली असते. कनिष्ठ श्रेणीतील जातींचे लोक पुढे जाण्यासाठी जे प्रयत्न करतात त्यातील एक विशेष कृती म्हणजे पुरोहितांची सेवा प्राप्त करणे, जी सेवा पूर्वी आर्थिक स्थिती अत्यंत वाईट असल्यामुळे आणि जातीचा व्यवसाय अत्यंत मलीनता निर्माण करणारा असल्यामुळे त्यांना मिळू शकत नव्हती. याउलट, ब्राह्मण पुरोहितांची सेवा स्वीकारण्याचे प्रमाण कमी होऊ शकते, जसे दिल्लीतील जाट समाजाने आर्य समाज चळवळ या सुधारक चळवळीच्या प्रभावामुळे केले. तेथील पुरोहित वर्गास इतर व्यवसायांकडे वळावे लागले (लेविस १९५८, पृ. क्र. ७७–७८). बलुतेदारी सेवांमध्ये अशा तऱ्हेने सतत होत असलेल्या बदलांमुळे, मग ते बदल म्हणजे ब्राह्मणांच्या सेवा असोत किंवा धोब्यांच्या, ग्रामीण समाजाचे संदर्भ बदलले आहेत.

गावातील माणसाचे बहुतांश अनौपचारिक नातेसंबंध विशेषकरून त्याच्या जातीतील इतरांशी असतात किंवा त्याच्याच भागातील एखाद्या जातीच्या लोकांशी असतात. काही संबंध स्वेच्छेने जोडलेले असू शकतात ज्यांमुळे सगळ्या जातींतील लोकांशी मैत्री होऊ शकते. अशा मैत्रीची शक्यता ही काही अंशी गावाच्या व जातसमूहाच्या आकारावर, तसेच सामाजिक बहिष्काराबाबतच्या आग्रहीपणावर अवलंबून असते. लहान आकाराचे गोपाळपूर आणि त्याच्या शेजारचे मोठे गन्नापूर या दोन वेगवेगळ्या आकाराच्या गावांची तुलना करताना बील्स असे नमूद करतात की, "गोपाळपूरमध्ये, वेगवेगळ्या जातींच्या लोकांमध्ये मैत्रीची नाती वरचेवर जुळत राहतात; गन्नापूरमध्ये आपल्याच जातीतील लोकांशी मैत्री करण्याकडे कल असतो" (१९६२, पृ. क्र. ८७).

तंजावर जिल्ह्यात, जिथे तीन प्रमुख श्रेणींतील लोक कटाक्षाने एकमेकांपासून दूर राहतात तिथे मुख्य जातगटांत मैत्रीचे संबंध जुळलेले संबंध प्रत्यक्षात दिसून येत नाहीत. प्रत्येक श्रेणीमध्ये अंतर्गत स्तरावर मैत्री केली जाते, पण वेगवेगळ्या श्रेणीतील लोकांची एकमेकांशी मैत्री होत नाही. गावातील वेगवेगळ्या ब्राह्मण जातींचे अनेक तरुण शाळाशिक्षक एकमेकांचे मित्र आहेत, पण "मला एखाद्या गावात वैयक्तिक मैत्रीचे असे एकही उदाहरण आढळलेले

नाही जिथे एकीकडे ब्राह्मण आणि दुसरीकडे ब्राह्मणेतर किंवा आदिद्रविड माणसाची मैत्री असेल"(बेटली १९६२, पृ. क्र. १४५).

कर्वे आणि दामले यांनी गावातील लोकांच्या आपापसातील संबंधांविषयी महाराष्ट्रातील तीन गावांमध्ये, प्रश्नोत्तरांवर आधारित एक सर्वेक्षण (१९६३) केले होते. त्या प्रश्नांच्या उत्तरांतून बरीचशी अशीच स्थिती आढळून आली. ती तीन गावे एकमेकांपेक्षा बरीच वेगळी असली तरी सगळीकडचे सर्वेक्षणाचे निष्कर्ष बरेचसे सारखेच आहेत.[२] वसाहतीचा आकृतिबंध पाहता, "सर्वांत जवळ राहणारे शेजारी हे सगोत्र नातलग किंवा सोयरिकीमुळे जोडलेले नातेवाईक होते. शेजाऱ्यांचे वर्तुळ अधिक मोठे केल्यावर त्यामध्ये जातभाईंचा समावेश झाला आणि मग त्यात इतर स्पृश्य लोक आले."

प्रत्येक 'हरिजन' जातीमध्ये एक स्वतंत्र विभाग असतो, जो इतर 'अस्पृश्य' जातींपासून तसेच "स्पृश्य"जातीच्या घरांपासून वेगळा केलेला असते. एखाद्या गावकऱ्याचा बहुतांश संवाद त्याच्या जवळच्या नातलगांशी तसेच शेजाऱ्यांशी होतो आणि त्यानंतरचा सर्वांत जास्त संवाद हा त्याच्याच जातीतील किंवा जातवर्गातील लोकांशी होतो. शेती करणारी कुळं ही जमीनदाराच्याच जातीची असतात (एकाच गावातली असतील तर), पण पैशांची उधारी आणि इतर आर्थिक व्यवहार जातीच्या कक्षेपुरते मर्यादित राहत नाहीत. जजमानी संबंध–ज्यांना महाराष्ट्रात बलुतेदारी म्हटले जाते–ते या तीनही गावांमध्ये अस्तित्वात होते, तेथील व्यवहारांचे पारंपरिक स्वरूप बदलत असले तरी. सर्वेक्षणात ज्यांना प्रश्न विचारले गेले त्यांपैकी बहुतेकांनी ही बलुतेदारी उपयुक्त आणि आवश्यक असल्याचे सांगितले. एखाद्या कुटुंबाला शेतात किंवा घरात मदतीची गरज असते तेव्हा त्याला गावातील जवळच्या नातलगांकडून, मग जातभाईंकडून आणि औषधांसारख्या काही विशिष्ट गरजांसाठी इतरांकडून मदत मिळते.

जवळपास प्रत्येक कुटुंबामध्ये पाहुण्यांचे स्वागत होते किंवा गावातील लोकांचे आदरातिथ्य केले जाते. पण पाहुणेमंडळी ही बहुतकरून त्या कुटुंबाच्या आप्तस्वकीयांपैकी किंवा जातीतील असतात. मैत्रीचे संबंध स्वतःच्याच जातीतल लोकांशी जुळतात "वेगळ्या

---

[२] तीनपैकी एक गाव वोरकाटे, जे सातारा जिल्ह्याच्या उत्तरेस आहे, "ते एक ठरावीक साच्यातील मराठा गाव असून तिथे अनेक जातीचे लोक आहेत," ते गाव केंद्रांकित स्वरूपाचे असून तुलनेने सखल प्रदेशात वसलेले आहेत. दुसरे, पुणे जिल्ह्यातील अहुपे गाव हे डोंगराळ भागातले विखुरलेल्या वस्तीचे गाव आहे; प्रामुख्याने तेथील लोक "अर्ध आदिवासी" जातीचे आहेत. तिसरे कराळ हे गाव रत्नागिरी जिल्ह्यातील तटवर्ती पट्ट्यातील आहे. स्वतंत्र बागा-कुंपणांचे विखुरलेल्या घरांचे ते गाव असून तिथे इतर दोन गावांसारखे कुठल्याच जातीचे संख्याप्राबल्य नाही. सदर सर्वेक्षणामध्ये पुणे जिल्ह्याजवळच्या एका आधुनिक शेतकी वसाहतीमधील काही कुटुंबांचाही समावेश होता. एकूण ३४३ कुटुंबांना या सर्वेक्षणात प्रश्न विचारण्यात आले.

जातीतील लोकांशी केलेल्या काही मोजक्या खऱ्या मैत्रीसंबंधांचे अपवाद वगळता"[३] आणि या मोजक्या मैत्रीच्या नात्यांत उच्च जातीतील मित्राच्या घरी चहा-खाणे वगैरे देऊन कनिष्ठ श्रेणीतील जातीच्या माणसाचे आदरातिथ्य होऊ शकते. पण तिथे त्याची भांडी तो स्वतः धुतो आणि घरातील भांड्यांपासून ती भांडी लांब ठेवली जातात (कर्वे आणि दामले १९६३, पृ. क्र. ७३).

एकंदरीतच, महाराष्ट्रातील या गावांतील कुठल्याही पुरुषाचे आणि त्याहीपेक्षा स्त्रीचे सामाजिक संबंध त्यांच्या आप्तस्वकीयांशी आणि जातसमूहातील व्यक्तींशी असतात. "अशा तऱ्हेने आम्हाला आढळले की कुठल्याही व्यक्तीचे संबंध बहुतांशी त्याच्या जवळच्या नातलगांपुरते मर्यादित असतात आणि आंतरसामूहिक संबंधांवर जातसंकेतांचे नियंत्रण असते" (कर्वे आणि दामले १९६३, पृ. क्र. ७१–७५). काही मैत्रीसंबंध हे सामाजिक उतरंडीतील वेगवेगळ्या स्तरांतील लोकांमध्ये जोडले जातात, पण तसे करण्यात येणाऱ्या अडचणी या इतर बहुतांश गावांप्रमाणे या गावांतही बऱ्याच आहे. त्यामुळे बरेचसे मैत्रीसंबंध समान सामाजिक स्तरांवरील गावकऱ्यांमध्ये असतात.

खालापूरमधील (सहारणपूर जिल्हा, पश्चिम उत्तर प्रदेश) संप्रेषणाविषयी गुम्पर्झ यांनी जी चर्चा केली आहे, त्यातही हे नमूद केलेले आहे. खालापूर गावातील सर्व जातींचे गावकरी इतर श्रेणीतील लोकांशी नियमितपणे संपर्क ठेवतात, पण "वेगवेगळ्या समूहांचा परस्परसंवाद हा एका विशिष्ट तटस्थ वर्तुळापुरता मर्यादित आहे." मुक्तचर्चा आणि विचारांची देवाणघेवाण प्रामुख्याने पुरुषांच्या घोळक्यांमध्ये केली जाते. ही पुरुषमंडळी नियमितपणे एखाद्या विशिष्ट माणसाच्या घरी किंवा इतर ठिकाणी भेटतात. रोज वरचेवर होणाऱ्या संवादासारखी कुठलीच जागा किंवा प्रसंग नसतात. अगदी विकासासाठी काम करणारे लोक आणि शासनाच्या अन्य प्रतिनिधींसाठी दिले जाणारे संदेशदेखील अशा गटांच्या माध्यमातून दिले जातात.

अशा प्रकारचे सामाजिक केंद्र/भेटीगाठींचे वर्तुळ हे सहसा, नेहमी नाही, एकाच जातीतल्या लोकांचे मिळून बनलेले असते. गुम्पर्झ याविषयी सांगतात, "जातीबाहेरचे मैत्रीसंबंध हे सामाजिक क्रमवारीत ढोबळमानाने सारखे स्थान असलेल्या स्पृश्य जातींमध्ये अधिक प्रमाणात दिसून येतात" (गुम्पर्झ १९६४, पृ. क्र. ९१–९२). खालापूरच्या आणखी एका उदाहरणात, "आमच्या माहितीनुसार, दोन माणसांमधील धार्मिक विधींमुळे असलेले अंतर खूप मोठे असते तेव्हा, कधीकधी घट्ट मैत्रीसंबंधांना जातसमूहाच्या रेषा छेद

---

[३] लेखकांनी दिलेल्या सारणीमध्ये असे दिसते की स्पृश्य जातीतील २३० गावकऱ्यांनी एका प्रश्नाचे उत्तर दिले ज्यामध्ये प्रत्येकाला सहा मित्रांची नावे लिहिण्यास सांगितले होते. त्यापैकी १५५ जणांनी केवळ त्यांच्या जातीतील मित्रांची नावे सांगितली, ६३ जणांनी इतर स्पृश्य जातीतील नावांचा समावेश केला, ३ जणांनी फक्त जवळच्या नातलगांची नावे लिहिली, तर ९ जणांनी (४ टक्क्यापेक्षा किंचित कमी) 'अस्पृश्य' लोकांची नावे सांगितली (कर्वे आणि दामले १९६३, पृ. क्र. २३६–२३९, ४७५–४७६).

देतात, त्या कधीही अस्तित्वात नसल्या तरी (मिन्टर्न आणि हिचकॉक १९६६, पृ. क्र. ३२–३३).

खालापूरमधील या घट्ट मैत्रीसंबंधांची सुरुवात नेहमी शाळेतून होते आणि मोठे झाल्यानंतर ते जुने वर्गमित्र मैत्री टिकवून ठेवतात. तिथे हा प्रघात जास्त वाढत आहे आणि शैक्षणिक संधींमध्ये वाढ होत असल्यामुळे कुठल्याही माणसाचे पक्के मित्र त्याच्या जातीपेक्षा त्याच्या विस्तारलेल्या वर्तुळातील असणे ही स्वाभाविक गोष्ट आहे. आर्थिक सहभागाच्या कक्षा रुंदावण्याच्या बाबतीतही असेच आहे. आर्थिक सहभाग आणि जातीचा व्यवसाय यांमधील घनिष्ट संबंध कमी झाल्यामुळे द्विपक्षीय आर्थिक हेतू वेगवेगळ्या जातींच्या लोकांना एकत्र आणतात. पण हे चलन फारसे वाढलेले नाही आणि बहुतांश गावांतील पुरुषांमध्ये होणारी अनौपचारिक-व्यक्तिगत देवाणघेवाण आणि मोकळेपणाने केले जाणारे सहकार्य हे अजूनही जातभाईंमध्ये आणि समान सामाजिक दर्जा असलेल्या लोकांमध्येच होते.

असे असूनही, भारतीय गाव म्हणजे अपमानकारक भेदभाव आणि क्रूर शोषण करणारा “प्रदेशवादाचा डोह (सिंक ऑफ लोकलिझम)”नाही, जे तसे असल्याचे प्रतिपादन ‘हरिजन’ चळवळीचे आदरणीय नेते डॉ. आंबेडकरांनी केले होते. तसेच सर चार्ल्स मेटकाफ यांनी म्हटल्याप्रमाणे (आंबेडकर १९४८, पृ. क्र. ३९) शांततामय आणि लवचीक स्वरूपाचे “छोटे प्रजासत्ताक”देखील नाही. जे तिथे राहतात त्यांच्यासाठी ते त्यांचे घर आहे. गावात राहणाऱ्या प्रत्येक व्यक्तीस इतर गावातील आप्तस्वकीय आणि जातभाईंविषयी, कसबी, विश्वासू सल्लागार किंवा अन्य गावातील आश्रयदात्यांविषयी निष्ठा वाटत असूनही आणि गावकऱ्यांमध्ये खोलवर गेलेले व कधीकधी कडवट संघर्ष असूनही ते गाव एका खऱ्या समुदायासारखे एकत्र राहते. गावाचे विभाजन करणाऱ्या या घटकांविषयी लिहिल्यानंतर मॅककिम मॅरिऑट लिहितात, “पण मला अजूनही असे म्हणावेसे वाटते की किशनगढी गाव हे एखाद्या सजीव वस्तूसारखे आहे, त्याची रचना सुबक आहे, त्याचे स्वतःचे असे एक अस्तित्व आहे आणि–ज्या मोठ्या सामाजिक-राजकीय-धार्मिक-आर्थिक व्यवस्थेचा ते एक भाग आहे, त्या व्यवस्थेमधील अनेक उपव्यवस्थांपैकी ते एक असूनही ते गाव हीच एक व्यवस्था आहे.” भारतातील इतर बहुतांश गावांप्रमाणे किशनगढी हे गाव आर्थिक व्यवहारांचे महत्त्वाचे केंद्र कसे आहे, सामाजिक उपक्रमांचा प्रमुख दुवा आणि राजकीय संघर्षांचे मुख्य व्यासपीठ कसे आहे त्याविषयी मॅरिऑट यांनी पुढे सांगितले आहे (१९५५ब, पृ. क्र. १७६–१७८).

या अभ्यासात समावेश असलेल्या बहुतांश लोकांसाठी “गावकरी” ही संकल्पना वापरण्यास आम्ही जे प्राधान्य दिले ते भारतीय समाजातील गावाच्या या कार्यांवरच आधारित आहे.

११ गाव: अंतर्गत नियमन

जिथे एक जातसमूह सर्वांत जास्त प्रभावशाली असल्याचे स्पष्टपणे दिसते, अशा गावांचे व्यवस्थापन त्या जातसमूहाचे नेते आणि पंचायती यांच्याकडून केले जाण्याची शक्यता असते. आपण आधी पाहिले आहे त्यानुसार, एखाद्या प्रभावशाली जातसमूहाचेसुद्धा विभाजन होऊन तिथे परस्परांचे कडवे विरोधक असलेले सोयरगट निर्माण होऊ शकतात; त्यामुळे कदाचित त्यांना स्वतःच्या पातळीवर ती व्यवस्था पाहणे शक्य होणार नाही. तरीही त्यांच्या स्वभावानुसार ते त्यांच्या नियामक अधिकारांसमोर येणाऱ्या आव्हानांविरुद्ध एकत्र येतात आणि इतर गावकऱ्यांवर त्यांचा संयुक्त अंकुश कायम ठेवतात.

ज्या गावांमध्ये कुठल्याही एका जातीकडे सर्वाधिकार नसतात, तेथील स्थानिक सत्तेसाठी अनेक जातसमूह किंवा सोयरगटांमध्ये चुरस असते आणि काही प्रसंगी गावाच्या कल्याणासाठी ते एकत्र येतात. ग्रामपंचायत ही अशा प्रतिस्पर्धेचे व्यासपीठ आणि गावाच्या एकजुटीला चालना देणारे माध्यम असते. स्पष्टपणे परिभाषित केलेली कर्तव्ये पार पाडणाऱ्या एखाद्या औपचारिक राजकीय दलापेक्षा युक्तिवाद, निर्णय आणि कृतीचा आकृतिबंध म्हणून ग्रामपंचायत तसेच जातपंचायतीचे काम अधिक चांगल्या प्रकारे समजून घेता येते. गावाच्या मताला आकार देण्यास आणि त्याचे सुसूत्रीकरण करण्यास पंचायत मदत करते. ती गावात सुव्यवस्था राखणारी संस्था असते. तसेच स्थानिक व्यवस्थेमध्ये झालेल्या बदलांचे प्रतिबिंब दाखवणारे आणि कालौघात त्या बदलांना रास्त ठरविणारे ते एक माध्यम असते. एखादा प्रभावशाली जातसमूह स्वतःच्या पंचायतीच्या माध्यमातून स्वतःचे आधिपत्य गाजवतो.

प्रभावशाली जाती

भारतातील "प्रभावशाली जातीं"ची यादी करताना बेन्स यांनी त्या जातींचे वर्गीकरण विशेष प्रकारचे जमीनदार म्हणून केलेले आहे (बेन्स १९१२, पृ. क्र. ४२–४६). सहसा जमिनीच्या आधारे त्यांचे सामाजिक स्थान ठरत असले तरी; त्यांची सत्ता केवळ जमिनीमुळे निर्माण होत नाही, तर अनेक शक्तींच्या मिश्रणामुळे होते. एखादी जात खऱ्या अर्थी प्रभावशाली होण्यासाठी त्या जातीतील सदस्यांची केवळ संख्या मोठी असणे पुरेसे नाही, तर त्यांचे आर्थिक व राजकीय बळ लादण्याची त्यांची तयारीही असली पाहिजे. गरज वाटल्यास, बळ वापरून विरोधकांचे खच्चीकरण करू शकेल अशा माणसांचा एक ताफा ते तयार करू शकतात (श्रीनिवास १९५९अ, पृ. क्र. १–२). सहसा धार्मिक विधींमध्ये त्यांना मानाचे स्थान असते. आताच्या काळात त्यांच्यापैकी काही जण शासकीय अधिकाऱ्यांना नीट हाताळून स्वतःकडे सत्ता ठेवण्याइतपत पुरेसे सुशिक्षित असू शकतात. महत्त्वाचे म्हणजे, गावावर अंमल ठेवण्याचे अधिकार त्यांच्याकडे आहेत, असे

त्यांना वाटते. त्यांच्या गावातील काही जातसमूह संख्येने मोठे असूनही प्रभावशाली नसतात. त्या जातसमूहांतील सदस्य आर्थिक बळ आणि सामाजिक दर्जाच्या बाबतीत कमी असतात म्हणून नाही, तर सत्ताधीश म्हणून स्वतःची प्रतिमा तयार करण्यात ते मागे पडतात म्हणून.

सहसा गावातील बऱ्याचशा जमिनीवर प्रभावशाली जातसमूहातील कुटुंबांचे आधिपत्य असते.[१] सत्ताधीश जमीनदारांना असे वाटते की तेच खरे गावाचे सर्वेसर्वा आहेत आणि गावातील इतर सर्व जण त्यांचे आश्रित किंवा खुशामतखोर आहेत. दिल्लीजवळच्या रामपुरा गावाच्या बाबतीत लेविस म्हणतात, "मग त्या अर्थी, गावातील इतर जातींचे लोक, अगदी ब्राह्मणदेखील जाटांच्या उपकाराखाली राहत आहेत"(१९५५, पृ. क्र. १५५). गावातील जाट समाजात जुने वैर असले तरी, त्यांच्याविषयी असे म्हणता येऊ शकते; कारण त्यांच्या सत्तेसमोर आव्हान निर्माण झालेले दिसल्यास ते एकत्र येतात आणि जाटांच्या श्रेष्ठत्वास आव्हान देणाऱ्या कोणाहीसमोर एकजुटीने उभे राहतात.

उत्पादनाच्या प्रमुख साधनांवर नियंत्रण असल्याने प्रभावशाली जातसमूहातील कुटुंबं इतर गावकऱ्यांचे चरितार्थाचे साधन काढून घेऊ शकतात. या अनुषंगाने, खालापूरचा प्रभावशाली रजपूत समाज इतर गावकऱ्यांची घरांची जागा, गुरांच्या चारापाण्याची रसद आणि अगदी शौचासाठीच्या जागादेखील बळकावण्याची धमकी देऊ शकतात (मिन्टर्न आणि हिचकॉक १९६६, पृ. क्र. ४८). सेनापूरमधील प्रभावशाली ठाकूर समाज त्यांच्या सेवादारांनी त्यांना कोणत्या सेवा द्यायच्या तेच केवळ ठरवत नसे, तर त्या सेवादारांनी एकमेकांना काय दिले पाहिजे, तेही ठाकूरच ठरवत असत (रोवे १९६३, पृ. क्र. ४२).

म्हैसूरजवळच्या रामपुरामध्ये वर्चस्व असलेल्या वोक्कलिगा (ओक्कलिगा) समाजातील प्रत्येक आश्रयदाता माणूस म्हणजे त्याच्या सेवादारांचा मालक, कुळांचा जमीनदार, कर्जदारांचा सावकार आणि असंख्य आश्रितांना काम देणारा एकमेव पोशिंदा, अशा सर्वांचे मिश्रण असतो. या प्रकारे, गावातील सर्व जातींवर अनेक प्रकारे त्याची आर्थिक पकड असते (श्रीनिवास १९५५ब, पृ. क्र. २६–३१). गावावर या जातसमूहाचे एक ठोस आधिपत्य आहे. त्या समूहातील नेते गावातील लहान-मोठे तंटे सोडवतात; ग्रामीण पातळीवर राबवल्या जाणाऱ्या उपक्रमांचे नियोजन करतात आणि त्याकडे लक्ष पुरवतात; बाहेरच्या अधिकाऱ्यांपुढे

---

[१] कानपूरजवळच्या गामरस गावातील ब्राह्मणांचे स्थान धार्मिक विधींच्या बाबतीत सर्वोच्च आहे आणि गावातील त्यांचे संख्याबळदेखील सर्वांत जास्त आहे. पण यापूर्वी नमूद केल्याप्रमाणे, त्यांच्या समूहाचे गावात वर्चस्व नाही. ते तुलनात्मकदृष्ट्या गरीब असून दरडोई उत्पन्नाच्या बाबतीत गावातील सर्व जातींत त्यांचे स्थान पाचवे आहे आणि त्यांच्यात आपापसात मतभेद आहेत. के. एन. शर्मा यांनी एका खाजगी पत्रव्यवहारात असे लिहिले आहे की इतर गावकरी केवळ दोन ब्राह्मण व्यक्तींची ऐहिक विषयांवरील मते आदरपूर्वक ऐकून घेतात.

उत्तर प्रदेशातील इटावा जिल्ह्यातील करीमपूर या आणखी एका गावामध्ये, बरीचशी जमीन ब्राह्मणांच्या ताब्यात आहे आणि गावावरदेखील त्यांचे नियंत्रण आहे (वायजर १९६३, पृ. क्र. १४–१९).

गावाचे प्रतिनिधित्व करतात. कुठल्याही वादात सहभागी असलेला एखादा माणूस जाणूनबुजून त्याचे भांडण सोडविण्यासाठी गावाबाहेर नेण्याचा प्रयत्न करत असेल तर त्याला स्थानिक आश्रयदात्यांचा अपमान केला म्हणून दोषी ठरवू शकतात. "त्याच्या कृतीतून त्याचा त्यांच्यावरचा 'अविश्वास' व्यक्त होतो आणि लवकरच त्याला जाणीव करून दिली जाते की त्याने त्यांचा रोष ओढवून घेतला आहे. भारतीय गावांमध्ये, लोक जेव्हा अनेक धाग्यांनी एकत्र बांधलेले असतात तेव्हा अधोगती वेगाने होते" (श्रीनिवास १९५९अ, पृ. क्र. ९). तसेच, इतर गावांतील धनिक लोकांकडूनही स्थानिक आश्रयदात्यांचेच समर्थन केले जाण्याची शक्यता असते; ज्यांच्या मदतीची गरज त्यांना एखादे लग्न जमवण्यासाठी, कर्ज घेण्यासाठी किंवा स्वतःचे राजकीय वर्तुळ अबाधित ठेवण्यासाठी भासू शकते.

वोक्कलिगा (ओक्कलिगा) समाजाचे हे नेते—ज्यांच्या जातीचे वर्गीकरण 'शूद्रां'मध्ये केले जाते—ब्राह्मणांविषयी औपचारिक आदर दाखविण्याची खबरदारी घेत असले तरी ते ब्राह्मणांवर अधिकार गाजवतात. गावातील एखादा ब्राह्मण अडचणीत असेल तर तो आपसूकच मदतीसाठी आणि सल्ल्यासाठी वोक्कलिगा (ओक्कलिगा) समाजातील आश्रयदात्याकडे जातो. एखाद्या ब्राह्मणाने गावातील नेत्यांच्या अधिकारांना आव्हान दिले तर त्याच्यावर प्रचंड ताशेरे ओढले जातात. या भागातील एका गावाच्या प्रमुखाने एकदा एका उद्धट ब्राह्मणावर बहिष्कार टाकून त्याला जरब बसवली होती. "धार्मिक विधींच्या बाबतीत या ब्राह्मणाला जे उच्च स्थान मिळालेले आहे त्यामुळे त्याची गावातील प्रभावशाली जातीच्या सांसारिक नियंत्रणातून सुटका होत नाही" (श्रीनिवास १९५९अ, पृ. क्र. ८).

रामपुरामधील वोक्कलिगा (ओक्कलिगा) समाजातील आश्रयदाते इतके शक्तिशाली आणि प्रतिष्ठित आहेत की (श्रीनिवास यांनी ओक्कलिगांच्या जातीच्या नावासाठी "कुणबी" हा शब्द वापरलेला आहे; आम्ही त्यांचा हा शब्द या आणि इतर जातींसाठी घेतला आहे) त्यांना इतर जातींमधील अंतर्गत प्रकरणे सोडविण्यास सांगितले जाते. एकदा एक लिंगायत पुजारी त्याच्यासोबत राहण्यासाठी दोन चरित्रहीन स्त्रियांना घेऊन आला. त्याचे हे अविचारी वर्तन म्हणजे खरोखरच केवळ त्याचा आणि स्थानिक लिंगायत जातीचा व्यक्तिगत प्रश्न होता. पण या स्त्रियांनी एका समारंभात इतर लिंगायत पुजाऱ्यांच्या पत्नींबरोबर मिळूनमिसळून वागण्याचा प्रयत्न केला ते वर्तन अतिरेकी होते. लिंगायत समाजातील एका पुजाऱ्याने चरित्रहीन स्त्रिया सोवळ्याच्या स्वयंपाकात हात लावणार नाहीत अशी व्यवस्था करण्याची विनंती ओक्कलिगांच्या प्रमुखास केली आणि त्यांनी खरोखरच त्या स्त्रियांना तसे करण्यापासून रोखले.[२]

[२] श्रीनिवास लिहितात त्यानुसार, रामपुरामधील दोन प्रमुख कुणबी नेते एकमेकांचे विरोधक असण्याऐवजी मित्र होते; आणि त्यामुळे त्या गावातील प्रशासन असाधारणपणे स्थिर आणि भक्कम होते. त्या दोघांचे वडीलही प्रभावशाली होते, पण ते एकमेकांचे शत्रू होते आणि दोन मुख्य फुटीरगटांचे प्रमुख होते. सध्याच्या दोन्ही नेत्यांची मैत्री त्यांच्या वडिलांमध्ये शत्रुत्व असूनही निर्माण झाली आणि गावासाठी तसेच जातसमूहासाठी ते फायद्याचे ठरले (१९५९अ, पृ. क्र. ७).

याच पद्धतीने, जवळच्या एका गावातील कुणबी समाजातल्या वडीलधाऱ्यांनी मुस्लीम दैवताच्या सामूहिक उपासनेसाठी काही नियम बनवले. नंतर मुस्लीम समाजात मतभेद झाले तेव्हा त्यांनी कुणबी समाजातील वडीलधाऱ्यांना सांगितले की त्या वेळपासून पुढे ते आपापसातील वाद त्या वडीलधाऱ्यांकडे घेऊन जातील. "या प्रसंगातून या भागातील ग्रामीण समाजाच्या रचनेचे वैशिष्ट्य ठळकपणे दिसून येते. मातब्बर जातीच्या पंचायतीचा संबंध ज्यांच्याशी येतो अशा प्रत्येक गटामध्ये ती स्वतःचे अधिकार निर्माण करण्याचा प्रयत्न करते, पण असे प्रयत्न बरेचदा निष्फळ ठरतात" (श्रीनिवास १९५९अ, पृ. क्र. १२). गावात त्यांना सर्वोच्च स्थान असल्यामुळे गावातील राज्यकारभाराची जबाबदारी त्यांच्यावर आहे, असे त्यांना वाटते अन् त्यामुळे ते गावव्यवस्थेतील वेगवेगळ्या विभागांचे काम चालू राहण्याचे मार्ग तयार करण्याचे प्रयत्न करतात.

तरीही, ते प्रत्येक वादात सहभागी होण्याची खटपट करत नाहीत. अनेक गावांतील धोब्यांच्या पंचायतीची सभा रामपुरामध्ये संपन्न झाली तेव्हा एकही कुणबी नेता तिथे उपस्थित राहिला नाही. त्या पंचायतसभेतील वादाच्या विषयावर तोडगा काढण्यासाठी धोबी समाजाने आपापसात चर्चा केली पाहिजे, असा युक्तिवाद त्यांनी केला. गावातील 'अस्पृश्य' लोक त्यांच्या आश्रयदात्यांची मदत न घेता, आपापसातील वाद स्वतःच सोडविण्याचा प्रयत्न करतात. दुसरीकडे ते आश्रयदातेही 'अस्पृश्यां'च्या मुलांना शाळेत प्रवेश देण्याबाबत आणि त्यांना त्यांची परिस्थिती सुधारू देण्याबाबत नाखूश असतात. 'अस्पृश्यां'कडून कमी मोबदल्यात केली जाणारी मोलमजुरी आणि हलकी कामे तशीच चालू राहावीत असे त्यांना वाटते (श्रीनिवास १९५९अ, पृ. क्र. ४, ८–९).

काही प्रसंगी मातब्बर जमीनदारांकडून दुसऱ्या जातीच्या प्रकरणांमध्ये अतिरेकी प्रमाणात लुडबुड होऊ शकते; एखाद्या आश्रयदात्याच्या आवडत्या सेवादारांपैकी कोणावर संकट आले तर त्यांच्याकडून हस्तक्षेप केला जाण्याची शक्यता असते. श्रीनिवास यांनी एका वोक्कलिगा (ओक्कलिगा) पंचायतीविषयी लिहिले आहे. स्वतःच्या जवळच्या नात्यातील एका स्त्रीवर खोटे आरोप केल्याबद्दल दोषी ठरलेल्या एका कोळी समाजाच्या माणसाला त्या पंचायतीने दोन दंड सुनावले. त्यापैकी मोठ्या दंडाची रक्कम ओक्कालिगांच्या सार्वजनिक निधीमध्ये जमा होणार होती आणि लहान रक्कम कोळी जातीच्या पंचायतीकडे जाणार होती. त्या कोळ्याने पुन्हा असे आरोप केल्यास त्याला त्याच्याच जातीतून बाहेर काढले जाईल, अशी ताकीददेखील या पंचायतीने दिली. अशा प्रकारची ताकीद देणे बरेच चमत्कारिकपणाचे आहे; कुठल्याही एका जातीच्या नेत्यांकडे दुसऱ्या जातीतील व्यक्तीस बहिष्कृत करण्याची अधिकार क्वचितच असतात. या मातब्बर जातीचे अधिकार आणि घमेंडखोरी नको इतकी जास्त होती (श्रीनिवास १९५९अ, पृ. क्र. ११).

अशाच अत्यंत प्रभावशाली जातसमूहाचे आणखी एक उदाहरण आहे ते तंजावर जिल्ह्यातील कुंबापेट्टाई गावातल्या ब्राह्मणांचे. १९५० मध्ये कॅथलीन गॉघ यांनी त्या गावाचा अभ्यास केला तेव्हा, अलीकडच्या काही वर्षांत त्यांची सत्तेची पकड कमी झाली होती, पण तरीही गावाची प्रत्यक्ष व्यवस्था तेच पाहत होते. इतर जातसमूहांच्या आपापसातील वादांत त्यांची पंचायत हस्तक्षेप करत असे. इतर जातींच्या कौटुंबिक भांडणांमध्ये, दोन्हींपैकी एखादा पक्ष स्वतःच्या जातीतील वडीलधाऱ्यांच्या निर्णयाबाबत समाधानी नसेल तर तो त्याच्या ब्राह्मण जमीनदाराकडे ते प्रकरण घेऊन जाईल. मग तो आश्रयदाता, ज्यांच्या सेवादारांना त्या प्रकरणात रस असेल अशा इतर जमीनदारांशी चर्चा करेल आणि ते एकत्र येऊन तोडगा काढतील.

एखादा मातब्बर जातसमूह एकत्रित शिक्षाही लागू करू शकतो. गावातील कनिष्ठ श्रेणीतील जातींमध्ये, जलदगतीने वाद सोडविणाऱ्या भक्कम व्यवस्था असतात. याचे एक कारण म्हणजे त्यांच्या आपसातील वादामुळे गंभीर त्रास झाल्यास त्यांच्या मालकांकडून संपूर्ण जातसमूहास शिक्षा दिली जाऊ शकते. या ब्राह्मणांची स्वतःची अशी भक्कम जातसंस्था नाही आहे, पण "गावाची प्रशासनव्यवस्था त्यांच्याकडे आहे, ही वस्तुस्थितीच ब्राम्हणांच्या एकजुटीस कारण ठरते." त्यांचे आपापसांतील वाद कितीही कटू असले तरी, कनिष्ठ श्रेणीतील जातींतल्या बंडखोरांविरुद्ध ते सहसा एकत्र उभे राहतात. या अनुषंगाने, १९५२ मध्ये काही 'हरिजनां'नी सुगीच्या उत्सवात परंपरेनुसार ठरलेला अग्रक्रम मोडला आणि ब्राह्मणेतर जातींच्या आधी स्वतःची गायीगुरे सोडून दिली. ब्राह्मणांतील वडीलधाऱ्यांनी गावातील सर्वच 'हरिजनां'ना दंड केला. रामपुरामध्ये, हे मातब्बर जमीनदार त्यांच्या अधिकारांचे प्रतिनिधित्व करणारे लोक प्रत्येक जातसमूहामध्ये असतील असे प्रयत्न करतात. एखाद्या कनिष्ठ श्रेणीतील जातीच्या प्रमुखाने कोणत्याही प्रकारे या जमीनदारांना नाराज केले तर त्याचे पद काढून घेण्याचा अधिकार ते राखून ठेवतात (गॉघ १९५५, पृ. क्र. ४४–४७; १९६०, पृ. क्र. ३७, ४७–५१).

तरीही वर्चस्वी वृत्ती नेहमी अवलंबनामधून निर्माण होते. एखाद्या सत्ताधारी जातसमूहाला इतर गावकऱ्यांच्या मदतीची आणि सेवांची गरज असते; सेवादारांपासून पूर्णपणे फटकून राहणे आश्रयदात्यांना शक्य नसते. अगदी कुंबापेट्टाईसारख्या अत्यंत कडक नियंत्रण असलेल्या गावातही ब्राह्मणांच्या अधिकारांवर अनेक प्रकारची मर्यादा आहे. ब्राह्मणांमधील एखादा बाटलेला मनुष्य, जो परवानगीशिवाय 'हरिजनां'च्या वस्तीत गेला असेल किंवा एखाद्या 'हरिजन' स्त्रीबरोबर असलेले त्याचे शारीरिक संबंध उघडकीस आले असतील तर त्याला ब्राह्मण समाज स्वतः शिक्षा देईल. एखाद्या उच्च जातीतल्या तरुणाने ज्यांचा अपमान केला त्यांच्याकडून त्याला मारहाण झाली असेल तर हे ब्राह्मण त्याकडे दुर्लक्षही करू शकतात. आणखी एका बाबतीत म्हणजे, दडपशाही करणाऱ्या जमीनदारामुळे एखाद्या खालच्या जातीतील कुळाची सहनशक्ती संपते, तेव्हादेखील ब्राह्मणांच्या अधिकारांच्या

मर्यादा दिसून येतात. तो देवळासमोर उभा राहतो आणि त्याच्यावर जुलूम करणाऱ्या माणसाला त्याच्या देवीच्या नावाने शाप देतो. ज्या ब्राह्मणांना माहीत असते की त्यांनी खूप जास्त जुलूम केले आहेत, त्यांना त्या शापाची भीती वाटते. जोपर्यंत या कनिष्ठ श्रेणीतील जाती त्यांचे परंपरागत स्थान सोडत नाहीत तोपर्यंत इतर प्रभावशाली जमीनदारांप्रमाणे हे ब्राह्मणदेखील त्यांच्या कुळांविषयी आणि नोकरांविषयी पितृवत प्रेम असल्याचा दावा करतात, (गॉघ १९६०, पृ. क्र. ४९–५०).

भारताच्या दुसऱ्या टोकास, खालापूरमध्ये रजपूत या प्रभावशाली जातीनेसुद्धा स्वतःचे भक्कम स्थान निर्माण केले आहे. त्यांची सेवा करणाऱ्या जातींवर ते अवलंबून आहेत, हे त्यांनीही ओळखले आहे. अशाच एका प्रसंगी त्यांनी एका सफाई कामगार माणसाच्या तक्रारीपुढे थोडे नमते घेतले. त्या माणसाच्या गायीकडून एका रजपुताच्या बटाट्यांचे नुकसान झाले म्हणून त्या रजपुताने सफाई कामगार माणसाला मारहाण केली होती आणि त्या मारहाणीविरुद्ध सफाई कामगार माणसाने तक्रार केलेली होती. गावातील सर्व सफाई कामगार लोक एक झाले; त्यांच्याकडून दिल्या जात असलेल्या सेवा गमावण्याची रजपुतांची तयारी नव्हती. त्यामुळे, सफाई कामगार लोक त्या मारहाण करणाऱ्या रजपुताला माफी मागायला लावू शकले (मिन्टर्न आणि हिचकॉक १९६६, पृ. क्र. ४८–४९).

गावातील प्रभावशाली जातीचे अधिकार नेहमी मर्यादित स्वरूपाचे असतात, पण इतर जातींवरील अवलंबित्वामुळे त्यांचे अधिकार मर्यादित होण्याचे प्रमाण किती आहे, ते बहुतांशी त्या जातीचे बळ, एकजूट आणि दुय्यम स्तरावरील व्यक्तींची इच्छा यांवर अवलंबून असते.

वर्चस्वाची चलनशीलता

इथे उदाहरणादाखल घेतलेली रामपुरा, कुंबापेट्टाई आणि खालापूर या तीनही गावांची व्यवस्था एखाद्या प्रचंड वर्चस्व असलेल्या जातसमूहाकडून पाहिली जाते. मात्र अशी अनेक गावे आहेत जिथे कुठल्याही एका जातीचे वर्चस्व नाही.[३] या अनुषंगाने, ओरिसातील बिसिपारामध्ये नेतेपदासाठीचे विरोधक या नात्याने दोन जातसमूह एकमेकांशी संघर्ष करतात. इतर ठिकाणी काही जातसमूहांचा एक सोयरगट इतर सोयरगटांशी स्पर्धा करतो (पहा, बेली १९६०ब, पृ. क्र. २६०; नाथ १९६२, पृ. क्र. १८७७; अटल एन.डी., पृ. क्र. ५–६).

रामखेरीमध्ये (देवास जिल्हा, मध्य प्रदेश) अशी चुरस निर्माण होते. तिथे रजपूत समाजाकडे परंपरेने आलेले नेतृत्वपद आहे, पण त्यांच्या हुकुमतीमध्ये खूप मोठी ताकद नाही.

---

[३] भारतातील पाच प्रदेशांच्या सर्वेक्षणात मॅरिऑट यांनी गंगेच्या वरच्या भागातील प्रदेशाचे वर्णन एक असा प्रदेश म्हणून केले आहे जेथील गावांमध्ये, "राजकीय आणि आर्थिक अधिकार सामान्यतः स्वतंत्रपणे कार्यरत असलेल्या कुटुंबांमध्ये वाटले गेले आहेत" (१९६०, पृ. क्र. ३९).

इतर कुठल्याही जातसमूहातील लोकांपेक्षा त्यांच्याकडे जास्त जमीन, गुरेढोरे आणि अवजारे आहेत. तसेच त्यांच्याकडे सर्वांत जास्त मजूर आहेत. पण इतर जातींमध्येदेखील श्रीमंत कुटुंबं आहेत आणि इतर काही जातसमूह रजपुतांच्या इतकेच सुस्थितीत आहेत. एकूण लोकसंख्येपैकी १२.९ टक्के इतके प्रमाण असलेले रजपूत संख्येने खाती समाजाच्या तुलनेत दुसऱ्या स्थानावर आहेत. गावाचा अभ्यास केला त्या वेळेस खाती या शेतकरी समाजाचे प्रमाण १९.८ इतके होते (रामपुरामधील ओक्कालिगांचे प्रमाण गावातील लोकांच्या निम्मे आहे आणि कुंबापेट्टाईमधील ब्राह्मणांचे प्रमाण एकतृतीयांशपेक्षा जास्त आहे).

रामखेरी गावाचे प्रमुख रजपूत समाजाचे आहेत; जातसमूहांमधील वादावर निर्णय देण्यासाठी रजपुतांमधील वडीलधाऱ्यांना बोलावले जाते, पण इतर जातीतील वडीलधाऱ्यांची मदतही घेण्यात येते. रामपुरातील प्रभावशाली जातप्रमुखांप्रमाणे रामखेरीचे रजपूत नेते अन्य जातीतल्या अंतर्गत प्रकरणांमध्ये हस्तक्षेप करत नाहीत. तसेच एखादा वाद रजपूत नेत्यांखेरीज अन्य कोठे—अगदी न्यायालयांमध्ये नेण्याने जसा कलंक लागतो; तसे रामखेरीमध्ये होत नाही. रामखेरीमधील इतर नऊ जातींशी रजपुतांचे सख्य आहे. त्या जातींमधील लोक रजपुतांचे नेतृत्व मान्य करतात आणि त्यांच्या पावलावर पाऊल ठेवून वागतात. या मित्रगटाच्या विरोधात गावातील आणखी काही जातींचा गट आहे, ज्यांमध्ये खाती शेतकरी सर्वांत महत्त्वाचे आहेत. खाती शेतकरी शाकाहारी आहेत आणि रजपुतांच्या जीवनशैलीपेक्षा वेगळ्या, सन्यस्त वृत्तीच्या जीवनशैलीचे पालन ते करतात (मेयर १९५८अ).

रजपुतांच्या पारंपरिक नेतृत्वाला आव्हान दिले जात आहे. प्रामुख्याने तेली आणि शेतकरी (खाती) जातीतील प्रगतिशील लोकांकडून हे आव्हान मिळत आहे. जुन्या निष्ठावंतांना धरून ठेवण्याची आणि नवीन संबंध जोडण्याची चिंता रजपूत समाजाला वाटते (मेयर १९६०, पृ. क्र. १२५–१३१). खाती समाज जरी नेतृत्व करण्याच्या दृष्टीने सुस्थितीत असला तरी रजपुतांची जागा घेण्याची इच्छा त्यांच्यापैकी काही जणांनाच आहे. एक समूह म्हणून खाती समाजाला स्वतःच्या जातीचे वेगळेपण आणि पावित्र्य खूप मोलाचे वाटते; ते काटकसरीवर आणि काम करण्यावर भर देतात. रजपुतांना त्यांच्या उदारवृत्तीचा अभिमान वाटतो आणि गावात एखादा कार्यक्रम असेल तेव्हा ते नेहमी त्यांचे स्वतःचे काम बाजूला ठेवतात. रजपूत स्वतःला गावाचे नेते आणि शासक समजतात; खाती समाज असे समजत नाही. मेयर सुचवतात की, काही खाती लोक गावचे प्रमुख आणि नेते बनतात तेव्हा इतर खाती लोकांचे हितसंबंध वेगळे असू शकतात. "एखाद्या गावातील जातसमूहाकडे त्या गावाशी संबंधित ज्या जबाबदाऱ्या असतात त्यांनुसार (आणि वर्चस्वानुसार) त्या समूहाचे वर्तन बदलू शकते" (१९५८अ, पृ. क्र. ४१४).

एखाद्या गावातील वर्चस्वाची चलनशीलता ही जातीच्या श्रेष्ठत्वाच्या चलनशीलतेस समांतर असते. जातींच्या क्रमवारीविषयीचा व्यापक दृष्टिकोन आणि आपला जातसमूह आहे

त्यापेक्षा वरच्या श्रेणीसाठी पात्र आहे, या विश्वासामुळे गावातील इतर सर्वांवर वर्चस्व गाजवण्याकडे प्रभावशाली जातसमूहाचा कल असतो. अशा समूहातील सदस्यांनी एकदा मोठ्या प्रमाणात वर्चस्व प्रस्थापित केले की संभाव्य आव्हानाविरुद्ध त्यांचे अधिकार एकवटण्यास आणि वाढविण्यास त्यांना चालना मिळते. गावामध्ये सर्वांत महत्त्वाचे अधिकार मिळविण्यासाठी आणि ते कायम ठेवण्यासाठी त्यांच्याकडे आर्थिक बळ असणे गरजेचे असते; पारंपरिक ग्रामीण अर्थव्यवस्थेत हे बळ जमिनीमुळे मिळते.

स्वतःचे स्थान उंचावण्याविषयी आणि वर्चस्व निर्माण करण्याविषयीची महत्त्वाकांक्षा प्रत्येकाकडे सारख्या प्रमाणात नसते. रामखेरी गावातील बहुतांश खाती लोकांना गावाच्या संकुचित वर्तुळातील मोठे स्थान मिळविण्यात विशेष रस नसतो. तरीही, गावातील काही जणांना मात्र कधीही जास्त मोठे अधिकार हवे असतात. काही कुटुंबांना ते अधिकार प्राप्त झाले की ते गावातील त्यांच्या जातभाईंकडेही पसरतात. कारण आपल्या आप्तस्वकीयांना उपकृत करण्याकडे मातब्बर लोकांचा कल असतो आणि त्यांच्याकडून ते अपेक्षितही असते. एखादी व्यक्ती गावावर प्रभाव टाकणारी अग्रेसर व्यक्ती बनू शकते, या संकल्पनेलाही त्यांच्यामुळे बळ मिळते. या अनुषंगाने, रामखेरीमधील काही रजपूत गरीब आणि बिनमहत्त्वाचे आहेत. तरीही त्यांच्या समूहाच्या राजकीय प्रतिष्ठेप्रमाणे ते वागतात. हे गरीब रजपूत सार्वजनिक प्रसंगी त्यांच्या नेत्यांसारखे वर्तन त्यांच्याकडून होईल, याची काळजी घेतात. प्रमुख रजपूत नेत्यांपैकी कोणी नेता एखाद्या सभेस उपस्थित असेल तर त्याचे जातभाई त्याची बूज राखतात. पण कुठलाही प्रभावी रजपूत मनुष्य नसेल तर खालच्या स्तरावरील रजपूत स्वतःकडे सूत्रे घेतात आणि चर्चेला दिशा देतात. इतर जातींच्या तुलनेत रजपूत लोक गावातील प्रकरणांकडे जास्त सावधपणे पाहतात. संपूर्ण गावाशी संबंधित असलेल्या कुठल्याही प्रकरणाची जबाबदारी स्वीकारण्याकडे त्यांचा कल असतो. "रजपुतांकरिता, गावाचे नेतृत्व ही जातीशी संबंधित गोष्ट असते, तर इतरांसाठी ते त्यांच्या जातीतील एक किंवा दोन माणसांच्या भूमिकेशी संबंधित असल्यासारखे दिसते" (मेयर १९६०, पृ. क्र. १३३; १९५८, पृ. क्र. ४२५).

एकदा एखाद्या समूहाला एकत्र येऊन आर्थिक सत्ता वापरणे शक्य झाले की गावातील राजकीय आणि धार्मिक विधींसंबंधी विषयांवर नियंत्रण मिळविण्याकडे त्या समूहातील माणसांचा कल असतो. "एखाद्या जातीला जितके अधिक प्रकारचे वर्चस्व प्राप्त होते, तितके बाकीच्या गोष्टींवर वर्चस्व प्रस्थापित करणे त्यांच्यासाठी सोपे होते" (श्रीनिवास १९५९अ, पृ. क्र. ३). त्या जातसमूहाच्या नेत्यांकडून इतर जातसमूहांच्या अंतर्गत प्रकरणांकडे हस्तक्षेप केला जाण्याची शक्यता असते. तसेच त्या जातसमूहाची पंचायत गावाशी संबंधित प्रत्येक गोष्टीवर आपला न्यायाधिकार प्रस्थापित करू शकते. या वृत्तीमुळे, काही अभ्यासकांनी असे

म्हटले आहे की गावाची एकजूट म्हणजे फक्त तेथील प्रभावशाली समूहाची एकजूट असते (ड्युमॉन्ट आणि पोकॉक १९५७ब, पृ. क्र. २९). प्रत्यक्षात हे असे नसते, कारण गोपाळपूरसारख्या गावामध्ये प्रचंड प्रभावशाली असा कुठलाही समूह नसला तरी योग्य प्रसंगी गावातील लोक पुरेसे ऐक्य दाखवू शकतात (बील्स १९६२, पृ. क्र. ३३–४१; १९६४, पृ. क्र. १०३–१०४). एखाद्या वरचढ जातीच्या महत्त्वाविषयी एफ.जी. बेली यांनी आणखी गहन विधाने केली आहेत. “पारंपरिक व्यवस्थेमध्ये सामूहिक राजकीय अस्तित्व असणारी केवळ एकच वरचढ जात असतेः इतर जाती त्या जातीच्या आश्रित असतात आणि राजकीयदृष्ट्या संघटित नसतात” (१९६०ब, पृ. क्र. १९१, तसेच पृ. क्र. १६९, २५८–२५९; १९६१, पृ. क्र. १२). या प्रकरणातील अनेक उदाहरणांतून दिसून येते त्यानुसार, उपरोल्लेखित स्थिती नेहमीच अशी असते असे नाही. या अनुषंगाने, उत्तर प्रदेशातील खालापूर आणि म्हैसूरचे रामपुरा या दोन्ही गावांत प्रचंड प्रभावशाली अशी जात आहे. त्यामुळे तिथे इतर जातसमूह आणि जातींच्या पंचायतींना फार कमी वाव मिळतो. या पंचायती स्वतःच्या जातसमूहातील व्यवहारांवर नियंत्रण ठेवतात आणि गावातील अन्य विषयांतही त्यांचा काही प्रमाणात प्रभाव असू शकतो.

खालापूरमध्ये तीसपेक्षा जास्त जातसमूह आहेत आणि प्रत्येकाची स्वतंत्र पंचायत आहे. प्रत्येक पंचायत स्वतःच्या जातसमूहातील सदस्यांचे हित जपण्याचा आणि समूहाचे सामाजिक वर्तन व धार्मिक मूल्यांच्या आकृतिबंधांचा पुरस्कार करण्याचा प्रयत्न करते. खालापूर गावातील वेगवेगळ्या जातींच्या लोकांमधील वाद, चोरी व गावातील शांतता व सुव्यवस्थेसंबंधी प्रकरणांच्या बाबतीत ग्रामपंचायतीचा न्यायाधिकार व्यापक असतो (रेट्झलॅफ १९६२, पृ. क्र. १८–२१). खालापूरमध्ये आणि एखाद्या जातीचे पारंपरिक वर्चस्व असलेल्या बहुतांश गावांमध्येही प्रभावशाली जातसमूहांकडून दुय्यम जातसमूहांचे सर्व स्वतंत्र सामूहिक उपक्रम खोडून काढले जात नाही. असे उपक्रम बहुतकरून त्यांच्या अंतर्गत जातव्यवहारांपुरतेच मर्यादित ठेवले जातात. पण, पारंपरिक वर्चस्व असलेल्या जातीचीच गावावर राजकीय एकाधिकारशाही होती आणि अलीकडच्या काळात कुठल्याही जातीस सामूहिक राजकीय अस्तित्व असू शकते त्यापेक्षा तेव्हाची परिस्थिती वेगळी होती या बेली यांच्या मतास दुजोरा देणारे पुरावे नाहीत (बेली १९६०ब, पृ. क्र. १९१). स्वतःपेक्षा खालच्या स्तरावरील जातींच्या अंतर्गत व्यवहारांवर अतिक्रमण करणे किंवा गावच्या व्यवहारांत त्यांना अजिबात बोलू न देणे हे पूर्वी जसे शक्य होते, तसे आता करणे प्रभावशाली जातीस जास्त अवघड वाटू शकते. तरीही, गावात एरवी न दिसणारी एकजूट एखाद्या प्रभावशाली जातीच्या दडपशाहीमुळे सक्तीने निर्माण होऊ शकते, हे तितकेच खरे आहे.

एखादा ब्राह्मणेतर जातसमूह धार्मिक विधींमधील ब्राह्मणांचे उच्च स्थान सहसा त्यांच्याकडून काढून घेण्याचा प्रयत्न करत नाही. एखाद्या धार्मिक कार्यक्रमातील विधींचा अग्रक्रम ठरविण्यासारख्या विषयांचे अधिकार त्या जातसमूहाचे नेते स्वतःकडे घेऊ शकतात, पण तसे करताना ते मानाच्या पदावरील ब्राह्मण व्यक्तीची अदब राखत असल्यासारखे दाखवतात. त्या ब्राह्मणाची धार्मिक विधींमधील भूमिका आणि पूज्य दर्जा त्यांना काढून घ्यायचा नसतो. त्यांना त्या भूमिकेची कदर असली तरी, बहुतेक वेळेस ती भूमिका त्यांना स्वतःसाठी नको असते. स्थानिक ब्राह्मण हा शुचितेच्या तत्त्वांचे प्रतीक आणि उदाहरण असतो. त्याला मान देऊन प्रभावशाली जातीचे लोक त्यांच्या धार्मिक तत्त्वांचा मान राखत असतात, ज्या तत्त्वांमुळे त्यांच्या घरगुती आणि सामाजिक वर्तनाचे नियमन होते. ड्युमॉन्ट आणि पोकॉक लिहितात, "प्रभावशाली जातीला जाणूनबुजून ब्राह्मणी तत्त्वांच्या निकषांवर जोखले जाते अन् एकदा त्या जातीचा स्वीकार झाला आणि ब्राह्मणांचा अंमल कमी झाला की कमी जाणीव असलेला राजकीय आकृतिबंध कार्यान्वित होतो"(१९५७ब, पृ. क्र. ३३).

यापूर्वी नमूद केल्याप्रमाणे, सर्वांत मोठ्या जातीचे विभाजन स्पर्धक सोयरगटांमध्ये होण्याची शक्यता असते. जिथे एकही जातसमूह बलाढ्य नसतो, तिथे सोयरगटामध्ये विविध जातसमूहातील कुटुंबांचा समावेश असतो. एकमेकांना आव्हाने आणि प्रतिसाद देण्याची प्रक्रिया तिथे दीर्घकाळपर्यंत सातत्याने चालू राहते; केवळ इतिहासतज्ज्ञ टॉइनबी लिहितात त्या पद्धतीने नाही तर थेट समोरासमोरील संघर्षपद्धतीने. जे आधी दुय्यम स्थानावर राहिले आहेत आणि आता उच्चस्थान मिळविण्यासाठी प्रयत्न करू शकतात असा विचार करण्याचे बळ ज्यांनी जमा केले आहे त्यांच्याकडून आव्हान दिले जाते. त्यावरील प्रतिक्रियेमुळे ते आव्हान संपुष्टात येऊ शकते; गावातील श्रेष्ठ व्यक्ती आणि त्यांचे वंशज कदाचित शतकानुशतके त्या गावावर आणि प्रदेशावर राज्य करत राहतील, पण संभाव्य आव्हानदात्यास बळ देणारे नवनवीन स्रोत मिळत राहिल्यामुळे सातत्याने नवनवीन आव्हाने निर्माण होत राहतील आणि त्यातून त्या व्यवस्थेला चालना मिळत राहील.

या गतितत्त्वामुळे स्थानिक व्यवस्थेमध्ये प्रभावशाली जातीचा उदय होण्यास चालना मिळते. उदाहरणार्थ, बंगालच्या त्रिभुज प्रदेशातील जुन्या वस्त्यांमधील एका जातीने प्रभावशाली जात म्हणून सामूहिक उत्कर्ष केला आहे; अलीकडेच पाण्यावर भराव टाकून त्यावर वसवलेल्या नवीन गावांमध्ये, एका जातीचे संख्याबळ मोठे असूनही त्या जातीचे स्पष्ट वर्चस्व दिसून येत नाही (निकोलस १९६३, पृ. क्र. ११८९). तरीही, तुलनेने पक्षपातविरहित विचारक्षमता असलेल्या या गावांमध्येसुद्धा जातींची उतरंड असावी अशा गावकऱ्यांच्या अपेक्षा असतात आणि त्यामुळे त्यांच्या ग्रामीण रचनेत स्तरीकरण आणि वर्चस्ववादाची प्रवृत्ती निर्माण होते.

या अनुषंगाने, राधानगर गावामध्ये साधारण ६०० लोकसंख्येतील (मिदनापोर जिल्हा) ८६ टक्के लोकांची धार्मिक विधींतील श्रेणी एकच आहे आणि गावातील ७७ टक्के लोक महिष्या या एकाच जातीतील आहेत. तेथील कुटुंबांच्या सांपत्तिक स्थितीमध्ये फारसा फरक नाही, तरीही त्यांच्या समाजाचे स्तरीकरण झाले आहे असे त्यांना वाटते (निकोलस एमएस. १९६७, पृ. क्र. ७).

निकोलस लिहितात त्यानुसार, राधानगरच्या वार्षिक उत्सवामध्ये अनेक गावकऱ्यांना "तात्पुरते ब्राह्मण" बनवले जाते, त्यामुळे तिथे धार्मिक उतरंड असू शकते. गावातील संख्येने मोजके आणि गरीब ब्राह्मण या मोठ्या उत्सवातील श्रेणीविषयक गरजांसाठी पुरेसे नसतात (निकोलस एमएस. पृ. क्र. १८–२०). प्रतीकात्मक हुंडा स्वीकारताना पंचायतीच्या कामकाजादरम्यान गावातील लोक त्यांचा कल या सामाजिक उतरंडीकडे असल्याचे दाखवतात, या बाबीकडे निकोलस लक्ष वेधतात. "गावातील प्रमुख पुरुषमंडळी, पंचाची भूमिका करत असताना स्वतःला सर्वसामान्य जनतेपेक्षा 'श्रेष्ठ' म्हणवून घेतात, तेव्हा, तिथे त्यांच्याकडून जे निर्णय घेतले जाऊ शकतील अशा निर्णयांना अधिकृत ठरविण्याच्या दिशेने ते एक महत्त्वाचे पाऊल पुढे टाकतात" (निकोलस एमएस. पृ. क्र. ३२). गावातील उत्सव आणि पंचायतीचे कामकाज या दोन्हींमध्ये उचित सामाजिक व्यवहारांकरिता सामाजिक उतरंड गरजेची आहे आणि ती उतरंड नसल्यास अशा घटना अचूक आणि प्रभावी ठरणार नाहीत, असे गावकऱ्यांचे मत असल्याचे निकोलस यांना आढळले.

ग्रामपंचायत

गावातील अंतर्गत समस्या हाताळण्यासाठी आणि बाह्य संकटे किंवा संधींना सामोरे जाण्यासाठी वडीलधारे लोक आणि नेते पंचायत बोलावतात. गावातील अंतर्गत सुव्यवस्थेसमोर आव्हान निर्माण झाले तर, गावातील सार्वजनिक मताचा आढावा घेणारे आणि अधिकारांना चालना देणारे व्यासपीठ म्हणून पंचायत सभांचा उपयोग होतो. अधिकार संरचनेत स्पष्ट बदल झाले असतील तर ते जाहीर करण्याचे आणि अधिकृत दर्जा देण्याचे साधन म्हणून पंचायत काम करते. बाहेरील आक्रमणांना सामोरे जाण्यासाठीसुद्धा पंचायत बोलावली जाते. त्याशिवाय, शासकीय संस्थांकडून सांगण्यात आलेली उद्योजकीय कार्येदेखील ग्रामपंचायत करते.

तळापासूनच्या राजकारणात सहभागी होण्याचे माध्यम म्हणून आधुनिक राजकीय नेत्यांनी ग्रामपंचायतीला प्रचंड महत्त्व दिले आहे. एच.डी. मालवीय यांनी भारतीय गावांतील पंचायतीविषयी लिहिलेल्या विद्वत्तापूर्ण आणि सर्वंकष खंडामध्ये ही बाब दिसून येते. अखिल भारतीय काँग्रेस समितीच्या आर्थिक आणि राजकीय संशोधन विभागच्या मदतीने हे लेखन करण्यात आले. त्यामध्ये लेखकांनी असे नमूद केले आहे की गांधीनी सर्वांत शेवटच्या

दस्तावेजावर स्वाक्षरी केली तो दस्तावेज म्हणजे पंचायतींवर आधारित घटनेचा मसुदा होता (१९५६, पृ. क्र. २५४–२५५).

पारंपरिक ग्रामपंचायतीचे स्वरूप आणि प्रक्रिया उपरोल्लेखित जातपंचायतीसारखी आहे. पंचायत सभेच्या निर्णयासाठी ज्यांचा सहभाग गरजेचा आहे अशा सर्वांचा समावेश त्या पंचायतीमध्ये असतो. ज्यासाठी सभा बोलावली आहे, त्या विषयाच्या स्वरूपानुसार पंचायतीत सहभागी होणाऱ्यांची संख्या ठरते. वेगवेगळ्या जमीनदारांच्या दोन चाकरांमधील वाद सोडविण्यासाठी कदाचित केवळ आश्रयदात्यांची शिखर बैठक बोलावण्याची गरज भासेल; पण संपूर्ण गावावर गंभीर परिणाम करणारी समस्या, जिच्यामुळे कदाचित गावाच्या प्रतिष्ठेस बाधा येऊ शकते, अशा समस्येसाठी अनेक कुटुंबांतील कर्त्या पुरुषांनी एकत्र येणे गरजेचे असू शकेल.

गावात एखादा प्रचंड प्रभावशाली जातसमूह असतो, तेव्हा त्या समूहाच्या पंचायतीचा कल संपूर्ण गावासाठी पंचायत म्हणून काम करण्याकडेही असू शकतो. त्या जातसमूहाचे नेते जातीतील आणि गावातील प्रकरणांविषयी निर्णय घेतात. इतर जातींतील वडीलधारी मंडळी सभेस उपस्थित राहू शकतात, पण सर्वंकष उपस्थितीपेक्षा त्यांची भूमिका पुरावे देणाऱ्याची किंवा माहिती प्राप्त करणाऱ्यांची असू शकते. जिथे कुठल्याच जातसमूहास सर्वोच्च स्थान नसते तिथे प्रभावी न्यायनिवाड्यासाठी सर्वांचे प्रतिनिधी म्हणून व्यापक प्रमाणात नेत्यांची गरज असते. या व्यापक संख्येमध्ये मात्र अजूनही सर्व समूहांचा आणि वर्गांचा समावेश झालेला नाही. 'हरिजन' सहसा फक्त निरोप्या म्हणून सभेत सहभागी होतात. स्त्रिया क्वचितच उपस्थित राहतात आणि काही जातसमूहांना सहभागी होण्याची इच्छा नसू शकते. बिसिपारामध्ये, इतर स्पृश्य जाती जिथे उपस्थित राहतात अशा पंचायतसभांपासून गावचे दुकानदार अलिप्त राहतात. त्यांना प्रामुख्याने गावाबाहेरच्या व्यवहारांमध्ये रस असतो आणि ते गावातील प्रकरणांमध्ये सहभागी होत नाहीत, तसेच त्यापासून पूर्णपणे वेगळेही होत नाहीत (बेली १९५७, पृ. क्र. १९२, २०३).

जातप्रमुखांच्या संदर्भात जे गुणविशेष नमूद केले होते, त्याच गुणांवर गावातील नेत्यांचे प्रभावीपण अवलंबून असते; गावातील बहुतांश नेत्यांचा त्यांच्या जातीवरही प्रचंड प्रभाव असतो. सर्वसाधारणपणे त्यांच्याकडे संपत्ती आणि कौटुंबिक पाठबळ, योग्य वय आणि संपत्तीचा योग्य विनियोग करण्याचा इतिहास या जमेच्या बाजू असतात; गावातील व्यवहार हाताळण्यासाठी त्यांच्याकडे वेळ आणि इच्छाही असते. एखाद्या नेत्याकडे उत्तम वक्तृत्वशैली असेल आणि त्याने खंबीर, विश्वासू आणि तरीही साधा मनुष्य म्हणून किंवा निदान राक्षसी महत्त्वाकांक्षा नसलेला माणूस म्हणून स्वतःची प्रतिमा निर्माण केली तर त्याचा प्रभाव निर्माण होऊ शकतो. प्रभावी ठरण्यासाठी गावच्या नेत्याला त्याच्याशी चुरस

करणाऱ्यांशी समतोल साधला पाहिजे. तसेच व्यक्तिगत वर्तनशैलीमध्येही बदल करता आले पाहिजेत—एखाद्या नातेवाइकाचा निष्ठावंत आप्त म्हणून, एखाद्या अधिकाऱ्याचा सुस्वभावी मदतनीस म्हणून आणि एकंदरीतच सगळ्या गावाचा मित्र आणि पालक म्हणून (पहा, हिचकॉक १९६०, पृ. क्र. २६७–२६८; मिन्टर्न आणि हिचकॉक १९६६, पृ. क्र. १५–१६).

पंचायतसभेसाठी जमलेल्या गावनेत्यांना धार्मिक विधींशी संबंधित अपराधांची गाऱ्हाणी दूर करावी लागतात, सांसारिक वाद शांत करावे लागतात; तसेच सामूहिक उपक्रम आयोजित करावे लागतात. जातसमूहाच्या पंचायतीची कार्येही अशीच असतात, पण दोन्हींचे न्यायाधिकारक्षेत्र परस्परव्यापी असले तरी दोन्हींच्या कार्यांत फरक असतो. जातसमूहाची पंचायत केवळ त्यांच्या जातीतील व्यवहारांशी किंवा जातीतील माणसांशी संबंधित प्रकरणांची दखल घेते. इतर जातीतील, विशेषतः उच्चजातीतील लोकांना अशा प्रकरणांविषयी काही आस्था नसते.

रामपुरातील प्रत्येक प्रकारच्या पंचायतीसमोर जे प्रश्न येतात, त्यांतून दोन न्यायाधिकारांमधील फरकाचे चित्रण केले आहे. श्रीनिवास लिहितात, जातसमूहाच्या पंचायतीपुढे असे प्रश्न येतात: "आर या माणसाने 'अस्पृश्य' स्त्रीबरोबर लैंगिक संबंध ठेवले म्हणून त्याला जातीबाहेर काढायचे का? आणि जे ला एम पासून घटस्फोट घ्यायला परवानगी द्यायची का?" ग्रामपंचायत अशा प्रकारच्या प्रश्नांची दखल घेते, "एक्सच्या शेतातून गवत कोणी चोरले? वाय ची गवताची गंजी कोणी पेटवली? आणि पी आपल्याला पन्नास नव्हे तर शंभर रुपये देणे लागतो हे झेडचे म्हणणे खरे आहे का?" (१९५९अ, पृ. क्र. ७).

काही ग्रामपंचायतींमध्ये कार्यकारी, वैधानिक आणि त्यासोबत न्यायिक कामेदेखील केली जातात. या अनुषंगाने, ओरिसामधील बिसिपारा गावाच्या पंचायतीने वर्षभर सार्वजनिक जागांच्या स्वच्छतेचे उपक्रम राबवले, देवळांच्या डागडुजीकडे लक्ष दिले, धरणाच्या दुरुस्तीची व्यवस्था केली आणि गावच्या उत्सवाची आमंत्रणे देण्याबाबतचे निर्णय घेतले. यामुळे धोबी व नाभिक समाजाचे काही विशेषाधिकार संपुष्टात आले आणि संगीत ऐकवण्याचे हक्क एका 'हरिजन' जातीकडून दुसऱ्या 'हरिजन' जातीकडे गेले. एका धनगराने धोब्याविरुद्ध केलेल्या तक्रारीदेखील पंचायतीने ऐकून घेतल्या.

या पंचायतीकडे अधिकारांचे बळ असले तरी काही प्रकरणे ती तिच्या न्यायाधिकारात सामावून घेणार नाही. एका ब्राह्मण मनुष्याचे त्याच्या मामाशी भांडण झाले तेव्हा पंचायतीने चतुराईने त्यामध्ये हस्तक्षेप करण्यास नकार दिला आणि त्या विषयावर चर्चा करणे टाळले. गावातील एखाद्या माणसाने कनिष्ठ श्रेणीतील स्त्रीशी "उघड संबंध" ठेवले तर संपूर्ण गावाऐवजी फक्त त्याचा जातसमूह त्या गोष्टीची दखल घेईल आणि कारवाई करेल. त्याच्या

अविचारीपणाचा धोका त्याच्या जातीला असतो, गावाला नाही; त्याच्या कृत्याचा कलंक फक्त त्याच्या जातभाईंना लागेल. त्या प्रकरणातील स्त्रीची जात तिच्याकडे दुर्लक्ष करेल किंवा तिच्या जातसमूहाचा आत्मसन्मान दुखावला गेला असेल तर तिला शिक्षा केली जाईल. पण सहसा अशा प्रकरणामुळे दोन जातसमूहांमध्ये वाद निर्माण होत नाही; आपापल्या जातीतील सदस्याला शिक्षा करण्यापुरतीच आस्था त्यांना वाटते. मात्र, त्या स्त्रीच्या मनाविरुद्ध जबरदस्तीने तिच्याशी संबंध ठेवले गेले असतील तर तो वेगळा विषय ठरतो; इतर कुठल्याही प्रकारच्या शारीरिक हिंसेशी त्याची तुलना होऊ शकते आणि गावातील वडीलधाऱ्या व्यक्तींकडून त्याचा न्यायनिवाडा केला जाऊ शकतो (बेली १९५७, पृ. क्र. १९१–१९५).

विशेषकरून, महापाप ठरणाऱ्या एखाद्या गैरकृत्यावर ग्रामपंचायत आणि जातपंचायत या दोन्हींमध्ये सुनावणी होऊ शकते. काही गुन्हे इतके मोठे असतात की त्यांमुळे संपूर्ण गावाबरोबरच त्या गुन्हेगाराच्या जातीची प्रतिमादेखील मलीन होते. शमिरपेटमधील एका कुटुंबात झालेले अगम्यगमन (सख्ख्या नात्यांतील शारीरिक संबंध) हा असाच एक गुन्हा होता आणि एका हिंदू व्यक्तीकडून झालेली गोहत्या(बहुतकरून अपघाती) हा आणखी एक गुन्हा होता. शमिरपेटमध्ये कुठल्याच एका जातीचे वर्चस्व नाही, तरीही दुबे यांनी गावाचा अभ्यास केला त्या वेळेस गावातील पंचायतीची ताकद मोठी होती. एरवी जातपंचायतीने हाताळले असते असे विषय त्या पंचायतीने हाती घेतले. "ग्रामपंचायत पुरेशी आक्रमक असल्यामुळे तिने बरेचसे अधिकार बळकावलेले आहेत" (दुबे १९५५ब, पृ. क्र. ५५).

उत्तर केरळमध्ये जातींचे वेगळेपणे विशेष काटेकोरपणे जपले जात असल्याने ग्रामपंचायतीचे काम दोन स्तरांवर चालवले जात असे. गावातील कनिष्ठ श्रेणीतील जाती स्थानिक तिय्यांच्या न्यायक्षेत्रात येत असत. तिय्या म्हणजे त्या वेळची लहान कुळं आणि मजूर (ताडीचा रस काढण्याचा पारंपरिक व्यवसाय करणारे), जे जमीनदार नायर व नंबुदीरींचे सहायक होते. तिय्या लोकांनी कनिष्ठ श्रेणीतील जातींची व्यवस्था नीट ठेवण्याची जबाबदारी स्वतःकडे घेतली. तिय्या समाजातील वडीलधाऱ्यांकडून जी प्रकरणे सोडविली जाऊ शकली नाहीत ती वरच्या पातळीवर म्हणजे जमीनदारांकडे नेली जात असत. अशा प्रकारे वर्चस्व प्रदान करण्याचे एक कारण म्हणजे त्या काळात केरळमध्ये जो अंतरामुळे होणारा विटाळ पाळला जात असे, त्यामुळे वरच्या श्रेणीतील जातीच्या एखाद्या मध्यस्थाने खालच्या श्रेणीतील आश्रित जातीच्या लोकांच्या जास्त जवळ येऊन संबंधित प्रकरण ऐकून घेणे कठीण ठरत होते (मिलर १९५४, पृ. क्र. ४१३).

गावातील अंतर्गत, कायदेविषयक कार्यांशिवाय ग्रामपंचायत सर्वसाधारणपणे गावाबाहेरच्या, कार्यकारी जबाबदाऱ्याही घेते. विशेषतः गावाची स्वसंरक्षणात्मक एकता

दाखविणे आवश्यक असते अशी कामे ती करते. पंचायत म्हणजे सार्वजनिक मत जमवण्याचे, संघटित करण्याचे आणि त्यावर अंमल करण्याचे माध्यम असते. गावावर संकट आले आहे असे गावातील सर्वांना वाटले तर, विशेषतः, आपण याआधी पाहिल्याप्रमाणे शासनाच्या किंवा अन्य गावाच्या ताकदीविरुद्ध, तत्काळ सार्वजनिक मत घेतले जाते.

उदाहरणार्थ, बिसिपारामध्ये एक टपाल कार्यालय पाच वर्षे प्रायोगिक तत्त्वावर चालवले गेले. पाच वर्षांनंतर, ते कार्यालय तोट्यात चालत असल्याचे टपाल विभागाच्या लक्षात आले आणि ते बंद करण्याचा निर्णय घेतला गेला. त्यामुळे गावकऱ्यांची केवळ गैरसोयच होणार होती इतकेच नाही तर, स्वतःच्या गावात टपाल कार्यालय असण्यामुळे मिळणारे प्रतिष्ठादेखील गमवावी लागणार होती. गावकऱ्यांनी त्या निर्णयाविरुद्ध याचिका केली आणि टपाल खात्याने असे उत्तर दिले की, मागील पाच वर्षांतील नुकसान गावाने भरून दिले आणि भविष्यात पुन्हा नुकसान होणार नाही याची हमी दिली तर टपालखात्याची सेवा गावात चालू राहील. त्यावर ग्रामपंचायतीची सभा झाली; त्यामध्ये कुठेही भाऊबंदकीमुळे दुमत निर्माण झाले नाही. “त्यांनी पुढील प्रश्न विचारून टपाल खात्याला उत्तर दिले: टपाल खात्याला जर मागील चार वर्षांत फायदा झाला असता तर त्यांनी तो निधी गावाला दिला असता का?” (बेली १९५७, पृ. क्र. १९३). या प्रकरणात ग्रामपंचायत यशस्वी ठरली की नाही त्याचा उल्लेख लेखकाने केलेला नाही, पण टपाल खात्याच्या अधिकाऱ्यांविरुद्ध गावातील सर्व गट एकत्र आले होते हे लेखकाने स्पष्ट केले आहे.[४]

एखाद्या प्रश्नावर, गावातील सर्व (किंवा बहुतांश) बलाढ्य लोकांमध्ये समाधानकारक मतैक्य होत नाही; तोपर्यंत त्यावर चर्चा सुरू राहते. पंचायतीच्या एका सत्रात त्यांच्यात एकमत होणे शक्य नाही असे दिसले तर ती सभा बरखास्त केली जाते आणि त्यांची मते काहीशी बदलली आहेत, असे आढळल्यानंतर दुसरी सभा भरवली जाते (पहा, रेट्झलॉफ १९६२, पृ. क्र. २३–२५). अशा प्रकारचा बदल वादविवादामुळे घडून येऊ शकतो. याचे उदाहरण आपण सेनापूरमधील चर्मकार समाजातील जातपंचायतीच्या बाबतीत पाहिले होते; ग्रामपंचायतींमध्येही असे घडते. एखाद्या पक्षाची हार झाली तरी, त्यांच्याविरुद्ध सुनावलेला निर्णय नाखुशीने स्वीकारण्यापेक्षा राग व्यक्त केल्याने आणि स्वतःची बाजू मांडल्याने त्यांना

---

[४] जात किंवा भाऊबंदकीचे हित विचारात न घेता ज्यांवर चर्चा केली गेली आहे, ती बिसिपारामधील अशी प्रकरणे आहेत ज्यांमध्ये वादाचे विषय व पुरावे इतके स्पष्ट आहेत की “कोण बरोबर आणि कोण चूक याविषयी छोटासा वाद होऊ शकतो.” या अनुषंगाने, एका तरुणाने एका विधवेशी वाईट वर्तन केले. त्या प्रकरणात, त्या तरुणाला शिक्षा देण्याबाबत पंचायतीमध्ये कुठलेही दुमत नव्हते कारण त्याचा गुन्हा स्पष्ट होता. ती विधवा स्त्री ज्या भाऊबंदकीच्या गटात होती, त्याच्या विरोधी गटात तो मुलगा होता आणि कदाचित त्यामुळे त्यांच्या जातीतील वडीलधाऱ्यांसमोर तो विषय आणला गेला नाही. ग्रामपंचायतीच्या सुनावणीत भाऊबंदकीचा विचार केला गेला नाही (बेली १९५७, पृ. क्र. १९३–१९४).

तो निर्णय मान्य करणे सोपे जाते. सर्वसामान्यपणे त्यांची अव्यक्त मंजुरी आवश्यक असते कारण एखाद्या प्रस्तावावरील मतदान "जिथे बहुसंख्याकांकडून विषयाचे समर्थन केले जाते आणि त्यानुसार एकमताने घेतलेला निर्णय अल्पसंख्याकांसाठी बंधनकारक होतो, हा प्रकार त्या व्यवस्थेत पूर्णपणे अनोळखी होता आणि अजूनही आहे" (रेट्झलॅफ, पृ. क्र. २४). एखाद्या वादासंबंधीच्या निर्णयावर ठाम राहावे लागणार असेल तर त्यात सहभागी असलेल्या मुख्य पक्षांनी तो निर्णय मान्य केलाच पाहिजे, मग भले तो नाखुशीने किंवा अव्यक्तपणे मान्य केला तरी.

अशा प्रकारे सर्वांची मंजुरी प्राप्त झाली की पंचायतीचे प्रमुख संबंधित निर्णयाची अंमलबजावणी करण्याचा प्रयत्न करतात. आम्ही जातपंचायतीच्या बाबतीत मंजूर केले तेच अधिकार या प्रमुखांकडे असतात. ते दंड व शिक्षा करू शकतात आणि कधीकधी शारीरिक शिक्षा करू शकतात. अपराधी व्यक्तीस पूर्णपणे जातीत सामावून घेण्याआधी त्याने गावकऱ्यांना गावभोजन दिले पाहिजे, असा निर्णय ते देऊ शकतात. त्याने पंचायतीचा निर्णय मानण्यास नकार दिला तर ते अनेक पद्धतींनी त्याच्यावर दबाव आणू शकतात, जे जातपंचायत करू शकते हे आपण पाहिले आहे. त्याचा नांगर गायब होऊ शकतो, त्याची गाय काही दिवस हरवू शकते, त्याच्या पिकाची नासाडी होऊ शकते. धोबी किंवा सुताराकडून सेवा मिळणे बंद होऊ शकते किंवा इतकी वाईट सेवा मिळते की त्यापेक्षा ती न मिळणे उत्तम ठरेल. त्याची गवताची गंजी पेट घेऊ शकते आणि तो स्वतः कितीही सावध असला तरी एखाद्या अंधाऱ्या रात्री दबा धरून त्याला मारहाण केली जाऊ शकते. संस्कृतीच्या बौद्धिक केंद्रांतून अहिंसेची महत्त्वपूर्ण शिकवण दिली जाते आणि गावाच्या विचासरणीत या शिकवणीस विशिष्ट स्थान आहे; मात्र जातीच्या राजकारणात हिंसाचारास प्रचंड महत्त्व दिले जाते.

मात्र, ग्रामपंचायतीच्या अधिकारात केली जाणारी सर्वांत कठोर शिक्षा म्हणून सूडबुद्धीने हिंसा केली जात नाही, तर संबंधित गुन्हेगाराची गावातून हकालपट्टी केली जाते. अशा प्रकारे गावातून बाहेर काढलेल्या माणसास जातीतूनही काढले जाते असे नाही; त्याला कदाचित दुसऱ्या गावात त्याच्या जातभाईंकडे आसरा मिळू शकतो. मोठ्या प्रमाणात केलेल्या अपराधांसाठी ग्रामपंचायत आणि जातपंचायत या दोन्हींकडून त्या गुन्हेगारास बहिष्कृत केले जाऊ शकते. जातपंचायतीने घेतलेल्या कठोर निर्णयाशी सहमती दाखवण्याकडे ग्रामपंचायतीचा कल असतो. पण ग्रामपंचायतीने आपल्या जातभाईच्या विरोधात घेतलेल्या एखाद्या निर्णयाचे पालन करण्यास जातीतले लोक तितकेसे तयार नसतात.

ग्रामपंचायतीने टाकलेल्या बहिष्काराचे इतर गावांकडून यशस्वीपणे पालन आणि स्वागत व्हावे यासाठी गावातील नेत्यांना त्यांच्या एकजुटीचे शक्तिप्रदर्शन करावे लागते. बेली यांना असे आढळले की बिसिपारामध्ये अगदी अपवादात्मक प्रकरणांतच अशी पक्की एकजूट दाखवली जाते, जसे घातक वृत्तीसाठी दोषी ठरलेल्या लोकांच्या शिक्षेबाबत. अशाच एका

सुनावणीमध्ये, बचावपक्षास अशी शपथ घ्यावी लागली की ते दोषी असल्याचे आढळले तर पंचायतीचा निर्णय त्यांच्यासाठी बंधनकारक असेल आणि ते शिक्षा टाळण्यासाठी कुठल्याही शासकीय अधिकाऱ्यांना बोलावणार नाहीत. "अशा प्रकरणातील फिर्यादीस सरकारी न्यायालयाबाहेर न्याय (गावाला जो न्याय अभिप्रेत असतो तो) मिळू शकत नाही: असे प्रकरण पारंपरिक न्यायव्यवस्थेनुसारच चालवावे लागते." चार माणसे दोषी असल्याचे आढळले आणि त्यांना दंड आकारण्यात आला. सर्वांत जास्त दंड ज्याच्यावर आकारला होता, त्या धोब्याने हरकत घेतली आणि त्याला वाळीत टाकण्यात आले अन् मग दोन महिन्यानंतर पंचायतीने दंडाची रक्कम कमी केल्यावर त्याने तो दंड भरला (बेली १९५७, पृ. क्र. १५७, २६२–२६३).

एखाद्या माणसावर गावाकडून टाकलेला बहिष्कार परिणामकारक असतो, तेव्हा ते प्रतिविनिमयाचे एक सर्वांत संभाव्य माध्यम असते. तरीही कधीकधी एखादा दोषी माणूस माघार घेण्यास नकार देतो. कदाचित इतर काही जणांप्रमाणे, बहिष्कारास तोंड देऊन टिकून राहण्याइतके आपण मजबूत आहोत, असे त्याला वाटू शकते (पहा, पृ. क्र. १९६–१९९). रामखेरीमध्ये अशी एक घटना घडली होती. तिथे एक प्रगतिशील तेली आणि गावातील रजपूत नेत्यांमध्ये एका कुरणाच्या जमिनीवरून संघर्ष निर्माण झाला. त्याने रजपूत नेत्यांच्या इच्छेविरुद्ध त्या जमिनीवर शेती करण्यास सुरुवात केली होती म्हणून तो संघर्ष होता. सुरुवात थेट आर्थिक विषयापासून झाली नाही, तर होळीच्या सणानिमित्त एक नाट्यप्रसंग सादर करण्याच्या विषयापासून झाली. रजपूत नेत्यांनी इतरांना पसंत पडणार नाही असे अतिउच्छृंखल प्रकारचे नाटक करायचे ठरवले. या विषयावर वाद झाल्यानंतर, ज्यांनी अशा उत्तेजक अभिव्यक्तीस आक्षेप घेतला होता त्यांना बहिष्काराची धमकी दिली गेली. त्यावर त्या सर्वांनी माघार घेतली. हा तेली माणूसच त्यास अपवाद ठरला, त्याने रजपूत समाजातील वडीलधाऱ्या लोकांशी पूर्वी अनेकदा वाद घातले होते. त्याने शरण येण्यास नकार दिला आणि त्याला वाळीत टाकण्यात आले. वरपांगी पाहता त्याने नाटकाच्या निवडीबाबत सहमती दाखवली नाही, हे कारण असले तरी तो प्रस्थापित सत्तेला आव्हान देत होता हे खरे कारण होते.

अशा परिस्थितीत, आधी त्याच्यासोबत कोणी हुक्का पीत नव्हते किंवा त्याला कार्यक्रमांना बोलावत नव्हते; कुठलाही कारागीर किंवा मजूर त्याच्यासाठी काम करत नव्हता. पण त्याने त्याचे व्यवहार सुरू ठेवले आणि ॲड्रिन मेयर त्या गावात होते तेव्हा, बहिष्कार जाहीर करून चार वर्षे झाल्यानंतरही तो टिकून होता आणि काही प्रमाणात बहिष्कार मोडून काढला होता. त्याच्या घराण्यातील आप्तजन त्याच्या घरगुती पूजाविधींना उपस्थित राहायचे. याबाबतीत सूट देण्यात आली होती; कारण पितृवंशीय नातलगाकडील धार्मिक कर्तव्ये पार पाडणे सर्वांत महत्त्वाचे असल्याचे मानले जात होते. पण इतरांनीही त्याच्याशी पुन्हा संबंध

प्रस्थापित केले होते, "असे लोक, ज्यांना गावात नेतेपद मिळविण्याची महत्त्वाकांक्षा आहे, या कारणामुळे सध्याच्या प्रभावशाली समूहावर ज्यांचा राग आहे आणि म्हणून ते बहिष्कृत घरातील आमंत्रण स्वीकारून ते आपण स्वतंत्र असल्याचे दाखवून देतात" (मेयर १९६०, पृ. क्र. १२४).

गावातील सोयरगट आणि सत्तेतील बदल

पंचायतीच्या निर्णयास अशा प्रकारे केल्या जाणाऱ्या विरोधातून सहसा सत्तेशी असलेल्या नात्यांमधील बदल सूचित होतात. एखाद्या कुटुंबाने यशस्वीरीत्या दिलेल्या आव्हानामुळे इतर आव्हानकर्त्यांना हिंमत मिळते आणि ते नवीन किंवा नव्याने सामर्थ्य प्राप्त केलेले सोयरगट बनविण्यासाठी आधीच्या सत्ताधारी समूहाविरुद्ध त्यांचे बळ एकटवू शकतात. गावातील बहुजातीय सोयरगटातले लोक, मातब्बर जातीतील सोयरगटाप्रमाणे, वेगवेगळ्या कारणांसाठी एकमेकांना पाठिंबा देतात.

दोन्ही बाजूंनी पाठिंबा देण्यामागे सर्वसामान्यपणे आर्थिक कारण असते; आश्रयदात्यावर अवलंबून असणारे लोक गावातील वादातदेखील त्याच्या बाजूने उभे राहण्याची शक्यता असते. दुसरे कारण म्हणजे जवळचे नातेसंबंध; एखादा नेता किंवा आव्हानकर्त्याच्या जवळच्या नातेवाइकांचा कल त्याचे समर्थक बनण्याकडे असतो. याच यादीमध्ये जात हा घटकही आहे; वेगवेगळ्या जातीचे सोयरगट नेते एकमेकांच्या विरुद्ध उभे राहतात तेव्हा गावातील त्यांचे जातभाई त्यांच्या बाजूने उभे राहण्याची शक्यता असते. जातभाई त्या नेत्याचे जाहीर प्रतिस्पर्धी असतील तरच तसे घडत नाही. एकाच परिसरातील किंवा गल्लीतील लगतच्या घरांमुळे कधीकधी एखाद्या माणसाला वेगळ्या सोयरगटापेक्षा एकाच सोयरगटात सामील व्हावेसे वाटते. गावातील एखादा सामायिक शत्रू सोयरगटास बांधून ठेवणारा महत्त्वाचा घटक ठरतो.

जातसमूहातील शत्रुत्व आणि त्याचा परिणाम म्हणून विरोधी सोयरगटांविषयी वाटणारी निष्ठा पश्चिम बंगालच्या त्रिभुज प्रदेशातील गावातल्या कुंभारांच्या उदाहरणात चित्रित केली आहे. एका कुंभार घराण्यातील कुटुंबांमध्ये लग्न आणि जमीन या विषयांवरून वाद झाले; घराण्यातील चार कुटुंबांना इतरांनी वाळीत टाकले. मग ती चार कुटुंबं गावप्रमुखाच्या सोयरगटामध्ये सामील झाली आणि बहुतांश कुंभार ज्या सोयरगटात असतात त्या गटापासून ती कुटुंबं वेगळी झाली. गावप्रमुखाच्या महिष्या या जातीचे गावातील स्थान प्रभावशाली आहे. महिष्या लोक शेती करतात. त्या भागात अन्यत्र त्यांची श्रेणी बरीच कमी आहे आणि धार्मिक विधींच्या बाबतीत स्थानिक कुंभारांच्या तुलनेत त्यांचा दर्जा कमी आहे. पण महिष्यांचे वर्चस्व असलेल्या गावांमध्ये कुंभारांना महिष्यांपेक्षा खालचे स्थान मिळते. "कुंभारांना वाटते की

महिष्यांनी समाजातील सत्तेची आणि अधिकाराची सर्व स्थाने बळकावलेली आहेत आणि आता त्यांना महिष्यांच्या मर्जीनुसार वागावे लागेल" (निकोलस आणि मुखोपाध्याय, १९६४, पृ. क्र. २९). तरीही, कुंभारांच्या घराण्यातील भांडणांमुळे काही कुंभार महिष्यांना पाठिंबा देतात.

एखाद्या जातसमूहातील सोयरगटाविषयीची निष्ठा जशी बदलू शकते; तशीच एखाद्या बहुजातीय सोयरगटाशी असलेली राजनिष्ठाही बदलता येऊ शकते. एखाद्या माणसाकडे सोयरगटाशी असलेल्या संबंधांच्या बाबतीत पर्याय असतो. सहसा केवळ एखादी मातब्बर व्यक्ती किंवा एखादा अत्यंत क्रुद्ध माणूसच अशा समूहाच्या विरोधात जाण्याचे धाडस करेल ज्यामध्ये त्याचे निकटचे नातलग आणि जातभाईंचा समावेश आहे. पण असे घडते, जिथे एकमेकांच्या विरोधातील सोयरगट असतात, जसे अनेक गावांमध्ये आढळतात, सहसा अशा ठिकाणी सोयरगटांमध्ये बदल झाल्याची उदाहरणे दिसून येतात. पंजाबमधील गावांचे जाणकार असलेल्या माल्कम डार्लिंग यांनी १९३० मध्ये त्यांना मिळालेली महत्त्वपूर्ण माहिती मांडली आहे, ती म्हणजे, रावळपिंडी जिल्ह्यातील केवळ २५ टक्के गावे कट्टर भाऊबंदकीमुळे होणाऱ्या वादापासून मुक्त होती. त्यांपैकी बहुतांश गावांच्या बाबतीत असे घडण्याचे कारण म्हणजे, विरोधी बाजूंचे समर्थन करण्याच्या बाबतीत ती गावे खूपच लहान होती (१९३४, पृ. क्र. ४१–४२).

भाऊबंदकीतील संघर्षाशी संबंधित काही चलांचे विश्लेषण ॲलन बील्स यांनी केले आहे (१९६५, १९६६). त्यातील एक चल म्हणजे आकार. म्हैसूरच्या गुलबर्गा जिल्ह्यातील तीस गावांचे एक सर्वेक्षण पाहून बील्स असे सुचवतात की गावातील समुदायाचे दोन मोठ्या भागांत विभाजन होण्याइतका त्या समुदायाचा आकार मोठा नसेल तर, एकमेकांच्या विरोधातील भाऊबंदकीचे गट निर्माण होऊ शकत नाहीत. पन्नासपेक्षा कमी घरे असलेल्या गावांमध्ये असे विरोधी गट नसल्याचे त्यांना आढळले. "अशा प्रकारच्या अत्यंत लहान आकाराच्या समुदायातील जीवन विक्षिप्तपणा किंवा पलायन यांस उद्युक्त करू शकते, पण पक्षीय संघर्षासाठी अनुकूल परिस्थिती तिथे नसते" (१९६५, पृ. क्र. १८). त्याशिवाय बील्सना असे आढळले की जमीनदार जातींची पन्नासपेक्षा जास्त घरे असतील आणि त्यांचे प्रमाण गावातील लोकसंख्येच्या ५० टक्क्यांपेक्षा अधिक असेल तर तिथे दीर्घकाळ चालणारी भाऊबंदकी निर्माण होईल (१९६५, पृ. क्र. १९). एका मर्यादित आकाराच्या सर्वेक्षणाचे निष्कर्ष विस्तृत पुराव्यांच्या मदतीने तपासून पाहिले पाहिजेत. पण हे निष्कर्ष प्रकरण ८ मध्ये नमूद केलेल्या परिणामांशी मेळ घालणारे आहेत (रेड्डी १९५२, पृ. क्र. २५८; सिंग १९६१, पृ. क्र. ९). हे निष्कर्ष गावात संघर्षाची शक्यता निर्माण करणारे चल ठरतात.

बंगलोरच्या मुख्य शहरभागापासून अगदी काहीच किलोमीटर अंतरावर असणाऱ्या नामहळ्ळी गावातील संघर्षाविषयी बील्स यांनी केलेल्या लेखनाचा उल्लेख यापूर्वी केला

होता. त्यांच्या लेखनात एका प्रभावी व्यष्टिअध्ययनाचा समावेश आहे, ज्यामध्ये वेगळ्या प्रकारच्या कारणांकडे लक्ष वेधलेले आहे. १९५२ मध्ये नामहळ्ळी गावात १०६ घरांत ६०३ माणसे राहत होती; १९६० पर्यंत ती संख्या ११३ घरांमध्ये ५४२ व्यक्ती इतकी झाली. त्या छोट्याशा कालावधीत आर्थिक परिस्थितीमध्ये सुधारणा झाल्यामुळे बरेचसे लोक कामासाठी आणि राहण्यासाठी गावाबाहेर गेले होते (त्यामुळे लोकसंख्या कमी झाली) आणि बऱ्याच जणांना स्वतंत्र घर करणे शक्य झाले होते. आर्थिक सुधारणेमुळे गावाची व्यवस्था सुधारली आणि तेथील संघर्ष कमी झाले. १९५२ मध्ये जेव्हा बील्स नामहळ्ळीमध्ये राहत होते, तेव्हा गावात भाऊबंदकी निर्माण होण्यासारखी परिस्थिती होती. त्यामुळे संपूर्ण गावात एकोपा ठेवणे शक्य झाले नसते. गावकऱ्यांमध्ये एकमेकांविषयी बराच द्वेष पसरलेला होता. १९५२ मध्ये गावात एक कार्यक्रम आयोजित करण्याचा प्रयत्न झाला. पण त्याचा शेवट दोन सोयरगटांमधील मोठमोठ्या भांडणांनी झाला. त्या भांडणांमुळे काही जातसमूह एकमेकांच्या विरोधात उभे राहिले आणि मोठ्या जातसमूहांपैकी काहींमध्ये फूट पडली.

१९५२ हे वर्ष नामहळ्ळीतील लोकांसाठी अवघड गेले. दुसऱ्या महायुद्धादरम्यान सुरू झालेला भरभराटीचा काळ संपुष्टात आला. खूप मोठा दुष्काळ पडला; बाहेरच्या रोजगाराच्या संधी कमी होत आहेत आणि गावातील पारंपरिक शेतीची अर्थव्यवस्था वाढलेल्या आणि सतत फोफावणाऱ्या लोकसंख्येसाठी पूरक नाही, हे काहींच्या लक्षात आले. कुठलेही नवीन उपाय मांडले गेले नाहीत. "त्याउलट, जुने संघर्ष तीव्र झाले. इतके की त्यामुळे जवळजवळ प्रत्येक अर्थपूर्ण आंतरवैयक्तिक नात्यावर परिणाम झाला." (बील्स आणि सीगेल १९६६, पृ. क्र. १२८). घरातील तसेच गावातील संघर्ष सोडविण्याच्या जुन्या पद्धतींचा परिणामकारक पद्धतीने उपयोग करता आला नाही; उभयपक्षी अविश्वास आणि शत्रुत्व दूर करणे शक्य झाले नाही.

मात्र, १९५३ आणि १९५४ मध्ये गावातील परिस्थिती खालावलेली असूनही, बाहेरच्या माणसांकडून चोरी–दरोडेखोरीचे संकट ओढवले तेव्हा गावाच्या संरक्षणासाठी बहुतांश माणसे एकत्र उभी राहिली. बलात्कार किंवा विषप्रयोगासारख्या मोठ्या गुन्ह्यांची शक्यता निर्माण झाली तेव्हादेखील ते एकत्र आले. पण गावाच्या देखभालीचे साधे काम केले गेले नाही.

१९५८ पर्यंत ही परिस्थिती कायम राहिली. त्या वेळेस अनेक अनुकूल प्रथा सुरू झाल्यामुळे तणाव मोठ्या प्रमाणात निवळले. जवळपासच्या कारखान्यांमध्ये नोकऱ्या उपलब्ध झाल्या आणि त्यांना बससेवा उपलब्ध करून दिली गेली. शेतीतील उत्पन्न वाढले. त्याचे एक कारण होते शहरापर्यंत पसरलेली बाजारपेठ. गावाच्या तसेच व्यक्तिगत गरजा यांची पूर्तता करण्यासाठी चिट फंड हा भांडवल मिळविण्याचा नवीन मार्ग म्हणून यशस्वीरीत्या स्वीकारला गेला (बील्स आणि सीगल १९६६, पृ. क्र. १३६–१३८).

१९६० मध्ये बील्स यांनी पुन्हा एकदा गावकऱ्यांचा अभ्यास केला तेव्हा तेथील रस्ते सुस्थितीत होते आणि विहिरींची वेळोवेळी स्वच्छता केली जात होती. गावातील उत्सवाची सुरुवात झाली नसली तरी गावात संघर्ष कमी होते आणि एकोप्याने जास्त कामे केली जात होती. गावच्या उत्सवात जी पक्की एकजूट दाखविली जाते, तिची बहुधा गरज नव्हती. "याच पद्धतीने गावाची एकता दाखविण्याची अट नसल्यामुळे त्याबद्दलची अपेक्षा संपली होती" (बील्स आणि सीगेल १९६६, पृ. क्र. १३८).

व्यक्तिगत स्तरावर लोक इतरांशी असलेल्या संबंधांत बदल करून शत्रुत्व विसरतात, त्याच धर्तीवर एखाद्या गावातील सोयरगटांमध्ये असलेले शत्रुत्व काळानुसार कसे बदलू शकते आणि सोयरगटांतील सदस्यांमध्ये अधिक एकजूट कशी होऊ शकते त्याचे चित्रण नामहळ्ळीच्या उदाहरणातून केलेले आहे. गावाच्या सामाजिक रचनेत कुटुंबं आणि जातींचे असणे गरजेचे असते तसे सोयरगट आवश्यक नसतात. त्याचबरोबर, कुटुंबात जसा भावाभावांमध्ये विरोध असतो तशीच भावना भाऊबंदकीमुळे निर्माण होणाऱ्या विरोधाविषयीही असते. सामाजिक व्यवस्थेतील कारणांमुळे दोन्ही विरोधी भावना निर्माण होतात आणि त्यामध्ये अनेक गावांचा सहभाग असतो. तरीही, याच माणसांच्या स्वतःच्या एखाद्या भांडणाविषयी चर्चा होत नसते तेव्हा ते हेव्यादाव्यांच्या व्यापकतेबद्दल नाराजी व्यक्त करतात. या अनुषंगाने, एकमेकांच्या विरोधातील गटांना जिथे पक्ष म्हटले जाते त्या गोपाळपूरमध्ये, "घराणी, जाती, कंपू आणि शेजारीपाजारी यांसारखे गट उपयुक्त आहेत असे मानले जाते; गावात पक्ष असणे हे तेथील सामाजिक अव्यवस्थेचे—गाव स्वतःच्याच विरोधात दुभंगले असल्याचे—लक्षण असल्याचे मानले जाते" (बील्स १९६२, पृ. क्र. ४४).

गावातील सत्तेसाठी होणारा संघर्ष ही ग्रामीण भारतासाठी नवीन बाब नाही. जिथे जिथे सत्ता असते, तिथे स्पर्धा असते. भारतीय गावांमधील स्पर्धा ही सामाजिक उतरंडीविषयीच्या दृष्टिकोनामुळे अधिक तीव्र झाली. या दृष्टिकोनामुळे, आपल्या सामाजिक प्रतिष्ठेशी स्पर्धा करणाऱ्या व्यक्तीच्या स्थितीत होणारी कुठलीही सुधारणा म्हणजे आपल्याला आणि आपल्या स्थानाला कमीपणा आणण्यासारखे आहे, असे मानले जाते. त्यामुळे एखाद्या प्रतिस्पर्ध्यासाठी फायदेशीर ठरेल असा कुठलाही प्रस्ताव किंवा कृती, जी संपूर्ण गावासाठीदेखील फायदेशीर असेल, त्यामध्ये त्याच्या विरोधकांकडून अडथळा आणला जाण्याची शक्यता असते. १९५० च्या दशकात सेनापूरमध्ये उद्भवलेली स्थिती ही १९५० च्या दशकाच्या सुरुवातीस नामहळ्ळीमध्ये निर्माण झालेल्या स्थितीसारखी होती. तेव्हा कुठलाही भाऊबंदकीतील गट किंवा नेता किंवा नेत्यांचा समूह, गावात कुठल्याही प्रकारची रचनात्मक कृती करण्याइतका भक्कम स्थितीत नव्हता. तरीही विरोधी गटांकडून केल्या जाणाऱ्या कुठल्याही निर्णयात्मक कृतीस विरोध करण्याइतपत प्रत्येक गटाची स्थिती मजबूत होती (कॉह्न १९५५, पृ. क्र. ६८–७६).

भारतीय गावांचा अभ्यास करणाऱ्यांसाठी असे कोंडी करणारे प्रसंग खूप परिचयाचे आहेत. तरीही, १९६० मध्ये नामहळ्ळी होते, तशी अनेक गावे आहेत जिथे गावातील सर्वांच्या भल्यासाठी गावपातळीवरील उपक्रम राबवले जातात. आम्ही नमूद केले आहे की म्हैसूरच्या रामपुरामध्ये दोन सर्वांत शक्तिशाली माणसांमध्ये वैर आणि शत्रुत्व असण्याऐवजी गावाच्या भल्यासाठी ते एकमेकांचे निकटवर्तीय आणि मित्र बनलेले आहेत; ओरिसाच्या बिसिपारामधील दोन जातसमूहांमध्ये वाद आहेत, तरीही अनेक संयुक्त उपक्रम पूर्ण करण्यात आले आहेत; आंध्र प्रदेशच्या शमिरपेटमध्ये भाऊबंदकीतून वैर निर्माण झाले असले तरी ग्रामपंचायतीकडे सर्व अधिकार आहेत.

प्रभावी ग्रामपंचायत अल्पकालीन आणि दीर्घकालीन अशी दोन्ही प्रकारची कामे करते. एकाच वेळेस ती गावात सुव्यवस्था राखते आणि विशिष्ट सामाजिक व्यवस्था कायम ठेवण्यासही मदत करते. पण ती सामाजिक व्यवस्था बदलली की पंचायतीच्या सत्रांमध्ये समाजातील नवीन वस्तुस्थितीचे प्रतिबिंब दिसते; काळाच्या ओघात पंचायत त्या बदलांना मान्यता देते आणि स्थानिक समाजासाठी ते बदल व बदलांसाठी स्थानिक समाजास अनुकूल बनवते.

गावातील सुव्यवस्था कायम राखण्याच्या पुनरावर्ती प्रक्रियेत चोरी आणि हिंसक हल्ला यांसारख्या प्रकरणांत सरकारी पोलिसांच्या बरोबरीने किंवा त्यांच्या अनुपस्थितीत कारवाई करण्याचे अधिकार पंचायतीकडे असतात. वार्षिक उत्सवांचे आयोजन पंचायतीकडून केले जाते. यामध्ये प्रामुख्याने संपूर्ण गावासाठी शेतीविषयक आणि संरक्षक विधी केले जातात (जन्म-मृत्यूच्या चक्रातील विधी गावापेक्षा आप्तस्वकीयांकडून केले जातात). जातसमूहांच्या आपापसातील संबंधांकडेही पंचायत लक्ष देते. विशेषतः गावातील सुव्यवस्थेस नुकसानकारक ठरतील अशा सामाजिक प्रतिष्ठेबाबतच्या दाव्यांची दखल ती घेते. उदाहरणार्थ, 'हरिजन' त्यांच्या पारंपरिक, विटाळकारक सेवा नाकारण्याचा आणि उच्च प्रतीची कामे करण्याचा प्रयत्न करतात तेव्हा.

ग्रामपंचायतीने स्वतः जर सकारात्मक कारवाई केली नाही तर पंचायतीचे सदस्य न बोलता एखाद्या हिंसक कारवाईकडे दुर्लक्ष करू शकतात. या अनुषंगाने, १९४० मध्ये मध्य प्रदेशातील खरगान आणि खांडवा जिल्ह्यातील बालाही लोक बसेस आणि ट्रामगाड्यांमध्ये बसू शकत होते, त्यांच्या काही मुलांना शाळेत पाठवू शकत होते आणि अगदी गावातील काही शासननिर्मित विहिरींमधून पाणी घेऊ शकत होते. तरीही, सर्वसामान्यपणे गावातील स्वतंत्र निवासी भागांपुरताच त्यांचा वावर मर्यादित होता आणि उच्च जातींसाठीच्या रस्त्यांवरून मुक्तपणे चालण्याची परवानगी त्यांना नव्हती. काही गावांतील बालाही स्वच्छ शर्ट परिधान करण्याचे किंवा उच्च जातींतल्या लोकांच्या पद्धतीने कमरेचे वस्त्र गुंडाळण्याचे धाडस करत नसत.

इतकेच नाही तर, "बालाहींची अशी अनेक प्रकरणे माहीत आहेत ज्यांत बालाहींनी सडलेले मांस किंवा उच्च जातींतल्या लोकांचे उष्टेखरकटे खाण्यास नकार दिला म्हणून त्यांना गंभीर मारहाण केली गेली होती" (फ्युक्स १९५०, पृ. क्र. ५८–५९).[५]

'हरिजनां'ना आर्थिक तसेच धार्मिक विधींच्या बाबतीत प्रगती करण्यास नेहमीच विरोध केला जातो. या अनुषंगाने, गोपाळपूरमधील पाथरवट, जे डुकराचे मांस (गोमांस नव्हे) खातात म्हणून ज्यांना "अस्वच्छ मांसाहारी" असे म्हटले जाते, त्यांना स्थानिक सामाजिक श्रेणीमध्ये जवळजवळ तळातले स्थान दिले जाते आणि गावाबाहेर वेगळे राहावे लागते. तरीही, १९६० पर्यंत काही जणांनी जमीन घेतलेली होती आणि मध्यम आर्थिक स्थिती प्राप्त केली होती. मात्र, एखादा पाथरवट माणूस त्याची आर्थिक स्थिती सुधारण्याचा प्रयत्न करतो तेव्हा उच्च श्रेणीतल्या माणसाच्या तुलनेत त्याच्या बाबतीत जास्त संघर्ष निर्माण होतात. पाथरवटांच्या एका गटाने सुपीक जमीन (त्यांच्या बाकीच्या जमिनी निकृष्ट दर्जाच्या आहेत) खरेदी केली आणि त्यांच्यापैकी एकाने त्यावर नांगरणी सुरू केली तेव्हा उच्च श्रेणीतील असंख्य गावकऱ्यांनी लाठ्याकाठ्यांसह त्याच्यावर हल्ला केला आणि त्याला प्रचंड मारहाण केली. हल्लेखोरांना पंचायतीच्या कारवाईची फारशी भीती नव्हती हे स्पष्ट होते. कारण "एका पाथरवटाला मारहाण झाल्यानंतर उमटणारे पडसाद अगदी अल्प स्वरूपाचे असू शकतात" (बील्स १९६२, पृ. क्र. ३७–३९).

बहुधा काही गहन प्रतीकात्मक अर्थ अशा हिंसक प्रतिक्रियांसाठी कारणीभूत ठरतात. तसेच आर्थिक किंवा धार्मिक विधींबाबतचे प्रत्यक्ष वैरदेखील त्यासाठी निमित्त ठरते. आम्ही असे नमूद केले आहे की, ब्राह्मणांकडून शुचितेच्या तत्त्वाचा दाखला दिला जातो, ज्याच्या आधारे सर्व गावकरी—काही प्रमाणात—स्वतःच्या आयुष्याचे नियमन करतात. त्यामुळे, सर्वसाधारणपणे ब्राह्मणांना त्यांच्या गावात किमान सन्मान दिला जातो. हे असेही असू शकते की, 'हरिजनां'कडून अशुचितेच्या तत्त्वाचा दाखला दिला जातो. अशुचितेचे तत्त्व हे धार्मिक शुचितेपासून वेगळे करता न येणारे प्रतिरूप आहे आणि व्यक्तीच्या वर्तनाचे नियमन करण्यासाठी त्याचा सारख्याच प्रमाणात वापर केला जातो. गावकऱ्यांना 'हरिजनां'चे बाह्यरूप नेहमीच विटाळकारक दिसते. 'हरिजनां'ना स्वतःला त्या विटाळापासून दूर ठेवतानाच, रोज त्याच्यामुळे मलीनही व्हावे लागते. त्यामुळे कायमस्वरूपी विटाळाविषयीच्या आदर्श कल्पनांमुळे स्वतःला स्थानभ्रष्ट करून घेण्यास त्यांच्याकडून विरोध होण्याची शक्यता

---

[५] लेखकांनी पुढे लिहिले आहे की बालाही लोक "त्यांच्यापेक्षा एक स्तर कमी असलेल्या" जातीच्या लोकांना तितकीच वाईट वागणूक देतात. "बालाहींच्या मुलांना शाळेत खालच्या जातीतल्या मुलांबरोबर बसावे लागले तर बालाहीच आधी त्याची तक्रार करतात. तसेच उच्च जातीतल्या कुठल्याही माणसापेक्षा ते मेहतर समाजातल्या माणसापासून जास्त अंतर ठेवून वागतात" (फ्युक्स १९५०, पृ. क्र. ५९).

असते. कारण त्यामुळे त्यांच्या सामाजिक आणि व्यक्तिगत आयुष्यातील मूलभूत धारणेबाबतच प्रश्नचिन्ह निर्माण होते. 'हरिजनां'च्या प्रगतीविरोधातील विशेष निष्क्रियतेचा विचार सामाजिक चलनशीलतेविषयीच्या चर्चेत नंतर केला जाईल.

ग्रामपंचायत गावातील सुव्यवस्था आणि सामाजिक व्यवस्था राखण्यास मदत करत असली तरी अधिकार आणि सामाजिक श्रेणीची आहे तीच व्यवस्था अनंतकाळ कायम राहू शकत नाही. काळाच्या ओघात त्यामध्ये बदल होतात, तडजोडी केल्या जातात; काही गट मोठे होतात, इतर काहींचे पतन होते. कनिष्ठ आणि दुय्यम श्रेणीतील जातींचे काही लोक ऐहिक स्रोतांचा संचय करून त्याचा उपयोग धार्मिक विधींतील त्यांची श्रेणी वाढविण्यासाठी करतात. ग्रामपंचायत ही एक अशी जागा आहे जिथे या प्रक्रियेची उघडपणे दखल घेतली जाते आणि यशस्वी ठरल्यास तिला स्पष्ट मान्यता दिली जाते.

म्हैसूरच्या वंगाला गावातील या प्रक्रियेचे चित्रण करण्यात आले आहे. तिथे "कुणबी" वोक्कलिगा (ओक्कलिगा) या मातब्बर जातीतील महत्त्वाच्या घराण्यांच्या प्रमुखांचा समावेश ग्रामपंचायतीत असणे सक्तीचे असते. त्यांची आठ घराणी महत्त्वाची मानली जातात आणि पंचायतीचा निर्णय वैध ठरण्यासाठी त्या घराण्यांतील वडीलधाऱ्यांचा सहभाग पंचायतीत असणे आवश्यक समजले जाते. गावातील इतर कुणबी घराणी आणि कुटुंबांना पंचायतीमध्ये कमी महत्त्व दिले जाते. या कमी महत्त्वाच्या घराण्यांपैकी एका घराण्यातील नेत्याच्या प्रयत्नामुळे त्या घराण्याला महत्त्वाचे स्थान प्राप्त झाले. तो नेता म्हणजे गावातील सर्वांत श्रीमंत व सर्वांत प्रभावी व्यक्तींपैकी एक होता. त्याच्या वडिलांनी संपत्ती मिळवली आणि या नेत्याने त्या वडिलार्जित संपत्तीमध्ये भर घातली. त्याच्या आर्थिक बळाच्या आधारे त्याला गावच्या राजकारणात स्वतःचा दबाव वाढवणे शक्य झाले.

बुद्धिमान आणि निग्रही असल्यामुळे त्याला त्याच्या आर्थिक बळाच्या मदतीने निश्चित असे राजकीय समर्थन प्राप्त करणे शक्य झाले. त्याने पंचायतीच्या सभांमध्ये भाष्य केले आणि पंचायतीचे अनेक सदस्य त्याचे देणेकरी असल्यामुळे त्यांनी त्याचे म्हणणे ऐकून घेतले. या सभांचा तो अविभाज्य भाग बनला आणि कुठलीही विशेष चर्चा न होता त्याचे घराणे महत्त्वाच्या घराण्यांपैकी एक म्हणून गणले जाऊ लागले. कारण तो स्वतः अगदी निःसंदिग्धपणे पंचायतीचा महत्त्वाचा सदस्य होता. लेखकाने लिहिले आहे त्यानुसार, आर्थिक चलनशीलता व्यक्तीच्या यशावर अवलंबून असते, तर राजकीय चलनशीलतेमध्ये पुरुषमंडळींच्या समूहाचा जास्त वाटा असतो (एपस्टाइन १९६२, पृ. क्र. ११९, १२७–१२८). एखाद्या माणसाच्या आर्थिक यशाचा फायदा त्याच्या गावातील आप्तस्वकीयांना कसा होतो, तेही यातून दिसून येते.

हे संपूर्ण जातसमूहाच्या बाबतीत तसेच एखाद्या घराण्याच्या बाबतीतही घडू शकते. एखादा सदस्य अपवादात्मक प्रगती करतो तेव्हा त्याच्याकडून त्याच्या जातभाईंच्या

कल्याणाचा विचार होण्याची शक्यता असते. निदान त्यांनी त्याला आव्हान देण्यापेक्षा ते त्याचे निकटवर्तीय म्हणून उभे राहतील इतक्या प्रमाणात तरी तो हे करतो. गावातील राजकारणात मोठा प्रभाव असलेले स्थान मिळविण्यासाठी ते सर्व जण एकत्र येऊन त्यांच्या संपत्तीचा वापर करू शकतात. काळाच्या ओघात त्यांचे आर्थिक बळ आणि नवीन राजकीय प्रभाव दिसून येतो, प्रवाहित होतो आणि त्यामुळे ग्रामपंचायतीच्या सत्रांमध्ये त्यावर शिक्कामोर्तब होते.

अशा सत्रांमध्ये बदलत्या परिस्थितीशी जुळवून घेताना केल्या जाणाऱ्या तीव्र संघर्षांबाबत उपाय शोधले जातात, त्यामुळे अशी सत्रे वादळी ठरू शकतात. बदलासाठी कारणीभूत ठरणारे प्रेरक घटक गावातच निर्माण होऊ शकतात किंवा गावाबाहेरून येऊन ठेपू शकतात, जसे ते नेहमी येतात. गावाचे बाह्य दुवे म्हणजेच गावकऱ्यांच्या नातेवाइकांकडे आम्ही गावाच्या वेशीबाहेरील संपर्काची माध्यमे आणि केंद्रं म्हणून पाहतो.

१२ गावकरी आणि नागरी संस्कृतीमधील वारंवार उद्भवणाऱ्या काही समस्या

भारतीय गावकऱ्यांना गावामध्ये आणि गावाबाहेर अशा काही समस्यांना सामोरे जावे लागते, ज्या कुठल्याही नागरी संस्कृतीचा अंगभूत भाग असतात. त्यांपैकी काहींविषयी यापूर्वी लिहिलेले आहे, जसे, विशेषीकरणामुळे उद्भवणाऱ्या समस्या आणि गाव व केंद्र यांच्यातील संबंधांमुळे उद्भवणाऱ्या समस्या. असे काही स्थिर घटक असतात ज्यांच्यामुळे कुठल्याही व्यामिश्र समाजामध्ये आणि अशा समाजाच्या संस्कृतीमध्ये म्हणजेच नागरी संस्कृतीमध्ये वारंवार समस्या निर्माण होतात.

प्रथम पाहायचे तर, सभोवतालच्या जीवशास्त्रीय आणि पर्यावरणशास्त्रीय व्यवस्थेत काही प्रेरक घटक असतात. प्रत्येक सामाजिक व्यवस्था, मग ती तुलनेने गुंतागुंतीची असो किंवा साधी असो, या नैसर्गिक व्यवस्थांवर अवलंबून असते. मात्र, एखाद्या नागरी संस्कृतीमधील लोक या प्रेरक घटकांना पूर्वीपेक्षा जास्त मोठ्या प्रमाणात निर्दिष्ट करतात आणि त्यांचे शोषण करतात. या नैसर्गिक व्यवस्था सातत्याने आणि थेट सामाजिक नातेसंबंधांवर आघात करतात, त्यामुळे त्या अर्थाने त्यांना "एकतर्फी संबंध असलेल्या व्यवस्था (पॅरासोशल सिस्टीम्स)" असे म्हणता येऊ शकेल.

अलीकडच्या काळात, बहुतांश जगाप्रमाणे भारतामध्येही जीवशास्त्र व पर्यावरणशास्त्राशी संबंधित घटकांवरील मनुष्यप्राण्याचे नियंत्रण बऱ्याच प्रमाणात वाढले आहे. तंत्रज्ञान व विज्ञानासारख्या जागतिक सामाजिक-सांस्कृतिक प्रणालींच्या स्थापनेमुळे हे शक्य झाले आहे. या नवीन व्यवस्थांना "महासामाजिक व्यवस्था" असे म्हणता येईल; कारण त्या कुठल्याही एखाद्या राष्ट्रीय समाजापेक्षा सरस ठरतात आणि त्यांपैकी सर्वांवर परिणाम करतात.

प्रत्येक गुंतागुंतीच्या समाजाचे काही विशिष्ट गुणधर्म असतात, ज्यांमध्ये समस्यांचा समावेश असतो. त्यातील एक मूलभूत समस्या म्हणजे व्यापक वैयक्तिक नाती आणि संकुचित अवैयक्तिक नाती या दोन्हींचा विचार करणे. विशेषतः आर्थिक, राजकीय आणि धार्मिक उपक्रमांमधील पुन्हापुन्हा उद्भवणाऱ्या या समस्यांमुळे भारतीय गावांमध्ये ज्या दुहेरी भूमिका निर्माण होतात त्यांच्याविषयी आम्ही इथे चर्चा करणार आहोत.

या नागरी संस्कृतीमध्ये रुजलेली आणखी एक समस्या म्हणजे अपवादात्मक व्यक्तींसाठी विशेष अधिकृत भूमिका उपलब्ध करून देणे. या भूमिकांविषयीच्या चर्चेतून भूमिकेची व्याख्या आणि भारतीय ग्रामस्थांचे कार्यक्षेत्र यांविषयीचा सर्वसामान्य विचार समोर येतो. या प्रकरणातील बरीचशी चर्चा केवळ गावातील लोकांनाच नाही तर आधुनिक शिक्षण घेतलेल्या,

प्रामुख्याने शहरवासी लोकांनाही लागू होते. एखाद्या व्यक्तीच्या भूमिका आणि कार्यक्षेत्र यांची निवड करण्याची मोकळीक यांतून ही चर्चा पुढील प्रकरणांच्या विषयाकडे म्हणजे सामाजिक व सांस्कृतिक बदलांचा अभ्यास या विषयाकडे वळते.

जीवशास्त्र आणि पर्यावरणशास्त्राच्या मोठ्या व्यवस्था

जीवशास्त्र आणि पर्यावरणशास्त्र या दोन्हींकडे सामाजिक विश्लेषणाचे मापदंड म्हणून पाहिले जाते. याचा अर्थ, त्यांना सामाजिक अन्योन्यक्रिया आणि सांस्कृतिक बदलाच्या अभ्यासातील स्थिरांक समजले जाते आणि केवळ विश्लेषज्ञच त्यांच्याकडे या दृष्टीने पाहतात असे नाही. गावकरी आणि अभ्यासक दोघांनीही गृहीत धरले असते की, समाजात नवीन जीव जन्माला येतील, आयुष्यातील सर्व टप्पे पार पाडत ते मोठे होतील, बी पेरल्यावर पीक उगवून येईल आणि ऋतुचक्र सुरू राहील. पण काही विशिष्ट प्रसंगांमध्ये या व्यवस्थांकडे मापदंड म्हणून पाहता येऊ शकत नाही; कारण त्या व्यवस्थांमधील प्रेरक घटक सामाजिक नित्यनेमामध्ये खूप मोठा हस्तक्षेप करतात.

गावांतील लोक अशा संकटांना सामोरे जातात; मग ती एखादी रोगाची साथ असो किंवा पिकाची नासाडी. गावकरी त्यांचे अनुभव आणि अलौकिक साधने यांच्या मदतीने अशा संकटांना सामोरे जाण्याचे शक्य ते सर्व प्रयत्न करतात. अभ्यासकाला त्याची विश्लेषणाची चौकट मोठी करून आणि एरवी इतर वैज्ञानिक विषयांत सामील केले असते असे प्रेरक घटक प्रत्यक्ष विचारात घेऊन अशा संकटांचा अभ्यास करावा लागतो. या अनुषंगाने, एखाद्या घातक आजाराचे प्रमाण कमी होऊन त्याचा परिणाम म्हणून लोकसंख्येत वाढ होण्याने जे सामाजिक बदल होतात, ते आपल्याला विचारात घ्यावे लागत नाहीत तोपर्यंत आपण आजारपणाकडे एक मापदंड म्हणून पाहू शकतो.

लोकसंख्याशास्त्र, रोग, जनुकशास्त्र आणि जीवशास्त्रीय जीवनचक्र यांचा समावेश करण्यासाठी सामाजिक विश्लेषणाच्या चौकटीचा विस्तार केल्यानेसुद्धा, व्यवस्थित परिसीमित केलेल्या सर्वसमावेशक विश्लेषणाच्या संधी मर्यादित होतात. डेव्हन्स आणि ग्लुकमन (१९६४) यांनी व्यापकपणे आणि बेली यांनी त्यांच्या भारतविषयक लेखनासाठी (१९६४) सामाजिक मानवशास्त्राच्या संदर्भात एखादी व्यक्ती कशाचा शोध घेऊ शकते याची चर्चा केली आहे. दोन्ही चर्चांचे कल व्यापक शोधापेक्षा अधिक स्पष्टपणे परिसीमित करण्याकडे होते. सध्याच्या चर्चेमध्ये आपण या एकतर्फी संबंध असलेल्या घटकांच्या सामाजिक क्षमतांची फक्त दखल घेऊ शकतो, तेही अगदी थोडक्यात.

अशा घटकांपैकी सर्वांत प्रभावशाली घटक पर्यावरणशास्त्राविषयीचे असतात. सदर कृषीसंस्कृतीत या घटकांमध्ये प्रामुख्याने जमिनीच्या लागवडीसंबंधीच्या तंत्रज्ञानाचा समावेश

होतो. नांगराच्या मदतीने केली जाणारी शेती हे जात आणि गावाच्या उदरनिर्वाहाचे साधन असल्याचे गृहीत धरले जाते. भारतातील वेगळ्या प्रकारे शेती करणाऱ्या लोकांची समाजव्यवस्था सर्वसामान्यपणे वेगळी असते. भारतात दुर्गम भागांत म्हणजे सहसा डोंगराळ भागांत राहणारे असे अनेक आदिवासी लोक आहेत, जे स्थानपालट (भटकी शेती) किंवा "छाटणे व जाळणे" या पद्धतीची शेती करतात. जमिनीतील तण छाटून, जाळून टाकले जाते आणि त्यातून मिळणाऱ्या राखेचे खत जमिनीत मिसळून त्यात बियाणे पेरले जाते. अशा जमिनीचा सुपीकपणा काही हंगामांतच वेगाने कमी होतो त्यामुळे शेतकरी ती जमीन सोडून दुसऱ्या एखाद्या नव्या जमिनीच्या तुकड्यावर तेच शेतीचे चक्र पुन्हा सुरू करतो.

आर्द्र भात शेतीसाठी ज्याप्रमाणे जमिनीमध्ये बरेच बदल केले जातात तसे करण्याऐवजी नैसर्गिक भूप्रदेशाचे "काळजीपूर्वक अनुकरण" करून डोंगर व जंगलातील वातावरणाशी जुळवून घेण्यासाठी स्थानपालट शेतीची पद्धत प्रभावी ठरू शकते. पण स्थानपालट शेतीमध्ये घेतले जाणारे पीक नेहमी बऱ्यापैकी मर्यादित स्वरूपाचे असते. मजुरी किंवा भांडवलात कराव्या लागणाऱ्या अतिरिक्त वाढीच्या प्रमाणात पिकाचे प्रमाण वाढत नाही, जसे ते भातशेतीमध्ये वाढते. स्थानपालट शेतीमध्ये शेतीवर चरितार्थ चालवणाऱ्या लोकांचे प्रमाण अंदाजे २० ते ५० व्यक्ती प्रतिचौरस किलोमीटर इतके असते. एखाद्या विशिष्ट भागातील लोकसंख्या कितीही असली तरी स्थानपालट शेतीमधील जमिनीची त्यांचा भार वाहण्याची क्षमता ही नांगरून शेती केल्या जाणाऱ्या जमिनीपेक्षा खूपच कमी असते (गीर्ट्झ १९६३, पृ. क्र. १५–३७). भारतातील स्थानपालट शेती करणारे लोक सर्वसामान्यपणे जातीवर आधारित समाजापेक्षा आदिवासी समाजाचे असतात. जातिव्यवस्थेमध्ये लोकसंख्येच्या विशिष्ट घनतेवर भर दिला जातो, जे स्थानपालट शेतीमध्ये शक्य नसते त्यामुळे कदाचित तसे असेल. काही आदिवासी, समूह नांगरांचा वापर करतात किंवा मग नांगर आणि स्थानपालट पद्धत हे दोन्ही एकत्रितपणे वापरतात. त्यामुळे, नांगरावर आधारित शेती ही ऐतिहासिकदृष्ट्या जातिव्यवस्थेच्या स्थापनेची आवश्यक अट असल्याचे दिसत असले तरी नांगरावर आधारित शेतीचा अवलंब हे जातिव्यवस्था स्वीकारण्यासाठी पुरेसे कारण ठरत नाही (पहा, बेली १९६०ब, पृ. क्र. ६३–६८).

आदिवासी समाजाविषयी नंतर केलेल्या चर्चेमध्ये या विषयावर सविस्तर विचार केलेला आहे आणि स्थानपालट पद्धतीने शेती करणाऱ्याच्या भूमिकेचे प्रतीकात्मक महत्त्व तिथे नमूद केलेले आहे. इथे मुद्दा हा आहे की जमिनीशी असलेल्या एका प्रकारच्या नात्यामुळे जातीवर आधारित समाजास चरितार्थासाठी व्यवहार्य ठरेल असा आधार मिळतो, तेच दुसऱ्या प्रकारात मिळत नाही, हे स्पष्ट दिसते. स्थानपालट शेतीपद्धत जातिव्यवस्थेवर आधारित गावासाठी प्रमुख आधार ठरत असलीच तरी तसे फार क्वचित घडते.

पर्यावरणामुळे होणाऱ्या आणखी एका प्रभावाचा परिणाम सामाजिक नातेसंबंधांची तीव्रता आणि ओघ यांवर होतो. यापूर्वी गावरचनेच्या आकृतिबंधांच्या संदर्भात हा प्रभाव नमूद करण्यात आलेला आहे, विशेषतः निकोलस यांनी पश्चिम बंगालमधील दोन गावांची जी तुलना केली होती त्यामध्ये याची नोंद होती. त्या दोन गावांतील लोकांची संस्कृती बऱ्यापैकी एकसारखीच होती जे लोक एकमेकांपासून पूर्णतः भिन्न प्रदेशांमध्ये राहत होते (१९६३). एक गाव समुद्रसपाटीलगत असलेल्या, दलदलीच्या आणि नदीजवळच्या सक्रिय त्रिभुज प्रदेशात वसलेले आहे. तिथे फक्त भराव घालून तयार केलेल्या जमिनीवर घरे बांधणे शक्य आहे आणि अशा जमिनीवर लांबलचक रांगांच्या स्वरूपातच घरे बांधावी लागतात. गावरचनेच्या आकृतिबंधांविषयी चर्चा करताना नमूद केले होते त्यानुसार या गावातील सामाजिक संवादाचे प्रमाण तुलनेने मर्यादित आहे, जातमांडणी आणि जातीतील नातेसंबंध तुलनेने साधे असतात आणि एका जातीचे दुसऱ्या जातीवर असणारे वर्चस्व खूप कमी असते. पूर्वापार वस्ती असलेल्या प्रदेशात जे दुसरे गाव वसले आहे त्याला "मृतप्राय त्रिभुज प्रदेश" असे नाव देण्यात आले आहे. तिथे नेहमीसारखी आटोपशीर स्वरूपाची घरांची वस्ती असून बलुतेदारी आणि इतर सामाजिक देवाणघेवाण बऱ्याच प्रमाणात केली जाते. सीमेलगतच्या गावाच्या तुलनेत येथील जातिव्यवस्था खूप जास्त गुंतागुंतीची आणि किचकट आहे; बंगालच्या या भागामध्ये वर्चस्ववादी जाती सर्रास आढळतात.

हे सगळे फरक पर्यावरणामुळे निर्माण होत नाहीत. दलदलीचा आणि वारंवार पूर येणारा भाग असल्यामुळे तिथे विखुरलेली घरे असणे अपरिहार्य ठरते आणि त्यामुळे गावकऱ्यांत वरचेवर आदानप्रदान घडून येण्यास अटकाव होतो; त्यामुळे जातिव्यवस्थेत येणारा साधेपणा हा त्याचा अप्रत्यक्ष परिणाम असतो. या नवीन भागाकडे आकर्षित झालेल्यांमध्ये प्रामुख्याने कनिष्ठ श्रेणीच्या जातीतील शेतकऱ्यांचा आणि बहुधा त्यांच्यातील गरीब कुटुंबांचा समावेश आहे. ही अशी कुटुंबं आहेत ज्यांच्याकडे त्यांच्या मूळ गावात राहण्यासारखे पुरेसे आर्थिक बळ नाही. सुस्थितीत असलेले शेतकरी, कारागीर आणि इतर कसबी लोक सहसा या सीमेलगतच्या धोकदायक प्रदेशात राहण्यात उत्सुक नसतात. त्रिभुज प्रदेशातील पर्यावरणामुळे विशिष्ट प्रकारच्या नातेसंबंधांवर मर्यादा येतात आणि इतर नातेसंबंधांना प्रोत्साहन मिळते. यामुळे सामाजिक आदानप्रदानावर मर्यादा येतात आणि तुलनेने साध्या जातिव्यवस्थेची जोपासना होते.

जॉन मेंचर यांनी केरळ व मद्रास येथील पर्यावरणावर आधारित व सांस्कृतिक प्रदेशांची तुलना करणारे जे लेखन केले आहे; त्यामध्ये अशाच प्रकारचा मोठ्या प्रमाणावर आढळणारा पर्यावरणीय विरोधाभास मांडण्यात आलेला आहे. केरळ हा भरपूर पाणी असलेला हिरवागार प्रदेश आहे. तेथील खेडेगावांमध्ये घरे प्रामुख्याने विस्तीर्ण जागेत पसरलेली आहेत. मद्रासच्या बहुतांश भागांत अपुरा आणि खात्रीशीर पाऊस पडतो; तिथे प्राचीन काळात जलसंधारण

सुविधा उभारण्यात आली होती.[१] काही अंशी जलव्यवस्थापनाच्या गरजेमुळे, गावे केंद्रांकित स्वरूपाची आहेत. मद्रासमधील आटोपशीर गाववस्त्यांमधील ग्रामसंस्था केरळातील विखुरलेल्या घरांच्या तुलनेत एकत्र बांधलेल्या स्वरूपाची असू शकते (मेंचर १९६६, पृ. क्र. १३७–१५२).

जातिव्यवस्थेच्या बाबतीत मेंचर सांगतात, "पर्यावरणविषयक घटकांमुळे, तुलनेने स्थिर असलेल्या जातिव्यवस्थेचा विकास आणि विस्तार काहीशा वेगवेगळ्या दिशांना झालेला आहे" (१९६६, पृ. क्र. १६३). केरळमध्ये व्यक्ती-व्यक्तींमधील नातेसंबंधांवर केंद्रित असलेले अधिकार, जात आणि सामाजिक श्रेणीचा विस्तार, लहान व दुर्बळ राज्ये आणि छोटा पसारा असलेल्या घरांत सहज संपर्कात येणाऱ्या वेगवेगळ्या जातींमुळे कठीण व व्यापक झालेले विटाळाविषयीचे मापदंड अशा विविध दिशा होत्या. मद्रासमध्ये पर्यावरणाच्या प्रभावामुळे समूहासमूहांतील अधिकारांवर आधारित नातेसंबंध, जातीचा कमी विस्तार, मोठ्या आकाराच्या नोकरशाही व राज्यसंस्था व अंतर राखावे लागेल असा कडक विटाळ पाळण्याची कमी गरज यांसारखे परिणाम दिसून आले (मेंचर, १९६६, पृ. क्र. १६३–१६५).

गावातील लोकांनी शेतीसाठी आधुनिक तंत्रज्ञान स्वीकारून पर्यावरणाशी संबंधित घटकांवर नियंत्रण मिळविल्यामुळे अशा प्रकारच्या पारंपरिक फरकांमध्ये बदल होत आहेत. नवीन तंत्रज्ञानासाठी पाणी व खते, रोगप्रतिबंधक लस व वाहतूक, आधुनिक शेतीसाठी लागणारे सर्व प्रकारचे सामान व संदेशांची किचकट देवाणघेवाण हे सर्व खात्रीने उपलब्ध होण्याकरिता बहुपदरी आणि खात्रीचे सामाजिक बंध गरजेचे असतात. नवीन आर्थिक व सामाजिक नातेसंबंधांसाठी शासनाकडून बऱ्याच प्रमाणात मदत केली जात असल्यामुळे गावकऱ्यांनाही सर्व भागांतील शासकीय अधिकाऱ्यांशी जास्त प्रमाणात मिळूनमिसळून वागावे लागते. शेतीच्या आधुनिक तंत्राचा विस्तार प्रचंड असमान आणि अत्यंत धिम्या गतीने झाल्याचे दिसत असले तरी बऱ्यापैकी काळ गेल्यानंतर तो स्थिर आणि फार मोठ्या स्वरूपात होण्याची शक्यता आहे. शेतीच्या पद्धतींमध्ये होणारे मोठमोठे बदल भारतात तसेच जगात अन्यत्रही सामाजिक संबंधांमध्ये लक्षणीय बदल घडवून आणतात.

जीवशास्त्रीय घटकांचा विचार केला तर आजारांवरील नवीन सामाजिक नियंत्रकांमुळे होणाऱ्या परिणामांबद्दल लोकसंख्याशास्त्रविषयक लेखनामध्ये बरीच चर्चा केली गेली आहे आणि इथे फक्त त्याचा उल्लेख केला जात आहे. वैद्यकीय शास्त्राच्या महासामाजिक व्यवस्थेमुळे या नियंत्रकांचे काम शक्य झाले आहे आणि प्रामुख्याने शासकीय संस्थांनी

[१] डॉ. मेंचर यांनी नमूद केल्याप्रमाणे, जलसंधारणावर आधारित शेतीमध्ये होणाऱ्या बदलामुळे समाजातील जुळवून घेण्याची प्रक्रिया वाढीस लागते. अनेक संशोधनकार्यांमध्ये, विशेषतः कार्ल ए. विटफोगेल आणि ज्यूलियन एच. स्ट्युअर्ड यांच्या संशोधनकार्यात या प्रक्रियेविषयी चर्चा करण्यात आली आहे. याविषयी हेन्री ओरेन्स्टाईन यांनी लिहिलेल्या छोट्या भाष्यामध्ये या बदलांना चालना देणाऱ्या काही प्रमुख प्रेरकांविषयी लिहिण्यात आले आहे (ओरेन्स्टाईन १९६५).

त्यांची अंमलबजावणी केली आहे. या नियंत्रकांच्या यशामुळे अनेक प्रकारचे नवीन सामाजिक अनुकूलन गरजेचे बनले आहे. त्यातील एक प्रमुख अनुकूलन म्हणजे प्रजननविषयक जीवशास्त्रीय प्रेरकांवर प्रचंड नियंत्रण.

आधुनिक विज्ञान आणि तंत्रज्ञानाचा परिणाम भारतीय ग्रामीण समाजाच्या प्रत्येक स्तरावर परिणाम होत आहे. या विषयाकडे आपण नंतर येऊ, पण आता आपण ग्रामीण समाजातील तीन उपव्यवस्थांकडे वळूया.

अर्थशास्त्र, राजकारण आणि धर्म यांतील दुहेरी कार्ये

गावकऱ्यांनी धार्मिक, राजकीय आणि आर्थिक कृतींमध्ये परंपरेनुसार अशा प्रकारे फरक केलेला आहे, ज्यानुसार प्रत्येक उपव्यवस्थेमध्ये स्वतंत्र कसबी आणि सामाजिक आकृतिबंध आहेत. प्रत्येक उपव्यवस्थेत दोन प्रकारची कार्ये आणि भूमिका असतात. त्यापैकी एक जास्त स्थानिक, वैयक्तिक आणि तात्कालिक उद्देशांसाठी असते आणि दुसरे जास्त दूरच्या, सामाजिक आणि दीर्घकालीन उद्देशांसाठी असते.[२]

आर्थिक संबंधांमध्ये एकीकडे कौटुंबिक उत्पादन आणि गावातील अंतर्गत आदानप्रदान असते, तर दुसरीकडे ग्राम-केंद्राचा व्यापार असतो. कापूस, हळद आणि सुपारी अशा नगदी पिकांचा व्यापार अनेक शतकांपासून या केंद्रांच्या माध्यमातून होत आहे.[३] आपण पाहिल्याप्रमाणे, जजमानी (बलुतेदारी) नातेसंबंध म्हणजे बहुपेडी बंध असतो ज्यामध्ये दोन कुटुंबांत हक्क व बंधनांची एक लांबलचक साखळी असते. ते सणसमारंभानिमित्त एकत्र येतात तसेच त्यांच्यात

---

[२] व्यक्तीच्या गावातील जवळच्या वर्तुळातील नात्यांची गावाबाहेरील दूरच्या वर्तुळातील नात्यांशी तुलना करताना श्रीनिवास आणि बेटली (१९६४) यांनी यासारखाच भेद केला आहे.

[३] लांब पल्ल्याचे व्यापार ही अलीकडच्या काळातील घटना आहे, असा विचार करण्याची आपली प्रवृत्ती आहे. त्यामुळे, अशा प्रकारचा व्यापार भारतात प्राचीन काळापासून होत होता आणि भारतीय संस्कृतीचा अविभाज्य भाग होता या बाबीचे स्मरण करणे योग्य ठरेल. सिंधू संस्कृतीमधील लोकांनी ख्रिस्तपूर्व तिसऱ्या शतकापासून मध्य आशिया, ईशान्य अफगाणिस्तान, ईशान्य पर्शिया आणि दक्षिण भारतासोबत व्यापारी संबंध कायम ठेवले होते. खरे तर, सिंधू संस्कृतीचे संपूर्ण अस्तित्वच अंतःक्षेत्रातील गावं आणि केंद्रांच्या दरम्यान होणाऱ्या नियमित व्यापारावर अवलंबून होते. मोहेंजोदडो आणि हडप्पा यांसारखी प्रमुख केंद्रं म्हणजे संस्कृती विकासातील महत्त्वाचे घटक होते. तिथे असलेली मोठमोठी धान्यकोठारे हे सूचित करतात की विस्तीर्ण अंतः क्षेत्रांशी नियमित व्यापारी संबंध प्रस्थापित करून विशेष जाणकारांचे केंद्रीकरण शक्य केले गेले होते (व्हीलर १९५३, पृ. क्र. २८–३३, ५८–६२). राज्यव्यवहारांविषयी उत्तम माहिती देणाऱ्या अर्थशास्त्र या बहुधा ख्रिस्तपूर्व तिसऱ्या शतकातील ग्रंथामध्ये व्यापारावर देखरेख ठेवणाऱ्या अधिकाऱ्याची कर्तव्ये विशद केली आहेत. आणखी अलीकडच्या काळातील म्हणजे एकोणिसाव्या शतकातील नोंदींमधून असे दिसून येते की भारतातील प्रदेशांच्या दरम्यान आणि गावे व केंद्रांच्या दरम्यान फार मोठ्या प्रमाणात व्यापार चालत असे. अमेरिकेतील नागरी युद्धाचा परिणाम म्हणून तेथून इंग्लंडच्या बाजारपेठांमध्ये कापसाची जावक तात्पुरती थांबवली गेली होती आणि त्यामुळे भारतातील कापूस उत्पादकांची तात्पुरती का असेना पण भरभराट झाली होती (कौटिल्य १९५१, पृ. क्र. १०४–१०६; ड्रेकमायर १९६२, पृ. क्र. २७६–२७७; श्रीनिवास आणि शाह १९६०; लीकॉक आणि मंडेलबाउम १९५५).

आर्थिक देवाणघेवाणही होते. त्यांच्यातील संबंधांतून विशिष्ट व्यवहार घडून येतात, तसेच दोन्ही बाजूंनी मोठ्या प्रमाणात मदतही केली जाते. याउलट, गावकरी आणि नगरव्यापारी यांच्यातील व्यापारी संबंध अधिक संकुचितपणे त्यांच्यातील व्यवहारापुरता मर्यादित राहतो.

हे फरक नेहमीच उघडपणे दिसत नाहीत. अगदी जजमानी (बलुतेदारी) संबंधांतही काही विशिष्ट कामे एखाद्या ठरावीक करारानुसार किंवा रोखीने केली जातात. याउलट, गावातील अनेक लोकांचे नगरातील व्यापाऱ्याशी वैयक्तिक संबंध असतात. म्हैसूरच्या तोतागद्दे गावात पोफळी/सुपारी या पारंपरिक पिकाच्या खरेदीसाठी फार पूर्वीपासून रोख व्यवहार केले जात आहेत. तरीही बहुपेडी भूमिकांचे संबंध महत्त्वाचे आहेत (हार्पर १९५९ब, १९६१). सर्वसाधारणपणे, एखाद्या गावातील आर्थिक संबंध अनेकदा बहुपदरी कार्यांच्या भूमिकांच्या माध्यमातून सांभाळले जातात, तर गावाबाहेरील संबंधांमध्ये या भूमिका मर्यादित आर्थिक कार्यांमुळे अधिक आकुंचित होण्याची शक्यता अधिक असते.

राजकीय कार्यांमध्ये, गावातील सत्तेचे राजकारण आणि शासनाकडून केली जाणारी प्रशासकीय सेवेची देखभाल यांमध्ये दुहेरीपण आहे. खेडेगावाची खासियत असलेल्या राजकीय स्पर्धेविषयी आणि शासनप्रतिनिधींना गावागावांतील संबंधांपासून ज्या पद्धतीने शक्य तितके लांब ठेवले गेले त्याविषयी आपण पूर्वी चर्चा केली आहे. गावकऱ्यांनी सरकारी प्रतिनिधींना देय असलेला महसूल दिला आणि त्यांचा मान ठेवला; पण त्यांचा गावातील हस्तक्षेप गावकऱ्यांना नको होता आणि आपण शासकीय व्यवहारांचा एक भाग आहोत असेही गावकऱ्यांना कधी वाटले नाही. गावच्या पंचायतीमधील आणि सरकारी न्यायालयांतील गावकऱ्यांच्या वर्तनामध्ये जो फरक दिसतो त्यातून ही बाब प्रतिबिंबित होते. त्यांपैकी एका ठिकाणी गावकरी वाद मिटवण्यावर भर देतात तर दुसऱ्या ठिकाणी त्यांचा कल विरोधकास जास्त त्रास देण्याकडे असतो. ही दोन्ही वर्तुळे अनेक प्रकारे पूरक असतात; प्रशासकीय सेवेतील लोकांशी उपकारक ठरतील असे संबंध निर्माण केल्याने गावात अधिकार प्राप्त होतात; गावात वर्चस्व असेल तर शासनाच्या प्रशासकीय सेवेतील लोकांशी सुरळीतपणे संबंध प्रस्थापित करता येतात.

धर्माच्या बाबतीत अलौकिक आणि लौकिक कार्ये, समाजाच्या गरजा आणि एखाद्या व्यक्तीच्या तत्काळ गरजा यांच्याशी अधिक संबंधित असलेली मते व व्यवहार यांच्यात दुहेरीपण असते (मंडेलबाउम १९६६, पृ. क्र. ११७४–११७९). समाजाचे दीर्घकालीन हित सुनिश्चित करण्यासाठी, सामाजिक आणि धार्मिक व्यवस्था जतन करण्यासाठी आणि या व्यवस्थांच्या अंतर्गत एका टप्प्यावरून दुसऱ्या टप्प्यावर माणसाचे योग्य प्रकारे संक्रमण करण्यासाठी अलौकिक वर्तुळाचा वापर केला जातो. याचा संबंध माणसाच्या अंतिम ध्येयाशी असतो. लौकिक वर्तुळाचा वापर वैयक्तिक फायद्यांसाठी आणि स्थानिक पातळीवर

निकडीच्या गोष्टींसाठी म्हणजे आजारी मुलाला बरे करण्यासाठी, कौटुंबिक कार्यातील यशासाठी केला जातो. गावापासून बरेच दूर असलेल्या धार्मिक केंद्रांप्रमाणेच गावातील उपासना स्थळांशीदेखील व्यक्तीचे बंध जुळलेले असतात; इतरांची दैवतं प्रामुख्याने त्यांच्या गावातच असतात. यापूर्वी प्रकरण ७ मध्ये नमूद केले होते त्यानुसार, प्रत्येक दैवताचे स्वरूप आणि उपासकांचे प्रकार वेगवेगळे असतात.

अलौकिक देवता विश्वव्यापी असल्याचे मानले जाते. संस्कृत ग्रंथांमधून त्यांची हिंदूंसाठी शिकवण नमूद केली गेली आहे. त्यांच्याशी संबंधित विधी आणि समारंभ नियमितपणे पार पाडले जातात. अलौकिक वर्तुळातील देवांची उपासना करणारे लोक प्रामुख्याने ब्राह्मण असतात, पण फक्त ब्राह्मणच असतात असे नाही. तसेच उच्च श्रेणीतील जातीचे पुरोहितही या देवांचे उपासक असतात. त्यांना त्यांच्या जातीमुळे आणि जातव्यवसायामुळे हा मान प्राप्त होतो आणि त्यांना कर्मकांडांशी संबंधित पावित्र्याचे प्रतीक समजले जाते.

लौकिक वर्तुळातील देवतांच्या शक्ती आणि संचारास स्थानिक अधिष्ठान असते. त्यांचे उपदेश आणि कथा स्थानिक भाषेतील लोकसाहित्यातून सांगितल्या जातात. त्यांचे काही धार्मिक विधी चक्राकार असतात, तर काही विधी कुठल्याही तयारीशिवाय गरजेनुसार तातडीने केले जातात. त्यांच्या उपासकांपैकी काही जण पुरोहित असतात, धार्मिक विषयांतील जाणकार असतात, पण सर्वसाधारणपणे त्यांच्यात देवऋषीदेखील असतात. देवऋषींच्या अंगात देवांचा संचार होतो आणि त्या देवऋषीच्या माध्यमातून देव बोलतात. सहसा ही गोष्ट ब्राह्मण पुरोहितांच्या बाबतीत आणि ते ज्यांची उपासना करतात त्या श्रेष्ठ देवतांच्या बाबतीत घडत नाही. देवऋषीचा व्यवसाय त्याला परंपरेने मिळत नाही, त्याने ते काम आत्मसात केलेले असते. देवऋषीला त्याच्या शक्तींमुळे जी काही प्रतिष्ठा प्राप्त होते ती त्याची एकट्याची असते, त्याच्या जातीची नाही. देवऋषी नेहमी खालच्या श्रेणीतील जातीचा माणूस असतो आणि ब्राह्मण पुरोहिताच्या ग्राहकांप्रमाणे देवऋषीचे ग्राहक कुठल्याही बलुतेदारी संबंधांनी बांधलेले नसतात. व्यावहारिक वर्तुळातील देवतांचा उपासक म्हणजे कशाचेही प्रतीक नसतो तर स्थानिक देवतांचे अस्तित्व आणि शक्तींचा प्रदर्शक असतो (मंडेलबाउम १९६४, पृ. क्र. ८–११).

दोन्ही संकुलांचा वापर पूरक संबंधांसाठी केला जातो आणि त्यामागे प्रत्येकाचे स्वतःचे उद्देश असतात. परंपरागत पातळीवर त्यांच्यात फारसे वैर नव्हते. ब्राह्मण पुरोहितांनी देवऋषींच्या सेवांवर टीका केली नाही आणि देवऋषींनीही देव अंगात संचारलेला असताना आणि नसतानादेखील ब्राह्मण पुरोहितांच्या सेवांचा आणि देवतांचा अपमान केला नाही. पुराणग्रंथांतून शब्दशः तसे अर्थ निघतात असे वाटले तरी या ग्रंथांतील उपदेशांनी या दोन्ही संकुलांना कधीच एकमेकांच्या विरोधात उभे केले नाही. अलौकिक संकुलात आत्म्याच्या कर्मांविषयी सांगितले जाते. ही कर्मं एका जन्मातून दुसऱ्या जन्मात जाताना सोबत येतात असे

ही शिकवण सांगते. तसेच मायेविषयी आणि देहाच्या व इतर सर्व भौतिक गोष्टींच्या नश्वरतेविषयीही सांगितले जाते. तरीही हे सर्व उपदेश एखाद्या ब्राह्मणाला किंवा कुठल्याही गावकऱ्याला त्याच्या आजारी मुलावरील उपचार किंवा तत्सम तातडीच्या कारणांसाठी एखाद्या स्थानिक देवाकडे गाऱ्हाणे मांडण्यापासून अडवत नाहीत.

प्रत्येक संकुल एकमेकापेक्षा पूर्णपणे वेगळे आहे. पण कुठल्याच संकुलास पूर्णपणे वेगळे ठेवले जात नाही. काहीशा व्यावहारिक उद्देशांसाठी श्रेष्ठ देवतांना आवाहन केले जाऊ शकते; आणि काही अलौकिक विषयांच्या बाबतीत मदतीसाठी स्थानिक देवतांकडे याचना केली जाऊ शकते. काळाच्या ओघात एखादी स्थानिक देवता किंवा उत्सवाचा समावेश पौराणिक देवसमूहांमध्ये केला जाऊ शकतो आणि सांस्कृतिक विधींमध्ये त्यांचे साधर्म्य दिसू शकते. याउलट, पुराणात उल्लेख असलेल्या एखाद्या देवाचे स्वरूप एखाद्या विशिष्ट प्रदेशातील लोकांकडून बदलले जाऊ शकते आणि त्याला लौकिक व स्थानिक देवतेचे रूप मिळू शकते. मॅरिऑट यांनी जागतिकीकरण आणि प्रादेशिकीकरण या संकल्पनांच्या बाबतीत या प्रक्रियांवर चर्चा केली आहे (१९५५ब, पृ. क्र. २११–२१८). या स्थित्यंतरामुळे प्रत्येक देवसंकुलातील विशिष्ट तपशिलांमध्ये बदल होतात; पण सहसा त्यांमुळे त्यांच्यातील फरक पूर्णपणे नाहीसे होत नाहीत.

धार्मिक बाबतीत म्हणजे अर्थशास्त्र आणि राजकारण यांच्या बाबतीत वेगवेगळ्या सामाजिक स्तरांवरील लोक वेगवेगळ्या पद्धतींनी सहभागी होतात. अलौकिक देवतांच्या विधींशी गरीब आणि कनिष्ठ श्रेणीतील जातींच्या लोकांचा संबंध कमी येतो आणि लौकिक देवतांच्या विधींशी जास्त येतो. याचे एक कारण म्हणजे त्यांच्या व्यावहारिक गरजांची निकड मोठी असते आणि दुसरे कारण म्हणजे मोठ्या आणि दीर्घकालीन विषयांमध्ये सहभागी होण्याचे स्वातंत्र्य आणि त्यांविषयीची जबाबदारी त्यांच्यावर फारशी नसते. तरीही ते काही प्रमाणात अलौकिक देवतांच्या उपासनेमध्ये सहभागी होतात, ज्याप्रमाणे उच्च श्रेणीतील जातींचे लोक, विशेषतः स्त्रिया लौकिक देवतांकडून फळाची अपेक्षा करतात.

यापूर्वीच्या प्रकरणामध्ये नमूद केल्याप्रमाणे, श्रेष्ठ देवतांच्या उपासनेसाठी गावातील अनेक लोक दूरदूरच्या ठिकाणी जातात. काही प्रादेशिक केंद्रं ही प्रमुख अलौकिक संकुल व्यवस्थेचा एका भाग आहेत. कधीकधी त्यांची रचना विशेषत्वाने एखाद्या महाकेंद्रासारखी केलेली असते. या अनुषंगाने, महाराष्ट्रातील वाई शहर एक प्रकारे "दक्षिणेतील वाराणसी" म्हणून बांधले गेले होते. तेथील मंदिरे, उत्सव आणि स्नानाच्या घाटांची रचना हेतुपूर्वक वाराणसी आणि इतर महत्त्वाच्या धार्मिक केंद्रांमधील तत्सम वास्तूंसारखी केली गेली होती (कॉह्न आणि मॅरिऑट १९५८, पृ. क्र. ६–७).

हिंदूंहून भिन्न समाजांमध्येही अशाच प्रकारचे धार्मिक दुहेरीपण आहे. याशिवाय, वेगवेगळ्या औपचारिक धर्मांचे पालन करणारे गावकरी एकमेकांच्या स्थानिक देवतांची

मोठ्या प्रमाणात उपासना करतात. त्यामुळे एखादी मुसलमान व्यक्ती, जिचा आत्मा गावावर लक्ष ठेवून आहे असे मानले जाते, तिच्या कबरीवर हिंदू आणि मुस्लीम लोक सारख्याच प्रकारे उपासना करून तिच्या कृपादृष्टीची मागणी करतात; दुसरीकडे, मुसलमान लोक एखाद्या हिंदू देवऋषीकडे मदत मागू शकतात (पहा, बील्स १९६२, पृ. क्र. ४७–४८).

ग्रामीण जीवनात धर्मापासून वेगळी करता येणे शक्य नसलेल्या कलेच्या बाबतीतही असेच दुहेरीपण दिसते. पारंपरिक कलाप्रकार अनिवार्यपणे धर्माशी जोडलेले असतात आणि महत्त्वाच्या उत्सवप्रसंगांमध्येही कलेचे सुंदर सादरीकरण आणि मनोरंजनाचा समावेश असतो. उदाहरणार्थ, स्थानिक देवतांच्या उत्सवांमध्ये लोकनृत्ये केली जातात आणि अलौकिक देवसंकुलाच्या कार्यक्रमांत साहित्य, कला आणि स्थापत्यकलेचा समावेश असतो.

एके काळी शिक्षण हादेखील धर्माचा एक भाग होता, विशेषकरून, अलौकिक धर्मांचे जतन करण्याच्या बाबतीत. ब्रिटिशपूर्वकाळात, शिक्षणाचे स्वरूप विखुरलेले होते आणि ते उच्च श्रेणीतील जातींपुरते मर्यादित होते तसेच पारंपरिक पद्धती व शिक्षणप्रकार जतन करण्याच्या दिशेने कार्यरत होते. पवित्र वचनांचे जतन करण्यावर त्यामध्ये इतक्या मोठ्या प्रमाणात भर दिला जात होता की एखाद्या लहान मुलाच्या शिक्षणाचे सुरुवातीचे काही महिने किंवा अगदी काही वर्षांचा काळ नुसत्या पाठांतरामध्ये जात होता. ज्या उद्देशाने शिक्षण दिले जात होते ते उद्देश या व्यवस्थेने शतकानुशतके प्रभावीपणे पूर्ण केले. पुराणग्रंथ अखंडपणे जतन करून ठेवले गेले आणि शैक्षणिक पाठ कुठल्याही हानीशिवाय पारेषित केले गेले. ब्रिटिश राजसत्ता स्थापन झाल्यानंतर (आणि त्यापेक्षाही जास्त स्वातंत्र्य मिळाल्यावर आलेल्या सरकारच्या काळात), शिक्षणाचा प्रसार खूप मोठ्या प्रमाणात झाला, त्याला अधिक औपचारिक, संघटित आणि धर्मनिरपेक्ष स्वरूप प्राप्त झाले. आता संवर्धनाचे मोठे साधन बनण्यापेक्षा नावीन्याचे महत्त्वाचे माध्यम बनण्याकडे शिक्षणाचा कल आहे.

आधुनिक, धर्मनिरपेक्ष शिक्षणाचा विस्तार मोठ्या प्रमाणात झाल्याने शिक्षण क्षेत्रातील कारभाऱ्यांना अनेक कठीण समस्यांना सामोरे जावे लागले. त्यामध्ये इतर गोष्टींबरोबरच भूमिकांवर आधारित नात्यांतील दुहेरीपणाचा समावेश होता. शिक्षण क्षेत्रातील अनेकांना असे वाटते की शिक्षण देताना विद्यार्थी आणि शिक्षकामध्ये अवैयक्तिक नात्यापेक्षा वैयक्तिक नाते असले पाहिजे. तरीही, प्रचंड संख्येने विद्यार्थी शिक्षण घेत असताना बहुपदरी वैयक्तिक भूमिकांपेक्षा अवैयक्तिक सामूहिक भूमिका घ्याव्या लागतात.

भिन्न भूमिकांच्या ज्या गरजा असतात त्यांतील अशा प्रकारचे ताण हा गुंतागुंतीच्या समाजांचा अंगभूत भाग असतो; लोकांना किमान काही प्रमाणात वैयक्तिक, कराराविरहित, उपकारक, बहुपदरी नात्यांची गरज असते. मात्र गुंतागुंतीची समाजव्यवस्था जतन करण्याची

गरज म्हणून अवैयक्तिक, करारयुक्त, एकमार्गी भूमिका स्वीकारणे भाग पडते.[४] वेगवेगळ्या नागरी संस्कृतींनी या ताणाशी जुळवून घेण्याच्या वेगवेगळ्या पद्धती विकसित केल्या आहेत. नातेसंबंधांच्या भूमिकांना सहसा बऱ्याच प्रमाणात वैयक्तिक पदर असतात; भारतातील नातेसंबंधांतील भूमिकांमध्ये असणारे दुहेरीपण वर नमूद केले आहे, सोयरीकीमुळे/ लग्नसंबंधांमुळे जोडलेल्या नातेवाइकांपेक्षा जन्माने जोडलेली काही नाती जास्त अवैयक्तिक स्वरूपाची असल्याचा विरोधाभास पाहायला मिळतो. आर्थिक, राजकीय आणि धार्मिक कार्यांमधील भूमिकांचे दुहेरीपण म्हणजे भारतीय लोकांनी सर्व नागरी संस्कृतींमधील अंगभूत समस्या सोडविण्यासाठी विकसित केलेली साधने असतात.

विशेष भूमिका

गुंतागुंतीच्या समाजांमधील वारंवार उद्भवणारी आणखी एक समस्या म्हणजे ज्या व्यक्ती त्यांच्याकडून अपेक्षित असलेल्या सर्वसामान्य भूमिका पार पाडत नाहीत त्यांना नेमून द्यायच्या भूमिकेचा प्रकार. अशा अपवादात्मक व्यक्तिमत्त्वांना सामावून घेण्यासाठी सर्वसामान्यपणे काहीतरी सामाजिक तरतूद केली जाते. यामध्ये अशा लोकांचा समावेश असतो जे धर्माशी संबंधित आदर्श शिकवण इतकी जशीच्या तशी अमलात आणण्यावर भर देतात की ज्यामुळे सामान्य सामाजिक नातेसंबंधांमध्ये अडथळे येतात. भारतात हिंदू संप्रदायवादी लोक विशेष आणि सन्मानित भूमिका स्वीकारू शकतात ज्यांमध्ये त्यांचे विशिष्ट व्यक्तिमत्त्व सामाजिक जीवनातील सामान्य प्रक्रियांच्या आड येत नाही.

ज्या माणसाला असे करावेसे वाटते तो कदाचित स्थानिक समाजापासून स्वतःला पूर्णपणे तोडेल आणि समाजातील स्वतःच्या सर्व भूमिका आणि दर्जा सोडून देईल. अशा रीतीने तो संन्यासी म्हणजे एक धार्मिक उपासक बनतो, जो स्वतःला ईश्वराप्रति अर्पण करतो, कुठल्याही सामाजिक जबाबदाऱ्या घेत नाही, भिक्षेवर जगतो आणि नेहमी भटकत राहतो. त्याचे राहण्याचे ठिकाण ठरलेले नसते. पुराणग्रंथांनुसार, त्रैवर्णिकांमधील माणसांच्या आयुष्यातील विशिष्ट टप्प्याशी अशा भूमिकेचा संबंध असतो; प्रत्यक्षात अगदी कुठल्याही

---

[४] वैद्यकीय सेवांच्या बाबतीत ही विषमता जास्त तीव्रपणे दिसून येते. या अनुषंगाने, शेरूपूर गावातील वैद्यकीय सेवांचे विश्लेषण करता गाऊल्ड लिहितात, "रुग्णालये आणि दवाखाने ही अशी ठिकाणे आहेत, जिथे कुणबी माणसाला तासन्तास एखाद्या कुबट प्रतीक्षागृहात ताटकळत बसावे लागते, तेथील अडेलतट्टू कर्मचारी त्याच्याशी तिरस्काराने वागतात, त्याची थट्टा करतात आणि शेवटी एखादा असा डॉक्टर त्याला तपासून त्याच्यावर उपचार करतो, ज्याला त्याच्यात कसलाही व्यक्तिगत रस नसतो." पण "याच गावकऱ्यांना समजेल अशा सामाजिक अन्योन्यक्रियेच्या आकृतिबंधांमध्ये वैद्यकीय सेवेचा अंतर्भाव केला गेला आणि ज्या सामाजिक अन्योन्यक्रियेमध्ये, आधुनिक जगाकडून मिळणाऱ्या फायद्यांची किंमत म्हणून त्यांचा सगळा आत्मसन्मान शोषून घेतला गेला नाही" तेव्हा याच गावकऱ्यांनी आधुनिक वैद्यकीय सेवांचे स्वागत केले (गाऊल्ड १९६५, पृ. क्र. २०८).

जातीचा माणूस त्याची सर्वसामान्य वेशभूषा आणि ओळख सोडून देऊ शकतो आणि भगवी वस्त्रे परिधान करून संन्याशाच्या असामाजिक भूमिकेत शिरू शकतो.

जो माणूस सामाजिक व्यवस्थेत सामावू शकला नाही, जो सामाजिक संस्थांमध्ये "विजोड" ठरला तो संन्यासी झाला, असे नेहरू यांनी लिहून ठेवले आहे (१९४६, पृ. क्र. २४९). समाजापेक्षा विसंगत असण्याचे प्रमाण धर्माविषयीच्या आत्यंतिक ओढीमुळे किंवा इतर अनेक कारणांमुळे वाढू शकते. पण अशा लोकांना उद्युक्त करणारी गोष्ट कुठलीही असली तरी अशी माणसे इतरांकडून अपेक्षित असलेल्या सामाजिक नियमांमध्ये बसत नाहीत असे मानले जाते आणि ती माणसेही त्याच पद्धतीने वागतात. सुरुवातीच्या युरोपीय अभ्यासकांपैकी एक असलेले बार्बोसा यांनी सोळाव्या शतकात असे लिहून ठेवले होते की ही भक्तमंडळी अन्नसेवन करत नाहीत किंवा निषिद्ध वस्तूंना स्पर्श करत नाहीत (डेम्स १९१८, पृ. क्र. ३२३).

अपेक्षित नियमांपासून अजूनही असे स्वातंत्र्य प्राप्त होते. संन्यासी बनलेला माणूस त्याच्या जुन्या ओळखीच्या सर्व खुणा पुसून टाकतो, ब्राह्मण त्याचे परंपरागत लेणे असलेले जानवे काढून ठेवतो. कधीकधी अशा माणसाचे कुटुंबीय, त्याने सांसारिक व्यवहारांशी फारकत घेतल्याचे प्रतीक म्हणून त्याचे अंत्यविधी करतात आणि मग त्या संन्याशाचा प्रत्यक्ष मृत्यू होतो तेव्हा त्याचे दहन करण्याऐवजी त्याला समाधी अवस्थेत बसवून त्याचे दफन केले जाते (घुर्ये १९५३, पृ. क्र. २९७–२९८). अशा व्यक्ती शुद्धही असतात आणि विटाळकारकही असतात. कार्स्टेअर्स सांगतात की राजस्थानच्या देवळी नगरातील एखादा ब्राह्मण संन्याशाला वाकून नमस्कार करू शकतो, पण त्या संन्याशाने संन्यास घेण्यापूर्वी तो सर्वांत श्रेष्ठ जातीत जन्मलेला माणूस असला तरी सदर ब्राह्मण त्याच्या पंगतीला बसून जेवत नाही. निषिद्ध गोष्टींविषयीचे नियम सोडल्यामुळे आणि सर्वांत खालच्या जातींतल्या लोकांशी संबंध जोडल्यामुळे, "रोजच्या जगण्यात अपरिहार्य असलेल्या विटाळापासून लांब राहण्याचा विचार जो माणूसही अजूनही श्रद्धेने पाळतो अशा माणसाला संन्याशाकडून विटाळ होण्याचा धाक असतो" (कार्स्टेअर्स १९५७, पृ. क्र. १०२).

काही संन्यासी भटकण्यापेक्षा एका जागी बस्तान बसवतात आणि धार्मिक-सामाजिक सुधारणांसाठी तसेच स्वतःच्या मोक्षप्राप्तीसाठी प्रयत्न करतात. असाच एक योगी मनुष्य गोदावरी नदीला लागून असलेल्या रेड्डी जातीच्या गावात आला आणि त्याने तिथे त्याने वाढविलेल्या एका बागेत *आश्रम* म्हणजे एक धार्मिक आश्रयस्थळ स्थापन केले. तो एक साधूपुरुष आहे अशी ख्याती, जंगलात वसलेल्या त्याच्या आश्रमापासून दूर असलेल्या नगरांपर्यंत पसरली आणि त्याच्या सहवासाचे पुण्य मिळावे म्हणून धनिक आणि उच्चवर्णीय माणसे तिथे येऊ लागली. त्याने त्याच्या दर्शनास येणाऱ्यांना रेड्डी गावाच्या कल्याणासाठी योगदान द्यायला लावले. १९४३ मध्ये मानवशास्त्रज्ञ फ्युरर हैमनडॉर्फ त्या गावात गेले होते तेव्हा त्या संन्याशाने स्थानिक जातीतील

लोकांच्या "गरिबी निर्मूलना"करिता एक संस्था स्थापन केलेली होती (१९४५, पृ. क्र. २६९–२७५). दोन दशकांनंतर एका तरुण मानववंशशास्त्रज्ञाने त्या गावास भेट दिली कारण धार्मिक ख्यातीपेक्षा मानवशास्त्रविषयक ख्यातीमुळे त्याला तो आश्रम सापडला आणि त्या आश्रमाचा संस्थापक अजूनही उमेदीने काम करत होता.

इतर संन्यासी, विशेषतः जे वृद्धावस्थेत संन्यास घेतात ते त्यांच्या मूळ गावातच राहतात. तुलनेने तरुण वयात वैयक्तिक नातीगोती तोडणारे लोक त्यांच्या घराच्या जवळपासच्या भागांत राहतात, कधीकधी ते एखाद्या गावातील देवळाशी जोडलेले असतात आणि सांसारिक जगाशी संबंध तोडलेले असूनही गावातील लोकांवर, विशेषतः स्त्रियांवर त्यांचा प्रभाव पडत राहतो. हा प्रभाव इतक्या प्रमाणात असतो की गावच्या राजकारणात त्यांचा अप्रत्यक्ष असला तरी अत्यंत महत्त्वाचा सहभाग असतो (गॉघ १९५६, पृ. क्र. ८३८, ८४२). के.डी. गंगराडे यांनी दिल्ली जिल्ह्यातील एका गावाचा अभ्यास केला होता, जिथे, गावच्या मंदिरातील संन्यासीजनांच्या वास्तव्यस्थानाचा अप्रत्यक्ष असला तरी फार मोठा प्रभाव सोयरगटांच्या राजकारणावर पडतो.

संन्यासीजनांचे आधुनिक मठवासी रामकृष्ण मिशन सामाजिक कल्याणाबरोबरच आपल्या सदस्यांच्या आध्यात्मिक उत्कर्षासाठी काम करते. पारंपरिक संरचनांपेक्षा वेगळ्या असलेल्या–"मठ व्यवस्था" या संज्ञेतून संघटन हा अर्थ नेहमीपेक्षा खूप जास्त ध्वनित होतो–ज्या संस्थेचे सदस्य सामान्यजनांना उपदेश करतात आणि त्यांच्या प्रश्नांना उत्तरे देतात; पण कुठल्याही सामाजिक उपक्रमांत सहभागी होत नाहीत. पंडित अगेहनंदा भारती यांनी मूळचे लिओपोल्ड फिशर म्हणून व्हिएन्नामध्ये जन्मलेले ते रामकृष्ण संस्थेत काम करण्यासाठी भारतात कसे आले त्याविषयी सांगितले. पण दोन वर्षांच्या उमेदवारीच्या काळानंतर ते उपदेशविषयक व अन्य मतभेदांमुळे तिथून बाहेर पडले आणि एका पारंपरिक व्यवस्थेतील पूज्य साधूकडून त्यांना दीक्षा दिली गेली. एक भटका फकीर म्हणून फिरतानाचे त्याचे जे अनुभव आहेत त्यातून फिरते संन्यासी आणि गावकऱ्यांमधील संबंधांचे स्पष्ट चित्रण केले आहे (१९६१, पृ. क्र. १५७–१७३).

समाजापासून दूर राहणे, याचा अर्थ समाजाशी संपूर्णपणे संबंध तोडणे असा नसला तरी जवळपास सर्वच संन्यासी प्रकट वैराग्याचे आयुष्य जगतात. एन.के. बोस लिहितात, "या धार्मिक समर्पणासाठी व्यक्तीला जी किंमत मोजावी लागते ती खरोखरच खूप मोठी असते. सामुदायिक जीवनात सर्वसामान्यपणे प्राप्त होणारे सर्व लाभ त्याला सोडून द्यावे लागतात. असे कठीण आयुष्य जगण्याची त्याची तयारी होते तेव्हाच त्याला असे स्वातंत्र्य आणि प्रतिष्ठा प्राप्त होण्याची खात्री होते, जी अगदी एखाद्या श्रेष्ठ जातीलादेखील मिळत नाही. संन्यासी माणसाला सामाजिक नियमांच्या व्यवहारांपासून दूर ठेवले जाते" (१९५३अ, पृ. क्र. १८१).

भिक्षेवर जगणाऱ्या सर्व भक्तमंडळींना सगळीकडेच आदराने वागवले जात नाही; विशेषकरून असे भिक्षेकरी मोठ्या संख्येने गावात येतात तेव्हा, असे साधूपण स्वीकारणे हा

काही जणांचा अवैध धंदा बनला आहे, अशी तक्रार गावकरी करू शकतात. संन्यास घेणारा प्रत्येक माणूस मरेपर्यंत त्याच भूमिकेत राहतो असे नाही. काही जण एकतर आध्यात्मिक सफलतेमुळे तृप्त झाल्याने किंवा अपुऱ्या भिक्षेमुळे आणि खडतर भटकंतीमुळे त्यांच्यासाठी सोयीस्कर असलेल्या जुन्या सामाजिक भूमिकेत परत जातात. पण ज्या माणसाला सामाजिक कर्तव्यांचे ओझे वाटते तो संन्यासी बनून समाजापासून सुटका करून घेऊ शकतो आणि त्याचबरोबर आध्यात्मिक लाभही प्राप्त करून घेऊ शकतो. बोस शेवटी म्हणतात, "आपण अशी कल्पना करू शकतो की काही विशिष्ट पातळीपर्यंत ही सुरक्षा समाजातील हिंदू व्यवस्थेस स्थैर्य देण्यास कारणीभूत होते. जे दडपल्याच्या भावनेने ग्रस्त झाले त्यांना त्या व्यवस्थेतून स्वतःची सुटका करून पुन्हा पूर्वीसारखे कार्यरत होता आले" (बोस १९५३अ, पृ. क्र. १८२). ज्या लोकांमुळे स्थानिक व्यवस्थेमध्ये बऱ्यापैकी विसंवाद निर्माण झाला असेल, त्यांना या मार्गाने त्यातून बाहेर पडणे शक्य झाले असेल.

संन्यासी हा कुठल्याही सामाजिक समूहाचा सदस्य नसतो, मात्र त्याने ज्या समाजाचा त्याग केलेला असतो त्या समाजात त्याची भूमिका नैतिक आणि योग्य समजली जाते. ड्युमॉन्ट आणि पोकॉक लिहितात की या साधूपणाच्या अवस्थेमुळे "एक प्रकारे जातींच्या अस्तित्वाचा समतोल साधला जातो आणि समाजव्यवस्थेच्या व्याख्येत तिचा योग्य प्रकारे समावेश करून घेता येतो" (१९५७अ, पृ. क्र. १७). जो माणूस स्वतःला हेतुपुरस्सर प्रत्येक सामाजिक समूहापासून दूर करतो, तो तसे करूनही त्याच्या संन्यस्त भूमिकेसाठी वेशभूषा आणि केशभूषा आणि संयमी वर्तन यांबाबतीत काही विशिष्ट सामाजिक प्रथांचे पालन करतो: संन्यासी माणूस स्वतःसाठी शून्यत्वाची सामाजिक भूमिका स्वीकारतो पण तरीही त्या भूमिकेचे एक सामाजिक स्थान, सामाजिक स्वरूप आणि सामाजिक वजन असते. विरक्तीची भूमिका ही स्वतःच सामाजिक व्यवस्थेचा एक भाग असते.

भूमिका आणि कार्यक्षेत्रे

या भूमिका विकासासाठी बाधक ठरत नाहीत; एखादा गावकरी अत्यंत काटेकोरपणे आखून दिलेली भूमिका पार पाडत असतानाही त्यामध्ये व्यक्तिगत पातळीवर काही बदल करण्यास वाव असतो. एखाद्या स्त्रीला तिच्या भूमिकांमध्ये बदल करण्यास एखाद्या पुरुषापेक्षा कमी वाव असतो, एखाद्या नव्या सुनेला एखाद्या मुरलेल्या गृहिणीपेक्षा कमी वाव असतो. पण या सर्व भूमिकांमधील वर्तन संबंधित व्यक्तीनुसार वेगळे असते. सर्व भूमिकांमधील वर्तनाचा संबंध सामाजिक बदलांशीही असतो. अशा भूमिकेतील लोक मोठ्या संख्येने एखाद्या विशिष्ट भूमिकेत एकाच दिशेने बदल करू लागतात तेव्हा ते सामाजिक बदलाची प्रक्रिया सुरू करतात. अभ्यासकांनी आखलेल्या एखाद्या भूमिकेमध्ये, विशिष्ट व्यक्तींबरोबरचे अपेक्षित

वर्तन आणि प्रत्यक्ष वर्तन या दोन्हींचाही समावेश असतो कारण त्या वर्तनास काही विशिष्ट नियमांचे बंधन असते (पहा, ग्रॉस आणि इतर १९५८, पृ. क्र. ४८–६७; पार्सन्स १९६१, पृ. क्र. ४१–४३; बॅन्टन १९६५).

त्याशिवाय, एखादी व्यक्ती वेगवेगळ्या भूमिकांमध्ये शिरल्यानंतर तिच्या वर्तनाची पद्धत बदलते. ज्या माणसाला त्याच्या किशोरवयीन मुलाशी वडील म्हणून अलिप्तपणे वागणे नाईलाजाचे वाटते तो त्याच्या मुलाच्याच वयाच्या भाच्याशी मैत्रीच्या आणि पाठिंबा देणाऱ्या भूमिकेतून वागतो.

कुठल्याही एखाद्या विशिष्ट भूमिकेकडून असलेल्या अपेक्षा या अजिबातच एकसारख्या नसतात. संवाद चालू राहावा म्हणून विशिष्ट प्रमाणातील किमान सहमती गरजेची असते, मात्र त्या किमान सहमतीच्या पलीकडे विचारांमध्ये नेहमी बऱ्यापैकी फरक असतात (पहा, लेविन्सन १९५९). पारंपरिक बलुतेदारी भूमिकांमधील आश्रयदाते आणि कारागिरांनी एकमेकांना काय द्यायचे याविषयीची दोहोंची मते सामान्यपणे वेगळी असतात. जमीनदारांचा भर निष्ठा आणि समर्पित सेवेवर असतो तर कारागिरांना संरक्षण आणि आश्रयदात्यांकडून त्यांना देय असलेला नियमित मोबदला हवा असतो. कारागिरांच्या कामाला आश्रयदात्याकडून जे महत्त्व दिले जाते त्यापेक्षा खूप जास्त महत्त्व मिळावे याकडे त्याचा कल असतो. बलुतेदारी नाती जतन करण्यासाठी महत्त्वाची ठरणारी गोष्ट म्हणजे दोन्ही पक्षांमध्ये पुरेशी सहमती असावी जेणेकरून वस्तू आणि सेवांचा विनिमय सुरू राहील.

एखाद्या माणसाच्या सामाजिक कार्यक्षेत्रामध्ये अशा भूमिकांवर आधारित नात्यांचा समावेश होतो जी नाती तो सर्वसामान्यपणे आणि प्रामुख्याने पार पाडत असतो, जसे त्याच्या कुटुंबीयांसोबतची नाती. तसेच एखादा नगरव्यापारी किंवा दूरच्या एखाद्या मंदिरातील पुजाऱ्याबरोबरच्या नात्यासारखी अधिक प्रसंगानुरूप व परिघावरची नातीसुद्धा त्यामध्ये असतात. प्रत्यक्ष संवादक्षेत्राशिवाय एक संभाव्य क्षेत्रही असते. ज्यामध्ये अशा भूमिका असतात ज्या एखाद्या व्यक्तीकडून विशिष्ट परिस्थितीमध्ये पार पाडल्या जाण्याची शक्यता असते. प्रत्यक्ष आणि संभाव्य वर्तनक्षेत्रांचे उदाहरण जोडलेली नाती आणि रक्तसंबंधातील नात्यांमधील फरक स्पष्ट करताना दिलेले आहे. नातेसंबंधांच्या उपयोगांविषयी लिहिताना हे फरक नमूद केले होते. यापैकी पहिला प्रकार अशा नातलगांचा असतो ज्यांच्याशी व्यक्तीचे खरे नातेसंबंध असतात आणि दुसरा प्रकार दूरच्या नात्यांचा असतो. असे लोक एकतर नात्याने दूरचे असतात किंवा भौगोलिकदृष्ट्या दूर असतात. या सक्षम नातेवाइकांपैकी एकाने किंवा दोन्ही प्रकारच्या नातेवाइकांनी जर पुरेशी संपत्ती प्राप्त केली आणि ते महत्त्वाकांक्षी असतील तर त्यांच्याशी नात्याचे आदानप्रदान सुरू होते.

जन्म, विवाह आणि मृत्यू या घटनांमुळे नात्यांची रचना बदलते आणि एखाद्या व्यक्तीचे नात्यांचे क्षेत्र काळाच्या ओघात बदलत राहते; स्वेच्छेने नात्यांचा विस्तार किंवा संकोच केल्यानेसुद्धा

हे क्षेत्र बदलू शकते. एखाद्या जातिसमूहातील सदस्यांच्या संयुक्त नातलगांच्या वर्तुळात (मेयर म्हणतात त्याप्रमाणे नातलग प्रदेश) "अशा सर्व लोकसमूहांचा समावेश होतो जिथे सदस्यांच्या विश्वासार्हतेविषयी प्रश्न न विचारता विवाहसंबंध जोडले जाऊ शकतात" (मेयर १९६२, पृ. क्र. २६८). वाढत्या कुटुंबांमुळे अशा नातलग प्रदेशांचा विस्तार होऊ शकतो, ज्यामुळे विवाहाने जोडली जाणारी नाती पूर्वीपेक्षा मोठ्या कक्षेत जोडली जाऊ शकतात किंवा नवीन आणि उच्च मापदंडांची पूर्तता करणाऱ्या कुटुंबांमध्येच लग्न जुळवण्याचा निर्णय घेऊन आणि जातीच्या मोठ्या वर्तुळापासून फारकत घेऊन ते त्यांचे अंतर्विवाहाचे वर्तुळ संकुचित करू शकतात.

एखादा गावकरी त्याच्या आयुष्यातील कुठल्याही टप्प्यावर त्याच्या संभाव्य भूमिका कार्यान्वित करू शकतो. तो असे किती प्रमाणात करू शकतो ते गुणवाचक, बोधात्मक, प्रेरक आणि उचित परिस्थितींच्या मालिकेवर अवलंबून असते. गुणवाचक घटकांमुळे, स्वीकारता येण्यासारख्या भूमिकांचे प्रमाण कमी होते. कनिष्ठ श्रेणीच्या जातीतील लोकांच्या प्रत्यक्ष आणि संभाव्य भूमिकांचे प्रमाण अत्यंत संकुचित होते आणि बऱ्याच अंशी अजूनही ते तसे आहे. गावातील राजकारणात ते उघडपणे सक्रिय भूमिका घेऊ शकत नाहीत; तसेच धर्माच्या अलौकिक संकुलातील बऱ्याच भागांतून त्यांना बहिष्कृत केले गेले होते; ते लोक गरिबीमुळे इतके भरडले गेले होते की कुठलीही आर्थिक भूमिका स्वीकारणे त्यांना शक्य नव्हते.

बोधात्मक घटकांमुळेसुद्धा संभाव्य भूमिकांची श्रेणी मर्यादित होते. एखाद्या गावकऱ्याची वर्तनाची क्षेत्रे स्वाभाविकपणे त्याला माहीत असलेल्या आणि माहिती होऊ शकतील अशा भूमिकांपुरती मर्यादित असतात. त्याला माहीत असलेले सर्वच जण त्याच्याशी मोकळेपणाने वागत नाहीत किंवा त्याला आकर्षक वाटत नाहीत. पण त्यांच्याविषयी काहीतरी समजल्याशिवाय तो नव्या भूमिकांकडे वळू शकत नाही. ज्या लोकांचे शिक्षण, प्रवास आणि माहिती खूप मर्यादित असते त्यांच्या भूमिकेची संभाव्यता कमी असते; ज्यांची अनुभवाची आणि ज्ञानाची क्षितिजे विस्तारलेली असतात त्यांच्याकडे संभाव्य नातेसंबंधांची मोठी क्षेत्रं असतात.

स्वतःच्या भूमिका आणि नातेसंबंधांचा विस्तार करण्याची प्रेरणा कमी नसते, निदान कुठल्याही गावातील काही माणसांमध्ये तरी. या प्रक्रियेसाठी भौतिक आणि सामाजिक स्रोतांचा भक्कम आधार आवश्यक असतो; अशा प्रकारची महत्त्वाकांक्षा असलेल्या गावकऱ्यास वारसाहक्काने जे मिळालेले असते, त्यापुढे जाऊन त्याने अशा स्रोतांचा आधार निर्माण करेपर्यंत तो मध्यमवयात पोहोचलेला असतो. त्यामुळे त्याच्या भूमिकांचा विस्तार त्याच्या मुलांच्या माध्यमातून होते. त्यासाठी औपचारिक शिक्षणाच्या माध्यमातून त्यांच्या संभाव्य क्षेत्रांचा आकार विस्तारित केला जातो आणि सामाजिकदृष्ट्या फायदेशीर ठरतील अशा प्रकारे त्यांचे विवाह करून दिले जातात. एखाद्या विशिष्ट उद्देशाने स्रोतांचा क्रम ठरविण्यातले औचित्य हे अशा माणसांचे वैशिष्ट्य असते. संभाव्य नात्यांचे रूपांतर प्रत्यक्ष

सेवांमध्ये करण्याची, वेगवेगळ्या प्रकारच्या निष्ठांवर आधिपत्य मिळवून त्यांना विशिष्ट विषय पेलायला लावण्याची क्षमता त्यांच्याकडे असते. सर्वसामान्यपणे गावातील एखाद्या सोयरगटाचा यशस्वी नेता त्याचा फायदा करून घेऊन हे सर्व करतो—एखादा तंटा सोडविण्यासाठी असो किंवा त्याच्या जमिनीत भर घालण्यासाठी असो—त्यासाठी तो वेगवेगळ्या जातीतील, घराण्यांमधील आणि वेगवेगळे हितसंबंध असलेल्या लोकांचे समर्थन प्राप्त करतो.

एखाद्या माणसाकडून त्याची उद्देशपूर्ती करण्यासाठी ज्या लोकांना बोलावले जाते आणि जे प्रतिसाद देतात त्या सर्वांचे मिळून त्याचे स्रोतजाल तयार होते (शर्मा १९६३). एखाद्या समूहाशी प्रत्यक्ष सामाजिक संबंध असलेले लोक ज्यांना समूहातील सदस्यांनी विशिष्ट उद्देशांसाठी नेमलेले असते, त्यांच्यासाठीसुद्धा "स्रोतजाल" ही संकल्पना वापरली गेली आहे (पहा, जय १९६४; मेयर १९६२; श्रीनिवास आणि बेटली १९६४). एखादा माणूस त्याच्या साधनस्रोतांच्या नेटवर्कच्या माध्यमातून, त्याच्या नेहमीच्या नातेसंबंधांच्या क्षेत्राच्या पलीकडे जाऊन पोहोचतो. गावातील नेत्यांनी त्यांच्या फायद्यासाठी बऱ्याच काळापासून या स्रोतांच्या नेटवर्कचा हवा तसा वापर केलेला आहे, पण अलीकडच्या काळात गावातील अशा स्रोतजालाचा लक्षणीय प्रमाणात विस्तार होऊ शकतो.

या अनुषंगाने, मद्रासच्या तंजावर जिल्ह्यातील श्रीपुरम गावात एका ब्राह्मण जमीनदाराला त्याच्या मुलास मद्रास शहरातील अभियांत्रिकी महाविद्यालयात दाखल करायचे होते. त्याने प्रथम जवळच्याच नगरात वकील म्हणून कार्यरत असलेल्या वडिलांच्या माध्यमातून प्रयत्न केला. वडिलांचे एक ब्राह्मणेतर पक्षकार तंजावर शहरातील प्रख्यात उद्योजक होते. अशा प्रकारे गावातील त्या जमीनदारास त्याच्या प्रश्नाविषयी त्या उद्योजकाशी चर्चा करणे शक्य झाले. मद्रास या राजधानीच्या शहरात त्या उद्योजकाचे काही वजनदार उद्योजक सहकारी होते. शहरातील या बड्या असामींच्या माध्यमातून या जमीनदाराची ओळख त्या महाविद्यालयाच्या समितीमधील एका सदस्याशी झाली, ज्या महाविद्यालयात त्याच्या मुलाला नंतर प्रवेश मिळाला (श्रीनिवास आणि बेटली १९६४, पृ. क्र. १६६). स्वतःच्या कुटुंबासाठी सामाजिक स्रोतांचा असा गैरवापर पारंपरिक अर्थाने स्तुत्य मानला जातो, पण आधुनिक व्यवस्थेचे संदर्भ पाहता इतर मापदंडांनुसार ही गोष्ट टीकेस पात्र ठरते. ही टीका पक्षपात, नातेवाइकांसाठीची वशिलेबाजी किंवा अगदी भ्रष्टाचाराची बिरुदावली लावून व्यक्त केली जाते.

गाव, नागरी संस्कृती आणि बदल

गावविषयीच्या या प्रकरणांमध्ये गावातील अंतर्गत व बहिर्गत नातेसंबंधांची महत्त्वाची वैशिष्ट्ये, गाव, केंद्रं व प्रदेश यांच्यातील बंध आणि नागरी संस्कृतीमधील विशिष्ट समस्यांना गावकऱ्यांकडून मिळणारा प्रतिसाद या सर्वांचा ऊहापोह केला आहे. भारतीय नागरी संस्कृतीच्या

अत्यंत महत्त्वपूर्ण संकल्पनेमध्ये माणसे आणि समाज यांविषयीच्या कल्पनांचा समावेश आहे; त्यांपैकी काही कल्पनांवर यापूर्वीच चर्चा केलेली आहे, इतर कल्पना पुढील प्रकरणांमध्ये नमूद केल्या जातील. विद्वज्जनांनी नागरी संस्कृतीच्या बाह्यरेखांचे चित्रण केले आहे, पण बरेचसे विश्लेषण करायचे बाकी आहे (पहा, राघवन १९५६; ब्राऊन १९६१; सिंगर १९६४). नागरी संस्कृतीच्या तुलनात्मक अभ्यासासाठी तसेच भारतातील नागरी संस्कृती समजून घेण्यासाठी हे विश्लेषण गरजेचे आहे (पहा, क्रोएबर १९४४, पृ. क्र. ४८०–६८६).

भारतातील गावांवरून तेथील नागरी संस्कृतीची कल्पना करता येते, पण गावकऱ्यांच्या विचारांत या संकल्पनेला अग्रस्थान दिले जात नाही. मात्र, इतर नागरी संस्कृतींमधील लोकांशी संघर्ष होतो तेव्हा—आता नवीन राष्ट्रवादी संज्ञांमागे दडलेली—ही सुप्त संकल्पना एक महत्त्वाचा प्रेरक घटक ठरते, जशी ती देशाच्या स्वातंत्र्यलढ्यामध्ये ठरली होती.

एकंदरीतच गाव हे संस्कृतीचे मूलभूत वैशिष्ट्य आहे आणि तेथील रहिवाशांसाठी तो कायमच एक व्यवहार्य समुदाय ठरलेला आहे. एखाद्या व्यक्तीला तिच्या गावामुळे आत्म-सरूपतेचा स्रोत, त्याच्या कामांसाठीचे संदर्भ, त्याच्या सामाजिक प्रतिष्ठेसाठीचे व्यासपीठ आणि संघर्षाचा आखाडा प्राप्त होतो. अभ्यासक गावाकडे अनेक जातिसमूहांनी आणि व्यवहारात्मक उपक्रमांनी मिळून बनलेली व्यवस्था तसेच मोठ्या सामाजिक व्यवस्थेची उपव्यवस्था म्हणून पाहू शकतात. गावकऱ्यांनी पंचायतव्यवस्थेचा वापर वस्तू-विनिमय साध्य करण्यासाठी आणि बदल घडवून आणण्यासाठी केला आहे. सोयरगट हे ग्रामीण जीवनातील योग्य आणि वैध घटक आहेत, हे मान्य करण्यास गावकरी सहसा नाखूश असले तरी सर्वसामान्यपणे ग्रामव्यवस्थेत सोयरगट महत्त्वाचे असतात.

कुठल्याही गावातील लोकांचे संबंध इतर अनेक गावांशी आणि केंद्रांशी जोडलेले असतात. केंद्रांबरोबरची ही नाती नागरी संस्कृतीची तत्त्वे जतन करण्यासाठी सुसंगती साधणारे महत्त्वाचे घटक ठरतात. समाज आणि नागरी संस्कृतीमधील इतर अनेक घटकांबरोबर या तत्त्वांमध्येही काळाच्या ओघात अनुरूप बदल केले गेले आहेत आणि आता ते परिवर्तनाच्या एका मोठ्या प्रक्रियेतून जात आहेत.

आधीच्या प्रकरणामध्ये आपण पाहिले की गावातील माणूस एखाद्या विशिष्ट परिस्थितीत जी कृती करतो तिच्या संदर्भानुसार, त्याच्या अनेक समूहांपैकी एखाद्या समूहाशी स्वतःचे साधर्म्य जोडण्याचा पर्याय निवडू शकतो. याच पद्धतीने त्याचे उद्देश पूर्ण करण्यासाठी एखादी भूमिका किंवा कृतीची उपव्यवस्था निवडण्याचा पर्याय त्याच्याकडे काही प्रमाणात असतो. कृतीसाठी व्यवस्था निवडण्याचा आणि उपव्यवस्थेतील भूमिकेची निवड करण्याचा पर्याय गावकऱ्यासाठी नेहमी स्पष्ट आणि सरळ असतो. वांगाला गावातील "कुणबी" या प्रभावशाली जातीविषयी श्रीमती एपस्टाईन यांनी लिहिले आहे त्याप्रमाणे, गावकऱ्याला कुठल्या

समूहाविषयी निष्ठा वाटते आणि तो ती व्यक्त करतो हे सामाजिक परिस्थितीच्या संदर्भानुसार ठरते. "त्याच्या नियमित आर्थिक कार्यांच्या बाबतीत तो स्वतःला शेतकरी किंवा शेतमजूर समजतो; सणसमारंभांच्या प्रसंगी तो भाऊबंदकीतील गटाचा सदस्य म्हणून वावरतो; वांगालामधील इतर जातींचे लोक आणि 'अस्पृश्यां'शी असलेल्या त्याच्या नात्याच्या बाबतीत तो कुणबी जातीचा एक सदस्य म्हणून वागतो आणि गावातील प्रशासकीय सेवेशी असलेल्या नात्याच्या बाबतीत तो वांगालामधील कुणबी म्हणून वागतो" (१९६२, पृ. क्र. १४५).

पण इतर काही प्रसंग असतात जेव्हा हे निवडीचे पर्याय स्पष्ट नसतात आणि अन्य शक्यतांमध्ये हवे तसे बदल केले जाऊ शकतात. या अनुषंगाने बेली यांनी बिसिपारा गावातील एका गावकऱ्याविषयी सांगितले आहे. तो गावकरी जातीने 'अस्पृश्य' आहे, त्याच्या नियुक्त पदानुसार तो एक लहानसा अधिकारी आहे आणि स्वतःच्या प्रयत्नांमुळे तो एक धनाढ्य व्यापारी बनलेला आहे. त्याचा व्यापार कोंड जमातीच्या लोकांबरोबर चालतो. कोंड जातीला शेजारचे ओडिसी लोक एक स्वच्छ जात समजतात. नृसिंह नावाचा हा माणूस लहानशा अधिकाऱ्याच्या भूमिकेतून कोंडांना भेटतो तेव्हा तो अतिशयोक्तीने वागतो आणि 'अस्पृश्य' नसलेल्या इतर लहान अधिकाऱ्यांच्या तुलनेत तो त्यांच्यावर जास्त अरेरावी करतो. दुसरीकडे, कोंड लोक, "नृसिंहच्या 'अस्पृश्य' असण्याचा हेतुपुरस्सर उल्लेख करताना विधीनिषेध ठेवत नाहीत." पण त्यांच्यात दोन्ही बाजूंनी असलेली वैरभावना दोन्ही पक्ष त्यांच्या व्यापारी नातेसंबंधांमध्ये येऊ देत नाहीत; त्यांच्या इतर भूमिकांमुळे खरेदीदार आणि विक्रेता म्हणून असलेल्या त्यांच्या भूमिका दूषित होत नाहीत. कोंडांकडून नृसिंहला त्याच्या तीनपैकी कुठल्या तरी एका भूमिकेनुसार वागणूक दिली जाऊ शकते, मात्र एकाच वेळेस त्या तिन्ही भूमिकांनुसार वागणूक दिली जात नाही कारण काही प्रसंगी या भूमिका परस्परविरोधी असतात. "प्रत्येक प्रसंगी संबंधित माणसांकडे वर्तनाची मोकळीक असते आणि त्यांच्या स्वतःच्या प्रगतीस मदत व्हावी म्हणून जसे वागतील तसे वागण्याचा पर्याय ते निवडू शकतात. कोंड लोक नृसिंहला 'अस्पृश्या'सारखे वागवून त्याचा अपमान करू शकतात किंवा एका अधिकाऱ्यासारखी वागणूक देऊन ते त्याला खूश करू शकतात. यापैकी त्यांच्या उद्देशपूर्तीसाठी जे योग्य ठरेल ते केले जाते" (१९६०ब, पृ. क्र. २०९).

नृसिंहला अपमानित केले जाते की खूश केले जाते त्यातून फारसे काही सूचित होत नाही. पण भूमिका आणि व्यवस्थांमधून काहीतरी निवडण्याचे तत्त्व आणि वस्तुस्थिती अशा गावांमध्ये सर्वांत महत्त्वाची असते आणि संपूर्ण सामाजिक व्यवस्था समजून घेण्यासाठी ती आवश्यक असते. आम्ही आतापर्यंत ग्रामीण समाजातील प्रमुख भूमिका, समूह आणि व्यवस्थांवर आणि सामाजिक व्यवहारांच्या नियमांवर लक्ष केंद्रित केले होते. यासंदर्भातील बदल आणि पर्याय यापूर्वी नमूद केले गेले असले तरी आता आम्ही सामाजिक रचनेतील चलनशीलतेचे सविस्तर परीक्षण करणार आहोत.

विभाग ६
सामाजिक चलनशीलतेच्या माध्यमातून पुनःपुन्हा उद्भवणारे बदल

१३ सांस्कृतिक अनुकूलन आणि चलनशीलता यांसाठीची प्रारूपे

एखाद्या जातीतील कुटुंबं पुरेशा संख्येने सत्ताबळ प्राप्त करतात आणि त्या घरांतील कर्त्या पुरुषांमध्ये उच्च सामाजिक दर्जासाठी पुरेशी एकजूट होते, तेव्हा ते सर्वसामान्यपणे त्यांच्या जातप्रथांमध्ये सुधारणा करण्याच्या दिशेने पाऊल टाकतात. ते जातीला कमीपणा आणतील अशा कामांवर बंदी आणण्याचा आणि अधिक शुद्ध व प्रतिष्ठित पद्धती अवलंबिण्याचा प्रयत्न करतात. सर्वसामान्यपणे त्यांना त्यांचे जुने नाव बदलून नवीन चांगले नाव स्वीकारण्याची इच्छा असते.

या पारंपरिक प्रक्रियेचे अलीकडचे उदाहरण यादवांचे आहे. एम.एस.ए. राव यांनी या पद्धतीचे वर्णन करताना ही गोष्ट उजेडात आणली आहे (१९६४). या उदाहरणात चलनशीलतेसाठी केलेल्या एका प्रयत्नाचे चित्रण केले आहे. कमीपणा आणणाऱ्या प्रथा सोडून मानाची कामे करण्याच्या पारंपरिक आणि आधुनिक पद्धतींचा समावेश त्या प्रयत्नामध्ये केलेला होता. उत्तर प्रदेशातील, प्रामुख्याने गुरे राखण्याचे पारंपरिक काम करणाऱ्या बऱ्याच वेगवेगळ्या जातींनी यादव हे नाव धारण केले आहे. आता ते एक राष्ट्रीय संस्था चालवतात. त्या संस्थेने *डिव्हाईन हेरिटेज ऑफ यादवाज* (यादवांचा दैवी वारसा) या नावाच्या पुस्तकाचा सुसंपादित आणि सुनिर्मित खंड प्रसिद्ध केला आहे (१९५९). या पुस्तकाचे मूळ लेखन व्ही.के. खेडकर या शिक्षकाने केले होते. पुढे त्यांचे स्थान उंचावले आणि ते एका राजाचे खाजगी सचिव बनले. नंतर त्यांचा मुलगा शल्यचिकित्सक बनल्यामुळे त्यांचा सामाजिक दर्जा सुधारून आणखी मोठा झाला. गुरे राखण्याचा व दूधविक्रीचा पारंपरिक व्यवसाय करणाऱ्या जाती श्रीकृष्णाच्या वंशज आहेत, असा दावा केला जातो.

अधिक व्यापक आणि मोठ्या संख्येने अहिरांचा समावेश असलेल्या या जातींना त्यांच्या सभोवतालचे लोक सहसा बऱ्यापैकी कमी प्रतिष्ठा असलेल्या जाती म्हणून ओळखतात.

धनगर जातीतील एखाद्या प्रसंगाच्या अनुषंगाने योद्धा बनलेली एखादी व्यक्ती त्याचे स्वतःचे राज्य आणि साम्राज्य उभे करते. तर, अनेक ठिकाणच्या गुराख्यांना 'शूद्र' समाजातील कनिष्ठ जातगटांत गणले जाते. याचे एक कारण म्हणजे ते त्यांच्या गायीगुरांबरोबर भटकत असत आणि त्यामुळे त्यांच्या शुचितेसंबंधीच्या व्यवहारांवर (असे स्पष्टीकरण दिले जाते) लक्ष ठेवणे शक्य नव्हते; तसेच ते प्राण्यांचे निर्बिजीकरण करत असत, हे कारणही काही अंशी त्यामागे होते. तसेच ते दूधविक्रीचा व्यवसाय करत असत हे कदाचित प्रमुख कारण होते (बेन्स १९१२, पृ. क्र. ५६–५८). कुटुंबासाठी दूध उत्पादन करणे पूर्णपणे योग्य होते, पण एखाद्या पवित्र वस्तूचा आर्थिक व्यवहार करणे अनुचित मानले जायचे. गायीचे दूध हे आईच्या दुधासारखे असल्याने ते मुलाबाळांसाठी वापरले जावे पण ग्राहकांसाठी आणि पैशांसाठी वापरू नये अशी समजूत होती.

एकोणिसाव्या शतकाच्या शेवटी काही धनगर कुटुंबांची भरभराट झाल्यानंतर यादव हे नाव धारण करण्यासाठी आणि क्षत्रिय जीवनशैलीचा अवलंब करण्यासाठीचा संघर्ष सुरू झाला. याला एका नवीन मोठ्या उद्योजकाने मोठ्या प्रमाणात पाठिंबा दिला होता. बराच काळ गुरांचे व्यवहार करणारे या जातीतील काही लोक शहरात यशस्वी व्यापारी बनले; इतर लोक जे परंपरेनुसार गुराढोरांच्या देखभालीपुरते मर्यादित राहिले होते, ते त्याच कामासाठी सरकारी कंत्राटे घेऊन धनिक बनले.

खेडकर यांच्या पुस्तकामध्ये मूळ पारंपरिक मिथक आणि अत्यंत नव्या प्रकारचा सुधारणेसाठीचा संघर्ष या दोन्हींचा समावेश आहे. लाखोंची लोकसंख्या असलेल्या वेगवेगळ्या भाषिक प्रांतांमधील अनेक जाती, ज्या त्यांच्या पारंपरिक व्यवसायांशिवाय फारसे काही करत नाहीत आणि त्यांच्या न्याय्य हक्कांविषयी ठाम असतात; अशा जातींना दैवी आणि थोर कुळांचा वारसा असल्याचे या पुस्तकात गृहीत धरण्यात आले आहे. पुस्तकाच्या संपादकांनी लिहिलेल्या परिचयामध्ये सुरुवातीस लेखकांच्या पात्रता व क्षमता यांविषयी लिहिले आहे. त्यामध्ये डॉ. खेडकर यांनी मिळवलेल्या आठ ब्रिटिश पदविकांचा, पदवी व प्रमाणपत्रे यांचा समावेश आहे. लेखकाच्या हस्तलिखिताची दुरुस्ती, सुधारणा आणि ते अद्ययावत करण्याचे काम अलाहाबाद विद्यापीठात भारतीय इतिहासाचे अध्यापन करणारे एक प्राध्यापक व दोन सहप्राध्यापक यांनी केले आहे असेही संपादक सांगतात (तळटिपा आणि पुस्तकातील मजकुराचे संदर्भ देताना ऐतिहासिक विद्वत्तेच्या आधुनिक साधनांचे प्रदर्शन केले आहे, याचा उल्लेख केला पाहिजे). मूळ हस्तलिखितामध्ये समावेश करण्यात आलेल्या, डॉ. बी. एन. एस. यादव यांनी लिहिलेल्या अखेरच्या प्रकरणामध्ये असे म्हटले आहे की जुन्या काळातील यादवांनी साम्राज्यवादी चळवळीऐवजी "प्रजासत्ताक आदर्शांचे" समर्थन केले होते. लेखक शेवटी म्हणतात, "अशा रीतीने आपल्या लक्षात येते की खूप

प्राचीन काळात यादवांचा संबंध अशा राजकीय विचारसरणीशी होता जी प्रगतिशील समजली जाते" (१९५९, पृ. क्र. २००).

या समकालीन चलनशीलतेच्या आधी विविध प्रदेशांमध्ये अनेक प्रकारचे संघर्ष स्वतंत्रपणे केले गेले होते. एका टप्प्यावर पंजाब आणि उत्तर प्रदेशातील अहिरांनी त्यांचे सामाजिक स्थान सुधारण्यासाठी सैन्यात प्रवेश केला (मार्टेन १९२४, पृ. क्र. २३१–२३२). त्याच वेळेस, इतर भाषिक प्रदेशांमध्ये समांतर परंतु स्वतंत्र प्रयत्न केले जात होते. काही स्वतंत्र संस्थांच्या प्रतिनिधींनी १९२४ मध्ये अलाहाबाद येथे एक बैठक घेतली आणि तिथे अखिल भारतीय यादव महासभेची स्थापना केली (यादवांचा "मोठा संघ" किंवा "मोठे संमेलन"). ही संघटना तेव्हापासून एक नियतकालिक प्रकाशित करत आहे आणि त्या सभेच्या ठरावांमध्ये संघटनेच्या सर्व सदस्यांनी यादव या नावास साजेशा जीवनशैलीचा अवलंब करावा, असे आवाहन केले जाते.

या सुधारित जीवनशैलीतील काही विशिष्ट घटक हे साधारणपणे कुठल्याही महत्त्वाकांक्षी समूहाच्या जातपंचायतीने परंपरेनुसार नेमून दिलेल्या घटकांसारखे आहेत. जातभाईंना हलक्या दर्जाची कामे सोडून देण्यास सांगितले जाते, बहुतकरून मांस आणि मद्यसेवन. त्यांना प्रतिष्ठित प्रथा आणि प्रतीके यांचा स्वीकार करण्याची विनंती केली जाते. त्यांपैकी एक असते ती जानवे घालण्याची प्रथा. बिहारमधील बऱ्याचशा अहिरांनी जानवे घालण्यास सुरुवात केली तेव्हा तेथील मातब्बर भूमिहार आणि रजपुतांकडून त्यांना कडवा आणि कधीकधी रक्तरंजित विरोध झाला (मार्टेन १९२४, पृ. क्र. २३१–२३२; लेसी १९३३, पृ. क्र. २६७–२६८; राव १९६४, पृ. क्र. १४४०).

यादव सभेने ज्या इतर सुधारणांचा आग्रह धरला, त्यांचे मूळ पारंपरिक आदर्शांपेक्षा आधुनिक सामाजिक आणि राजकीय परिस्थितींमध्ये जास्त होते. या अनुषंगाने, यादव सभेच्या सदस्यांची आपापसात होणारी हुंड्याची देवाणघेवाण कमी केली जावी, मुलांच्या लग्नाचे वय वाढविण्यात यावे, विवाहविधींचा कालावधी आणि खर्च कमी करण्यात यावा आणि वेगवेगळ्या यादव जातींमधील कुटुंबांदरम्यान लग्नसंबंध जुळविण्याचे प्रमाण वाढवावे, असे ठराव यादव सभेच्या संमेलनातील प्रतिनिधींनी वारंवार केले होते. धनवान जातभाईंना यादवांच्या कल्याणाकरिता योगदान देण्यास उद्युक्त केले जाते. एम. एस. ए. राव लिहितात त्यानुसार, "ते लोक शाळा, महाविद्यालये, वसतिगृहे, रुग्णालये आणि मंदिरांसाठी तसेच शिष्यवृत्ती निधी आणि जातीची नियतकालिके चालविण्यासाठी व परिषद-बैठकांचे आयोजन करण्यासाठी सढळपणे देणग्या देतात" (राव १९६४, पृ. क्र. १४४१–१४४२). निवडणूक प्रक्रिया सुरू झाल्यानंतर यादवांना जिथे त्यांचे संख्याबळ जास्त आहे, अशा मतदारसंघांमध्ये सुस्थापित होण्याच्या संधी खुल्या झाल्या. १९६४ पर्यंत यादव आमदारांचा एक "मोठा

गट" बिहार आणि उत्तर प्रदेश विधानसभांमध्ये पोचला होता आणि केंद्रीय विधानमंडळातील बारा सदस्य यादव होते. सगळ्यांत वरकडी म्हणजे, "केंद्रीय मंत्रिमंडळात एक अहिर समाजातील मंत्री आहे" (राव १९६४, पृ. क्र. १४४३).

१९६२ मध्ये हिमालयात लढल्या गेलेल्या युद्धाचा परिणाम म्हणून यादवांसाठी सुधारणा करण्याचा एक नवीन प्रस्ताव पुढे आला. या युद्धात पराक्रम करणारी एक १३ वी कुमाऊंची तुकडी ही पूर्णपणे अहिर लोकांची मिळून बनलेली होती. या तुकडीतील एकशे चौदा सैनिक मारले गेले; त्यांनी गाजवलेल्या या शौर्याकडे भारतीय वर्तमानपत्रांनी बऱ्याच प्रमाणात सहानुभूतीने पाहिले आणि त्यांच्यावर कौतुकाचा वर्षाव केला. त्यामुळे भारतीय सैन्यामध्ये यादव किंवा अहिरांची पलटण स्थापन करण्याचा आग्रह धरण्यास यादव सभा प्रेरित झाली (राव १९६४, पृ. क्र. १४४०).

यादवांच्या आधुनिक संघर्षामध्ये अनेक लोकांचा सहभाग आहे, त्यात अधिक तर्कसंगत तंत्रांचा वापर केला जातो आणि एखाद्या एकट्या जातीकडून तिची स्थानिक श्रेणी सुधारण्यासाठी जे पारंपरिक प्रयत्न केले जातात त्यापेक्षा जास्त व्यापक यश मिळविण्यासाठीचा प्रयत्न या संघर्षात केला जातो. पण आधुनिक आंदोलनकर्ते समान उद्देशांसाठी त्याच प्रकारच्या कृतींचा अवलंब करताना दिसतात. एकीकडे त्यांना कनिष्ठ श्रेणीतील जाती आणि त्यांच्या अपमानित करणाऱ्या प्रथांपासून स्वतःला वेगळे करणे आवश्यक आहे; त्यामुळे मांस आणि मद्यसेवन सोडून देण्याबाबत अजूनही वाद आहे. दुसरीकडे, ते अधिक प्रतिष्ठित प्रथा आणि समूहांशी संबंध जोडण्याचा प्रयत्न करतात. जानवे घालणे ही द्विज वर्गाशी संबंध जोडणारी एक कृती आहे. तरीही आताच्या युवावर्गासाठी जानव्याचे तितकेसे महत्त्व राहिलेले नाही, जितके ते त्यांचे वडील आणि आजोबांसाठी होते. जातीच्या उदयाविषयीची कथा अधिक सुधारणा करून मांडणे, हा आणखी एक पारंपरिक मार्ग आहे. सुधारणेविषयीच्या इतर प्रस्तावांमध्ये, प्रगतीपथावर असणाऱ्या समूहाचा संबंध सुशिक्षित आणि आधुनिक अभिजनांशी जोडण्यात येतो.

नाव आणि प्रथांमधील बदल

जातीच्या चलनशीलतेसाठी सांस्कृतिक अनुकूलन करण्याची जी जुनी आणि नवीन साधने आहेत त्यांतील एक विशेष टप्पा म्हणजे समूहाच्या नावातील बदल. यामध्ये एकतर जुन्या नावाला एखाद्या सन्माननीय शब्दाची जोड दिली जाते किंवा एखादे पूर्णपणे नवीन नाव सुचवले जाते.

या संदर्भातील एका प्रकरणात महाराष्ट्रातील पुणे जिल्ह्यातल्या मेंढपाळ जातीविषयी लिहिले आहे. या जातीतील अनेक कुटुंबं जमीनदार बनलेली असून त्यांनी त्यांचा काहीसा

कमी दर्जाचा जुना व्यवसाय सोडून दिलेला आहे; आणि ते जमीनदारी, सैनिक आणि गावप्रमुखाचे काम करण्याचा दावा करण्याबरोबरच जानवे परिधान करू लागले आहेत. यापूर्वी सगर धनगर या नावाने ओळखले जाणारे हे लोक–यातील दुसऱ्या शब्दाचा अर्थ गुरे राखणारे असा आहे–आता स्वतःला सगर रजपूत म्हणून घेतात. ओरेन्स्टाईन यांनी त्या जातीतील एका अधिकाऱ्याने दिलेल्या भाषणाविषयी लिहिले आहे. त्या भाषणात सदर अधिकाऱ्याने त्यांची जात धनगरांची नाही आणि त्यांना धनगर म्हटले जाऊ नये असे सांगणारे "ऐतिहासिक" दाखले दिले आहेत. त्याच्या जातभाईंना प्रचंड समाधान व्यक्त करावेसे वाटेल असे एक प्रतिपादन त्या अधिकाऱ्याने केले, ते म्हणजे, त्याच्या जातीतले लोक खरे रजपूत आहेत (ज्यामुळे त्यांचा संबंध थोर लढवय्यांशी जोडला जातो) आणि मराठेही आहेत (ज्यामुळे त्यांचा संबंध महाराष्ट्रातील प्रभावशाली जातींशी जोडला जातो). रजपूत आणि मराठा अशा दोनही कुळातील असल्याच्या त्यांच्या या दाव्यामध्ये असलेली ऐतिहासिक विसंगती त्याच्या विधानाशी तितकीच असंबद्ध होती जितकी, ऐतिहासिकदृष्ट्या ते दोन्हीपैकी कोणीच नव्हते ही वस्तुस्थिती असंबद्ध होती. त्याचे शेवटचे विधान होते, "तर मग प्रत्येकाला सांगा की तुम्ही मराठा आहात!" (ओरेन्स्टाईन १९६३, पृ. क्र. ६–७).[१]

याच पद्धतीने, बंगालच्या काही भागांमध्ये मातब्बर शेतकऱ्यांना महिष्या म्हटले जाते. मागील पन्नास वर्षांतच महिष्या हे त्यांच्यासाठी प्रमाणित नाव ठरले आहे. "पूर्वी मिदनापूरमध्ये आणि अजूनही बंगालच्या काही भागांमध्ये, जिथे त्यांचे वर्चस्व नाही तिथे त्यांना कैबर्त्ता किंवा कनिष्ठ श्रेणीतील जाली किंवा मासेमारी करणाऱ्या कैबर्त्तांपेक्षा वेगळे करण्यासाठी–ज्यांच्याशी त्यांचा काही संबंध आहे हे ते कबूल करत नाहीत–त्यांना हली कैबर्त्ता (नांगरणी करणारे कैबर्त्ता) या तुच्छ नावाने ओळखले जाते" (निकोलस आणि मुखोपाध्याय १९६२, पृ. क्र. १९).

अशा प्रकारे नावात बदल करणे भारतात नवे नाही. अठराव्या शतकातील गुजरातमध्ये कुणबी समूहाचे सदस्य, जे जमीनदार आणि महसूल अधिकारी झाले, त्यांना महसूल अधिकाऱ्यांसाठी असलेल्या पाटीदार या नावाने ओळखले जात होते. या नावाला इतकी प्रतिष्ठा होती की काळाच्या ओघात पाटीदार हे एका जातीचे नाव बनले (ए. एम. शाह १९६४ब, पृ. क्र. ९०; श्रीनिवास १९६६, पृ. क्र. ३५–३८; पोकॉक १९५५, पृ. क्र. ७१).

---

[१] या भागात दोनही नावांचा वापर अशा सर्व जातींसाठी केला जातो ज्या जातींतील लोक क्षत्रिय धर्माचे पालन करतात. मराठा या शब्दाचा संदर्भ मराठ्यांच्या मुलुखातील एखाद्या विशिष्ट जातीशी असू शकतो किंवा कुठल्याही "उच्च श्रेणीच्या जातीशी असू शकतो, जिची श्रेणी धार्मिक विधींतील शुद्धतेपेक्षा निधर्मीपणावर आधारलेली असेल." विशेषकरून मराठा जातीचे लोक परंपरेने सैनिक, जमीनदार, शेतकरी आहेत आणि आता ते नव्याने सत्ताधारी झाले आहेत. सगर रजपूत काही विशिष्ट पद्धतींनी या संदर्भ समूहाचे अनुकरण करतात (ओरेन्स्टाईन १९६३; १९६५अ, पृ. क्र. १४३–१४६; पहा, कर्वे १९६१, पृ. क्र. ४४–४५).

दशवार्षिक जनगणनेची पद्धत सुरू झाली तेव्हा चलनशीलतेच्या प्रयत्नांसाठी, विशेषतः नावातील बदलांसाठी एक नवीन व्यासपीठ उपलब्ध झाले. १८६७–१८७१ च्या दरम्यान केलेल्या पहिल्या जनगणनेमध्ये काही जातसमूहांनी त्यांना दिल्या गेलेल्या नावांपेक्षा मोठ्या नावांचे दावे औपचारिकपणे नोंदविले. उदाहरणार्थ, मद्रासमधील शेतकऱ्यांच्या दोन जातींनी त्यांच्या जातीच्या नावापुढे वर्णाची नावे लिहिण्यास सांगितले. त्यापैकी एक जात वैश्य वर्णातील होती आणि दुसरी क्षत्रिय होती.

१९०१ च्या जनगणनेमध्ये प्रत्येक जातीची सापेक्ष क्रमवारी आणि संबंधित वर्ण या दोन्हीची माहिती घेऊन ती प्रसिद्ध करण्यात आली होती. याचा परिणाम म्हणून, जनगणना हे खरोखरच चलनशीलतेच्या संघर्षाचे व्यासपीठ असल्याचे प्रमाणित झाले आणि अचानक स्पर्धेचे एक नवीन पर्व सुरू झाले. १९११ पर्यंत, जनगणना अधिकाऱ्यांकडे नाव बदलण्यासाठीच्या याचिका आणि सामाजिक स्थानासंबंधीच्या इतर प्रमाणपत्रांचा खच येऊन पडला; एका अधिकाऱ्याकडे त्याच्या अधिकारक्षेत्रातील जिल्ह्यांतून १२० पाऊंड वजन भरेल इतके अर्ज आल्याची नोंद आहे (ओमॅली १९१३, पृ. क्र. ४४०).

१९३१ मध्ये जनगणना केलेल्या चार प्रदेशांतून (संयुक्त प्रांत, बंगाल व सिक्कीम, बिहार व ओरिसा, केंद्रीय प्रांत व वऱ्हाड) उच्च श्रेणीकरिता आलेल्या अशा दाव्यांची संख्या १७५ होती, ज्यांपैकी ८० दावे हे क्षत्रिय दर्जासाठी, ३३ ब्राह्मण दर्जासाठी (त्यामध्ये ब्राह्मणपद मागणाऱ्या दोन 'अस्पृश्य' जातींचा समावेश होता.) आणि १५ वैश्य दर्जासाठी होते. विशिष्ट वर्णाचा आधार न घेता नवीन नावांची मागणी करणारे ३७ विनंतीअर्ज होते; ९ मुस्लीम समूहांनी नवीन बिरुद मागितले होते. तेवीस समूहांनी एकापेक्षा अधिक दावे केले होते; काहींनी दोन किंवा तीन प्रतिष्ठित नावांसाठी दावे केले, कदाचित त्यांपैकी एक नाव मिळेल अशी आशा त्यांना असेल (श्रीनिवास १९६६, पृ. क्र. ९९). १९४१ च्या जनगणनेमध्ये आणि त्यानंतर, जाती आणि वर्णांच्या नावांची सूची बनवणे बंद करण्यात आले. त्यामुळे, जातीच्या चलनशीलतेसाठीचे एक साधन म्हणून जनगणनेचा होणारा वापर बंद झाला.

जातीच्या चलनशीलतेसाठी जातप्रथांमधील काही विशिष्ट घटकांमध्येच हेतुपुरस्सर बदल केले जातात. जातीच्या जीवनशैलीतील बराचसा भाग तसाच ठेवला जातो, काही अंशी आर्थिक गरज आणि सवयीनुसार मिळणाऱ्या प्रतिसादामुळे आणि काही अंशी एखाद्या महत्त्वाकांक्षी जातसमूहाच्या सदस्यांना आमूलाग्र बदल करण्याची गरज वाटत नाही, या कारणामुळे असे केले जाते. जर ते शेतकरी असतील आणि त्यांना 'शूद्रां'पेक्षा आपण क्षत्रिय म्हणून ओळखले जावे असे वाटत असेल तर सामान्यतः ते त्यांना त्यांच्या कामाविषयी अभिमान आहे असे दाखवतात. कदाचित त्यांना त्यांच्या शेतकऱ्याच्या दर्जामध्ये थोडासा लढवय्येपणाचे तेज मिसळायचे असावे किंवा त्यांना स्वतःला शेतकरी आणि संरक्षक दोन्ही

म्हणवून घ्यायचे असावे. त्यांच्या महत्त्वाकांक्षांसाठी त्यांना शेती सोडून देण्याची आवश्यकता नसते. कारागिरांच्या बऱ्याचशा जातीदेखील आपापल्या कला सोडून देण्यास उत्सुक नसतात. पण परंपरेने सुतारकाम करणाऱ्यांना (किंवा गवंडीकाम करणारे किंवा कोणीही) उच्च दर्जाचे नाव असलेल्या व्यवसायासाठी ओळखले जावे असे वाटते. ज्या घरगुती रीतीरिवाजांमुळे कसलेही हानिकारक परिणाम होणार नसतात, अशा व्यवहारांमध्ये बदल करण्याचा प्रयत्न प्रगतिशील कुटुंबं करत नाहीत (पहा, मॅरिऑट १९५९अ, पृ. क्र. ६७–६८).

काही विशिष्ट रीतीरिवाजांमुळे, ते रीतीरिवाज पाळणाऱ्यांचा दर्जा खालावतो, याविषयी सर्वांचे एकमत होते. कनिष्ठ श्रेणीपेक्षा वरचे स्थान हवे असणारे हिंदू गोमांसाचे किंवा कुठल्याही प्राण्याच्या सडलेल्या मांसाचे सेवन, मृत प्राणी, सडलेले मांस ओढून नेणे, मृत प्राण्यांपासून बनविलेली उत्पादने हाताळणे (विशेषतः गायींपासून) आणि मैल्याची विल्हेवाट लावणे यांसारखी कामे टाळतात. मुसलमानांचे मापदंड वेगळे आहेत, पण समांतर आहेत. काय टाळायचे याविषयी प्रचंड एकमत असले तरी कशाचे अनुकरण करायचे याबाबतीतले मतैक्य कमी आहे. प्रतिष्ठितपणाच्या वर्तनाच्या पर्यायी पद्धती उपलब्ध आहेत, सामाजिक स्तर वाढविण्यासाठी वेगवेगळ्या धोरणांचा अवलंब शक्य आहे आणि वेगवेगळ्या पद्धतींचे मिश्रण करणे शक्य आहे.

चलनशीलतेच्या प्रक्रियांचे वर्गीकरण करताना संदर्भ वर्गांमध्ये फरक करणे उपयोगाचे ठरते. संदर्भ वर्ग म्हणजे योग्य वर्तनाविषयीचे सर्वसामान्य नियम, संदर्भ समूहांच्या वर्तनाची प्रत्यक्ष उदाहरणे. तीन अभिजात प्रकारांतील "द्विज" वर्ण हा एक प्रमुख संदर्भ वर्ग आहे. दुसरा वर्ग म्हणजे आधुनिक, सुशिक्षित आणि उमदे वर्तन. प्रत्येक वर्गाचा वापर विशिष्ट संदर्भानुसार केला जातो आणि चलनशीलतेच्या विशिष्ट टप्प्यांवर त्यांचा एक ठरावीक प्रभाव असतो. सर्वसामान्यपणे, एखादी जातसंस्था तिच्या सदस्यांना कट्टर शाकाहारी बनण्याची कळकळीची विनंती करते आणि जातीतल्या मुलांच्या महाविद्यालयीन शिक्षणाचा उत्साहाने पुरस्कार करण्यासही सांगते तेव्हा हे दोन वर्ग एकत्र येतात. संदर्भाविषयीच्या नियमांचा अर्थ सहसा एखाद्या प्रतिष्ठित संदर्भ गटाच्या प्रत्यक्ष उदाहरणानुसार लावण्यात येतो. या संदर्भ गटातील लोक असे असतात ज्यांच्यासारखी सामाजिक श्रेणी, विशेषाधिकार आणि मान हवा असणारे लोक त्यांची जीवनशैली पाहून तिचे अनुकरण करू शकतात.

वर्ण–एक संदर्भ वर्ग

"द्विज" हा एक सामान्यीकृत वर्ग आहे. 'शूद्र' किंवा 'हरिजन' वर्गातील महत्त्वाकांक्षी कुटुंबं स्पर्धेसाठी तीनपैकी एका वर्णाची निवड करतात, पण तीनही प्रकारांतील घटक सारखे असतात. तीनही प्रकारांतील एक सार्वत्रिक साम्य म्हणजे पुराणग्रंथांत सांगितलेला द्वितीय

"जन्माचा", म्हणजेच उपनयनाचा विधी आहे. या विधीमध्ये एखाद्या मुलाला औपचारिकपणे त्याच्या दीक्षापूर्व स्थितीपासून वेगळे केले जाते आणि आईचे मूल या नात्याने तो मुलगा आईबरोबर शेवटचे भोजन (मातृभोजन) करतो. त्याला एका प्रतीकात्मक स्थित्यंतराच्या अवस्थेतून जावे लागते आणि काही क्षण किंवा तासांकरिता त्याला बनारससारख्या महान धार्मिक स्थळाशी बांधीलकी असलेला भिक्षुक विद्यार्थी-बटू म्हणून वर्तन करावे लागते. त्याच्या आध्यात्मिक गुरूंनी पवित्र मंत्रोच्चार केले आणि त्याला डाव्या खांद्यावरून जानवे परिधान करण्यास दिले की त्याला त्याच्या नवीन अवस्थेत सामावून घेतले जाते (पहा, काणे १९४१, पृ. क्र. २६८–३१६; स्टिव्हन्सन १९२०, पृ. क्र. २७–४५). मुलाच्या जन्मप्रसंगी केले जाणारे सर्व विधी त्या मुलाला समाजात अधिकृत स्थान मिळाल्याचे जाहीर करतात; द्वितीय जन्माच्या या विधीतून मुलाला त्याचा संपूर्ण दर्जा आणि ओळख यांसारखे महत्त्वाचे पैलू बहाल केले जातात.

धर्मानुसार "द्विज" व्यक्तींनी अलौकिक देवसंकुलाविषयी इतरांच्या तुलनेत खूप जास्त आस्था दाखवणे आणि लौकिक देवसंकुलाशी फारसा संपर्क न ठेवणे अपेक्षित असते. कुठल्याही "द्विज" व्यक्तीकडून पार पाडल्या जाणाऱ्या विधींमध्ये रक्त वाहण्याच्या विधीचा समावेश असू नये आणि तसा तो क्वचितच असतो. त्यांना जर स्थानिक देवतांना शांत करण्यासाठी अशा प्रकारचे काहीतरी अर्पण करायचे असेल तर त्यांनी ते अप्रत्यक्षपणे किंवा अन्य व्यक्तीच्या माध्यमातून करावेत. त्यांनी संस्कृत पुराणग्रंथांमधील प्रमुख तत्त्वांचे पालन इतरांपेक्षा अधिक निष्ठेने करणे अपेक्षित असते; त्यांचा नियमित आहार गावातील कनिष्ठ श्रेणींच्या जातींतील लोकांच्या तुलनेत अधिक शुद्ध असणे अपेक्षित असते. क्षत्रिय दर्जा असणाऱ्यांनी शाकाहारी असावे किंवा मद्याचे सेवन अजिबात करू नये हे अपेक्षित नसते. तरीही ते कमी दर्जाचे मांस, विशेषकरून गोमांस खात नाहीत. तसेच ते धार्मिक समारंभांमध्ये मद्यपेय उपलब्ध करून देत नाहीत. सहसा स्थानिक ब्राह्मण पुरोहितांशी कनिष्ठ श्रेणीतील जातींच्या तुलनेत यांचे बलुतेदारी संबंध अधिक जवळचे असतात.

पुराणग्रंथांमधील उपदेशांचे काटेकोरपणे पालन करण्याने कौटुंबिक नात्यांमध्ये, विशेषतः स्त्रियांवर अधिक कडक नियम लादले जातात. मुलीचे लग्न शक्य तितक्या लवकर झाले पाहिजे आणि तिला शक्य तितक्या लवकर मूल झाले पाहिजे. तिचे भवितव्य तिच्या पतीवर अवलंबून असते; पत्नी या नात्याने तिला घटस्फोट मिळू शकत नाही, विधवा स्त्री पुनर्विवाह करू शकत नाही. "सर्वसाधारणपणे हिंदूंमध्ये, मुलींनी कुमारिका, विवाहित स्त्रियांनी पतिव्रता आणि विधवांनी संयमी असण्यास पसंती दिली जाते आणि ही गोष्ट विशेषकरून उच्चवर्णीय जातींमध्ये पाहायला मिळते" (श्रीनिवास १९५६अ, पृ. क्र. ४८४). हे शेवटचे वाक्य महत्त्वाचे आहे. जानवे, दीक्षाविधी आणि संस्कृतचे अध्यापन यांबाबतीत उच्चवर्णीयांना परंपरेने जसे विशेष

अधिकार मिळाले तसे ते या कौटुंबिक रीतीरिवाजांच्या बाबतीत उच्चवर्णीयांना मिळू शकत नाहीत; किंबहुना इतरांच्या तुलनेत त्यांना ते रीतीरिवाज अधिक शुद्धपणे पाळले पाहिजेत.

ब्रिटिश न्यायालयांनी ज्या पद्धतीने हिंदू कुटुंब कायद्याचा अर्थ लावला त्यामध्ये "द्विज" आणि इतर सर्व हिंदूंमधील हे विभाजन प्रतिबिंबित झाले, किंबहुना त्याला अधिक बळकटी मिळाली. ब्रिटिश-भारतीय कायद्यासाठी हिंदूंचे केवळ दोन प्रकार होते, "द्विज" आणि 'शूद्र'. तीन उच्चवर्णांमध्ये समावेश होऊ न शकणाऱ्या कुठल्याही हिंदू माणसाचे वर्गीकरण चौथ्या वर्णात करावे लागायचे. धर्मांतर करून हिंदू बनलेल्यांना आणि 'अस्पृश्यां'ना 'शूद्रां'मध्ये गणले जात होते. विवाह, वारसाहक्क आणि दत्तकविधानांच्या बाबतीत 'शूद्रां'साठी एक आणि "द्विज" लोकांसाठी दुसऱ्या प्रकारचा कायदा वापरला जायचा. उच्च वर्गाच्या परीक्षणासाठी दोन प्रमुख कायदेशीर निकष वापरले जायचे, ते म्हणजे जानवे नेहमी परिधान केले जाते का आणि विवाहसमारंभ सांस्कृतिक पद्धतींनी पार पडले का. विधवेचा पुनर्विवाह, अनौरस संततीला वारसाहक्क आणि घटस्फोटाला परवानगी दिल्याचे आढळले तर ते 'शूद्र' दर्जा देण्यासाठी जवळजवळ निर्णायक ठरायचे. विविध कायदेशीर निर्णयांमध्ये उच्च श्रेणीचे सदस्यत्व सूचित करण्यासाठी अन्य निकष नमूद केले होते. या नियमांचा कल चलनशील समूहांमध्ये या निकषांवर होणाऱ्या सुधारणांवर लक्ष केंद्रित करण्याकडे होता (डेरेट १९६३, पृ. क्र. २८–२९; मॅककॉरमॅक १९६३, पृ. क्र. ६८–६९; गॅलँटर १९६३, पृ. क्र. ५४५).

या उच्च मापदंडांशी सांस्कृतिकदृष्ट्या जुळवून घेण्याच्या प्रक्रियेस एम. एन. श्रीनिवास यांनी "संस्कृतीकरण" असे म्हटले आहे. या संकल्पनेची व्याख्या ते अशी करतात,"एक अशी प्रक्रिया ज्यामुळे एक 'कनिष्ठ श्रेणीतील' हिंदू जात किंवा आदिवासी किंवा इतर समूह त्याच्या प्रथा, धार्मिक विधी, विचारसरणी आणि जगण्याची पद्धत उच्च आणि बहुतेकदा 'द्विज' जातीनुसार बदलतात" (१९६६, पृ. क्र. १–४५; १९५२अ, पृ. क्र. ३०–३१; १९५६अ). ही संकल्पना फलदायी ठरून तिच्यामुळे पुढे अनेक शोध घेण्यास प्रेरणा मिळाली आहे (उदाहरणार्थ, चनाना-१९६१ब, गाऊल्ड १९६१ब, बार्नबास १९६१, सिंगर १९६४, वॅन बीटेनेन १९६६), पण या संकल्पनेच्या सुरुवातीच्या स्वरूपावर टीका झाली होती. "सांस्कृतिक हिंदुत्व"च्या आशयामध्ये प्रादेशिक आणि ऐतिहासिक फरक मोठ्या प्रमाणात आहेत, हा त्या टीकेचा ठळक भाग होता (स्टाल १९६३).

तर असे आहे की संस्कृत पुराणग्रंथांचा आवाका प्रचंड आहे; वेगवेगळे स्रोत वर्तनाविषयीचे वेगवेगळे मापदंड प्रस्थापित करतात. वेगवेगळ्या वर्तनांसाठी वेगवेगळे विश्लेषक एकाच स्रोताचा आधार घेतात. भगवद्गीता याचे एक उदाहरण आहे (एडगर्टन १९५२, खंड २, पृ. क्र. १०३). सर एडविन अर्नॉल्ड यांनी भगवद्गीतेतील संबंधित परिच्छेदाचे जे भाषांतर केले आहे, ते पुढीलप्रमाणे:

"हे पहा! सर्व गरजांच्या पूर्तीसाठी एखाद्या तळ्यातून जशी पाण्याची बरसात होते, तसेच हे ब्राह्मण सर्वांच्या इच्छांसाठी पवित्र धर्मग्रंथांमधून शब्दसाहित्य उचलतात. पण मग, कसलीही इच्छा करू नका! काही मागू नका! जे योग्य आहे ते योग्य रीतीने करण्याचे संपूर्ण फळ प्राप्त करा.

आपण पाहिले त्यानुसार, योग्य कर्म करण्याचा अर्थ अनेकांनी स्वतःची जातश्रेणी वाढविणे असा घेतला; त्यांच्यापेक्षा श्रेष्ठ श्रेणीतील लोकांनी हे प्रयत्न अयोग्य आहेत, या नजरेने त्यांकडे पाहिले.

तरीही जे स्वतःची गणना सयुक्तिकपणे "द्विज" वर्गात करतात त्यांनी काही विशिष्ट प्रकारचे वर्तन केले पाहिजे याविषयी बहुतांश गावकऱ्यांचे एकमत आहे. उच्च श्रेणीतील जातींनी दीर्घ काळापासून या मापदंडांचे समर्थन केले आहे आणि त्या मापदंडांवर संस्कृतकरणाचे अनेक प्रकार आधारलेले आहेत. यापूर्वी नमूद केल्याप्रमाणे वर्तनाविषयीच्या या संकल्पना अनेक प्रकारच्या धर्मोपासकांनी पुन्हापुन्हा गावकऱ्यांपर्यंत पोहोचवल्या. त्यामध्ये मनोरंजनांसाठी गावात येणारी मंडळी, फिरते उपदेशकर्ते, थोर मार्गदर्शक अशांचा समावेश होता. यातील विरोधाभास म्हणजे संस्कृतकरणाचे सर्वांत प्रभावी माध्यम ठरले ते ब्राह्मणद्वेष्ट्या वर्गांतील भक्तगण. हे कट्टरपंथी लोक धर्मप्रसाराच्या आवेशात अशा समूहांकडे गेले ज्यांच्यावर पुराणग्रंथांत "द्विजांसाठी" असलेल्या मापदंडांची छाप पडलेली नव्हती; आणि कधीकधी त्यांना हे विचार रुजवण्यात असे यश मिळाले ज्यामुळे त्यांच्या विरोधी पंथामध्ये रूपांतर करण्यात त्यांना यश येत असे. आरंभिक शतकांत म्हैसूरच्या लिंगायतांच्या बाबतीत आणि विसाव्या शतकात उत्तर भारतातील आर्य समाजाच्या बाबतीत हे खरे ठरले (श्रीनिवास १९६६, पृ. क्र. २१, १०१).

श्रीमती कर्वे यांनी असे भाष्य केले आहे की महाराष्ट्रात शाळामहाविद्यालयांमध्ये शिक्षण घेतलेल्या लोकांच्या तुलनेत येथील निरक्षर लोकांकडे इथल्या मागील सातशे वर्षांतील साहित्यिक परंपरांचे ज्ञान खूप जास्त आहे. "सामाजिक संरचनेच्या मुळाशी असलेल्या मूलभूत सैद्धान्तिक चौकटीची" देवाणघेवाण गावांच्या माध्यमातून प्रभावीपणे झाली आहे (१९६१, पृ. क्र. ११७–११९). भारताच्या इतर भागांमध्येही ही बाब खरी ठरते; या देवाणघेवाणीसाठी धर्म हा एक अनुकूल संकेत ठरतो (गुम्पेर्झ, १९६४).

अशा रीतीने पुराणग्रंथांवर आधारलेल्या आणि बहुतांश गावकऱ्यांनी स्वीकारलेल्या मापदंडांच्या निकषांवर "द्विज" वर्णाचे लोक आणि उर्वरित समाजातील लोक यांच्यामध्ये फरक केला जातो. एखादा समूह 'शूद्र' किंवा 'हरिजनां'मध्ये वर्गीकरण केल्याबद्दल बराच संतप्त होतो, त्यावर काहीतरी कृती करण्याइतके पुरेसे बळ त्याच्याकडे येते आणि परिणामकारक कृती करण्याइतकी पुरेशी एकजूट निर्माण होते तेव्हा त्या समूहाचे सदस्य त्यांच्या वैयक्तिक सवयी आणि जातीच्या शिष्टाचारांमध्ये असे बदल करतात, जेणेकरून ते विशिष्ट वर्णाच्या

प्रारूपाशी जुळतील. अशा एखाद्या समूहास उच्चवर्णातील एक जात म्हणून आसपासच्या लोकांकडून मान्यता मिळविण्यात यश आले तर, हे प्रारूप म्हणजे एक चिन्हकदेखील ठरते. 'अस्पृश्य' लोक सहसा 'शूद्र' बनण्याचा प्रयत्न करत नाहीत; त्यांना उच्चवर्णापैकी एखादा म्हणजे बहुतेकदा क्षत्रिय वर्ण हवा असतो. 'शूद्रां'मध्ये गणले जाणाऱ्यांना इतर गावकरी 'शूद्र' म्हणत असले तरी सहसा ते स्वतःला 'शूद्र' म्हणवून घेत नाहीत (कर्वे १९६१, पृ. ४७); चलनशीलतेची झेप घेण्याइतके बळ ते गोळा करतात तेव्हा 'शूद्रां'मधील उच्च स्थान मिळविण्यापेक्षा सर्वसामान्यपणे "द्विज"वर्णापैकी एका वर्णात जाण्याचा त्यांचा उद्देश असतो.

अशा महत्त्वाकांक्षी समूहाकडून कोणत्या वर्णाची निवड केली जाते ते त्या समूहाच्या उदयाविषयीचे मिथक, स्थानिक पातळीवर मातब्बर असलेल्या समूहाविषयीचे आकर्षण आणि सामाजिक दर्जा सुधारण्यासाठी सर्वांत व्यवहार्य ठरू शकेल असे धोरण, यांसारख्या घटकांवर अवलंबून असते. कुठलेही प्रारूप निवडले तरी प्रत्येक प्रारूपासाठी आवश्यक असलेल्या सर्वसाधारण गोष्टींची माहिती भारताच्या संपूर्ण ग्रामीण भागास आहे. साध्या शब्दांत सांगायचे तर ब्राह्मण म्हणून वर्गीकरण झालेल्या जातींनी शुचिता, दया, अध्ययन आणि पौरोहित्य या गोष्टींवर गावातील इतरांच्या तुलनेत जास्त भर देणे अपेक्षित असते. क्षत्रिय लोक त्यांच्या भूमिकेतून गौरव, गुण, बळ आणि पुरुषार्थ यांच्यावर भर देतात. वैश्य समाजाला त्यांचे स्थैर्य, मितव्ययीपणा, बुद्धी तसेच शुचिता आणि धर्मनिष्ठेचा अभिमान वाटतो.

देशाच्या कानाकोपऱ्यांतील लोकांना या विविध वैशिष्ट्यांची माहिती असते; कारण मूळ "द्विज" मापदंडांबरोबरच नागरी संस्कृतीशी संबंधित सर्व माध्यमांतून म्हणजे कथा आणि नाटके, स्थानिक किस्से-कहाण्या, धार्मिक स्थळी जमवली जाणारी माहिती, वंशावळी लिहिणारे आणि देवळात जाणारे इतर व्यावसायिक, रोजचे व्यवहार या सर्वांतून ती सादर केली जातात, समजून घेतली जातात आणि त्यांची पुनरावृत्ती केली जाते. प्रत्येक वर्णातील व्यवसाय आणि प्रथांमध्ये बऱ्यापैकी वैविध्य आहे, हे गावातील माणसाला त्याच्या दैनंदिन अनुभवातून समजते. तरीही प्रत्येक वर्णासाठी काही विशिष्ट निर्देश आहेत आणि त्या वर्णात वर्गीकरण झालेल्या किंवा तशी महत्त्वाकांक्षा बाळगणाऱ्यांच्या वर्तनावर त्या निर्देशांचे नियंत्रण राहते.

क्षत्रिय प्रारूपे

क्षत्रियांचे लढवय्ये-शासक हे प्रारूप कनिष्ठ श्रेणीच्या जातींतील महत्त्वाकांक्षी पुरुषांमध्ये सर्वांत जास्त लोकप्रिय ठरले आहे. सुरुवातीच्या शतकांमध्ये जे लोक तलवारीच्या जोरावर वर चढले त्यांना या समूहाने उत्तम प्रकारे सामावून घेतले (कर्वे १९६५, पृ. क्र. ११६). ब्रिटिश युद्धविरामाच्या काळात हे प्रारूप लोकप्रिय आणि व्यवहार्य ठरले. १९३१ च्या जनगणनेतील एका उदाहरणात कनिष्ठ श्रेणीतील लोकांनी ब्राह्मण दर्जासाठीच्या ३३ आणि

वैश्य दर्जासाठीच्या १५ दाव्यांच्या तुलनेत क्षत्रिय दर्जासाठीचे ८० दावे केले होते (श्रीनिवास १९६६, पृ. क्र. ९९). स्वतःला क्षत्रिय म्हणवून घेणाऱ्यांनी त्यांचे नैतिक उद्देश पूर्ण करण्यासाठी बळ वापरण्यास तयार असणे आणि स्वतःच्या सन्मानाचे रक्षण करण्यासाठी उत्सुक असणे अपेक्षित असते. त्यांची अध्ययनाची गती कमी असेल, संपत्तीचा अभाव असेल, संन्यस्त धर्मनिष्ठेच्या बाबतीत कमतरता असेल तरी आदर्श क्षत्रियाची उद्दिष्टपूर्ती करण्याच्या बाबतीत फारसा फरक पडत नाही. ज्या जातीतील लोकांना त्यांच्या लढवय्येपणाच्या परंपरेचा अभिमान वाटतो, तिथे लहानपणापासूनच क्षत्रियपणाचा जाज्वल्य अभिमान बाळगला जातो; वडीलधाऱ्यांकडून सातत्याने स्वतःच्या कीर्तीचे आणि इतरांच्या भ्याडपणाचे जे दाखले मिळतात त्यांतून लहान मुले हा अभिमान आत्मसात करतात. महाकाव्यांमध्ये सांगितलेल्या कथा आणि नाट्यमय प्रसंगांतून या गोष्टींचे आकर्षकपणे व सविस्तरपणे चित्रण केले गेले आहे. खऱ्या क्षत्रिय जातीच्या माणसाने शीघ्रकोपी, वृत्तीने लढाऊ, विजयाच्या बाबतीत दिलदार, संपत्तीच्या बाबतीत उदार आणि सन्मानाच्या बाबतीत कृपण असले पाहिजे.

रजपूत जातींनी क्षत्रियपण विशेषत्वाने जपले आहे आणि त्याचे समर्थन केले आहे. दिल्लीपासून नव्वद किलोमीटर अंतरावर असलेल्या खालापूर गावातील लढवय्या रजपुतांचे चित्रण जॉन हिचकॉक यांनी केले आहे. ते लिहितात की श्रद्धेने लढाऊ परंपरेचे पालन करणारा रजपूत मनुष्य त्याच्या जातीतील सुशिक्षित तरुणवर्गास थोडासा जुन्या वळणाचा वाटतो, पण अगदी त्यांच्यातही अशा लढवय्या रजपुताचे काही गुण असतात. वयस्कर रजपूत मनुष्य अजूनही योद्ध्यासारखी वेषभूषा करतो, मोठमोठ्या मिशा ठेवतो आणि उंच पगडी परिधान करतो; त्याच्यासोबत नेहमी तगडा लवाजमा असतो जो कायमच मुंडकी धडापासून वेगळी करण्याच्या त्यांच्या कौशल्यासह सज्ज असतो. स्वतःला समाजाच्या शासकांपैकी एक असण्याचा जन्मसिद्ध हक्क आणि निसर्गदत्त देणगी मिळाली आहे, असेच मानतो आणि "सर्व जाती आपापसात योग्य नातेसंबंध जपत आहेत आणि समाजातील उतरंड कायम ठेवली जात आहे हे पाहण्याची जबाबदारी आपली आहे असे मानतो." त्याच्या लढाऊ वारशाचा त्याला प्रचंड अभिमान असतो आणि त्याचा वारसा व परंपरा ज्यांना लाभलेली नाही ते त्याच्यासाठी उपहासाचा विषय असतात. त्याने उतावीळ वर्तन केले तर ती त्याच्या पराक्रमीपणाची खूण आहे, असे स्पष्टीकरण तो देतो; त्याने सत्ता काबीज केली तर, शासक बनणे त्याच्या नशिबातच असल्याचा तो पुरावा ठरतो. धार्मिक विधींच्या निष्ठेबाबत सांगायचे तर, "शिकार, मांसभक्षण (अर्थातच गोमांस वगळून), मद्यसेवन आणि अफू घेण्याची परवानगी म्हणजे एक प्रकारे लढाऊ वीराला मिळालेली मुभाच आहे असे तो मानतो" (हिचकॉक १९५८, पृ. क्र. २१६–२२१).

उत्तर भारतातील इतर रजपुतांनी क्षत्रियांसारखीच भूमिका स्वीकारली. गुजरातेतील एका गावात रजपूत सत्ताधीशांचे सत्ता मिळविण्यासाठी आणि ती टिकवण्यासाठीच स्वतःला वाहून

घेतलेले असे वर्णन केले जाते; अपमान सहन करणारा रजपूत हजार पापे करतो असे ते अभिमानाने म्हणतात (स्टीड १९५५, पृ. क्र. ११४–११५). मध्य प्रदेशातील एका गावात स्थानिक रजपूत गावचे व्यवहार चालवतात आणि त्यांची जात म्हणजे "मुख्य क्षत्रिय जात" असल्याचे मानले जाते (मेयर, १९६०, पृ. क्र. ६३). राजस्थानातील एका शहरामधील रजपुतांविषयीच्या एका वर्णनानुसार, "शासन करणे आणि लढणे हे त्यांचे पारंपरिक कर्तव्य आहे" आणि त्यांच्या वंशपरंपरागत शासकाविषयी ते फारसे चांगले बोलत नसले तरी "प्रत्येक रजपूत माणूस त्या शासकाशी एकनिष्ठ असल्याचे ठामपणे सांगतो; लढण्याची वेळ आली तर, ज्यांच्यावर त्या शासकाची कृपादृष्टी नाही अशी कुटुंबंदेखील त्याच्या समर्थनासाठी शस्त्रे बाळगण्याचा विशेष अधिकार असल्याचा दावा करतात" (कारस्टेअर्स १९५७, पृ. क्र. १०६–१०७).

बंगाली समाजात उग्र-क्षत्रिय ही लढवय्यांची जात असते. उग्र म्हणजे "तापट स्वभावाचा." लाल बिहारी डे यांनी बुरद्वान जिल्ह्यातील त्यांच्या गावावर १८७२ मध्ये लिहिलेल्या कादंबरीत या उग्र क्षत्रियांचे वर्णन "धाडसी आणि काहीशी भयंकर जात आणि अन्याय किंवा दबावाच्या बाबतीत बंगालमधील सामान्य जनतेच्या तुलनेत कमी सहनशील" असे केले आहे. १९६२ मध्ये याच गावाचे जे वर्णन केले आहे त्यामध्ये हा मजकूर उद्धृत केला असून उग्र-क्षत्रियांमध्ये ("भक्कम, धाडसी समुदाय") अजूनही ही वैशिष्ट्ये दिसत असल्याचे म्हटले आहे. त्यांच्या उगमाविषयीचेच मिथक (मनू X-९ मधील)[२] सांगते की ते क्षत्रिय पुरुष व 'शूद्र' स्त्रीचे वंशज आहेत आणि त्यामुळे त्यांना निःसंदिग्धपणे क्षत्रियाचा दर्जा दिला जात नाही, पण "आता ते क्षत्रिय असल्याचा दावा करत आहेत आणि स्वतःसाठी द्विज समाजाचा दर्जा मिळविण्याचा प्रयत्न करत आहेत" (बसु १९६२, पृ. क्र. २४, ३६).

धाडसी, महत्त्वाकांक्षी आणि भांडखोर पुरुषांना क्षत्रियाचे गुण अंगी बाणवणे फारसे कठीण ठरलेले नाही. तसे करण्यासाठी आहारविहार किंवा दिनक्रमामध्ये खूप मोठे बदल करण्याची गरज नसते. क्षत्रियवर्गातील लोकांनी आहार, पेयपान आणि धार्मिक विधींतील बारकाव्यांबाबत ब्राह्मणांइतके काटेकोर आणि व्यापार किंवा कारागिरीमध्ये वैश्यांइतके कुशल असणे अपेक्षित नसते. त्यांनी केवळ ताकद आणि अविचल धैर्याचे प्रदर्शन करण्याची गरज असते. उच्च श्रेणीसाठीच्या संघर्षात कुठल्याही प्रसंगाकरिता हे गुण उपयुक्त ठरतात. महत्त्वाकांक्षी शेतकऱ्यांकडे हे गुण नेहमी असतात आणि सत्तेवरील नियंत्रण हा क्षत्रियांचा आदर्श आहे.

त्याचबरोबर, लढाऊ परंपरा असलेल्या पूर्वजांशी पौराणिक किंवा ऐतिहासिक पुराव्यांच्या आधारे नाते सांगणे कठीण नसते. हजारो वर्षांच्या युद्धकाळात अनेक लढाऊ गट सत्तेवर

---

[२] दक्षिण भारतातील कूर्ग समाजाच्या उगमाविषयी स्पष्टीकरण देण्याकरिता याच मिथकाचा वापर केला गेला होता (श्रीनिवास १९५२अ, पृ. क्र. ३३–३४, २१९–२२०; हॉपकिन्स १८८४, पृ. क्र. ३०६).

आले आणि अनेक जण पराभूत होऊन त्यांची पांगापांगही झाली. वंशावळींची नोंद करणारा माणूस एखाद्या वारसगटासाठी त्यांच्या विस्मृतीत गेलेल्या एखाद्या पूर्वजाची माहिती शोधून काढू शकतो (श्रीवास्तव १९६३, पृ. क्र. २६४–२६५). के. एम. पणिक्कर यांनी असा निश्चित निष्कर्ष मांडला आहे की वस्तुतः सर्व भारतीय शासक यशस्वी लढवय्ये होते आणि पुढे त्यांना क्षत्रियांची श्रेणी मिळाली. "किमान ख्रिस्तपूर्व चौथ्या शतकातील महापद्मनंदांच्या काळापासून ज्ञात असलेला प्रत्येक राजवंश तरी क्षत्रियेतर जातीतील होता" (१९५६, पृ. क्र. ८). त्यामुळे, एखादे सार्वत्रिक विधान केले तर कदाचित इतिहासकारांकडून शंका घेतली जाईल किंवा पूर्वीच्या संस्थानांविषयी अभिमान बाळगणाऱ्यांकडून त्याला आव्हान दिले जाईल. पण एकदा एका समूहाने लढून सत्ता मिळवली की त्यांचे 'शूद्र'श्रेणीतून क्षत्रियश्रेणीत पुनर्वर्गीकरण होण्याची शक्यता होती.

अनेक गावांमध्ये अशा प्रकारचे पुनर्वर्गीकरण झालेले आहे. उदाहरणार्थ, पुणे जिल्ह्यातील गांव या खेड्यातील दोन जातींचे लोक असे सांगतात की त्या क्षत्रिय आहेत. त्यापैकी एक मराठा म्हणजे त्या भागातील मातब्बर जातसमूहातील एक जात आहे. दुसरी जात सगर रजपूत म्हणून ओळखली जाते. त्यांचे बदललेले नाव वर सांगितलेले आहे. गांव नामक खेडे आणि त्याच्या आजूबाजूच्या खेड्यांमध्ये त्यांचे वर्चस्व आहे. त्या गावातील इतर गावकरी सांगतात की अगदी अलीकडच्या काळापर्यंत (वयस्कर लोकांच्या आठवणींनुसार) सगर रजपूत पारंपरिक व्यवसायानुसार धनगर होते आणि पारंपरिक वर्गीकरणानुसार 'शूद्र' होते. त्यांचे बळ आणि महत्त्वाकांक्षा या पातळीपर्यंत वाढली की जिथे त्यांना त्यांचे नाव बदलणे, ते क्षत्रिय आहेत असे जाहीर करणे आणि जानवे परिधान करणे शक्य होते. त्यांच्यापैकी एकाने वंशावळी लिहिणाऱ्या एका माणसाचा वापर केला आणि त्या माणसाने या सगर रजपुताचे पूर्वज थोर मराठा राजा शिवाजीच्या सैन्यातील प्रमुख अधिकारी असल्याचे शोधून काढले. या गांव नामक खेड्यात ज्या मराठा जाती बऱ्याच काळापासून आणि बऱ्याच सुरक्षितपणे आपल्या लढाऊ प्रतिमेसह स्थिरावलेल्या आहेत, त्यांच्याकडून या दाव्यांचा नेमका उपहास करतात आणि सगर रजपुतांनी क्षत्रियांचे काही विशिष्ट रीतीरिवाज पूर्णपणे स्वीकारलेले नाहीत, विशेषतः विधवांच्या पुनर्विवाहास बंदी करण्याची रीत. या संदर्भात मराठ्यांकडून जे आक्षेप घेतले जातात त्यावर, मराठा समाज एखाद्या विधवेला भ्याडपणे आणि अनौपचारिकपणे विधवेला तिच्या मृत पतीच्या भावाच्या बायकोसारखं वागायला लावतात, असा युक्तिवाद सगर रजपुतांकडून केला जातो. इतर गावकऱ्यांपैकी बहुतांश लोकांचा सगर रजपुतांविषयीचा दृष्टिकोन मराठ्यांसारखाच असतो, पण ते उघडपणे तसे दाखवण्यापेक्षा तो खाजगीत व्यक्त करतात कारण सगर रजपुतांना फार चटकन अपमानित झाल्यासारखे वाटते आणि ते अपमान करणाऱ्यास मारहाण करायला तयार असतात (ओरेनस्टाईन १९६५अ, पृ. क्र. १४५, १५९).

तरीही मराठ्यांनाही सगळीकडे क्षत्रिय म्हणून स्वीकारले गेलेले नाही. एकोणिसाव्या शतकामध्ये काही ब्राह्मणांनी त्यांच्यावर 'शूद्र'पणाचा शिक्का मारला (पृ. क्र. १४५ वरील संदर्भानुसार). श्रीमती कर्वे यांनी १६९७ मध्ये शिवाजी महाराजांना क्षत्रियवर्गात सामावून घेण्याच्या प्रसंगाविषयी लिहिले आहे. एका ब्राह्मणास या संदर्भात एक योग्य वंशावळ प्राप्त झाली आणि त्याने उत्तरेतील क्षत्रियांमध्ये असते त्या प्रथेनुसार मुंजीचा विधी पार पाडण्याचा सल्ला दिला. "त्यामुळे एका पवित्र स्थळी शिवाजीच्या मुंजीचा सोहळा पार पाडून त्यांना कुलीन क्षत्रिय बनवले गेले आणि मग १६७४ मध्ये त्यांना राज्याभिषेक करण्यात आला" (कर्वे १९६१, पृ. क्र. ४३–४४; १९५८अ, पृ. क्र. ८८).

द्रविड भाषिक प्रदेशांमध्ये क्षत्रिय किंवा अगदी वैश्य वर्णाचा दावा बऱ्याच काळापासून करणाऱ्या खूप जाती नव्हत्या (पहा, दुबॉई १९२८, पृ. क्र. १५). केरळातील व्यवसायाने लढवय्ये असणाऱ्या आणि लढवय्येपणाचा स्वीकार करणाऱ्या नायर समाजाचे वर्गीकरण तेथील ब्राह्मणांनी 'शूद्रां'मध्ये केले होते; आणि त्यांच्यातील केवळ सत्तेवर असणाऱ्या घराण्यांना क्षत्रिय म्हणून ओळखले जात होते (मेयर १९५२, पृ. क्र. २६–२७). एकोणिसाव्या शतकात विविध तमिळ समूह स्वतःचा संबंध क्षत्रियांशी असल्याचे जाहीर करू लागले. त्यांतील पदायाची या एका जातीने १८७१ च्या पहिल्या जनगणनेच्या वेळेस आपल्याला क्षत्रियांचा हुद्दा मिळावा, अशी विनंती केली होती आणि १८९१ च्या जनगणनेपर्यंत त्यांनी नाव आणि श्रेणीसंबंधीचे त्यांचे हक्क सांगणारे एक पुस्तक तयार केले होते. तंजावर जिल्ह्यातील त्यांच्या श्रेणीचा विचार केल्यास त्यांचे प्रयत्न पूर्णपणे यशस्वी ठरले नाहीत; तिथे त्यांना अजूनही अशा जातींपेक्षा खालचे स्थान दिले गेले आहे, ज्यांच्या पुढे जाण्याचा प्रयत्न ते करत होते (बेटली १९६५, पृ. क्र. ८७, ९७).

कूर्ग समाज हा अशा लोकांचे उदाहरण आहे, ज्यांनी क्षत्रियांविषयीच्या नेहमीच्या मापदंडांच्या बाबतीत त्यांच्यात काही त्रुटी असूनही प्रभावीपणे क्षत्रिय म्हणून ख्याती प्राप्त केली आहे. याविषयी आधी नोंद केली गेली आहे. कूर्ग समाज म्हणजे लढवय्ये आणि जमीनदारांचा एक छोटा समूह होता आणि जसजसा हा समाज नागरी संस्कृतीच्या मुख्य प्रवाहात अधिक जवळून सामावत गेला, तसतशी त्यांनी ही वैशिष्ट्ये अंगी बाणवली आणि क्षत्रियवर्गात चांगल्या प्रकारे सामावून गेले (श्रीनिवास १९५२अ, पृ. क्र. ३३).

ब्राह्मण प्रारूपे

काही सत्ताधारी समूहांनी क्षत्रियांपेक्षा ब्राह्मणांची शैली स्वीकारली. ते धार्मिक विधींतील शुचितेवर आणि धार्मिक विधींचे शुद्धीकरण करण्यावर भर देतात. विटाळ टाळण्याच्या बाबतीत ते जास्त काटेकोरपणे वागतात. पौरोहित्याच्या कुठल्याही सेवा त्यांना पुरवाव्या

लागत नाहीत किंवा पुराणग्रंथांमधील ज्ञान आत्मसात करावे लागत नाही, कारण बऱ्याच ब्राह्मण जाती अशा सेवा पुरवत नाहीत आणि खूपशा ब्राह्मणांचा अभ्यास फार कमी असतो. ब्राह्मण जातीने इतर जातींच्या तुलनेत प्रामुख्याने धार्मिक विधींवर भर दिला पाहिजे आणि शुचितेवर लक्ष केंद्रित केले पाहिजे. त्यांचे शुचितेचे प्रमाण हे नेहमी इतरांच्या रीतीरिवाजांना सापेक्ष असे असते. बऱ्याचशा ब्राह्मण जाती, विशेषतः दक्षिणेकडील आणि वैष्णव पंथातील ब्राह्मण कट्टर शाकाहारी आहेत. उत्तर भारतातही अशा अनेक ब्राह्मण जाती आहेत ज्या जातींचे लोक मांस किंवा मासे खातात (शर्मा १९६१अ), पण ते जास्त विटाळकारक स्वरूपाचे मांस खात नाहीत आणि त्यांचा आहार शाकाहारी प्रकारचा नसला तरी तो त्यांच्या भागातील जातींच्या रीतीरिवाजानुसार ठरलेल्या आहाराइतका शुद्ध आणि सहसा त्यापेक्षा जास्त शुद्ध असतो (पहा, कारस्टेअर्स १९५७, पृ. क्र. ११५–११६).

शिक्षणाबाबत बोलायचे तर, आदर्श विद्वत्तेचे निकष काही मोजक्या ब्राह्मणांकडून पूर्ण केले जात होते. तरीही गावातील इतर जातींपेक्षा ब्राह्मणांकडून या आदर्शांना मान अधिक ठेवला जातो आणि जात आहे. क्षत्रियांकडून एखाद्या अशा ब्राह्मणाचाच मान राखला जातो, जो अत्यंत विद्वान असेल, ज्याने सर्व वेद मुखोद्गत केले आहेत किंवा जो पुराणग्रंथांवर भाष्य करण्याबाबत तरबेज असेल. पण त्याचे अनुकरण ते क्वचितच करतात. एखाद्या विद्वानाचे अनुकरण करण्याने स्वतःचा उत्कर्ष होतो असे ब्राह्मणांना आणि भावी ब्राह्मणांना वाटते; क्षत्रियांना तसे वाटत नाही. ब्राह्मणांच्या पारंपरिक मतांनुसार ब्राह्मण पृथ्वीचे स्वामी होते. पण क्षत्रियांना राज्य करण्याची परवानगी दिली, जेणेकरून ब्राह्मणांना दैनंदिन गरजांची चिंता बाजूला ठेवून स्वतःला पूर्णपणे धार्मिक विधींसाठी झोकून देता येईल (इंगॉल्स १९५८, पृ. क्र. २१२).

ज्यांना ब्राह्मणवर्गात सामावण्याच्या दिशेने चलनशीलतेसाठीचे प्रयत्न करायचे असतात, त्यांना इतरांवर अधिकार गाजवण्याची गरज नसते. त्याउलट, त्यांना त्यांच्याच समूहावर नियंत्रण ठेवावे लागते जेणेकरून त्यांच्या समूहातील सदस्य एका शिस्तीने ब्राह्मणी मापदंडांचे पालन करतील. ही शिस्त म्हणजे जातीविषयीच्या नियतकालिकांमधील एक प्रमाण संकल्पना आहे. एन. के. बोस यांनी १९०८ मधील बंगालच्या जातविषयक नियतकालिकामध्ये एक वैशिष्ट्यपूर्ण उदाहरण दिले आहे. नाम 'शूद्र', शेतकरी व नावाड्यांविषयीचे ते नियतकालिक असून त्यांचे नाव काहीही असले तरी त्यांना ब्राह्मण म्हणून ओळख प्राप्त करण्यासाठी खूप मोठा संघर्ष करावा लागला आहे. या परिच्छेदाच्या भाषांतरानुसार, "आमच्याविषयीच्या द्वेषामुळे किंवा रागामुळे, लोकांना आम्ही आवडत नसू; पण एखाद्याने आमच्याकडे पिढ्यान्‌पिढ्या पाळली जाणारी स्वच्छ ब्राह्मणी जीवनशैली पाहिली तर त्यांना मान्य करावे लागेल की नाम 'शूद्र' जातीचे पूर्वज प्राचीन काळातील ऋषीमुनी म्हणजे शुद्ध ब्राह्मण होते."

बंगालमधील आणखी एक ब्राह्मणाभिमुख समूह योगींचा आहे, जे पारंपरिक व्यवसायानुसार विणकर आहेत. त्यांच्या जात नियतकालिकामध्ये १९११ पासून ब्राह्मणत्वाचा पुरस्कार सुरू झाला; १९२१ पर्यंत त्यांच्यातील पुरोहितवर्गाने ब्राह्मणपदाचा दावा केला आणि १९३१ च्या जनगणनेमध्ये जातीच्या प्रमुखांनी असा दावा केला की योगी समाजातील सर्व लोकांचा दर्जा ब्राह्मणांचा आहे. ब्राह्मणांचे मापदंड आणि योगी समाजाचे रीतीरिवाज यांतील विसंगतींविषयी त्यांच्या प्रसिद्धीपत्रांमध्ये बरीच टीका केली गेली आहे. जानवे परिधान करणाऱ्या योगींना अजूनही शेतकरी म्हणून काम करता येईल का या प्रश्नाला स्पष्टपणे "हो"असे उत्तर दिले गेले. पण विधवांना पुनर्विवाहास मान्यता देण्याची जी जुनी प्रथा योगींमध्ये होती त्याविषयी काहीशी असहमती निर्माण झाली. ज्यांनी कट्टर ब्राह्मणत्व स्वीकारले त्यांना त्या प्रथेवर बंदी आणायची इच्छा होती. पण जातीतील इतर सदस्य त्याबाबत ठाम नव्हते. कदाचित नवीन पाश्चिमात्य प्रभावामुळे जुन्या प्रथेला नव्याने सन्मान मिळत असल्याचे त्यांना दिसले असेल (बोस १९५८ब, पृ. क्र. ८६–८८).

काही जाती ब्राह्मण श्रेणीसाठी सक्रियपणे संघर्ष न करता ब्राह्मण प्रारूपाचे अनुकरण करतात; इतर लोक क्षत्रिय म्हणून ओळख प्राप्त करण्याचा प्रयत्न न करता लढवय्ये-शासकांचे प्रारूप स्वीकारतात. उदाहरणार्थ, मध्य प्रदेशातील रामखेरी गावातील दोन जातगटांमध्ये, प्रत्येक गटातील विविध जाती धार्मिक श्रेणींच्या बाबतीत समान आहेत हे मान्य केले गेले आहे. एका गटातील लोक शाकाहारी व मद्यसेवन न करणारे आहेत. दुसऱ्या गटातील लोक विशिष्ट प्रकारचे मांसभक्षण करतात आणि मद्यसेवन करतात.

शाकाहारींमधील प्रमुख जात शेतकऱ्यांची (लेखकांनी वापरलेल्या संबोधनानुसार) आहे. अन्य शाकाहारी जातींमध्ये माळी, सुतार, सोनार, शिंपी आणि बैराग्यांचा समावेश होतो. या सर्वांना त्यांच्या जीवनशैलीच्या श्रेष्ठत्वाविषयी सर्वाधिक खात्री आहे. मेयर लिहितात, "१९४८ पासून निवडणुकीच्या माध्यमातून अस्तित्वात आलेल्या सत्तांमध्ये शाकाहारी जातींचे वर्चस्व होते, त्यामुळे त्या सत्तांकडून शाकाहारी जातींच्या विचारांचे समर्थन केले गेले. तसेच काळाच्या ओघात सर्व प्राणीहत्यांवर बंदी घालतील आणि त्यांचे श्रेष्ठत्व मान्य करतील अशी राष्ट्रीय धोरणे येतील याविषयी ते आशावादी आहेत" (१९६०, पृ. क्र. ४५). शासनावर खरोखरच असे वर्चस्व आहे का किंवा अशा प्रकारचा प्रभाव दीर्घकाळ राहील का, या गोष्टींचा परिणाम या जातींच्या आत्मविश्वासावर होत नाही. हा आत्मविश्वास सदर जातींना गांधीवादी चळवळीतून आणि तिच्या राजकीय परिणामांतून प्राप्त झालेला आहे. या जातींचा कल ब्राह्मणी पद्धतींकडे असूनही त्या ब्राह्मणवर्गात सामावले जाण्याचा दावा करत नाहीत.

दुसऱ्या गटामध्ये रजपुतांची संख्या सर्वाधिक आहे आणि गावात त्यांच्याशी उत्तम सख्य असलेल्या सात जातगटांशी त्यांनी विशिष्ट नाते प्रस्थापित केले आहे. हे नातलग शाकाहारींना

"दुबळे आणि नेभळट" समजतात. तसेच ते स्वतः जुन्या राजेशाही शैलीनुसार वागत असल्याबद्दल आणि त्यांच्या मते मांसाहार करणाऱ्या पाश्चात्त्य शासकांच्या शैलीनुसार वागत असल्याबद्दल त्यांना अभिमान वाटतो. शेतकऱ्यांचे दूरदर्शित्व आणि वेगळेपणाचा ते उपहास करता. रजपूत समाज जास्त उदार, समाजाचा विचार करणारे आणि स्नेहशील असतो; त्यांच्या जातीचे प्रारूप ते अशा रीतीने मांडतात, ज्याचे सहज अनुकरण करता येईल असे कनिष्ठ श्रेणीतील जातीच्या लोकांना वाटते. या जातींच्या उगमाविषयीची जी कथा त्यांनी गृहीत धरलेली असते तिच्यामुळे त्यांना जुन्या क्षत्रिय दर्जाविषयीच्या प्रश्नाला बगल देता येते. ही परशुरामांची कथा आहे. त्यांनी क्षत्रियांची हत्या करण्याच्या उद्देशाने क्षत्रियांना शोधण्यासाठी सर्व भूमी पिंजून काढली. या अद्‌भुत संकटापासून पळ काढताना क्षत्रियांनी वेष बदलण्यासाठी वेगवेगळे व्यवसाय स्वीकारले. त्यामुळे माळी म्हणून काम करणाऱ्या एका क्षत्रियासमोर परशुराम आले तेव्हा त्यांनी त्याला सोडून दिले आणि त्या माणसाचे वंशज माळी जातीचे लोक म्हणून ओळखले जाऊ लागले. केवळ रजपुतांनीच त्यांची लढाऊवृत्ती कायम ठेवली; इतर लोक इच्छा असल्यास स्वतःला पूर्वीचे क्षत्रिय म्हणवून घेऊ शकतात किंवा इतर अनेकांप्रमाणे याविषयीचा प्रश्न टाळू शकतात (मेयर १९६०, पृ. क्र. ४४–४५, ६०–६२, ८८).

असेच एक उदाहरण दक्षिण भारतातल्या तंजावर जिल्ह्यातील श्रीपूरम गावाचे आहे. तिथेदेखील दोन जातगटांच्या जीवनशैली वेगवेगळ्या आहेत. एक जातगट क्षत्रियांचे बिरुद न मिरवता ताकद आणि सत्तेला महत्त्व देतो. तर दुसरा गट ब्राह्मणत्वाचा दावा न करता धार्मिक विधींचे अधिक काटेकोरपणे पालन करतो. प्रत्येक गटाला त्या गटातील प्रमुख जातीच्या नावाने म्हणजे अनुक्रमे कल्ला आणि वेल्लाळ या नावांनी ओळखले जाते. कल्ला समाजातील लोकांची शरीरयष्टी धिप्पाड असल्याचे आणि त्यांच्या वागण्यात "ताठा" असल्याचे सांगितले जाते. "त्यांचा सुसंघटितपणा (काहींच्या मते त्यांचे 'आदिवासी' व्यक्तिमत्त्व आणि त्यांच्या संस्कृतीत सांस्कृतिक घटकांचे तुलनेने कमी असलेले महत्त्व आणि अधिकांश लोकांना अजूनही ज्याची दहशत वाटते असे कायद्याचे अस्तित्व नसलेले हिंसक जीवन जगण्याची त्यांची परंपरा या सर्व गोष्टींमुळे वेल्लाळ समाजापेक्षा त्यांना वेगळे ओळखता येऊ शकते"(बेटली १९६५, पृ. क्र. ८४). वेल्लाळांची जीवनशैली धार्मिक विधींवर अधिक आधारलेली, "सांस्कृतिक" पद्धतीची आहे आणि ते स्वतःला वैश्य म्हणवून घेतात. कल्ला समाज राजकीयदृष्ट्या अधिक महत्त्वाचा तर वेल्लाळ धार्मिक विधींच्या बाबतीत जास्त प्रभावशाली आहेत (बेटली १९६५, पृ. क्र. ८२–८५; गॉघ १९५६, पृ. क्र. ८२७).

दक्षिणेतील अनेक गावांतील कारागीर चलनशीलतेसाठी एक विशेष प्रकारचा संघर्ष करताना दिसतात. कारागिरांच्या पाच संलग्न जातींनी दीर्घकाळापासून आणि आग्रहीपणे ब्राह्मण असल्याचे दावे केले आहेत. ते विशेष आणि सर्वांत श्रेष्ठ प्रकारचे ब्राह्मण आहेत आणि

स्वर्गाची रचना करणारा वास्तुविशारद विश्वकर्मा याचे वारस आहेत असे ते सांगतात. पांचाळ या समुदायवाचक शीर्षकांतर्गत सोनार, पांचाळकासार, सुतार, शिल्पकार व लोहार या पाच जातींचा समावेश आहे. तमिळ, कन्नड आणि तेलुगु भाषिक प्रदेशांतील बहुतांश भागांत हे कारागीर एकमेकांचे सहयोगी आहेत. मूळ ब्राह्मणांचा ते तिरस्कार करतात आणि त्यांच्याऐवजी स्वतःच्या जातीतील पुरोहितांवर भिस्त ठेवतात. एक संदर्भगट म्हणून ते ब्राह्मणांविषयी घृणा बाळगतात, पण एक संदर्भवर्ग म्हणून ब्राह्मणत्वाशी पूर्णपणे साधर्म्य असल्याचे दाखवतात.

या जातींतील पुरुष जानवे परिधान करतात; धार्मिक विधींच्या बाबतीत ते इतके काटेकोर असतात की इतर जातींपैकी फार थोड्यांकडून ते अन्न व पाणी स्वीकारतात; त्यांच्या वंशावळींसाठी ते संस्कृत गोत्रांच्या नावांचा वापर करतात; पुराणग्रंथांनुसार धार्मिक विधी पार पाडतात; त्यांच्यापैकी काहींनी वेदांचा अभ्यासदेखील केलेला आहे. तरीही, त्यांच्या सर्व पद्धती पुराणग्रंथांवर आधारित असूनही सभोवतालच्या लोकांकडून त्यांना मूळ ब्राह्मणांसमान दर्जा दिला जात नाही. काही ठिकाणी तर 'अस्पृश्य' लोकही लोहारांकडून अन्न व पाणी स्वीकारत नाहीत, लोहार शाकाहारी असतात तरीही. कदाचित अधिक उद्धटपणे केल्या जाणाऱ्या त्यांच्या दाव्यांमुळेच त्यांच्याबाबत विशेष भेदभाव केला जात असेल (एपस्टाईन १९६२, पृ. क्र. १६२, २९४; श्रीनिवास १९५५अ, पृ. क्र. २२–२४).

त्यांचे दावे नवीन नाहीत. सतराव्या शतकातील नोंदींमध्ये त्यांच्याविषयी लिहिले आहे (जॅक्सन १९०७, पृ. क्र. २४३; घुर्ये १९६१, पृ. क्र. ६). दुबॉई यांनी एकोणिसाव्या शतकाच्या सुरुवातीस असे लिहिले आहे की कारागिरांचे पाच वर्ग "काही जिल्ह्यांमध्ये ब्राह्मणांचे वर्चस्व मान्य करण्यास नकार देतात." 'शूद्रां'मधील उच्च जातींच्या उजव्या गटाच्या विरोधात असलेल्या डाव्या गटाचेही ते प्रमुख निष्ठावंत होते (दुबॉई १९२८, पृ. क्र. २३–२५). विसाव्या शतकाच्या सुरुवातीस केलेल्या नोंदींमध्ये, या कारागिरांच्या जातींनी अत्यंत शुद्ध ब्राह्मण असल्याची ठाम विधाने सतत चालू ठेवल्याचे लिहिले आहे. तसेच ते तसे नसल्याची त्यांच्या सभोवतालच्या लोकांची सातत्याने येणारी प्रतिक्रियादेखील त्यामध्ये नोंदविलेली आहे (बेन्स १९१२, पृ. क्र. ५८–६०; थर्स्टन १९०९, खंड ३, पृ. क्र. १०६–१२५).[३]

दक्षिणेतील या कारागीर जातींनी ब्राह्मणवर्गाची संस्कृती आत्मसात केली; पण सामाजिकदृष्ट्या त्यांना अपयश आले. कदाचित धार्मिक विधींच्या बाबतीत स्वतःला सर्वांपासून दूर आणि तुलनेने शुद्ध ठेवणे त्यांना शक्य झाले; कारण अर्थव्यवस्थेवर त्यांची

[३] बेन्स यांनी बंगाल व महाराष्ट्रातील कारागिरांमध्येही अशीच वृत्ती आढळल्याची नोंद केली आहे. तरी त्यांचे दावे आक्रमकपणापेक्षा अधिक विनम्रपणे केले गेले होते. या दोन भागांत अगदी अलीकडे केलेल्या अभ्यासातून असे दिसून येते की काही कारागीर त्यांच्या विधानांवर ठाम राहिले (निकोलस १९६२, पृ. क्र. १३०; ओरेन्स्टाईन १९६५अ, पृ. क्र. २१२). गंगेच्या खोऱ्यातील कारागीर जातींनी असे दावे केलेले नाहीत.

पकड होती. सुतार आणि लोहारांच्या सेवेशिवाय शेती करणे इतर गावकऱ्यांसाठी अवघड झाले असते आणि सोनार, ताम्रकार व शिल्पकारांशिवाय ग्रामजीवनातील इतर भागावर विपरीत परिणाम झाला असता. त्यामुळे लोहारांनी जानवे परिधान केले तेव्हा इतर गावकरी त्यांना मारहाण करू शकले नाहीत किंवा त्रास देऊ शकले नाहीत. नाहीतर त्यामुळे पुढच्या सुगीच्या हंगामात शेतीची हत्यारे आणि दुरुस्तीची कामे झाली नसती. तरीही कारागिरांचे दावे इतरांनी मान्य करावेत याची सक्ती करण्याइतकी पुरेशी ताकद कारागिरांकडे नव्हती. अनेक शतकांपर्यंत समाजात कुंठितावस्था होती. स्थानिक व्यवस्थांचे काम बऱ्यापैकी व्यवस्थित चालू होते. या कारागिरांनी आणि शेतकऱ्यांनी केवळ आर्थिक उद्देशाने इतर जातींशी बलुतेदारी संबंध कायम ठेवले. समाजातील अनिर्णित वादंग स्थानिक जातिव्यवस्थेचे व्यवहार चालू ठेवण्याच्या बाबतीत फार मोठे अडसर ठरले नाहीत.

वैश्य आणि 'शूद्र' प्रारूप

ब्राह्मणांप्रमाणे वैश्यदेखील धार्मिक विधींचे स्तोम माजवणारे, कर्मठ आणि संयमी वृत्तीचे असतात. पण ब्राह्मणांमध्ये नसलेली एक गोष्ट वैश्यांकडे असते ती म्हणजे एखादा ऐहिक व्यवसाय, व्यापार करणे त्यांच्यासाठी बंधनकारक असते (पहा, श्रीनिवास १९६६, पृ. क्र. ३१–३२; कारस्टेअर्स १९५७, पृ. क्र. ११९–१२०). ज्यांना वैश्यांचा दर्जा हवा असेल ते एखादा स्वच्छ स्वरूपाचा व्यवसाय करू शकतात आणि तरीही त्यांच्या उत्पादनाची विक्री करताना किंवा एखादे दुकान उघडताना ते वैश्यसमाजाविषयीची आसक्ती दाखवून देऊ शकतात.

ओरिसातील तेली म्हणजे परंपरेनुसार तेल काढण्याचा व्यवसाय करणारे आणि 'शूद्रां'मध्ये गणले जाणारे लोक. ते मूळचे वैश्य होते आणि कुठल्याही तरी बाह्य परिस्थितीमुळे त्यांचा व्यापार बंद झाला आणि त्यांना वनस्पतींपासून तेल काढणाच्या कमी प्रतिष्ठेच्या व्यवसायाचा आश्रय घ्यावा लागला, असे ते आग्रहीपणाने सांगत. तेली समाजाच्या संघटनेने मंजूर केलेल्या ठरावात या मूळ कथेचा उल्लेख नियमितपणे केला जातो.

या ठरावांमध्ये तेली लोकांसाठी योग्य असलेल्या व्यापारांच्या प्रकाराविषयीचे नियमही आहेत. उदाहरणार्थ, ते नागवेलीची पाने विकू शकतात, पण त्यापासून बनविलेले विडे विकू शकत नाहीत. नागवेलीच्या पानांचा ठोक व्यापार प्रतिष्ठित स्वरूपाचा आहे आणि नागवेलीची शेती करणारेच हा व्यापार करतात. पानाचे विडे विकणे हा मामुली व किरकोळ स्वरूपाचा व्यवसाय आहे. "नागवेलीची लागवड करून चरितार्थ चालवणारे आपल्या जातीतले लोक शेतातच त्या पानांची विक्री करू शकतात. ती पाने डोक्यावर किंवा बैलगाडीत लादून दूरच्या बाजारपेठांमध्ये जाणे गरजेचे नाही." आणखी एका बैठकीत मंजूर केलेल्या ठरावामुळे नागवेलीची पाने एखाद्या दुकानात विकण्याची परवानगी मिळते, पण "जागोजागी भटकून विक्री करण्याची परवानगी मिळत

नाही." अनेक ठरावांमधून असे सूचित केले जाते की काही तेली लोकांनी कमी प्रतीचे व्यापार सुरू ठेवले असून त्यांनी सन्माननीय व वैश्य दर्जास सुयोग्य ठरतील असे व्यापार करावेत अशी विनंती त्यांना केली जात आहे (पटनाईक आणि रे १९६०, पृ. क्र. ३१–३२, ३४, ४२).

वैश्यांना शेती आणि व्यापार करण्याची परवानगी असते. वेल्लाळ हा शेतकरी समाज, जो वैश्य असल्याचा दावा करतो, तो व्यावसायिक फायद्यांपेक्षा त्यांच्या रीतीरिवाजांच्या शुद्धतेवर अधिक भर देतो (बेटली १९६५, पृ. क्र. ९७; गॉघ १९५६, पृ. क्र. ८२९; पृ. क्र. ८२९; थर्स्टन १९०९, पृ. क्र. ३६६). पण इतर जाती वैश्य वर्णाकडे केवळ त्यांच्या व्यापारविषयक वैशिष्ट्यांसाठी पाहतात. आम्ही वर नमूद केल्याप्रमाणे गुजरातेतील संख्येने भरपूर आणि प्रभावी पाटीदार क्षत्रिय वर्ण सोडून वैश्य वर्णात जात आहेत. प्रामुख्याने त्यांचा व्यापारातील सहभाग वाढत असल्यामुळे आणि गुजरातेत उद्योजकांना मिळत असलेल्या उच्च प्रतिष्ठेमुळे हे घडत आहे.

पाटीदार म्हणजे विशिष्ट कार्यकाळ असणारे जमीनदार. हेच नाव जातसमूहाला दिले गेले. पाटीदारांनी अनेक शतके स्वतःला क्षत्रिय म्हणवून घेतले; स्थानिक रजपुतांप्रमाणे आपल्याकडेही पूर्वी राजसत्ता असल्याचा दावा पाटीदारांनी केला. रजपुतांप्रमाणे पाटीदारांनीही पूर्वजांविषयीच्या नोंदी लिहिण्यासाठी आणि जतन करण्यासाठी वंशावळ लिहिणाऱ्यांना मदत केली आणि भाटांकडून केले जाणारे स्तुतीगान त्यांना आवडू लागले. पण पाटीदारांच्या अलीकडच्या पिढ्या वंशावळ लिहिणाऱ्यांकडे आणि त्यांच्या सर्व कथाकहाण्यांकडे दुर्लक्ष करत आहेत. आता त्यांना स्थानिक बनियांसारखे सामाजिक स्थान हवे आहे. बनिया म्हणजे अशी व्यापारी जात आहे जे निःसंशयपणे वैश्य आहेत. पाटीदारांच्या प्रदेशात राजेशाहीचे वर्चस्व होते तेव्हा त्यांनी चिकाटीने तिचे पालन केले, पण आता बरेचसे पाटीदार व्यापारात यशस्वी झालेत ही बाब त्यांच्यासाठी थोडी अप्रचलित वाटते. बनिया आणि पाटीदार या दोनही समाजांनी खूप लवकर इंग्रजी शिक्षण घ्यायला सुरुवात केली; दोघांचीही भरभराट झाली आणि गुजरातेतील पारंपरिक क्षत्रिय जातीच्या तुलनेत त्यांनी आधुनिक परिस्थितीचा स्वीकार अधिक यशस्वीपणे केला. त्यामुळे बऱ्याचशा पाटीदारांना जुन्या राजेशाही पद्धतीशी चिकटून राहणे फारसे लाभकारक वाटत नाही आणि आता त्यांनी अधिक सुयोग्य, वास्तववादी आणि फायदेशीर प्रारूप स्वीकारले आहे (शाह आणि श्रॉफ १९५८, पृ. क्र. २६८–२७०).

'शूद्र' या चौथ्या वर्णाचा विचार चलनशीलतेचे उद्दिष्ट म्हणून फार क्वचित केला जातो. तरीही काही 'अस्पृश्य' जाती 'शूद्रां'च्या दर्जावर हक्क सांगत त्यांचे सामाजिक स्थान उंचावण्याचे प्रयत्न करू शकतात. १९३१ च्या जनगणनेमधील काही उदाहरणांतून दिसून येते की सव्वीस 'अस्पृश्य' जातींनी स्वतःसाठी क्षत्रियांचा दर्जा स्वीकारला, पाच जातींनी वैश्य आणि दोन जातींनी तर ब्राह्मण वर्णासाठी दावा केला. तेरा 'अस्पृश्य' समूहांनी विशिष्ट वर्ण

न स्वीकारता त्यांच्या जातीचे नाव बदलण्याची मागणी केली. १४८ दाव्यांच्या या उदाहरणांपैकी कोणीही 'शूद्र' वर्णातील स्थान मागितले नाही (श्रीनिवास १९६६, पृ. क्र. ९९).

सामाजिक स्थान उंचावू पाहणाऱ्या सगळ्याच 'शूद्र' जातींनी उच्च वर्णासाठी दावा केला नाही. ओरिसातील असाच एक गट म्हणजे पुरी जिल्ह्यातील महानायक 'शूद्रां'नी १९३५ मध्ये आणि पुन्हा १९५९ मध्ये जातसभा भरवल्या. या सभांचे जे अहवाल प्रसिद्ध झाले आहेत त्यांमध्ये श्रेष्ठ वर्णाविषयीचा उल्लेख नाही. मात्र, प्रगती आणि सुधारणांविषयीचे बरेच ठराव आहेत. जसे, अपत्यजन्माच्या वेळेस अधिक काटेकोरपणे विधी पार पाडण्याविषयी आणि बहिर्विवाह पद्धतीचे कठोरपणे पालन करण्याविषयी, बालविवाहास विरोध आणि जातीतील गरीब मुलांचे शिक्षण, सोन्याची अंगठी किंवा सायकल यांसारख्या वस्तूंच्या रूपात बेसुमार हुंडा देण्यास विरोध (पटनाईक १९६०अ, पृ. क्र. ८१–११८) यांसारखे ठराव त्यात आहेत.

अशा ठरावांमध्ये पारंपरिक आणि आधुनिक अशा दोनही घटकांचा समावेश असतो; धार्मिक विधींमधील सुधारणेची शिफारस "द्विज" वर्णानुसार असते तर शिक्षणातील प्रगतीचा विषय आधुनिक क्षेत्राशी संबंधित असतो. काही विशिष्ट गट इतर संदर्भ गटांचा वापर करतात. नंतरच्या प्रकरणांमध्ये आम्ही नमूद करणार आहोत त्यानुसार, मुस्लीम समाजातील प्रगतीशील कुटुंबं विशेष मुस्लीम संकल्पनांवर आधारित सुधारणा करण्याचा प्रयत्न करतात आणि त्याच वेळेस महत्त्वाकांक्षी हिंदू कुटुंबांप्रमाणेच ऐहिक सुधारणा आणि शुद्ध आचरणासाठीही प्रयत्न करतात.

संदर्भ गट

जातिबांधव सामाजिक दर्जा सुधारण्याच्या त्यांच्या पद्धतींमध्ये बदल करतात, तेव्हा ते केवळ संदर्भ वर्गच स्वीकारतात असे नाही तर एखाद्या संदर्भ गटाच्या विशिष्ट उदाहरणाचे, जीवनप्रारूपाचेही अनुकरण करतात. मात्र, ते त्यांच्या स्वतःच्या समूहाची ओळख कायम ठेवण्यावर भर देतात. ज्यांची श्रेणी त्यांना हवी असते आणि ज्यांच्या पद्धतींचे अनुकरण ते करतात, त्या गटांमध्ये त्यांना विलीन व्हायचे नसते. त्यामुळे त्यांना त्या संदर्भ गटाची सर्व वैशिष्ट्ये तंतोतंत उचलणे त्यांना गरजेचे वाटत नाही. पुस्तकं, धार्मिक विधी, कथा, शालेय शिक्षण, नाटके आणि अलीकडच्या काळात चित्रपट, वर्तमानपत्रं, नियतकालिके व रेडिओ यांतून अप्रत्यक्षपणे संदर्भ वर्गांचे वर्तनाचे मापदंड समजून घेण्यात येतात. संदर्भ गटांचे मापदंड रोजच्या जीवनात अमलात आणले जातात तेव्हा स्पष्टपणे दिसतात.

एखाद्या प्रचंड वर्चस्व असलेल्या समूहाच्या जीवनशैलीचा प्रभाव सहसा त्या भागातील इतरांवर पडतो. आम्ही महाराष्ट्रातल्या एका गावातील गुजरांच्या उदाहरणाचा उल्लेख केला होता. ते स्थानिक पातळीवर प्रभावशाली असणाऱ्या मराठ्यांच्या पद्धतींशी मेळ घालण्यासाठी त्यांच्या लग्नपद्धतींमध्ये बदल करत होते. ब्राह्मणांचे सर्वसामान्य व्यवहार आणि ग्रंथांतील

नोंदींच्या विरुद्ध असूनही महाराष्ट्रातील काही ब्राह्मणांनीदेखील मराठ्यांच्या साटेलोटे विवाह पद्धतीचे अनुकरण केले. अठराव्या शतकामध्ये पेशव्यांच्या राज्यात या गुन्ह्यासाठी वाळीत टाकण्याची शिक्षा दिली गेली होती. पण तरीही ब्राह्मणांमध्ये अशा प्रकारची लग्ने अजूनही होत असल्याचे दिसते (कर्वे १९५३, पृ. क्र. ९, १७, १६२; रघुवंशी १९६६, पृ. क्र. १४९).

गुजरातेत कोळी नावाने ओळखली जाणारी जात रजपुतांकडे प्रमुख संदर्भ गट म्हणून पाहते. ए.एम. शाह आणि आर.जी. श्रॉफ यांनी स्पष्ट केल्याप्रमाणे कोळी जातीमध्ये गुजरातेतील एक चतुर्थांश हिंदूंचा समावेश होता आणि ज्या लोकांकडे थोडीशी जमीन होती व जे बहुधा मूळचे आदिवासी होते अशा लोकांचे वर्गीकरण या जातीत केल्याचा संदर्भ आहे. अलीकडच्या काळात, प्रगती झालेल्या कोळी लोकांनी वंशावळ लिहिणाऱ्यांना कामास ठेवले आहे, ज्यांनी त्यांचा संबंध रजपुतांचा इतिहास व पूर्वइतिहासाशी असल्याचे दाखवत परिणामी ते तेथील आद्य रहिवासी असल्याच्या वांशिक नोंदी उपलब्ध करून दिल्या आहेत. त्यांनी रजपूत वंशांची नावे आणि काही विवाहपद्धती स्वीकारलेल्या आहेत आणि आता ते मूळ रजपुतांमध्ये पार पाडले जातात तसे धार्मिक विधी पार पाडण्याकरिता ब्राह्मण पुरोहितांचे मार्गदर्शन घेतात.

शाह आणि श्रॉफ यांनी केलेल्या निरीक्षणानुसार हे कोळी, "वेगाने स्वतःचे सांस्कृतीकरण आणि रजपुतीकरण करत आहेत." त्यांची वंशावळ लिहिणाऱ्यांपैकी एकाने असे भाष्य केले की ते रजपुतांपेक्षाही कमी पैसे देतात आणि रजपुतांसारखे आदरातिथ्य त्यांना करता येत नाही. "पण त्यांना आमच्याविषयी फार आदर आहे." त्यांच्या पूर्वीच्या ग्राहकांपैकी अनेकांकडून, विशेषतः पाटीदारांकडून हा आदर कमी झाल्याचे किंबहुना नाहीसा झाल्याचे दिसते. अन्यत्र घडते आहे तसेच, कोळी समाज त्यांच्या प्रथा सोडून एखाद्या अशा गटाच्या प्रथांचा स्वीकार करत आहे, ज्या गटातील सदस्य अधिक प्रतिष्ठित वाटणाऱ्या वेगळ्या प्रथांसाठी स्वतःच्या प्रथा टाकून देत आहेत (शाह आणि श्रॉफ १९५८, पृ. क्र. २६४–२६८).

या वृत्तींचे एक उदाहरण मध्यवर्ती गुजरातेतील एकमेकांपासून काही मैलांच्या अंतरावर असलेल्या दोन गावांमध्ये दिसते. दोन्हीकडे पाटीदारांचे वर्चस्व आहे आणि इतर जातींसाठी, विशेषकरून बारिया जातीसाठी (पूर्वीचा कोळी समाज) सांस्कृतिक शैली ठरविण्याचे काम हे पाटीदार करतात. एका गावातील पाटीदार दुसऱ्या गावातील पाटीदारांपेक्षा अधिक सधन बनले आहेत आणि ते पूर्वीच्या क्षत्रिय प्रतीके बाळगणाऱ्या जुन्या पाटीदार वृत्तीपासून मोठ्या प्रमाणात दूर झाले आहेत. दोन्ही गावातील बारिया लोक आपापल्या गावातील पाटीदारांच्या सूचना ऐकतात आणि एकीकडे अधिक पारंपरिक क्षत्रिय पद्धतीचे तर दुसरीकडे नवीन अभिजनांचे अनुकरण करतात (पोकॉक १९५७ब, पृ. क्र. २५–२७).

सामाजिकदृष्ट्या प्रभावशाली असलेल्या समूहांचा सांस्कृतिक प्रभाव वायव्य सीमाप्रांतातील हिंदूंच्या बाबतीत ठळकपणे दिसून आला. तेथील मुस्लिमांमध्ये हिंदू अल्पसंख्याक होते;

ब्रिटिशांच्या काळातदेखील मुस्लिमांची सत्ता आणि प्रतिष्ठेची परंपरा कायम राहिली. हिंदूंमध्ये ब्राह्मण पुरोहितांकडून जास्त काम करून घेतले जात नव्हते. त्यांना मिळणारा आदरसन्मान आणि त्यांचे अध्ययनाचे प्रमाण कमी होते. एखादा "द्विज" वर्णातील हिंदू माणूस मांस आणि अंड्यांचे सेवन करीत असे "अगदी बाजारातही, सहसा तो केवळ विवाहप्रसंगी जानवे परिधान करीत असे, कुठलेही मंत्रपठण करीत नसे (रामनामाशिवाय), त्याला संस्कृतचे ज्ञान नसायचे आणि त्याच्या मुलांना मौलवीने चालविलेल्या स्थानिक मदरशामध्ये पाठवित असे." हिंदू मुलांना इस्लामिक शाळेत मुस्लीम शिक्षकाकडून शिक्षण मिळत असे आणि इस्लामच्या प्रचंड प्रभावाखाली ती मुले मोठी होत असत. पण राजकीय परिस्थितीत बदल झाल्यामुळे या हिंदूंना हिंदू धर्मग्रंथांविषयी प्रचंड आत्मीयता वाटू लागली आणि प्रामुख्याने ब्राह्मणेतर आर्य समाज चळवळीच्या माध्यमातून त्यांनी त्याविषयीचे ज्ञान प्राप्त केले (चनाना १९६१ब, पृ. क्र. ४०९–४११).

आपल्यापेक्षा प्रभावशाली असणाऱ्या समूहाच्या जीवनशैलीविषयी प्रचंड आकर्षण असले तरी वस्तुस्थिती खूप वेगळी आहे. वायव्य सीमेवरील हिंदू अगदी विरळ स्वरूपात आणि जातींमधील भेद कायम ठेवूनही का असेना पण हिंदूच राहिले. जिथे रजपुतांचे वर्चस्व होते, तिथे कनिष्ठ श्रेणीतील सर्वच जातींनी त्यांचे अनुकरण केले नाही. आपण रामखेरीमध्ये पाहिले त्याप्रमाणे काहींनी लढवय्येपणापेक्षा संन्यासी वृत्ती स्वीकारली.

सर्व प्रदेशांतील क्षत्रियांमध्ये गौरव, सत्ता आणि सैनिकी वृत्तीसाठी समर्पण दिसून येते. त्यातील रजपुतांमध्ये बहिर्विवाहावर आधारित घराण्यासारखे काही विशिष्ट गुणधर्म दिसतात. वेगवेगळ्या प्रदेशांमध्ये रजपुतांचे हे स्वरूप आढळते; गुजरातेतील रजपूत हे राजस्थान किंवा उत्तर प्रदेशातील रजपुतांपेक्षा काही विशिष्ट बाबतीत वेगळे आहेत (बेन्स १९१२, पृ. क्र. २९–३३; पहा, स्टीड १९५५; कारस्टेअर्स १९५७; मिन्टर्न आणि हिचकॉक १९६६). त्यामुळे एखाद्या उदयोन्मुख गटातील ज्या पुरुषांनी चलनशीलतेसाठी शासक-लढवय्येपणाचा मार्ग स्वीकारला, त्यांनी वर्तनाच्या बाबतीत क्षत्रियांच्या तत्त्वांचा अंगीकार केला, स्वतःसाठी रजपुतांच्या मापदंडांची दिशा निवडली आणि त्यांच्यासमोर जे रजपुतांचे वर्तन दिसत होते त्यानुसार स्वतः वर्तन केले. समोर दिसू शकेल अशा एखाद्या संदर्भगटाचे उदाहरण हे पुराणग्रंथांतील अमूर्त नियम किंवा दंतकथा आणि साहित्यातील अप्रत्यक्ष उदाहरणांपेक्षा जास्त प्रभावी असते.

संदर्भवर्ग म्हणून आधुनिकीकरण

अशा प्रकारचे सांस्कृतिक अनुकूलन हा पुनःपुन्हा होणाऱ्या बदलांचा एक भाग होता. उच्च श्रेणीसाठी संघर्ष सुरू असला तरी (आणि अंशतः त्यामुळेच) समाजातील एकंदरीत व्यवस्था तुलनात्मकदृष्ट्या स्थिर राहिली. स्थानिक व्यवस्था आणि संपूर्ण प्रदेशातील या संघर्षांच्या व्याप्तीमुळे, उच्च श्रेणी प्राप्त करता येऊ शकते आणि त्यासाठी संघर्ष करणे योग्य आहे, हा

एखाद्या गावकऱ्याच्या मनातील विश्वास प्रभावशाली होण्यास मदत झाली. एकोणिसाव्या शतकामध्ये ग्रामीण समाजावर मोठ्या प्रमाणात युरोपियन प्रभाव पडायला सुरुवात झाली होती. उदाहरणार्थ, गावकऱ्यांना पोलीस आणि शासनाच्या बाबतीत नवीन परिस्थितीला सामोरे जावे लागले. त्या परिस्थितीशी त्यांना जुळवून घ्यावे लागले आणि त्यांच्या सामाजिक रचनेत ती परिस्थिती सामावून घ्यावी लागली. त्या व्यवस्थेमध्ये काही बदल केले गेले. काही काळापुरते येणाऱ्या नवीन शासकांनी जेव्हा जातश्रेणीच्या बाबतीत हस्तक्षेप केला नाही, जो हस्तक्षेप एतद्देशीय शासकांकडून होऊ शकत होता, तेव्हा धार्मिक विधींविषयीचे निकष अधिक काटेकोरपणे लागू केले गेले आणि जातींमधील फेरफार करण्यासाठी न्यायालयीन खटले हे प्रमुख साधन बनले. तरीही गावातील सामाजिक व्यवस्थेच्या रचनेमध्ये आमूलाग्र बदल झाला नाही. विसाव्या शतकाच्या मध्यात चलनशीलतेसाठी जे प्रयत्न केले त्यांच्या प्रक्रिया आणि टप्पे अठराव्या शतकात नोंदविलेल्या प्रयत्नांसारख्याच होते (पहा, रघुवंशी १९६६, पृ. क्र. १६७–१६९).

मात्र, आधुनिक प्रभाव, विशेषकरून जे राजकीय स्वातंत्र्यामुळे निर्माण झाले त्यांच्यामुळे एकंदरीतच दीर्घकालीन बदल होत आहेत. त्याविषयी आपण नंतर चर्चा करू. वासाहतिक राजवटीत ग्रामीण समाजात स्थैर्य नव्हते; व्यवस्थेनुसार काही तडजोडी केल्या गेल्या, परंतु सर्वसामान्यपणे शासन, तंत्रज्ञान आणि दळणवळण यांबाबतीत झालेले नवीन बदल आणि जातसंबंधांचा प्रस्थापित आकृतिबंध हे दोन्ही एकमेकांत मिसळण्याकडे गावकऱ्यांचा कल होता. ग्रामीण विश्वासाठी ब्रिटिश संस्कृती इतकी नवखी होती की त्यातून कोणताही संदर्भ वर्ग मिळणे शक्य नव्हते आणि भारतातील ब्रिटिश समाज ग्रामीण जीवनापासून इतका दूर आणि अलिप्त होता की चलनशीलतेसाठी नवीन संदर्भगट निर्माण होऊ शकत नव्हता.

काही अपवादात्मक समूहांनी इंग्लिश प्रारूपानुसार त्यांच्या पद्धतींमध्ये अनुकूल बदल केले, जसे कूर्गमधील जमीनदारांनी इंग्लिश मळेमालकांच्या बाबतीत केले. पण हे खूप सर्रास घडत नव्हते आणि कूर्गमधील अनुकूलनदेखील क्लब, मळे व्यवस्थापन आणि पुरुषांच्या मनोरंजनाविषयीचे उपक्रम यांपुरती मर्यादित होती; या घटनेत धर्म किंवा कौटुंबिक नातेसंबंधांमध्ये ढवळाढवळ केली गेली नाही (श्रीनिवास १९६६, पृ. क्र. ५७).

मध्यम किंवा कनिष्ठ श्रेणीतील जातींचे गावकरी, ज्यांनी आधुनिक पद्धतींनी संपत्ती प्राप्त केली त्यांनी सहसा त्या संपत्तीचा वापर पारंपरिक मार्गांनी उच्च श्रेणीचा सरंजाम मिळविण्यासाठी केला. त्यांनी तसे केल्यानंतर, आधुनिक वृद्धीमुळेच लाभ झालेल्या उच्च श्रेणीच्या लोकांनी त्यांची प्रतिष्ठेची प्रतीके आणि मापदंडांमध्ये बदल करण्यास सुरुवात केली. त्यामुळे, वर नमूद केल्याप्रमाणे, कनिष्ठ श्रेणीच्या जातींतील महत्त्वाकांक्षी लोक उच्च श्रेणीतील जातींनी सोडून दिलेली उच्च सामाजिक दर्जाची पारंपरिक प्रतीके स्वीकारू लागले. उच्च जातीचे लोक अशी

नवीन प्रतीके स्वीकारत आहेत जी केवळ त्यांची आधुनिकता सूचित करत नाहीत तर त्यांच्या श्रेष्ठत्वाचे सूचक म्हणूनही काम करतात. उत्तर प्रदेशातील फाजियाबाद जिल्ह्याच्या शेरूपूर गावाच्या बाबतीत याचे चित्रण केले आहे. तिथे कनिष्ठ श्रेणीतील एक माणूस ठेकेदारी करून सधन झाला आहे. "त्याला मिळालेल्या या नवीन विपुलतेचे प्रतीक म्हणून तो 'आधुनिक माणूस' बनला नाही तर, त्याने गावात एक असे घर बांधले जे उच्च श्रेणीतील जातींच्या लोकांपेक्षा पारंपरिक वास्तुरचनाशैलीच्या बाबतीत वरचढ आहे." त्याने भक्तगणांसाठी एक विश्रांतीगृहदेखील बांधले आहे जे पारंपरिक व्यवस्थेत उच्च श्रेणीतील जातीकडून केले जाते. स्थानिक ब्राह्मण आणि रजपुतांना "त्यांच्यात आणि कनिष्ठ श्रेणीतील जातींमध्ये असलेले सामाजिक अंतर कायम ठेवण्यासाठी पाश्चात्यीकरण करण्यापलीकडे काही पर्यायच उरलेला नाही, कारण कनिष्ठ श्रेणीतील जातींची स्वतःचे संस्कृतकरण करण्याची क्षमता पाहता अशा प्रकारचे अंतर राखणे पारंपरिक व्यवस्थेत शक्य नाही" (गाऊल्ड १९६१ब, पृ. क्र. ९४७).

त्या गावातील ब्राह्मण व रजपूत आणि इतर गावांतील परंपरेने उच्च श्रेणी प्राप्त असलेले लोक त्यांच्या वर्णानुसार ठरलेले मापदंड सोडून देत नाहीत तर शिक्षण आणि व्यवसायाच्या आधुनिक मापदंडांची जोड त्याला देतात. उच्च सामाजिक दर्जामुळे मिळणाऱ्या प्रमुख लाभांविषयी त्यांनाही तितकीच उत्सुकता असते; त्या सामाजिक दर्जाची योग्य प्रतीके आणि आशय यांच्याकडे ते वेगळ्या नजरेने पाहतात. कनिष्ठ श्रेणीतील जातींचे प्रगतिशील लोक त्या नवीन मापदंडांकडे दुर्लक्ष करत नाहीत. अनेकांनी त्यांना शक्य असलेल्या आधुनिक पद्धतींचा अवलंब केलेला आहे (पहा, श्रीनिवास १९६६, पृ. क्र. ६६–६७). कनिष्ठ श्रेणीच्या जातींपैकी काही जाती अधिक चांगल्या सामाजिक दर्जासाठी नवीन राजकीय प्रक्रियांच्या माध्यमातून थेट प्रयत्न करत आहेत. बहुतांश महत्त्वाकांक्षी समूह सामाजिक व्यवस्थेत त्यांचे स्थान उंचावण्यासाठी आता जुन्या आणि नव्या मार्गांचा एकत्र वापर करत आहेत.

आणखी एक उदाहरण पाहायचे तर, ओरिसामधील तेली समाजाला त्यांच्या संघटनेच्या १९५९ मधील घटनेद्वारे असे सूचित केले गेले होते की स्वतःला तेली म्हणवून घेणाऱ्या सर्वांनी आपापसात अंतर्विवाह करण्यास पूर्ण स्वातंत्र्य द्यावे, मोठ्या प्रमाणात हुंडा घेणे व बालविवाह करणे बंद करावे आणि मुलांना जास्त शिक्षण द्यावे (पटनाईक आणि रे १९६०, पृ. क्र. ७३–७६).

त्यांपैकी काही ठराव इतर ठरावांच्या तुलनेत अधिक सहजपणे व्यवहारात आणले जात आहेत. लग्नसंबंध अधिक व्यापकपणे जुळवण्याच्या सल्ल्यापेक्षा उच्च श्रेणीतील जातींचा विरोध पत्करून जानवे परिधान करण्याचा निश्चय सहसा खूप जास्त आकर्षक ठरतो (विशेषकरून जेव्हा विरोधावर मात करण्याची उत्तम संधी असेल तेव्हा). वारेमाप हुंडा आणि खर्चीक लग्नांच्या विरोधातील ठरावांना सामाजिक प्रगतीविषयीच्या निष्ठेचे प्रतीक म्हणून

भरघोस मते मिळत असली तरी जातीचा एखादा सदस्य किंवा अगदी जातसंस्थेच्या प्रमुखांना त्यांच्या मुलीचे लग्न असे करावे लागते आणि त्या वेळेस त्यांच्या कुटुंबाच्या जातीतील प्रतिष्ठेचे प्रदर्शन करावे लागते. आदर्श आणि वास्तविक वर्तन, पुराणग्रंथांनी ठरविलेले मापदंड आणि आधुनिक संकल्पना यांतील विसंगती सहसा अगदी सहजपणे झाकली जाते. समाजातील इतरांकडून जास्त आदर आणि सन्मान प्राप्त करणे हा उद्देश असतो. हा उद्देश पूर्ण करण्यासाठी एखादा उदयोन्मुख समूह पारंपरिक आणि आधुनिक अशा दोन्ही संग्रहातील स्रोतांचा वापर करतो आणि स्वतःचे उद्दिष्ट साध्य करण्यासाठी योग्य ठरेल अशा पद्धतीने ते स्रोत एकत्र करतो.

"पाश्चात्यीकरण" ही संकल्पना आधुनिक कलाकृतींविषयी सांगण्यासाठी, भारतीय संस्कृतीबाहेर निर्माण झालेल्या वर्तनपद्धती आणि विचार ज्यांनी स्वीकारले त्यांच्याविषयी सांगण्यासाठी वापरली जाते (पहा, श्रीनिवास १९६६, पृ. क्र. ५०–५६). पण हे सर्व गुणधर्म मुळात युरोपिअन स्रोतांमधून आले असले तरी गावकऱ्यांसाठी ते नेहमी समर्पक नव्हते. शासन, तंत्रज्ञान आणि दळणवळणाशी संबंधित बहुतांश आकृतिबंध जे प्रथम युरोपिअन लोकांनी सादर केले ते आता ग्रामीण विश्वाचा अविभाज्य भाग बनले आहेत. त्यांपैकी काही तर अनेक पिढ्यांपासून रुजलेले आहेत. गावकऱ्यांविषयी बोलायचे तर, ते या देशातलेच आहेत आणि दीर्घकाळापासून येथे प्रस्थापित झालेले आहेत. पुराणग्रंथांनी घातलेले निर्बंध आणि आधुनिक नियम, पारंपरिक धार्मिक विधी आणि राष्ट्रीय समारंभ यांतील फरक गावातील माणसाला निश्चितपणे माहीत आहे, पण या वेगवेगळ्या गोष्टींमध्ये अपरिहार्यपणे विरोध असावा असे गृहीत धरले गेलेले नाही.

धर्मनिरपेक्ष शिक्षण, रेल्वे आणि बससेवा, वर्तमानपत्रे आणि टपालसेवा, नव्याने परिचित करून दिलेले खाद्यपदार्थ आणि नगदी पिके या सर्व गोष्टी आता गावकऱ्यांसाठी अनोळखी राहिलेल्या नाहीत. त्याचबरोबर, बरेचसे नवीन शोध भारतीय वातावरणात चटकन सामावून जातात आणि त्यांच्या मूळ रूपापेक्षा वेगळी जाणवतील अशी वैशिष्ट्ये त्यांमध्ये निर्माण होतात. अखंडपणे चांगली आणि वांच्छित प्रगती साध्य करणारी संकल्पना असा "आधुनिकीकरणाचा" प्रसार केला नाही तर "आधुनिकीकरण" ही संकल्पना "पाश्चात्यीकरण" या संकल्पनेचे अनावश्यक परिणाम टाळण्याचे काम करते.

थोडक्यात सांगायचे तर, गावातील लोक शासकीय संस्थांनी पुढे केलेले किंवा प्रसारमाध्यमांतून सादर झालेले नवीन आकृतिबंध गावातील परिस्थितीस साजेसे व्हावेत म्हणून त्यामध्ये बदल करत आहेत. जे पारंपरिक संदर्भ प्रारूप अजूनही प्रभावशाली आहेत त्यांनी आधुनिक परिस्थितीशी जुळवून घ्यावे म्हणून गावकरी त्यांचीही पुनर्रचना करत आहेत.

१४ अंतर्गत संलग्नता जपणे: विखंडन आणि एकत्रीकरण

एखाद्या जातीतील लोकांना त्यांची सामाजिक श्रेणी वाढविण्यासाठी सामंजस्याने वागावे लागते. मैत्री आणि फारकत या कृतींचा समन्वय साधत त्यांना विरोधकांसमोर एकत्र यावे लागते. त्यांचे दावे योग्य तर्कावर आधारित आहेत, हे दाखविण्यासाठी त्यांना धार्मिक विधींच्या बाबतीत पुरेशी समानताही दाखवावी लागते. त्यामुळे अशा उदयोन्मुख जातींचे प्रमुख त्यांच्या जातीतील सर्वांनी नियमांनुसार धार्मिक विधी पार पाडावेत म्हणून प्रयत्न करतात; ते सुस्तावलेल्यांना प्रोत्साहन देतात, ताकदवान असलेल्यांनी शांत राहावे म्हणून त्यांची खुशामत करतात, उद्दामपणा करणाऱ्यांना शिक्षेचा इशारा देतात. धार्मिक विधींच्या बाबतीत जी समानता ते प्रत्यक्षात साध्य करतात त्यामध्ये संपूर्णता असणे गरजेचे नसते, पण उघडपणे दिसणारे मतभेद बाळगणे त्यांना परवडू शकत नाहीत. एखाद्या जातीतील इतरांनी शाकाहार आणि व्यावसायिक सन्मानाचे धोरण जाहीर केले असताना काही जण मांसभक्षण आणि लांगूलचालनाचे काम चालू ठेवत असतील तर त्यामुळे त्यांचा चलनशीलतेचा संघर्ष दुबळा ठरतो.

जातीची श्रेणी कायम ठेवण्याच्या बाबतीत तसेच सुधारण्याच्या बाबतीतही हे खरे ठरते. एखाद्या जातीचे धार्मिक विधींच्या संदर्भातील जे मापदंड असतात त्यांचे जातीतील कोणाहीकडून उघड उल्लंघन झाले तर जातीतील लोक ते सहन करू शकत नाहीत. अशा उल्लंघनाविषयी सर्वांना समजले तर ते उल्लंघन करणाऱ्या माणसाला शिक्षा करावी लागते; त्याला ती शिक्षा मान्य करायची नसेल आणि त्याने ती शिक्षा नाकारली तर त्याला जातीतून बहिष्कृत करावे लागते. जातीतून बहिष्कृत करणे हे जातीच्या सदस्यत्वाच्या निकषांची पुन्हा परिभाषा करून एक एकक म्हणून जातीचे जतन करण्याचे एक साधन आहे.

जातीच्या सीमांच्या पुनर्व्याख्येचा वापरदेखील जातश्रेणी वाढविण्यासाठी मदत व्हावी म्हणून करतात. पुढील प्रकरणांमध्ये चार प्रकारच्या गटपुनर्रचनांवर चर्चा केलेली आहे. त्यांपैकी विखंडन आणि एकत्रीकरण हे दोन प्रकार म्हणजे चलनशीलतेच्या दिशेने थेट केलेले प्रयत्न असतात. धार्मिक पार्श्वभूमीच्या आधारे गटपुनर्रचना आणि आदिवासींची प्रगती या अन्य दोन प्रकारांमध्ये नेहमी चलनशीलतेचा विचार सामील असतो.

एखाद्या जातीतील जास्त प्रगती झालेली आणि धार्मिक विधींच्या बाबतीत दक्ष असलेली कुटुंबं त्यांच्यापेक्षा कमी सुधारलेल्या कुटुंबांमध्ये अंतर्गत विवाहसंबंध जोडणे बंद करतात आणि त्यांची स्वतंत्र जात असल्याचे जाहीर करतात तेव्हा सर्वसामान्यपणे विखंडनाची कृती

होते. पूर्वी स्वतंत्र असलेल्या जातींमध्ये सहभोजन आणि रोटीबेटी व्यवहार सुरू होतात, चलनशीलतेचे प्रयत्न एकत्रितपणे केले जाऊ लागतात आणि त्यांचे ऐहिक बळ वाढविणे हा त्यांचा त्यामागचा प्रमुख हेतू असतो तेव्हा जातींचे एकत्रीकरण होते. एखाद्या धार्मिक चळवळीत रूपांतरित झालेल्यांची एक नवीन जात तयार होते त्या वेळेस धार्मिक गटांची पुनर्रचना झालेली दिसते. वैयक्तिक मोक्ष ही धर्मांतर करण्यामागची मूळ प्रेरणा असली तरी, अशा धर्मांतर करणाऱ्या व्यक्ती एकत्र येतात तेव्हा एखादी जात विकसित करण्याकडे त्यांचा कल असतो. आध्यात्मिक प्रगतीसाठीचा शोध उच्च सामाजिक श्रेणीसाठी नेहमी घेतल्या जाणाऱ्या शोधाच्या दिशेने घेऊन जातो. चौथ्या प्रकारच्या पुनर्व्याख्येमध्ये आदिवासी जमातींमधील लोकांच्या जातीय व्यवस्थेत येणाऱ्या प्रवाहाचा समावेश होतो. तरीही आदिवासी समाजरचना कायम ठेवणारे लाखो लोक अजूनही भारतात आहेत. पण सातत्याने आदिवासी गटांचे जातींमध्ये परिवर्तन होत आहे. पुनर्व्याख्या आणि गटपुनर्रचनेच्या यापैकी कुठल्याही प्रक्रियेतून एखादी नवीन जात एकदा निर्माण झाली की त्या गावातील इतर जातींप्रमाणे आणि समान सामाजिक स्तरावर तिचे जतन केले जाते.

विखंडन

जातीच्या विखंडनाची विविध कारणे असतात. त्यातील एक सर्रास दिसणारे कारण म्हणजे काही कुटुंबांनी वेगळे व्यवसाय स्वीकारले आहेत, इतरांपेक्षा जास्त प्रगती केली आहे आणि सामर्थ्य व शिक्षण प्राप्त करण्यासाठी अधिक चांगले मार्ग त्यांना मिळाले आहेत. एखाद्या जातीतील काही जणांनी केलेल्या स्थलांतरामुळे अनेकदा कालौघात विखंडन झाले आहे. गुप्तपणे झालेल्या एकीकरणाचा परिणाम म्हणून जशी एखाद्या नवीन जातीची स्थापना केली गेली तशा, जातीतील एखाद्या संपूर्ण विभागास जातीतून बाहेर काढण्याच्या घटना काही वेळेस घडल्या आहेत.

अठराव्या शतकातील ब्रिटिश अभ्यासकांनी व्यावसायिक भिन्नत्वामुळे होणाऱ्या जाती विभाजनाची नोंद केली होती आणि (रघुवंशी १९६६, पृ. क्र. १६९–१७१) आणि नंतरच्या मानवशास्त्रविषयक अहवालांमध्ये त्याचा उल्लेख सातत्याने करण्यात आला. पंजाबच्या १८८३ मधील जनगणनेवरील अहवालात इबेट्सन यांनी लिहिले आहे की कनिष्ठ श्रेणींतील काही गटांनी त्यांचे व्यवसाय बदलणे (जसे साफसफाई सोडून विणकराचे काम करणे), त्यांच्या पूर्वीच्या जातभाईंशी फारकत घेणे आणि त्यायोगे श्रेणी वाढवून घेणे हे नेहमीचे होते; "प्रत्येक जात स्वतःपेक्षा वरच्या श्रेणीत स्वतःची शाखा निर्माण करते, जिथे त्या जातीतील बरेच जण स्थान मिळवतात" (१९१६, पृ. क्र. २६७). बेन्स यांनी राजस्थानातील रखवालदार-छापेमारांचे उदाहरण दिले आहे, ज्यांपैकी काही जण शेतकरी

बनले आणि त्यांच्या प्रमुख गटापासून वेगळे झाले. जे रखवालदारच राहिले त्यांनी सर्वप्रथम स्वतःला श्रेष्ठ म्हणवून घेतले, "मात्र, आता, शेतकऱ्यांची भरभराट झाली आहे आणि आता ते त्यांच्या जुन्या समूहास त्यांच्यापेक्षा श्रेष्ठ किंवा अगदी समान दर्जाचे म्हणण्यासही नकार देतात" (१९१२, पृ. क्र. ८२).

ब्लंट यांनी उत्तर प्रदेशातील (त्या काळी ज्याला संयुक्त प्रांत म्हटले जायचे) "विखंडनाची तुलनेने नवीन उदाहरणे, ज्यांची नोंद १९११ च्या जनगणनेत सर्वप्रथम झाली होती" अशा असंख्य उदाहरणांची यादी दिली आहे. त्यातील अलीकडचे एक उदाहरण शिंप्यांचे होते. त्या शिंप्यांनी लिपिक शिंपी (कायस्थ-दर्जी) असे नाव धारण केले "आणि त्यांच्या मानवशास्त्राविषयी एक प्रबंध प्रसिद्ध केला आहे", सामाजिक श्रेणी वाढविण्याचा प्रयत्न करणाऱ्या समूहांकडून सहसा तयार केला जातो तशा प्रकारचा तो प्रबंध आहे (१९३१, पृ. क्र. ५४–५५, २१६). मद्रासमधील एका प्रसंगातून ओमॅली यांनी एका अहवालाचे उदाहरण दिले आहे. तो असा की काही 'हरिजनां'मध्ये "एक विशेष श्रेष्ठ श्रेणीची जात वाढीस लागली आहे, जिला क्विन्सॅप म्हणून ओळखले जाते आणि ज्यांनी राणीच्या स्वतःच्या भुयारकाम व खाणकाम करणाऱ्या गटांतून काम केले आहे, किंवा असे काम करणाऱ्यांचे जे वंशज आहेत त्यांची ही जात आहे" (ओमॅली १९३४, पृ. क्र. ९).

रीस्ली यांनी बंगालमधील कलकत्त्याजवळच्या जिल्ह्यांतील कोळी व शेतकऱ्यांच्या पोड समूहातील आंशिक फारकतीच्या स्थितीविषयी नोंद केलेली आहे. त्यांनी असे लिहिले आहे की जे पोड सुशिक्षित होते ते त्यांच्या मुलींचे विवाह अशिक्षित घरांत केले जात नसत. तरीही ते त्या घरांतील नवऱ्या मुलीचा स्वीकार करायचे, कदाचित सुशिक्षित घरांमध्ये लग्न करण्यायोग्य पुरेशा मुली नसल्यामुळे तसे असेल. "पण काळाच्या ओघात हे सुरळीत होईल," याची रीस्ली यांना खात्री होती, "आणि ते द्विज वर्गांच्या अभिजात दाखल्यांचे अनुकरण करतील अन् केवळ त्यांच्या स्वतःच्या समूहातच लग्नसंबंध जोडतील" (१९१५, पृ. क्र. १६४–१६५, तसेच पृ. क्र. ११८–११९, १५७–१५८).

बंगालमध्ये अशा अनुलोम विवाहांमुळे होणारे फरक सर्वज्ञात असले तरी रीस्ली यांनी पोड समूहाच्या संदर्भात जे संपूर्ण विभाजनाचे भाकीत केले होते ते भाकीत केल्यानंतर अर्धशतकाच्या काळातही तसे विभाजन झालेले नाही. पोड समूहातील सुशिक्षितांनी नेहमीच्या चलनशीलतेचा संघर्ष वाढवला, असे जया दत्ता गुप्ता यांनी नमूद केले आहे (१९५९). त्यांना पोड हे नाव बदलून त्याजागी जास्त सौम्य नाव ठेवण्यात यश आले. हा एक असा बदल होता, ज्याची अपेक्षा करण्यामागे त्यांचे असे एक खास कारण होते. त्यांच्या प्रमुखांनी १९५६ मध्ये भारताच्या राष्ट्रपतींना उद्देशून केलेल्या याचिकेत नमूद केले होते त्यानुसार "पोड" ही बंगाली संकल्पना इंग्रजीमधील "रेक्टम" (गुदद्वार) या शब्दासारखी आहे.

"अगदी या लक्षणीय प्रगतीच्या काळातही, या समुदायाचे सदस्य बाजारपेठांमध्ये किंवा सार्वजनिक स्थळी, गावांमध्ये किंवा शेतांमध्ये, त्यांच्या प्रत्येक कार्यवर्तुळात जिथे जिथे जातील, तिथे त्यांना जाणूनबुजून 'पोड' या नावाने संबोधून प्रत्यक्ष किंवा अप्रत्यक्षपणे त्यांचा अपमान केला जातो" (दत्ता गुप्ता १९५९, पृ. क्र. १२६). त्यांना त्यांचे नाव किमान अधिकृतपणे तरी बदलण्यात यश मिळाले आहे, जे तर्कसंगत आहे; त्यांची चलनशीलतेविषयीची अन्य उद्दिष्टे अद्याप पूर्णपणे साध्य झाल्यासारखे दिसत नाही.

जातींच्या विभाजनासाठी स्थलांतर हेदेखील एक प्रमुख कारण ठरले आहे. जमीन किंवा कामाच्या संधींमुळे आकर्षित होऊन अनेक संख्येने कुटुंबं नवीन प्रदेशांत जातात–कधीकधी युद्धं किंवा दुष्काळांमुळे त्यांना जावे लागते–आणि हळूहळू त्यांच्या मूळ समूहाशी असलेल्या त्यांच्या संबंधांत तुटकपणा येत जातो. दूर अंतरावर राहून लग्नसंबंध जुळवणे आणि सोयरसंबंध सांभाळणे त्यांना कठीण वाटते. ते जर वेगळ्या भाषिक प्रदेशांमध्ये गेले तर ते अनेक पिढ्यांपर्यंत त्यांची मूळ भाषा व प्रथा चिवटपणे धरून ठेवतील, पण ते नवीन प्रदेशातील रीतीरिवाजांशी काही प्रमाणात जुळवून घेतील. त्यांच्या सांस्कृतिक प्रवाहामुळे अंतर वाढत जाते आणि काळाच्या ओघात त्यांची जात पूर्णपणे स्वतंत्र होते.

कुठल्याही एखाद्या काळात स्थलांतरित होणाऱ्या लोकसंख्येची टक्केवारी खूप कमी असली तरी (देशाच्या फाळणीच्या काळातला अपवाद वगळता), अलीकडच्या काही शतकांचा संपूर्ण काळ थोडेही स्थलांतर झालेले नाही.[१] ब्रिटिश राजवटीचे आगमन झाल्यानंतर अनेक भूभागांवर नांगरणीची शेती सुरू केली गेली. तिथे जे स्थलांतर झाले ते सामाजिक श्रेणी आणि धार्मिक विधींतील सन्मान यांपेक्षा अन्न व भौतिक सुरक्षिततेच्या शोधाने अधिक प्रेरित झालेले होते. पण अशा स्थलांतरितांची एखाद्या नवीन प्रदेशात भरभराट झाली तर कधीकधी ते तिथे नवीन जात स्थापन करतात. मूळ जातीचे मूळ प्रदेशात जे सामाजिक स्थान असते त्यापेक्षा स्थानिक पातळीवर त्या जातीची श्रेणी उच्च असते. यापूर्वी नमूद केलेले अलीकडच्या काळातील असे उदाहरण म्हणजे बंगालच्या त्रिभुज प्रदेशातील भरावाच्या जमिनीवर वसाहत करणारे लोक.

लोकसंख्येच्या दबावामुळे कुटुंबांकडून स्थलांतर होऊ शकते. एखाद्या गावात नाभिक किंवा सुतार किंवा मजुरांची संख्या खूप जास्त असू शकते; अनेक शेतकऱ्यांना त्यांची जमीन अपुरी वाटून ते मोकळ्या जागांच्या शोधात बाहेर पडले आहेत. नवीन ठिकाणी आपल्यासारखाच व्यवसाय करणाऱ्या, समान सामाजिक श्रेणी असलेल्या जाती असल्या तरी स्थलांतरित जातीचे लोक सहसा त्यांची स्वतंत्र सामाजिक ओळख कायम ठेवतात.

---

[१] मध्यकालीन दक्षिण भारतातील कुटुंबांना एखाद्या नवीन जागेत स्थलांतरित होऊन त्यांची सामाजिक श्रेणी वाढवणे शक्य होते. "गावातून बाहेर पडलेल्यांची अंतर्विवाहावर आधारित असलेली वेगळी जात कालांतराने तयार झाली आणि जातप्रथेनुसार, अशा प्रत्येक जातीने इतरांपेक्षा श्रेष्ठ असल्याचा दावा केला" (श्रीनिवास १९६६, पृ. क्र. ४४).

आम्ही बिसिपारा गावातील दोन स्थलांतरित जातींविषयी नोंद केली आहे. रामखेरीतले मूळचे रहिवासी असलेले माळवा सुतार हे मेवाडमधून आलेल्या सुतारांपेक्षा वेगळे आहेत. मेवाडींनी अनेक शतकांपूर्वी स्थलांतर केले हे त्यांच्या वांशिक नोंदींतून सूचित होत असले तरी त्यांच्यात हा फरक आहे. मेवाडी सुतारांमध्ये नवीन आणि जुने स्थलांतरित असे दोन गट आहेत, ज्यांच्यात अंतर्विवाह पद्धत आहे (मेयर १९६०, पृ. क्र. १५७–१५८).

जाती विखंडनाचा आणखी एक प्रकार रामखेरीच्या जवळपासच्या गावांच्या बाबतीत सोदाहरण स्पष्ट केला आहे, तो म्हणजे "बहिष्कृत" जात निर्माण करणे. एखादी व्यक्ती किंवा कुटुंबाप्रमाणे संपूर्ण जातसमूह किंवा वंशाला जातीतून बाहेर काढले जाऊ शकते. रामखेरीच्या परिसरातील या बारा गावांतील रजपुतांना काही अशा कारणांसाठी जातीतून बहिष्कृत केले गेले होते, जी कारणे बाहेरच्यांसमोर उघड केली गेली नाहीत. मग त्या रजपुतांनी अंतर्विवाह आणि सहभोजनाची पद्धत असलेला–रोटीबेटी व्यवहार करणारा एक स्वतंत्र समूह तयार केला (१९६०, पृ. क्र. १५४–१५५).

पंचक्रोशीतल्या गावांमध्ये अगदी जातविखंडनाची नाही तरी जातीतून वेगळे होण्याची उदाहरणे आढळतात. वेगवेगळ्या जातींमध्ये गुपचुप जुळवल्या जाणाऱ्या लग्नसंबंधांमुळे हे घडते. राजगेरिया खाती (शेतकरी) नामक एका जातीचे लोक त्यांच्या गावातील दुसऱ्या खाती समाजाशी उघडपणे आंतर्विवाह जुळवत नाहीत. रजपूत जमीनदार आणि त्यांच्या शेतमजूर मुलींच्या नात्यांतून जी संतती जन्माला आली त्यांच्यापासून राजगेरिया खातींची जात निर्माण झाल्याचे सांगितले जाते. मालक आणि चाकरी करणाऱ्या मुलींमधील अनैतिक संबंध पूर्वापारपासून चालत आले आहेत; त्यातून जन्मलेल्या मुलांची जबाबदारी घेऊन त्यांच्या चरितार्थाची व्यवस्था संबंधित पुरुषांकडून होऊ शकते; पण ते त्यांना त्यांच्या जातीत घेऊ शकत नाहीत. अशा नात्यांतून जन्मलेल्या मुलांचे संगोपन त्यांच्या खाती मातांनी केल्याचे गृहीत धरले जाते. त्यामुळे ती मुले एक प्रकारच्या खाती समाजातील मुले ठरली. तरीही त्यांना त्या जातीमध्येही सामावून घेतले गेले नाही. मूळ खाती समाजातील गरीब कुटुंबातील पुरुषांनी गुपचुपपणे राजगेरिया खाती समाजातील मुलींशी लग्न केल्यामुळे मुख्य खाती समाजात राजगेरिया खातींचा थोडासा शिरकाव झालेला आहे (मेयर १९६०, पृ. क्र. १५५).

केरळच्या कोचीन येथील ज्यू समाजात अशाच प्रकारचा गट तयार झाला. धर्माधारित जातींवर चर्चा करताना आम्ही याची दखल घेणार आहोत. त्यांनी कोचीन ज्यूंची एक तिसरी जात तयार केली, जिला ब्राऊन ज्यू असे म्हणतात. गोऱ्या आणि काळ्या ज्यूंपेक्षा वेगळे असलेल्यांची ही जात आहे. गौरवर्णीय ज्यू आणि ज्यूंच्या घरात राहून त्यांचे रीतीरिवाज पाळणाऱ्या नोकर मुलींच्या संबंधांतून ब्राऊन ज्यूंचा जन्म झाला. त्यामुळे त्यांची मुले ज्यूंच्या वस्तीत वाढली, सिनेगोगमध्ये आणि हिब्रू शाळांमध्ये गेली. मात्र या सर्व ठिकाणी त्यांना बाह्य

वर्तुळात ठेवले गेले (मंडेलबाउम, १९३९). ते राजगेरिया खातींसारखे नव्हते. त्यांची संलग्नता प्रामुख्याने त्यांच्या वडिलांच्या जाती व प्रथांशी होती.[२]

जातीतील एखादा गट उर्वरित गटापेक्षा वेगळ्या आकृतिबंधाचा अवलंब करतो तेव्हादेखील जातीचे विलगीकरण झाले आहे. दक्षिण भारतातील कूर्ग समाजात असे घडले आहे. नोव्हेंबर १८३४ मध्ये काही कूर्ग लोकांनी कावेरी नदीच्या काठी जानवे परिधान करण्याचा विधी पार पाडून इतरांशी त्यांचे बंध पक्के केले आणि अम्मा कूर्ग असे नाव धारण केले. त्या काळातील मूळ कूर्ग समाज लढाऊ परंपरा असलेल्या जमीनदार शेतकऱ्यांनी मिळून बनलेला होता. अम्मा कूर्गांनी क्षत्रियांपेक्षा ब्राह्मण जातीच्या पद्धती स्वीकारल्या; या विधीमध्ये सहभागी झालेले लोक ब्राह्मण मठाचे उपासक बनले. अम्मा कूर्ग जातीचे लोक कूर्ग समाजातील पिता आणि ब्राह्मण जातीच्या आईचे वारस आहेत अशी या जातीची जन्मकथा सांगितली जाते; मूळ वंशावळीविषयीचे सत्य काहीही असले तरी या जातीची स्थापना इतर कूर्गांपेक्षा वेगळ्या, ब्राह्मणी रीतीरिवाजांचे अधिक पालन करण्यासाठी झाली होती. श्रीनिवास लिहितात, "जातिव्यवस्थेत नेहमी आढळणारी वृत्ती अम्मा कूर्ग समाजातही दिसते: एखाद्या मोठ्या गटातून लहान गट वेगळा होतो, त्यांच्या जातप्रथा आणि धार्मिक विधींचे सांस्कृतीकरण करतो आणि काही दशकांच्या काळात मूळ जातीपेक्षा श्रेष्ठ सामाजिक श्रेणी प्राप्त करतो" (१९५२अ, ३४–३५, १६५–१६६).

अम्मा कूर्गांच्या बाबतीत झाले त्याप्रमाणे, जातीतून फुटून वेगळे पडण्याची कृती नाट्यमय पद्धतीने जाहीर केली जाऊ शकते. तरीही बहुतकरून ही कृती शांतपणे आणि मूकपणे केली जाते; मात्र कुठल्याही प्रकारे केली तरी ताणलेल्या नातेसंबंधांची मालिका संपल्यानंतर आणि सहनशीलतेची मर्यादा पार केल्यानंतर जातीत फूट पडते. एकमेकांशी भांडत एकत्र राहणाऱ्या भावांकडे जशी एकत्र राहण्याची कारणे असतात, तशीच जात म्हणून एकसंध राहण्याची दडपणे असतात. ज्या जातींमधील कुटुंबांनी वेगळे व्यवसाय स्वीकारले आहेत आणि त्यांचे भवितव्य बरेच वेगळे असणार आहे, अशा प्रत्येक जातीचे विभाजन होतेच असे नाही. सुरुवातीच्या शतकांमध्ये अत्यंत वेगवेगळे भवितव्य असलेली कुटुंबं एकाच जातीत राहिली

[२] ब्राऊन ज्यू अस्तित्वात होते तेव्हा त्यांच्या समूहाचा आकार खूप लहान होता आणि त्यांच्या मुलामुलींच्या लग्नासाठी स्थळे शोधण्यात नेहमी अडचणी येत असत. १९६० च्या दशकापर्यंत एक जात म्हणून हा समूह अक्षरशः निद्रिस्त होता. त्यांच्यापैकी बहुतेक जण बऱ्यापैकी सुशिक्षित होते. त्यांच्यापैकी एकदोघांनी गोऱ्या ज्यूंशी विवाह केले होते. तर इतरांनी केरळातील इतर प्रदेशांतील आणि जातींमधील त्यांच्याइतकेच शिकलेल्या किंवा तसा व्यवसाय करणाऱ्या जोडीदारांशी लग्न केले. परंपरेनुसार अशा मिश्र संततीला आई किंवा वडिलांच्या सामाजिक श्रेणीपेक्षा कमी दर्जाची श्रेणी दिली जात असली (अल्यप्पन १९३७, पृ. क्र. १४) तरीही या समूहातील बऱ्याच जणांनी घेतलेल्या आधुनिक शिक्षणामुळे त्यांना पारंपरिक प्रतिबंध पार करण्यास मदत झाली.

आणि जातीतल्या सर्वांनीच जातीने नेमून दिलेले व्यवसाय केले नाहीत. अलीकडच्या काळातही अशीच स्थिती आहे. रामखेरी गावातील काही उदाहरणे पाहिली तर, नाभिकाचे काम करणारे आणि जमीनधारक बनलेले अशा दोन्ही प्रकारच्या नाईंमध्ये, किंवा भिक्षा मागणारे आणि शेतकरी बनलेले अशा दोन्ही प्रकारच्या नाथ लोकांमध्ये धार्मिक विधींच्या बाबतीत वेगळेपण नाही. गावातील काही चर्मकार फक्त शेतीचे काम करतात, पण मृत जनावरे व चामड्याचे काम करणाऱ्यांबरोबर त्यांनी त्यांचे संबंध कायम ठेवले आहेत (मेयर १९५६, पृ. क्र. १३२). काही जातींमध्ये विभाजन का झाले आणि त्याच वेळेस इतर जातींमध्ये ते का झाले नाही झाले, याविषयीचे संशोधन अद्याप केले गेलेले नाही. पण पोकॉक यांनी पाटीदार जातींच्या इतिहासाविषयी व्यक्त केलेल्या प्रतिक्रियांमध्ये यामागच्या कारणांचे काही संकेत सापडलेले आहेत.

आता ज्यांना पाटीदार म्हटले जाते त्यांनी एकोणिसाव्या शतकातील जनगणनेच्या अहवालांमध्ये ते नाव धारण केले असले आणि त्यांचे व अजूनही ते नाव धारण न करणाऱ्या त्यांच्या जातभाईंचे शिष्टाचार व संपत्ती यांमध्ये बरीच मोठी दरी असली तरी मध्य गुजरातेतील पाटीदारांच्या विविध जातींचे पुढे विभाजन झाले नाही. पोकॉक लिहितात की एखाद्या समकालीन अभ्यासकाने त्या वेळेस बऱ्याच प्रमाणात विखंडन झाल्याचे गृहीत धरले असेल, जे प्रत्यक्षात झाले नाही. त्याचे एक कारण म्हणजे अनुलोम विवाह करणाऱ्या श्रेणीबद्ध विभागांत त्यांचे झालेले विभाजन असू शकते, ज्यामुळे जातीतील अंतर्विवाहाचा विचार न बदलता धार्मिक विधींसंबंधीचे आणि ऐहिक फरक स्पष्टपणे दिसू शकतात. पोकॉक असेही सुचवितात की त्या संपूर्ण प्रदेशातील, विशेषतः तंबाखूचे पीक घेणाऱ्या प्रदेशांतील कृषी उत्पन्नामध्ये झालेली वाढ पाटीदारांसाठी उपयुक्त ठरली आणि त्यांच्यातील आर्थिक अंतर कमी झाले. अगदी एकोणिसाव्या शतकाच्या अखेरीस पडलेला दुष्काळ आणि प्लेगच्या साथीमुळेसुद्धा पाटीदारांमधील आर्थिक विषमता वाढली नाही; कारण जास्त गरीब असलेल्यांना पूर्व आफ्रिकेत नशीब आजमावेसे वाटले आणि त्यांच्यापैकी बहुतेकांनी तिथे उत्तम प्रगती केली. तेथून त्यांनी त्यांच्या नातलगांना जे उत्पन्न पाठवले त्यामुळे या गरीब कुटुंबांची आर्थिक स्थिती सुधारण्यास मदत झाली (१९५७ब, पृ. क्र. ३०–३१).[३]

[३] मध्य गुजरातेतील पाटीदार हे त्यांच्या विरोधात असलेल्या स्थानिक रजपुतांसमोर एकत्र आले होते. हे रजपूत सुरुवातीच्या काळात तेथील शासक होते आणि अनेक गावांमध्ये त्यांचे वर्चस्व होते. श्रीनिवास आणि शहा लिहितात की हळूहळू, त्यांनी धार्मिक विधींच्या बाबतीत ते रजपुतांपेक्षा श्रेष्ठ असल्याचे ठामपणे सांगितले, "वर्तमानस्थितीत, पाटीदार रजपुतांकडून पाणी किंवा शिजवलेले अन्न घेत नाहीत" (१९६०, पृ. क्र. १३७७). रजपुतांनी आधुनिक जात परिषद बाजारपेठेच्या माध्यमातून याला काय उत्तर दिले ते आम्ही प्रकरण १५ मध्ये नमूद केले आहे.

जातीचे विलगीकरण आणि राजकीय संलग्नता: जातव समाज

जातीपासून वेगळे झालेल्यांना एकत्र आणू शकतील असे घटक निष्प्रभ ठरतात, तेव्हा ते वेगळे झालेले लोक त्यांच्या पूर्वीच्या जातभाईंशी असलेली नाती तोडतात आणि अन्य एखाद्या उच्च वर्णामध्ये सामील होण्याचा प्रयत्न करतात. ओवेन लिंच यांनी वर्णन केल्यानुसार (१९६८) आग्रा शहरातील जातव समाज म्हणजे विखंडन आणि आधुनिक राजकीय युती या दोन्हींच्या अभिजात एकत्रीकरणाचे उदाहरण आहे. त्यांच्या जात विखंडनाबरोबरच राजकीय संलग्नतेचे उद्देश सारखेच होते, ते म्हणजे सामाजिक श्रेणी उंचावणे आणि जातसमूहाचा भौतिक लाभ.

जातवांची संख्या शहराच्या एकूण लोकसंख्येच्या एक षष्ठांश इतकी आहे. सुरुवातीस ते जातीने चर्मकार होते आणि त्या जातगटाची हलक्या दर्जाची कामे करीत होते, जसे जनावरांच्या कातडीचे व चामडीचे काम, कधीकधी घाण साफ करण्याचे काम, म्हणजे प्रामुख्याने मजुरीची कामे करीत होते. एकोणिसाव्या शतकाच्या अखेरीस त्यांच्यापैकी काहींना जनावरांच्या कातडीचे आणि घाण साफ करण्याच्या कंत्राटाखेरीज पालिकेच्या बांधकामांचे कंत्राटदार म्हणून स्वतःचे स्थान निर्माण करण्यात यश आले. दोन भाऊ तर गिरणीमालकही झाले. अशा रीतीने, चर्मकारांमध्ये नेहमी आढळणारी दारुण गरिबी आग्रा शहरातील काही चर्मकारांनी दूर केली.

१९२० मध्ये आग्रा येथे पादत्राणांच्या व चामड्याच्या आधुनिक प्रकारच्या उद्योगामध्ये वाढ झाली (जरी हा उद्योग सक्षम व सुसंघटित उद्योगापासून फार दूर होता तरी). या उद्योगामध्ये राष्ट्रीय आणि अगदी आंतरराष्ट्रीय स्तरावरील बाजारपेठेसाठी उत्पादननिर्मिती केली जात होती. या उद्योगातील आघाडीच्या उद्योजकांमध्ये चर्मकार उद्योजकांचा समावेश होता; त्यांच्याकडील कामगार चर्मकार समाजातील होते आणि शहरातील त्यांच्या जातभाईंसाठी कारखान्यातील काम हा एकमेव व्यवसाय ठरला. कामगार आणि मालक या नात्याने त्यांची केवळ भरभराटच झाली नाही तर त्यांनी पूर्णपणे एका नवीन व्यवसाय क्षेत्रात प्रवेश केला. एक असा व्यवसाय ज्यामध्ये चामड्याचे काम केले जात असूनही बलुतेदारीचा किंवा गावमान्यतेचा संबंध नव्हता. त्याचबरोबर, कारखान्यात काम करणारे चर्मकार लोक शहरात वेगवेगळ्या ठिकाणी राहू लागले आणि त्यामुळे इतर चर्मकारांपासून ते व्यवसाय आणि निवास या दोन्ही बाबतीत खूप सहजपणे दूर झाले.

आता ते त्यांच्या मुलांना शाळेत पाठवू शकत होते. सुरुवातीच्या काळातील चर्मकार उद्योजकांच्या मुलांनी एकतर मिशनरी किंवा आर्य समाज या सुधारक गटाने चालविलेल्या शाळेत किंवा सरकारी शाळेत शिक्षण घेतले. आर्य समाजाच्या शाळांमध्ये सांस्कृतिक ग्रंथ किंवा रीतीरिवाजांशी परिचय करून दिला जात असल्यामुळे आर्य समाजाचा प्रभाव खूप महत्त्वाचा ठरला होता. आर्य समाजाकडून जातिविरहित समाजाचा पुरस्कार केला जात होता,

त्याविषयी सुशिक्षित तरुण फारसे उत्साही नसले तरी त्यांनी धार्मिक विधींशी संबंधित प्रतीके आणि पद्धती आत्मसात केल्या. त्या तरुणांना जातिव्यवस्था नाहीशी करायची नव्हती, तर त्या व्यवस्थेत उच्च स्थान प्राप्त करायचे होते. त्यांनी त्यांच्या जातीच्या प्रगतीसाठी १९१७, १९२४ आणि १९३० मध्ये यशस्वीरीत्या काही संस्थांची स्थापना केली. ते खरोखरच नावाने जातव आहेत आणि त्यांना प्राचीन काळातील रजपुतांचा वारसा लाभला आहे, हे सिद्ध करण्यासाठी १९२४ पर्यंत त्यांनी एक पुस्तकही तयार केले. त्यांनी सर्व चर्मकारांशी संबंध तोडले आणि आम्हीही जातव आहोत असे म्हणणाऱ्या गुलिया नामक अन्य एक चर्मकारगटाचा दावाही नाकारला. एकदा एक स्वामी आग्र्यामध्ये आले आणि त्यांनी जात व अंतर्विवाह पद्धतीचे उच्चाटन करण्याविषयी त्यांना उपदेश केला, तेव्हा जातव चळवळीच्या नेत्यांनी त्यांना शहराच्या बाहेर हाकलले.

सरकारी प्रकाशनांमध्ये त्यांना जातव म्हणून सूचिबद्ध करावे आणि अधिकृत प्रक्रियेद्वारे चर्मकारांपासून त्यांना पूर्णपणे वेगळे करावे यासाठी त्यांनी १९३० मध्ये प्रचंड दबाव आणला आणि अखेरीस त्यांना त्यात यश आले. त्याच वेळेस त्यांनी अनुसूचित जातींमध्ये त्यांचा समावेश व्हावा यासाठीही आग्रह धरला. अनुसूचित जाती म्हणजे शासकीय अनुदाने आणि पदोन्नतीसाठी पात्र असलेल्या वंचित समूहांचा आणि बहुतकरून 'अस्पृश्यां'चा समावेश असलेली शासकीय यादी आहे. इतर अनेक कनिष्ठ श्रेणीच्या जातींचा बाबतीत असाच विरोधाभास आहे, जे वास्तवापेक्षा जास्त खरे वाटते. अशा जातींमधील पुरुषांना तो विरोधाभास अजिबातच अडचणीत टाकणारा वाटत नाही; शासनाकडून आणि अर्थातच ब्रिटिश राजवटीतल्या सरकारकडून जे मिळू शकेल त्या सर्वांचा लाभ ते घेतात आणि अशा प्रकारचे फायदे प्राप्त करणे या गोष्टीचा जातीतील संबंधांच्या वर्तुळाशी फारसा संबंध नसतो. जातवांच्या बाबतीत आणखी एक गंभीर विरोधाभास म्हणजे ते अद्यापही चामड्याचेच काम करत होते आणि नवीन नाव धारण केल्यावर व धार्मिक विधींच्या पद्धतींमध्ये सुधारणा केल्यानंतरही त्यांच्या हलक्या प्रतीच्या व्यवसायामुळे त्यांना पारंपरिक दृष्टिकोनातून कमी दर्जाचे मानले जात होते. यामुळे आधुनिक राजकीय कृतींच्या माध्यमातून होणाऱ्या सामाजिक सुधारणांची इतर साधने त्यांना अधिक आकर्षक वाटली असतील.

विधिमंडळे आणि प्रशासकीय मंडळांमध्ये जातव प्रतिनिधींची नेमणूक करावी, अशी याचिका १९२० मध्ये जातवांनी सरकारकडे केली, तेव्हापासून ते राजकारणात सहभागी होऊ लागले. अशा नेमणुका करणे प्रामुख्याने ब्रिटिश अधिकाऱ्यांच्या अखत्यारित होते. कनिष्ठ श्रेणींतील पात्र उमेदवारांना या सल्लागार आणि प्रशासकीय मंडळांमध्ये प्रतिनिधित्व मिळणे त्या अधिकाऱ्यांना योग्य वाटायचे. राष्ट्रवादी राजकीय चळवळीमध्ये वाढ झाली तशा आग्र्याच्या जातव संस्थांनी राजकीय भूमिका स्वीकारल्या आणि तत्सम समूहांशी संलग्न

झाल्या. १९४४–४५ पर्यंत जातव संस्था आग्रा अनुसूचित जात परिषदेच्या साथीने राजकारणात सहभागी झाल्या. ही परिषद म्हणजे 'हरिजनां'चे नेते डॉ. आंबेडकर यांच्या नेतृत्वाखालील राष्ट्रीय परिषदेचा एक भाग होता.

पारंपरिक धार्मिक विधींच्या वर्तुळात ज्या 'अस्पृश्यां'पासून दूर राहण्यासाठी जातव आटोकाट प्रयत्न करत होते, त्यांच्याशीच ते पक्षीय राजकारणाच्या वर्तुळात मैत्रीसंबंध जोडू पाहत होते. पुन्हा यातील विसंगती त्या लोकांपेक्षा बाहेरच्या अभ्यासकांना अधिक स्पष्टपणे दिसण्यासारखी होती. त्यांच्यासाठी महत्त्वाचा प्रश्न होता तो जातीच्या आणि जातीतील सदस्यांच्या भौतिक व सामाजिक सुधारणेचा. स्वातंत्र्योत्तर काळात मतांची आणि निवडून येणाऱ्या उमेदवारांची ताकद लक्षात आल्यावर सुशिक्षित जातव समाजाला धार्मिक विधींतील प्रतीकांपेक्षा शासकीय राजकारणातून मिळणाऱ्या फायद्यांमध्ये जास्त स्वारस्य निर्माण झाले. त्यांपैकी काहींनी कुठल्याही जातिव्यवस्थेतून बाहेर पडण्याचा एक मार्ग म्हणून डॉ. आंबेडकरांचे नेतृत्व स्वीकारून स्वतःला बौद्ध म्हणवून घेतले. पण शासनाकडून वंचितांना दिली जाणारी अनुदाने ही विशेषकरून कनिष्ठ श्रेणीतील हिंदूंसाठी आहेत, ही वस्तुस्थिती आहे आणि त्यांना त्या वर्गापेक्षा वेगळी स्वतःची ओळख निर्माण करायची नव्हती. त्यामुळे त्यांचे ते प्रयत्न निष्प्रभ ठरले.

रिपब्लिकन पक्ष या नवीन राजकीय पक्षाची स्थापना करण्याच्या बाबतीत आग्र्यातील जातव समाज अग्रेसर होता. हा पक्ष प्रामुख्याने कनिष्ठ श्रेणीतील जातींवर आणि प्रभावशाली जातींपासून दुरावलेल्या जातींवर आधारित होता. त्यामध्ये मुस्लीम, विविध प्रकारचे 'हरिजन' तसेच जातव अशा विविध प्रकारच्या समूहांचा समावेश होता; त्यांच्या प्रमुख नेत्यांपैकी एक मूळचा वैश्य वर्गातील होता. जातवांची या समूहांशी झालेली युती ही गावातील सोयरगटांमधील चुरशीदरम्यान जातसमूहांनी केलेल्या हातमिळवणीसारखी आहे; ही युती थोड्या काळासाठी असते, राजकीय फायद्यांच्या उद्देशापुरती मर्यादित असते आणि त्यामध्ये जातवांची ओळख नव्याने लिहिली जात नाही.

रिपब्लिकन किंवा इतर कुठल्याही पक्षाविषयी निष्ठा बाळगताना जातवांच्या अंतर्विवाह व्यवस्थेत बाधा येत नाही आणि त्यांची एकता नाहीशी होत नाही. उच्च जात श्रेणीची काही प्रतीके आधीइतकी महत्त्वाची मानली जात नसतील तर, ओळखीचे प्रमुख माध्यम आणि निष्ठेचे केंद्रस्थान म्हणून जातीपासून सुटका करून घेतली जात नाही. जातवांसारखा उदयोन्मुख समूह विशेषतः उच्च शिक्षण व राजकीय डावपेचांच्या माध्यमातून चलनशीलतेच्या आधुनिक स्रोतांवर पकड मिळवतो, पण त्या समूहाचे सदस्य त्यांच्या प्रगतीमध्ये अडथळा ठरू शकतील अशा कुठल्याही जुन्या संबंधापासून, खरेतर त्या संबंधाची आठवण पुसून टाकण्यासाठी त्यापासून दूरच राहतात.

एकत्रीकरणाचे प्रेरक

एकत्र येण्याचे फायदे स्पष्ट झाल्यामुळे देशभरात प्रत्येक स्थानिक पातळीवर सभांचे (जातसंघ, शब्दशः संमेलन किंवा संघटना) आयोजन केले गेले. जनगणनेचा वापर चलनशीलतेच्या प्रयत्नांचे व्यासपीठ म्हणून करता येईल, या विचाराचा प्रसार झाल्यामुळे, १९०१ मधील जनगणनेनंतर सभांना अधिक चालना मिळू लागली (श्रीनिवास १९६६, पृ. क्र. ९४–१००). एकाच समूहातील जाती त्यांच्या समूहाचे नाव बदलण्याकरिता आणि शासकीय लाभांसाठी दबाव टाकण्याकरिता या सभांमध्ये सहभागी झाल्या. अशा युतींमागे सहसा समूहांची ओळख पुसणे हा उद्देश असे, जे जातव समाजाच्या तात्पुरत्या राजकीय युतींच्या बाबतीत घडत नव्हते.

आधुनिक लोकशाही एकत्रीकरणासाठी उपकारक ठरत आहे. मात्र एकोणिसाव्या शतकात जातींच्या संयुक्तीकरणाच्या एका उदाहरणाची नोंद केली गेली आहे. उत्तर भारतातील सोनार समाज त्यांच्या मोठ्या प्रमाणात विभागल्या गेलेल्या समूहांना एकत्र आणण्याचे काम करत होता. त्यांच्या या समूहांची "अगदी चीड यावी इतक्या प्रमाणात उपविभागणी झाली होती" (बेन्स १९१२, पृ. क्र. ६०). एखाद्या मोठ्या गावातदेखील काही मोजक्या सोनार कुटुंबांनाच काम मिळू शकत असे. त्यामुळे सोनार समाज खूप तुरळकपणे दिसेल इतक्या प्रमाणात विखुरलेला होता. खराब रस्ते आणि संपर्कव्यवस्थेच्या अनिश्चिततेमुळे अंतर्विवाहाच्या एका कक्षेत खूप थोडी कुटुंबंच एकत्र येऊ शकत असत. संपर्कव्यवस्था सुधारल्यानंतर त्यांनी विवाहसंबंध जोडण्यासाठीच्या कक्षा रुंदावण्यास आणि त्यायोगे अगदीच कमी कुटुंबसंख्या असलेले जात वर्तुळ मोठे करण्यात सुरुवात केली.

आता जातीतील सर्व सदस्यांचे भौतिक स्वास्थ्य आणि सामाजिक प्रतिष्ठा यांमध्ये वाढ करण्यासाठी जातसंघांची स्थापना केली जाते. जातींमधील एकजूट आणि त्यामुळे होणारे लाभ कायम राहावेत यासाठी संघातील सर्व जातींमध्ये आपापसात आंतरविवाह केले जावेत म्हणून संघाचे नेते आग्रह धरतात. पण अशा प्रकारचे आंतर्विवाह सहसा इतर लाभकारक कार्ये चांगल्या प्रकारे स्थिरावल्यानंतर केले जातात. पुढील प्रकरणात जातसंघाचे काही वैशिष्ट्यपूर्ण प्रकार व कार्ये यांच्याविषयी चर्चा केलेली आहे; जुन्या संबंधांचा संदर्भ बाजूला ठेवून एकत्र येण्याकडे असलेला कल नमूद करणे इथे उपयुक्त ठरेल.

याबाबत पुन्हा एकदा मध्य प्रदेशच्या देवास जिल्ह्यातील रामखेरी गावाचे उदाहरण पाहता येईल. तिथे तेली समाजातील दोन समूह जवळजवळ पूर्णपणे एकत्र झाले होते. त्यांमध्ये मेवाडमधून स्थलांतरित झालेले आणि मूळच्या माळवा प्रदेशातील असलेल्या तेली लोकांनी साधारणपणे १९१५ मध्ये रोटीबेटी व्यवहार सुरू केला; १९५० च्या दरम्यान ते एकाच जातपंचायतीत बसू लागले आणि जातीची इतर कामे एकत्र करू लागले; पण तरीही त्यांनी

त्यांची नावे वेगळीच राहू दिली. मग ते एकसारखी नवीन नावे धारण करू लागले आणि अगदी एकच जात बनण्याच्या टोकापर्यंत आले होते. त्या गावातील सुतारांच्या दोन जाती आणि मेंढपाळांच्या दोन जाती वेगळ्या राहिल्या असताना हे दोन जातसमूह एकत्र येण्यामागे कदाचित चलनशीलतेला त्यांनी दिलेली प्रचंड चालना हे कारण असू शकेल. रामखेरीच्या तेली समाजातील या चलनशीलतेची नोंद आधी केली आहे. अशा रीतीने होणाऱ्या जातसीमांच्या विस्ताराची तुलना एखाद्या महत्त्वाकांक्षी आणि प्रगतिशील माणसाने केलेल्या नातेवाइकांच्या वर्तुळाच्या विस्ताराशी होऊ शकते. असा माणूस ओळखीच्या आप्तमित्रांशी एकोप्याचे संबंध निर्माण करतो. त्याचप्रमाणे तो आणि त्याचे जातभाई धार्मिक विधींतील स्थानाच्या बाबतीत ज्यांच्याशी साम्य असेल अशा लोकांशी जातीतील लोकांप्रमाणे संबंध जोडू शकतात.

स्थानिक व्यवस्थेत वरच्या पातळीवरदेखील एकत्रीकरणाची क्रिया घडते, ज्यामागे जातीच्या चलनशीलतेपेक्षा कुटंबाशी संबंधित कारण असते. तंजावर जिल्ह्यातील बारा ब्राह्मण जातींपैकी दोन जातींनी आपापसात लग्ने जुळवण्यास सुरुवात केली. एकमेकांत विलीन होणाऱ्या या दोन्ही जातींची सांप्रदायिक अभिमुखता, भाषा आणि सणसमारंभांच्या पद्धती या सर्व बाबतीत आधीपासूनच साम्य आहे. "साम्यदर्शक गटांतील संरचनात्मक अंतर कमी करण्याची सर्वसाधारण प्रवृत्ती" धर्मनिरपेक्ष आणि पाश्चिमात्य प्रभावातून निर्माण होते, याकडे बेटली लक्ष वेधतात. वेगवेगळ्या ब्राह्मण जाती अधिक धर्मनिरपेक्ष झाल्यामुळे आणि धार्मिक विधींच्या बाबतीत असलेले फरक नाहीसे झाल्यामुळे त्यांची जगण्याची पद्धत बरीचशी एकसारखी झाली आहे (१९६५, पृ. क्र. ७४, ७८, २२०).

त्याचबरोबर, एखाद्या शहरीकरण झालेल्या ब्राह्मणाला त्याच्या मुलीचे लग्न तोलामोलाचे शिक्षण व संपत्ती असलेल्या कुटुंबात करून द्यावेसे वाटते. त्याच्या जातीत असे स्थळ सापडले नाही तर तो त्याच्यासारख्याच ब्राह्मण जातीतील अनुरूप स्थळ शोधेल. स्वतःच्या जातीतील एखाद्या अशिक्षित व्यक्तीऐवजी आपल्यापेक्षा फार वेगळ्या नसलेल्या जातीतील सुशिक्षित मुलाशी स्वतःच्या मुलीचे लग्न लावून देण्यास तो प्राधान्य देईल. कुटुंबाची प्रतिष्ठा आणि मुलीचे हित जपण्यासाठी तो जातींचे विलीनीकरण करण्यात तत्परता दाखवेल.

जातीच्या एकत्रीकरणाविषयी एखाद्या माणसाची मते ही त्याचे शिक्षण आणि सामाजिक अनुभवावर अवलंबून असण्याची शक्यता असते. मागील प्रकरणामध्ये श्रीनिवास यांच्या एका भाष्याचे उदाहरण देऊन हा मुद्दा नमूद केला होता. त्यांचे ते भाष्य असे होते की म्हैसूरमधील वयस्कर, ग्रामीण आणि अशिक्षित ओक्कालिगा इतर जिल्ह्यांतील आणि विभागांतील ओक्कालिगांना ओक्कालिगाच मानणार नाहीत. पण एखादा वकील किंवा डॉक्टर असलेला ओक्कालिगा सर्व विभागांतील ओक्कालिगांना सारखेच समजेल आणि

म्हैसूरच्या एखाद्या दूरस्थ भागात राहणाऱ्या शहरी व सुशिक्षित ओक्कालिगा मुलाशी स्वतःच्या मुलीचे लग्न करून देईल. मात्र त्यासाठी त्या कुटुंबाची शैक्षणिक व आर्थिक स्थिती योग्य असली पाहिजे (श्रीनिवास १९६६, पृ. क्र. ११५).

एखाद्या जातीतील सधन सदस्यांची विवाहासाठीची भौगोलिक कक्षा गरीबांपेक्षा अधिक मोठी होती आणि आता अधिक शिकलेले लोक, जे सर्वसाधारणपणे सधनही असतात, ते जातीबरोबरच जिल्ह्याच्या सीमांपलीकडे जाऊन विवाहसंबंध जोडतात. त्यांच्यापेक्षा वेगळा वर्ण किंवा जातविभागातल्या कुटुंबांशी ते स्वतःच्या मुलांची वैवाहिक नाती क्वचितच जुळवतात. पण त्यांच्यासारखे जातीचे सामाजिक स्थान आणि धार्मिक रीतीरिवाज पाळणाऱ्या, त्यांच्यासारखीच भाषा बोलणाऱ्या व त्यांच्या तोलामोलाचे आधुनिकपण साध्य करणाऱ्या एखाद्या कुटुंबात ते अशी नाती जुळवतात.

विविध जातींमध्ये आपापसात अंतर्विवाह केले जावे यासाठी एखाद्या जात संघाने केलेले ठराव सहसा संघाच्या सभांमध्ये स्वीकारले जातात. त्यामुळे अंतर्विवाह पद्धतीचा परीघ रुंदावण्याचा मार्ग तयार करण्यास मदत होते. पण पुढच्या पिढीचे कल्याण आणि जातीच्या सामाजिक स्थानात सुधारणा याविषयी कुटुंबाला असलेल्या आस्थेमुळे खरेतर असे विवाह केले जातात.

सामाजिक दर्जासाठीचा शोध, एकमेकांशी साधर्म्य असलेल्या जातींमध्ये समन्वय साधण्यास अंतर्विवाहासारख्या अंतिम कसोटीशिवाय इतर अनेक मार्गांनी चालना देतो. सामाजिक उतरंडीमध्ये जातीचे स्थान उंचावण्यासाठी आता स्थानिक सामाजिक व्यवस्थेच्या बाहेरील स्रोतांचा वापर करता येऊ शकतो. शासन, शिक्षण, वाणिज्य आणि व्यवसाय यांतून मिळणाऱ्या अशा स्रोतांवर पकड मिळविण्यासाठी नुसत्या जातीपेक्षा जास्त मोठ्या संस्थेचे बळ गरजेचे आहे असे जातीच्या सदस्यांना वाटते. त्यामुळे जातीची पुनर्रचना करण्यातील प्रमुख कल समान जातींचे एकत्रीकरण करण्याकडे आहे. हे एकत्रीकरण काही अंशी कौटुंबिक एकीकरणाच्या स्तरावर होते, पण विशेषकरून ते जातसंघांच्या माध्यमातून होते.

१५ जातीच्या सुधारणेची आधुनिक साधने: संघ आणि महासंघ

जातीच्या चलनशीलतेकरिता होणारे पुनरावर्ती संघर्ष चालू ठेवण्यासाठीचे फक्त एक नवीन माध्यम यापेक्षा जातसंघाचे स्वरूप बरेच मोठे असू शकते. काही संघांचे स्वरूप खरोखरच त्यापेक्षा अधिक नसते, पण इतर संघांचे रूपांतर आधुनिक शिक्षणासाठी व राजकीय लोकशाहीतील सहभागासाठी काम करणाऱ्या प्रभावी संस्थांमध्ये झाले आहे. जातीतील सदस्य अधिकाधिक सुशिक्षित बनतात आणि देशाच्या राजकारणात सहभागी होतात तेव्हा त्यांची वैयक्तिक आणि जातीच्या उद्दिष्टांविषयीची मते बदलण्याची शक्यता असते. जातसंस्थेच्या आधुनिक रूपाचा भारतीय समाजावर फार मोठा परिणाम झालेला असू शकतो. हा परिणाम किती मोठा आहे आणि किती मोठा होऊ शकतो त्याचे प्रमाण पुढील अभ्यासातूनच समजू शकते. या संघांच्या स्थापनेसाठी आधारभूत ठरलेल्या काही गोष्टी आणि त्यांच्या कार्यांसंदर्भात विकसित होत असलेले चलन यांविषयी इथे लिहिणे उपयुक्त ठरेल.

या प्रकरणातील काही उदाहरणांतून मांडलेल्या चित्रानुसार, या संघांची स्थापना विविध प्रकारच्या पारंपरिक संस्थांच्या आधारे झाली आहे. दिल्लीच्या उत्तरेकडील जिल्ह्यांतील जाटांनी लष्करी संरक्षण करणाऱ्या जुन्या पथकाचे पुनरुज्जीवन केले. केरळातील इरावा (तिय्या) धार्मिक उपदेशकांचे अनुयायी म्हणून एकत्र आले. ओरिसातील तेली समाजाने त्यांच्या पारंपरिक पंचायत यंत्रणेचा वापर केला आहे. कानपूर शहरातील जातसंघांची रचना अनेक वेगवेगळ्या सामाजिक आधारांवर झालेली आहे.

या संघांच्या कार्यांची सुरुवात उत्तर प्रदेशातील कुंभारांच्या प्रकरणात पाहता येते. तमिळनाडूतील (मद्रास) वान्नियार आणि नाडर संघांनी अधिक प्रगती केलेली दिसते, ज्यामध्ये संघाच्या सदस्यांना पुरेसा राजकीय आणि संस्थात्मक अनुभव प्राप्त झाला. शेवटी, गुजरातेतील क्षत्रिय सभेच्या जातसंघाविषयी चर्चा केली आहे; या संघाला, इतर अनेक संघांना हवे असते तसे अंतर्विवाहावर आधारित विलीनीकरण नको आहे, तर प्रामुख्याने राजकीय ताकद संघटित करायची आहे.

जातसंघाची पार्श्वभूमी काहीही असली तरी सर्वसामान्यपणे संघाचे नेते त्यांच्या बैठकांसाठी संसदीय प्रक्रियांचा वापर करतात आणि प्रमुख राजकीय पक्षांच्या संस्थात्मक शैलीचे अनुकरण करतात. स्वतःच्या मतदारसंघाचे कल्याण आणि उन्नती यांच्याकरिता एक प्रतिनिधी संस्था म्हणून काम करणे हा प्रत्येक संघाचा उद्देश असतो. लहान मुलांच्या शिक्षणात सुधारणा करण्याचा विचार सातत्याने केला जातो. पारंपरिक आणि आधुनिक अशा दोन्ही

पद्धतींमध्ये सुधारणांवर भर दिला जातो. सर्वसामान्यपणे एका नियतकालिकाच्या माध्यमातून त्यांचे संदेशवहन केले जाते. त्या नियतकालिकामध्ये संघाच्या उपक्रमांविषयी आणि भावी वरवधूंच्या जाहिरातींसारख्या विषयांवरील वृत्तांचा समावेश असतो.

पुनरुज्जीवन झालेला जाटांचा एक संघ

उत्तर प्रदेशातील मेरठ विभागातील काही जिल्ह्यांत राहणाऱ्या जाटांच्या एका जुन्या संस्थेचे पुनरुज्जीवन केले गेले आहे (प्रधान १९६५; १९६६). या जाटांनी एकोणिसाव्या शतकात संरक्षक पथकं ठेवली होती, पण १८५७ च्या उठावानंतर ती पथकं बरखास्त झाली. १९४७ नंतर जाट नेत्यांना जाणवले की राजकीय प्रतिनिधींचे बळ वाढविण्यासाठी आणि चलनशीलतेच्या नवीन प्रयत्नांना चालना देण्यासाठी मोठ्या सामूहिक संस्थांची गरज आहे. जमीनदार म्हणून जाटांचे त्यांच्या प्रदेशातील वर्चस्व कायम होते, पण त्यांना सत्तेशी संबंधित नवीन परिस्थितीची जाणीव झाली.

१८५७ पासूनची पहिली मोठी पंचायत १९५० मध्ये भरविली गेली. त्या पंचायतसभेस मेरठ विभागातील सर्व म्हणजे अठरा कुळांचे पारंपरिक नेते उपस्थित होते. जाटांच्या विवाहपद्धतीमध्ये सुधारणा करणे, हा या सभेचा प्रमुख विषय होता. विवाह समारंभांसाठी केल्या जाणाऱ्या खर्चाच्या रकमेत कपात केली जावी आणि नवऱ्या मुलाच्या कुटुंबाकडून मुलीच्या कुटुंबासमोर अतिआत्मविश्वासाने दाखवला जाणारा दिमाख कमी केला जावा हे ठराव त्या सभेमध्ये पारित केले गेले. एम. सी. प्रधान यांनी नोंदविलेल्या निरीक्षणानुसार या ठरावांचा, "मेरठ विभागातील लोकांवर मूलभूत परिणाम झाला" (१९६५, पृ. क्र. १८६१). १९५६ मध्ये झालेल्या पुढील सभेमध्ये एका नेत्याने असे असे अनुमान व्यक्त केले की, त्या प्रदेशातील जाटांनी आणि इतर लोकांनी पाच वर्षांत ७५० दशलक्ष रुपयांची (त्या काळातील १५० दशलक्ष डॉलर्सइतकी रक्कम) बचत केली आहे. हा कायदेशीर युक्तिवाद मान्य केला तर, उपरोल्लेखित ठरावांचे पालन करत भांडवली गुंतवणुकीसाठी आणि इतर उत्पादक उपयोगांसाठी मोठ्या प्रमाणात संपत्ती उपलब्ध करून दिली असण्याची बरीच शक्यता दिसते. त्या ठरावांच्या अंमलबजावणीमुळे अतिरिक्त भांडवल निर्माण झाले; थकबाकीदारांकडून वसूल केलेली दंडाची रक्कम त्या वेळेस चालू असलेल्या शाळांना दिली गेली किंवा एखाद्या कुळाच्या परिसरात शाळाउभारणीसाठी दिली गेली. १९६३ मधील तिसऱ्या सभेपर्यंत जाटांच्या सुधारणेसाठीची उद्दिष्टे मोठी झाली होती. उत्तम शैक्षणिक सुविधांचा, विशेषतः मुलींसाठीचे उच्च महाविद्यालय आणि दोन सैनिकी उच्च महाविद्यालयांचा प्रस्ताव ठेवण्यात आला. राष्ट्रीय, संरक्षण, वाढलेली कृषी उत्पादकता आणि "जातिभेद व अडथळे" दूर करणे यांबरोबरच गायींना कत्तलीपासून सुरक्षित ठेवणे या गोष्टीचेही समर्थन केले गेले.

या पुनरुज्जीवित संस्थेच्या यशाचे एक कारण म्हणजे मोठ्या पथकाची लष्करी कार्ये बंद केल्यानंतर संघाचा घटकभाग असलेल्या घराण्यांना आणि वंशांना महत्त्वाचे आर्थिक व राजकीय विभाग म्हणून सांभाळले गेले. या प्रदेशातील जाटांनी सरकारी छत्राखाली निवडून येणाऱ्यांपेक्षा पारंपरिक पंचायतींचा वापर सुरू ठेवला. सुशिक्षित जाटांना त्यांच्या मूळ समुदायांविषयी वाटणाऱ्या दृढ निष्ठेतून पुढे जाट समाजाचे बळ दिसून आले. प्रधान लिहितात की सैन्यात, प्रशासकीय सेवांमध्ये किंवा त्यांच्या मूळ भूमीपासून दूर असलेल्या इतर आधुनिक प्रकारच्या नोकऱ्यांमध्ये काम करणारे जाट निवृत्तीनंतर आपल्या गावात परत येऊन राहणे पसंत करतात. “जन्मगावातील मिळकत विकून शहरात स्थायिक झालेल्या जाट माणसाचे एकही उदाहरण माझ्या पाहण्यात आले नाही” (प्रधान १९६५, पृ. क्र. १८६३).

धार्मिक संस्था: केरळातील इरावा

वेगळ्या सामाजिक स्तरावर स्थापन झालेला आणि धार्मिक विचाराने पक्का झालेला आणखी एक मजबूत जात संघ म्हणजे केरळातील इरावांचा संघ. या इरावांना इझावा किंवा तिय्या म्हणूनही ओळखले जाते आणि केरळातील हिंदूंमध्ये त्यांचे प्रमाण ४० टक्क्यांपेक्षा अधिक आहे. मद्यपेये तयार करून विक्री करणे हा त्यांचा पारंपरिक व्यवसाय होता. त्या व्यवसायामुळे, त्या प्रदेशातील जातीच्या उतरंडीमध्ये त्यांना खालचे स्थान प्राप्त झाले.

१८५४ मध्ये त्रिवेंद्रमनजीकच्या एका खेड्यातील इरावांपैकी एका कुटुंबात एक लहान मूल जन्माला आले, जे पुढे जाऊन एक संत आणि सर्व इरावांसाठीचा सुधारक बनले. त्याला श्री नारायण गुरू म्हणून ओळखले जाऊ लागले आणि अय्यप्पन लिहितात त्यानुसार, त्याचा इतिहास म्हणजे इरावांचा आधुनिक इतिहास आहे. “सामाजिक आयुष्यात धर्म हा सर्वांत मोठा सर्वसमावेशक प्रेरक घटक ठरला आहे आणि श्री नारायण यांनी केलेल्या सुधारणा ज्यांमुळे इरावा समाज एक बलशाली समाज म्हणून एकत्र बांधला गेला त्या सर्व सुधारणा धर्माच्या माध्यमातून केलेल्या होत्या” (१९४४, पृ. क्र. १५१). सांस्कृतिक रीतीरिवाज समाजातील सर्वांसाठी खुले व्हावेत असा उपदेश त्यांनी केला आणि जातीविरहित समाजाचा पुरस्कार केला. त्यांचा प्रभाव त्यांचे अनुयायी असलेल्या इरावा लोकांपुरताच मर्यादित राहिला. पण त्या लोकांवर त्यांच्या प्रभावाचा फार मोठा परिणाम झाला आणि त्यांच्यात एक मजबूत ऐक्य निर्माण झाले, ज्याचा वापर राजकीय प्रगतीबरोबरच धार्मिक विधींसंबंधीच्या अंतर्गत सुधारणांसाठी केला जात आहे.

श्री नारायण यांनी केलेल्या आव्हानामुळे विविध जातींमध्ये आपापसांत विवाह जुळविण्याची प्रथा अनेक दशकांपासून सुरू आहे. त्यांनी केलेल्या धर्माविषयीच्या आव्हानामुळेही इरावांच्या रीतीरिवाजांमध्ये बऱ्याच प्रमाणात सुधारणा झाली. मात्र, इरावांना

त्यांच्या मतदानाच्या ताकदीचा आणि नवीन राजकीय वातावरणाचा लाभ घेणे शक्य असूनही, उच्च श्रेणीतील काही समूहांकडून प्रचंड विरोध झाल्यामुळे अलीकडच्या काही वर्षांपर्यंत त्यांची सामाजिक प्रगती तुलनात्मकदृष्ट्या मंदगतीने झाली (अय्यप्पन १९४४, पृ. क्र. १५१–१६२, १८८–१९४; १९६५, पृ. क्र. १४७–१६९; गॉघ १९६३, पृ. क्र. १९२–१९४; हार्डग्रेव्ह १९६४, पृ. क्र. १८४७).

आधुनिक पंचायत संस्थाः ओरिसातील तेली

ओरिसातील तेली समाजाच्या संघाने सुधारणेसाठीच्या आधुनिक उपायांवर जोर देतानाच पारंपरिक कार्ये जतन केली आहेत. विसाव्या शतकाच्या मध्यात तेली समाजाचे नेते त्यांच्या अंतर्गत कार्यांमध्येच मग्न होते आणि त्यांनी बाहेरच्या, राजकीय उपक्रमांमध्ये रस घ्यायला नुकतीच सुरुवात केली होती.

तेली समाज तेल गाळून त्याची विक्री करण्याचा पारंपरिक व्यवसाय करतो. हा एक असा व्यवसाय आहे ज्याला पारंपरिक दृष्टिकोनातून फारशी प्रतिष्ठा लाभलेली नाही. ओरिसातील पुरी आणि त्यालगतच्या जिल्ह्यांमध्ये त्यांचे संख्याबळ बऱ्यापैकी मोठे आहे आणि फार पूर्वीपासून त्यांची पंचायत संस्था खूप मोठी आहे. जुन्या पंचायतींशी असलेल्या संबंधांच्या माध्यमातून त्यांच्या नवीन संघाची मुळे गावागावांमध्ये खोलवर रुजलेली आहेत आणि पंचायतीचे पारंपरिक उद्देश व सुधारणा या दोन्हींशी संघाने बऱ्यापैकी जुळवून घेतल्याचे दिसत आहे (पटनाईक आणि रे १९६०). पारंपरिक स्वरूपाच्या पंचायतींमध्ये, लहान व मोठे अधिकारक्षेत्र असलेल्या औपचारिक पंचायतींचा समावेश होतो. १९५० मध्ये या पंचायतसभा अद्यापही दंड आकारत होत्या, शुद्धीकरण करण्यास सांगत होत्या आणि चूक करणाऱ्या अपराध्यास जातीतून बाहेर काढत होत्या.

पटनाईक आणि रे यांनी १९४२ आणि १९५९ मधील २०३ प्रकरणांचे विश्लेषण केले आहे. "आठ प्रदेशांचे राज्य" असे म्हणवले जाणाऱ्या पंचायतीच्या अधिकारक्षेत्रात झालेल्या नोंदींमधील ही प्रकरणे होती. पुरी जिल्ह्यातील अशा सहा पंचायतींपैकी ही एक आहे. या प्रकरणांपैकी दोन तृतीयांश प्रकरणे विवाहविषयक समस्या, मिळकतीविषयक व आर्थिक वाद आणि जातीच्या मापदंडांचे उल्लंघन या संदर्भातील होती. इतर प्रकरणांमध्ये लैंगिक अत्याचाराचे गुन्हे, आर्थिक साहाय्यासाठी विनंती आणि प्रमुख पदावर नेमणूक करण्यासारख्या संस्थात्मक विषयाचा समावेश होता. एका प्रकरणामध्ये एका घटक अधिकारक्षेत्रातील वडीलधाऱ्या व्यक्तींने स्वतःलाच जातीतून बाहेर काढल्याचे जाहीर केले गेले. कारण त्यांनी एका महिलेला एका न्यायालयीन प्रकरणात खोटी साक्ष देण्यापासून रोखले नव्हते, जे जातीच्या व्यापक हितासाठी घातक असल्याचे गृहीत धरले होते (पटनाईक आणि रे १९६०,

पृ. क्र. १७–२०). या प्रदेशातील पंचायतसभा, जिच्या अमलाखाली तेली समाजाचे ७० प्रभाग होते, तिच्याकडे केवळ अवघड समस्यांसाठीच्या न्यायिक अधिकारक्षेत्राची जबाबदारी आहे इतकेच नाही तर तिच्या निर्णयांच्या अंमलबजावणीसाठी कृती करण्याचीही तिची तयारी असते.

पंचायत सभा आणि विशेषतः मोठ्या सभांचा मुख्य आस्थेचा विषय असतो तो म्हणजे तेली समाजाच्या सुधारणेसाठीचा व उन्नतीसाठीचा कार्यक्रम. एका प्रांताने स्वीकारलेल्या नियमांच्या प्रस्तावनेत असे म्हटले आहे की त्यांच्या समाजात अनेक दुष्प्रवृत्तींनी प्रवेश केला आहे आणि त्यामुळे समाजावरील सध्याचे कलंक दूर करण्यासाठी नियम बनवून त्यांची अंमलबजावणी करण्याचे अधिकार कचेरीतील अधिकाऱ्यांना आहेत. त्यावर स्पष्टीकरण देणारे एक मिथक दिलेले आहे ते असे की, तेली समाज हा पूर्वी मानसन्मान प्राप्त असलेला, प्रगतशील व्यापाऱ्यांचा समाज होता आणि परदेशात व्यापार करत होता. ओरिसातील प्रमुख बंदरांचे काम बंद झाल्यानंतर त्यांना तेल गाळण्यासारखे कमी प्रतीचे काम सक्तीने स्वीकारावे लागले. त्यांनी केवळ त्यांचे उदरनिर्वाहाचे साधनच गमावले इतकेच नाही तर त्यांचा शिक्षणाचा पारंपरिक स्तरही गमावला. "त्यामुळे आपल्या जातीतील प्रत्येकाने शिक्षण व संस्कृतीचा पुरस्कार करण्याचा प्रयत्न केला पाहिजे" (पटनाईक आणि रे १९६०, पृ. क्र. २५, ३१, ४४).

जवळजवळ प्रत्येक सभेतील ठरावांमध्ये शिक्षणाचे समर्थन हिरिरीने केले जाते; तेली समाजातील लोकांना पुन्हापुन्हा सांगितले जाते की, "जातीतील सर्व मुलांनी वाचायला शिकले पाहिजे आणि गरजू मुलांना पंचायतनिधीतून मदत केली पाहिजे." १९५९ मध्ये संपूर्ण ओरिसातील तेली समाजाची सभा झाली त्यामध्ये शिक्षणाविषयी एक ठराव केला गेला, ज्याच्या सुरुवातीस असे म्हटले होते की सर्व तेली लोक खूप गरीब आहेत. "त्यांना त्यांच्या मुलांना शिक्षण देणे अत्यंत गरजेचे वाटते. आपण मुलांच्या शिक्षणास प्रोत्साहन देऊ या आणि शिष्यवृत्ती देण्यासाठी निधी उभारू या" (पटनाईक आणि रे १९६०, पृ. क्र. ४०, ७४). इतक्या वर्षांत नव्याने उभारलेल्या शाळा किंवा मंजूर केलेल्या शिष्यवृत्तीचा उल्लेख न करता या ठरावाच्या होणाऱ्या पुनरावृत्तीतून असे सूचित होऊ शकते की शैक्षणिक सुविधा निर्माण करण्यात काहीतरी त्रुटी राहून गेली आहे.

या ठरावांमध्ये धार्मिक सुधारणेचा विषय सातत्याने होता. घटस्फोट आणि पुनर्विवाह यांच्याविषयी नापसंती दाखविली गेली, कसायांना गुरे विकण्याविषयी निषेध व्यक्त केला गेला, पानाची (सुपारी घालून बनवलेले विड्याचे पान) विक्री करणे हा कमीपणाचा व्यवसाय असल्यामुळे त्यावर बंदी आणली गेली (पटनाईक आणि रे १९६०, पृ. क्र. २२, २९–३६, ४२–४३). वर्षानुवर्षे हे ठराव पुन्हा पुन्हा मंजूर केले गेले त्यातून त्यांच्या अंमलबजावणीमध्ये आलेले काहीसे अपयशही दिसू शकते. तेली या पारंपरिक नावातील अवमानकारक स्वर टाळून "वाणी/व्यापारी" या अर्थाचे जास्त सन्मान मिळेल असे नाव स्वीकारण्यात आले आहे.

पारंपरिक टप्पे आणि आधुनिक उपायांचे मिश्रण करण्याविषयी बहुतांश जातसंघांचे जे सर्वसाधारण धोरण असते, त्याचा सारांश तेली संघाच्या ठरावामध्ये सामावलेला आहे. "प्राचीन काळापासून प्रचलित असलेल्या कायद्यांचा अभ्यास करणे [आपल्यासाठी] गरजेचे आहे; त्याच वेळेस, काळाशी सुसंगत अशा नवीन नियमांचा स्वीकारही केला पाहिजे" (पटनाईक आणि रे १९६०, पृ. क्र. २६). त्या दोन्हींमध्ये मेळ असेलच असे नाही, तरीही; प्राधान्यक्रमाचे प्रश्न निर्माण होतात. उदाहरणार्थ, १९५९ मध्ये अखिल ओरिसा स्तरावरील सभेमध्ये मोठा वादविवाद झाला होता. पुरी येथील धार्मिक स्थळी एका प्रस्तावित धर्मशाळेविषयीचा म्हणजे भक्तांसाठीच्या निवासस्थानाविषयीचा तो वाद होता. असे निवासस्थान उभारणे ईश्वरीसेवेचे कार्य होते, ज्यामुळे राज्याच्या विविध भागांतील जातबंधूंना एकत्र येता येईल असे आणि धार्मिक आश्रय व जातीच्या एकजुटीने व्यापून जाईल असे एक केंद्र तयार होणार होते (पहा, मेयर १९६०, पृ. क्र. २५५). या प्रस्तावास तरुण प्रतिनिधींनी विरोध केला. त्यांचा युक्तिवाद असा होता, "जिथे विशेषकरून जातीचे हितसंबंध जपले जाणार नाहीत अशी एखादी इमारत उभारण्यापेक्षा जातीतील विद्यार्थ्यांसाठी एक वसतिगृह बांधणे शंभरपटींनी उत्तम ठरेल" (पटनाईक आणि रे १९६०, पृ. क्र. ७२).

त्याच सभेमध्ये तेली समाजातील तीन प्रमुख जातींमध्ये मुक्त आंतरविवाह करण्याचा विचार पुन्हा एकदा मांडला गेला. या सभेस उपस्थित असणारे मानववंशशास्त्रज्ञ एका वयस्कर प्रतिनिधीच्या शेजारी बसले होते. काँग्रेस पक्षाचे एक महत्त्वाचे कार्यकर्ते आणि त्या सभेतील एक नेता असलेले वक्ते तीन जातींचे विलीनीकरण अंतर्विवाहावर आधारित एकाच समूहात करण्याच्या कल्पनेचा पुरस्कार करत होते. ते वयस्कर गृहस्थ हळूच पुटपुटले की आता हे होऊ शकणार नाही अन् मग त्या वक्त्याकडे निर्देश करत ते म्हणाले, "माझी जात हलदीया तेली आहे. माझ्या मुलीशी त्यांच्या मुलाचे लग्न लावायला ते तयार होतील का? मग त्यांना जातीतून बाहेर काढतील. मीसुद्धा अशा माणसाच्या मुलीशी माझ्या मुलाचे लग्न करण्याचे धाडस करणार नाही, ज्याच्या हातचे पाणी प्यायला माझ्या घरातील कोणी तयार नसेल" (पटनाईक आणि रे १९६०, पृ. क्र. ७७). त्यांच्यासाठी सभेतील त्यांचा सहभाग अंतर्विवाहापाशी संपला होता. पण त्या सभेतील तरुण आणि सुशिक्षित सदस्य त्या विषयावर अजिबात नाराज नव्हते आणि अशी लग्ने जुळवायला सुरुवात करत होते. त्या सभेच्या अध्यक्षांनी तर "भारताच्या इतर भागांतील तेली लोकांशी मैत्रीचे आणि विवाहाचे संबंध प्रस्थापित करण्याचे" समर्थनही केले. १९५० मध्ये हा संघ आणि ओरिसातील इतर संघ स्थानिक व राज्यस्तरीय राजकारणामध्ये तुलनेने कमी सहभागी झाले, जे मद्रास आणि इतर राज्यांतील असेच संघ अनेक दशकांपासून करत होते.

कानपूर शहरातील जातसंघ

कुठल्याही जात संघामध्ये प्रामुख्याने मिश्र व आधुनिक सुधारणांचा वेध घेणारे लोक हे आधुनिक शिक्षण घेणारे लोक असण्याची शक्यता असते. ते शहरात एकवटलेले असतात आणि संघाची मुख्यालये शहरात असण्याची शक्यता असते. कानपूर शहरातील आठ जातींच्या संघांच्या अभ्यासात त्या जातींचे वैविध्य आणि साम्ये या दोन्हींचा समावेश आहे.

१९१५ मध्ये निर्माण झालेली कान्यकुब्ज ब्राह्मणांची संस्था ही शहरातील पहिली संस्था होती. केवळ शिक्षण आणि एका शैक्षणिक विश्वस्त संस्थेची सुरक्षित स्थापना करणे, हे या संस्थेचे प्रमुख उद्देश होते. बंद पडलेल्या माध्यमिक शाळा जतन करणे हे त्या शैक्षणिक विश्वस्त संस्थेचे काम असणार होते. ब्राह्मणांसाठी शिक्षण हा विषय नवीन नव्हता, पण ज्यामध्ये मुलींच्या शिक्षणाचा समावेश आहे अशा आधुनिक शिक्षणाचा आग्रह, ही बाब नवीन होती (नंदी १९६५, पृ. क्र. ८७–८८).

'भंगी' (सफाई कर्मचारी) समाजाच्या संस्थेची स्थापना सर्वांत शेवटी म्हणजे १९५७ मध्ये झाली. पण तिची सुरुवात दिल्लीतील अखिल भारतीय 'भंगी' (सफाई कर्मचारी) संघाची मदत व शासकीय अनुदानासह भक्कमपणे झाली. सुरुवातीला ३००० सदस्यांनी नाव नोंदविले. हा संघ विशेषतः लहान मुलांसाठी प्राथमिक शिक्षण उपलब्ध करून देतो. जातीतील पुरुषांची मद्यसेवन आणि जुगार यांची सवय कमी करणे, हा संघातील सुधारणांमागचा प्रमुख उद्देश आहे. इतर सुधारणांवर फारसा भर दिला जात नाही, कदाचित त्यांना शैक्षणिक आणि आर्थिक सुधारणांसाठी प्रतीक्षा करावी लागणार असल्याचे कारण त्यामागे असेल (नंदी १९६५, पृ. क्र. ९४–९५).

कानपूरमधील इतर संघांनी सुधारणेची व्याप्ती बरीच मोठी केली. उदाहरणार्थ, ओमर वैश्य व्यापाऱ्यांनी शैक्षणिक व आर्थिक सहकार्याचे आणि लग्नातील पद्धतींच्या सुधारणांचे समर्थन केले. त्यांनी केलेल्या काही ठरावांचे पालन केले जात आहे, जसे लग्नप्रसंगी गणिकांचे नृत्य बंद करणे. हुंड्यामध्ये कपात करण्यासारख्या इतर ठरावांना प्रामुख्याने बगल दिली गेली आहे. हुंड्याविषयीचा ठराव म्हणजे वर आणि वधूच्या कुटुंबांदरम्यान असलेल्या विषमता दूर करण्यासाठी केलेला सुधारणेचा एक वैशिष्ट्यपूर्ण प्रयत्न होता. नवऱ्यामुलाशी आणि त्याच्या कुटुंबाशी असलेल्या नात्यात नवरी मुलगी आणि तिच्या कुटुंबाचा सामाजिक दर्जा उंचावून स्त्री आणि पुरुषांमधील सामाजिक विषमता दूर करण्याचाही तो एक प्रयत्न असू शकतो (नंदी १९६५, पृ. क्र. ९१–९३; फॉक्स १९६७, पृ. क्र. ५८०–५८२).

संघाच्या सभांमध्ये ज्या विशिष्ट सुधारणा सुचवल्या गेल्या त्याशिवाय मुलांना जास्त आणि उत्तम शिक्षण देणे हा नेहमीच त्यांच्या सुधारणा कार्यक्रमाचा भाग होता. याबाबतीत वयस्कर आणि तरुण, धनिक आणि गरीब तसेच सुशिक्षित आणि अशिक्षित या सर्वांचे एकमत होते.

आरंभिक संघ: पश्चिम उत्तर प्रदेशातील कुंभार समाज

उत्तर प्रदेशच्या पश्चिम भागातल्या जिल्ह्यांतील आणि दिल्ली राज्यातील कुंभारांना एकत्र येताना विशेष अडचणी येतात. बऱ्याच मोठ्या संख्येने कुंभार लोक या प्रदेशात राहत असले तरी ते विखुरलेले आहेत आणि कुठल्याही एका प्रदेशात त्यांचे संख्याप्राबल्य नाही; याचा परिणाम म्हणून स्वतःच्या बळावर निर्णायक मतदान करता येईल, अशी आशा त्यांना वाटत नाही. त्याचबरोबर, त्यांच्या अनेक गावांत ज्यांचे वर्चस्व आहे असे जमीनदार जाट समाजाचे आहेत आणि आपण पाहिलेच आहे की जाट समाज जमिनीवरील ताबा कायम ठेवण्याच्या बाबतीत प्रभावी ठरतो.

या कुंभारांना जातीच्या चलनशीलतेसाठी आर्थिक आधार प्राप्त करण्याची फारशी संधी मिळत नाही. त्याशिवाय, तंत्रज्ञानामुळे काम जाण्याचा धोका त्यांच्यासमोर वाढत आहे. आर्थिक संधींपासून वंचित ठेवलेले, "द्विज"वर्णाविषयी फारसे ज्ञान नाही आणि त्यामध्ये फारसा रस नाही अशा परिस्थितीत त्यांच्या महत्त्वाकांक्षा आधुनिक शिक्षणावर केंद्रित झालेल्या असतात. तरीही त्यांच्यापैकी खूप कमी जणांनी बऱ्यापैकी शिक्षण घेतले आहे. पण त्यांच्यासाठी शिक्षण म्हणजे समूहातील व्यक्तींना आणि सर्व समूहाला चांगल्या नोकऱ्या, अधिक प्रतिष्ठा आणि उच्च दर्जाचे जीवनमान या गोष्टींचे आश्वासन देणारा एक चकाकता मार्ग आहे. सुशिक्षितांची संख्या कमी असूनही सुशिक्षित आणि अशिक्षित नेत्यांमधील ताण जो तेली व अन्य समूहांच्या बाबतीत लक्षात आला होता, तो आतापासूनच स्पष्ट दिसतो आहे.

वीणा मोंगा (१९६७) यांनी त्यांच्या आरंभिक संस्थेचा अभ्यास केला होता. गंगातीरावर स्थित गढ मुक्तेश्वर येथील एका मोठ्या वार्षिक उत्सवादरम्यान वीणा मोंगा यांनी कुंभारांच्या वस्तीत मुक्काम केला होता. त्या धार्मिक उत्सवाच्या वेळेसच तिथे मोठा बाजारही भरतो; कुंभारांचा वावर विशेषकरून गाढवांच्या, खेचरांच्या आणि घोड्यांच्या बाजारात असतो. या प्राण्यांचा वापर ते त्यांच्या सामानाची ने-आण करण्यासाठी करतात. या उत्सवाच्या काळात कुंभार लोक त्यांच्या स्वतःच्या वस्तीत राहतात. त्या वस्तीत हजारो लोक राहत असल्यामुळे ते आपापसांतील वाद मिटविण्यासाठी पंचायत सभा बोलावू शकतात आणि काही ठरावांवर चर्चा करण्यासाठी संघाच्या सभा बोलावू शकतात.

१९२४ पासून त्यांच्या संघाने फार कमी काळ काम केलेले आहे; मधल्या काळात संघाचे काम बंद झाले होते आणि पुन्हा त्याचे पुनरुज्जीवन केले गेले. १९६७ मध्ये कुंभारांच्या वस्तीत सभेसाठी तंबू उभारलेला होता. स्थानिक संघांचे प्रमुख, ज्यांना "प्रधान" असे संबोधले जात होते, असे वीस प्रधान तिथे एकत्र जमले होते. त्यांपैकी दोन जणांनी थोडे नवीन प्रकारचे शिक्षण घेतले होते—एकजण ग्रंथपाल होता आणि दुसरा भारतीय औषधांचा व्यवसाय करत होता. तिथे आणखीही अनेक सुशिक्षित लोक उपस्थित होते आणि तेही संघातील चर्चेत सहभागी झाले.

सुशिक्षित लोक अर्थातच उच्चभ्रू वर्गातील होते; त्यांचा पोशाख, बोलणे आणि शिष्टाचार सर्वोच्च प्रतिष्ठा आणि सन्मानास शोभेल असे होते. त्या वस्तीतील सर्वांत श्रीमंत कुंभारापैकी एकजण इतर गरीब कुंभारांसारखा राहत होता; त्याच्या कुटुंबातील कोणाकडेही कपड्यांची दुसरी जोडी नव्हती आणि त्यांना मिळणारे जेवणही गरीब कुंभारांच्या जेवणापेक्षा जास्त महागामोलाचे नव्हते. त्यांच्यातील प्रमुख फरक हा होता की तो श्रीमंत माणूस त्याच्या नातवंडांना शिक्षण देत होता. शिक्षणाचे महत्त्व इतके जास्त होते की कुंभार समाजाच्या चर्चेमध्ये, शासनाकडून शैक्षणिक लाभ कसे प्राप्त करायचे याविषयीचे "आदर्श उदाहरण" म्हणून 'हरिजनां'चे वर्णन केले जाते.

मात्र परंपरेचे अधिक पालन करणाऱ्या नेत्यांना सोबतच्या सुशिक्षितांबरोबर अवघडल्यासारखे होते. त्यांना ते तोरा दाखविणारे आणि अव्यवहारी वाटतात. सुशिक्षित लोक त्यांच्या बाजूने अशिक्षित नेत्यांप्रति थोडा औपचारिक आदरभाव दाखविण्याचा प्रयत्न करतात, पण त्या नेत्यांपेक्षा आपण स्वतः खूप उत्तम आहोत, असे मानतात. अगदी एखाद्या सुशिक्षित माणसालाही त्याच्या जातभाईंवर अवलंबून राहावे लागते; त्या जातभाईंच्या मुलांशीच त्याला स्वतःच्या मुलांचे आणि मुलींचे लग्न जुळवता येणार असते (मोंगा १९६७, पृ. क्र. १०५४). जी.एस. घुर्ये यांनी त्यांच्या लेखनात अनेक ठिकाणी नमूद केले आहे त्यानुसार अंतर्विवाह हा एक प्रेरक घटक ठरतो. हा घटक देशभरात सर्वत्र राहणाऱ्या जातीतील सर्व सदस्यांना एकत्र बांधून ठेवतो, मग ते सुशिक्षित असो किंवा अशिक्षित (१९६१, पृ. क्र. २०९–२१०).

कुंभारांच्या संघातील कामकाजामध्ये कामाची विभागणी सुरू झाली आहे. जुने, अशिक्षित नेते आधीप्रमाणे वादतंटे मिटविण्याचे आणि जातीतील एकी जपण्याचे काम करतात. हे असे विषय आहेत ज्यामध्ये सुशिक्षितांना फारशी गती नाही, कारण त्यांच्याकडे आवश्यक तो अनुभव आणि इच्छा यांचा अभाव आहे. सुशिक्षित लोकांना शिक्षणासंबंधीच्या उपाययोजना आणि सुधारणा करण्याबरोबरच सरकारी अधिकाऱ्यांशी संबंध जोडण्याच्या बाबतीत पुढाकार घेऊ दिला जातो. मोंगा यांनी या कुंभारांचा अभ्यास केला, तेव्हा एक समूह म्हणून देशाच्या/राज्याच्या राजकारणात भाग घ्यायला त्यांनी नुकतीच सुरुवात केली होती. पण एखाद्या संघातील अंतर्गत एकजूट आणि सुधारणा यांबाबतीत तो संघ जास्त प्रभावी ठरतो तेव्हा बाहेरच्या जगाशी असलेले नातेसंबंध सुधारण्याकडे संघाच्या नेत्यांचा कल असतो, विशेषतः राजकारणातील संबंध. यादव आणि जातव संघांच्या राजकीय उपक्रमाविषयी वर उल्लेख केलेला आहे. आणखी दोन संघांमध्ये अशा राजकीय कार्यांच्या विकासाचे उदाहरण पाहायला मिळते.

राजकीय सहभाग: वान्नियार संघ

मद्रास राज्यातील वान्नियार आणि नाडर संघांचा राजकीय इतिहास एकसारखाच आहे. एकोणिसाव्या शतकाच्या पूर्वार्धात दोन्ही समूह चलनशीलतेसाठी प्रयत्न करत होते; दोन्ही

समूहांनी विसाव्या शतकाच्या पूर्वार्धात बऱ्यापैकी आर्थिक लाभ प्राप्त केले होते आणि अंतर्गत सुधारणा केलेल्या होत्या; त्यांच्या प्रगतीस होणाऱ्या विरोधावर दोन्ही समूहांनी मात केलेली होती; दोन्ही समूहांनी त्यांच्या संघाचा वापर राजकीय फायद्यासाठी केलेला होता; आणि काळाच्या ओघात दोन्ही समूहांनी राजकीय पक्षांपासून त्यांच्या संघांना दूर केले. जातीतील सदस्यांना राजकीय लोकशाहीच्या प्रक्रियेत सहभागी करून घेण्यात जातसंघ कसा परिणामकारक ठरतो, ते या उदाहरणांतून दिसून येते.

मद्रास राज्यात वान्नियारांचे प्रमाण १० टक्क्यांच्या आसपास आहे आणि जिथे ते एकसंधपणे राहतात, त्या मद्रासच्या उत्तर भागातील चार जिल्ह्यांत त्यांचे प्रमाण एकूण लोकसंख्येच्या एक चतुर्थांश इतके आहे. त्यांपैकी काही जण अजूनही भूमिहीन मजूर आहेत, पण काही जण जमीनधारक, आधुनिक कारागीर आणि व्यापारी बनले आहेत. त्यांच्यात पूर्वी जी जातविभागणी झालेली होती तिच्यात अलीकडच्या काळात बदल केले गेले आहेत.

१८३३ मधील एका नोंदीत असे दिसते की वान्नियारांनी ते "कनिष्ठ श्रेणीतील जातीचे" नसल्याचा सरकारी आदेश मिळावा म्हणून त्या काळातही याचिका केली होती. चलनशीलतेविषयीच्या दाव्यांकरिता जनगणनेचा प्रथम वापर करणाऱ्यांपैकी ते एक होते. त्यांनी क्षत्रिय म्हणून त्यांची नोंद व्हावी यासाठी १८७१ मध्ये याचिका दाखल केली होती. त्यांच्या संघाची स्थापना १८८८ मध्ये केली गेली. १८९१ पर्यंत त्यांच्यातील सुशिक्षित व्यक्तींपैकी एकाने वान्नियारांच्या गुणांविषयी ठाम प्रतिपादन करण्यासाठी आणि ते कागदोपत्री जतन करण्यासाठी एक सर्वसाधारण पुस्तक तयार केले होते; आणि १९३१ पर्यंत वान्नियारांचे जुने नाव सरकारी नोंदींतून नाहीसे झाले होते (थर्स्टन १९०९, खंड ६, पृ. क्र. १–२८; रुडॉल्फ आणि रुडॉल्फ १९६०, पृ. क्र. १३–१५; १९६७, पृ. क्र. ४९–६३).

देशाला स्वातंत्र्य मिळाल्यानंतर सुधारणांसाठी नवीन संधी उपलब्ध झाल्या, त्यानंतर वान्नियारांचा संघ राजकीयदृष्ट्या कार्यरत झाला. लॉईड आणि सुसेन रुडॉल्फ यांनी इतिहासाचा अभ्यास करून वान्नियारांच्या कार्याचे परिणाम काय झाले ते दाखवून दिले आहे. वान्नियारांच्या संघाने वान्नियारांना नोकऱ्या व प्राधान्य मिळावे यासाठी काँग्रेस पक्षाकडे आग्रह धरला. त्या पक्षाकडून समाधानकारक प्रतिसाद मिळाला नाही तेव्हा त्यांनी स्वतंत्रपणे निवडणुका लढवल्या. केवळ काही जिल्ह्यांमध्ये निर्णायक मतांचे बळ मिळू शकणार होते म्हणून नाही तर–आणि जातसंघांच्या राजकीय प्रयत्नांबाबत हे सर्वसाधारणपणे खरे ठरते–"जिल्हा मंडळांच्या आवाक्यात असणारे विषय, विशेषतः शैक्षणिक आणि वैद्यकीय सुविधा व रस्तेबांधणीचे विषय हे स्थानिक व राजकीय हितसंबंध असलेले सर्वांत मोठे विषय होते" म्हणून त्यांना जिल्हा मंडळाच्या निवडणुकांमध्ये सर्वांत जास्त रस होता (१९६०, पृ. क्र. १६–१७).

वान्नियारांनी स्वतंत्र उमेदवार म्हणून चांगली कामगिरी केली; १९५१ मध्ये वान्नियारांच्या एका राजकीय पक्षाची स्थापना केली गेली. त्याचे पुढे दोन पक्ष झाले. तरीही त्या पक्षांतील उमेदवार पारंपरिक पंचायतीच्या माध्यमांतून वान्नियार मतदारांना संघटित करू शकले. १९५२ च्या निवडणुकांमध्ये ते मद्रास विधानसभेत १३ टक्के जागांवर निवडून आले. साहजिकच वान्नियारांनी त्यांचे आडनावबंधू आणि त्यांच्या समूहात असलेल्या उमेदवारांना मते दिली होती. त्या उमेदवारांना वान्नियारांच्या गरजा समजू शकतात आणि त्यांच्या महत्त्वाकांक्षाही सारख्याच आहेत, असे गृहीत धरले गेले होते. एक कट्टर समर्थक म्हणून दिसणाऱ्या या पारंपरिक संलग्नतेनुसार, जिथे जिथे लोकशाहीवर आधारित निवडणुका झाल्या तिथे ते सुरुवातीच्या आणि नंतर कायम राहणाऱ्या प्रवाहाची पुनरावृत्ती करत होते.

वान्नियारांचे दोन्ही पक्ष नंतर विसर्जित झाले आणि त्यांचे नेते दुसऱ्या पक्षांमध्ये सामील झाले. पण वान्नियार संघाची भरपूर भरभराट झाली होती आणि त्याने राजकीय लाभांसाठीची आग्रही भूमिका कायम ठेवली होती. शैक्षणिक फायदे, लहान मुलांसाठी शाळा, तरुणांसाठी शिष्यवृत्त्या आणि शैक्षणिक साहाय्य या गोष्टींसाठी संघाने काम केले आहे. वान्नियारांना प्रशासकीय सेवेतील नोकऱ्या आणि राजकीय नियुक्ती मिळवून देण्याचे कामही संघाने केले आहे. वान्नियारांचे वास्तव्य जिथे आहे त्या सर्व प्रदेशांचा लाभ व्हावा म्हणून सर्वसामान्य विकास प्रकल्प, हायड्रोइलेक्ट्रिक योजना, रस्ते आणि जमीन सुधारणांच्या प्रकल्पांकरिता या संघाने आग्रह धरला.

वान्नियारांनी अधिकृतपणे स्वतःचे वर्गीकरण "मागासवर्गीय" जातीत करून घेऊन काही शासकीय फायदे प्राप्त करून घेतले आहेत आणि त्यायोगे काही विशिष्ट पदोन्नतींसाठी ते पात्र ठरले आहेत. आम्ही यापूर्वी नमूद केले होते त्यानुसार एक वंचित आणि बहुधा कनिष्ठ श्रेणीचा समूह म्हणून झालेले हे औपचारिक वर्गीकरण, ग्रामजीवनातील खऱ्या क्रमवारीत उच्च दर्जा मिळविण्याबाबतच्या समूहाच्या दाव्यांना आडकाठी करताना दिसत नाही. वान्नियारांनी त्यांच्या क्रमवारीबरोबरच स्वतःच्या सर्वसाधारण राजकीय व आर्थिक स्थानामध्ये लक्षणीय सुधारणा केली आहे. या प्रगतीचा दखलयोग्य भाग त्यांच्या जातसंघाच्या माध्यमातून साध्य झाला आहे (रुडॉल्फ आणि रुडॉल्फ १९६०, पृ. क्र. १८–२२) आणि वान्नियारांनी कुठल्याही एका राजकीय पक्षाला भक्कमपणे मते दिली नसली तरी त्यांना त्यांच्या सर्वसाधारण राजकीय सहभागामुळे फायदे झाले आहेत. या अनुषंगाने १९६२ च्या निवडणुकांमध्ये दक्षिण अर्कोट जिल्ह्यातील तीनही प्रमुख पक्षांनी वान्नियार नेत्यांची निवड केली (एल. आय. रुडॉल्फ १९६५, पृ. क्र. ९८४).

राजकीय सहभाग: नाडर संघ

नाडर समाजानेसुद्धा चलनशीलतेसाठी दीर्घकालीन, कठीण आणि यशस्वी संघर्ष केला आहे. केरळातील इरावांचा आणि त्यांचा पारंपरिक व्यवसाय सारखाच होता, तो म्हणजे मद्य तयार

करून त्याची विक्री करणे. ताडीच्या झाडातून निघालेला रस आंबवून त्यातून ते मद्य बनवले जायचे. एका धार्मिक नेत्यामुळे आणि त्याच्या उपदेशांमुळे इरावा समाज एकत्र आला; नाडर समाजाने धर्मनिरपेक्ष, सुधारणावादी आणि राजकीय माध्यमांतून यश प्राप्त केले. यानंतर धर्मावर आधारित जातींविषयीच्या चर्चेत आम्ही नमूद करणारच आहोत, की काही नाडरांनी ख्रिश्चन धर्म स्वीकारला. पण त्यांची संख्या केवळ १५०,००० च्या आसपास होती; मद्रासमधील हिंदू नाडर लोकांची संख्या आता दीड ते दोन दशलक्ष इतकी आहे.

एकोणिसाव्या शतकाच्या सुरुवातीच्या काळात, काही प्रदेशांत नाडरांची श्रेणी अशा जातींसमान होती, ज्या जातींतील स्त्रियांना उच्च जातींतील स्त्रियांप्रमाणे कमरेच्या वरच्या भागावर वस्त्र परिधान करण्याची परवानगी नसे. ख्रिश्चन धर्म स्वीकारलेल्या नाडर लोकांनी सर्वप्रथम तो नियम तोडला आणि नंतर हिंदू नाडर स्त्रियांनी त्यांचे अनुकरण केले. या स्त्रियांनी स्वतःला श्रेष्ठ मानून पोलकी घातली याबद्दल उच्च जातीय लोक भडकले; त्यांनी हिंसेचा इशारा दिला आणि दंगे सुरू झाले. १८५८ मध्ये मद्रासच्या गव्हर्नरने हस्तक्षेप करून “कनिष्ठ श्रेणीतील जातींच्या” स्त्रियांना कमरेच्या वरच्या भागावर वस्त्र परिधान करण्याची परवानगी दिली. त्रावणकोरचे महाराजदेखील हेलावून गेले आणि त्यांना याविषयी काहीतरी घोषणा करावीशी वाटली. पण त्यांनी थोडा वेळ जाऊ दिला. मग त्यांनी त्या स्त्रियांना परवानगी दिली की त्यांनी शरीराच्या वरच्या भागात वस्त्र परिधान करावे जे कोळी स्त्रियांप्रमाणे असेल किंवा “त्यांनी त्यांचा छातीचा भाग कसाही झाकावा, मात्र उच्च श्रेणीतील स्त्रियांचे अनुकरण करू नये”(थर्स्टन १९०९, खंड ६, ३६५).

एकोणिसाव्या शतकाच्या उत्तरार्धात अनेक जण प्रगत व्यापारी बनले. १८७४ मध्ये या नाडर समाजाने मदुराई येथील मोठ्या मंदिरात प्रवेश करण्याचा हक्क मिळावा म्हणून प्रयत्न केला. त्या वेळेस ते अपयशी ठरले. पण मंदिरप्रवेशासाठीचा लढा त्यांनी चालू ठेवला. त्यासाठी मद्रासच्या उच्च न्यायालयात आणि नंतर लंडन येथील प्रायव्ही कौन्सिलमध्ये खटला दाखल केला. त्या खटल्यातही ते हरले; न्यायाधीशांनी त्यांच्याविषयी सहानुभूती व्यक्त करून त्यांचे “शिक्षण, उद्योग आणि काटकसरीपणा” यांसाठी त्यांची प्रशंसा केली, पण त्यांना स्वतंत्र तरी समान धार्मिक सुविधा मिळाव्यात असा आदेश देणे निकडीचे आहे असे त्यांना वाटले (राज १९५९, पृ. क्र. ८७, २२२, २६१; एल. आय. रुडॉल्फ १९६५, पृ. क्र. ९७८–९८१; रुडॉल्फ आणि रुडॉल्फ १९६७, पृ. क्र. ३६–४९).

मारावार हे नाडर समाजाचे कट्टर विरोधक होते. मारावार म्हणजे नाडरांच्या बहुतांश गावांतील त्यांच्यापेक्षा लगेच वरची श्रेणी असलेली जात होती. नाडर समाजाने क्षत्रिय दर्जा मिळविण्यासाठीचे दावे कायम ठेवले आणि त्यांच्यातील धनिक, व्यापारी कुटुंबांनी स्वतःला ताडी गाळणारे शानार म्हणवण्यापेक्षा नाडार म्हणवून घेतले. सर्वप्रथम या धनिक कुटुंबांनी ताडी

गाळण्याचे काम सुरू ठेवणाऱ्या त्यांच्या जातभाईंशी फारकत घेण्याचे प्रयत्न केले. पण १९१० पर्यंत त्यांच्यापैकी अनेक जणांनी विखंडन सोडून मिश्रणाचे धोरण स्वीकारले. त्यांनी एका जातसंघाची स्थापना केली आणि त्यांच्या नेत्यांनी सर्व नाडर लोकांची उन्नती आणि सुधारणा तसेच पाच नाडर जातींमध्ये आपसांत आंतरविवाह करता यावेत यासाठी जातसंघाची स्थापना केली.

त्यांचा जातसंघ लवकरच तमिळनाडूमधील सर्वांत मोठा आणि सर्वाधिक कार्यरत असलेला संघ बनला. संघाच्या प्रतिनिधींनी पंचायती, शाळा आणि सहकारी बँकांची स्थापना करण्यासाठी गावागावांमध्ये दौरे केले. १९२१ पर्यंत जनगणना आयुक्तांनी असे जाहीर केले की मद्रास सरकारच्या आदेशानुसार त्यांचे पूर्वीचे नाव सरकारी नोंदींमध्ये वापरले जाणार नाही. त्या सर्वांची नोंद नाडर या त्यांनी पसंत केलेल्या नावाने केली जाईल.

१९२० आणि १९३० च्या दशकात त्यांच्या जिल्हास्तरीय संस्थेने राज्याच्या राजकारणात सक्रिय सहभाग घ्यायला सुरुवात केली. नाडर व्यापारी जिथे वरचढ होते अशा एका जिल्ह्यात नाडरांनी काँग्रेसच्या विरोधात जस्टिस पक्षाला पाठिंबा दिला आणि एक तरुण काँग्रेस कार्यकर्ता, जो पुढे सर्वांत जास्त प्रसिद्ध नाडर बनणार होता, तो कामराज नाडर १९३० च्या दशकातील सुरुवातीच्या काळात एका बैठकीत उपस्थित राहिला. "जातीशी गद्दारी केली म्हणून त्याच्यावर दगडफेक केली गेली" (हार्डग्रेव्ह १९६६, पृ. क्र. ६१६). मात्र, इतर भागांतील नाडर लोकांनी काँग्रेस पक्षाला पाठिंबा दिला आणि १९४७ पर्यंत त्यांच्यातील बहुसंख्य लोकांनी तसे केले. नाडर जात संघाने स्वतः काँग्रेस पक्षाशी संबंध जोडले.

नंतर, संघातील सदस्यांची पक्षाशी असलेली संलग्नता प्रचंड भिन्न असल्यामुळे पक्षीय राजकारणातून संघाला बाहेर काढण्यात आले. जिथे समाजातील सर्वांचा स्तर असमान आहे अशा नाडर समाजाच्या उन्नतीसाठी संघाचे काम सुरू आहे (राज १९५९, पृ. क्र. १८०–१९९). काही भागांत बहुतांश जण अजूनही पारंपरिक व्यवसाय करत आहेत; इतर ठिकाणी नाडर प्रामुख्याने व्यापारी आहेत. मोठ्या शहरांतील अनेक जण व्यावसायिक आहेत, तसेच शासकीय सेवेत आणि व्यापारउद्योगात आहेत.

रॉबर्ट हार्डग्रेव्ह यांच्या निरीक्षणानुसार यापैकी प्रत्येक ठिकाणी नाडर समाजाची राजकीय कार्ये वेगवेगळी आहेत (१९६६, पृ. क्र. ६१८–६२१). जिथे नाडरांचे संख्याबळ जास्त आहे आणि तरीही ते ताडी गाळणारे गरीब लोक आहेत, तिथे नाडरांच्या वेगवेगळ्या सोयरगटांमध्ये प्रामुख्याने भाऊबंदकीचे राजकारण आहे. एखाद्या प्रभावशाली जातीत गावपातळीवर जसे परंपरेने राजकारण चालते त्याचेच विस्तारित स्वरूप मतदानाच्या बाबतीत दिसते. आणखी एका मतदारसंघात नाडर प्रामुख्याने मोठे व्यापारी आहेत आणि त्यांचे जुने विरोधक मारावाड्यांच्या प्राबल्याच्या तुलनेत ते अल्पसंख्याक आहेत (पहा, बारनॉव्ह १९६५). गावपातळीवर जातीजातींमध्ये स्पर्धा असते आणि एखादी लहान जात मोठे लाभ

प्राप्त करण्यासाठी दुसऱ्या कोणाला तरी पाठिंबा देते, त्याच पद्धतीचे वर्तन या मतदारसंघात मतदानाच्या बाबतीत दिसते.

मदुराई शहरात नाडर व्यापारी दोन प्रभागांमध्ये सामावलेले आहेत आणि सहसा ते नाडर उमेदवारांना शहरातील स्थानिक स्वराज्य संस्थेत पुन्हा निवडून देतात. पण तिथे नाडर समाजातील कामगार आणि विद्यार्थीही आहेत, ज्यांची राजकीय संलग्नता त्यांच्या व्यावसायिक हितसंबंधांशी अवलंबून असते आणि त्यांचे हितसंबंध नाडर व्यापाऱ्यांपेक्षा वेगळे आहेत. एकंदरीत मद्रास शहराचे हे चित्र आहे. "मदुराई आणि मद्रासमध्ये राजकीय वर्तन ठरविण्यासाठी जात हा महत्त्वाचा घटक अजिबात ठरत नाही तर तो व्यक्तिगत मतदाराच्या निर्णयावर परिणाम करणाऱ्या अनेक बदलत्या घटकांपैकी केवळ एक घटक आहे (हार्डग्रेव्ह १९६६, पृ. क्र. ६२०).

मदुराईतील व्यापाऱ्यांमध्ये नाडरांचे वर्चस्व आहे, असे निरीक्षण मायरॉन वीनर यांनी नोंदविले होते. त्यांनी १९६२ मध्ये मदुराई शहरातील राजकीय वर्तनाचा अभ्यास केला त्या वेळचे ते निरीक्षण होते. नाडर व्यापारी त्यांच्या उत्पन्नातील काही भाग त्यांच्या जातसंघाला देतात. तो जातसंघ काही शाळा आणि एक बँक चालवतो आणि शहरात साप्ताहिक वर्तमानपत्र काढतो. त्यांच्या नागरी आस्था या राजकीय कार्याइतक्याच त्यांच्या जातसंघामध्ये गुंतलेल्या असतात; राजकारणात ते काँग्रेस पक्षाविषयी सैद्धान्तिक भूमिका घेण्याऐवजी उपयुक्ततावादी भूमिका घेतात. "अशा रीतीने, नाडर व्यापाऱ्यांनी पक्षात आणि नगरपालिकेत नेतृत्वाच्या अनेक पातळ्यांवर ब्राह्मण आणि सौराष्ट्रांची जागा घेतली असली तरी त्या इतर समाजांमध्ये असलेल्या पक्षीय उत्साहाचा अभाव त्यांच्यात दिसतो" (वीनर १९६७, पृ. क्र. ४२१). मात्र, त्यांच्या स्वतःच्या संघाप्रति त्यांचे समर्पण निश्चितच कमी नाही.

एक समूह म्हणून नाडरांनी सत्ता मिळविली तेव्हा किंवा इतर समूहांच्या विरोधात उभे होते तेव्हा त्यांनी त्यांच्या संघाचा वापर प्रत्यक्ष राजकीय साधन म्हणून केला. शहरी आणि सुशिक्षित नाडर, जे एक मजबूत राजकीय आघाडी म्हणून सहजपणे एकत्र येत नाहीत त्यांच्यासाठी संघाचा असा वापर कमी सुसाध्य असतो. ते लोक संघाचा वापर तितक्याशा थेट नसलेल्या पण प्रभावी उद्देशांसाठी, म्हणजे संघाच्या सदस्यांना आर्थिक आणि शैक्षणिक फायदे मिळवून देण्यासाठी करतात. त्या फायद्यांमुळे संघाचे सदस्य त्यांच्या पक्षीय प्राधान्यानुसार राजकीय प्रभाव निर्माण करू शकतात.

लॉईड रुडॉल्फ यांनी त्यांच्या राजकीय उपक्रमाच्या अभ्यासात नाडर समाजाच्या सामाजिक चलनशीलतेच्या यशाचा सारांश मांडलेला आहे: "या समाजाने राजकीय अडथळे दूर केले आहेत, पारंपरिक समाजरचनेतील त्यांची श्रेणी बदललेली आहे आणि आता मद्रास व भारतातील आधुनिक समाजात त्यांनी एक महत्त्वाचे स्थान प्राप्त केले आहे" (१९६५, पृ. क्र. ९८१).

जातसंघांनी भारतातील सर्वसाधारण विकासापासून ते राजकीय विकासापर्यंत दिलेल्या योगदानाकडे रुडॉल्फ विशेषत्वाने लक्ष देतात. त्यांनी काढलेल्या निष्कर्षांचे प्रतिबिंब या लेखाच्या शीर्षकामध्ये पाहायला मिळते, "परंपरेची आधुनिकता: भारतातील जातींचा लोकशाहीवादी उदय."[१]

रुडॉल्फ असे नमूद करतात की जातसंघ म्हणजे अंतर्गत सांस्कृतिक सुधारणा आणि बाह्य सामाजिक बदलांचे माध्यम बनले आहेत; त्यांनी जातींना एकत्र आणले आहे आणि अशिक्षित मजुरांना आधुनिक राजकारणात सहभागी होण्यास शिकवले आहे. त्यांनी वंचित समूहांना त्यांच्या संख्याबळामुळे मिळणारे लाभ शोधण्यास समर्थ बनवले आहे. याचा परिणाम म्हणून नवीन राष्ट्रात आणि जातीवर आधारित समाजात प्रातिनिधिक लोकशाही अर्थपूर्ण आणि प्रभावी ठरली आहे (रुडॉल्फ १९६५, पृ. क्र. ९८१–९८२, ९८५). जातीवर आधारित समाज आधुनिक परिस्थितीशी जुळवून घेऊ शकत नाही आणि एक पूर्णपणे नवी सामाजिक संरचना उभी करावी लागेल असे जे भाकीत मार्क्स आणि इतरांनी केले होते त्याच्याशी हे विसंगत ठरते, असे रुडॉल्फ पुढे सांगतात.

या अनुकूलनाचे मूल्यमापन आता करणे फार घाईचे ठरेल; जातसंघाचा परिणाम अजूनही होतो आहे आणि त्यांच्याविषयीची सविस्तर माहिती तुलनेने कमी प्रमाणात उपलब्ध आहे (पहा, बेली १९६३ ब, पृ. क्र. १२८). काहींनी जातसंघाच्या पलीकडे जाऊन राजकीयदृष्ट्या अनुकूल ठरेल असे पाऊल उचलले आहे; त्यांनी महासंघांची स्थापना केली आहे.

महासंघ: गुजरात येथील क्षत्रिय सभा

संघामुळे होणारे फायदे पाहून काही जण जातवर्गाच्या तयार व्यासपीठाच्या पलीकडे जाण्यास उद्युक्त झाले. उदाहरणार्थ, यादवांनी भारतातील, परंपरेने गुरे राखण्याचा व्यवसाय करणाऱ्या आणि एकंदरीत तशीच परंपरा व सामाजिक स्थान असणाऱ्या सर्वांना एकत्र आणण्याचा प्रयत्न केला आहे. मद्रास राज्यात जातींच्या तीन संघांच्या नेत्यांनी आपापल्या संबंधित जातींचे संघ एका नावाने सुरू केले आहेत (एल. आय. रुडॉल्फ १९६५, पृ. क्र. ९८४; गॉघ १९६३, पृ. क्र. १९३).

अशा प्रकारच्या दृष्टिकोनामुळे महासंघांची स्थापना केली गेली ज्या महासंघांमध्ये जातसंघांप्रमाणे घटकजातींचे विलीनीकरण करण्यावर भर दिला जात नाही. एखाद्या महासंघाचे नेते द्विपक्षीय लाभांचा आग्रह धरतात, जे अनेक जातींनी एकजुटीने केलेल्या प्रयत्नांमुळे मिळतात.

---

[१] एल. आय. रुडॉल्फ यांनी १९६७ मध्ये लिहिलेले पुस्तक जे त्यांनी सुझान हूबर रुडॉल्फ यांच्यासह लिहिले होते, त्यामध्ये या लेखातील बऱ्याचशा भागाचा तसेच इतर विषय ज्या पद्धतीने हाताळले आहेत त्या पद्धतीचा समावेश आहे. त्या पुस्तकाचे नाव *द मॉडर्निटी ऑफ ट्रॅडिशन, पॉलिटिकल डेव्हलपमेंट इन इंडिया* असे आहे.

सर्वांत जास्त सक्रिय असलेल्या जात महासंघांपैकी एक म्हणजे गुजरातमधील क्षत्रिय सभा. १९४६पासून सुरू झालेल्या त्या महासंघामध्ये त्या प्रदेशातील/गुजरातमधील विविध जातवर्गांचा समावेश होतो. त्यामध्ये रजपूत, बरिया आणि भिल्ल प्रामुख्याने आहेत. महासंघाशी संलग्न असलेल्या सर्वांच्या रीतीरिवाजांमध्ये सुधारणा करण्याचा आणि त्यांचे संयुक्त राजकीय बळ वाढविण्याचा प्रयत्न महासंघाकडून केला जातो. कोठारी आणि मारू यांनी या संस्थेचा जो अभ्यास केला त्याचा निष्कर्ष असे सांगतो की, "ही संस्था एक राजकीय समुदाय म्हणून भारताचा विकास करण्याच्या दिशेने जातसंघाच्या थोडे पुढे जाऊन प्रतिनिधित्व करते" (१९६५, पृ. क्र. ३४–३५).

स्वातंत्र्य मिळाल्यानंतर नवीन राजकीय मार्ग खुले झाले, तेव्हा दोन रजपूत नेत्यांनी स्वतःकडे अधिकार घेतले. त्यांपैकी एकाकडे जनतेचे मन वळवू शकेल अशी प्रतिमा होती आणि दुसरा एक उत्तम प्रशासक होता. त्या दोघांनी अनेक वर्षे महासंघाचे नेतृत्व केले. पारंपरिक उन्नती, रजपुतांचा लढवय्येपणा आणि गांधींचा अहिंसावाद या सर्वांचे आकर्षक मिश्रण असणाऱ्या सुधारणांसाठी आग्रह धरला. मोठमोठे भोजन समारंभ आयोजित केले गेले, ज्यामध्ये महासंघात सहभागी झालेल्या सर्व जातींचे लोक एकत्र जेवले. सामाजिक अंतरे कमी करण्याचे ते प्रतीक होते. रजपुतांपासून ते आदिवासी भिल्लांपर्यंतची ही अंतरे पारंपरिकदृष्ट्या फार मोठी होती. महासंघाने मुस्लीम रजपुतांना पुन्हा समाजात आणण्यासाठीदेखील पुढाकार घेतला.

सभेच्या अध्यक्षांनी मायरॉन वीनर यांना सांगितले, "स्वभावाने लढवय्या वृत्ती असणाऱ्या सर्व मागासवर्गीयांना स्वीकारले आहे आणि त्यांना क्षत्रिय म्हटले आहे" त्यांनी पुढे सांगितले की काँग्रेस पक्षाने ज्याप्रमाणे 'हरिजनां'ना स्वीकारले त्याप्रमाणे त्यांच्या संघाने गुजरातमधील, "प्रखर राष्ट्रवाद" दाखविणाऱ्या, साहस व कृतीचे प्रदर्शन करणाऱ्या कनिष्ठ श्रेणीतील सर्व समूहांना स्वीकारले आहे. दुसऱ्या संस्थापकांनी हे अधिक व्यापकपणे मांडत असे सांगितले की क्षत्रिय ही जात नसून वर्ग आहे (१९६७, पृ. क्र. ९७–९९). कुलीन घरांतील सर्वच रजपूत याच्याशी सहमत होऊ शकले नाहीत, पण त्यांचा विरोध फार मोठा नव्हता. बरिया आणि भिल्लांसोबत एकत्र जेवल्याने एक राजकीय नेता ही रजपुतांची महत्त्वाची भूमिका स्वीकारता येत असेल तर त्यांच्यापैकी अनेकांना असे एकत्र जेवण घेणे शक्य होते. बरिया लोक त्यांच्या जागी अजूनही परंपरेनुसार आदरणीय असलेल्या आदर्शांची पूजा करतात, रजपुतांकडून मिळणाऱ्या प्रतीकात्मक समानतेने खूश होतात आणि क्षत्रिय संघाच्या माध्यमातून रजपुतांच्या दर्जासारखा दर्जा मिळेल असा अंदाज आधीच लावतात. त्यांनी क्षत्रिय संघाला मोठ्या संख्येने पाठिंबा दिला. विशेषकरून मध्य गुजरातमध्ये एकत्र येत असलेली आणखी एक ताकद म्हणजे रजपुतांनी पाटीदारांना केलेला विरोध. बऱ्याच पाटीदारांनी मेहनत आणि कुशल व्यवस्थापनाच्या बळावर शेतकरी आणि व्यापारी म्हणून प्रगती केली आणि स्थानिक

पातळीवर बऱ्यापैकी सत्ता प्राप्त केली आहे. याचा परिणाम म्हणून बऱ्याच गावांत त्यांनी रजपुतांचे आधीपासूनचे वर्चस्व कमी केले, किंवा अनेक रजपुतांना आणि त्यांच्या आप्तमित्रांना तसे वाटले (कोठारी आणि मारू १९६५. पृ. क्र. ३६, ४३; वीनर १९६७, पृ. क्र. ९३).

महासंघामध्ये काही काळ लगतच्या सौराष्ट्र भागातील क्षत्रिय जातींचा समावेशदेखील होता. पण तेथे अजूनही रजपूत हे प्रभावशाली जमीनदार होते. त्यामुळे महासंघातील क्षत्रिय जातींचा सहभाग लवकरच संपुष्टात आला. त्या वेळेस त्यांना गुजरातमधील अतिगरीब रजपुतांनी पुरस्कृत केलेल्या राजकीय उपाययोजनांमध्ये रस नव्हता (कोठारी आणि मारू १९६५, पृ. क्र. ३८–३९).

गुजरातमध्ये महासंघाने महत्त्वाचा राजकीय प्रभाव निर्माण केला. महासंघाच्या नेत्यांनी प्रथम काँग्रेस पक्षाला पाठिंबा दिला, पण त्यांच्या विनंत्यांना काँग्रेसच्या नेत्यांकडून जो प्रतिसाद मिळाला त्याने त्यांचे समाधान झाले नाही. त्यांनी दिलेल्या पाठिंब्याच्या बदल्यात काँग्रेसने त्यांना नोकऱ्या आणि राजकीय नामांकनांच्या स्वरूपात थेट मोबदला द्यावा, अशी त्यांची अपेक्षा होती. काँग्रेस पक्षाच्या नेत्यांना पारंपरिक आणि जातीय प्रतिनिधित्वाची राजकीय गणिते नेमकेपणाने साधायची होती, पण एखाद्या जातीच्या संघास निश्चित प्रमाणात पदोन्नती द्यायची नव्हती (वीनर १९६७, पृ. क्र. १०६–१०९). पक्षाचे सदस्य आपल्या पक्षात सक्रिय असताना त्याच वेळेस कुठल्याही जातीच्या किंवा समुदायाच्या संस्थेचे सदस्यत्व स्वीकारू शकत नाहीत असा ठराव जेव्हा १९५५ मध्ये, काँग्रेस पक्षाने केला तेव्हा क्षत्रिय महासंघाने काँग्रेस पक्षासोबतचे त्यांचे संबंध तोडले आणि ते *स्वतंत्र पक्षात* सामील झाले. तेव्हापासून महासंघाचा प्रभाव विविध पक्षांच्या दिशेने फिरत राहिला आहे. एकदा या महासंघाने काँग्रेस पक्षाच्या विरोधात असलेल्या पाटीदारांशी हातमिळवणी केली. मग काँग्रेस पक्षाने क्षत्रियांच्या समस्यांकडे अधिक लक्ष दिले आणि स्वतःची एक क्षत्रिय सभा आयोजित केली. १९६७ मध्ये महासंघाचे प्रमुख संस्थापक काँग्रेस पक्षाकडून संसदेवर पुन्हा एकदा निवडून आले (वीनर १९६७, पृ. क्र. ११३–११४).

महासंघाकडे संस्थात्मक पातळीवर जमेच्या बाजू असूनही त्याच्या नेत्यांना महासंघ एकत्र बांधून ठेवणे अवघड जात होते, कारण प्रमुख निष्ठा जातींपाशी होत्या. एकजूट ठेवण्याबाबत महासंघाला येणाऱ्या समस्या या संघाच्या समस्यांपेक्षाही मोठ्या आहेत (हॅरिसन १९६०, पृ. क्र. १०५–१०९; रुडॉल्फ आणि रुडॉल्फ १९६०, पृ. क्र. ११).

तरीही क्षत्रिय सभेत समकालीन पुरुष आणि त्यांच्या पारंपरिक संस्थांच्या अनुकूलनक्षमतेचे उदाहरण दिसून येते. गुजरातमधील अनेक रजपुतांना अजूनही त्यांच्या प्राचीन लढवय्या परंपरेविषयी अभिमान वाटतो. तरीही, त्यांनी सामाजिक उतरंडीचे आधुनिक स्वरूप आणि सामाजिक श्रेष्ठत्व प्राप्त करण्याविषयीचे बदललेले नियम मान्य केले आहेत. धर्मनिरपेक्ष

शासक बनण्याचे रजपुतांचे पारंपरिक उद्दिष्ट अजूनही जपले जाऊ शकते, पण ते उद्दिष्ट साध्य करण्यासाठी रजपूत आधुनिक साधनांचा वापर करू इच्छितात.

व्यापक बंध आणि सखोल बदल

थोडक्यात सांगायचे तर, अनेक गावकरी आता जातसंघ आणि महासंघांच्या माध्यमातून उच्च सामाजिक स्थान प्राप्त करण्यावर भर देतात. साधारण समान स्तरावरील जातींमध्ये एकोपा साधण्याचे प्रस्ताव सहजपणे मान्य केले जातात; किमान काही मोजक्या प्रकरणांत यासंबंधीची प्रभावी संयुक्त कृती केली गेली. आंतरविवाहांच्या माध्यमातून जातींचे विलीनीकरण करण्यास जास्त विरोध होतो आणि कुठल्याही प्रसंगात ते एका रात्रीत साध्य होऊ शकत नाही. मतांचे बळ एकवटून एखाद्या संस्थेचा सत्तेचा पाया तुलनेने लवकर निर्माण करता येऊ शकतो. निवडणुकांत विजयी ठरल्यामुळे प्राप्त होणाऱ्या संभाव्य फायद्यांविषयी गावकरी जागृत झाल्यामुळे ते अशा समूहांत मोठ्या प्रमाणात एकवटतात, जे समूह त्यांना राजकीय कृतीसाठी/सहभागासाठी मदत करतात. यासाठी जातसमूह जास्त सुयोग्य ठरतो, असा समूह जो पूर्वी गुणधर्मांनुसार आधारित होता तो आता सामूहिक कृती करणारा समूह बनलेला आहे. गुजरातमधील काँग्रेस पक्षाचे प्रमुख या प्रवाहाविषयी मायरॉन वीनर यांना थोडक्यात पण स्पष्टपणे सांगतात: "जसजसे लोक राजकीयदृष्ट्या सजग झाले तसे ते जातीबाबत अधिक जागरूक झाले" (वीनर १९६७, पृ. क्र. १०६).

कधीकधी राजकीय फायदे आणि सामाजिक स्थानामुळे होणारे लाभ यांची पूर्तता अजूनही विखंडनाच्या माध्यमातून केली जाते. आग्र्यामधील जातव त्यांचे पूर्वीचे जातीचे बंध तोडून वेगळे झाले आहेत. पण त्यांचे वास्तव्य एका शहरात मोठ्या प्रमाणात असल्यामुळे ते अपवादाने वेगळे दिसतात. तेसुद्धा आता व्यापक नातेसंबंध जोडत आहेत.

नाडरांचे प्रकरण समकालीन प्रवाहांच्या बाबतीत अधिक वैशिष्ट्यपूर्ण आहे. नाडरांनी त्यांच्या संघर्षात उपयोगी ठरावे म्हणून त्यांच्या संघाची स्थापना केली त्याच्याही खूप आधीपासून ते चलनशीलतेचा संघर्ष करत आहेत. काही नाडरांनी प्रथम जातीचे विखंडन करण्याचा प्रयत्न केला. पण नव्या परिस्थितीत, वेगळे होण्यापेक्षा एकत्र येण्याने त्यांचे उद्देश अधिक चांगल्या प्रकारे साध्य होतील याची जाणीव झाल्यानंतर त्यांनी एकत्र येण्यावर आणि संघटित होण्यावर भर दिला. शाळा उभारणे, शासनाकडून प्राधान्य मिळणे आणि नंतर मातब्बर उमेदवारांचे निवडून येणे यांबाबतीत मोठ्या समूहांपेक्षा लहान समूहांना जास्त संधी मिळू शकते. त्याचबरोबर, उच्च श्रेणीच्या जातींची धार्मिक विधींविषयीची पारंपरिक प्रतिके, जी एखाद्या खूप लहान आणि अत्यंत शिस्तीच्या समूहाला मिळू शकत होती, त्यांचे महत्त्व कमी होत होते. नाडर संघाला एक प्रभावी माध्यम म्हणून कार्यरत केल्यानंतर संघाच्या

नेत्यांनी संघाला राज्यस्तरीय राजकारणात सहभागी केले आणि नंतर एक महत्त्वाचे पाऊल उचलत असा निर्णय घेतला की संघाला राजकारणापासून दूर ठेवल्यामुळे संघाच्या सदस्यांचे हितसंबंध अधिक चांगल्या प्रकारे जपले जातात.

नाडर आणि इतर समाजांच्या संघाच्या सर्व स्तरांवरील उपक्रमांच्या बाबतीतले मोठे धोरण सारखेच असते. स्वतःच्या समूहाचे सामाजिक क्रमवारीतील स्थान उंचावणे हे उद्दिष्ट असते. हे साध्य करताना अगदी लगेच येणाऱ्या धोरणात बदल करून विखंडनाची जागा मिश्रण घेते. यादवांच्या अनुकूलनासंदर्भात नमूद केले होते त्यानुसार या बदलासाठी चलनशीलतेच्या पारंपरिक पद्धतींपासून फार मोठी फारकत घ्यावी लागत नाही. या बदलामुळे नवे संबंध जोडण्याच्या परिचित पद्धती, यशस्वी चलनशीलतेच्या समांतर पद्धती आणि महत्त्वाचे म्हणजे स्वतःचे नातलग व जातीसाठी संघर्ष करण्याची तीच नैतिक सचोटी हे सर्व अपरिहार्य ठरते. मात्र, भौतिक लाभ आणि प्रतिष्ठेची आधुनिक चिन्हे यांसाठी धार्मिक प्रतीके आणि व्यवहारांमधील एकजिनसीपणा नाहीसा होतो.

एखादा जातसंघ सर्वसामान्यपणे यशस्वी चलनशीलतेसाठी पारंपरिक स्थितीमध्ये सुधारणा करण्यास मदत करतो. एकजुटीने आर्थिक प्रयत्न करून आणि दबाव आणून ऐहिक स्रोतांना बळकटी देता येऊ शकते. विशेषकरून आधुनिक शिक्षणाच्या माध्यमातून रूढ पद्धतींमध्ये सुधारणा केल्या जाऊ शकतात आणि या आधुनिक शिक्षणामुळे सुशिक्षितांना आर्थिक लाभही प्राप्त होतात. संघाचे नेते समूहाच्या गुणवत्तेस अधिकृत मान्यता मिळावी म्हणून जोर देतात. नावातील बदल हे एक प्रमुख लक्ष्य होते; आता यापेक्षा जास्त महत्त्वाची चिन्हे समूहातील लोकांसाठी उच्च पदे आणि प्रतिष्ठित नोकऱ्यांच्या स्वरूपात पाहिली जातात.

एखाद्याच्या खऱ्या श्रेणीची चिकित्सकपणे पारख करणाऱ्या शेजाऱ्याच्या नजरेत सामाजिक स्थान उंचावण्यास शासकीय संसाधनांची फार मोठी मदत होऊ शकते. त्यामुळे सामाजिक स्थान उंचावू पाहणाऱ्या एखाद्या जातीचा राजकीय ताकदीतील वाटा फार मोठा असतो. हार्डग्रेव्ह लिहितात, "जातीतील एकजूट वाढल्यामुळे जातीला राजकीय रंग चढला आहे आणि एका महत्त्वाच्या कलाकाराप्रमाणे जातीला राजकीय व्यवस्थेत ओढले गेले आहे" (१९६६, पृ. क्र. ६१४; तसेच हॅरिसन १९६०, पृ. क्र. १३२–१३६).

जातींना दीर्घकाळापासून त्यांच्या गावांमध्ये राजकीय रंग दिला गेला आहे; त्यामध्ये झालेला महत्त्वाचा बदल म्हणजे गावापासून ते जिल्हा, राज्य, देशापर्यंत सर्वत्र राजकारणातील वाढलेला सहभाग. सर्वसाधारणपणे पारंपरिक जात पंचायतींनी जातीशी संबंधित विषयांत सरकारी हस्तक्षेप होऊ दिला नाही. काही प्रमाणात हे अजूनही घडते, पण आता जातसंघ शासकीय मदत घेतात. सामाजिक स्थानामुळे मिळणारा लाभ अजूनही प्रेरक ठरतो आणि त्यामुळे जातसंघांमध्ये स्पर्धा होते.

वर्तमान राजकीय परिस्थितीनुसार राजकीय पक्षांमध्ये आपापसात स्पर्धा होत असे, पण एखाद्या जातीमध्ये आणि अगदी एखाद्या संघामध्ये ज्या प्रकारची नैतिक निष्ठा दिसू शकते, तशी ती राजकीय पक्षांमध्ये सहसा दिसत नाही. स्वतःच्या जातसंघासाठी काम करणारा माणूस त्याच्या कुटुंबाला आणि नातलगांना मदत करत आहे आणि त्याच्या संपूर्ण समूहासाठी योग्य धर्माची स्थापना करण्याचा प्रयत्न करत आहे, हे गावकरी समजून घेऊ शकतात. राजकीय पक्षांमध्ये समर्पित वृत्तीने काम करणारे कार्यकर्ते निश्चितच असतात आणि एखाद्या पक्षाची विचारसरणी व नैतिक न्याय यांमुळे भारलेले गावकरीही असतात. पण बहुतांश गावकरी राजकीय पक्षांचे विचार जितके समजून घेतात त्यापेक्षा चांगल्या प्रकारे जात आणि वर्णाची विचारसरणी समजून घेतात.

दोन्हींचे मिश्रण करण्याकडे जो कल आहे त्यामध्ये, जातीच्या चलनशीलतेसाठी असलेल्या पारंपरिक पद्धतीचा अवलंब बऱ्याच प्रमाणात केला जातो, पण या प्रक्रियेतील नवीन घटकामुळे हळूहळू त्या प्रक्रियेतच बदल होऊ शकेल. स्पर्धेसाठी मोठे व्यासपीठ आहे आणि त्यामध्ये शासन हे एक प्रमुख प्रेरक आहे. जातीची तुलनेने शिथिल आणि अस्पष्ट संरचना आता स्पष्ट, कृत्रिम आणि प्रशासकीय संरचनेत रूपांतरित होत आहे. चलनशीलतेची पर्यायी प्रतिमाने आता सुशिक्षित, राजकीय प्रभाव पडलेल्या आणि धनिक लोकांच्या सार्वत्रिक प्रतिमानांमध्ये विलीन होत आहेत. सामाजिक अंतर आणि सांस्कृतिक फरक या दोन्हींमध्ये सामाजिक उतरंडीचे भेद खूप कमी केले जात आहेत.

प्रतिष्ठेची चिन्हे आणि ठोस सत्ता मिळविण्यासाठी आधुनिक शिक्षण हा एक प्रमुख स्रोत बनलेला आहे. त्यामुळे बरेचसे महत्त्वाकांक्षी समूह मुलांना शिकविण्यावर प्रचंड जोर देत आहेत. असे करताना उच्च श्रेणीची पारंपरिक चिन्हे सोडून देणे त्यांच्यासाठी गरजेचे नाही, पण ही चिन्हे वगळण्याकडे किंवा त्यांमध्ये बदल करण्याकडे त्यांच्या सुशिक्षित मुलांचा कल जास्त आहे. अनेक जातसंघ स्वतःच्या शाळा, महाविद्यालयाची वसतिगृहे चालवत आहेत आणि शिष्यवृत्त्या देत आहेत. एका जातसमूहातील वेगवेगळे हेतू आणि पार्श्वभूमी असलेल्या लोकांना जातसंघामुळे एकत्र काम करता येते. जातसमूहातील, परंपरेनुसार उच्च आणि नीच दर्जाच्या तसेच शहरी व ग्रामीण सदस्यांप्रमाणे सुशिक्षित (जे नवीन नेतृत्व उपलब्ध करून देतात) आणि अशिक्षित लोक एकमेकांना सहकार्य करतात.

गावातील माणूस त्याची वैयक्तिक प्रगती आणि त्याच्या कुटुंबाचे सामाजिक स्थान बऱ्याच प्रमाणात–पूर्वीसारखे संपूर्णपणे नसले तरी–त्याच्या जातीच्या उदयाशी जोडले गेले आहे असे अजूनही मानतो. अनेक गावांमध्ये अजूनही सामाजिक श्रेणी हा प्रमुख आस्थेचा विषय आहे. पण सामाजिक चलनशीलतेसाठीच्या प्रयत्नांना आधुनिक स्वरूप आले तसे सामाजिक उतरंडीचे स्वरूपही बदलत आहे. लॉईड रुडॉल्फ यांनी स्टेट्समन या

वर्तमानपत्रातील एक मथळा उद्धृत केला आहे, त्यामध्ये याचा संदर्भ दिसतो, "जातीची उतरंड कमी होत जाते, तसा जातीयवाद वाढतो" (१९६५, पृ. क्र. ९८९).

एखाद्या जातसंघाची स्थापना करण्याची चालना अशा प्रयोजनातून मिळते जे लोकांना त्यांच्या जातीचे स्थान उंचावण्याकरिता प्रयत्न करण्यास उद्युक्त करते. एखाद्या संघाचे नेते एकत्रितपणे सांस्कृतिक अनुकूलनासाठी आवाहन करतात, चलनशीलतेच्या प्रतिमानांना पाठिंबा देतात, बहिर्गत विरोधास सामोरे जातात, अंतर्गत ऐक्यासाठी काम करतात. त्यासाठी ते जातीच्या चलनशीलतेविषयीच्या मागील प्रकरणात चर्चा केली होती त्या पद्धतींचा अवलंब करतात. पण आधुनिक राजकीय व सामाजिक परिस्थितीशी जुळवून घेण्याच्या बाबतीत नवीन पद्धती अधिक पारंपरिक पद्धतींपेक्षा वेगळ्या असतात. चलनशीलतेच्या पारंपरिक चालींमध्ये बदल करताना जातीचे नेते पारंपरिक समाजव्यवस्थेच्या मूलभूत घटकांमध्ये आणि प्रक्रियांमध्येही बदल करू शकतात.

श्रीनिवास यांनी मांडलेल्या निष्कर्षानुसार राजकीय एकजुटीसंबंधीचे कल "असे सुचवितात की मूलभूत प्रकारचे बदल होत आहेत" (१९६६, पृ. क्र. १७७). या बदलांचे मूल्यमापन करताना, ते बदल पुनरावर्ती आहेत की पद्धतशीर आहेत हे विचारताना, अनेक शतकांपासून भारतीय समाजात जे इतर प्रकारचे मोठे बदल होत आहेत त्यांच्या दृष्टिकोनांकडून या बदलांकडे पाहणे उपयोगी ठरेल. धार्मिक आधारांवर होणारी समूहांची पुनर्रचना आणि आदिवासींचे जातीवर आधारित समाजात झालेले रूपांतर या दोन्हींच्या माध्यमातून ते बदल झाले आहेत.

विभाग ७
धार्मिक आणि आदिवासी चळवळींतून होणारे पुनरावर्ती बदल

१६ बाहेरून आलेल्या धर्मांचे सामाजिक पैलू: मुस्लीम

धर्मग्रंथांचा आधार असलेले इस्लाम, ख्रिश्चन, झोराष्ट्रियन आणि ज्यू हे चार धर्म भारतात बाहेरून आले आणि इथे स्थिरावले. यापैकी प्रत्येक धर्माने भारत मूळ कधी धरले, त्याविषयी इतिहासात असलेली माहिती अस्पष्ट आहे. पण पौराणिक कथांमध्ये त्यांचे सविस्तर वर्णन आढळते. या प्रत्येक धर्माच्या आगमनासाठी बहुधा व्यापारी कारणीभूत ठरले. हे धर्म परदेशातून भारतात आले, इथे लहान लहान वसाहतींच्या स्वरूपात स्थिरावले, स्वतःची प्रगती करून घेतली, धर्मांतर करू इच्छिणाऱ्यांना आकर्षित करून घेतले. कदाचित धर्मांतर करून घेण्याबाबतच्या उत्साहाइतकेच त्यांच्या प्रगतिशील उदाहरणाच्या प्रेरणेमुळे हे घडले. झोराष्ट्रियन आणि ज्यू या धर्मांनी तुलनेने लहान आणि स्थानिक समूहांच्या माध्यमातून त्या पद्धतीनेच वाटचाल केली.

मात्र, इस्लाम आणि ख्रिश्चन या धर्मांनी सुरुवातीला ज्या वसाहती स्थापन केल्या त्याशिवाय त्या धर्मांतील शासकांनी मोठमोठे प्रदेश काबीज केल्यानंतर, त्या धर्मांचा भारतात जास्त व्यापक प्रमाणात स्वीकार केला गेला. अल्पकालीन राज्यकर्त्यांमधील आपापसातील चुरस आणि त्या शासकांकडील साधनांची अनुकूलता यांचा या स्वीकृतीशी थोड्याफार प्रमाणात संबंध होता. तरीही काहींनी केवळ आध्यात्मिक कारणांमुळे धर्मांतर केले आणि इतरांनी सामाजिक गटांची पुनर्रचना करण्याच्या इच्छेने धर्मांतर केले.

परदेशी व्यापारी आणि राज्यकर्ते यांची संख्या खूप कमी होती किंवा ते खूप जास्त अलिप्त होते. त्यामुळे, त्यांनी धर्मांतर करणाऱ्यांसाठी एखादी नवीन जीवनशैली तसेच उपासनेची नवीन पद्धत निर्माण केली नाही. त्यांनी संदर्भ गटापेक्षा संदर्भ वर्ग उपलब्ध करून दिला. धर्मांतर करणाऱ्यांकडे त्यांच्या नवीन धर्माचे/धर्मग्रंथांचे पालन करण्यासाठी नवा

सामाजिक आधार नव्हता आणि व्यापक समाजव्यवस्थेत राहण्यापलीकडे फारसा व्यापक पर्याय नव्हता. त्यांचे जातीनुसार वर्गीकरण झाले (भाषिक संरचनेमुळेसुद्धा बाह्य घटकांचे विलीनीकरण होऊ शकते) आणि त्यांनी पुन्हा एकदा सामाजिक चलनशीलतेसाठी नेहमीचा संघर्ष सुरू केला. मात्र पारशी समाज वेगवेगळ्या जातींत विभागला गेला नाही. या झोराष्ट्रियन समाजातही जातीच्या विलगीकरणासाठी प्रयत्न केले गेले; पण ते प्रयत्न रोखण्यात आले. जातींवर आधारित विभाजनाला त्यांनी जो नकार दिला, त्यामुळे कदाचित पुढे त्यांनी आधुनिक समाजव्यवस्था यशस्वीपणे का स्वीकारली, ते स्पष्ट करण्यास मदत होते.

बाहेरून आलेल्या धर्मांचे अनुयायी व्यापक नातेसंबंध आणि ओळखींचा शोध घेत आधुनिक प्रभावांना सामोरे गेले. त्यांच्या या सामोरे जाण्याच्या पद्धतींमध्ये फार मोठे फरक होते. मुस्लीम समाजातील मोठ्या समूहांनी त्यांच्या धार्मिक व्यवहारांत इस्लामचा पूर्णपणे अंगीकार केलेला आहे. काही ज्यू लोक इस्रायलला स्थलांतरित झाले आहेत. ख्रिश्चन समाजातील अनेक जण आधुनिक शिक्षणाकडे व्यापक नातेसंबंध, कारकिर्द आणि सुशिक्षितांसाठी अधिक मोठ्या प्रमाणात उपलब्ध असलेल्या संघांकडे जाण्याचा सर्वोत्तम मार्ग म्हणून पाहतात.

भारतावर इस्लाम आणि ख्रिश्चन या धर्मांचा खूप मोठा प्रभाव होता. पण गावातील मुस्लीम आणि ख्रिश्चन लोकांमधील सामाजिक नातेसंबंध हे सहसा इतर धर्मांतील शेजाऱ्यांच्या आपसांतील संबंधांसारखे असतात. मुस्लीम आणि ख्रिश्चन लोक त्यांच्या स्थानिक सामाजिक व्यवस्थेत जातसमूहांसारखे सहभागी होतात; त्यांचे चलनशीलतेसाठीचे प्रयत्न वैशिष्ट्यपूर्ण असतात आणि ते प्रयत्न पुनरावर्ती बदलांच्या पद्धतशीर प्रक्रियेने सुरू होतात. मात्र, धार्मिक संलग्नतेमुळे काही विशिष्ट सामाजिक विषमता तसेच काही मोठी साम्येही निर्माण होतात.

धार्मिक विषमता आणि सामाजिक साम्ये

भारतातील मुस्लिमांची संख्या राष्ट्रीय लोकसंख्येच्या १/९ इतकी आहे; आधुनिक राष्ट्रांपैकी केवळ इंडोनेशिया आणि पाकिस्तानमध्येच मुस्लीम नागरिकांची संख्या जास्त आहे. इतिहासकाळात, भारतातील मुस्लिमांनी इस्लामिक विचार आणि भारतीय संस्कृतीमध्ये उल्लेखनीय योगदान दिले आहे (पहा, स्मिथ १९५७, पृ. क्र. २५६–२९१).

इस्लामचा भारतातील विशेष कार्यकाळ आणि भारतातील इतर धर्मांपेक्षा त्यांच्या धर्माचा वेगळेपणा, या गोष्टींची जाणीव मुस्लीम गावकऱ्यांना सहसा असते. त्यांची सामाजिक संरचना हिंदूंपेक्षा वेगळी आहे, असे ते मानतात. झरीना अहमद म्हणतात, “कर्मठ मुस्लिमांना मुस्लिमांच्या धार्मिक समूहांना उद्देशून वापरल्या जाणाऱ्या जात या शब्दाची चीड येते”

(१९६२, पृ. क्र. ३२९). जरी त्यांच्या धर्माची शिकवण आणि त्यांचा लोकप्रिय सिद्धान्त असे ठामपणे सांगतो की सर्व मुस्लीम समान असतात तरी मुस्लीम गावकऱ्यांचे प्रत्यक्ष सामाजिक व्यवहार हे सहसा त्यांच्या हिंदू शेजाऱ्यांच्या व्यवहारांना समांतर असतात. त्यांच्यातील मतभेद काही विशिष्ट बाबतीत फार परिणामकारक ठरू शकतात—दोन देशांतील फाळणी त्याची साक्ष देते—पण प्रचलित सिद्धान्तांनुसार त्यांच्यात जिथे मतभेद असायला हवेत, असे मानले जाते तिथे ते आढळत नाहीत.

भारताच्या सर्व प्रदेशांतील मुस्लीम स्वतःचे वर्गीकरण अंतर्विवाह करणाऱ्या, वंशपरंपरागत/आनुवंशिक समूहांमध्ये करतात; ज्यांची श्रेणी एकमेकांशी असलेल्या संबंधांनुसार ठरते (पहा, अन्सारी १९६०; एस. सी. मिश्रा १९६४; इम्तियाज अहमद १९६५; कुद्रियात्सेव १९६५). सहसा प्रत्येक समूहाचे वंशपरंपरागत व्यवसाय ठरलेले असतात; प्रत्येक समूहाचे सदस्य परंपरेनुसार गावातील इतर जातीच्या कुटुंबांशी बलुतेदारी संबंध ठेवतात. जिथे मुस्लीम 'अस्पृश्यां'चे वास्तव्य असते तिथे त्यांना हिंदू आणि मुस्लीम दोहोंकडून 'अस्पृश्या'सारखे वागवले जाते. हिंदू आणि मुस्लिमांच्या काही विशिष्ट कौटुंबिक व्यवहारांच्या बाबतीत सहसा फरक असतो, जसे चुलत-मावस भावंडांच्या लग्नाला परवानगी देणे किंवा स्त्रियांना खूप जास्त वारसाहक्क देणे आणि समाजापासून कटाक्षाने दूर ठेवणे; पण इतर कौटुंबिक नात्यांच्या बाबतीत ते त्यांच्या गावातील आणि त्यांच्या सामाजिक स्तरावरील हिंदूंसारखे वागतात. एखाद्या गावातील मुस्लीम समूह बरेचसे एखाद्या हिंदू समूहाप्रमाणेच अंतर्गत ऐक्य कायम राखतो. काही प्रदेशांत एखाद्या हिंदू जातीचेच नाव मुस्लीम जातीसाठी वापरले जाते (पहा, एग्लर १९६०, पृ. क्र. २९; मिश्रा १९६४, पृ. क्र. १३९). एकंदरीतच, आमच्या सामाजिक विश्लेषणाच्या सध्याच्या उद्देशांच्या अनुषंगाने मुस्लीम जातींविषयी भाष्य करणे दिशाभूल करणारे ठरणार नाही.

तरीही सामाजिक फरक समजून घेतले पाहिजेत. एखाद्या गावातील सर्व समूहांतील मुस्लीम उघडपणे एकत्र जेवू शकतात (शक्यतो स्थानिक 'अस्पृश्य' मुस्लिमांशिवाय), एकाच मशिदीत नमाज पढतात, सणसमारंभांमध्ये एकत्र सहभागी होतात. गावातील मुस्लीम लोक मासिक पाळी आणि अपत्यजन्म यांसारख्या व्यक्तिगत विटाळाच्या बाबतीत कमालीचे दक्ष असतात; पण सामूहिक, कायमस्वरूपी विटाळाविषयीच्या त्यांच्या मतांची व्याप्ती अधिक आहे आणि ती मते अधिकृतपणे नाकारली गेली आहेत.

अंतर्विवाहाच्या बाबतीत ही बंधने तुलनेने शिथिल आहेत. अनुलोम विवाहांच्या बाबतीत बरीच मोकळीक असणे उचित ठरते; सामाजिक परिसंचरण जास्त सोपे असते. उच्च श्रेणी मिळविण्यासाठी धर्मनिरपेक्षतेचे बळ जास्त त्वरेने आणि आवेशाने वापरले जाते. धार्मिक विधींबाबतच्या निकषांमध्ये उच्च वंशपरंपरा, इस्लामिक व्यवहारांविषयीची आस्था, धर्मग्रंथांचे अध्ययन आणि मलीन करणाऱ्या व्यवसायांपासून व कमी लेखणाऱ्या प्रथांपासून

दूर राहणे, या गोष्टींचा समावेश होतो. हे निकष महत्त्वाचे असतात, पण हिंदूंच्या सामाजिक श्रेणीविषयक निकषांइतके मुस्लीम श्रेणीच्या बाबतीत तितके सक्ती करणारे नसतात. त्यामुळे एखाद्या उच्च श्रेणीसाठी होणारी चलनशीलता अधिक सर्रासपणे दिसते आणि स्वतंत्र कुटुंबं ती सहजपणे साध्य करतात. चलनशीलतेविषयीचे नेहमीचे व्यवहार करताना प्रगतिशील कुटुंबांना निर्मळ आणि सभ्य वर्तन करावे लागते, पण त्यांच्याकडे संपत्ती असेल आणि तिचा वापर ते योग्य तारतम्यासह करत असतील तर स्थानिक मुस्लीम समाजातील उतरंडीमध्ये त्यांच्या प्रगतीस कमी विरोध होतो. काही मुस्लीम समूहांचा स्तर उंचावलेला आहे आणि काही समूह खालच्या स्तरावर आहेत, ही बाब मुस्लीम गावकरी मान्य करतात. पण मध्यम स्तरावरील श्रेणींची जी निश्चित रचना असते त्याविषयी हिंदू गावकऱ्यांच्या तुलनेत मुस्लीम समूह कमी सहमत होतात. मुस्लीम धर्मात सामाजिक श्रेणीच्या रचनेस फारसे स्थान नसते आणि त्यासंबंधी दुजोरा देईल अशा विचारसरणीचा अभाव असतो, हे कारण अंशतः त्यामागे असेल.

इस्लाम आणि हिंदू धर्मातील इतर सैद्धान्तिक फरक अगदी गावकऱ्यांनाही चांगल्या प्रकारे माहीत आहेत (पहा, मंडेलबाउम १९४७). इस्लामची शिकवण एकेश्वरवादी आहे, तर हिंदू धर्माची शिकवण जास्त सर्वसमावेशक आहे. पण धर्माच्या व्यावहारिक उद्देशांसाठी एखाद्या गावातील मुस्लीम आणि हिंदू लोक नेहमी समान धार्मिक स्थळांचा आणि धर्मोपासकांचा वापर करतात. आंध्र प्रदेशातील हैद्राबादजवळचे एक गाव, जिथे मुस्लिमांचे प्रमाण गावातील लोकसंख्येच्या एक दशांश इतके आहे, त्या गावाच्या माहितीत याविषयी लिहिण्यात आले आहे. तेथील मुस्लीम हिंदूंच्या सणांमध्ये नाममात्र सहभागी होतात पण ते "दुष्टात्मे, भुतं आणि साथीचे रोग पळवण्यासाठी केल्या जाणाऱ्या उपाययोजनांत गावातील हिंदू आणि आदिवासींच्या सोबत सक्रियपणे आणि उत्साहाने सहभागी होतात" (दुबे १९५५अ, पृ. क्र. १८९–१९०). अशा प्रकारचा एकोपा नवीन नाही. एखाद्या गावातील हिंदू आणि मुस्लीम लोक कधीही एकमेकांच्या मशिदीत किंवा देवळात दर्शनासाठी जात नसले तरी एकमेकांच्या व्यावहारिक विधींमध्ये सहभागी होण्याची इच्छा त्यांना असते. दोन्ही धर्मांचे लोक दोन्हींपैकी कुठल्याही धर्मातील देवऋषींची मदत घेतात. तसे करताना ते त्याच्या औपचारिक पंथापेक्षा त्याच्या कामाच्या परिणामकारकतेविषयीची ख्याती विचारात घेतात (मंडेलबाउम १९६६, पृ. क्र. ११७८).

मुस्लीम लोकांचा सामाजिक संघर्ष सुरू असताना गावातील इतर मुस्लीम लोकांशी ते कदाचित त्याच पद्धतीने स्पर्धा करू शकतात, ज्या पद्धतीने हिंदू कुटुंबं आणि जाती आपापसातील वैरभावना जपतात. मुस्लीम समाजातील भाऊबंदकीमुळे बनलेल्या गटांतील दंग्यांविषयी फार पूर्वीच लिहिले गेले आहे (पहा, मार्टिन १८३८, खंड क्र. १, पृ. क्र. १४४). मुस्लीम आणि हिंदू शेजारी काही संदर्भात एकमेकांना सहकार्य करतात आणि इतर काही संदर्भात करत नाहीत. त्यांच्यातील मतभेदांच्या विषयांचा सखोल अभ्यास अद्याप केला गेलेला नाही, तरीही जेव्हा

जेव्हा धार्मिक फरक सामाजिक स्तरावर ठळकपणे दिसतात, तेव्हा आपण एका खऱ्या पंथाचे समर्थक आहोत, असे मानण्याकडे प्रत्येक धर्माच्या अनुयायाचा कल असतो, हे स्पष्टपणे दिसते. असा विचार करण्याची वृत्ती भारतीय गावांपुरती मर्यादित नाही.

भारतीय मुस्लीम समाजात त्यांच्या संस्कृतीची काही मूलभूत सामाजिक वैशिष्ट्ये दिसतात. उदाहरणार्थ, त्यांच्या जातरचनेमध्ये ही वैशिष्ट्ये दिसतात. ते जिथे राहतात त्या प्रदेशाची आणि त्यांच्या सामाजिक-आर्थिक स्तराची वैशिष्ट्येदेखील त्यांच्या समाजात दिसतात. धार्मिक बाबतीत ते वेगळे आहेत असे ते मानतात आणि मुस्लिमेतरांच्या व त्यांच्या ज्या गुणधर्मांमध्ये साम्य असते त्याला ते विशेष नावाने संबोधतात. तरीही अनेक बाबतीत त्यांचे सामाजिक नातेसंबंध हे बऱ्यापैकी त्यांच्या मुस्लिमेतर शेजाऱ्यांसारखे असतात. याचे एक ठळक उदाहरण केरळातील मुस्लिमांचे आहे. केरळातील मुस्लीम हे भारतातील इतर मुस्लिमांप्रमाणे किंवा इस्लामच्या धर्मग्रंथांनी सांगितल्याप्रमाणे पितृवंशीय नसून नायरांसारखे मातृवंशीय होते (गॉघ १९६१, पृ. क्र. ४१५–४४२; यालमन १९६७, पृ. क्र. ३७२–३७४).

सर्वच प्रदेशांमध्ये मुस्लीम लोकांचे सामाजिक नातेसंबंध त्यांच्या गावातील पद्धतींनुसार असतात. या अनुषंगाने, पश्चिम बंगालमधील एका गावाविषयी केलेल्या नोंदीत असे म्हटले आहे की तेथील मुस्लीम जातींचे तीन स्तर, "बरेचसे गावातील समांतर हिंदू जातींसारखे आहेत." तिथे शेखांचे स्थान सर्वांत वरचे आहे आणि त्यांच्याकडे पूर्णपणे अंतर्विवाहाची पद्धत आहे. मधल्या स्तरावर शेतकरी आणि सर्वांत खालची श्रेणी कोळ्यांची आहे. उच्च श्रेणीतील मुस्लीम जे तळे वापरतात, तेथील पाणी मुस्लीम कोळी कदाचित वापरणार नाहीत आणि त्यांना गावातील मशिदीत जाण्याची परवानगीही नसेल (गुहा १९६५, पृ. क्र. १६८–१६९).

पूर्व पाकिस्तानातील एका गावाच्या अभ्यासाचा आढावा अशा प्रकारे घेतला गेला आहे, "थोडक्यात, मुस्लिमांचे जातसदृश समूह हे बरेचसे त्यांच्या सोबतच्या हिंदूंसारखे असतात, विशेषतः कसबी कारागीर आणि मजुरांमध्ये हे साम्य दिसते. तरीही मुस्लीम समूहांना जर जाती म्हणायचे असेल तर, त्या जाती म्हणजे सामाजिक स्तराचा एका जास्त लवचीक भाग आहेत, हे मान्य करावे लागेल" (बीच आणि इतर, १९६६, पृ. क्र. ११).[१]

मुस्लीम समूहांच्या सर्वोत्कृष्ट अभ्यासांमध्ये उत्तर प्रदेश आणि पश्चिम पाकिस्तानच्या अभ्यासांचा समावेश होतो. या अभ्यासांमध्ये पुढे असे सूचित केले आहे की तेथील मुस्लीम समाजात त्यांच्या प्रदेशाची सामाजिक वैशिष्ट्ये दिसतात, तेथील चलनशीलतेच्या पद्धतींमध्ये त्यांचा सहभाग असतो आणि ते पुनरावर्ती बदलाच्या प्रक्रियांचा अवलंब करतात.

---

[१] करीम यांच्या मते बंगालमधील मुस्लिमांना परदेशी वंशाचे वंशज असल्याबद्दल एक विशिष्ट अभिमानाची भावना असल्याचे सांगितले जाते. बंगालच्या बाहेरचे कुठलेही प्रतिष्ठित पूर्वज असतील तर अशरफ या श्रेणीवर शिक्कामोर्तब होते; ते भारताबाहेरचे असतील "अधिक उत्तम ठरते" (१९५६, पृ. क्र. १३४).

उत्तर प्रदेशातील मुस्लीम

उत्तर प्रदेशातील मुस्लीम सामाजिक संस्था, ज्यामध्ये १९६१ च्या जनगणनेनुसार जवळपास अकरा दशलक्ष मुस्लिमांचा समावेश आहे, त्यांचे चित्रण घौस अन्सारी (१९६०) यांनी केले आहे. ते लिहितात की उत्तर प्रदेशातील मुस्लीम त्यांच्या जातींचे विविध गटांवर आधारित समूह तयार करतात, जे वर्णांवर आधारित वर्गांसारखे असतात. *अशरफ* म्हणजे "गौरवास्पद" आणि *अजलफ* म्हणजे इतर सर्व मुस्लीम ही त्यांच्यातील प्रमुख विभागणी असते. याची हिंदूंमधील "द्विज" वर्ण आणि इतर हिंदूंमध्ये जो फरक असतो, त्याच्याशी याची तुलना केली गेली आहे. पण इम्तियाज़ अहमद (१९६७) असे ठामपणे म्हणतात की अशरफ हा शब्द एखाद्या विशिष्ट जातीपेक्षा किंवा गटापेक्षा प्रतिष्ठित जीवनशैलीसाठी अधिक वापरला जातो.

ज्यांना अशरफ म्हणतात ते सहसा परदेशातील, भारतीयेतर प्रख्यात पूर्वजांचे वंशज असल्याचे मानले जाते. परंपरेने ते जमीनदार होते, सामाजिक आणि धार्मिक नेते होते, गावातील सर्व मुस्लिमांपेक्षा अधिक धनवान आणि कट्टर इस्लामवादी होते. अन्सारी यांच्या सांगण्यानुसार, उत्तर प्रदेशातील अशरफ समाजात चार "वर्ग" (म्हणजे जातसमूह) आढळले आहेत. त्यांपैकी सर्वोच्च स्थानावर सैय्यद आहेत. *सैय्यद* म्हणजे "राजकुमार." सैय्यदांचा वंश पैगंबरांची मुलगी आणि तिचा पती म्हणजे इस्लामच्या चौथ्या खलिफापासून सुरू झाल्याचे मानले जाते. सैय्यद समाज साधारण वीस विभागांत विभागला गेला आहे; प्रत्येक विभागात अंतर्विवाहाची प्रथा प्रचलित आहे, पण ती बंधनकारक नाही. त्यांच्यानंतर आहेत *शेख*, म्हणजे "प्रमुख." पैगंबरांच्या सुरुवातीच्या अनुयायांपैकी एक असलेले अरब हे त्यांचे पूर्वज होते असे मानले जाते. त्यांच्या विभागातील आणि सैय्यद समाजातील कुटुंबांमध्ये आपापसात विवाहसंबंध जोडले जाऊ शकतात. पण मुघल आणि पठाण या उच्चस्तरावरील अन्य दोन समूहांतील कुटुंबांशी असे संबंध क्वचितच जुळतात. लोकांच्या मते ते दोन समूह भारतावर आक्रमण करणाऱ्या मंगोल आणि अफगाणी आक्रमकांचे वंशज आहेत (अन्सारी १९६०, पृ. क्र. ३५–३८; झेड. अहमद १९६२, पृ. क्र. ३२६–३२८).

मुस्लीम समाजाच्या सामाजिक उतरंडीमध्ये खालच्या स्तरावर असे मुस्लीम आहेत जे साफसफाई, कचरा गोळा करणे आणि इतर स्वच्छतेची कामे करतात. उत्तर प्रदेशात सर्वसाधारणपणे ते लोक अशा वंशाचे वंशज असतात, ज्यांनी धर्मांतर केले आणि त्यांच्या आधीच्या जातीचे नाव, व्यवसाय, गरिबी व अक्षमता तशाच राहिल्या. उच्च सामाजिक श्रेणीचे मुस्लीम त्यांच्या हातचे अन्न घेत नाहीत. कधी कधी त्यांना गावातील मशिदीत नमाज पढण्याची परवानगी नसते. त्यांना बाहेर उभे राहूनच नमाज पढावा लागतो (अन्सारी १९६०, पृ. क्र. ५०, ५८). हिंदू समाजातील त्यांच्या समकक्ष लोकांसारखीच वागणूक त्यांना मिळते. मात्र, उच्चवर्गातील एखादा मुस्लीम त्यांच्याकडून अन्न स्वीकारण्याचा किंवा त्यांच्याबरोबर नमाज

पढण्याचा निर्णय घेऊ शकतो आणि एखाद्या उच्च श्रेणीतील हिंदू व्यक्तीला अशा उल्लंघनासाठी ज्या प्रकारच्या शिक्षेस सामोरे जावे लागते तशा शिक्षेची जोखीम त्याला पत्करावी लागत नाही.

उत्तर प्रदेशातील मुस्लिमांच्या मधल्या श्रेणीत मुस्लीम रजपूत आणि "स्वच्छ व्यवसाय करणाऱ्या जातींचा" समावेश होतो. त्यांच्यातील आणि उच्च मुस्लीम वर्गातील मुस्लिमांमधील सामाजिक अंतर झरीना अहमद यांनी त्यांच्या अभ्यासादरम्यान ज्या गावांचा अभ्यास केला त्या गावांच्या निरीक्षणामधून दिसून येते. अशरफ समूहातील कोणताही सदस्य अशरफ समूहाचा सदस्य नसणाऱ्या व्यक्तीशी रोटीबेटीसंबंध ठेवत नाही (१९६२ पृ. क्र. ३२७) उत्तर प्रदेशातील अन्य भागांत यापेक्षा जास्त व्यापक रोटीव्यवहार आढळून येतात. रोटीव्यवहाराच्या बाबतीत शियापंथीय मुस्लीम सुन्नीपंथीयांपेक्षा जास्त काटेकोर आहेत, अशा नोंदी आहेत. शियापंथीयांनी कोणत्याही मुस्लिमेतर व्यक्तीद्वारा शिजवल्या गेलेल्या अन्नाचा स्वीकार करू नये, असा प्रघात आहे, तर सुन्नी "स्वच्छ हिंदू जातींकडून" बनवल्या गेलेल्या अन्नाचा स्वीकार करतात (अन्सारी १९६०, पृ. क्र. ४०–४१, ५४–५५, ५८).

उत्तर प्रदेशातील गावांचे जे अभ्यास केले गेले त्यातून असे दिसते की मुस्लीम लोक त्यांच्या स्थानिक सामाजिक रचनेत बरेचसे त्यांच्यासारखा समान सामाजिक दर्जा असलेल्या हिंदूंसारखेच वागतात. सहारणपूर जिल्ह्यातील एका गावात जवळपास अर्धी जमीन त्यागी या हिंदू जातीच्या लोकांच्या मालकीची आहे आणि तिथे ते शेती करतात. उरलेली जमीन मुस्लीम त्यागींची आहे आणि तिथे ते शेती करतात. ते एकाच वंशाचे वंशज असून गावातील व्यवहारांत दोघेही मिळून वर्चस्व गाजवतात (गुप्ता १९५६, पृ. क्र. ३१).

उत्तर प्रदेशच्या विविध भागांतील अशरफ मुस्लिमांमध्ये असलेल्या आप्तमित्रांचा जो अभ्यास केला गेला त्याचा सारांश असा आहे की आप्तमित्रांसाठी आणि वारसाहक्कासंबंधीच्या नियमांसाठी त्यांच्याकडे वापरले जाणारे शब्द हे त्याच परिसरातल्या हिंदूंमधील उच्च श्रेणीच्या जातींतल्या शब्दांसारखेच असतात (व्रीदे-दे स्ट्युअर्स १९६३). हिंदू कारागिरांसारख्याच परिस्थितीत मुस्लीम कारागीर सेवा पुरवतात आणि साधारणपणे त्यांच्यासारख्याच हिंदू कारागिरांप्रमाणे जातीचे व्यवहार हाताळतात (अन्सारी १९६०, पृ. क्र. ५६; मिश्रा १९६४, पृ. क्र. १३९–१४९).

लखनौ जिल्ह्यातील एका गावातील प्रसंगातून सामाजिक श्रेणीविषयी मुस्लीम समाजात असलेल्या संवेदनशीलतेचे उदाहरण पाहायला मिळते. अशरफ समाजातील एका घरातील लग्नाला आलेली एक पाहुणी स्त्री मंझर म्हणजे बांगडी विकणाऱ्यांच्या जातीची होती. ती स्त्री बऱ्याच काळानंतर गावात आलेली होती. ती जेवायला बसलेली असताना अशरफ समाजातील एका स्त्रीने तिला ओळखले; इतर स्त्रिया "एकदम उठून उभ्या राहिल्या आणि त्या मंझर स्त्रीसोबत एकाच टेबलवर बसण्यास त्यांनी नकार दिला. त्यामुळे त्या मंझर स्त्रीला जमिनीवर बसून जेवावे लागले, जे खूप लाजिरवाणे ठरले" (झेड. अहमद १९६२, पृ. क्र. ३३१). या उतावळेपणाने केलेल्या

कृतीत, हिंदूंमधील एखाद्या उच्च श्रेणीतील जातीच्या स्त्रियांनी अशा परिस्थितीत जे वर्तन केले असते तसेच वर्तन त्या मुस्लीम स्त्रियांनी केले. उत्तर प्रदेशातील हिंदू आणि मुस्लिमांची सामाजिक मते एकसारखी आहेत किंवा हिंदू अथवा मुस्लिमांच्या मतांना आव्हान दिले जात नाही, असे म्हणण्याचा उद्देश इथे नाही. दोन्ही धर्मांत फरक आहेत तशीच साम्येही आहेत आणि ती विचारात घेतलीच पाहिजेत; हिंदूंसारखेच सामाजिक बदल मुस्लीम समाजात येऊ घातले आहेत.

पश्चिम पाकिस्तानातील गावे (खेडी)

पाकिस्तानच्या निर्मितीमुळे तेथील नागरिकांच्या जीवनावर खूप महत्त्वाचे परिणाम झाले. तरीही, स्वातंत्र्य मिळाल्यापासून पाकिस्तानमधील गावांचा जो अभ्यास केला गेला त्यातून पारंपरिक सामाजिक गटरचना बऱ्यापैकी कायम राहिल्याचे दिसते. या अनुषंगाने झेकिये एग्लर यांनी एका पंजाबी मुस्लीम गावाचे वर्णन केले आहे. तिथे "एखादे लहान मूल बोलायला शिकते तेव्हापासून त्याला त्याच्या जातीविषयी सांगितले जाते आणि स्वतःचे नाव सांगताना ते त्याची जातही सांगते. त्या मुलाला खूप लहान वयातच हेही सांगितले जाते की ते केवळ त्याच्या जातीतच लग्न करू शकते" (१९६०, पृ. क्र. २९). जातीतील चालीरीती हिंदूंकडून उसन्या घेतल्या आहेत आणि प्रामुख्याने पारंपरिक व्यवसायातून आल्या आहेत असे तेथील गावकरी समजतात आणि तरीही ते त्या चालीरीतींचे ठामपणे पालन करतात.

पश्चिम पाकिस्तानातल्या, गुजरात जिल्ह्यातील या गावामध्ये बलुतेदारी संबंध हिंदू पंजाब्यांमधील संबंधांसारखे आहेत. पण त्यांची सामाजिक श्रेणी जमिनीच्या मालकीशी जास्त संबंधित आहे. खूप कमी कारागीर किंवा नोकरांकडे स्वतःच्या मालकीची जमीन आहे; जमीनधारकांच्या समूहातील प्रत्येक कुटुंबाचे स्थान हे त्या कुटुंबाजवळ असलेल्या जमिनीच्या प्रमाणानुसार ठरते. सर्व सामाजिक स्तरांवर आणि सर्व महत्त्वाच्या प्रसंगी भेटवस्तूंची देवाणघेवाण करण्यास जे महत्त्व आहे, त्यावर एग्लर भर देतात. या देवाणघेवाणीस *वर्तन भांजी* असे म्हणतात. या देवघेवीचा संबंध कुटुंबातील मुलींशी असतो. त्यामुळे कुटुंबं, जाती आणि गावांतील सामाजिक संबंध मुलींच्या अवतीभवती फिरतात. घरातील मुलगी ही नातेसंबंधांच्या केंद्रस्थानी असल्यामुळे, "पारंपरिक संस्कृतीत वर्तन भांजी ला जितके महत्त्व आहे, तितकीच वर्तन भांजी साठी घरातील मुलगी महत्त्वाची असते, असे म्हणता येऊ शकते" (एग्लर १९६०, पृ. क्र. १०१). इतर गावांत होणाऱ्या भेटवस्तूंच्या देवाणघेवाणीचे अशा पद्धतीचे विश्लेषण अद्याप केले गेलेले नाही. पंजाबातील मुस्लीम गावात स्त्रियांविषयी जी आस्था असते, तितकीच प्रभावशाली ती भारतात अन्यत्र कुठेही असू शकेल. निश्चितच इतर ठिकाणी याविषयी महिला बरेच काही बोलतात.

मुस्लीम गावकरी त्यांचे पूर्वज असलेल्या हिंदू समूहाच्या जीवनशैलीप्रमाणेच कसे जगत राहतात, त्याचे चित्रण पंजाबमधील आणखी एका गावातील उदाहरणात केलेले आहे. या

उदाहरणातील गावकरी म्हणजे पश्चिम पाकिस्तानातील गुजरानवाला जिल्ह्यामधील प्रभावशाली जमीनदार जाट समाज आहे. जाट समाज, मग ते हिंदू, शीख किंवा मुस्लीम असले तरी त्यांना त्यांचा कुठलाही मुलामा नसलेला साधेपणा, रोखठोक प्रतिसाद, लढाऊ वृत्ती या गोष्टींचा अभिमान वाटतो. येथील मुस्लीम जाट तसेच आहेत. ज्याला कोणीही शत्रू नाही, ज्याची भीती कोणाला वाटत नाही आणि ज्याचा मान कोणी राखत नाही त्याला काही किंमत नाही, अशी या जाटांची धारणा आहे. या गावाचा अभ्यास करणारे इनायत उल्लाह लिहितात, "पाहुण्या माणसाला प्रथम त्याची जात विचारली जाते; कारण त्याला बाजेवर बसू द्यायचे की जमिनीवर बसवायचे ते त्यानुसार ठरते; तसेच त्याच्यासाठी जेवणाचा काही विशेष बेत करायचा की त्याला साधे अन्न दिले तरी पुरेसे आहे तेही ठरते."

गावातील मुस्लीम लोकांत कारागीर आणि मजुरांच्या तेरा जाती आहेत. त्यांच्यात प्रामुख्याने अंतर्विवाह केले जातात. तरी, कधीकधी जमीनदार लोक त्यांना विशेष पसंत असलेल्या मुलींशी विवाह करतात. सर्वच स्तरांवरील लोकांत स्वतःच्या जातीविषयीचा अभिमान खूप मोठा असतो; एखाद्या जातभाईने केलेल्या धाडसी कृत्यांविषयी सर्वांना अभिमान वाटतो; गैरकृत्ये, विशेषतः स्त्रियांकडून झालेला लैंगिक प्रमाद जातीतील सर्वांसाठी मानहानीचा ठरतो. "जातीवर झालेल्या कुठल्याही आरोपाचे खंडन करणे आणि जातीच्या परंपरेनुसार राहणे आपले कर्तव्य आहे, असे सहसा जातीतील प्रत्येक सदस्यालाच वाटते" (इनायत उल्लाह १९५८, पृ. क्र. १७०–१७४). धर्मांतर करून इस्लाम स्वीकारण्याने जातीच्या प्रथांविषयी असलेला अभिमान कमी झालेला नाही.

पश्चिम पाकिस्तानातील सिंध प्रांतातल्या दादू जिल्ह्यात असलेल्या एका मुस्लीम गावात स्वतःच्या समूहाविषयी असणारा अभिमान तितकाच प्रभावशाली आहे. त्या गावात क्रमवारी आखून दिलेले साधारण सत्तावीस गट आहेत. त्या गटांना *जात* असे म्हटले जाते.[२] त्यांपैकी सर्वांत वरच्या चार गटांतून अनेक विद्वान, शिक्षक आणि शासकीय अधिकारी निर्माण झाले आहेत; त्यांच्यामुळे गावाला बराच लौकिक प्राप्त झाला आहे. हॉनिगमान असे मानतात की हे नव्या प्रकारचे यश प्राप्त करण्यासाठी त्यांना जी प्रेरणा मिळाली तिचे मूळ त्यांना त्यांच्या श्रेणीविषयी वाटणारा अभिमान व ती श्रेणी कायम राखण्याची चालना या गोष्टींमध्ये आहे. कारण इतर मुस्लिमांना अशी श्रेणी मिळवण्यासाठी संपत्तीची गरज असते; पण त्यांच्याकडे

[२] लेखक असे लिहितात की हिंदू ज्या अर्थाने "जात" हा शब्द वापरतात त्या अर्थाने मुस्लीम तो वापरत नाहीत. पण पात नामक सिंधी गावात वापरल्या जाणाऱ्या शब्दांविषयी त्यांनी जे स्पष्टीकरण दिले आहे, त्यातून ते शब्द त्याच अर्थाने वापरलेले दिसतात. "पात गावातील प्रमुख कुटुंबं त्यांच्यात चार ते पाच 'जाती' असल्याचे सांगतात (इंग्रजीभाषिक गावकऱ्यांनी आणि सार्वजनिक नोंदींमध्ये 'जमात', 'ज़ात' आणि 'समुदाय' हे शब्द 'जात' या शब्दाऐवजी वापरले आहेत) अशा जातीं शक्यतो अंतर्विवाह करणाऱ्या असतात. अंतर्विवाह म्हणजे प्रामुख्याने आपल्यासारखेच आडनाव असलेल्या परिचित घरात लग्नसंबंध जुळवणे" (हॉनिगमान १९६०ब, पृ. क्र. ८३३).

ती असतेच असे नाही. स्त्रियांनी सर्वांपासून दूर राहणे, मुलींचे अंतर्विवाह करणे, मुलांसाठी मर्यादित प्रमाणात अनुलोम विवाह पद्धत अवलंबणे यांसारख्या काही विशिष्ट मापदंडांचे पालन अजूनही उच्च श्रेणीसाठी उचित ठरते. थोर घराण्याचा वारसा हा एक प्रमुख गुणविशेष ठरतो. एखाद्या समूहातील लोक फार पूर्वीपासून धनिक, आदरास पात्र, विद्वान आहेत आणि शारीरिक परिश्रम करण्याची त्यांना गरज नाही असा या थोर वारशाचा अर्थ होतो.

तरीही केवळ असा थोर वारसा पुरेसा ठरत नाही; त्या गावात चार सैय्यद कुटुंबं आहेत, ज्यांचा समावेश गावच्या प्रमुखांमध्ये केला जात नाही. सैय्यद म्हणजे प्रेषितांचे वंशज असे गृहीत धरले असले तरी, त्यांना "सामाजिक दृष्टिकोनातून नाही तर, धार्मिक दृष्टिकोनातून" मान दिला जातो. उच्च श्रेणीसाठी आता जो निकष महत्त्वाचा ठरतो, एक विशिष्ट प्रकारचे शिक्षण आणि शासकीय नोकरी या गोष्टींचा त्यांच्याकडे अभाव आहे (हॉनिगमान १९६०अ, पृ. क्र. ८–१२; १९६०ब, पृ. क्र. ८३३–८३९).

पश्चिम पाकिस्तानातील या गावांमध्ये सामाजिक नातेसंबंध जातींच्या उतरंडीनुसार पाळले जातात. जातींची ही उतरंड भारतातील बहुतांश लोकांनी स्वीकारलेल्या सर्वसामान्य पद्धतीवर आधारित असते. प्रत्येक प्रदेशातील मुस्लीम आणि इतरांमध्ये दिसणाऱ्या, पारंपरिक आणि आधुनिक अशा दोन्ही प्रकारच्या चलनशीलतेच्या प्रेरणादेखील समान असतात.

मुस्लिमांची सामाजिक चलनशीलता

भरभराट होत असलेले मुस्लीम एकसमान पद्धतीने प्रगतीच्या दिशेने वाटचाल करतात. श्रीमंत बनलेली कनिष्ठ श्रेणीच्या जातींतील कुटुंबं त्यांच्या पूर्वीच्या सामाजिक स्थानावरून नाहीशी होतात आणि उच्च श्रेणीतील मुस्लीम स्तरात पुन्हा अवतरतात. "कनिष्ठ श्रेणीतील मुस्लीम माणसाकडे पैसे आले की तो त्याच्या घरातील स्त्रियांना पडदापद्धत पाळायला लावतो (ही पद्धत केवळ अशरफांकडे असते), मशिदीमध्ये सामूहिक नमाज पढायला जाऊ लागतो आणि मक्केच्या यात्रेसाठी जातो" (झरीना अहमद १९६२, पृ. क्र. ३२९). अशी कुटुंबं कमी दर्जाची कामे सोडून देतात, मग ते विणकर, नाभिक किंवा कसाई असोत. ते जमीनधारक बनतात आणि जमीनदारांसारखे वागू लागतात. मेहनतीचे काम करणाऱ्यांच्या आवाक्यापलीकडे असतील अशा पद्धतींनी ते धर्माकडे अधिक लक्ष देऊ लागतात. घरातील जन्म-मृत्यूच्या वेळचे विधी आणि घरगुती विधी करण्यासाठी ते प्रतिष्ठित धर्मप्रमुख म्हणजे मौलवींना बोलावतात. एखाद्या सन्माननीय श्रेणीचे थोडेसे वलय त्यांना एकदा प्राप्त झाले की ते त्यांच्या मुलांची लग्ने प्रतिष्ठित पद्धतीने करण्याचे मार्ग शोधतात. यामध्ये यशस्वी ठरले की ते स्वतःसाठी स्थानिक मुस्लिमांमधील वरची श्रेणी प्राप्त करतात (अन्सारी १९६०, पृ. क्र. ३८–३९; मिश्रा १९६४, पृ. क्र. १६९). मुस्लीम समाजाच्या बाबतीत हे करून झाले की

मुस्लिमेतर गावकऱ्यांकडूनही ते तसाच सन्मान मिळवतात. तरीही एखाद्या गावात मुस्लीम आणि हिंदू अशा दोहोंकडून श्रेणी मिळाल्याची उदाहरणे फार थोडी आहेत.

उत्तर प्रदेशच्या पूर्व भागातील एका प्रगतिशील मुस्लीम कुटुंबाची हकिकत झरीना अहमद यांनी सांगितली आहे. बाराबंकी जिल्ह्यातील एका गावात एक नवीन मुस्लीम कुटुंब राहायला आले, त्यांनी तेथे मोठी वीटभट्टी सुरू केली. त्यांची मुले शहरात शिक्षण घेत होती; त्यांच्या घरातील स्त्रिया सक्तीने पडदापद्धत पाळायच्या; वडीलधारी माणसं सतत मशिदीत नमाज पढत असत. ते कुटुंब स्वतःला शेख म्हणवून घेत होते. पण ते त्यांच्या आधीच्या घरात जुलाहा म्हणजे विणकर होते, ही बाब लवकरच गावाला समजली. जमीनधारक असलेली बहुतांश अशरफ कुटुंबं त्यांच्यापासून अलिप्त राहू लागली आणि त्यांच्याकडील समारंभांना उपस्थित राहण्यास त्यांनी नकार दिला. काही काळानंतर काही अशरफ त्यांची आमंत्रणे स्वीकारू लागले.

या थोड्याशा प्रोत्साहनामुळे त्या कुटुंबाने "एक धाडसी पाऊल उचलले," आणि अशरफांच्या घरातील एका मुलीसाठी त्यांच्या मुलाचा लग्नाचा प्रस्ताव पाठवला. तो मुलगा भरपूर शिकलेला होता, त्याचे आईवडील श्रीमंत होते, त्या मुलाचे मूळ ही बाब सोडली तर त्यांची जोडी शोभणारी होती. वर्षभर वाटाघाटी केल्यानंतर सोयरीक ठरली आणि भरपूर भपकेबाज पद्धतीने लग्न केले गेले. पण केवळ त्या सोयरीकीमुळे नाही तर अतिदिखाऊपणामुळे गावातील इतर अशरफ कुटुंबं खूप संतापली. नवीन लग्न झालेल्या दांपत्याला गावातील वैरभावनेची जाणीव झाली आणि ते कायमचे गावाबाहेर स्थायिक झाले, मात्र त्यांचे कुटुंब तिथेच राहिले आणि त्यांचा दावा कायम ठेवला. "पण एक किंवा दोन पिढ्यांनंतर या सगळ्याचा विसर पडेल आणि ते खरे शेख बनतील"(झरीना अहमद १९६२, पृ. क्र. ३३१–३३२).

चलनशीलतेविषयीची एक प्रसिद्ध म्हण जी आधी उद्धृत केली होती ती पुन्हा वेगळ्या शब्दांत अशी मांडता येईल, "आम्ही आधी कसाई होतो आणि आता आम्ही शेख आहोत. पुढच्या वर्षी पिकाला चांगली किंमत मिळाली तर आम्ही सैय्यद बनू" (पहा, अन्सारी १९६०, पृ. क्र. ३७; ब्लंट १९३१, पृ. क्र. १८४; मिश्रा १९६४, पृ. क्र. १७०). मोठी मनोरथे असणारे काही मुस्लीम इतर महत्त्वाकांक्षी गावकऱ्यांप्रमाणे त्यांचे नाव बदलतात. १९३१ मध्ये उत्तर प्रदेशात केलेल्या जनगणनेमध्ये तीन मुस्लीम जातींची नावे आहेत, ज्यांनी ते शेख असल्याचे ताजे दावे केले आहेत; त्यांपैकी एक जात पूर्वी विणकरांची होती, एक गाणी बजावणी करणाऱ्यांची होती आणि एक कसायांची होती (अन्सारी १९६०, पृ. क्र. ३८). मात्र असे सर्वच मुस्लीम समूह त्यांची नावे बदलण्याची मागणी करत नाहीत. गुजरातमधील सुन्नी वोहरा विसाव्या शतकाच्या सुरुवातीस प्रामुख्याने शेतकरी होते. तेव्हापासून ते मोठ्या प्रमाणात व्यापारी बनले आणि त्यांच्या जातीचे व्यवहार व व्यवसायांमध्ये त्यांनी बरीच सुधारणा केली आहे. पण त्यांनी त्यांचे नाव बदललेले नाही (मिश्रा १९६४, पृ. क्र. १६९–१७०).

गुजराती मुस्लिमांचा कल विशेषकरून विखंडनाकडे असल्याचे दिसते. व्यापार करणाऱ्या मेमन समाजाच्या किमान सहा जाती आहेत आणि शेतकरी वोहरांच्या चार जाती आहेत. वेगवेगळ्या पूज्य व्यक्तींप्रती असलेल्या निष्ठेनुसार या जातींची उपविभागणी होते. एखाद्या जातीच्या एका भागातील कुटुंबं एखाद्या विशिष्ट संताचे शिष्य बनतील तर जातीतील इतर लोक एखाद्या वेगळ्या पूज्य माणसाविषयी निष्ठा बाळगतील; दोन्ही गटांना एकमेकांशी फारसे काही देणेघेणे नसेल (मिश्रा १९६४, पृ. क्र. १३८–१४२).

एतद्देशीय हिंदू पंथांप्रमाणेच मुस्लीम पंथांमध्येही नवीन जाती निर्माण झाल्या आहेत. इस्लाममधील सुन्नी आणि शिया हे दोन महत्त्वाचे पंथ इस्लामसोबतच इथे आले. भारतात आल्यावर या दोन प्रमुख पंथांपैकी प्रत्येकाचे विभाजन झाले. शिया पंथातील एक शाखा म्हणजे इस्माईली. त्यांच्यापैकी काहींनी आगा खान हे त्यांचे प्रमुख असल्याचे सांगितले. इस्माईलींमध्ये विविध जाती आहेत. गुजरातेतील बोहरा आणि खोजा हे त्यांपैकी महत्त्वाचे समूह आहेत. भारतातील काही मुस्लीम पंथांनी बऱ्यापैकी सारग्राही उपदेश विकसित केले. उदाहरणार्थ, खोजांच्या उपदेशात एके काळी असे म्हटले होते की आगा खान हे "दिव्य दहाव्या अवताराचा" अवतार म्हणजे विष्णूच्या पुढच्या अवताराचे प्रकटस्वरूप आहे (खद्दरी आणि लीबेस्नी १९५५, पृ. क्र. ११७–११९). मूळ ज्यू धर्माच्या एका सिरीयन नागरिकाने एका मुस्लीम संप्रदायाची स्थापना केली आणि त्यामध्ये ज्यू, ख्रिश्चन तसेच हिंदूंच्या धार्मिक विधींचा समावेश केला; इतर मुस्लीम पंथ हिंदूंच्या देवतांचा मान राखतात (अझीझ अहमद १९६४, पृ. क्र. १५५–१६३).

पंजाबच्या एका छोट्या शहरातील एका मोठ्या साधूने एकोणिसाव्या शतकाच्या उत्तरार्धात अहमदिया नामक एका आधुनिक पंथाची स्थापना केली होती. त्यांच्या अनुयायांनी एखाद्या सांप्रदायिक जातीपेक्षा मोठे स्वरूप प्राप्त केले आहे. त्या अनुयायांचा एक असा समुदाय तयार झाला आहे जो आर्थिक उपक्रमांबरोबरच धर्मप्रसाराच्या उत्साही कार्यातही सहभागी होतो. त्यांचे केंद्र म्हणजे आधुनिक उपक्रम व मूलभूतवादी धर्मशास्त्राचा संगम असल्याचे म्हटले जाते; त्यांच्या कृतिवादावर इतर मुस्लिमांनी हल्ले चढवले आहेत. एखाद्या जास्त उत्साही हिंदू संप्रदायाप्रमाणे इस्लामिया आणि अहमदिया यांनी एक विशेष परिणामकारक अंतर्गत व्यवस्था विकसित केली आहे. यामुळे त्यांना प्रगती साधण्यास मदत होते आणि काळाच्या ओघात ती प्रगती त्यांना त्यांच्या परिसरात प्रतिष्ठित सामाजिक दर्जा मिळवून देते (स्मिथ १९५७, पृ. क्र. २३०–२३१; स्पेट १९५४; पृ. क्र. १८९–१९२; मिश्रा १९६४, पृ. क्र. १५–६८).

हिंदू जसे त्यांच्यातील कुलीन वर्गाचे अनुकरण करतात त्याप्रमाणे महत्त्वाकांक्षी मुस्लीम स्थानिक पातळीवरील कुलीन मुस्लिमांचे अनुकरण करतात. एका अभ्यासकाने मुस्लिमांच्या

या प्रक्रियेचे वर्णन "अशरफीकरण" असे केले आहे (व्रीदे-दे स्ट्युअर्स १९६२). अशा अनुकरणामध्ये सामाजिक स्तरावर वरचे स्थान मिळविण्यापेक्षा बरेच काही असते; या क्रियेकडे नैतिक, अलौकिक वैयक्तिक सुधारणा म्हणून पाहिले जाते. जे लोक अधिक निस्सीमपणे इस्लामी जीवनपद्धतीकडे वळतात, जे नमाज आणि धार्मिक विधींना उपस्थित राहण्यासाठी अधिक कष्ट घेतात, जे कुराणाचे पठण किंवा श्रवण करण्यासाठी अनेक तास खर्च करतात, जे त्यांच्या मुलांना इस्लामी साहित्यातील सौंदर्याचा परिचय करून देतात ते केवळ ईश्वराचे सेवक म्हणून हे सर्व करत नाहीत. स्वतःची धर्मपरायणता अधिक सखोल करणाऱ्या हिंदू माणसाप्रमाणे जो मुस्लीम त्याची भक्ती दृढ करतो तो केवळ सामाजिक उन्नतीच्या खेळात स्वतःच्या फायद्याची संधी शोधत नाही तर त्याच्या ईश्वरी आत्म्याचे कल्याण करणारी जी दिशा त्याच्यासमोर प्रकट होते तिचा पाठपुरावाही करत असतो.

आध्यात्मिक लाभ प्राप्त झाले म्हणून एखाद्याची योग्य त्या सामाजिक युक्तिवादांची गरज कमी होत नाही. एखाद्या प्रगतिशील कुटुंबाला अशरफांच्या इतर पद्धतींचा अवलंब करावा लागतो. जसे, स्त्रियांना सक्तीने समाजापासून दूर ठेवणे. अशा रीतीने बंदिस्त ठेवलेल्या स्त्रिया घराबाहेर जाऊन काम करू शकत नाहीत आणि त्यांच्याकडे नोकर ठेवण्याची ऐपत असावी लागते. त्यामुळे स्त्रियांचे बंदिस्त राहणे हे खात्रीने प्रगतीचे लक्षण ठरते. बाह्य प्रतीकांमध्येही बदल करावे लागतात. गावातील मुस्लिमेतर समाजातले गरीब जसा पोशाख करतात तसाच पोशाख सहसा अत्यंत गरीब मुस्लीम करतात. पण सध्याच्या काळात धनिक आणि उच्च श्रेणीतील मुस्लीम गावकरी वेगळा पोशाख परिधान करतात आणि प्रगतिशील कुटुंबांचा कल इतरांपेक्षा वेगळे दिसतील, असे पोशाख करण्याकडे असतो (पहा, मिश्रा १९६४, पृ. क्र. १६७). आणखी वरच्या सामाजिक स्तरावरील आधुनिक व सुशिक्षित मुस्लीम त्यांचे समकक्ष असलेल्या हिंदूंप्रमाणे, पाश्चिमात्य वेशभूषा स्वीकारतात आणि त्यांच्या घरगुती रीतीरिवाजांत बदल करतात. काही सांकेतिक प्रसंगी ते पारंपरिक मुस्लीम पोशाख करून अशरफांच्या पद्धतींचा मान राखू शकतात. पण त्यांनी काही नवीन उच्चभ्रू मापदंड स्वीकारलेले असतात. ज्यामध्ये इस्लामचे आदेश, अशरफांच्या पद्धती आणि आधुनिक चालीरीतींचे मिश्रण असते.

अभिजनांचे हे मापदंड गावातील एखाद्या सामान्य मुस्लीम माणसाच्या आकलनापलीकडचे असतात आणि निश्चितच त्याच्या आवाक्याबाहेरचे असतात. सामाजिक प्रतिष्ठेविषयी त्याच्या काही महत्त्वाकांक्षा असतील तर त्याला कमी लेखणाऱ्या काही प्रथा सोडून देण्यास आणि नवीन सन्माननीय प्रथा स्वीकारण्यास तो उत्सुक असेल. सध्याच्या काळात त्याच्याकडून विशेषकरून हिंदू प्रथा सोडून दिल्या जाण्याची शक्यता असते. जसे विवाहाचे स्वरूप किंवा बहीणभावाचा रक्षाबंधनाचा विधी. आधुनिक काळात उच्च श्रेणीतील मुस्लीम विशेषत्वाने हिंदू पद्धतींचा अवलंब करण्याविषयी नाराजी व्यक्त करतात.

ही नेहमीची बाब नाही, निदान पंजाबमध्ये तरी नाही. १८८३ मध्ये पंजाबात केलेल्या जनगणनेविषयीच्या अहवालात इबेस्टन यांनी लिहिले आहे की पंजाबच्या पूर्व भागामध्ये, "धर्मांतरामुळे त्या धर्मांतरित माणसाच्या जातीवर अजिबातच कसलाही परिणाम होत नाही. त्याच्या सामाजिक प्रथा तशाच राहतात, जातीमुळे त्याच्यावर असणारी बंधने शिथिल होत नाहीत, लग्न आणि वारशाविषयीचे नियम बदलत नाहीत; फरक इतकाच पडतो की तो त्याची शेंडी आणि मिशीची वरची टोकं छाटून टाकतो, मशिदीमध्ये मोहम्मदाच्या नियमांचे पठण करतो आणि हिंदू विवाह समारंभात त्याच्यामुळे एका मुसलमानाची भर पडते" (१९१६, पृ. क्र. १३–१४). इबेस्टन यांनी असेही म्हटले की १८५० पासून पंजाबमध्ये मुस्लिमांचे पुनरुज्जीवीकरण होत होते आणि इस्लामचा कायदा व प्रथांबाबत मुस्लिमांचे कट्टरपण जास्त वाढत होते. पण पूर्व पंजाबमध्ये केवळ मुस्लिमांनींच त्यांच्या धर्मग्रंथांकडे दुर्लक्ष केले असे नाही, तर तेथील हिंदूंनीही स्थानिक ब्राह्मणांना किंवा सांस्कृतिक धर्मग्रंथांना फारसे महत्त्व दिले नाही. मात्र, विसाव्या शतकामध्ये पंजाबमधील सर्व धर्मांच्या लोकांनी स्वखुशीने उदार होणे सोडून ते आपापल्या धर्मांच्या उपदेशांचे पालन जास्त करू लागले.

आपल्या गावातील मुस्लीम समूहांमध्ये उत्तम सामाजिक स्थान प्राप्त करणे, हे सर्वच प्रदेशांतील महत्त्वाकांक्षी मुस्लीम गावकऱ्यांचे प्रमुख उद्दिष्ट असते. त्यांना ते साध्य झाले तर गावातील सामाजिक स्थानांच्या सर्वसाधारण व्यवस्थेत आणि गावातही त्यांची प्रगती होते. मुस्लीम जातींचा आटोपशीर गट स्थानिक श्रेणी व्यवस्थेच्या समोर येतो. आम्ही आधी नमूद केल्याप्रमाणे 'अस्पृश्यां'ना गावात या पद्धतीने वागणूक दिली जाते, मग ते हिंदू असोत किंवा मुस्लीम. मुस्लीम समाजातील एखाद्या प्रसिद्ध आणि थोर वारसा लाभलेल्या धनिक जमीनदाराला सर्वसाधारणपणे गावातील सर्वांकडून मान दिला जातो.

इस्लामीकरण आणि आधुनिक अनुकूलन

१९४० मध्ये ज्या राजकीय घडामोडी झाल्या त्या वेळेस भारतात सगळीकडेच मुस्लीम आणि मुस्लिमेतरांमधील संबंधांना फार मोठ्या प्रमाणात धक्का बसला आणि अनेक ठिकाणी ते संबंध पूर्णपणे तुटले. त्यानंतर, सर्वसाधारण तणावाच्या काळात जे सहसा घडते, त्याप्रमाणे गावातील नेहमीच्या वैरभावनांचे रूपांतर मोठ्या विरोधांमध्ये झाले. विशिष्ट जाती किंवा सोयरगटांमध्ये प्रतिष्ठेसाठी असलेल्या वैरभावना अधिक मोठ्या संघर्षांसाठी सोडून देण्यात आल्या. स्वातंत्र्य मिळण्याआधीची अनेक वर्षे हिंदू आणि मुस्लीम गावकऱ्यांमधील व्यापक संघर्षांमध्ये सातत्याने वाढ होताना आणि त्याला राष्ट्रीय स्तरावरील प्रेरकांमुळे प्रोत्साहन मिळताना दिसले. सुरुवातीच्या काळात कुठल्या तरी एका धर्माने सार्वजनिक स्तरावर सणसमारंभ साजरे केले तर अशा प्रकारच्या शत्रुत्वाचा भडका उडत असे. अशा समारंभांत

अन्य धर्मीयांच्या स्थानाचा अवमान होईल अशी कुठलीही कृती किंवा सामाजिक दर्जाविषयीचे दावे केले गेले तर त्या बाबतीत अन्य धर्मांचे अनुयायी विशेष संवेदनशील बनत असत. पण एक तो संघर्षाचा दिवस संपल्यानंतर गावातील विविध जाती व सर्व धर्मांची कुटुंबांमध्ये त्यांची रोजची देवाणघेवाण पुन्हा सुरू होत असे. राष्ट्रीय पातळीवरील घटनांमुळे ही वैरभावना अधिक तीव्र झाली आणि ती नित्याची बाब बनली. अगदी गावांमध्येही हे घडले आणि शेवटी याचा कळस म्हणून दोन स्वतंत्र देश निर्माण होईपर्यंत हे चालू राहिले (मंडेलबाउम १९४७).

स्वातंत्र्य मिळाल्यानंतर दोन्ही देशांत वेगवेगळ्या विषयांच्या माध्यमांतून फार मोठ्या प्रमाणात वैरभावना प्रकट केली गेली; त्यातीलच एक विषय म्हणजे योग्य श्रेणी आणि मान्यता प्राप्त करण्यासाठी भाषिक प्रांतांचे दावे. हिंदू आणि मुस्लिमांच्या दरम्यान असलेल्या ताणामुळे काही विशिष्ट ठिकाणी आणि विशिष्ट काळांत हिंसेचा उद्रेक झाला. पण दोन्हीपैकी कुठल्याही देशातील संघर्षासाठी हे तणाव प्रमुख कारण बनले नाहीत, तसेच ते अंतर्गत राजकारणातील प्रबळ विषयही ठरले नाहीत.

भारतातील मुस्लिमांनी लवकरच मुस्लिमेतरांप्रमाणे त्यांच्या समूहाच्या सुधारणेचे आणि सामाजिक चलनशीलतेचे प्रयत्न सुरू केले. अनेक मुस्लीम जातींनी महासंघ, सुधारणा आणि राजकीय सहभाग यासारख्या प्रचलित पद्धतींचा अवलंब केला. हिंदू जातींच्या सुधारणेच्या प्रक्रियेत पारंपरिक उच्च चालीरीती आणि प्रतिष्ठित स्वरूपाच्या आधुनिक पद्धतींचा समावेश अपरिहार्यपणे असतो. मुस्लीम गावकऱ्यांच्या बाबतीत सुधारणेचा अर्थ खासकरून त्यांच्या धार्मिक परंपरांचे मोठ्या प्रमाणात पालन करणे असा होतो आणि त्यामुळे लोक जाणवेल इतक्या प्रमाणात इस्लामिक चालीरीतींकडे व प्रतीकांकडे वळले.

इतक्या तीव्र प्रमाणात झालेले इस्लामीकरण मिओंच्या बाबतीत दिसून येते. मिओ ही राजस्थान व पंजाबच्या सीमेवरील साधारण दोनेक हजार गावांमधील एक प्रभावशाली जात होती. ते पडीक जमीन कसत होते आणि सुरुवातीच्या शतकांमध्ये ते नेहमी छापेमारी करत असत. साधारण पंधराव्या शतकात ते मुस्लीम बनले. कदाचित मुस्लीम शासक त्यांच्याशी अधिक जास्त कनवाळूपणे वागतील, अशी आशा त्यांना वाटत असावी. धर्मांतर केल्यानंतरही त्यांनी रजपुतांची मूल्ये जतन केली, रजपुतांच्या चालीरीती चालू ठेवल्या आणि त्यामध्ये सुंता व दफनविधीसारख्या पद्धती सामील केल्या. त्यांनी हिंदू कारागिरांसोबत आणि त्यांच्यासाठी काही विधी पार पाडणाऱ्या ब्राह्मणांसोबत बलुतेदारी संबंध कायम ठेवले.

मात्र, १९४७ नंतर मिओंना जाणवले की जुने नातेसंबंध निरुपयोगी आहेत.[३] त्यांचे जुने ग्राहक आणि नोकर त्यांना सोडून जाऊ लागले, तसेच अधिक पैसे व स्वातंत्र्याची मागणी

[३] मिओ समाजातील राजकीय कार्यकर्ते चौधरी अब्दुल हाये (१९६६) यांनी केलेले मिओंच्या इतिहासातील अलीकडच्या काळाचे वर्णन.

करू लागले. मिओंना त्यांच्या स्वतःच्या समूहात तसेच त्यांच्या क्षेत्राबाहेरील इतरांशी अधिक चांगल्या प्रकारे एकोपा असण्याची गरज आहे, हे लक्षात आले. आधुनिक चालीरीतींच्या बाबतीत, विशेषकरून राज्यस्तरीय राजकारणात सहभागी झाल्यानंतर प्रभावी ठरण्यासाठी हे आवश्यक होते. त्यांचे विरोधी वर्तन आणि पुन्हा धर्मांतर करण्यासाठी केलेले उलटसुलट प्रयत्न यांमुळे त्यांच्या प्रदेशातील इतरांनी मुस्लीम समाज म्हणून त्यांना वेगळे काढले होते. मिओ म्हणून स्वतःच्या अस्तित्वाविषयी अभिमान असणाऱ्या मिओंना इतर मुस्लिमांनी अधिक सलोख्याने वागवले, तर त्यांच्या आजूबाजूचे मुस्लिमेतर लोक ठरवल्यासारखे थंडपणे वागले. मिओंपैकी काही जण, कदाचित एक चतुर्थांश लोक, पाकिस्तानात स्थलांतरित झाले; पण उर्वरित सर्व जण भारतात राहिले. आता त्यांनी पूर्वी कधीही नव्हते इतक्या प्रमाणात इस्लामला वाहून घेतले आहे. आता ते ठाम निश्चयाने हिंदूंच्या चालीरीती सोडून देत आहेत आणि इस्लामिक पद्धती कशा असतील त्याविषयी त्यांना नेहमी खात्री वाटत नसली तरी त्या पद्धती स्वीकारण्यासाठी परिश्रमपूर्वक प्रयत्न करत आहेत. त्यांनी नवीन मशिदी बांधलेल्या आहेत; ते नव्या प्रकारचा पोशाख परिधान करतात; त्यांनी मांसभक्षण करण्यास आणि अगदी म्हशीचे मांस खाण्यासही सुरुवात केली आहे. "मिओंनी ४५० वर्षांत स्वीकारल्या नसतील इतक्या मुस्लीम चालीरीती मागील १७ वर्षांत स्वीकारलेल्या आहेत, असे म्हटले तर ती अतिशयोक्ती ठरणार नाही" (अगरवाल १९६६, पृ. क्र. १५९–१६०).

त्यांनी प्रथम धर्मांतर केले त्या वेळेस इस्लामच्या धर्मग्रंथांकडे वळण्याची गरज नव्हती; त्यांनी त्यांच्या जुन्या पद्धती शक्य तितक्या कायम ठेवल्या आणि मुस्लीम गुणधर्मांचा केवळ मुलामा चढवला. पण आता त्यांना राजकारणात इतर संघटित समूहांइतके प्रभावी ठरायचे असेल तर त्यांना त्यांची अंतर्गत एकजूट आधीपेक्षा मजबूत केली पाहिजे आणि व्यापक प्रमाणात नातेसंबंध जोडले पाहिजेत. या दोन्हींकडे ते इस्लामच्या अनुषंगाने पाहतात आणि त्यामुळे कट्टर मुस्लीम बनले आहेत. त्यामागे अंशतः धार्मिक कारण आहे, पण भारताच्या लोकशाही प्रक्रियेत उत्तम प्रकारे सहभागी होता यावे हे कारणही काही प्रमाणात आहे.

जातींचे संघ आणि महासंघ यांची स्थापना ज्या प्रकारे झाली होती बरेचसे त्याच पद्धतीने भारताच्या इतर भागांतील मुस्लीम समूह त्यांच्या मुस्लीम सहकाऱ्यांशी राजकीय संबंध जोडत आहेत (पहा, राईट १९६६; श्रीनिवास १९६६, पृ. क्र. ७३–७४). सध्याच्या प्रचलित चलनानुसार भारतातील मुस्लीम नेत्यांचा कल त्यांच्या माणसांना राजकारण, शिक्षण, अर्थशास्त्राच्या राष्ट्रीय परीघात सामावून घेत त्यांच्यासाठी तिथे उत्तम स्थान निर्माण करतानाच, त्यांच्या धार्मिक वारशाच्या वेगळ्या संकेतांवर भर देण्याकडे आहे.

१७ बाहेरून आलेल्या धर्मांचे सामाजिक पैलू: ज्यू, पारशी, ख्रिश्चन

ज्यू, झोराष्ट्रियन आणि ख्रिश्चन हे धर्म भारतात रुजले, त्याला हजार वर्षांपेक्षा जास्त काळ लोटला आहे. प्रत्येक धर्माचे अनुयायी जात सदस्यांच्या भूमिकेतून स्थानिक सामाजिक व्यवस्थेमध्ये सहभागी झालेले आहेत. भारतातील ज्यू आणि ख्रिश्चनांविषयीचे ऐतिहासिक दाखले, या धर्मांच्या सामाजिक संकल्पना भारतीय समाजातील प्रचलित पद्धतींमध्ये कशा सामावल्या गेल्या ते दाखविण्यासाठी उपयोगी ठरतात. त्यामुळे ज्यू आणि ख्रिश्चनधर्मीयांविषयी आम्ही करत असलेल्या या चर्चेमध्ये त्या धर्मांच्या ऐतिहासिक विकासाकडे विशेषत्वाने लक्ष दिलेले आहे.

ज्यू: दोन वसाहती, पाच जाती

प्राचीन भारतात ज्यूधर्मीयांच्या वसाहती कोचीनमध्ये (केरळ राज्यात) आणि महाराष्ट्रात होत्या. संख्येच्या बाबतीत दोन्ही वसाहतींचे आकारमान लहान असले तरी त्या जातींमध्ये विभागल्या गेल्या होत्या. महाराष्ट्रापेक्षा कोचीनमधील ज्यूधर्मीयांविषयी अधिक विस्ताराने लिहिले गेले आहे.

सतराव्या शतकात कोचीनमधील ज्यूधर्मीयांच्या तीन जातींमध्ये अंदाजे बावीसशे लोकांचा समावेश होता आणि नंतरच्या काळात ते आणखी कमी झाले. तरीही त्यांनी किमान हजार वर्षे तरी त्यांची धार्मिक ओळख ठामपणे जपली आहे (मंडेलबाउम १९३९). त्यांच्याविषयीची अगदी सुरुवातीची लेखी नोंद साधारण अकराव्या शतकातील काही ताम्रपटांमध्ये सापडते. जोसेफ रब्बान नामक एका ज्यूधर्मीयाला तत्कालीन राजवटीतील राजाने दिलेल्या कायमस्वरूपी अनुदानांची माहिती या ताम्रपटांवर कोरलेली आहे. त्याला आणि त्याच्या वंशजांना एक छोटीशी जहागीर आणि तेथील उत्पन्नावरील हक्क दिला गेला होता. त्याशिवाय त्यांना काही विशेष अधिकारसुद्धा दिलेले होते. जसे, हत्तीवर स्वार होणे, मेण्यातून, छत्रचामरांसह फिरणे, ढोलनगाऱ्यांच्या गजरात चालणे, स्वतःच्या आगमनाची वर्दी देण्यासाठी दवंडीवाल्यांना पाठवणे, जेणेकरून खालच्या जातीचे लोक रस्त्यातून बाजूला होतील—असे अनेक हक्क त्यांना दिले गेले होते. त्या ताम्रपटांवरील दिनांकाविषयी खात्री नाही. परंतु तो दिनांक इसवी सन १०२० असा असल्याचा अर्थ लावण्यात आला आहे. संबंधित राजाच्या राज्यात ज्यूधर्मीयांचे वास्तव्य सदर अनुदाने मिळण्याआधी काही काळापासून असेल हे स्पष्टच आहे. नुकतेच राज्यात आलेल्यांना अशा प्रकारची वरदाने दिली जाणार नाहीत (पहा, फिशेल १९६७).

कोचीन येथे ज्यूधर्मीयांचा एक समाधीस्तंभ असून त्यावर इसवी सन १२६९ शी साम्य सांगणारा दिनांक लिहिलेला आहे. तसेच त्यानंतरच्या प्रत्येक शतकात कोचीनमधील ज्यूधर्मीयांविषयी ऐतिहासिक नोंदी आहेत. १५७० मध्ये एका प्रवासी अभ्यासकाने केलेल्या लेखनातून ज्यूधर्मीयांच्या सामाजिक संस्थेचा पहिला उल्लेख आढळतो, ज्यामध्ये "सेफार्डी समुदाय आणि कृष्णवर्णीय ज्यूंच्या इतर समूहांचा समावेश" असल्याचे म्हटले आहे. सेफार्डी समुदायातील कुटुंबांतील बहुतांश सर्व जण युरोप, उत्तर आफ्रिका आणि मध्यपूर्वेतील स्थलांतरितांचे वंशज होते. सोळाव्या शतकाच्या सुरुवातीस पोर्तुगीजांनी युरोपातून भारतात येण्यासाठी समुद्रमार्ग खुला केल्यानंतर ते स्थलांतरित भारतात आले होते. पण सेफार्डी समुदाय किंवा ज्यांना गौरवर्णीय ज्यू म्हटले जायचे त्यांच्यापैकी दोन कुटुंबातील लोक म्हणजे पहिल्या पोर्तुगीजांच्या आगमनापूर्वी खूप काळापासून तेथे राहणाऱ्या ज्यूधर्मीयांचे वंशज होते.

डचांनी पोर्तुगीजांना भारताबाहेर पिटाळल्यानंतर ॲमस्टरडॅम येथील ज्यू समूहातर्फे कोचीनमधील त्यांच्या सहधर्मीयांची चौकशी करण्यासाठी एक प्रतिनिधी मंडळ पाठवण्यात आले (पहा, फिशेल १९६२). १६८७ मध्ये प्रसिद्ध झालेल्या त्यांच्या संशोधनात असे आढळते की कोचीनच्या ज्यूधर्मीयांमध्ये दोन जाती होत्या आणि त्यांचे आपसातील संबंध अन्य ठिकाणच्या उच्च आणि कनिष्ठ श्रेणीतील जातींसारखे होते. गोऱ्या ज्यूधर्मीयांची त्वचा कृष्णवर्णीय ज्यूंच्या तुलनेत उजळ होती. तरीही काही गोरे ज्यू कृष्णवर्णीय ज्यूंसारखेच काळे होते.

गोरे ज्यू कृष्णवर्णीय ज्यूंबरोबर रोटीबेटीव्यवहार करत नव्हते. तसेच सामूहिक प्रार्थनेसाठी आवश्यक असलेली किमान सदस्यसंख्या म्हणजे *मिनयान* मध्येही कृष्णवर्णीय ज्यूंचा समावेश करत नव्हते. गोऱ्या ज्यूधर्मीयांनी ठरवलेल्या या जातीच्या वरचढपणाला कृष्णवर्णीय ज्यूंनी वारंवार आव्हान दिले. सोळाव्या शतकामध्ये त्यांनी इजिप्तमधील रब्बानी अधिकाऱ्यांकडे याचिका पाठवली आणि गोऱ्या ज्यूंप्रमाणेच समान दर्जा मिळण्याविषयीचे त्यांचे दावे मंजूर करण्याची विनंती केली. १७२३ मध्ये समानतेविषयी आणखी एक याचिका दाखल केल्याची एक नोंद आहे. कोचीनच्या राजाकडे पाठविलेल्या त्या याचिकेमध्ये, गोऱ्या ज्यूधर्मीयांतील स्त्रियांना कृष्णवर्णीय ज्यू स्त्रियांप्रमाणेच शिरोभूषण परिधान करायला लावावे, अशी विनंती विशेषत्वाने केलेली होती. पण राजाने त्याच्या बुद्धीला अनुसरून स्त्रियांनी हवे ते परिधान करावे, असा निर्णय दिला.

एतद्देशीय पंथांशी साधर्म्य असणाऱ्या कृष्णवर्णीय ज्यूंमधून काही काळापुरता एक समूह वेगळा झालेला होता. त्यांच्या सात सिनेगॉगपैकी एका सिनेगॉगमध्ये विधीवत कसाईकाम करणाऱ्या कसायाची कमतरता होती म्हणून त्या सिनेगॉगमधील सदस्यांनी त्यांच्यातील एखाद्या सदस्याला संबंधित पदासाठी प्रमाणित करण्याकरिता गौरवर्णीय ज्यूंची मदत घेतली. त्यापूर्वी त्या पदासाठी उमेदवार नेमण्याचे काम केवळ कृष्णवर्णीय ज्यूंकडून केले जात असे;

कृष्णवर्णीय ज्यूंचे इतर समूह एका सभेत एकत्र आले आणि त्यांनी त्या पथभ्रष्ट सिनेगॉगमधील सर्वांना बहिष्कृत केले. त्यांच्या अनेक पिढ्यांना इतरांसोबत प्रार्थनेत सहभागी होण्याची परवानगी दिली गेली नाही. त्यांच्यातील एखाद्या मुलीशी लग्न करणे याचा अर्थ संबंधित नवऱ्यामुलाने पुन्हा त्याच्या आधीच्या सिनेगॉगमध्ये सहभागी व्हायचे नाही, असा होता. पण एक स्वतंत्र जात निर्माण करण्यासाठी एक समूह पुरेसा नव्हता. त्यामुळे त्यांच्यातील वाद हळूहळू संपुष्टात आला आणि विसाव्या शतकाच्या मध्यापर्यंत त्याचा पूर्णपणे विसर पडला.

गौरवर्णीय ज्यूंनी त्यांच्या नोकरांचे धर्मांतर केल्यानंतर त्या धर्मांतरितांची तिसरी जात तयार झाली. त्यांना मेशुहारारीम, "गुलामीतून मुक्त झालेले" या हिब्रू नावाने आणि "ब्राऊन ज्यू" या इंग्लिश नावाने ओळखले जात होते. १९३७ मध्ये मी कोचीनमधील ज्यूंचा संक्षिप्त अभ्यास केला तेव्हा अजूनही हे धर्मांतर केले जात होते. त्यांच्यातील एकाने या प्रक्रियेचे असे स्पष्टीकरण दिले, "नोकर आणि मालकाचा धर्म एकच होतो तेव्हा नोकराला मालकाच्या घरात जास्त सुरक्षित वाटते." त्याने पुढे सांगितले की बऱ्याच नोकरांनी ज्यूंच्या घरात आयुष्य व्यतीत केले होते आणि ज्यूधर्मीयांचे सणसमारंभ तसेच दिनक्रमात सहभागी झाले होते. "त्यांना हरतऱ्हेने ज्यू धर्माशी जोडले गेल्यासारखे वाटते आणि त्यांचे नावही ज्यू धर्मातील असावे असे वाटते आणि ज्यूंच्या घरात जन्मलेल्या नोकरांमध्ये कधीकधी ज्यूंचे रक्त असते." त्याने शेवटी सांगितले की धर्मग्रंथांतील नियमानुसार पासओव्हर समारंभात—ज्यूधर्मीयांच्या एका मोठ्या सणप्रसंगी, धर्मांतरित नोकर त्याच्या मालकाशी समान नाते सांगत त्याच्या टेबलवर बसतो "आणि ज्यू नसलेल्या नोकरांना मिळणार नाही अशी प्रतिष्ठा प्राप्त करतो."

विसाव्या शतकात कोचीनचे ज्यू व्यापक नातेसंबंध जोडण्याच्या बाबतीत विशेष यशस्वी ठरले. त्यांच्यापैकी अनेकांना झियोनिझम/सियोनवादात ते नातेसंबंध सापडले आणि त्यांनी इस्त्रायलला स्थलांतर केले.

भारतातील ज्यूंची आणखी एक प्राचीन वसाहत अधिक मोठी असून त्यामध्ये साधारण १४००० लोक होते. पण तरीही मराठी भाषिक प्रदेशातील तो एक खूप छोटासा पुंजका आहे. आता या ज्यूंना बेने इस्त्रायल म्हणजे इस्त्रायलचे पुत्र या हिब्रू नावाने ओळखले जाते. पण अठराव्या शतकाच्या आधी त्यांना हिब्रू भाषेचे ज्ञान अजिबात नव्हते आणि अर्थातच ज्यू समूहांविषयी काही माहिती किंवा त्यांच्याशी काही संपर्क नव्हता. ते विविध कोकणी गावांमध्ये तेली म्हणून राहत होते. त्यांच्या सभोवतालच्या लोकांपेक्षा निराळ्या असलेल्या काही धार्मिक गुणविशेषांमुळे ते वेगळे ओळखू यायचे. ते शनिवारी काम करत नव्हते आणि त्या एका गोष्टीसाठी त्यांना शनवार तेली म्हणून ओळखले जायचे. त्यांना ज्यू धर्माच्या धर्मग्रंथावर आधारित कायद्याविषयी काहीही माहिती नव्हती. पण ते ज्यूंचे काही सण साजरे करायचे. त्यांनी ज्यूंचे काही आदेशवजा नियम जपले आणि सुंता करण्याची प्रथा पाळली. भक्तीचे

संक्षिप्त प्रकटीकरण करणारे शेमा हे त्यांचे हिब्रू संस्कृतीतील एक सूत्र होते, ज्याचे पठण ते प्रत्येक धार्मिक प्रसंगी एका मंत्रासारखे करत होते (स्ट्रिझोवर १९५९, पृ. क्र. ४५–४७).

आहाराचे शुद्धीकरण आणि विधवांच्या पुनर्विवाहास प्रतिबंध यांसारख्या सुधारणांच्या मदतीने त्यांनी इतर प्रदेशांतील तेल्यांप्रमाणे स्वतःचे सामाजिक स्थान सुधारण्यासाठी प्रयत्न केले. कोचीनमधील ज्यूंनी अठराव्या शतकात त्यांच्याशी संपर्क निर्माण केल्यानंतर आणि एकोणिसाव्या शतकात त्यांना मुंबई शहरातील इतर, परदेशी ज्यूधर्मीयांविषयी माहिती झाल्यानंतर त्यांना एक संदर्भ प्रारूप उपलब्ध झाले. त्यांनी ते स्वीकारले पण त्यांच्यातील जातविभागणी सोडून दिली नाही.

कोचीनच्या ज्यूंप्रमाणेच, पण स्वतंत्रपणे, बेने इस्रायल लोकसुद्धा दोन जातींमध्ये विभागले गेले होते. त्यांपैकी उच्च जातीच्या लोकांना गोरा म्हणजे रंगाने गोरे असे म्हटले जायचे आणि कनिष्ठ जातीला काळा म्हणजे रंगाने काळे असे म्हटले जायचे. तेसुद्धा एकत्र जेवण करत नसत किंवा विवाहसंबंध जोडत नसत. तरीही ते एकाच सिनेगॉगमध्ये उपासनेसाठी जात. उच्च श्रेणीतील जातीने पूर्णपणे ज्यूंचे वंशज असल्याचा दावा केला आणि कनिष्ठ श्रेणीचे लोक मिश्र जातीचे असल्याचा आरोपही त्यांनी केला.

अलीकडच्या काळापर्यंत आणि अगदी मुंबई शहरातही हे विलगीकरण होत राहिले. गोरा जातीतील एका स्त्रीने आठवण सांगितली, "एखादा काळा माणूस स्वयंपाकाच्या भांड्यांजवळ फिरकला की माझी आई चिडायची आणि त्याला दूर सारायची. स्वयंपाकासाठी ती जी भांडी वापरायची त्यातल्या कुठल्याही भांड्याला काळा जातीच्या माणसाला ती हात लावू देत नव्हती (स्ट्रिझोवर १९५९, पृ. क्र. ४९)." बेने इस्रायल समाजाचे बहुतांश लोक आता मुंबई शहरात राहतात; त्यांच्यापैकी बरेचसे इस्रायलला स्थलांतरित झाले आहेत. त्यांच्या दोन्ही जातींतील अडसर कोकणातील गावांमध्ये जितके कडक होते, तितके आता मुंबई शहरात राहिलेले नाहीत. पण अगदी १९५० च्या दशकांत झालेल्या दोन जातींतील मुलांच्या वाङ्निश्चयाला घरातल्यांनी आक्षेप घेतला आणि स्थानिक ज्यूधर्मीयांमध्ये काहीशी नाराजी पसरली (स्ट्रिझोवर १९५९, पृ. क्र. ४८–४९, ५६).

ज्यू धर्मातील या जातींमध्ये भारतीय जातिव्यवस्थेविषयीच्या गुरुत्वीय आकर्षणाची उदाहरणे पाहायला मिळतात. कुठल्याही नागरी संस्कृतीमधील सामाजिक व्यवस्थेचा प्रभाव त्या समाजात राहणाऱ्या लहान आणि सांस्कृतिकदृष्ट्या भिन्न असलेल्या समूहावर पडतो.

पारशी

पारशी समाज स्वतंत्र जातींमध्ये विभागला गेला नाही. त्यांच्या झोराष्ट्रियन धर्माचे प्रथम आगमन भारतात साधारण इसवी सनाच्या आठव्या शतकात झाले. पारशी समाज म्हणजे

अगदी अलीकडच्या काही शतकांपर्यंत फारसा माहीत नसलेला, छोटासा व्यापारी समुदाय होता. अलीकडच्या काळात त्यांच्यातील अनेक कुटुंबं उद्योजक आणि बडे व्यापारी म्हणून यशस्वी ठरली. त्यामुळे पारशी समूहातील लोकांची संख्या साधारण ११५००० इतकी मर्यादित असूनही त्यापेक्षा फार मोठा सांस्कृतिक आणि आर्थिक प्रभाव त्या समूहाने निर्माण केला. त्यांचे धार्मिक विधी वगळले तर त्यांची संस्कृती बरीचशी महाराष्ट्र आणि गुजरातमधील व्यापारी समुदायांच्या संस्कृतीसारखी होती. त्यांच्या अंतर्गत पंचायती आणि त्या व्यापारी जातींच्या पंचायतींमध्ये साम्य होते. तरीही त्यांतील बहुतेकांपेक्षा पारशी समूहाच्या पंचायती अधिक परिणामकारक होत्या. पारशी समूहातील लोकांनी त्यांच्या गावांमध्ये आणखी एक जात तयार केली, जी प्रामुख्याने व्यापाऱ्यांची जात होती.

इतर जातींतील कुटुंबांप्रमाणे पारशी कुटुंबंही सामाजिक दर्जासाठी संघर्ष करत असली तरी पारशी समाजात एक किंचित औपचारिक अंतर आहे. अठराव्या शतकात त्यांच्यात एक फुटीरतावादी कृती केली गेली होती. त्या वेळेस वंशपरंपरागत पुरोहितांच्या कुटुंबांनी कमी दर्जाच्या पारशी लोकांबरोबर अनुलोम विवाहसंबंध जोडायचे ठरवले. त्यांच्यातील मुलींना वधू म्हणून स्वीकारायचे, पण आपल्या मुली त्यांच्याकडे द्यायच्या नाहीत, असे त्यांनी ठरवले होते. यामुळे रागावलेल्या कमी दर्जाच्या पारशींनी १७७७ मध्ये एक ठराव करून तो आदेश रद्द केला; त्यातून तो वाद वाढत गेला आणि १७८६ मध्ये तीन "प्रतिष्ठित इंग्रजांच्या" आयोगाने या विषयात मध्यस्थी करून त्यांच्यातील ताण हलका केला (कारका १८८४, पृ. क्र. २१९–२३३). एकोणिसाव्या शतकाच्या मध्यापासून ते आधुनिक काळापर्यंत भारतातील आधुनिकतेच्या प्रवाहाचे नेतृत्व करणाऱ्या नेत्यांमध्ये पारशी समाजाचा सहभाग आहे; त्यांचे उदाहरण पाहून त्यांच्या परिसरातील आणि देशाच्या अन्य भागांतील, आधुनिक बनत असलेल्या इतर समूहांनी त्यांचे अनुकरण केले आहे.

सुरुवातीच्या काळातील ख्रिश्चन आणि नंतरच्या महासंघातील ख्रिश्चन

भारतात ख्रिश्चन धर्म दोन प्रमुख चळवळींच्या माध्यमातून आला, ज्या चळवळींमध्ये हजार वर्षांपेक्षा जास्त अंतर होते. पहिली चळवळ ख्रिस्तानंतरच्या सुरुवातीच्या शतकांमध्ये झाली, ज्या वेळेस ख्रिश्चन प्रवासी लेवांतमधील व्यापारी मार्गांवरून येऊन केरळच्या समुद्रकिनाऱ्यावर येऊन स्थिरावले. त्यांनी तेथील लोकांचे धर्मांतर केले आणि तेथे ख्रिश्चनांचा कायमस्वरूपी समूह तयार केला. दुसऱ्या लाटेची सुरुवात सोळाव्या शतकात झाली. त्या वेळेस युरोपीय लोकांनी व्यापारी केंद्रांवर राजकीय नियंत्रण मिळवले आणि काळाच्या ओघात संपूर्ण भारतीय उपखंड ताब्यात घेतला. भारतात ख्रिश्चन धर्माचे हे दुसऱ्यांदा झालेले आगमन इतर धर्मांच्या आगमनापेक्षा वेगळे होते. कारण हा धर्म घेऊन येणारे लोक धर्मप्रसारक होते,

ज्यांनी इतरांचे धर्मांतर करण्यासाठी स्वतःला व्यावसायिकपणे वाहून घेतले होते. इतकेच नाही तर, त्यांच्या प्रयत्नांना तेथील राजसत्तांनी हातभार लावला आणि त्यांच्या युरोपियन संस्कृतीचे भौतिक लाभ प्राप्त करून घेतले.

ख्रिश्चन धर्माचे प्रथम आगमन झाले त्या वेळेस जे सामाजिक परिणाम झाले ते भारताच्या पश्चिम किनाऱ्यावर ज्यू आणि मुस्लीम लोकांच्या प्रथम येण्याने झाले होते तसे होते. केरळातील प्राचीन ख्रिश्चन लोकांची लोकसंख्या ज्यूंपेक्षा बरीच मोठी होती, पण मुस्लीम लोकांइतकी मोठी नव्हती. त्यांची उपासनेची पद्धत प्रामुख्याने सिरीयासारखी असल्याने त्यांना सिरीयन ख्रिश्चन असे म्हटले जायचे. त्यांनी बराच काळ भारताबाहेरील ख्रिश्चन धर्मांच्या केंद्रांशी अधूनमधून संपर्क कायम ठेवला. कोचीनमधील ज्यूंप्रमाणे त्यांच्याकडेही काही ताम्रपत्रे आहेत, ज्यामध्ये त्यांच्यापैकी काही कुटुंबांना विशेष अधिकार दिले गेले होते; मध्ययुगात त्यांना बहुधा राजांकडून संरक्षण दिले गेले होते. कदाचित कोचीनच्या ज्यूंप्रमाणे त्यांनी व्यापारातील मध्यस्थ आणि सरकारी अंमलदार म्हणून केल्यामुळे त्यांना संरक्षण मिळाले असेल (अनंतकृष्ण अय्यर १९२६, पृ. क्र. ५०–५७).

व्यापारी आणि सरकारी नोकर या नात्याने सिरीयन ख्रिश्चनांना कारागीर व मजूर जातींच्या वरचे स्थान दिले गेले होते, पण ते स्थान पुरोहित आणि लढवय्ये समूहांच्या बरेच खालचे होते. धार्मिक व्यवहार वगळता त्यांची जगण्याची पद्धत त्यांच्यासारखीच श्रेणी व व्यवसाय असलेल्या त्यांच्या शेजाऱ्यांपेक्षा जाणवेल इतकी वेगळी नव्हती. त्यांनी त्यांचे अनेक जातसमूह तयार करून स्वतःची विभागणी केली. त्यांच्यातील प्रमुख फरक हे सांप्रदायिक आणि प्रादेशिक होते (अनंतकृष्ण अय्यर १९२६, पृ. क्र. ६०–६१). इतर कट्टर जातींप्रमाणे सिरीयन ख्रिश्चनांमधील जातीही सामाजिक दर्जाच्या शर्यतीत सहभागी झाल्या आणि त्यांच्याप्रमाणे त्या जाती स्थानिक जातिव्यवस्थेचा एक भाग बनल्या.

युरोपातून येणाऱ्यांसोबत दुसऱ्यांदा ख्रिश्चन धर्माचे आगमन झाले तेव्हा भारतीयांसाठी नवीन समस्या निर्माण झाल्या. एका सर्वांत सामर्थ्यशाली संस्कृती व समाजाचे उपांग म्हणून या धर्माकडे पाहण्यात आले. त्या संस्कृतीतून फार मोठे भौतिक लाभ निर्माण होऊ शकले असते, पण ती इतकी परकी होती की आपण पूर्णपणे त्या संस्कृतीचा भाग आहोत, असे मानणे फार थोड्या भारतीयांना शक्य झाले. त्यामुळे जी संस्कृती स्वीकारण्यासाठी त्यांना प्रवृत्त केले जात होते तिचा एक भाग म्हणून मोठ्या प्रमाणात त्यांच्यापुढे सादर केला गेलेला धर्म म्हणजे परकीय शासकांच्या धर्मप्रसारकांनी म्हटल्याप्रमाणे सर्व मानवजातीला मिळालेल्या आध्यात्मिक वारशापेक्षा जास्त त्या शासकांची मिळकत आणि वैशिष्ट्य ठरले. सत्ताधारी असणाऱ्या इंग्रजांचे काही गुणधर्म अनाकर्षक नव्हते, पण त्यांच्या इतर गुणधर्मांमुळे उच्च श्रेणीतील जातींचा मूलभूत धार्मिक पाया कमकुवत झाला.

त्याशिवाय, देवापुढे सगळे भक्त सारखे असतात असे जरी सर्व ख्रिश्चन मिशनरींनी ठामपणे सांगितले असले तरी ते आणि इतर युरोपियन—या देशातील अत्यंत मग्रूर जातींसारखे— सामाजिक समानतेच्या कुठल्याही प्रतीकात्मक प्रसंगी काटेकोरपणे इतरांपासून अलिप्त राहत होते, मग तो रोजचा भोजनप्रसंग असो किंवा आंतरविवाह असो. त्यांनी ज्या समानतेवर भर दिला ती बहुधा चर्चमधील प्रार्थनेच्या तासांपुरती मर्यादित होती आणि तेव्हादेखील तथाकथित समान लोकांमध्ये पाद्रीसाहेब निर्विवादपणे पुढे उभे राहत होते.

एकंदरीतच युरोपियन प्रशासक याबाबत समाधानी होते. अगदी सुरुवातीच्या पोर्तुगीज व्यवस्थेपासून ते ब्रिटिश राजवट शिखरावर पोहोचेपर्यंत त्यांना विशेष प्रभावशाली आणि सामाजिक स्तरावर अंतर ठेवून राहणाऱ्या क्षत्रियांसारखी एक जमात होऊन राहणे उपयोगी असल्याचे जाणवले. असा क्षत्रिय समाज जो स्वतःचा धर्म त्यांच्यावर लादण्याचा प्रयत्न करणार नव्हता, मात्र तो धर्मांतर करणाऱ्यांचे स्वागत आणि समर्थन करणार होता. पण काही मिशनरींना फार मोठ्या द्विधावस्थेत सापडल्यासारखे वाटले. शक्य तितक्या ख्रिश्चनेतरांचे आयुष्य धार्मिकदृष्ट्या बदलण्यासाठी त्यांना आपल्या धर्मात घेण्याकरिता ते वचनबद्ध होते. पण धार्मिकदृष्ट्या आयुष्य बदलण्यासाठी त्या लोकांमध्ये सामाजिक बदलही करावे लागतील हे लवकरच त्यांच्या लक्षात आले. कारण भारतीय विचारसरणीनुसार सामाजिक आणि धार्मिक घटक एकमेकांशी जोडलेले होते आणि त्यांनी धर्मांतरित करून घेतलेल्यांची सामाजिक व्यवस्था बदलणे हे एक खूप मोठे काम होते. त्यामुळे मिशनरींच्या मापदंडांचा अंतर्भाव भारतीय समाजमूल्यांमध्ये करणे हा पर्याय होता.

या द्विधावस्थेस सर्वांत आधी धाडसाने आणि सक्षमपणे सामोरे जाणाऱ्यांमध्ये रोबर्टो दे नोबिली हे एक होते. रोबर्टो दे नोबिली हे इटलीतील एक विद्वान, एका उच्चकुलीन टस्कन घरातील वंशज, तरुण वयात शिक्षणाच्या बाबतीत असामान्य प्रतिभा लाभलेले मनुष्य होते. दोन पोप त्यांचे नातेवाईक होते आणि ते कार्डिनल बेलारमाईन (क्रोनिन १९५९) या प्रसिद्ध व प्रभावी व्यक्तीचे पुतणे होते. दे नोबिली यांनी १६०५ मध्ये गोव्यात भारताच्या भूमीवर पाऊल ठेवले आणि १६५६ मध्ये मद्रास शहराजवळच्या मायलापोर येथे त्यांचा मृत्यू झाला. त्या अर्धशतकातील धर्मप्रसारक कार्यादरम्यान त्यांनी जे केले ते आधी कुठल्याच युरोपीय मिशनऱ्यास करता आले नव्हते आणि नंतर मोठ्या प्रमाणात कार्य करणाऱ्यांनाही ते शक्य झाले नाही. हिंदू धर्मावर पूर्णपणे विजय मिळविण्याचा, ब्राह्मणांशी त्यांच्या पवित्र भाषेतून संभाषण करून धर्मांतर करण्याचा आणि स्वतःच्या विरक्त आयुष्याचे उदाहरण देऊन सर्व हिंदूंचे मन वळविण्याचा चंग त्यांनी बांधलेला होता.

त्यांनी तेथील जीवन एखाद्या साधूसारखे व्यतीत केले. एखाद्या साधूसारखा भगवा वेष, आहार, रोजचे व्यवहार आणि सामाजिक संपर्काच्या बाबतीत हिंदूंच्या शुचितेच्या उच्च

मापदंडांचे पालन केले. जिथे युरोपिअन लोक खूप थोडे होते किंवा अजिबात नव्हते, जिथे कुठलीही युरोपिअन ताकद त्यांचे संरक्षण करू शकत नव्हती आणि स्थानिक राजा किंवा सामान्य जनता विरोध जाण्याची शक्यता होती, अशा सर्व ठिकाणी त्यांनी त्यांचे जवळपास सर्व धर्मप्रसारक प्रयत्न केले. ते तमिळ आणि इतर प्रादेशिक भाषा अस्खलितपणे बोलायला शिकले, जेणेकरून त्यांना तात्कालिक शासकांचे मन वळवता येईल; त्यांनी संस्कृत भाषेवर व संस्कृतमधील पुराणग्रंथांवर प्रभुत्व मिळवले होते, जेणेकरून त्यांना ख्रिश्चन धर्माविषयीचे त्यांचे युक्तिवाद सयुक्तिक आहेत हे दाखवून विद्वान ब्राह्मणांवर त्यांच्याच धर्मशास्त्राच्या आधारावर मात करता येईल. सामाजिक व्यवस्थेत उच्चस्थानावर असलेल्यांचे मन वळवून त्यांना ख्रिश्चन बनवण्यात यश आले की बाकीचे लोक त्यांचे अनुकरण करतील असे त्यांना वाटत होते.

त्यांना अनेकदा यश आले. सतराव्या शतकाच्या अखेरपर्यंत त्यांनी आणि त्यांच्या सहकाऱ्यांनी जवळजवळ १५०,००० लोकांचे धर्मांतर केले. पण त्यांना बऱ्याच मोठ्या अडचणीही आल्या. मदुराईमधील त्यांच्या गावाजवळच्या कोळी वस्तीत पोर्तुगीज धर्मप्रमुखांनी एक चर्च बांधले होते. असे धर्मप्रमुख त्या कोळ्यांची मळलेली पादत्राणे घालून, त्यांचे दूषित अन्न खाऊन, त्यांची भाषा आणि संस्कृतीकडे दुर्लक्ष करून त्या कोळ्यांसाठी आणि कनिष्ठ श्रेणीच्या जातीतील इतर लोकांसाठी काहीतरी करू शकत होते; ते लोक ब्राह्मणांच्या किंवा स्वतःच्या उच्च दर्जाचे महत्त्व जपणाऱ्या इतरांच्या जवळ जाण्याचा प्रयत्न करीत तेव्हा स्वतःविषयी तिटकारा उत्पन्न करण्याशिवाय त्यांनी काहीच केले नाही.

अशा धर्मप्रमुखांशी सहकार्याने वागायचे आणि एक साधू म्हणून सन्माननीय असलेली त्यांची प्रतिमा कायम ठेवायची, हे दे नोबिली यांना शक्य झाले नाही. त्यांच्या धार्मिक श्रेष्ठींना अपमानास्पद वाटेल, जे त्यांना वेळोवेळी वाटायचे, म्हणून दे नोबिलींना त्या धर्मप्रमुखांशी पूर्णपणे संबंध तोडता आले नाहीत. त्यांनी अंधाराचा आधार घेत त्या युरोपीय सोबत्यांना भेटण्याचा प्रयत्न केला आणि कालांतराने त्यांना त्यांचे स्वतःचे चर्च आणि एतद्देशीय शासनव्यवस्थांच्या औपचारिक चौकशीला सामोरे जावे लागले.

भारतीयांच्या धर्मांतराविषयीचे दे नोबिली यांचे धोरण म्हणजे पूर्वी संत फ्रान्सिस झेवियर्स यांनी मांडलेल्या धोरणाचाच विस्तारित भाग होता आणि दे नोबिली यांच्या मृत्यूनंतरही अनेक वर्षे ते धोरण कायम राहिले. १६५९ मध्ये मिशनरींसाठी लागू केलेल्या सूचना, ज्यांचा उल्लेख एका समकालीन जेसूटने केलेला होता, त्यांत पुढील गोष्टी सुचविलेल्या होत्या, "लोकांना त्यांचे धार्मिक विधी, प्रथांपासून दूर करण्याचे प्रयत्न करू नका, कारण ते उघडपणे त्यांच्या धर्माच्या आणि नैतिकतेच्या विरोधात जात नाहीत. त्यांच्या प्रथांच्या जागी फ्रान्स, स्पेन किंवा इटली किंवा युरोपातील कुठल्याही भागातील प्रथा नेऊन ठेवण्याची इच्छा बाळगण्यापेक्षा जास्त विचित्र गोष्ट कुठली असू शकते? त्या प्रथा रुजवण्याची आवश्यकता

नाही, तर असा धर्म रुजवायला हवा जो, जुन्या प्रथा वाईट नसतील तर त्या टाकून देण्याऐवजी उलटपक्षी त्यांना जतन करेल" (कॅस्टेट्स १९३१, पृ. क्र. ५६४–५६५).

संत झेवियर्स यांच्या सूचनांचे पालन फार काळ करणे शक्य झाले नाही. या देशातील प्रथा कायम ठेवायच्या याचा अर्थ धर्मप्रसारक आणि धर्मांतरित अशा दोन्ही प्रकारच्या ख्रिश्चनांना त्यांच्या धर्मांतरितांच्या जातींमध्ये सामाजिक अंतर ठेवावे लागणार होते. ज्यांनी काही काळापुरते दे नोबिली यांचे अनुकरण केले त्यांनी खरेच असे अंतर ठेवले आणि ब्राह्मणांची सेवा करणाऱ्या कॅथलिक गुरूने 'अस्पृश्यां'साठी काम करणाऱ्या सोबती जेसूटच्या संपर्कात राहणे टाळले. पण अशा प्रकारे जातिव्यवस्थेस सामावून घेणे युरोपियन संकल्पनेला तीव्र छेद देणारे ठरले आणि १७०४ मध्ये पोपद्वारे दिलेल्या आदेशात त्यावर बंदी घातली गेली. त्याच आदेशात असेही सांगण्यात आले की भारतीयांसमोर ख्रिश्चन धर्म अशा स्वरूपात सादर केला जावा जो त्यांना तिरस्करणीय वाटणार नाही. गोमांस आणि इतर प्रकारच्या मांसभक्षणापासून दूर राहून शुचिताचे पालन करण्याचे काही प्रयत्न त्यांनी केले, पण भारतीय मापदंडांनुसार ते धार्मिक शुद्धतेपासून खूप दूर होते (ओमॅली १९४१, पृ. क्र. ५०–५३; नील १९३४, पृ. क्र. ६०–६२).

एकोणिसाव्या शतकात प्रोटेस्टंट मिशनरींची संख्या बऱ्यापैकी वाढल्यानंतर त्यांच्या सांप्रदायिक परिषदांमध्ये, धर्मांतरित लोकांच्या जातविभागणीविषयी नियमितपणे चर्चा झाल्या आणि ख्रिश्चन समाजातील जातिव्यवस्थेचा निषेध करणारे ठराव पारित केले गेले (राज १९५९, पृ. क्र. ६४–७७). आपल्या सामाजिक तसेच आध्यात्मिक सल्ल्यांचे विश्वासाने पालन करणाऱ्या कुठल्याही धर्मांतरित माणसाचे समाजातील निराधार स्थान किती जास्त कठीण आहे, हे कॅथलिक आणि प्रोटेस्टंट या दोन्ही पंथांतील काही धर्मप्रसारकांना जाणवले.

भारताचा इतिहास, साहित्य, तत्त्वज्ञान आणि संस्कृती यांचा अभ्यास करणारे मॅक्सम्युलर, स्वतः कधीच भारतात आले नाहीत, पण तरीही त्यांना हे स्पष्टपणे समजले. भारतातील धर्मांतरितांनी ज्याकडे इंग्लिश समाजातील जाती म्हणून पाहिले, त्या व्यवस्थेत त्यांना प्रवेश मिळाला नाही. त्यामुळे धर्मांतर करू पाहणाऱ्या माणसाला समाजात एकटे पडण्याची धास्ती वाटत असे, हे मॅक्सम्युलर यांनी टिपले. धर्मांतर करणाऱ्यांना त्यांचे जे समाजातील स्थान गमवावे लागेल त्या बदल्यात त्याला एखादे स्थान देण्यासाठी काही उपाययोजना कराव्यात, अशी शिफारस म्युलर यांनी केली. "एका अर्थाने कुठल्याच माणसाला त्याची काळजी घेणाऱ्या मित्राशिवाय, त्याला पाहणाऱ्या त्याच्या सोबत्यांशिवाय, ज्यांच्या चांगल्या मतांचे मूल्य तो जाणतो अशा सहकाऱ्यांशिवाय, एखाद्या समान हेतूने तो ज्यांच्यासोबत काम करतो अशा सोबत्यांशिवाय जातीबाहेर जावेसे वाटत नसते." एखाद्या राजकीय संस्थेचे म्हणजेच एखाद्या आधुनिक राजकीय संस्थेचे निकोपपण केवळ साहचर्य, वर्तुळे, संघ, समान हितसंबंध असलेल्यांची मंडळे, घराणी, क्लब किंवा पक्षांच्या मदतीनेच

टिकू शकते असेही त्यांनी पुढे सांगितले; "...आणि जिथे या सगळ्यांची जागा जात घेते अशा देशातून जातीची हकालपट्टी करणे म्हणजे पूर्णपणे सामाजिक अंदाधुंदी निर्माण करण्यासारखे आहे" (म्युलर १८६८, पृ. क्र. ३५८).

भारतात राहणाऱ्या धर्मप्रसारकांच्या अखत्यारीबाहेरची बाब असती तर सिरीयन ख्रिश्चनांनी केले त्याप्रमाणे धर्मांतर करणाऱ्यांना समाजव्यवस्थेत त्या धर्माशी सहजपणे जुळवून घेता आले असते. सर्वसामान्यपणे हे धर्मप्रसारक भारतीय सामाजिक व्यवस्थेच्या विरोधात होते, तरीही ते त्यासाठी व्यावहारिक पर्याय देण्यात असमर्थ होते. याचा परिणाम म्हणून प्रामुख्याने कनिष्ठ श्रेणीतील जातींच्या लोकांचे धर्मांतर केले जात होते. ते असे लोक होते ज्यांच्याकडे गमावण्यासारखे काही नव्हते आणि कदाचित त्यांना सामाजिक दर्जा व चरितार्थ यांच्या स्वरूपात काहीतरी लाभ झाला असता. खुशवंतसिंग यांनी भाष्य केल्याप्रमाणे, पंजाबमध्ये, धर्मांतर करणाऱ्यांमध्ये शिखांच्या अभिजनवर्गातील काहींचा समावेश होता, तरीही ख्रिश्चन हा शब्द सफाई कर्मचारी या शब्दास समानार्थी झाला (१९६६, पृ. क्र. १३८).

ॲबे दुबॉई यांनी एकोणिसाव्या शतकाच्या सुरुवातीस भारतातील ख्रिश्चन धर्माच्या वाईट स्थितीविषयी लिहिले होते आणि ख्रिश्चन लोकांची संख्या व त्यांच्या समर्पणाच्या दर्जात झालेली घट "युरोपीय लोकांच्या अनैतिक आणि बेशिस्त वर्तनामुळे" झाल्याचे म्हटले होते, असे युरोपीय ज्यांनी या देशावर आक्रमण केले आणि ख्रिश्चन धर्माची भयंकर उदाहरणे सर्वांसमोर ठेवली. "आताच्या काळात ख्रिश्चन धर्म स्वीकारणाऱ्या हिंदू माणसाला जीवन सुखी करणारी प्रत्येक गोष्ट गमावण्याची मानसिक तयारी करावी लागते. प्रत्येक जण त्याचा त्याग करतो आणि त्याला दूर ठेवतो" (१९२८, पृ. क्र. ३०१).

ॲबे यांनी युरोपीय सैनिक आणि अधिकारी यांच्या वर्तनाविषयी नापसंती दर्शविली होती, पण त्यांनी असेही सूचित केले की, धर्मप्रसारकांनीसुद्धा भारतात धार्मिक विषयांबद्दल असलेल्या संवेदनशीलतेचा अनादर करून गावकऱ्यांसाठी त्यांचा धर्म स्वीकारणे अवघड बनवले. असे असूनही अनेक जण ख्रिश्चन बनले, तरी बहुतांश ठिकाणी एकूण लोकसंख्येच्या तुलनेत त्यांचे प्रमाण अगदी अल्प होते. १९६१ मध्ये भारतातील ख्रिश्चनांची एकूण संख्या साधारण आठ दशलक्ष इतकी होती. जे 'अस्पृश्य' नव्हते त्यांनी भाऊबंदकीच्या बाबतीत फायदा व्हावा म्हणून धर्मांतर केले. इतरांनी धर्मनिरपेक्ष सत्तेशी जो संबंध प्रस्थापित करता येईल त्यासाठी आणि विशेषकरून शैक्षणिक संधींसाठी व काहींनी प्रामुख्याने धार्मिक कारणांसाठी धर्मांतर केले.

आध्यात्मिक शोधाचा परिणाम म्हणून ख्रिश्चन धर्म स्वीकारणारी एक व्यक्ती म्हणजे नारायण वामन टिळक (१८६२–१९१९), हे एक विद्वान चित्पावन ब्राह्मण होते. महाराष्ट्रातील ख्रिश्चन समाजात त्यांना ख्याती प्राप्त झाली. त्यांनी मराठीत उत्तम कविता तसेच धार्मिक किंवा नैतिक विषयांवरील अनेक लघुनिबंध, लेख आणि प्रवचने लिहिली. ख्रिश्चन

धर्मातील संकल्पना महाराष्ट्रातील साहित्यिकांना रुचेल अशा प्रकारे कवितेच्या भाषेत आणि गद्यात मांडण्यासाठी त्यांनी बरीच मेहनत घेतली. पण त्यांच्या काळात भारतातील विद्वान वर्गाने शासकांच्या या प्रस्तावित धर्माविरुद्ध आधीच ठाम मत तयार केले होते (पहा, विन्सलो १९२३; एल. टिळक १९५०).

ख्रिश्चन धर्मातील जात: तमिळनाडूतील नाडर (मद्रास)

ख्रिश्चन धर्म स्वीकारण्यामुळे स्वाभाविकपणे काही अडचणी येत असूनही धर्मांतरितांच्या जाती तयार झाल्या आणि त्यांच्या स्थानिक सामाजिक उतरंडीमध्ये सामावल्या गेल्या. मद्रासमधील नाडर समाज हे याचे एक उदाहरण आहे. यापूर्वी जातसंघांविषयी चर्चा करताना या जातीचा उल्लेख केला होता. अल्कोहोलयुक्त पेय बनवून त्याची विक्री करण्याच्या पारंपरिक व्यवसायातून पुढे प्रगती करून अनेकांनी अधिक आकर्षक आणि सन्माननीय व्यवसाय सुरू केले. प्रामुख्याने ते व्यापारी आणि सावकार बनले. त्यांचे उद्योग आणि शिक्षणाविषयीचा उत्साह यासाठी ते ओळखले जाऊ लागले. नाडर समाज मेहनती, उद्योगी, काटकसरी आणि विश्वासार्ह असतो, असे मत ख्रिश्चन व हिंदू या दोन्ही धर्मांतील समकालीन नाडरांनी मांडले होते (राज १९५९, पृ. क्र. ८७, २२२, २६१).

कदाचित बरेचसे नाडर उद्योगी आणि त्यांच्या कनिष्ठ दर्जाबद्दल अत्यंत अस्वस्थ असल्यामुळे तसे घडत असेल. ते इतके अस्वस्थ होते की त्यांच्यापैकी काहींनी चांगली श्रेणी मिळविण्याचा एक मार्ग म्हणून, बहिष्कार व इतर अडचणींनी घेरलेली असूनही धर्मांतराची वाट स्वीकारली. नाडर समाजातील अगदी सुरुवातीचे एक प्रोटेस्टंट धर्मांतरित पूर्वी शक्तिपूजेचे प्रमुख होते. शक्तिपूजा म्हणजे एक अशी उपासना असते जिथे खाण्यापिण्याच्या प्रसंगी वेगवेगळ्या जातींतल्या लोकांकडून जातिविषयीचे भेद औपचारिकपणे बाजूला ठेवले जात. ते त्यांच्या गावातील अशा पंधरा कुटुंबांचे प्रमुख होते, जी तेव्हाच्या समकालीन लेखनातील शब्दांनुसार, “अशा प्रकारच्या उपासनेशी जोडली गेली आहेत आणि त्यांना त्याचा खूप अभिमान वाटत असल्यामुळे त्यांनी जातीचा त्याग केला नसता. पण देवाच्या आदेशानुसार त्यांनी ख्रिश्चन धर्म स्वीकारला आणि शक्तिपूजा सोडून दिली” (राज १९५९, पृ. क्र. १२३ मध्ये उद्धृत). कदाचित त्यांची चलनशीलतेविषयीची उद्दिष्टे पूर्ण करण्यासाठी त्यांना शक्तिपूजेपेक्षा ख्रिश्चन धर्म हे अधिक चांगले माध्यम आहे असे वाटले असेल.

काहीही असले तरी धर्मांतर करणाऱ्या नाडरांची संख्या विसाव्या शतकात हळूहळू चांगलीच वाढली. धर्मप्रसारकांनी त्यांना ख्रिश्चन धर्मातील अनुयायी म्हणून एकत्र येण्याची विनंती केली तरी नाडर आणि विशेषकरून दक्षिण भारतातील इतर धर्मांतरितांसाठी ते शक्य नव्हते. हिल्डा राज लिहितात की धर्मांतरितांना “सामाजिक आणि सांस्कृतिकदृष्ट्या कुठेतरी

जोडले जाण्याची अत्यंत गरज होती." ते कुठल्याच पद्धतीने युरोपीय लोकांशी संलग्न होऊ शकत नव्हते आणि इतर धर्मांतरित "ज्यांचा सामाजिक दर्जा नाडरांपेक्षा मोठा होता ते त्यांच्यात मिसळत नव्हते, तर कमी सामाजिक दर्जा असलेले लोक नाडरांसाठी सामाजिकदृष्ट्या स्वीकारण्यायोग्य नव्हते" (१९५९, पृ. क्र. २१५).

त्यामुळे नवीन धर्माने स्वीकारल्यानंतर स्वतःची जात स्थापन करण्याशिवाय त्यांच्याकडे कुठलाही पर्याय नव्हता आणि परिणामी त्यांना त्यांच्या मूळ जातीतून बाहेर काढले जात असे. नवीन जातही त्यांच्या मूळ जातीइतकीच कर्मठ आणि अंतर्विवाह पद्धतीचा अवलंब करणारी बनली. विवाहाच्या बाबतीत दिले जाणार प्राधान्य आणि विवाहोद्गत संबंध यांबाबतीत ख्रिश्चन नाडर आणि हिंदू नाडरांमध्ये बरेच साम्य होते; नात्यांची नावे आणि भूमिकाही समान असतात; धार्मिक एकांतवास आणि शुद्धीकरणाच्या त्यांच्या पद्धती सारख्या आहेत (एच. राज १९५९, पृ. क्र. १८३, १९९, २०७–२१२).

इतर धर्मांवर आधारित जातीप्रमाणे ख्रिश्चन नाडरांपासूनही फुटीर गट वेगळे झाले. त्या दुफळीतील एक गट एका नेत्याच्या नेतृत्वाखाली विकसित झाला. त्याने असे सांगितले की या कलंकासाठी नवीन उपदेश कारणीभूत ठरला आहे या खऱ्या श्रद्धेचा विपर्यास ख्रिश्चन धर्मातील युरोपियन घटकांनी केला असून, त्यामुळे खऱ्या श्रद्धाळूंनी जुन्या उपदेशातील नियम व आदेश पूजनीय मानावेत. हा साक्षात्कार झालेल्या त्या नेत्याने स्वतःला राब्बी (ज्यू विद्वान) म्हणवून घेतले आणि अन्य ठिकाणच्या राब्बींशी पत्रव्यवहार केला. हिल्डा राज यांनी १९५६ मध्ये या पंथाचा शोध घेतला तेव्हा ज्या गावांमध्ये एकेकाळी या पंथाचे अनुयायी आकर्षित झाले होते तिथून तो वर्ग कुठलाही माग न ठेवता नाहीसा झाल्याचे आढळले (१९५९, पृ. क्र. १३१–१३५).

अखेरीस, ख्रिश्चन बनलेल्या नाडरांना त्यांच्या गावांत हिंदू धर्मांतच राहिलेल्यांपेक्षा वरच्या सामाजिक दर्जाचा लाभ मिळाला नाही. पण त्यांना शिक्षण सहजगत्या उपलब्ध झाले. त्यांच्यातील, तुलनेने अधिक संख्येतील लोक व्यावसायिक पदांसाठी आणि प्रतिष्ठित नोकऱ्यांसाठी पात्र ठरले आहेत; त्यांच्यापैकी बरेच जण शहरांत स्थलांतरित झाले आहेत.

व्यापक प्रमाणात नातेसंबंध जोडण्याची गरजदेखील ख्रिश्चन नाडरांना महत्त्वाची वाटली आणि जातीमिश्रणाचा एक प्रयत्न म्हणून दक्षिण भारतातील चर्चमध्ये प्रोटेस्टंट पंथाच्या संघाची स्थापना केली गेली. नाडरांचा जातसंघ हा आणखी एक प्रयत्न, ज्याविषयी आपण आधीच्या प्रकरणात चर्चा केली आहे. हिंदू किंवा ख्रिश्चन यांपैकी कुठलाही नाडर याच्याशी संलग्न असू शकतो आणि ख्रिश्चन नाडर या संघाच्या उपक्रमामध्ये सहभागी होतात.

इतर ख्रिश्चन धर्मांतरितांप्रमाणे ख्रिश्चन नाडरांच्या बाबतीतही, त्यांनी त्यांची सामाजिक व्यवस्था बदलावी यासाठी धर्मप्रसारकांनी केलेल्या विनवण्यांना क्वचितच यश मिळाले

(पहा, रिस्ली १९५१, पृ. क्र. ८०–८२). व्यक्तिगत आयुष्यावर आमूलाग्र परिणाम करणाऱ्या या बदलाच्या स्वरूपाची फारशी दखल त्या धर्मप्रसारकांनी घेतली नव्हती. जातिव्यवस्था स्वीकारायची आणि त्यामध्ये धार्मिक बदलासाठी काम करायचे ही दे नोबिली आणि त्यांच्या अनुयायांची धर्मप्रसारक पद्धतदेखील व्यवहार्य नव्हती कारण युरोपियन सामाजिक व्यवस्थेचे मापदंड, विशेषतः त्यांतील वसाहत व्यवस्थेतील अनेक मुद्द्यांबाबत त्या पद्धतीचे वाद होते. ख्रिश्चन धर्माच्या भारतातील दुसऱ्या चळवळीने आधुनिक शिक्षणासंदर्भातील प्रयत्नांच्या माध्यमातून भारतीय समाजावर बहुधा फार मोठा परिणाम साधला.

धार्मिक रूपांतर आणि पुनरावर्ती बदल

एकंदरीतच बाहेरून आलेल्या धर्मांनी एतद्देशीय जातवर्गांप्रमाणेच सामाजिक परिणाम साधले आणि त्यामागील कारणेही समान होती. धर्मांतर करणाऱ्या लोकांची नवीन समूहांमध्ये विभागणी झाली किंवा आधीपासून अस्तित्वात असलेल्या समूहांच्या उपासनेच्या पद्धतींमध्ये बदल झाले. पण त्या समूहांनी सर्वसाधारण सामाजिक व्यवस्थेचे घटक म्हणून काम केले आणि त्या समूहांचे सदस्य सामाजिक स्तरावर जातीचे सदस्य म्हणून वावरले. मुस्लीम आणि ख्रिश्चनांनी काही विशिष्ट बाबतीत भारतीय संस्कृतीमध्ये विशेष योगदान दिले. त्यांनी इतर संस्कृतींमधील सहधर्मीयांशी संबंध कायम ठेवले आणि दोन संस्कृतींवर दोहो बाजूंनी पडलेल्या प्रभावात त्यांची भूमिका महत्त्वाची ठरली. आरंभिक शतकांमध्ये मुस्लिमांचे या बाबतीतले योगदान जास्त मोठे होते, तर ख्रिश्चनांनी अगदी अलीकडच्या काळात खूप मोठे योगदान दिले.

ज्यांनी नवीन पंथाचा स्वीकार केला, मग तो पंथ एतद्देशीय असोत किंवा तो बाहेरील धर्म असो, कालांतराने त्यांची नवीन शिकवण आणि पारंपरिक व्यवस्था यांचा मेळ घातला. तसे करताना त्यांनी पुनरावर्ती बदलाचा आकृतिबंध पूर्ण केला आणि जातीच्या चलनशीलतेच्या माध्यमातून होणाऱ्या पुनरावर्ती बदलाच्या चक्रात पुन्हा प्रवेश केला.

स्थानिक व्यवस्थेतील आणि भारतीय समाजाच्या सर्वसाधारण व्यवस्थेतील पुनरावर्ती बदलांच्या या प्रकारांशिवाय आणखी एक प्रकारची पुनरावर्ती प्रक्रिया होती. त्यामध्ये आदिवासी जमातींच्या जातिव्यवस्थेतील प्रवाहाचा समावेश होता. ही अशी चळवळ होती ज्यासाठी त्यांना सामाजिक कृतीची आदिवासी तत्त्वे सोडून जातिव्यवस्थेची तत्त्वे स्वीकारावी लागली.

१८ आदिवासी लोकांची वाढ

आदिवासी समाजाचे जातीय समाजात रूपांतर होण्याची क्रिया अनेक शतकांपासून सुरू आहे आणि अजूनही ही प्रक्रिया वेगाने घडत आहे. १९६१ सालच्या भारताच्या जनगणनेनुसार आदिवासींची संख्या ३० दशलक्षांपेक्षा जास्त होती. त्यांपैकी अनेक जण जातिव्यवस्था स्वीकारून सामाजिक उतरंडीमध्ये सामील होत आहेत, तेही अशा पद्धतींनी ज्या पद्धतींचा अवलंब त्यांच्या आधी फार पूर्वी इतर आदिवासींनी केलेला होता. त्या पद्धतींमुळे जातीय व्यवस्थेत पुनरावर्ती बदलांची आणखी एक प्रक्रिया निर्माण झाली. हे पुनरावर्ती बदल धार्मिक चळवळींतील अंतर्गत गटांच्या पुनर्रचनेमुळे होणारे नव्हते, तर एखाद्या आदिवासी स्वरूपातील सामाजिक व्यवस्थेतून स्थानिक जातिव्यवस्थेत व्यक्ती आणि गट यांच्या हळूहळू होणाऱ्या स्थलांतरामुळे होणारे बदल होते. एकदा एखाद्या आदिवासी समूहाचे जातीमध्ये रूपांतर झाले की त्या समूहातील लोक इतर संप्रदाय आणि जातीतील लोकांप्रमाणे चलनशीलतेसाठीच्या नेहमीच्या संघटित प्रयत्नांकडे वळण्याची शक्यता असते.

जे आदिवासी जातींच्या प्रथा स्वीकारतात ते त्यांचे आदिम काळापासूनचे वर्तनविषयक नियम नेहमी अभावितपणे बदलत असतात. ते स्वतःला आणि त्यांच्या गटांना संस्कृती व समाजाच्या एका अशा वेगळ्या पद्धतशीर स्तरावर घेऊन जातात, जिथे पुढील विकासासाठीच्या नव्या शक्यता निर्माण होऊ शकतात. अवघड पर्याय आणि व्यक्तिगत द्विधावस्था या दोन्हींचा समावेश त्या कृतीमध्ये असतो. तसेच संभाव्य सत्ता आणि सुशिक्षित अभिजनवर्गाची नवीन प्रतिमाने या दोन्हींकडे जाणाऱ्या नव्या मार्गांची गुंतागुंत असते.

आदिवासींमधील बदलाविषयी या आणि पुढील प्रकरणात केलेल्या चर्चेत आदिवासी समाजव्यवस्थेचे स्वरूप आणि त्या व्यवस्थेतून जातीय व्यवस्थेत पुन्हा पुन्हा होणारे स्थलांतर या गोष्टींचा समावेश आहे. भारतातील जातीय समाजाच्या संपूर्ण व्यवस्थेकडे पाहण्याचा एक व्यतिरेकी दृष्टिकोनही या विश्लेषणामध्ये उपलब्ध होतो. परिणामी तो दृष्टिकोन आदिवासी सामाजिक व्यवस्था आणि नागरी संस्कृतींमधील सर्वसाधारण फरक सुचवितो.

आदिवासी: अधिकृत स्थान आणि प्रत्यक्षातील वैशिष्ट्ये

जातिव्यवस्थेत होणारे स्थलांतर सहसा हळूहळू आणि कुठल्याही नाट्यपूर्णतेशिवाय होते. सर्व आदिवासी आणि सर्व जातीय लोकांमध्ये कुठलाही स्पष्ट सांस्कृतिक किंवा सामाजिक फरक नाही, पण जनजाती आणि जातींच्या गुणविशेषांमधील तफावतींची एक श्रेणी आहे. त्या श्रेणीच्या मध्यस्थानी, स्वतःला आदिवासी समजणारा समूह आणि एक जात असल्याचा दावा असणारा समूह यांच्यामध्ये फार कमी फरक असेल.

आदिवासी कोणाला म्हणायचे त्याची सुस्पष्ट व्याख्या कायदा आणि प्रशासन या दोन्हींसाठी मात्र गरजेची असते. भारतीय राज्यघटनेचे कलम ४६ सांगते की "लोकांमधील दुर्बळ वर्ग आणि विशेषकरून अनुसूचित जाती व अनुसूचित जमातींच्या शैक्षणिक व आर्थिक हितांचा पुरस्कार करण्याबाबत सरकारकडून विशेष काळजी घेतली जाईल आणि सामाजिक अन्याय व सर्व तऱ्हेच्या शोषणापासून त्यांचे संरक्षण केले जाईल." घटनेतील इतर कलमे या आदेशास दुजोरा देतात आणि याची अंमलबजावणी करण्यासाठी बरेचसे कायदेही केले गेले आहे. अनुसूचित समूहांतील सदस्यांसाठी विशेष अनुदाने, शिष्यवृत्त्या, शासकीय बढत्या उपलब्ध करून दिल्या गेल्या आहेत.

ही अनुसूची सुरुवातीस राष्ट्रपतींच्या आदेशान्वये प्रसिद्ध केली गेली आणि आता केवळ संसदेच्या कायद्यान्वयेच त्यामध्ये फेरफार होऊ शकतात. त्यामुळे आदिवासी कोणाला म्हणायचे, याविषयीची प्रशासकीय व्याख्या फारसे सामाजिक विश्लेषण न करता राष्ट्रपतींच्या किंवा संसदीय निर्णयानुसार ठरविली गेली. न्यायालयांना न्यायनिवाडा करताना काही निकष स्पष्ट करावे लागले; उदाहरणार्थ, मोका डोरा जमातीमधील एखादा माणूस, ज्याच्या कुटुंबाने १९२८ पासून क्षत्रिय असल्याचा दावा केला होता, त्याला संसदेतील स्थान स्वीकारण्याची परवानगी द्यावी का, जे स्थान अनुसूचित जमातीसाठी आरक्षित केलेले आहे (गॅलँटर १९६६ब, पृ. क्र. ६३१–६३५). पण राष्ट्रपतींच्या आदेशानुसार, आदिवासी कोण हे ठरविण्याच्या पद्धतीमध्ये न्यायालयाच्या निर्णयांमुळे बदल झालेला नाही.

पूर्वीच्या जनगणनेतील स्थानांप्रमाणेच भारताच्या १९६१ च्या जनगणनेत आदिवासींच्या अधिकृत अनुसूचीचा वापर केला गेला होता. आदिवासी समूह आणि जातसमूहांमधील फरक स्पष्ट करणे कधीकधी क्वचितच शक्य होते अशी तक्रार जनगणना अधिकाऱ्यांनी दर दहा वर्षांच्या अंतराने केली आहे (घुर्ये १९५९, पृ. क्र. १–९). मात्र, मानववंशशास्त्राच्या निकषानुसार ज्यांच्या संस्कृतीचे वर्गीकरण आदिवासी संस्कृतीत करता येईल अशा असंख्य समूहांचा समावेश अधिकृत सूचीमध्ये केला गेला आहे. अधिकृत सूचनेनुसार किंवा प्रचलित समजांनुसार आदिवासी म्हणवल्या जाणाऱ्या भारतीय समूहांमध्ये जातीय समाजापासून काटेकोरपणे दूर राहणारे शिकारी (फासेपारधी) आणि संचयी अन्न गोळा करणाऱ्यांपासून ते जात म्हणून कार्यरत असलेल्या स्थिर ग्रामीण समूहांपर्यंत अनेकांचा समावेश आहे.

असे काही समूह बऱ्यापैकी लहान आहेत; पुढे ज्यांच्याविषयी चर्चा केली आहे त्या कोटांची संख्या १००० पेक्षा थोडी जास्त आहे. इतर जनजातींची नावे लाखो लोकांना लागू होतात; उदाहरणार्थ, "संथाळ"नामक समूहामध्ये तीन दशलक्षांपेक्षा अधिक लोकांचा समावेश होतो. मोठ्या जनजातींचे समूह सुसंघटित नसतात; त्यांच्या जनजातीचे नाव अशा अनेक समूहांसाठी वापरले जाते जे समूह एकसारखी भाषा बोलतात आणि त्यांची काही

सांस्कृतिक वैशिष्ट्ये एकसमान असतात. त्यांच्या स्वतःच्या गावाबाहेरील, त्यांचेच नाव धारण करणाऱ्या इतर लोकांशी त्यांचा फारसा परिचय नसतो. मात्र, बहुतांश जनजातींना त्यांच्या गावांमध्ये आणि परिसरात स्वतःच्या वेगळेपणाची प्रचंड जाणीव असते आणि ते गावातील जातिव्यवस्थेपासून स्वतःला बऱ्यापैकी दूर ठेवतात. अनेक आदिवासी समूहांकरिता भाषा हे त्यांच्यातील फरक स्पष्ट करणारे वैशिष्ट्य आहे. पाच दशलक्ष मुंडा भाषिक प्रामुख्याने आदिवासी लोक आहेत. पण इतर आदिवासी लोकांची त्यांची अशी स्वतंत्र भाषा नाही, ते प्रादेशिक भाषेचीच बोली वापरतात.

भारताचे अगदी पूर्व टोक आणि पश्चिम टोकाकडील आदिवासी समूहांचे विषय या चर्चेतून वगळलेले आहेत. ते समूह जातीय व्यवस्थेपेक्षा खूप वेगळे आणि खूप दूर असल्यामुळे या व्यवस्थेचा परिणाम त्यांच्यावर होऊ शकला नाही. पूर्वेकडील समूह, ज्यांमध्ये आता ईशान्येकडील सीमाभाग, नागालँड आणि लगतच्या भागांचा समावेश होतो, त्यांनी अलीकडच्या काळात भारतीय संस्कृती व भारत सरकारशी संबंध जोडले असले तरी त्यांची भाषा व संस्कृतीचे नैर्ऋत्य आशियातील भाषा व संस्कृतीशी प्राचीन काळापासून नाते होते (पहा, बर्लिंग १९६०). वायव्येकडील मुस्लीम जनजातींचेही आता गंगा-सिंधूच्या मैदानातील गावकऱ्यांचे राष्ट्रीय सरकार व समाजाशी पूर्वीपेक्षा जवळचे संबंध असले तरी त्या जनजातींची संस्कृती आणि अफगाण व इराणच्या डोंगराळ प्रदेशातील जनजातींची संस्कृती यांमध्ये साम्य आहे.

भारतातील बहुतांश आदिवासी लोक डोंगराळ किंवा वनप्रदेशात राहतात, जिथे लोकसंख्या तुरळक आहे आणि दळणवळण कठीण आहे. हिमालयाच्या मेरुदंडाजवळ असलेल्या खोल दऱ्यांपासून ते भारताच्या अगदी दक्षिण टोकाकडील पर्वतरांगांमध्ये या जनजाती आढळतात. पूर्वेकडील पश्चिम बंगाल, बिहार आणि ओरिसापासून मध्य भारतातून जाणाऱ्या आणि पश्चिमेकडील राजस्थान, गुजरात व महाराष्ट्रातील उंच पठारातील प्रदेशात पसरलेल्या रुंद केंद्रीय पट्ट्यामध्ये प्रमुख आदिवासी प्रदेश आहेत. तरीही भारतभर विखुरलेल्या आदिवासी लोकांमध्ये फार मोठे सांस्कृतिक व सामाजिक फरक आहेत. त्यांपैकी काही फरकांबाबत प्राथमिक सामान्य विधाने करता येऊ शकतात.

युरोपीय लोकांनी अमेरिका, आफ्रिका आणि ओशिनियामधील मूळ रहिवाशांशी प्रथम संघर्ष केला त्या वेळेस आदिवासी संस्कृती आणि नागरी संस्कृती यांमध्ये जे विभाजन दिसले तसे विभाजन यांपैकी कुठल्याच लोकांमध्ये दिसले नाही. अगदी अत्यंत दुर्गम भागांतील आणि एकांतात राहणाऱ्या आदिवासी समूहांचे काही विशिष्ट सांस्कृतिक गुणविशेष जातिव्यवस्थेच्या गुणविशेषांशी साधर्म्य असल्याचे दाखवतात. उदाहरणार्थ, धार्मिक विधींबाबतची शुचिता व विटाळ यांचे स्वरूप, स्थानिक देवतांची उपासना आणि

आप्तमित्रांबाबतचे व्यवहार यांबाबतीत[१] (पहा, जय १९५९, पृ. क्र. ८१–८३, एमएस, १९६१अ, पृ. क्र. ३२–३४).

तरीही जनजाती आणि जातींमध्ये काही मोठ्या तफावती आहेत. या तफावतींचे पाच पैलू आहेत–सामाजिक, राजकीय, आर्थिक, धार्मिक आणि मानसशास्त्रीय–या पैलूंविषयी इथे चर्चा केलेली आहे, तरी त्यामध्ये अनेक बारकावे आणि प्रतवारीचा समावेश आहे हे मान्य करावे लागेल. काही जनजाती इतर जनजातींपेक्षा जातीच्या जास्त जवळ जाणाऱ्या आहेत आणि उलटपक्षी काही जाती इतर जातींपेक्षा जनजातींच्या जास्त जवळच्या आहेत (पहा, मजुमदार १९५८ब, पृ. क्र. ३५५–३६१, अटल १९६३, दुबे १९६०, रॉय बर्मन १९६०, रीज्ली १९१५, पृ. क्र. ७२–७६, विद्यार्थी १९६७, वेबर १९५८, पृ. क्र. ३०–३३).

आदिवासी समाज आणि जातिव्यवस्थेच्या वैशिष्ट्यांची तुलना

आदिवासी आणि जातीय समाजामधील एक फरक म्हणजे आंतरवैयक्तिक नात्यांच्या गुणवत्तेतील फरक. आदिवासींच्या जीवनात संपूर्ण समाजाचे संबंध प्रामुख्याने जवळच्या नात्यांवर आधारलेले असतात. जवळचे नातेवाईक या नात्याने व्यक्तिगत समानता गृहीत धरलेली असते; पुरुषांचे अवलंबित्व आणि दुय्यमपण कमी केले जाते. पितृवंशीय नाती मूलभूत स्वरूपाची असतात, लग्नांमुळे जोडलेली नाती कमी महत्त्वाची असतात. घराणे किंवा कूळ हा प्रमुख संयुक्त समूह असतो; जमिनीचा मालकीहक्क, संरक्षण, आर्थिक उत्पादन आणि उपभोग यांसाठीचे ते प्रमुख समूह असतात. त्या समूहातील प्रत्येकाला असे वाटते की त्याला इतरांसारखा समान हक्क आहे. तरीही वय आणि लिंगानुसार काही जणांचे स्थान गौण असते. वृद्धांवर अवलंबून राहणे तुलनेने कमी असते आणि स्त्रियांवरचे अवलंबित्व तुलनेने उथळ असते.

आदिवासी व्यवस्थेतील व्यक्तिगत स्वायत्ततेचे टोकाचे उदाहरण म्हणजे पलियन समाज. पलियन ही पश्चिम मद्रासमधील पर्वतरांगांतील अन्नसंचयी जमात आहे. त्यांच्यातील सामाजिक सहकार्य एकल कुटुंबांपुरते मर्यादित आहे आणि ती कुटुंबेसुद्धा फारशी संलग्नपणे राहणारी नाहीत. ती कुटुंबे लहान लहान वस्त्या करून राहतात, पण त्या वस्त्यांमधील कुटुंबांत फारसा एकोपा नसतो. लग्नाचे संबंध तोलामोलाच्या कुटुंबांदरम्यान जोडले जातात;

[१] भारतातील माझ्या पहिल्या क्षेत्रीय अभ्यासाची सुरुवात करताना मी त्रावणकोर जंगलात खूप आतमध्ये राहणाऱ्या उरळी समूहापर्यंत पोहोचलो तेव्हा मला याची जाणीव ठळकपणे झाली. त्यांच्यासोबत त्या जंगलात राहणारे हत्ती आणि इतर जंगली प्राण्यांच्या मार्गात येऊ नये म्हणून ते लोक झाडांवरील घरांत राहत असत. तरीही ते उरळी लोक नियमितपणे त्यांची स्वयंपाकाची भांडी बांधून घेत आणि दिवसभरासाठी बाजारपेठेचा फेरफटका मारायला जात. ते त्यांची भांडी सोबत नेत कारण उरळी समूहाशिवाय इतर कोणाकडूनही ते शिजलेले अन्न घेत नाहीत, असे त्यांनी सांगितले (मंडेलबाउम १९३९).

व्यक्तिगत स्वातंत्र्याचे उल्लंघन झाल्याच्या शंकेमुळे सहसा लग्नसंबंध मोडकळीस येतात (गार्डनर १९६६, पृ. क्र. ३९३–३९७). या पलियन समाजासारख्या स्पष्ट व्यक्तिवाद आणि एकांतवाद असलेल्या जनजातींची संख्या खूपच कमी आहे. बहुतांश जनजातींमध्ये कुटुंब आणि व्यापाक सामाजिक एकोप्यापेक्षा खूप मोठे संयुक्त समूह आहेत. काही समूहांत तर त्यांच्या गावांमधील आश्रित समूहांचादेखील स्वीकार केला जातो; ओरिसातील बडेरी गावामधील कोंड जमातीच्या लोकांकडे त्यांची सेवा करणाऱ्या 'अस्पृश्यां'चा एक निवासी समूह आहे. यामध्ये एक मोठा फरक असा आहे की आदिवासी/कोंड जमातीचे लोक अशा आश्रित समूहांना उपयोगी समजतात, मात्र ते त्यांच्या स्वतःच्या समाजातील एक अनावश्यक उपांग असून त्यांचा अविभाज्य व आवश्यक भाग नाहीत असे ते मानतात.

विशेषकरून उच्च श्रेणीतील जातींच्या सदस्यांची आप्तमित्र व समाजाविषयीची गृहीतके बरीचशी वेगळी असतात. उदाहरणार्थ, कुंबारपेट्टई गावातील ब्राह्मण वनात राहणाऱ्या पलियन समाजापासून फार दूर राहत नाहीत, पण त्यांचे मापदंड पलियन समाजाच्या पूर्णपणे विरुद्ध आहेत. त्यांचे जवळचे नातेसंबंध त्यांच्या संपूर्ण समाजात पसरलेले असतील असे नाही; मजूर, कारागीर, सफाई कर्मचारी यांसारख्या दुय्यम जातींशिवाय हे ब्राह्मण असू शकत नाहीत. समानतेच्या विचारापासून खूप दूर असलेले हे ब्राह्मण समाजातील असमानता गृहीत धरतात; कुटुंबातील अवलंबित्व कमी करण्यापेक्षा ते त्यावर जोर देतात आणि ते बराच काळ कायम ठेवण्याचा प्रयत्न करतात.

पण इतर सामाजिक विषयांत आणि इतर जातीय स्तरांवर याच्या उलट असलेली स्थिती जास्त स्पष्टपणे दिसत नाही. कुंबापेट्टाईमध्ये ब्राह्मणांपेक्षा एखाद्या कनिष्ठ श्रेणीतील जातीमध्ये समानतेवर अधिक भर दिला जातो आणि व्यक्तिगत अवलंबित्व महत्त्वाचे मानले जात नाही. ब्राह्मणांपेक्षा कनिष्ठ श्रेणीतील जातींमधल्या स्त्रिया पुरुषांवर कमी अवलंबून असतात आणि लहान मुले फार थोड्या काळासाठी गौण स्थानावर राहतात (गॉघ १९५६, पृ. क्र. ८४४–८४९) आणि ब्राह्मणांमध्येही वडीलधाऱ्यांमधील समानतेचे आग्रहाने समर्थन केले जाते. एखादा ब्राह्मण गृहस्थ त्याच्यात आणि इतर कुठल्याही ब्राह्मण कुटुंबप्रमुखामध्ये समानता असल्याचे मानतो. त्यांच्यापैकी कोणाहीसमोर सामाजिक स्तरावर तो गौणस्थान स्वीकारत नाही आणि जातीतील पुरुषांकडे असलेल्या त्याच्यासारख्या समान हक्कांविषयी त्याला सर्वांत जास्त मत्सर वाटतो.

जात आणि आदिवासी या दोन्हींमध्ये साम्य आहे, ते अशा अर्थाने की या दोन्हींकडे त्यांचे सदस्य धार्मिक विधींच्या बाबतीत समानता असलेल्यांनी तयार केलेले, अंतर्विवाह व्यवस्था असलेले समूह म्हणून पाहतात. त्यांतील महत्त्वाचा फरक म्हणजे एकीकडे जातींना असे वाटते की त्यांच्या समाजातील इतरांशी त्यांचे जवळचे नातेसंबंध असू नयेत, तर ते

नातेसंबंध वर्चस्व आणि मानसन्मान यांवर आधारित असावेत. दुसरीकडे आदिवासी लोक त्यांच्या समाजाकडे जवळच्या नातेसंबंधांवर आधारित समाज म्हणून पाहतात आणि सामाजिक उतरंडीच्या व्यवस्थेवर जोर देत नाहीत. त्याचबरोबर, जातिव्यवस्थेतील लोकांना त्यांचा समाज सांस्कृतिकदृष्ट्या वैविध्यपूर्ण असावा, प्रत्येक जातीमध्ये रीतीरिवाजांचे वेगळे मिश्रण असावे अशी अपेक्षा असते; आदिवासी लोकांना त्यांचा समाज एकसंध असावा किंवा किमान वैविध्यपूर्ण नसावा हे अपेक्षित असते.

आदिवासींच्या राजकीय संघटना सहसा खूप मजबूत आणि गुंतागुंतीच्या नसतात. त्यासाठी विशेषीकृत भूमिका आणि प्रभावशाली-गौण नातेसंबंधांची गरज असते. आदिवासींच्या दृष्टिकोनातून यापैकी काहीच योग्य ठरत नाही. अधिक संख्याबळ असलेल्या काही आदिवासींची राज्ये स्थापन केली गेली होती, पण त्यांपैकी बहुतांश राज्यांना मिळालेला पाठिंबा अस्थिर स्वरूपाचा होता आणि त्यांतील शासक नेहमी जातीयव्यवस्थेतून बोलावलेल्या कसबी लोकांची मदत घेत असत. राजेलोकांकडून आदिवासींवर नेहमी नाममात्र नियंत्रण ठेवले जात असले तरी काही जणांनी विश्वासू, खंबीर आणि आज्ञाधारकांची भूमिका पार पाडली आहे (पहा, वेबर १९५८, पृ. क्र. ३०–३२).

आदिवासी जमिनींचे अधिकार घराण्यांना दिले जातात; एखाद्या उत्पादक जमिनीची मालकी घराण्यातील जवळच्या आप्तजनांना एकत्रितपणे मिळते. बेली यांनी कोंड जमात आणि त्यांच्या सोबतचा जातीय समाज यांचे विश्लेषण करताना त्यांच्यात फरक करणारे एक प्रमुख वैशिष्ट्य म्हणून जमीन व घराण्यांमधील हे संबंध विचारात घेतले. कोंड समाजात स्थानिकीकरण झालेली घराणी आहेत, "या व्यवस्थेत, घराण्याच्या अधिकारक्षेत्रातील जमीन धारण करण्यास आणि तिचा वापर करण्यासाठी घराण्याचे सदस्यत्व असण्याची अट असते. इतर कोणाहीपेक्षा गौण स्थान स्वीकारून जमिनीवरील हक्क प्राप्त होत नाही, तर जवळचा नातलग म्हणून असलेल्या समानतेमुळे तो हक्क मिळतो" (१९६१, पृ. क्र. ११–१२).

बेली यांच्या मते, जमिनीची थेट उपलब्धता हा आदिवासी समूहाची पारख करण्याचा प्रमुख निकष ठरतो. भारतात, जमीन थेटपणे उपलब्ध असलेल्या समूहाचा आकार जितका मोठा तितका तो समूह आदिवासी प्रकारच्या समाजास जवळचा असतो. त्याउलट, एखाद्या समूहात एखाद्या आश्रित नात्याच्या मदतीने जमिनीवर हक्क प्राप्त झालेल्यांचे प्रमाण जितके अधिक, तितकी त्या समूहात जातिव्यवस्था अधिक प्रमाणात जतन केली जाते, असा निष्कर्ष लेखक मांडतात (बेली १९६१, पृ. क्र. ११–१४; तसेच बेली १९५८, १९६०).

लेविस ड्युमॉन्ट (१९६२) यांनी ही चाचणी फारच संक्षिप्त आहे म्हणून आणि सुरजीत सिन्हा यांनी आदिवासी संस्थेच्या इतर निकषांशी फारसा जवळचा संबंध नाही म्हणून या चाचणीवर टीका केली होती. सिन्हा कदाचित जमिनीच्या कार्यकाळाच्या निकषाकडे तफावत

स्पष्ट करणाऱ्या अन्य वैशिष्ट्यांप्रमाणे पाहतील (१९६५, पृ. क्र. ६०). उत्पादक क्षेत्र एखाद्या कुळातील किंवा घराण्यातील नातेवाइकांमध्ये विभागले जावे आणि अशा प्रत्येक नातेवाइकाचे त्या क्षेत्रावर काही अधिकार असतात, असे आदिवासी लोकांचे सर्वसाधारण मत असते. जातीय समाजातील बहुतांश लोक असे काही मानत नाहीत, तरीही उत्तर भारतातील काही जण, जसे मेरठ विभागातील जाट समाज ही मूलभूत संकल्पना मान्य करतो (प्रधान १९६५, पृ. क्र. १८२३; कुद्र्याव्त्सेव १९६४).

आदिवासी जमाती आणि जातींच्या राजकीय संघटनांमधील आणखी एक फरक हा नवीन समूहांना सामावून घेण्याच्या पद्धतीत दिसून येतो, मग ते स्थलांतरित असोत किंवा सोयरे. आदिवासी कोंड समाजाने नवीन समूहांना जवळचे आप्तमित्र बनवून थांबत-थांबत, प्रसंगानुसार त्यांना सामावून घेतले; त्यांना त्यांचे पितृवंशीय आणि लग्नाने जोडलेल्या नातेवाइकांशी परिणामकारकपणे एकोपा साधणे शक्य झाले, पण दूरच्या आप्तमित्रांबरोबर सहजपणे वावरता आले नाही. उडिया गावकऱ्यांना अशा कुठल्याही अडचणी आल्या नाहीत; त्यांना त्यांच्या जातीतील जवळच्या नात्यांचे परीघ कायम ठेवून इतरांशी आर्थिक, राजकीय आणि अगदी धार्मिक सहयोग निर्माण करणे शक्य झाले.

आदिवासी समाज जास्त "विभाजित" स्वरूपाचे असतात. आपल्या समाजातील घटक समूह अधिक स्वायत्त असतील या गोष्टीकडे आदिवासी लक्ष देतात. प्रत्येक समूहाचे कार्य आणि सामाजिक स्थान हे आदिवासी समाजातील इतर कोणत्याही समूहासारखे असावे, असा त्यांचा विचार असतो. जातीयसमाज जास्त "मूलभूत" असतो. म्हणजे प्रत्येक जात ही एका संपूर्ण मूलभूत समाजाचा भाग असते; जातीचे सदस्य संपूर्ण समाजासाठी आवश्यक, कसबी कामे करतात. प्रत्येक जात स्वायत्त किंवा इतरांच्या समान असावी असे मानले जात नाही (बेली १९६०ब, पृ. क्र. २४३–२४८; १९६१, पृ. क्र. १२, १५).

उदरनिर्वाहासाठीचे अर्थकारण पाहिले तर, फार थोडे आदिवासी समूह अजूनही शिकार आणि अन्नपदार्थ गोळा करण्याचे काम करतात. पण काहींनी शेतीकडे वळण्याची क्रिया चालू ठेवली आहे. आम्ही प्रकरण १२ मध्ये नमूद केले होते त्याप्रमाणे याला छाटणे व जाळणे, स्थानपालट किंवा जंगलतोड करून केलेली शेती म्हणतात. जंगलाच्या एखाद्या भागावरील झाडे तोडली, जाळली जातात आणि तेथील मातीचा सुपीकपणा कमी होईपर्यंत काही हंगामांकरिता तिथे शेती केली जाते. मग शेती करणारे लोक जवळच्या दुसऱ्या एखाद्या ठिकाणी हीच क्रिया पुन्हा करण्यासाठी आधीची ती जमीन सोडून जातात. भटकी शेती आणि आदिवासी संरचना यांमध्ये एक विशिष्ट एकरूपता आहे. नांगरणीच्या शेतीपद्धतीमुळे ज्याप्रमाणे अनेकांची देखभाल होऊ शकते त्याप्रमाणे स्थानपालट शेतीमुळे एखाद्या गावातील खूप जणांचा चरितार्थ चालू शकत नाही. लोकसंख्येची प्रति एकर घनता तुलनेने कमी असेल

तर स्थानपालट शेतीपद्धत हातभार लावू शकते, पण मजूरसंख्या वाढविल्याने नव्याने सामावलेल्या लोकांचा उदरनिर्वाह होईल इतके पुरेसे उत्पादन मिळत नाही. याच्याच अनुषंगाने, स्थानपालट शेतीमध्ये संयुक्त सामाजिक यंत्रणेची फारशी गरज नव्हती. तंत्रज्ञानाच्या निर्बंधांमुळे जास्त प्रमाणात एकीकरण होण्याच्या शक्यतेवर मर्यादा आली (पहा, गीर्ट्झ १९६३, पृ. क्र. १–३७; एल्विन १९६४, पृ. क्र. ४८–५६).

कोंड लोकांनी स्थानपालट शेतीपद्धत स्वीकारली तेव्हा त्यांना नांगरणीच्या शेतीतील खूप मोठ्या सामाजिक शक्यता दाखवून देण्यात आल्या होत्या. मग त्यांच्यापैकी अनेक जण पर्वतरांगा सोडून दऱ्यांमध्ये आले आणि मोठमोठ्या समूहांमध्ये एकवटले. भातशेतीमधील गुंतवणूक ही उत्पादक भांडवली गुंतवणूक असल्यामुळे त्यासाठी झगडणे योग्य होते, जेव्हा की स्थानपालट शेतीसाठी झगडणे तितकेसे यथार्थ नव्हते आणि त्यामुळे राजकीय युतींची निर्मिती झाली आणि त्यांना बळ प्राप्त झाले (बेली १९६०ब, पृ. क्र. ६३–६८). स्थानपालट शेतीच्या अर्थव्यवस्थेत मजबूत राजकीय नेतृत्वासाठी पुरेसा आधार किंवा कारागिरी व धार्मिक विषयांतील कसबी लोकांना देण्यासाठी पुरेसे अतिरिक्त उत्पन्न मिळत नाही, जे जातींवर आधारित समाजासाठी आवश्यक असते. नांगरणीच्या शेतीवर आधारित अर्थव्यवस्थेत हे उपलब्ध होते, तसेच राजकीय समूहनिर्मिती आणि कृतीसही उत्तेजन मिळते. मात्र, सामाजिक आणि आर्थिक संस्थांमध्ये संपूर्णपणे समन्वय साधला जात नाही; जे लोक स्पष्टपणे आदिवासी सामाजिक व्यवस्थेतील असतात ते तसे असूनही नांगरणीची शेती करत नाहीत (फर्नांडिझ १९६५). याउलट, जातीय व्यवस्थेवर आधारित काही गावे आहेत, तेथील लोकसंख्या तुरळक आहे आणि कृषी उत्पादकता कमी आहे, पण तिथे जातीच्या मापदंडांचे पालन केले जाते. नांगरणीवर आधारित शेती बहुधा नागरी संस्कृतीच्या मूळ विकासाकरिता आवश्यक होती. त्या शेतीतून अतिरिक्त उत्पन्न प्राप्त होत असे, जे तांत्रिक कसब असलेले लोक, राज्य सरकार आणि पूर्णवेळ धर्मोपासना करणाऱ्यांच्या मदतीसाठी वापरता येऊ शकत होते. मात्र, अलीकडच्या काळात आदिवासी आणि जातीय समाजामध्ये आढळणारे प्रमुख आर्थिक फरक कृषी तंत्रज्ञानापेक्षा आर्थिक मूल्यांशी जास्त संबंधित होते.

जनजातींमधील लोक अतिरिक्त उत्पन्न, भांडवलाचे उपयोग आणि बाजारपेठेतील व्यापार या गोष्टींना कमी महत्त्व देतात (एस. सिन्हा १९५८ब, पृ. क्र. ५०९–५१०; १९६३). पुन्हा एकदा याविषयीचे टोकाचे उदाहरण द्यायचे झाले तर जंगल चेंचूंची जमात (अन्न गोळा करणारी) संचयी आणि शिकार करणारी आहे. फ्युरर-हेमेनडॉर्फ यांनी त्यांच्या दुर्गम वन्य प्रदेशात जाऊन त्यांचा अभ्यास केला होता. आता तो प्रदेश आंध्र प्रदेशात आहे (१९४३, पृ. क्र. ५७–८३; १९६७अ, पृ. क्र. १७–२४). या अभ्यासाच्या काळात (१९४०–१९४९) त्या लोकांचा उपजीविकेचा प्रमुख उद्योग दररोज जंगलातून अन्न गोळा करणे हा होता. अडचणीच्या प्रसंगासाठी

ते अन्नाची साठवण करून ठेवत नसत आणि अगदी शब्दशः अर्थाने त्यांचे हातावरचे पोट होते. त्यांच्या कुटुंबांमधील आर्थिक एकोपा कमी होता, कारण प्रत्येक कुटुंब आर्थिकदृष्ट्या स्वायत्त होते. तरीही ते आजारपण किंवा अपघातप्रसंगी एकमेकांना मदत करीत असत. त्यांच्यापैकी काही जण जमिनीच्या छोट्याशा तुकड्यांवर शेती करत होते आणि त्यांनी गुरे पाळली होती. पण जे काही पिकायचे ते बहुधा त्वरित वापरले जायचे. कुठलंही अतिरिक्त उत्पादन किंवा अचानक आर्थिक लाभ झाला तर ते त्वरित वाटून घेऊन त्याचा उपभोग घेतला जात असे.

स्थिरावलेल्या गावांतील जीवनाविषयी त्यांना माहिती होती आणि महबूबनगर जिल्ह्यातील काही चेंचू लोक खरोखरच जातीय समाजावर आधारित गावांमध्ये स्थलांतरित झाले. पण गावातील दूरदृष्टीवर आधारित आणि नियंत्रित जीवनाच्या फायद्यांची कल्पना असूनही बाकीचे लोक जंगलात राहिले; कारण त्यांना तेथील जगणे पसंत होते. फार थोडे असे आदिवासी लोक आहेत ज्यांना या जंगलातील चेंचूंप्रमाणे भविष्याविषयी फारसा रस नाही. पण सर्वसाधारणपणे जातींवर आधारित गावांपेक्षा आदिवासी लोक वस्तूंचा त्वरित उपभोग घेण्यावर आणि वाटून टाकण्यावर अधिक भर देतात. जातीय व्यवस्थेवर आधारित एखाद्या गावातील कनिष्ठ श्रेणीतील लोकांचाही कल अशाच वर्तनाकडे असल्याचा आरोप कधीकधी गावातील धनिक आणि उच्च श्रेणीतील लोक करतात. उच्च श्रेणीतील लोक कनिष्ठ श्रेणीतील जातींवर दुर्बळ आणि संकुचित दृष्टीचे असल्याचा शिक्का मारतात. उच्च श्रेणीच्या लोकांच्या श्रेष्ठत्वासाठी हा एक सोयीस्कर तर्क आहे आणि कनिष्ठ श्रेणीचे लोक मजबूत आणि दृढनिश्चयी होऊ नयेत म्हणून प्रयत्न करू शकतात.

इथे नमूद केलेल्या पैलूंच्या बाबतीत एखाद्या आदिवासी समूहाची मूल्ये ही संबंधित गावातील उच्च श्रेणीच्या जातींपेक्षा कनिष्ठ श्रेणीच्या जातींसारखी असतात, ही बाब सर्वसाधारणपणे खरी आहे. पण दीर्घकालीन नियोजनाच्या बाबतीत 'हरिजन' आणि आदिवासी लोकांचा निरुत्साह सारखाच असला तरी संपत्ती मिळविण्याच्या बाबतीत त्यांच्यात प्रमुख तफावत आढळते. धनसंचय करणाऱ्या एखाद्या महत्त्वाकांक्षी 'हरिजना'स सर्वांत कडवा विरोध सहन करावा लागत असला तरी तो त्याच्या समाजात मान्यताप्राप्त असलेल्या पद्धतीने वर्तन करतो. पण जनजातींची प्रथा मोडून काबाडकष्ट करणारा आणि काटकसरी असलेला एखादा जनजातीतला माणूस त्याच्या समाजाची मूल्ये आणि मतांना विरोध करतो. आदिवासी लोक अन्नसंचय, उपभोगातील विलंब, कमाल उत्पादकता या गोष्टींच्या विरोधात नसतात, पण त्यांना विशेषत्वाने असे वाटते की या सर्व गोष्टींचा इतका आग्रह धरू नये की जेणेकरून तत्पर आनंदप्राप्तीच्या शक्यतेमध्ये हस्तक्षेप होईल.

आदिवासी लोकांचा कल सहसा व्यापार किंवा आर्थिक व्यवहार करण्याकडे नसतो. नात्यांत मोकळेपणा ठेवण्यावर त्यांचा भर असतो आणि व्यापारी वृत्ती त्यांच्या या

स्वभावाविरुद्ध असते. या अनुषंगाने, मार्टिन ओरान्स सांगतात त्यानुसार संथाळ जमातीमधील काही जणांनी व्यापार करण्याचा प्रयत्न केला, पण "संथाळांसारख्या, आप्तबंधूंनी बनलेल्या समाजातील नात्यांची जी मूलभूत देवाणघेवाण होते त्या जागी बाजारातील औपचारिकपणा आणि करारबद्ध नातेसंबंधांनी घेणे अवघड असते."

धंद्यात नवखे असलेले लोक बहुधा अपयशी ठरतात; कारण ते अति निःस्वार्थीपणे उधारी देतात आणि थकित उधारी वसूल करण्याच्या बाबतीत आग्रही नसतात. बहुतेकांना बाजारपेठेविषयी आणि तिथे सर्रास चालणाऱ्या हेराफेरीविषयी माहिती असते. "पण पारंपरिक संथाळ माणूस बाजारात जातो तेव्हा तो खरेदीच्या बाबतीत खूपच उतावीळ असतो, घासाघीस करता येणार नाही इतका गरीब असतो आणि लोकांच्या बोलण्याने इतका भारून जातो की त्याला त्याच्या भूमिकेवर ठाम राहता येत नाही" (ओरान्स १९६५, पृ. क्र. ४०–४१).

सखल प्रदेशातील व्यापारी ज्या आदिवासी लोकांशी व्यवहार करतात, त्यांचा ते जवळजवळ नेहमीच गैरफायदा घेत आले आहेत, याबद्दल शासकीय अधिकारी बराच काळापासून खेद व्यक्त करत आले आहेत. जनजातीतल्या एखाद्या विक्रेत्याकडे जे काही विक्रीयोग्य असते त्यासाठी त्याला विचित्र वाटेल इतकी कमी किंमत मिळते आणि काही विकत घेताना त्याला अमाप वाटेल इतकी प्रचंड किंमत द्यावी लागते. बऱ्याचदा त्याच्या जमिनीचे मोल तेवढे असेल तर तिच्यावरच जप्ती येते. बरेचदा आदिवासी माणूस केवळ वैयक्तिक फायद्याचा विचार करून स्वार्थी व्यापारी म्हणून वागण्यापेक्षा एखाद्या निःस्वार्थी आप्तमित्रासारखे वागणे पसंत करतो, त्यामुळे त्याच्या बाबतीत हे घडते. आदिवासी लोक विलंबित समाधानापेक्षा तत्काळ आनंद मिळविण्यास प्राधान्य देतात, हेही याचे एक कारण आहे.

बहुतांश आदिवासी लोक गरज असेल तेव्हा कष्टाचे काम करू शकतात आणि ते करतातही. पण सहसा त्यांना घाम गाळून मेहनत करण्यात, प्रामाणिकपणा सोडून देण्यात किंवा भविष्याविषयी दूरदृष्टी बाळगण्यात जास्त आनंद मिळत नाही. कदाचित त्यांच्यातील एखादा माणूस या सगळ्यासाठी तयार होईल, शेवटी विलंबाने मिळणारा मोबदला खूप मोठा असेल, पण हा शेवट कधी येईल आणि कुठल्या अनपेक्षित अडचणींचा अडथळा येईल हे कोण सांगू शकते?

धर्माच्या बाबतीतही आदिवासी आणि जातिव्यवस्थांच्या सांस्कृतिक मापदंडांमध्ये फरक आहेत. आदिवासींचा भर धर्मातील अल्पकालीन, लौकिक कार्यांवर तसेच दीर्घकालीन अलौकिक कार्यांवर असतो आणि जातिव्यवस्थेतील लोकांसारखे ते या दोन पैलूंमध्ये खूप मोठा फरक करत नाहीत. यापूर्वी आम्ही नमूद केले होते त्यानुसार अलौकिक कार्ये समाजाच्या दीर्घकालीन हिताशी संबंधित असतात, जातसंस्थांचे स्पष्टीकरण आणि जतन, लोकांकडून जन्मापासून मृत्यूपर्यंतच्या जीवनचक्राच्या माध्यमातून राखले जाणारे समाजाचे सातत्य याच्याशी त्या कार्यांचा संबंध असतो. व्यावहारिक कार्ये ही व्यक्तिगत लाभासाठी, तत्कालीन

गरजांसाठी आणि वैयक्तिक कल्याणासाठी असतात. धर्माविषयीच्या या प्रत्येक पैलूसाठी वेगळ्या पद्धती, वेगळे उपासक आणि वेगवेगळ्या वर्तनपद्धती ठेवण्याकडे जातिव्यवस्थेतील लोकांचा कल असतो. या दोन्ही प्रकारांचा वापर गावातील सर्व जातीतले लोक करू शकत असले तरी अलौकिक कार्ये ही प्रामुख्याने उच्च जातींसाठी सुयोग्य ठरतात तर लौकिक कार्यांवर कनिष्ठ श्रेणीतील जातींचा अंमल असतो. आदिवासींकडून दोन वेगळ्या पद्धतींचा अवलंब केला जात नाही; धर्मातील दोन्ही प्रकारच्या कार्यांसाठी समान स्वरूपाच्या पद्धती, उपासक आणि रीतींचा वापर करण्याकडे त्यांचा कल असतो.

जातिव्यवस्था असलेल्या गावांतील पुरोहित, जो पुराणग्रंथांतील सर्वेसर्वा असतो तो मांत्रिकांपेक्षा बराच वेगळा असा धार्मिक तंत्रज्ञ असतो. स्थानिक देवतांशी त्याचा थेट, वैयक्तिक संपर्क असतो. बहुतांशी ब्राह्मण असलेला पुरोहित वारसाहक्काने त्याचे काम करत असतो आणि तो उच्च श्रेणीतील जातीचा असतो. तर मांत्रिक सहसा कनिष्ठ श्रेणीच्या जातींतील असतो आणि त्याच्या वैयक्तिक यशामुळे त्याला प्रतिष्ठा प्राप्त होते. पुरोहिताने धार्मिक शुचितेचे उदाहरण ठरावे, असे गृहीत धरले जाते तर मांत्रिकाने प्रामुख्याने अद्भुत शक्तींच्या बाबतीत तत्परता दाखवणे अपेक्षित असते. आदिवासी लोक सहसा मांत्रिक आणि पुरोहित असा फरक करत नाहीत, जे दोघे एकाच देवाच्या सेवेत असतील किंवा एकच माणूस मांत्रिकही असेल आणि पुरोहितही असेल दोघेही प्रामुख्याने अद्‌भुत जीवनाचे प्रदर्शन करण्यापेक्षा दैवी आशीर्वाद देण्यासाठी मदत करतात (मंडेलबाउम १९६६; १९६४, पृ. क्र. ८–११).

आदिवासींच्या धर्मामध्ये सर्वसाधारणपणे त्या प्रदेशातील आदिवासी संस्कृतीची वैशिष्ट्ये आणि काही हिंदू उपासनेच्या काही वैशिष्ट्यांचे मिश्रण असते. आदिवासींना समृद्ध पुराणग्रंथ थेट उपलब्ध होत नाहीत आणि त्यामुळे त्यांच्या धर्मांमध्ये उच्च श्रेणीतील जातींच्या हिंदू धर्माच्या तुलनेत सुव्यवस्थितपणा, खासियती आणि बारकावे कमी असतात. एखाद्या गावातील कनिष्ठ श्रेणीतील जातींना पुराणग्रंथांविषयीचे प्रत्यक्ष ज्ञान आदिवासींइतकेच कमी असेल, पण त्यांची मते आणि रीतीरिवाजांवर हिंदू पुराणग्रंथांचा थेट प्रभाव असतो.

आदिवासी समाज काही विशिष्ट देवतांवर दबाव आणण्याचा प्रभावी मार्ग म्हणून सर्वसाधारणपणे वैराग्यवृत्तीचा आदर कतात, पण उत्तम जीवनाचा किंवा मृत्यूनंतरच्या सुखी जीवनाचा सर्वोच्च मार्ग म्हणून त्याला उच्चस्थान दिले गेलेले नाही. तसेच पुढील जीवन आनंदी राहावे म्हणून कर्मठ पद्धतीचे वर्तन करण्यास आदिवासी फार महत्त्व देत नाहीत (पहा, एस. सिन्हा १९५८ब, पृ. क्र. ५१२).

फ्युरर-हेमेनडॉर्फ यांनी अभ्यासलेल्या दक्षिण आशियाई लोकांमधील नैतिक संकल्पनांची जी तुलना त्यांनी केली आहे, त्यामध्ये याची योग्य प्रकारे नोंद केलेली आहे. त्यांनी केलेल्या बऱ्याच मोठ्या क्षेत्रीय अभ्यासातील निष्कर्ष भारतीय आदिवासींवरील तीन प्रमुख लेखनामध्ये

तसेच ईशान्य भारत व नेपाळमधील आदिवासींविषयीच्या विविध पुस्तकांमध्ये प्रसिद्ध केले गेले आहेत. त्यांनी नेपाळमधील छेत्री या एका हिंदू जातीचा अभ्यासही केला आहे. "नैतिकदृष्ट्या सकारात्मक वर्तन" करून दैवी गुण प्राप्त करता येतात असे छेत्री मानतात; बहुतांश आदिवासी खूप कमी प्रमाणात हे मानतात किंवा अजिबात मानत नाहीत. "कारण काही आदिवासी जीवनचक्रावरही विश्वास ठेवत असले आणि इतर आदिवासी, व्यक्तीचे सामाजिक स्थान उंचावणारे सामाजिक गुण प्राप्त करण्यावर बराच भर देत असले तरी कुठल्याही आदिवासी समाजात आम्हाला हा विचार आढळला नाही की नैतिक निवडींचा परिणाम व्यक्तीच्या भविष्यातील नशिबावर होतो" (फ्युरर-हेमनडॉर्फ १९६७अ, पृ. क्र. १६८). आदिवासी व्यवस्थेतील नैतिक दृष्टिकोन या विश्वावर मोठ्या प्रमाणात एकवटलेला आहे; अशा समाजाला इतर कशाहीमध्ये फारसा रस नसतो.

अखेरीस, इतर फरकांच्या मुळाशी एक मानसशास्त्रीय घटक आहे. आदिवासी लोक सहसा इंद्रियसुखाचा आनंद थेटपणे आणि कुठल्याही मुलाम्याशिवाय घेतात. मग ते खाणे असो, मद्यपान, लैंगिक संबंध, गाणे किंवा नाच करणे असो. "द्विज" वर्ग अशा सुखांच्या बाबतीत दोलायमान वृत्तीचे असतात; अशी सुखं दूर ठेवण्याकडे किंवा त्यांना सुसंस्कृत रूप देण्याकडे किंवा एखाद्या मोठ्या प्रथेच्या आवरणात गुंडाळण्याकडे त्यांचा कल असतो. क्षत्रिय पुरुषांना (त्यांच्यातील महिला नाहीत) इंद्रियसुखांना जास्त वाव देण्याची परवानगी असते, तरीही आदिवासी पुरुषांच्या तुलनेत त्यांवर जास्त मर्यादा असतात.

जी. एम. कारस्टेअर्स यांनी या विरोधाभासाचे उत्तम वर्णन केले आहे. त्यांनी मानसशास्त्रज्ञ आणि मानववंशशास्त्रज्ञ अशा दुहेरी दृष्टिकोनातून या विषयाचा अभ्यास केला. ते राजस्थानात कार्यरत असताना तिथे आलेल्या भिल्ल जमातीच्या माणसांमुळे, उच्च श्रेणीच्या जातींविषयीचे त्यांचे आकलन कसे वाढले त्याविषयी त्यांनी लिहिले आहे. त्या भिल्लांनी तीन दिवस त्यांचे धार्मिक नृत्य केले आणि कारस्टेअर्स यांना हवा असलेला दृष्टिकोन मिळाला. "माझ्या हिंदू जाणकाराने आग्रहाने सांगितले त्यानुसार त्याच्या मूल्यांपेक्षा जाणवण्याइतपत वेगळी मूल्ये असलेले असे ते लोक होते" (१९५७, पृ. क्र. १२६). भिल्ल लोक खूप उत्साहाने नृत्यप्रदर्शन करत होते; ते ओरडत होते, गाणी म्हणत होते, मोठ्यांदा हसत होते आणि न लाजता सर्वांसमोर मद्यपान करत होते. एक भिल्ल पुरुष आणि त्याच्या पत्नीने सर्वांसमोर केलेले प्रेमाचे प्रदर्शन ही बाब गावकऱ्यांसाठी धक्कादायक होती.

नंतर कारस्टेअर्स भिल्लांच्या गावात राहिले तेव्हा त्यांच्या वैद्यकीय रुग्णांमध्ये गुप्तरोग झालेल्या बऱ्याच जणांचा समावेश होता. पण कारस्टेअर्स यांनी इतरांकडून ऐकलेली एक तक्रार तिथे एकानेही नाही केली. ती म्हणजे लैंगिक संबंधांमुळे त्यांचा शक्तिपात झाला आहे. भिल्लांना ब्रह्मचर्य किंवा वैराग्यवृत्ती उपयोगाची नव्हती. ते त्यांचे आयुष्य मजेत जगत होते,

कुठलेही सुख आणि धोके जसे येतील तसे स्वीकारत होते (ती हिंसक वृत्तीची माणसं आहेत) आणि त्यांच्या मायभूमीत ते "स्वतःला कोणापेक्षाही कमी समजत नाहीत, स्वतःविषयी अभिमान बाळगतात आणि परक्या माणसांकडे पाहताना त्यांच्या डोळ्यात प्रामाणिकपणा असतो" (कारस्टेअर्स १९५७, पृ. क्र. १३२–१३६).

या आदिवासींविषयी ज्यांना समजले अशा अनेक पाश्चिमात्यांचे लक्ष, थेट व उत्स्फूर्त भावना व्यक्त करण्याविषयीच्या आणि व्यक्तिगत स्वातंत्र्याच्या त्यांच्या क्षमतांनी वेधून घेतले. ब्रिटिश अधिकाऱ्यांनी सशस्त्र उठावाच्या सगळ्या खुणा पुसून टाकल्यानंतर त्यांच्यात आदिवासींविषयक भावना निर्माण होणे स्वाभाविक होते (पहा, ह्यूटन १९४१). आदिवासींच्या हितांचे संरक्षण करण्यासाठी विशेष कायदा तयार केला गेला आणि स्वातंत्र्यप्राप्तीनंतर अशा कायद्यांमध्ये वाढ झाली. भारतातील आदिवासींची बाजू मांडणारा आणि उत्तम वक्ता असलेला एक विद्यार्थी वेरियर एल्विन त्यांच्या जीवनशैलीमुळे कसा प्रभावित झाला ते त्याने त्याच्या आत्मचरित्रात लिहून ठेवले आहे. मुरिया जमातीमधील तरुणांच्या वसतिगृहात त्याला एक संदेश प्राप्त झाला, ज्यामध्ये स्वाभाविक भारतीय वृत्ती दिसते. तो संदेश म्हणजे मानवी प्रेम आणि त्याची अभिव्यक्ती ही "सुंदर, स्वच्छ आणि अमूल्य" असते (१९६४, पृ. क्र. १६८–१६९). भारतातील वैराग्याच्या परंपरेत हा विचार क्वचितच दिसतो, पण भारतातल्या आदिवासींना तो माहीत आहे.

आदिवासी लोकांचा कल आनंद उपभोगण्याकडे असतो आणि त्यातूनच ते एकत्र येतात. मार्टिन ओरान्स सांगतात की एखादा संथाळ माणूस त्याच्यासारख्याच एखाद्या दूरच्या आदिवासीला भेटतो तेव्हा पारंपरिक प्रथेनुसार विचारल्या जाणाऱ्या पहिल्या प्रश्नांपैकी एक प्रश्न हा असतो, "तुमच्या भागात किती सुख आहे?" त्याच्या दृष्टीने "सुख" म्हणजे एक अत्युच्च सामाजिक अनुभव असतो-सणसमारंभांच्या वेळेस असलेले सामाजिक वातावरण, नृत्य, मद्यपान आणि साहचर्याचा आनंद त्यामध्ये घेतला जातो. "संथाळ माणूस सुख या संकल्पनेकडे जसे पाहतो त्यानुसार सुख म्हणजे सर्वांनी दाखविलेले सामंजस्य आहे, ज्यामुळे सह-आदिवासींसोबत त्वरित एक बंध निर्माण होतो, मग ते कुठलेही असले तरी" (१९६५, पृ. क्र. ८–९).

आनंदावर आधारलेली ही एकजूट हे एक कारण आहे ज्यामुळे त्यांनी जातीय संबंधांना नकार दिला. त्याशिवाय इतर कारणेही होती. एकोणिसाव्या शतकापर्यंत बहुतांश आदिवासी समूहांचा जातिव्यवस्थेवर आधारित गावांशी आणि नागरी संस्कृतीच्या केंद्रांशी फार थोडा संपर्क होता. अनेक जण आणखी दूर राहिले कारण ते त्यांच्या सर्वांत जवळ राहणाऱ्या जातीय समाजातील लोकांपेक्षा वेगळी भाषा बोलत होते. मात्र, जातिव्यवस्थेतील लोकांशी दीर्घकाळापासून सख्य असलेले काही जण अजूनही आदिवासीच आहेत. बडेरी गावातील कोंड लोक बहुधा आठशे वर्षांपासून, जातिव्यवस्थेवर आधारित एका उडिया गावापासून दोन

मैलांच्या अंतरावर राहत आहेत आणि ते अजूनही आदिवासी कोंडच आहेत. उडिया गावामध्ये कोंड कुंभारांची एक जात आहे. याचा अर्थ जातीय जीवनास सर्वांनीच विरोध केलेला नाही. मात्र, अनेकांनी अलीकडच्या काही दशकांत जातिव्यवस्थेच्या सलगतेच्या दिशेने होणाऱ्या चळवळीस वेग येईपर्यंत असा विरोध केला. इतर कोणत्याही सलगतेप्रमाणे यामध्येही फरक स्पष्ट करणारी वैशिष्ट्ये आणि समान गुणांचा समावेश आहे. सर्वांत दुर्गम भागांतील आदिवासी समूहांमध्ये नागरी संस्कृतीचे सांस्कृतिक घटक आढळतात; सर्वांत उच्चभ्रू जातींमध्येही एखाद्या आदिवासी जमातीसारखी ख्याती असलेला आप्तमित्रांचा समूह असतो.

जातीमूल्यांकडे स्थलांतर

एखादा आदिवासी समूह, बहुधा स्वतःच्या आहारावर बंधने घालून, जातीचे गुण स्वीकारण्यास सुरुवात करतो, तेव्हा त्यांच्या सामाजिक भेटीगाठींवर मर्यादा आणण्यासारखी इतर जातीमूल्येही त्याला लागू होतात (पहा, सिन्हा १९५८ब, पृ. क्र. ५१५–५१७; १९६५, पृ. क्र. ६१–६४). कनिष्ठ श्रेणीतील जातीचा सदस्य समाजात प्रगती करण्यासाठी त्यांच्या वर्तनामध्ये बदल करतात, तेव्हा वैराग्य किंवा सामाजिक क्रमवारीसारख्या मूल्यांचा समावेश त्यांनी आधीच त्यांच्या संस्कृतीत केलेला असतो. त्यांना त्या मूल्यांविषयी माहिती असते; त्यांना शक्य असेल तेव्हा त्या मूल्यांविषयी स्वीकृती देण्यास किंवा त्यांनुसार वागण्यास ते नाखूश नसतात. पण आदिवासी जीवनामध्ये वैराग्यवृत्ती, सामाजिक क्रमवारी, "द्विज" पद्धतीमधील इतर मूल्यांना फारसा मान दिला जात नाही. त्यामुळे एखाद्या आदिवासी जमातीत जातीचे गुण स्वीकारण्याबाबत अंतर्गत कलह होऊ शकतो, कारण आदिवासी मूल्यांपासून दूर जाण्याचे ते प्रतीक आहे असे मानले जाऊ शकते आणि ते खरे असते. कोटा समाजात पुरुषाच्या केशभूषेतील बदल हा भाऊबंदकीच्या संघर्षाचा एक मोठा विषय ठरू शकतो (मंडेलबाउम १९४१ आणि १९६०).

एखादा आदिवासी समूह जातिव्यवस्थेकडे ओढला जातो तेव्हा त्या समूहातील सदस्यदेखील त्यांना कमीपणा आणणाऱ्या प्रथा सोडून देण्याचा आणि प्रतिष्ठित प्रथा स्वीकारण्याचा प्रयत्न करतात. सर्वप्रथम म्हणजे गोहत्येसारखे ढोबळ विषय वगळता त्यांना फार काही टाकून द्यावे लागत नाही. पण ते जातीजातींमधील स्पर्धेत जितके जास्त गुंतत जातात, तितका त्यांच्या संस्कृतीमध्ये बदल करण्याचा जास्त दबाव आल्यासारखे त्यांना वाटते. त्यांची आदिवासी मूल्ये वेगळ्या गतीने पण समान सर्वसाधारण दिशेने बदलतात.

सामाजिक नात्यांच्या बाबतीत, नातलगांमध्ये असलेली तुलनात्मक समानता बदलून त्या जागी नात्यांची उतरंड येते, ज्यामध्ये प्रत्येकासाठी अवलंबित्व बंधनकारक ठरते. अगदी जातींच्या क्रमवारीत खूप उंचावर असलेल्यांनाही त्यांच्यापेक्षा खालच्या दर्जाच्या लोकांवर

अवलंबून राहावेच लागते. भूमिकेच्या विशेषीकरणामुळे उत्पादकता वाढते आणि सामाजिक स्तरीकरणामुळे महत्त्वाकांक्षेस उत्तेजन मिळते. पण दोन्हींसाठी आदिवासी व्यवस्थेपेक्षा खूप मोठ्या प्रमाणात अवलंबित्वाची गरज असते.

राजकीय व्यवहारांत आदिवासींना सहसा एखाद्या शासकाची रयत किंवा एखाद्या राज्यातील नागरिक या नात्याने थोडेसे बंधन जाणवते. पण जातिव्यवस्थेवर आधारित समाजात अधिकाधिक सहभागी झाल्यानंतर ते त्यांच्या समुदायाबाहेरील राजकीय प्रभावाकडे अधिक मोकळेपणाने पाहतात आणि त्यांच्या स्वतःच्या गावातील व्यवहारांवर जास्त राजकीय रंग चढतात. आदिवासी समाजात भाऊबंदकी आणि कलहाचा अभाव नसतो. पण जातिव्यवस्थेत सोयरगटांचे राजकारण अधिक प्रचलित असलेले दिसते. काही जातींना इतके संरक्षित वातावरणात वेढल्यासारखे वाटते की इतरांकडून मिळणाऱ्या आव्हानांविषयी ते अनभिज्ञ असू शकतात; एखाद्या आदिवासी समाजात आव्हान देण्यासारखी स्थाने खूप कमी असतात.

आर्थिक संबंधांच्या बाबतीत आदिवासी लहान समुदायातील सर्वांसाठी मुक्तपणे खर्च करण्याची वृत्ती सोडून मोठ्या समाजातील निवडक आणि निश्चित खर्च करू लागतात. आप्तेष्टांशी सढळ हाताने व्यवहार करणे सोडून ते बलुतेदारांशी अधिक मर्यादित स्वरूपाचे व्यवहार करतात आणि ग्राहक व व्यापाऱ्यांशी सुरक्षितपणे व्यवहार करू लागतात.

धार्मिक दृष्टिकोनात होणाऱ्या स्थित्यंतरामुळे आदिवासी माणूस त्याच्या सीमित आणि परिचित वर्तुळातून एका मोठ्या विश्वात पाऊल ठेवतो, जे विश्व त्याच्यासाठी सर्वांगाने अनोळखी असते. अधिक गुंतागुंत असलेल्या धर्माविषयीचे बरेचसे ज्ञान अशा पुराणग्रंथांमध्ये सामावलेले असते, जे विशेष जातींच्या अखत्यारित सुरक्षित असतात. व्यक्तीचे शरीर व मनाविषयीचा नियमित संयम हे धर्मपालनाचे प्रमुख व्यासपीठ ठरते. बदल घडण्याच्या प्रक्रियेत आदिवासी धर्माच्या काही घटकांचा अंतर्भाव लौकिक संकुलात केला जातो आणि बाकीचे घटक सांस्कृतिक देवता आणि धार्मिक विधींमध्ये मिसळून जातात. एखाद्या धर्माची लौकिक कार्ये प्राथमिक स्तरावरून महत्त्वाच्या परंतु दुय्यम स्तरावर ढकलली जातात. आदिवासींच्या स्थानिक देवतेचे रूपांतर एखाद्या स्वायत्त शक्तीतून एखाद्या सहाय्यक विशेष देवतेमध्ये होऊ शकते. आदिवासी लोक जसे प्रतिष्ठितपणाच्या शर्यतीकडे ओढले जातात, तशा त्यांच्या बऱ्याचशा आदिवासी पद्धती सोडून दिल्या जातात. समारंभांच्या वेळेस नृत्य करणे, अल्कोहोलयुक्त मद्याचा नैवेद्य दाखवणे आणि तरुणांसाठी वसतिगृहे या अशा काही प्रथा आहेत, ज्या धार्मिक पंचांनी नामंजूर केल्या. धार्मिक पंच म्हणजे असे लोक जे काही कृत्यांच्या तत्काळ परिणामांपलीकडे जाऊन ती कृत्ये नैतिकदृष्ट्या चांगली किंवा वाईट आहेत का ते सांगतात.

बदलाचा आणखी एक प्रकार म्हणजे स्वप्रतिमेतील बदल. आयुष्यभर इंद्रियसुखांना महत्त्व देणारा एक स्वतंत्र प्रतिनिधी म्हणून स्वतःकडे पाहण्याची वृत्ती आदिवासी माणसामध्ये

असते. एखाद्या जातीचा सदस्य असलेल्या माणसाला काही आनंद दूर ठेवावे लागतात. तसेच त्याच्या जातीची गावातील प्रतिष्ठा आणि त्याचे चिरंतन प्राक्तन यांसाठी त्याला आणखी काही सुखांचा त्याग करावा लागतो. या बंधनांमुळे भविष्यात फळ प्राप्त होईल, असे गृहीत धरले जाते. मात्र आदिवासींना त्याविषयी नेहमीच शंका वाटत आली आहे.

आदिवासी समूहांचे एकीकरण बऱ्याच काळापासून सुरू आहे. डी.डी. कोसंबी यांच्या मते गंगेच्या खोऱ्यातील आदिवासी जमातींवर ख्रिस्तपूर्व सहाव्या शतकाच्या सुरुवातीस कोसला व मगध राज्यांनी आक्रमण केले आणि त्यांना सामावून घेतले (१९६५, पृ. क्र. १२०–१३२). ख्रिस्तपूर्व तिसऱ्या शतकापासून अशोकाच्या आज्ञापत्रांमध्ये आदिवासींचे संदर्भ दिसतात, जसे अशोकाच्या दानशूरपणाविषयी लिहिलेल्या या परिच्छेदात आहे: "देवांना प्रिय असलेला (देवानाम् पिय) अशोक त्याच्या साम्राज्यातील वन आदिवासींचा विचारही करतो आणि त्यांच्यात सुधारणा करू इच्छितो. पण अशोक केवळ दयाळूच नाही तर बलशालीदेखील आहे आणि त्याने त्यांना पश्चात्ताप करण्यास सांगितले आहे, अन्यथा त्यांना मृत्यूदंड दिला जाईल" (बाशम १९५४, पृ. क्र. ५३–५४). नंतरच्या काळातील आदिवासींनाही असाच इशारा दिला गेला होता की त्यांना जर (इतर) देवांना प्रिय असलेल्यांचे–राजाचे प्रियजन बनायचे असेल तर त्यांनी राजाच्या प्रजेवर छापे मारणे थांबवून त्यांच्या रानटी पद्धतींमध्ये बदल करावेत.

ब्रिटिश राजवटीच्या काळात धाडींचे सत्र मोठ्या प्रमाणात कमी झाले. पण आदिवासी प्रथांमध्ये सुधारणा करण्याबाबत ब्रिटिश अधिकारी फारसे उत्सुक नव्हते. आदिवासी समूहांनी जातीय समाजात एकरूप होण्याबाबत त्यांनी वारंवार नाराजी व्यक्त केली. सर हर्बर्ट एच. रिसली यांनी १९०१ च्या जनगणनेचे आयुक्त या नात्याने लिहिलेल्या त्यांच्या अहवालात या प्रक्रियेविषयी लिहिले आहे. त्यांनी १८७३ पासून याचा अभ्यास केला होता. ते लिहितात, "चालूस्थितीत, भारतात सर्वत्र हळूहळू आणि संवेदनाहीन पद्धतीने आदिवासींचे जातिव्यवस्थेत रूपांतर होत आहे." त्यांना आशा होती की याविषयीच्या पुढील अभ्यासात "या विशेष उत्क्रांतीची माहिती कोणीतरी देईल, ज्या उत्क्रांतीमुळे एका मोठ्या लोकसमूहाने तुलनात्मक स्वातंत्र्य सोडून दिले आणि त्या बदल्यात एक अशी परिस्थिती स्वीकारली जिचा सामाजिक दर्जा उंचावलेला असल्याने तिचे अधिक ओझे वाटू शकते" (१९१५, पृ. क्र. ७२). या स्थलांतरामध्ये सहसा उलटा प्रवास होत नाही. आदिवासी जमातींचे रूपांतर जातीमध्ये होण्याची क्रिया अनेकदा घडली आहे, पण जातिव्यवस्थेतील लोकांनी आदिवासी चालीरीती स्वीकारल्याची घटना क्वचित आणि अपवादात्मक परिस्थितीत घडली आहे.[२]

[२] यातील एक संभाव्य घटना नीलगिरी पर्वतातील बडागा समूहाची आहे. हा बडागा समूह साधारणपणे बाराव्या शतकानंतर म्हैसूरच्या सखल भागातून नीलगिरीच्या एकांत प्रदेशात आला. स्थलांतराच्या वेळेस ते जातिव्यवस्थेतून आले होते आणि त्यांनी आदिवासींचे काही गुणधर्म स्वीकारले असे मानतात (हॉकिंग्ज १९६५, पृ. क्र. १२–१३).

जातीय व्यवस्थेतील आकर्षणे आणि प्रतिकर्षणे

आदिवासी लोक जातीय व्यवस्थेकडे ज्या पद्धतींनी खेचले गेले अशा काही पद्धतींचे चित्रण करण्यासाठी तीन आदिवासींची उदाहरणे विचारात घेता येऊ शकतील. त्यापैकी पहिली होती आंध्र प्रदेशातील बायसन पर्वतरांगांमधील रेड्डी जमात (याच नावाच्या जातीशी याची गल्लत करू नये); उर्वरित दोन होते राज गोंड आणि पहाडी माडिया गोंड.

रेड्डींच्या उदाहरणात एका कुटुंबाच्या म्हणजे जमातीच्या प्रमुखाच्या कुटुंबातील व्यवहार केंद्रस्थानी आहेत. ब्रिटिशांनी रेड्डी जमातीच्या सरदारांची नेमणूक प्रमुख (ज्याला मुट्टादार असे म्हणतात) म्हणून केली आणि महसूल वसुलीच्या जबाबदाऱ्या सोपवल्या. या प्रमुखांना कर्तव्याचा मोबदला म्हणून उत्पन्न प्राप्त झाले आणि त्यांच्या सोबत्यांपेक्षा तुलनेत बाहेरच्या जगाशी जास्त संबंध प्रस्थापित झाले. १९४१–१९४३ पर्यंत, ज्या वेळेस फ्युरर-हेमेनडॉर्फ यांनी या समूहाचा अभ्यास केला त्या वेळेस यापैकी काही प्रमुखांनी फिरत्या शेतीला नांगरणीच्या शेतीची जोड दिली होती आणि लिंगायत धर्माचे गुरू केले होते. ते धनिक बनलेले होते आणि इतर सामान्य रेड्डींपेक्षा स्वतःला श्रेष्ठ समजत होते.

अशा एका प्रमुखाने पुढे जाऊन, त्याच्या वडिलांनी केली होती तशी घोषणा केली की तो आदिवासी नाही. त्याने ठामपणे सांगितले की त्याचा कुठल्याही रेड्डी कुळाशी संबंध नाही आणि तो क्षत्रिय वंशातील "राजरेड्डी" आहे. त्याची आई एक आदिवासी जमातीतील मुलगी होती हे सर्वज्ञात होते. तरीही तिच्या लग्नात एक विशेष विधी पार पाडण्यासाठी एका ब्राह्मणास बोलावले गेले आणि त्या विधीमुळे तिला तिच्या पतीसोबत अन्नग्रहण करण्याचा अधिकार प्राप्त झाला.

त्या प्रमुखाने एका दूरच्या गावातील "त्याच्या स्वतःच्या जातीतील" मुलीशी लग्न केले होते, तेही एका ब्राह्मण पुरोहिताच्या मदतीने. इतर जमातप्रमुखांनी त्याच्या या लबाडीचा उपहास केला, पण "त्याच्या उच्च श्रेणीच्या जातींविषयीच्या दाव्यांना स्थानिक पातळीवर मान्यता प्राप्त झाली आणि इतर रेड्डीं लोकांच्या सामाजिक व धार्मिक विधींबाबतच्या त्याच्या अलिप्तपणाने त्याला आदिवासी जीवनाच्या बाहेरचे व वरचे स्थान दिले आणि त्याला व त्याच्या प्रजेला रेड्डी आदिवासी प्रथेनुसार राहणाऱ्या मुट्टादारांपेक्षा वेगळा सामाजिक दर्जा मिळाला." रेड्डी समाजातील इतर प्रमुखांनी आदिवासी आणि जातीय व्यवस्थेतील सांस्कृतिक फरक कमी करण्यात सुरुवात केली होती; या प्रमुखाने त्याच्या स्वतःच्या कुटुंबाची जात स्थापन करण्याचा एक वेगळा उपाय करून ते अंतर पार केले, जे वरवर पाहता यशस्वी ठरलेले दिसते (फ्युरर-हेमनडॉर्फ १९४५, पृ. क्र. १६७–१७३).

जनजातींचे जातिव्यवस्थेत रूपांतर होण्याची काही परस्परविरोधी उदाहरणे गोंड लोकांमधील दोन विभागांत आढळतात. राज गोंडांनी थेट उच्च जात श्रेणीमध्ये प्रवेश केला;

पहाडी माडिया गोंड लोकांनी जातिव्यवस्थेत सहभागी होण्यास नकार देण्याचा प्रयत्न केला तरीही ते त्यात सहभागी झाले आहेत. एकंदरीत चार दशलक्षांपेक्षा जास्त गोंड आहेत; ते द्रविडांची भाषा बोलतात आणि त्यांचा प्रमुख अधिवास आंध्र प्रदेश व लगतच्या राज्यांमध्ये आहे. राज गोंडांविषयी याआधी थोडक्यात लिहिलेले आहे.

आरंभिक शतकांमध्ये राज गोंडांची राज्ये होती, मात्र त्यांच्या राजांनी गोंड समाजाच्या आदिवासी रूपात बदल केला नाही (एस. सिन्हा १९६२, पृ. क्र. ६१–६५; फ्युक्स १९६०). आता आंध्र प्रदेशातील काही गावांमध्ये राज गोंडांचे वर्चस्व आहे. अदिलाबाद जिल्ह्यातील देवरा हे त्यांपैकी एक गाव आहे. एस.सी. दुबे यांनी १९५० मध्ये त्या गावाचा अभ्यास केला तेव्हा सर्व गावकऱ्यांनी मान्य केले की स्थानिक व्यवहारांचे बरेचसे नेतृत्व राज गोंडांकडे होते. राज गोंड अजूनही गोहत्या करत होते आणि गोमांस खात होते आणि इतकी मोठी वेगळी बाब घडूनही तेथील नेतृत्व राज गोंडांकडे होते. तरीही ब्राह्मण आणि काही विणकरांचा अपवाद वगळता इतर जातसमूहांतील लोक, त्यांच्या हातून पाणी घेत होते. हिंदू धर्मातील कनिष्ठ श्रेणीच्या जातींचे लोकदेखील त्यांच्या हातून अन्न घेत होते.

या अपवादात्मक स्वातंत्र्याचे एक कारण म्हणजे राज गोंडांनी त्यांच्या गावपरिसरात प्रचंड ताकद प्राप्त केली होती आणि बराच काळपासून ती त्यांच्याकडे होती. दुसरे कारण असे की तो जिल्हा मुस्लीम युवराज म्हणजे हैद्राबादच्या निजामाच्या वतनाचा एक भाग होता आणि जातिव्यवस्थेतील लोकांशी होणाऱ्या कुठल्याही संघर्षात, ब्रिटिशांप्रमाणेच निजामाच्या राजवटीचा कल आदिवासींची बाजू घेण्याकडे होता. दुबे यांनी अभ्यास केला तेव्हा निजाम राजवट संपुष्टात आली होती, पण नव्या सरकारचा प्रभाव पूर्णपणे निर्माण झालेला नव्हता (१९५५अ, पृ. क्र. १८९–१९०). या राज गोंडांनी स्वतःच्या अटींवर जातिव्यवस्थेतील संबंधांचा स्वीकार केला. इतर जाती त्यांच्या प्रदेशात स्थलांतरित झालेल्या होत्या, त्यांनी त्यांचे अधिराज्य स्वीकारलेले होते आणि त्याशिवाय त्यांच्या वर्चस्वाला सरकारचे पाठबळ प्राप्त झाले होते.

त्याउलट पहाडी माडिया गोंडांनी स्वतःला जातिव्यवस्थेतील संबंधांपासून दूर ठेवले असून हिंदू धर्माचा प्रभाव नाकारला आहे. जातिव्यवस्थेतील पद्धतींविषयी ते एक प्रकारची अप्रीती दाखवतात, ज्यामुळे काही आदिवासी समूहांचे एकीकरण मंदावले आहे. पहाडी माडिया गोंडांची जमात ही सर्व गोंड आदिवासींपैकी सर्वांत जास्त एकांतवासात राहणारी जमात आहे. बस्तारमधील वनप्रदेशांनी व्यापलेल्या डोंगरांमध्ये साधारण दहा हजार पहाडी माडिया गोंड आहेत. बस्तार हा आंध्र प्रदेशातील सर्वांत मोठा जिल्हा असून तेथील दळणवळणाची व्यवस्था अपवादात्मक वाटेल इतकी वाईट आहे (जय एमएस. १९६१अ; ग्रिग्सन १९४९). पहाडी माडियांच्या परिसरात जातीय व्यवस्थेतील खूप कमी कुटुंबं असली

तरी त्यांना सहभोजनाशी संबंधित प्रतिबंधांविषयी आणि जातींच्या निर्बंधांविषयी माहिती आहे. ते काही जणांकडून अन्न स्वीकारू शकतात पण इतरांकडून नाही आणि अशा काही जाती आहेत ज्या त्यांच्या हातून अन्न घेणार नाहीत, हे त्यांना माहीत आहे.

पहाडी माडिया लोक धार्मिक जत्रेत किंवा बाजारपेठेत जातात तेव्हा त्यांच्याकडील ही माहिती उपयोगी ठरते. जातीय व्यवस्थेत जाण्यासाठी बदल करण्याविषयी त्याची तीव्र नाराजी एका गावात दिसून आली होती. तिथे भातशेतीसाठी नांगरणीवर आधारित शेती करण्याकरिता सुपीक जमीन उपलब्ध होती. ज्वारी-बाजरी हे पहाडी माडियांचे प्रमुख पीक आहे, जे छाटणे आणि जाळणे पद्धतीने पिकवले जाते. भातशेती खूप उत्पादक असली तरी पहाडी माडियांच्या बहुंताश भागात असलेल्या कोरड्या आणि अतिउताराच्या प्रदेशात ती व्यवहार्य ठरत नाही. पण जिथे भातशेती व्यवहार्य आणि फायदेशीर ठरते अशा या गावातदेखील केवळ एक चतुर्थांश लोकांनी जंगलतोड करून केली जाणारी शेती सोडून दिली. बहुतांश लोक जंगलतोड तसेच नांगरणीची शेती करतात; फिरती शेती सोडून देण्याबाबत ते नाखूश असतात कारण त्यांच्यासाठी ती शेती म्हणजे आदिवासी जीवनाचे प्रतीक आहे.

त्यांना अशी शंका असते की त्यांनी पूर्णपणे भातशेती केली तर त्यांची जीवनपद्धतीही पूर्णपणे वेगळी बनेल. अशी जीवनपद्धती ज्यामध्ये त्यांना असे बरेच काही गमवावे लागेल ज्याचा आनंद ते आता घेत आहेत. फिरत्या शेतीमुळे "त्यांचा रोजचा उदरनिर्वाह चालू राहतो आणि त्यांना ती शेती त्यांना इतर सर्वांपासून वेगळे ठेवते" (जय १९६१ब, पृ. क्र. १३७१). त्यांना स्वतंत्र राहायचे असते; त्यांना ज्याची भीती वाटते तो पर्याय म्हणजे एक आश्रित, कमी प्रतीची, दिशाहीन जाती बनणे. त्यांना जातिव्यवस्थेतील लोक आवडत नाहीत आणि ते असे मानतात की ते जातिव्यवस्थेतील नात्यांपासून दूर आहेत. तरीही, ते त्यांच्या आदिवासी धर्मास पूरक ठरावे म्हणून हिंदू धर्मातील काही रीतीरिवाज अंगीकारत आहेत आणि जातिव्यवस्थेची इतर काही वैशिष्ट्यांचा स्वीकार करत आहेत. एकीकडे हिंदू धर्मास नाकारत असताना त्या धर्मातील काही महत्त्वाच्या बाजूंचा स्वीकार ते करत आहेत. एडवर्ड जे निष्कर्ष मांडताना म्हणतात, "अशा रीतीने आपण म्हणू शकतो की माडिया स्वतःचे अस्तित्व कायम ठेवत हिंदू बनत आहेत" (१९६१अ एमएस. पृ. क्र. ३९).

आदिवासींना जातिव्यवस्थेच्या समाजाविषयी वाटणाऱ्या आकर्षणांचे अनेक पदर आहेत. आदिवासी नेत्यांना त्यांच्या समूहामध्ये अधिक सुरक्षित अधिकार आणि उच्च स्थान मिळेल हे जाणवते. हिंदू धर्मातील रीतीरिवाज अलौकिक शक्तीची मदत घेण्यासाठी उपयुक्त पद्धती असल्याचे दिसते. काही आदिवासी जातिव्यवस्थेतील गावांशी संबंध जोडतात कारण तिथे त्यांना अन्न आणि काम मिळते (पहा, बोस १९५३ब; सच्चिदानंद १९६४; १९६५). त्यांच्यातील बदलासाठी अनेक पिढ्यांचा काळ गेला असेल. मात्र तो बदल पूर्ण झाल्यानंतर,

ज्यांचे पूर्वज आदिवासी व्यवस्थेत राहिले होते अशा लोकांनी एक वेगळी व्यवस्था म्हणजे जातिव्यवस्था स्वीकारली. ती व्यवस्था वेगळी आहे, केवळ ती वेगळ्या तत्त्वांवर चालवली जाते म्हणून नाही तर तिच्या क्षमता वेगळ्या आहेत, हेही त्यामागचे कारण आहे. आप्तमित्रांचे नातेसंबंध सर्व समाजास व्यापतील हे आदिवासींचे गृहीतक बदलून त्याची जागा या संकल्पनेने घेतली आहे की आप्तमित्रांची नाती आप्तमित्र नसलेल्यांशी नाते जोडण्याच्या नेहमीच्या पद्धतींनी कसबी आणि स्वाभाविकपणे एकमेकांशी जोडलेल्या जातींच्या उतरंडीमध्ये विभागली गेली आहेत.

आदिवासी व्यवस्थेची वहनक्षमता स्थलांतरित शेतीतील उत्पादनासारखीच मर्यादित आहे. एकमेकांशी एकोप्याने वागणाऱ्या जितक्या लोकांना जातिव्यवस्था सामावून घेऊ शकते तितके एखादी आदिवासी व्यवस्था सामावून घेऊ शकत नाही. जातिव्यवस्थेमध्ये बऱ्याच वेगवेगळ्या आणि उत्पादक खासियती आणि कसबींचा समावेश होऊ शकतो. त्यामुळे जातिव्यवस्थेत फार मोठ्या प्रमाणात ज्ञान सामावू शकते कारण कसबींकडे विशेष कौशल्ये व माहितीची रेलचेल असू शकते आणि ती माहिती व कौशल्ये ते समाजाच्या उपयोगासाठी उपलब्ध करून देऊ शकतात. इतकेच नाही तर, आदिवासी सामाजिक व्यवस्थांच्या नवीन काही स्वीकारण्याच्या क्षमता बऱ्याच मर्यादित असतात; जगभरात सर्वत्र असलेले आदिवासी लोक नवनवीन तंत्रज्ञान आणि विचार आपलेसे करत असताना आदिवासी व्यवस्थेस त्यासाठी अनुकूल बनवणे त्यांना अवघड वाटते आणि अनेकांना आकस्मिकपणे सामाजिक बदल करावे लागतात. पुनरावर्ती बदलाविषयीच्या आपल्या चर्चेत दिसून आले त्यानुसार, जातीय समाजाकडे आधुनिक परिस्थितीशी जुळवून घेण्याची क्षमता अधिक होती.

भारतातील आदिवासी त्यांच्या जुन्या सामाजिक संबंधांमध्ये बदल करण्यासाठी अनेक क्लृप्त्यांचा वापर करतात, जसे रेड्डी व गोंडांच्या उदाहरणात दिसते आणि जसे पुढील प्रकरणात दिलेल्या उदाहरणांत दिसते. या उदाहरणांत हेही दिसते की या सर्व वैविध्यपूर्ण क्लृप्त्या एकाच दिशेने म्हणजे नागरी संस्कृतीच्या वैशिष्ट्यांच्या दिशेने जातात. आदिवासींना तसेच जातिव्यवस्थेतील महत्त्वाकांक्षी गावकऱ्यांना, केवळ काय आपलेसे करायचे त्यापेक्षा काय नाकारायचे आहे ते अधिक स्पष्टपणे समजते. आदिवासींना चलनशीलतेसाठी राजकीय साधनांचा वापर करण्याकरिता विशेष प्रोत्साहन मिळते, कारण सरकारी कायदा आणि सरकारी संस्थांमध्ये त्यांना सनदशीर जागा आणि इतर फायदे उपलब्ध करून दिले आहेत.

विशेष राजकीय वागणूक मिळावी यासाठी आदिवासी समूहाने स्वतःच दबाव आणण्यापूर्वी या तरतुदी केल्या गेल्या. नव्या राष्ट्राचे संस्थापक आणि नेत्यांनी त्यांच्या राजकीय मतांमुळे हे फायदे उपलब्ध करून दिले. देशात अधिक आ वासणारी सामाजिक तफावत कमी करणे हा त्यांचा हेतू होता आणि आहे. आदिवासी जमाती आणि कनिष्ठ

श्रेणीतील जातींना वंचित आणि शासकीय मदतीची गरज असणारे मानणे हे भारतीय समाजातील समतोल साधण्याचे किंवा त्यापेक्षाही एक नव्या प्रकारचे सामाजिक मूल्यमापन तत्परतेने करण्याचे साधन आहे. या देऊ केलेल्या लाभांची अंमलबजावणी ज्या प्रकारे झाली आणि त्या लाभांमुळे ज्या पद्धतीने अनुसूचित समूहाने "मागसवर्गीय" बनून राहण्यात इतिकर्तव्यता मानली त्यावर बऱ्यापैकी टीका केली गेली आहे. तरीही या प्रतिबंधक उपाययोजनांचा परिणाम झाला आहे. या नवीन प्रकारच्या प्रतिबदलामुळे राष्ट्रीय जीवनाच्या मुख्य प्रवाहात आदिवासींना सामावून घेण्याच्या क्रियेस वेग आला आहे.

१९ आदिवासींच्या बदलाची दिशा

भारतातील आदिवासींच्या बदलाच्या दिशा स्पष्ट आणि अपेक्षित आहेत. वास्तविक पाहता सर्व आदिवासी जमाती आता जातिव्यवस्थेचे गुणधर्म स्वीकारत आहेत. दळणवळणामध्ये सुधारणा झाल्यापासून आणि बाहेरचे प्रेरक घटक जास्त जवळून आघात करत असल्याने या बदलांनी वेग घेतला आहे. एक संस्कृती म्हणून आदिवासींकडे दुरून आणि व्यापक दृष्टिकोनातून पाहिले तर, जातिव्यवस्थेकडे होणारे हे स्थलांतर वेगाने होत राहील असे निश्चितपणे वाटते. मात्र, काही विशिष्ट जमाती, गावे आणि कुटुंबांमधील या बदलांकडे जवळून पाहिल्यास आपल्याला कोणती सांस्कृतिक दिशा निवडायची त्याविषयीच बरेच मतभेद, कोणती मूल्ये जपायची त्याविषयी बऱ्यापैकी अनिश्चितता, वेगळ्या सामाजिक संरचनांच्या गरजांबाबत वारंवार दिसणारी वैयक्तिक द्विधा मनोवृती आढळते.

धोरणात्मक समस्या आणि दीर्घकालीन प्रवाह

अभ्यासकाने घेतलेल्या ढोबळ आढाव्यात बदलाची दिशा स्पष्ट असल्यासारखी वाटते. पण एखाद्या संघर्षात प्रत्यक्ष सहभागी असणाऱ्यांसाठी त्या संघर्षाचे फलित सहसा एखाद्या विशिष्ट फलितापेक्षा वेगळे असते. या फरकाशी जुळवून घेण्याच्या अनेक संभाव्य पद्धती असतात. राजकीय लोकशाहीने प्रवेश केल्याने आदिवासींसाठी तसेच इतर गावकऱ्यांसाठी नवीन शक्यता निर्माण झाल्या आहेत; मतदार आणि दबावगटाचे सदस्य म्हणून वावरणे फायद्याचे आहे, हे आदिवासी नेत्यांनाही समजले आहे.

सरकारी अधिकारी आदिवासी लोकांशी सौम्यपणे वागत असत. आदिवासींचे वास्तव्य असलेल्या जमिनीवर बाहेरच्या राजांकडून दावा केला जाण्याची शक्यता असे. पण आदिवासींवर पक्के नियंत्रण मिळविण्यासाठी ते दावे पुरेसे नव्हते आणि आदिवासींच्या बहुतांश जमिनी इतक्या मौल्यवान नव्हत्या की त्या जिंकून घेण्यासाठी खूप प्रयत्न करावेत. ब्रिटिश प्रशासकांनी नरबळी किंवा करवसुली करणाऱ्यांचे उच्चाटन करणे यांसारख्या अवाजवी आदिवासी प्रथा मोडून काढल्या. पण आदिवासी जीवनपद्धती जतन करण्याचे काही तुरळक प्रयत्न वगळले तर ब्रिटिशांनी त्यामध्ये थेट ढवळाढवळ केली नाही. राजकीय स्वातंत्र्य प्राप्त झाल्यानंतर मात्र, शासनाच्या हस्तक्षेपाची व्याप्ती आधीपेक्षा वाढली आणि आदिवासी गावांतील शासनाचे बळ वाढले. विशेषकरून निवडणुकीच्या काळात राजकीय समूहातील संधी स्पष्ट दिसू लागल्या.

या बदलांमुळे आदिवासींसमोर असलेले पर्याय बदलले आहेत आणि त्यामुळे काही वेळेस त्यांच्या अडचणी जशा वाढल्या त्याचप्रमाणे त्यांच्या लाभांमध्येही भर पडलेली आहे

(पहा, बोस १९६४; फ्युरर-हेमनडॉर्फ १९६७ब). जातीतील सदस्यांसमोरही असेच मतभेद आणि अनिश्चिता असतात. पण आदिवासींना त्यासोबत आधुनिक गरजा आणि आदिवासी गुणधर्मांची सांगड घालणे या विशेष समस्येलाही तोंड द्यावे लागते. आदिवासी लोकांसमोर आता जे पर्याय आणि संघर्ष आहेत त्याचे चित्रण करण्यासाठी पाच अत्यंत वेगळ्या समूहांची उदाहरणे दिली आहेत.

त्यापैकी पहिला समूह ओरिसाच्या डोंगराळ प्रदेशातील कोंड गावातील आहे. आदिवासी नेत्यांना प्रभावी ठरायचे असेल तर एक वर्तनपद्धत सोडून दुसरी कशी स्वीकारावी लागते ते या समूहातून दिसते. नीलगिरी पर्वतातील कोटांच्या उदाहरणातून दिसते त्याप्रमाणे, त्यांच्या समकालीन सामाजिक परिस्थितीसाठी योग्य नसलेल्या स्वप्रतिमेमुळे या वर्तनपद्धतीतील बदलाशी जुळवून घेण्यात अडथळे येऊ शकतात.

आदिवासी लोक त्यांच्या संदर्भ नमुन्यांमध्येही बदल करत आहेत; पश्चिम बंगालमधील भूमिजांच्या काही नेत्यांनी त्यांना सांस्कृतिकदृष्ट्या वंचित लोकांचा नव्याने फायदेशीर ठरणारा दृष्टिकोन स्वीकारण्याची विनंती केली तेव्हा क्षत्रिय जीवनशैली स्वीकारण्यासाठी भूमिज लोकांनी बरेच प्रयत्न केले होते. असेही, अधिक वेगाने सामाजिक प्रगती करण्यासाठी ते राजकीय आणि भौतिक लाभ प्राप्त करू शकतात. नवीन पद्धत स्वीकारण्यासाठी होणाऱ्या या बदलास बाह्य परिस्थितींमुळेही प्रोत्साहन मिळू शकते, जे भोटिया समाजाच्या उदाहरणात दिसते. भोटिया लोक साम्यवादी चीनने अतिक्रमण केलेल्या प्रदेशाच्या सीमेलगतच्या भागात राहत होते. पाचवे उदाहरण संथाळांचे म्हणजे, विशेषतः जमशेदपूर या पोलादी शहरातील आणि लगतच्या परिसरातील संथाळांचे आहे. जातिव्यवस्थेतील लोक आणि जातीतले व्यवहार यांविषयी त्यांना वाटणाऱ्या जुन्या तिरस्कारास त्यांच्या औद्योगिक संबंधांचा आधार मिळाला आहे. त्यांचे नेते ज्या संदर्भ नमुन्याचा अत्यंत उत्साहाने पुरस्कार करतात; त्यामुळे अपरिहार्यपणे पारंपरिक आदिवासी प्रथांकडे संथाळांचा उलटा प्रवास होत असल्यासारखे दिसते. हा उलटा प्रवास फक्त दिसण्यापुरता असतो; प्रत्यक्षात संथाळांना असे माध्यम प्राप्त होते, ज्यामुळे संथाळ समाज आधुनिक राजकीय सहभाग आणि सामाजिक प्रगती या दोन्हींशी जुळवून घेऊ शकतो.

या उदाहरणांमध्ये बदलांसाठी जे माध्यम ठरले त्यांमध्ये एतद्देशीय राजे, धार्मिक गुरू, धर्मनिरपेक्ष शिक्षक, शासकीय अधिकारी, आदिवासी संघांचे नेते, ख्रिश्चन मिशनरी आणि हिंदू सामाजिक सेवा कार्यकर्त्यांचा समावेश होता. प्रत्येक प्रकारच्या माध्यमाने त्यांच्या विशेष पद्धतीने थेट बदल करायचे प्रयत्न केले. अनेकदा एका माध्यमास इतर माध्यमांकडून हिंसक विरोध केला गेला आहे. तरीही, त्यांच्यात भिन्नता आणि विरोध असूनही, आदिवासींनी वर्तनासाठी नागरी संस्कृतीतील समान तत्त्वे स्वीकारावी अशी त्यांची इच्छा होती.

ओरिसातील बडेरी गावचे कोंड

एका भांडणाच्या उदाहरणातून कोंडांच्या द्विधा मनोवस्थेचे वर्णन केलेले आहे. त्या भांडणात बडेरी गावचा प्रमुख केंद्रस्थानी होता (बेली १९६०ब, पृ. क्र. १९७–२३७). एक दिवस तो अत्यंत क्रुद्ध आणि बेताल अवस्थेत होता. जातिव्यवस्थेच्या गावातील लोकांनी त्याच्या माणसांची लुटले होते, त्या लोकांवर तो अर्वाच्य भाषेत ओरडला आणि त्यांना मारहाण करण्याची धमकी दिली; दुसऱ्या दिवशी त्याने एका हिंदू गुरूचा सल्ला नम्रपणे ऐकला आणि मद्यपान सोडण्याची प्रतिज्ञा केली. गुरू करण्यामागे त्याचा एक उद्देश होता तो म्हणजे, "हिंदू सभ्यपुरुष"कसा वागतो हे शिकावे जेणेकरून त्याला सरकारी अधिकाऱ्यांना आणखी चांगल्या प्रकारे हाताळता येईल.

बडेरी गाव हे मध्य ओरिसाच्या फूलबनी जिल्ह्यातील कंधमाल नामक डोंगराळ प्रदेशात आहे. तिथे पाच लाखांपेक्षा जास्त आदिवासी राहतात, जे कुई ही कोंडांची द्रविडीयन भाषा बोलतात; ओरिसातील जातिव्यवस्थेतले बहुतांश लोक उडिया भाषा बोलतात. उडिया ही इंडो-युरोपियन भाषाकुळातील एक भाषा आहे.

बडेरी येथे भांडण झाले त्यादिवशी गावप्रमुख मद्यपान करत बसलेला होता. त्या वेळेस जवळच्या जातिव्यवस्था असलेल्या आणि उडियाभाषक गावातील एक माणूस हळकुंड खरेदी करण्यासंदर्भात त्याला भेटायला आला. हा तोच नृसिंग नावाचा माणूस होता, ज्याच्या विविध भूमिकांविषयी आधीच्या प्रकरणात चर्चा केलेली आहे. 'हरिजन' असूनही तो त्या भागातील उत्तम शिक्षण घेतलेला माणूस होता आणि त्याच्या व्यापारउद्योगामुळे तो इतरांच्या तुलनेत धनिक बनलेला होता. तसेच ओरिसाच्या महसूलप्रमुखाचा सहायक या लहानशा सरकारी पदावर तो कामही करत होता.

नृसिंगाला पाहताच गावप्रमुख प्रचंड संतापला आणि अपशब्द बोलू लागला. एका कोंड माणसाने करापोटी दिलेल्या रकमेपैकी काही रक्कम स्वतःकडे ठेवून नृसिंगाने त्याची फसवणूक केल्याचे प्रकरण, या घटनेपूर्वी काही दिवस उघडकीला आले होते. त्या प्रसंगामुळे धुमसत असलेला आणि मद्याचा अमलाखाली असलेला तो प्रमुख आक्रमकपणे नृसिंगावर धावून गेला आणि नृसिंगाने चटकन तिथून काढता पाय घेतला. मग त्या प्रमुखाने त्याचा राग उडिया भाषिक गावातील तीन माणसांवर काढला. त्या तिघांपैकी दोघे जण व्यापारी आणि एक जण स्थानिक शाळेतील शिक्षक होता. त्यानंतरही रागात असलेल्या त्या प्रमुखाने त्या संध्याकाळी त्याचा राग स्वतःच्या मुलावर आणि सुनेवर काढला. त्या दांपत्याने मग गावप्रमुखाच्या उडिया गुरूकडे शब्द टाकला. दुसऱ्या दिवशी ते गुरू त्या गावप्रमुखाला भेटायला आले. त्या वेळपर्यंत शांत झालेल्या त्याला त्याच्या गुरूंनी काहीतरी सल्ला दिला आणि मद्यसेवन सोडण्याचे वचन त्याच्याकडून घेतले.

एखाद्या कोंड माणसाच्या वागण्यातील मोठा विरोधाभास कसा असतो त्याची एक छोटीशी झलक या शेवटच्या प्रसंगातून दिसते. गावप्रमुख नृसिंगवर चिडलेला होता त्यादिवशी त्याने उडियांमधील दुष्ट माणसांशी भांडण केले; ज्यादिवशी तो शांत होता त्यादिवशी त्याने उडियांच्या उच्च श्रेणीतील जातीच्या मूल्यांचे पालन करण्याचे प्रामाणिक वचन एका उडिया माणसाला दिले.

त्याच्या संतापाच्या उद्रेकामध्ये अनेक प्रकारच्या आवेगांचे मिश्रण होते. एक गावप्रमुख या नात्याने त्याच्यावर गावाबाहेरच्या अधिकारी यंत्रणेचे गावासमोर प्रतिनिधित्व करण्याची आणि बाहेरच्यांसमोर त्याच्या गावातील लोकांची बाजू मांडण्याची परस्परविरोधी जबाबदारी होती. या प्रसंगात त्याने पहिल्या जबाबदारीकडे दुर्लक्ष केले आणि दुसऱ्या भूमिकेचे प्रदर्शन प्रचंड आवाका व भावनेसह केले गेले. त्याच्या अगदी समोर असलेले लक्ष्य होते एक उडिया 'हरिजन' माणूस. पण त्याने सर्व प्रकारच्या आणि सर्व जातींच्या उडियांसाठी अपशब्द वापरले, "त्यात त्याने केवळ दुसऱ्यांना फसवून पैसे कमाविणारे खोटारडे आणि चोर अशी रासवट, शिवराळ भाषा त्यांच्यासाठी वापरली." त्याशिवाय, ते लोक उत्तम शिक्षणाचा व राजकीय ताकदीचा वापर गरीब कोंड आदिवासींकडून पैसे उकळण्यासाठी करतात, असा आरोप त्याने केला. एकाच तक्रारीच्या या दोन बाजू होत्या; उडिया लोक कोंडांना व्यापारात फसवतात आणि त्यांच्या राजकीय ताकदीचा गैरवापर करूनही फसवतात. "ही त्यांची [कोंड लोकांची] ठरलेली तक्रार आहे आणि त्यांच्या संस्कृतीपेक्षा या सामाजिक संबंधांच्या बाबतीत ते उडियांपेक्षा वेगळे आहेत आणि याबाबतीतच उडियांकडून त्यांना विरोध होतो असे त्यांना वाटते" (बेली १९६०ब, पृ. क्र. २३२).

कोंड लोकांना व्यापार आवडत नाही, तर उडिया गावातील अनेक जण त्यावरच प्रगती करतात. कोंडांना व्यापार म्हणजे "एकाच वेळेस त्यांच्या प्रतिष्ठेपेक्षा कमी दर्जाची आणि त्यांच्या क्षमतेबाहेरची गोष्ट वाटते." स्वतःविषयी अभिमान असणारा कोंड माणूस त्याच्या उत्पादनांचा व्यवहार करण्याचे काम त्याच्या गावातील 'अस्पृश्यां'वर सोपवतो. इतकेच नाही तर, बऱ्याचशा कोंडांना असे वाटते की व्यापारात यशस्वी ठरण्याइतके ते हुशार किंवा धूर्त नाहीत.

बडेरी गावातील प्रसंगात व्यापाराचा समावेश होता, कारण नृसिंग तिथे थोडी हळद खरेदी करायला आला होता. हळद हे कोंडांचे प्रमुख नगदी पीक असते. पण गावप्रमुखाने चढविलेल्या हल्ल्यात, त्या वेळेस आणि त्यानंतरही या विशिष्ट संबंधास जागा नव्हती. व्यापारउदिमाचे संबंध इतर प्रकारच्या सामाजिक संबंधांच्या बाहेरचे असल्याचे मानले जाते, असे बेली लिहितात. कदाचित याच कारणामुळे, सर्व सामाजिक संबंधांना जवळच्या नातेसंबंधांच्या आवरणात गुंडाळण्याकडे कल असलेला कोंड समाज, व्यापाराचा तिरस्कार करतो. तरीही उडियांना हळद विकण्यासाठी जेव्हा ते व्यापार करतात तेव्हा ते बाजारपेठेतील

तर्कानुसार वागतात, इतर सामाजिक विषय व व्यापारी ठोकताळ्यांची सरमिसळ करत नाहीत (बेली १९६०ब, पृ. क्र. १३२, १८५, २०५, २२६–२२८). इतर सामाजिक संबंधांपेक्षा व्यापार वेगळा असल्याबद्दल ते नाखुशी व्यक्त करतात आणि तरीही ते जेव्हा खरेदी किंवा विक्रीचे व्यवहार करतात तेव्हा त्यांचे व्यावसायिक संबंध वेगळे ठेवतात.

कोंडांच्या जीवनावर होणाऱ्या नवनवीन प्रभावांचे प्रतिबिंब गावप्रमुखाच्या दोलायमान अवस्थेतून प्रतिबिंबित होते. त्याचे आध्यात्मिक गुरू उडिया आहेत, त्यांच्या अनुयायांची संख्या मोठी आहे; कोंड लोकांना हिंदूंच्या चालीरीती शिकवणे हे त्या गुरूचे काम आहे. गावप्रमुख केवळ धार्मिक कारणांसाठीच नाही तर नव्या प्रकारची राजकीय ताकद आत्मसात करण्यासाठी जो संघर्ष करावा लागतो त्या कारणांसाठी गुरूचा सल्ला ऐकतो आणि त्यासाठीचा मोबदला देतो. "एक अडाणी आदिवासी न राहता एक सभ्य हिंदू बनण्यासाठीच्या त्याच्या संघर्षात ते फायद्याचे ठरते." गावप्रमुख या संघर्षाच्या तळाशी असतो, पण जोपर्यंत तो स्वतः काही विशिष्ट शिष्टाचार आणि संस्कार स्वीकारू शकत नाही तोपर्यंत त्याला आणि त्याच्या माणसांना सहजपणे राजकीय लाभ प्राप्त होणार नाहीत, याची जाणीव त्याला असते (बेली १९६०ब, पृ. क्र. २३५–२३७).

अनेक शतकांपासून महत्त्वाकांक्षी आदिवासी प्रमुखांनी जास्त टिकेल अशी ताकद मिळवता यावी म्हणून मूळ क्षत्रियांसारखे बनणे शिकण्यासाठी हिंदू गुरू केले आहेत. ही जुनी शिकवण प्रामुख्याने एखाद्या आदिवासी प्रमुखाची त्याच्याच माणसांवरील सत्ता वाढावी यासाठी होती; मात्र आता एखाद्या गावप्रमुखालाही, केवळ त्याची स्वतःची ताकद भक्कम करण्यासाठी नाही तर राजकीय लोकशाहीमुळे नव्याने उपलब्ध झालेली ताकद मिळविण्यासाठी हिंदू गुरूचे मार्गदर्शन हवे असते. बडेरीचा प्रमुख, जो आदिवासी परंपरेचे मोठ्याने समर्थन करतो, तो "एकाच वेळेस परंपरावादी आणि प्रगतीवादी बनून" त्याची प्रतिष्ठा आणि अधिकार कायम ठेवतो (बेली १९६०ब, पृ. क्र. २३७).

बडेरीमधील कोंड लोक बहुधा आठशे वर्षांपासून उडिया गावाजवळ दोन मैलांच्या अंतरावर वसलेले आहेत आणि त्यामुळे त्यांच्यात उडिया संस्कृतीतील काही घटक आढळतात. विटाळाची संकल्पना दोन्हीकडे पाळली जाते, धार्मिक विधींसंदर्भातील काही विशिष्ट गुणधर्म दोन्हीकडे सारखे आहेत, वारसाहक्काविषयीचे नियम आणि मुलगा होण्याची गरज किंवा तत्सम व्यक्तिगत मूल्येही समान आहेत (बेली १९६०ब, पृ. क्र. ९१, ९३, १३३, १७५). कोंडांच्या गावात चार विशेषीकृत समूहांनीही आश्रय घेतलेला आहे, कोंड लोहार, धनगर, हलकी कामे करणारे आणि उडिया धनगरांची काही कुटुंबं. गावात मातब्बर असलेले कोंड त्यांच्याशी जातिव्यवस्थेवर आधारित गावातल्या मातब्बर जातीप्रमाणे वागतात. मात्र, उडिया जमीनदारांना त्यांच्या आश्रितांकडून जे काम आणि मानमरातब अपेक्षित असतो तितकी फिकीर कोंड जमीनदारांना नसते (बेली १९६०ब, पृ. क्र. १२१–१५६).

कोंड लोकांना जी सामाजिक तफावत ठळकपणे जाणवते ती या साम्यस्थळांमुळे पुसट झालेली नाही आणि त्यांनी कोंड संस्कृतीतील त्यांचे आदिवासी गुणधर्म सोडून दिलेले नाहीत. कोंड लोकांना उडिया किंवा एकंदरीतच "हिंदू" समाजाच्या चालीरीती व स्वतःच्या चालीरीतींमधील विरोधाभासाची व्यवस्थित जाणीव आहे. अगदी लगेच स्पष्टपणे दिसून येतील असे फरक त्यांच्यात आहेत, जसे भाषा, पारंपरिक पोशाख आणि घरांचे स्वरूप. त्यांचे धार्मिक विधी व समारंभांतील प्रतीके यांच्यामध्येही फरक आहे. शेतीच्या बाबतीत, भातशेतीसाठी कोंड आणि उडिया लोक सारख्याच तंत्राचा वापर करतात, पण कोंड लोक डोंगरउतारावर स्थानपालटाची शेतीदेखील करतात आणि उडिया लोक ती करत नाहीत. बेली म्हणतात की, आपण इतरांसारखेच हिंदू आहोत असे कोंडांचे म्हणणे आहे, पण त्यांच्यात आणि उडिया लोकांमध्ये खूप ठळक फरक आहे (बेली १९६०ब, पृ. क्र. ३–४).

उडिया शासकांनी प्राचीन काळात कोंडांच्या भागात लष्करी वसाहती वसवून त्यांच्यावर वचक ठेवण्याचा प्रयत्न केला होता हे खरे असले तरी कोंडांच्या संस्कृतीचे संक्रमण झाले नाही, ते बऱ्याच प्रमाणात स्वतंत्र राहिले. त्यांनी कर्तव्यनिष्ठ रयत, परावलंबी मित्र किंवा आश्रित सहाय्यक बनून राहण्यास नकार दिला. त्यांनी त्यांच्या समाजाचा आधार असलेले जवळचे नातेसंबंध जपले, त्यांची धार्मिक स्वायत्तता कायम ठेवली, आर्थिक मूल्ये जतन केली आणि मानसिक छाप जपली. त्यांनी राजांना मर्यादित प्रमाणात मान दिला आणि त्यांच्या गावात कसबी जातींना राहू दिले, पण त्यांच्या जीवनशैलीमध्ये, यांपैकी पैकी कोणीही आवश्यक आहेत असे त्यांनी मानले नाही.

विसाव्या शतकात ही व्यवस्था पूर्वीइतकी यशस्वी ठरली नाही. कोंडांच्या प्रदेशाचे विलग राहणे कमी झाले आणि कोंडमाळच्या बाहेरील प्रभाव तिथे जास्त जाणवू लागले. उडियांकडे असलेल्या काही वस्तू कोंडांना हव्याशा वाटू लागल्या आणि त्यांनी संपूर्ण भारतातील जातिव्यवस्थेप्रमाणे जातसंघ स्थापन करण्यास सुरुवात केली. त्यांनी कुई समाज नामक एका प्रगत जातसंघाची रचना केली, जो कोंड जमातीसाठी तेच करण्याचा प्रयत्न करतो जे बडेरी गावाच्या गावप्रमुखाच्या गुरूंनी गावप्रमुखासाठी करणे अपेक्षित होते. ज्या मोठ्या समाजाशी कोंडांचे संबध निर्माण झाले आहेत त्या समाजाकडून लाभ प्राप्त करण्यासाठी कोंडांना समर्थ बनविण्याकरिता केलेला तो एक स्वयंअध्ययनाचा प्रयत्न आहे. कोंडांचे अस्तित्व टिकविणे, त्यांच्यातील एकी मजबूत करणे आणि मते देणे हे उद्देशदेखील यामागे होते (बेली १९६०ब, पृ. क्र. १८६–१९३). एखाद्या जातगटाशी संबंध जोडण्यापेक्षा किंवा एखाद्या राजकीय युतीमध्ये सामील होण्यापेक्षा स्वतंत्र राहून अधिक लाभ प्राप्त करू शकतील इतके पुरेसे संख्याबळ कोंडांकडे आहे.

विसाव्या शतकाच्या मध्यावर हा नवीन प्रवाह अजून बराचसा निर्मिती अवस्थेत होता. कुई समाजाला अजून मोठ्या संस्थेचे स्वरूप मिळाले नव्हते आणि प्रातिनिधिक लोकशाहीची

फक्त रूपरेखाच बहुतांश कोंडांना समजलेली होती. मात्र, बेली सांगतात की महत्त्वाकांक्षी कोंड माणसाकडे केवळ कुळापेक्षा आणि गावकऱ्यांपेक्षा प्रगती करायचे एवढेच उद्दिष्ट नसते किंवा त्याच्या पूर्वजांप्रमाणे तो काही पंचक्रोशीतील गावांचा प्रमुख बनण्याची आकांक्षा बाळगत नाही. त्याउलट, तो राजकीय पक्षात काम करण्यासाठी कुई समाजाच्या आतल्या गोटात वर्तुळात शिरण्याचा प्रयत्न करतो, "आणि काळाच्या ओघात विधानसभेचा सदस्य बनून वरच्या पातळीवर पोचण्याची आकांक्षा बाळगतो" (बेली १९६०ब, पृ. क्र. १८६). नवी उंची गाठण्यासाठी मार्गक्रमण करत असताना त्याला आदिवासी परंपरावादी आणि राजकीय प्रगतिशील अशा दोन्ही भूमिका पार पाडाव्या लागतात, जे सहजपणे घडत नाही.

आता कोंड लोक तीन सामाजिक-राजकीय व्यासपीठांवरून काम करतात; ते आदिवासी जीवनपद्धतीची काही वैशिष्ट्ये त्यांच्या जगण्यात कायम ठेवतात, एका जातीसारखे वर्तन ते जास्त करतात आणि लोकशाही व्यवस्थेत स्थान निर्माण करायला त्यांनी सुरुवात केलेली असते (बेली १९६०ब, पृ. क्र. २६९–२७२). प्रत्येक पातळीसाठी वेगवेगळे नियम लागू होतात आणि कोंडांसमोर अशी परिस्थिती निर्माण होते, ज्यामध्ये कशा प्रकारचे वर्तन योग्य ठरेल ते त्यांना स्पष्ट माहीत नसते. कुठल्याही समाजातील प्रत्येक व्यक्तीच्या द्विधावस्थेचा तो एक भाग असतो. काही व्यक्तिमत्त्वांच्या बाबतीत आणि प्रत्येक व्यक्तींच्या आयुष्यातील विशिष्ट टप्प्यावर अनिश्चितता अधिक मोठ्या असतात. पण एखाद्या माणसाच्या समाजात स्थित्यंतर होत असले तरी व्यक्तिगत पर्याय सहजपणे निवडता येत नाहीत आणि विकसित होत असलेल्या राजकीय व्यवस्थेत एखाद्या दिवशी सत्ता मिळविण्यासाठी समूहाचा प्रमुख कधी प्रत्यक्ष, अनिर्बंध आदिवासीसारखे वर्तन करू शकतो आणि कधी एखाद्या कर्तव्यदक्ष अनुयायासारखे वागू शकतो.

तमिळनाडूच्या (मद्रास) नीलगिरी पर्वतातील कोटा समाज

प्रत्यक्षात जे पर्याय निवडले जातात ते लोकांच्या स्वतःविषयीच्या दृष्टिकोनावर आधारित असतात. बरेचदा हे दृष्टिकोन आधीच्या काळातून वारसा म्हणून मिळालेले असतात आणि समूहाला समकालीन वास्तवाशी जुळवून घेण्यासाठी फारसे उपकारक ठरत नाहीत. कधीकधी मोठमोठ्या राष्ट्रांमध्ये आणि भारतातील आदिवासींमध्येही अंतर निर्माण झालेले दिसते. या अनुषंगाने, नीलगिरी पर्वतातील कोटा लोक तेथील मूळ रहिवासी असल्याबद्दल स्वतःविषयी अभिमान बाळगतात आणि त्या भागातील त्यांच्या ज्येष्ठतेमुळे तसेच कसबी कौशल्यांमुळे त्यांच्याविषयी विशेष विचार केला जाण्याचा अधिकार त्यांना असतो. किंबहुना, त्या जिल्ह्यातील सध्याच्या लोकसंख्येत त्यांचे प्रमाण खूप कमी आहे आणि तेथील अनेकांना त्यांच्याविषयी काही माहिती नाही. कोटा लोकांची केवळ सात गावे आहेत; त्यांची एकूण

संख्या अंदाजे ११०० आहे आणि तरीही त्यांनी स्वतःची भाषा, धर्म, सामाजिक व्यवस्था व वेगळेपणाची जाणीव अबाधित ठेवली आहे. मोठ्या आदिवासी समाजांत दिसणाऱ्या बदलाच्या सर्वसाधारण प्रक्रिया या छोट्याशा पुंजक्यामध्येही घडतात. एखाद्या समूहाची स्वप्रतिमा वर्तमान परिस्थितीशी जुळवून घेताना त्यांच्यासाठी कशी अडसर ठरू शकते त्याचे उदाहरण त्यांच्या या प्रकरणातून मिळते.

आदिवासी व्यवस्था आणि जातिव्यवस्था या दोन्हींच्या बाबतीत कोटा समाजातील लोकांची दोलायमान स्थिती होत असते हे मला त्या समाजाच्या अभ्यासात आढळले. उदाहरणार्थ, अंत्यविधींच्या वेळेस मृतात्म्यास गती मिळावी यासाठी आणि शोकाकुल आप्तमित्रांची एकजूट दाखविण्यासाठी अनेक म्हशींचा बळी दिला जात असे. जातव्यवहारांचा प्रभाव वाढत गेला तसतशी अंत्यविधीच्या वेळेस बळी देण्याविषयी तीव्र नापसंती दाखविली जाऊ लागली. कोळमेल गावातील सर्वांनी सर्व मृतांच्या स्मृतीसाठी होणाऱ्या वार्षिक विधींच्या वेळेस एका म्हशीचा बळी देण्याची मर्यादा घालून घेणे कबूल केले. मात्र, त्यानंतर जेव्हा हा समारंभ झाला तेव्हा वाद निर्माण झाले. शोकाकुल व्यक्तींना या मर्यादा नको होत्या. पंचायतीच्या सभेत त्यांच्यातील प्रत्येकाने या मर्यादेसाठी सहमती दर्शविली होती. पण एका मृत व्यक्तीचा नातेवाईक म्हणून शोकाकुल व्यक्तीच्या भूमिकेत शिरल्यावर त्याला जुन्या आदिवासी प्रथांचे पालन करावे आणि कुटुंबाच्या प्रतिष्ठेकरिता शक्य तितक्या म्हशींचा बळी द्यावा असे वाटत होते (मंडेलबाउम १९५४ब, पृ. क्र. ८२–८४).

परंपरावादी आणि सुधारणावादी कोटा लोकांमध्ये जो भाऊबंदकीचा बेबनाव झाला त्याचे नेतृत्व सुली या शाळाशिक्षकाने केले होते, ज्याच्याविषयी याआधी चर्चा केली आहे (पहा, मंडेलबाउम १९६०, पृ. क्र. २२१–२५५). दोन्ही गटांतील कोटा लोकांनी कोटांच्या अक्षमतांवरून एकमेकांवर अत्यंत कटू आरोप केले. ते अजूनही बडगा समाज म्हणजे नीलगिरी पर्वतातील चार आदिवासी जमातींच्या जुन्या व्यवस्थेचा अविभाज्य भाग असल्याचे मानतात. आजच्या काळातील उद्योगी लोक मानत नाहीत, ज्यांपैकी अनेक जण नवनवीन आर्थिक आणि राजकीय संधी प्राप्त करत आहेत आणि ज्यांच्यापैकी बहुतेकांना जुन्या आदिवासी प्रथांमध्ये रस नाही.

नीलगिरी जमातींमध्ये जुनी व्यवस्था ही जातिव्यवस्था होती, जी भारतीय नागरी संस्कृतीची केंद्रं आणि वाहकांपासून दूर एकांतवासात गेली (मंडेलबाउम १९५६, पृ. क्र. ३३–४५). त्यांच्याकडे आधारभूत ठरतील असे पुराणग्रंथांतील ज्ञान नव्हते, वैधता ठरविण्यासाठी ब्राह्मण नव्हते, राज्य करण्यासाठी क्षत्रिय नव्हते. तरीही त्यांची समाजव्यवस्था अनेक शतके व्यवस्थितपणे चालू राहिली. १८१९ मध्ये ब्रिटिशांनी नीलगिरी पर्वतांत येऊन त्या पठारासाठी काही रस्ते बांधले तोपर्यंत पायथ्याच्या सखल भागातील गावकऱ्यांशी या

नीलगिरी लोकांचा फार थोडा संपर्क होता. प्रत्येक नीलगिरी समूह म्हणजे एक संपूर्ण आदिवासी समाज होता, तरीही प्रत्येक समूहाची काही प्रमाणात स्वतःची अशी खासियत होती आणि काही विशिष्ट आर्थिक व धार्मिक विधींच्या सेवेसाठी ते इतरांवर अवलंबून होते.

त्या व्यवस्थेतील आपण एक महत्त्वाचा घटक आहोत असे कोटांना अजूनही वाटते. बडगा शेतकऱ्यांसाठी, टोडा धनगरांसाठी आणि जादुटोणा करणाऱ्या कुरुम्बांसाठी ते कारागीर आणि वाजंत्रीवाले होते. प्रत्येक जमातीतील कुटुंबांचे इतर तीन जमातींमधील कुटुंबांशी बलुतेदारीसारखे संबंध होते. बडगा आणि टोडांना कोटा लोक विटाळकारक वाटायचे कारण ते अंत्यविधीच्या वेळेस संगीत द्यायचे, मेलेली जनावरे हाताळायचे, चामड्याचे काम करायचे आणि गाई-म्हशींचे मांस खायचे. बडगांच्या कार्यक्रमांमध्ये कोटा संगीतकारांना वेगळे जेवायला बसवले जायचे, स्वतंत्र भांडी वापरली जायची आणि बडगांच्या घरात आतल्या भागात किंवा पवित्र वस्तूंच्या आसपास जाण्याची परवानगी त्यांना नसे. एखादा कोटा समाजाचा माणूस बडगा किंवा टोडा माणसाला भेटत असे तेव्हा एखाद्या कनिष्ठ स्तरावरील माणसाने वरिष्ठाला मान देण्यासाठी पाळायचे औपचारिक शिष्टाचार तो पाळत असे.

तरी पूर्वीच्या काळात हा मानमरातब कोटांना कष्टाचा वाटत नव्हता. असा मान देऊनही त्यांना पूर्णपणे कनिष्ठ स्तरावर असल्यासारखे वाटले नाही. त्यांच्याकडे त्यांच्या स्वतःच्या जमिनी होत्या, ते थोडी शेती करायचे, थोडी गुरे पाळायचे. त्यामुळे ते धान्यासाठी बडगा शेतकऱ्यांवर किंवा दुग्धजन्य पदार्थांसाठी टोडा समाजावर पूर्णपणे अवलंबून नव्हते. ते त्यांच्या स्वतःच्या गावांमध्ये राहत होते, स्वतःच गावकारभार चालवत होते आणि त्यांच्यापेक्षा वरचढ असलेले कोणीही रोज त्यांच्यावर सत्ता गाजवायला येत नव्हते. इतकेच नाही तर, त्यांना हे माहीत होते की त्यांनी अवजारे दिल्याशिवाय इतरांना स्वतःची कामे करणे शक्य नव्हते आणि त्यांच्या वाजंत्रीशिवाय बडगांचे काही प्रमुख समारंभ पूर्ण होत नव्हते. कोटा आणि बडगांमध्ये वाद झाले की कोटा त्यांच्या सेवा रोखून ठेवायचे. बडगांना त्याचा पुरेसा फटका बसायचा आणि ते तडजोड करून भांडण मिटवायचे.

चार समूहांमध्ये बडगांची संख्या सर्वांत जास्त होती आणि अजूनही आहे. १८७१ मधील पहिल्या जनगणनेत बडगांची संख्या १९४७६, कोटा १११२, टोडा ६९३ आणि कुरुंबा ६१३ होते. १९६१ च्या जनगणनेपर्यंत बडगांची संख्या ८५,४६३ झाली होती, तर इतर तीन समूह नव्वद वर्षांपूर्वी जसे होते त्या प्रमाणात मोठे झाले होते. लोकसंख्येची आकडेवारी अशी असूनही कोटा बडगांना टोडा आणि कुरुंबांपेक्षा अतिमहत्त्वाचे समजत नव्हते. त्यांच्या उगमाविषयीच्या कथेनुसार कोटा, टोडा आणि कुरुंबा हे अशा भावाभावांचे वंशज होते ज्यांना त्यांच्या मूळ पुरुषाने काही विशेष कार्ये नेमून दिली होती आणि परस्परांवर लागू होतील अशी काही बंधने घातली होती. बडगा तिथे नंतर आले (या संदर्भातील पुराव्यांतून

कोटांविषयीच्या मिथकास दुजोरा मिळतो), ते काही शतकांपूर्वी म्हैसूर प्रदेशातून तिथे पळून आले होते आणि त्या काळात तिथे राहणाऱ्यांनी त्यांना तिथे वसण्याची परवानगी दिली होती.

सध्या नीलगिरी जिल्ह्यात राहणाऱ्या आणि लोकसंख्येचा एक मोठा भाग असलेल्या सर्वांसाठी कोटांसमोर किंवा ऐतिहासिक संदर्भांतही बडगांना फारसे स्थान नाही. मद्रास आणि केरळातून आलेले हजारो स्थलांतरित नीलगिरी पर्वतात येऊन स्थायिक झाले आहेत. तेथील निरोगी हवामान, सुपीक जमीन आणि रोजगाराच्या संधींनी त्यांना आकर्षित करून घेतले आहे. कोटांच्या दृष्टिकोनातून, ते नीलगिरी पर्वतात राहतात पण खऱ्याअर्थी ते तिथले नाहीत. विसाव्या शतकाच्या मध्यातही जुन्या कोटांना असे वाटते की चार जमातींमध्ये त्यांचे स्थान प्रमुख आहे आणि नीलगिरी म्हणजे त्यांना आश्रय देणारी मातृभूमी आहे.

आता तेथील वस्तुस्थिती खूपच वेगळी आहे. नीलगिरी जिल्ह्यात आता साधारण ४००,००० लोक राहतात. तेथील चार स्थानिक समूहांपैकी फक्त बडगांनी संख्या आणि प्रगतीच्या बाबतीत त्यांचा वेग कायम ठेवला आहे. त्यांची संपत्ती आणि शिक्षण यांच्यात वाढ झाली तसे त्यांच्यापैकी अनेकांना जाणवले की कोटा समाजाशी असलेल्या त्यांच्या पारंपरिक संबंधांमुळे त्यांच्या जातीच्या महत्त्वाकांक्षांमध्ये अडसर निर्माण झाला आहे. उदाहरणार्थ, त्यांना असे लक्षात आले की अंत्यविधीच्या प्रसंगी कोटांच्या वाजंत्रीवर नृत्य करण्याची प्रथा बडगांमध्ये होती, तसे नृत्य सन्माननीय श्रेणीचे लोक करत नाहीत. बाजारात तयार अवजारे आणि भांडी मिळू लागली तशी बहुतांश बडगांना कोटा कुटुंबांसोबत असलेले पारंपरिक संबंध अनावश्यक आणि त्रासदायक वाटू लागले. ज्या कोटांनी कनिष्ठ दर्जाचे आश्रित असणे अपेक्षित होते, पण जे स्वतंत्र हक्कदारांसारखे जास्त वागत होते अशा कोटांवर आणखी अवलंबून राहणे बडगांसाठी गरजेचे नव्हते.

बडगा समाजात भाऊबंदकीमुळे पहिली फूट साधारणपणे १९३० मध्ये पडली, तेही कोटांच्या वाजंत्रीच्या विषयावरून (पहा, हॉकिंग्ज १९६५, पृ. क्र. १११–११३, १३४–१३८). अंत्यविधीच्या वेळेस कोटांची वाजंत्री ठेवण्यास सुधारणावादी गटाचा विरोध होता; पुराणमतवादी मात्र त्याबाबत ठाम होते. वाजंत्रीच्या बाजूचे आणि वाजंत्रीच्या विरुद्ध असलेल्या गटांतील अंत्यविधीच्या वेळेस अतिउत्साही लोकांनी हस्तक्षेप केला. १९३६ मध्ये अशाच एका अंत्यविधीच्या कार्यक्रमात दंगा उसळला; पोलिसांनी जमावावर गोळीबार केला आणि बडगांची दोन माणसे मारली गेली. १९६० पर्यंत सुधारणावादी बडगांचे प्रमाण खूप वाढले होते, केवळ काही मोजके पुराणमतवादी बडगाच कोटांच्या सेवेचा लाभ घेत होते आणि त्यांनीदेखील पारंपरिक नातेसंबंध पूर्णपणे कायम ठेवले नव्हते. सुधारणावादी बडगांच्या नेत्यांनी काही काळ कोटांच्या विरोधात एक विशेष द्वेषभावना बाळगली. पूर्वीच्या तथाकथित आदिवासी अवस्थेच्या सर्व खुणा पुसण्यासाठी उत्सुक असणाऱ्या बडगांना कोटांचे अस्तित्व

धोकादायक वाटू लागले; बडगांना जे विसरायचे होते त्याचे स्मरण कोटा करून देत होते, ते म्हणजे अगदी अलीकडच्या काळापर्यंत बडगा अशा काही प्रथांचे पालन करत होते, ज्या प्रथा प्रतिष्ठित आणि सुशिक्षित लोकांसाठी सुयोग्य ठरणाऱ्या नव्हत्या.

उलटपक्षी कोटांच्या नजरेतून बडगा हे प्रमुख प्रतिस्पर्धी ठरले. बडगांनी जुने नातेसंबंध तोडल्याबद्दल पुराणमतवादी कोटांना राग आला. त्यांच्या मते ते नातेसंबंध सुरुवातीच्या काळात जोडलेले होते आणि आता मध्येच ते तोडले जायला नको होते. त्यांना जो आर्थिक मोबदला मिळत असे तो चालू राहणे त्यांना आवडले असते, पण त्यांच्याकडे जमिनी असल्यामुळे बडगांच्या आश्रयाची खूप निकड त्यांना भासत नव्हती. त्यांचा राग प्रामुख्याने यासाठी होता की त्यांना ज्याविषयी ओढ वाटायची तो नीलगिरीतील जुना सुसंवाद बडगांनी जुनी बंधने नाकारल्यामुळे नाहीसा झाला होता आणि कोटांना या नव्या व्यवस्थेत स्वतःसाठी समाधानकारक स्थान दिसत नव्हते. त्याचबरोबर, काही बडगा कोटांना उघडपणे कमी लेखत होते आणि त्यापेक्षाही वाईट म्हणजे अनेक बडगा त्यांच्याकडे दुर्लक्ष करत होते.

कोटांमधील प्रगतिशील लोक स्वतःचे सामाजिक स्थान सुधारण्यासाठी जे प्रयत्न करत होते, त्याला बडगांनी केलेल्या विरोधामुळे कोटांना राग आला. सुली यांनी अनेक दशके बडगांशी लढा दिला. प्रथम तो लढा एक शाळाशिक्षक म्हणून काम करण्याचा कोटा माणसाचा हक्क सुरक्षित ठेवण्यासाठी होता आणि नंतर तो शहरातील उपाहारगृहांत सेवा मिळावी व समान हक्क असलेल्या नागरिकाप्रमाणे तत्सम बाबतीत स्वीकृती मिळावी यासाठी होता. ढोबळमानाने सुली यांना त्यांच्या संघर्षांमध्ये यश मिळाले, पण कोटांच्या पुढील पिढीने, विशेषकरून ज्यांनी थोडेफार शिक्षण घेतले होते त्यांनी कोटांसाठी आणखी चांगल्या दर्जाची मागणी केली.

एखाद्या जमातीला महत्त्वाची जमात किंवा जात म्हणवून घेण्यासाठी त्यात अकराशे लोकांचा समावेश असणे पुरेसे असू शकतात, पण नव्या राजकीय परिप्रेक्ष्यामध्ये विचारात घेण्यासाठी ती संख्या अगदीच थोडी होती. कोटांना व्यापक नातेसंबंध जोडण्याची गरज वाटत होती पण कोणाशी नातेसंबंध जोडायचे ते त्यांना माहीत नव्हते. कोटा आणि बडगा हे दोन्ही समाज खूप मोठ्या घटनांच्या प्रवाहात अडकले आहेत आणि कोटांना त्यांची प्राचीन प्रतिमा सुधारून त्यांच्या सध्याच्या विश्वातील गरजांशी जुळवून घेणे आवश्यक आहे हे फार थोड्यांना समजू लागले होते.

पश्चिम बंगालच्या बाराभूमचे भूमिज

सुधारणेचा पर्याय निवडणाऱ्या आदिवासींना बदल कितपत योग्य ठरतील याविषयीचे अवघड निर्णय घ्यावे लागतात. बिहार आणि पश्चिम बंगालमध्ये राहणाऱ्या जवळपास पाच लाख भूमिजांच्या बाबतीत ही निवडीविषयीची समस्या पाहायला मिळते. समाजात पुढे जाण्यासाठी

पारंपरिक क्षत्रिय जीवनशैलीचा पर्याय आता सर्वोत्तम राहिलेला नाही हे भूमिजांच्या काही नेत्यांना जाणवले तेव्हा भूमिजांनी जातिव्यवस्थेत जाण्यासाठी आणि आपण क्षत्रिय आहोत हे स्वतःला पटवून देण्यासाठी किती प्रयत्न केले त्याचे वर्णन सुरजित सिन्हा यांनी त्यांच्या लेखमालेत केले आहे. भूमिजांनी स्वतःला आदिवासी म्हणून घोषित केले तर अधिक लाभ मिळू शकतील असे त्या लोकांनी ठरवले.

भूमिजांनी क्षत्रिय बनण्याच्या उद्दिष्टास वाहून घेतले असल्यामुळे अशा प्रकारे पुन्हा मागे वळणे सोपे नव्हते. भूमिज नेत्यांच्या १९५४ मधील बैठकीच्या माहितीत या द्विधावस्थेविषयी लिहिले आहे. बहुतेकांनी क्षत्रिय दर्जा स्वीकारण्याच्या प्रयत्नांचे समर्थन केले. या प्रयत्नांचे नेतृत्व मोठ्या जमिनदारांकडून साधारणपणे ४० वर्षांपासून केले जात होते. पण या बैठकीमध्ये परस्परविरोधी मते ऐकायला मिळाली. आमदार (राज्य विधानसभेचा सदस्य) असलेला एक भूमिज म्हणाला, “आपल्या जातीला भूमिज-क्षत्रिय म्हणण्याच्या कार्यक्रमावर बंदी आणली पाहिजे. एक आमदार म्हणून असलेल्या माझ्या अनुभवातून मी जाणतो की आपण क्षत्रिय होण्याचा दावा केला तर आपल्याला आदिवासी म्हणून शासनाकडून काही सुविधा मिळणार नाहीत” (एस. सिन्हा १९५९, पृ. क्र. २४). आणखी एका वक्त्याने असे आवाहन केले की भूमिजांनी ते स्वतः आदिवासी असल्याचे जाहीर करावे आणि अधिकृतपणे तशी नोंद करून घ्यावी. त्याने याकडेही लक्ष वेधले की भूमिज जर क्षत्रिय असण्याबद्दल आग्रही राहिले तर तार्किकदृष्ट्या त्यांना स्वतःचे नांगर धरणे बंद करावे लागेल, विधवांचे पुनर्विवाह बंद करावे लागतील आणि भातापासून बनवलेले मद्य सेवन करणे सोडावे लागेल. अनेक दशकांपासून सुधारणांसाठी विनवणी केल्यानंतर अजूनही अनेक भूमिज या बाबतीत आदिवासींच्या पद्धतींचाच अवलंब करत आहेत. “आपल्या जमीनदार वर्गाची उदाहरणे पाहता आपल्याला काय लाभ होणार आहेत?” (एस. सिन्हा १९५९, पृ. क्र. २५).

काही भूमिज जमीनदार, म्हणजे मोठ्या जमीनधारकांना क्षत्रिय म्हणून स्वीकारण्यात आले होते आणि एक नवीन जात स्थापन करण्यासाठी त्यांनी स्वतःला भूमिज समाजापासून पूर्णपणे वेगळे केले होते (एस. सिन्हा १९५९, पृ. क्र. ११; १९६२, पृ. क्र. ५२–५८, ७२–७५). मात्र असे पाऊल उचलण्यासाठीची आर्थिक ऐपत भूमिजांमधील बऱ्याच जणांकडे नव्हती–ब्राह्मण, वंशावळ लिहिणारे आणि विशेष सांस्कृतिक विधींसाठी येणारा खर्च त्यांना परवडण्यासारखा नव्हता–तसेच त्यांना आदिवासी प्रथांमुळे मिळणारी सर्व सुखे सोडून देण्याची इच्छा नव्हती.

भूमिज बंगाली भाषा बोलतात आणि अनेक जातींचा समावेश असलेल्या गावांत राहतात. तिथे बहुधा त्यांचे वर्चस्व असते. ते पूर्णपणे एकांतातील प्रदेशात राहत नव्हते. त्यामुळे जातिव्यवस्थेतील लोक त्यांच्या गावांमध्ये अनेक शतके राहत होते. बिहार आणि पश्चिम

बंगालच्या सीमेवरील बाराभूम परगण्यातील मधुपूर हे असेच एक गाव आहे.[१] गावातील सहा जातसमूहांपैकी भूमिज आर्थिकदृष्ट्या सर्वांत जास्त संपन्न आहेत. त्यांच्याकडे एकूण जमिनीपैकी साधारणपणे चार पंचमांश जमीन आहे. पण गावात भूमिहीन मजूर असलेले काही भूमिजही आहेत. भूमिजांचा स्वतःविषयीचा जो दृष्टिकोन आहे, त्याबाबतीत अत्यंत गरीब भूमिज सहमत आहेत. तो दृष्टिकोन म्हणजे भूमिज हे त्यांच्या मातृभूमीतले सर्वांत जुने रहिवासी आहेत आणि सध्या तिथे त्यांचे राज्य आहे. धनिक कुटुंबं आहार, पेयपान आणि धार्मिक विधींच्या बाबतीत सुसंस्कृत मापदंडांचे पालन करतात. तसेच इतर सुसंपन्न कुटुंबांशी लग्नसंबंध जोडण्याकडे त्यांचा कल असतो. सर्वांत गरीब लोक लग्नसंबंधासाठी आणखी एक वेगळा वर्ग तयार करतात. त्या वर्गातील कुटुंबांची खर्चांची ऐपत कमी असते (एस. सिन्हा १९५९, पृ. क्र. १२–१३; १९६२, पृ. क्र. ४८–५२). मात्र, त्यांपैकी कोणीच स्वतःला इतर भूमिजांपेक्षा वेगळे समजत नाही.

मधुपूरचे भूमिज अर्धा डझन किंवा त्यांपेक्षा जास्त कसबी जातींशी बलुतेदारी संबंध ठेवतात; आठवडी बाजारात साधारण तीस जातींच्या लोकांशी त्यांची गाठभेट होते. त्यांच्या जातींच्या मापदंडांशी ते इतके एकरूप झालेले असतात की त्यांना ब्राह्मण, नाभिक आणि परीट/धोब्यांच्या सेवांची गरज वाटत नाही. त्यांची जात ही हिंदू धर्मातील एक जात आहे असे ते समजतात आणि इतर बहुतेक जण त्यांच्याविषयी तसाच विचार करतात (एस. सिन्हा १९५९, पृ. क्र. १०). पण भूमिजांना कोणते स्थान द्यायचे याविषयी त्यांच्या सोबतच्या गावकऱ्यांमध्ये बरीच मतभिन्नता असते. परिसरातील इतर तीन आदिवासी समूह भूमिजांना सर्वांत उच्च श्रेणीतील एक म्हणजे ब्राह्मणांच्या स्तरावरील किंवा त्यांच्यापेक्षा उच्चस्तरावरील असल्याचे समजतात. पण गावातील अधिक प्रतिष्ठित ब्राह्मण भूमिजांना रजपूत आणि व्यापाऱ्यांच्या खालच्या श्रेणीतील, धोबी, विणकर आणि मद्य गाळणाऱ्यांच्या पातळीवरचे समजतात (एस. सिन्हा १९६५, पृ. क्र. ७४; १९५९, पृ. क्र. १०–११). हे ब्राह्मण भूमिजांसाठी काम करत नाही; अगदी सधन भूमिजसुद्धा केवळ निर्धन आणि "कमी प्रतीच्या" ब्राह्मणांनाच त्यांच्यासाठी काम करण्याकरिता उद्युक्त करू शकतात. ज्या आदिवासींमध्ये भूमिजांचे स्थान मोठे असते अशा आदिवासींबरोबरच राजकीय सख्य निर्माण करण्यास काही भूमिज नेते का तयार असतात त्याचे स्पष्टीकरण यातून मिळू शकते.

ब्राह्मणांकडून भूमिजांना कमी दर्जा दिला जातो कारण, त्यांच्या सर्व महत्त्वाकांक्षांसाठी, त्यांच्यापैकी काहींनी आहार, स्त्रिया आणि मृत्यू यासंबंधीच्या आदिवासी गुणधर्मांचा त्याग केला आहे. त्यांच्यातील अनेक जण अजूनही मद्यसेवन करतात आणि चिकन खातात;

---

[१] बाराभूम परगणा बिहारच्या मानभूम जिल्ह्यात होता. नोव्हेंबर १९५६ मध्ये या जिल्ह्यातील फार मोठा भाग पश्चिम बंगालच्या पुरालिया जिल्ह्यात सामील केला गेला.

त्यांच्या समाजातील स्त्रियांना पुनर्विवाह करण्याची आणि समारंभांत नृत्य करण्याची मुभा असते; त्यांच्यातील मयताचे दहन करण्याऐवजी दफन केले जाते आणि नंतर त्याच्या अस्थी पुन्हा दुसरीकडे नेऊन पुरण्यात येतात. ही प्रथा भारतातील अनेक आदिवासी संस्कृतींमध्ये सारखी आहे (एस. सिन्हा १९५९, पृ. क्र. ११; १९६५, पृ. क्र. ७५–७७). अनेक गावांमध्ये भूमिजांचे वर्चस्व असले तरी अद्यापही आदिवासी म्हणून त्यांच्यात असलेल्या अवगुणांकडे दुर्लक्ष करावे यासाठी मूळ "द्विजांचे" मन वळविण्याइतके ते पुरेसे सधन आणि सामर्थ्यशाली बनलेले नाहीत. उच्च श्रेणीच्या जातीचे लोक त्यांना कमी प्रतीच्या प्रथांचे पालन करणारे आदिवासी समजतात. मात्र, त्यांचे आदिवासी शेजारी त्यांना मातब्बर जमीनदार समजतात. असे जमीनदार जे त्यांचे मूळ मापदंड आणि क्षत्रियांचे मापदंड या दोन्हींचे पालन करतात. त्यामुळे हे आदिवासी भूमिजांना त्यांच्या भागातील श्रेष्ठ लोकांपैकी एक समजतात.

सुधारणांसाठीच्या चळवळीचा काही प्रमाणात परिणाम झाला. सिन्हा लिहितात की उच्चवर्णीय हिंदूंवर चांगली छाप पडावी यासाठी त्यांची समलिंगी लैंगिकता किंचित कमी करण्यात आली आहे (१९६५, पृ. क्र. ७९). पण ही लैंगिकता कमी करण्याची कृती इतकी मोठी नव्हती की ज्यामुळे त्यांची सुखाविषयीची ओढ कमी होईल. भूमिज हे सर्वसाधारणपणे मेहनती शेतकरी आहेत, पण त्यांच्या कामाचा मोबदला भांडवली संचयापेक्षा आनंदाच्या स्वरूपात मिळावा असे ते मानतात.

त्यांच्या गावांतील स्थलांतरित, विशेषकरून महातो जातीतील शेतकऱ्यांना भूमिजांच्या तुलनेत, भविष्यातील फायद्यांची मोजदाद करण्यात जास्त आणि सुखाच्या मागे लागण्यात कमी रस असतो. या महातोंपैकी बहुतांश जण काटकसरी व भांडवलाभिमुख असतात; आणि भूमिजांनी जमीन हातातून जाऊ नये म्हणून कायदेशीर दक्षता घेऊनही त्यांच्या काही जमिनी स्थलांतरितांकडे जात आहेत, असे स्थलांतरित ज्यांच्या अंगी मेहनत आणि भांडवली फायद्याची वृत्ती भिनलेली आहे (एस. सिन्हा १९६३). या वृत्तीमुळे अधिक प्रमाणात उत्पन्न प्राप्त होते आणि सर्वसाधारणपणे जातीच्या श्रेणीची कायमस्वरूपी प्रतिके प्राप्त करण्यासाठी त्या उत्पन्नाचे पुनर्वाटप केले जाते. एक महत्त्वाकांक्षी जात या नात्याने महातोंनी या परिसरात एका जातसंघाची स्थापना केली आहे. हा जातसंघ भूमिजांसाठी सुचविलेल्या सुधारणा करण्यासाठी प्रेरणा देतो (दास गुप्ता १९६२).

भूमिज महातोंसारखे नसतात, त्यांना आनंदी लोकांच्या सहवासात उत्सव साजरा करण्याने मिळणाऱ्या तत्पर सुखापेक्षा भविष्यातील फायद्यांविषयी कमी आकर्षण वाटते.

या सुखांविषयीचे आकर्षण बऱ्यापैकी टिकून राहणारे असल्याचे सिद्ध झाले आहे; भूमिज त्यांच्या वेगळ्या मापदंडांसाठी बऱ्याच काळापासून ओळखले जातात. भूमिजांच्या प्रमुखांनी बहुधा तेराव्या आणि सोळाव्या शतकांच्या दरम्यान हिंदूंमधील उच्च श्रेणीच्या

जातींना जमिनी आणि विशेषाधिकार बहाल केले आणि स्वतःच्या जवळपास स्थायिक होण्यास उद्युक्त केले त्या वेळेस जातिव्यवस्था निर्माण झाली. ब्राह्मणांनी भूमिजप्रमुखांना क्षत्रिय म्हणून योग्य वर्तन करण्यास शिकवले आणि क्षत्रिय म्हणून दीक्षा, जानवे व एक थोर कूळ अशा सर्व गोष्टींनी सुसज्ज केले.

अशा रीतीने सुसज्ज झालेल्या भूमिजप्रमुखांनी स्वतःची अशी समजूत करून घेतली की त्यांना मिळालेले अधिकार आणि वैधता दैवयोजनेमुळे मिळालेले आहेत. काहींनी आदिवासी समाजात सर्वसामान्यपणे व्यवहार्य ठरणाऱ्या मर्यादित आवाक्याबाहेर जाऊन त्यांच्या अधिकारांचा विस्तार केला. या शासकांनी भूमिज संस्कृतीचे अलौकिक विधीही तयार केले. आदिवासी देवतांना विश्वाचे (आणि राज्याचे) रक्षक म्हणून उच्च स्थान दिले गेले; आदिवासी विधी म्हणजे राज्याचे समारंभ बनले. आदिवासी संस्कृतीमध्ये फारसा विस्कळीतपणा आला नाही आणि नवे घटक भूमिज गावांमध्ये हळूहळू झिरपत गेले. शासकाचे आणि त्याच्या मागासलेल्या प्रदेशाचे हिंदुत्वीकरण झाल्याने त्याला सत्ताकेंद्र राखण्यास मदत झाली, तरी त्याची जनता पूर्वीप्रमाणेच त्याच्याकडे, त्याच्या समान दर्जा असलेल्या स्थायी शासकांतील, तात्कालिक शासक म्हणून पाहत होती. राजाच्या सत्तेस ठोस स्वरूप मिळाल्याने आदिवासींना त्यांच्या गावापासून दूर प्रवास करणे, दरबारातील समारंभ पाहणे आणि शिष्टसंमत राज्यपद्धतीचा एक भाग म्हणून सुरू केलेल्या आठवडी बाजारात नवीन लोकांच्या गाठीभेटी घेणे शक्य झाले.

गावप्रमुखांचा गोतावळा आणि उत्पन्न बरेच जास्त असल्याने संस्कृती-संक्रमणाच्या बाबतीत सहसा त्यांच्याकडून पुढाकार घेतला जात असे. गावप्रमुख दुर्गापूजा (बंगालचा एक प्रमुख विधी) करत असे; प्रत्यक्ष मेहनतीचे काम तो टाळत असे आणि आणि कुटुंबातील स्त्रियांवर गावची वेस न ओलांडण्याचे बंधन घालत असे. अगदी सर्वसामान्य भूमिज शेतकऱ्यांनाही गावातील इतर लोक गमतीने राजा लोक, “राजघराण्यातील माणसे” असे म्हणत असत. त्यांचे शासकांशी नाते आहे असे त्यांना वाटत असे, पण राजदरबारापासून ते इतके दूर होते की स्वतःच्या आदिवासी जीवनपद्धतीमध्ये बदल करण्यासाठी फारसे काही करू शकत नव्हते (एस. सिन्हा १९५७अ, पृ. क्र. ३१; १९६२, पृ. क्र.३८–५५; नवलाखा १९५९).

ब्रिटिश प्रशासकांनी भूमिजांच्या क्षेत्रांत प्रवेश केला त्या वेळेसचे हे भूमिज संस्कृतीचे स्वरूप होते. १८३३ मध्ये एका अधिकाऱ्याने भूमिजांच्या परिसरास भेट दिली, ज्यामध्ये मधुपूर गावाचा समावेश होता; त्याने असे वर्णन केले आहे की तेथील भूमिज हिंदू असल्याचा दावा करतात, पण त्यांच्यासाठी कुठलाही सन्माननीय ब्राह्मण काम करत नाही. पन्नास वर्षांनी, १८८३–१८८४ मध्ये एच.एच. रीज्ली यांनी लिहिले आहे की या भागातील भूमिज हिंदू तसेच आदिवासी देवतांची उपासना करतात. तसेच त्यांच्यातील “अधिक पुढारलेल्या” भूमिजांनी कुटुंबाचे पुरोहित म्हणून ब्राह्मणांची नियुक्ती केली होती. मात्र बहुधा ते “घरंदाज”

ब्राह्मण नव्हते. रीज्ली यांनी लिहिले आहे की भूमिजांनी कुलदेवतेनुसार झालेले कुळांची विभागणी विसरायला सुरुवात केली होती. तसेच अधिक कुलीन बिरूदे मिळविण्यासाठी भूमिज लवकरच त्यांची आदिवासी समूहपद्धती सोडून देतील असा अंदाजही रीज्ली यांनी व्यक्त केला होता. "मग त्या आदिवासी जमातीचे खऱ्या अर्थाने पूर्णपणे जातीत रूपांतर झालेले असेल आणि त्यांच्या खऱ्या वंशासाठी घातक ठरेल अशा सर्व प्रथा ते सोडून देतील" (रीज्ली १९१५, पृ. क्र. ७५; एस. सिन्हा १९५९, पृ. क्र. ९).

भूमिजांनी तसे करण्याचा प्रयत्न केला पण त्यांची गती मंद होती. नंतरच्या दशकांमध्ये याला वेग येऊ लागला; मधुपूर गावाच्या इतिहासामध्ये त्या वेळच्या प्रवाहाचे चित्रण केले आहे (एस. सिन्हा १९५९, पृ. क्र. १२–३०). १८९७ मध्ये वैष्णव पंथातील एका साधूबाबांना मधुपूरमध्ये राहण्याची इच्छा झाली. हे असे साधू भूमिज भक्तगणांना धर्माची दीक्षा देतील आणि त्यांचे गुरू बनतील याची गावकऱ्यांना जाणीव होती. गावप्रमुखाच्या विधवा आईला आध्यात्मिक दीक्षा घेण्याची इच्छा झाली त्यानंतर गावकऱ्यांनी त्यांच्यासाठी स्वतंत्र साधूची नेमणूक केली. त्या साधूने वैराग्याचे उपदेश केले, वरचेवर भजनांचे आयोजन केले आणि प्रवचने करून त्यांमध्ये संस्कृत मजकुराचा अर्थ स्थानिक भाषेत समजावून सांगितला. अशा रीतीने गावकऱ्यांना संस्कृतमधील प्राचीन ज्ञानाचे धडे देण्यासाठी गावातीलच गुरू मिळाला. काही गावकऱ्यांनी गुरूचे उपदेश मान्य केले नाहीत. त्यांची संपूर्ण शिकवण, विशेषतः "वीर्यस्खलन हे सर्व दुष्टचक्रांचे मूळ आहे" हा संदेश स्वीकारण्याइतके समर्पण फार थोड्यांनी दाखवले.

ते साधूबाबा १९१० मध्ये दुसऱ्या गावी जाऊन राहिले आणि १९१४ मध्ये तिथे वेगळे नवीन साधू आले. नव्या साधूबाबांना पुराणग्रंथांविषयी जास्त ज्ञान आहे असे मानले गेले. पण त्यांनी भोगवादी उपदेश केले. त्यामुळे दिलासा मिळाल्याने, पूर्वी ज्या कुटुंबांनी मद्यसेवन आणि अभक्ष्य भक्षण सोडून दिले होते त्यांनी ते पुन्हा सुरू केले आणि नव्या गुरूबरोबर नाचगाण्याच्या आनंदात तल्लीन झाले. नव्या गुरूंनी पुराणग्रंथांतील कथांचे ज्ञान देण्याची पद्धत चालू ठेवली, पण पूर्वीच्या संन्यासी गुरूपेक्षा त्यांनी पुराणग्रंथांतील वेगळ्या पैलूंवर अधिक भर दिला.

मग साधारण १९२१ मध्ये गावकऱ्यांना अशा अफवा ऐकू आल्या की पृथ्वीवर एका नव्या देवाने अवतार घेतला आहे आणि त्याने वैराग्य वृत्ती बाळगत शाकाहारी बनण्याचा उपदेश केला आहे. या अफवा इतक्या प्रभावी होत्या की मधुपूरमधील काहींनी त्यांच्या कोंबड्या आणि शेळ्या सोडून दिल्या. मग अशी बातमी आली की त्या स्वर्गातून अवतरलेल्या राजाचे नाव गांधी होते. १९२३ मध्ये शहरातून गांधींचे काही अनुयायी गावात आले आणि त्यांनी सर्व गैरसमज दूर केले. ही बाब समोर आली की लोकांनी मद्यपान सोडावे आणि खादी परिधान करावी अशी गांधींची इच्छा होती, पण त्यांनी मांस किंवा मासे सोडायला सांगितले नव्हते असे त्यांच्या अनुयायांनी सांगितले.

नंतरच्या काही वर्षांत तिथे अनेक सभा झाल्या, ज्यामध्ये काँग्रेस पक्षाच्या कार्यकर्त्यांनी राजकीय स्वातंत्र्य, अहिंसक पद्धतींचा अवलंब आणि काटकसरीने स्वच्छ जीवन कसे जगायचे त्यावर भाषणे दिली. त्याशिवाय त्या भाषणांतून हेही स्पष्ट झाले की सुधारणांसाठी लोकांना एकत्र आणता येईल. १९३५ मध्ये भूमिजांच्या प्रमुख नेत्यास एक सभा बोलावण्याची प्रेरणा मिळाली, ज्या सभेमध्ये जिल्ह्यातील "भूमिज-क्षत्रिय" संघाची स्थापना करण्यात आली. या सभेमध्ये आहारातील सुधारणा आणि स्त्रियांच्या योग्य वर्तनाविषयीचे ठराव केले गेले. पुढील वर्षी नव्या संघाच्या अधिकाऱ्यांनी गावागावांतून दौरे केले आणि ठरावांचे उल्लंघन करणाऱ्यांना भरपूर दंड आकारला. तिथे फार मोठ्या प्रमाणात कोंबड्यांची कत्तल झाली होती आणि आदिवासींच्या धार्मिक विधींची अवनती केली गेली होती. पण पहिला उत्साह ओसरल्यानंतर कोंबड्या परत आणल्या गेल्या आणि दारू गाळणे पुन्हा सुरू झाले. तरीही, स्त्रियांच्या समूहनृत्यासारख्या काही आदिवासी प्रथा खरोखरच बंद करण्यात आल्या. या स्थितीत राष्ट्रीय स्वातंत्र्याच्या चळवळीमुळे जातिव्यवस्था स्वीकारण्यास जास्त प्रोत्साहन मिळाले.

१९४७ मध्ये स्वातंत्र्यप्राप्तीनंतर एक फार मोठे वळण आले. मुस्लिमांबरोबरच्या संघर्षाविषयीच्या अफवा पसरल्या आणि भूमिज नेत्यांना झारखंड पक्ष या सर्व आदिवासींच्या पक्षाच्या वक्त्याचे म्हणणे ऐकण्यासाठी एकत्र बोलाविण्यात आले. त्या वेळच्या अफवांमध्ये जे धोके दिसत होते, त्यांविरुद्ध धनुष्य, बाण, भाले घेऊन सज्ज होण्याची विनंती त्याने आदिवासी नेत्यांना केली. पण इतर आदिवासी समूहांशी जवळचे नातेसंबंध जोडण्यास भूमिज फारसे उत्सुक नव्हते; ते स्वतःला खरे क्षत्रिय समजत होते. निवडणुकांची वेळ आली तेव्हा भूमिज संघाचा वापर मते मिळवण्यासाठी केला गेला. शासकीय अधिकारी आणि राजकीय उमेदवार गावात खऱ्या आणि आश्वासनांच्या स्वरूपातील भेटवस्तू घेऊन येऊ लागले, तसे भूमिज लोक त्यांची धार्मिक शुद्धता अधिक सुधारण्यात किंवा त्यांच्यातील स्त्रियांचे नृत्य बंद करण्यात रस घेण्याऐवजी राजकीय सहभागात बराच रस घेऊ लागले. १९५८ मध्ये सिन्हा एका सभेस उपस्थित होते, त्याविषयी त्यांनी लिहिले आहे. त्या सभेत क्षत्रिय दर्जास वरवरचे महत्त्व दिले गेले होते. तसेच तिथे उदयाला येणारे नेते हे सुस्थापित प्रमुखांपेक्षा साक्षर आणि सुशिक्षित झालेली सामान्य माणसे होती. संघाच्या नावात आदिवासी म्हणजे मूळचे रहिवासी, हा शब्द सामील करायचा निर्णय घेण्यात आला. त्यामुळे त्या संघाचे नाव भूमिज आदिवासी क्षत्रिय संघ असे झाले.

१९५० पासून भूमिजांचा रजपूत म्हणून ओळखले जाण्यातला रस मोठ्या प्रमाणात कमी होत गेला, तरीही अनेक भूमिजांना स्वतःला आदिवासी म्हणवून घेण्याचा तिटकारा वाटत असे कारण त्यांनी आणि त्यांच्या पूर्वजांनी बराच काळापासून आग्रहाने सांगितले होते की ते क्षत्रिय आहेत. कमी प्रमाणात हिंदुत्वीकरण झालेल्या इतर आदिवासी समूहांच्या तुलनेत भूमिजांना नवीन परिस्थितीशी जुळवून घेणे जास्त कठीण वाटते याकडे सिन्हा लक्ष वेधतात.

"मनात दडलेली, रजपूत म्हणून मान्यता प्राप्त करण्याची अपूर्ण इच्छा आणि मोठेपणा मिळविण्याच्या भंगलेल्या स्वप्नाचे अवशेष शिल्लक असल्याने भूमिज आणि राज गोंडांना सध्या त्यांच्याकडून ज्या ऐहिक अपेक्षा केल्या जात आहेत त्यांच्याशी जुळवून घेणे कठीण वाटते आहे" (एस. सिन्हा १९६२, पृ. क्र. ७८–७९).

रीज्ली यांनी अंदाज व्यक्त केला त्यानुसार "शब्दशः अर्थाने पूर्णपणे एका जातीचे" स्वरूप त्यांना प्राप्त झालेले नाही. तरीही, विसाव्या शतकाच्या पूर्वार्धात त्यांनी त्या दिशेने लक्षणीय वाटचाल केली होती. भूमिज राजांच्या बाबतीत काही प्रमाणात संस्कृतीसंक्रमण झाले. पण एकोणिसाव्या शतकाच्या अखेरीस मधुपूरसारख्या गावांमध्ये कट्टरपंथी साधू राहायला आले तेव्हा महत्त्वाच्या बदलांना सुरुवात झाली होती. त्या साधूंनी वरवर पाहता जातविरहीत पंथाचा उपदेश केला असला तरी या साधूंच्या प्रभावामुळे जातिव्यवस्थेच्या दिशेने होणारे बदल वेगाने झाले; आणि गावात आलेल्या राष्ट्रीय कार्यकर्त्यांची संघटनात्मक तंत्रे एका भूमिज नेत्याने आत्मसात करून घेतली तेव्हा या बदलास आणखी गती मिळाली. मात्र, याला थोडा काळ लोटण्यापूर्वीच राष्ट्रीय चळवळीच्या यशामुळे नवीन परिस्थिती निर्माण झाली. भूमिजांना खात्रीने सत्ता आणि चांगले सामाजिक स्थान मिळवून देण्याच्या बाबतीत क्षत्रिय बनण्याची मोहीम असंबद्ध नसली तरी अपुरी आहे असे त्या परिस्थितीत दिसून आले.

सत्तेत आलेल्या नव्या उमेदवारांना "भूमिज-क्षत्रिय" सुधारणांमध्ये काही बाबतीत विरोध झाला (उदाहरणार्थ स्त्रियांना मोठ्या प्रमाणात समाजापासून दूर ठेवणे); कोंबडी खाण्यास असलेली मनाई, यासारख्या इतर काही विषयांबाबत ते उदासीन होते; आणि त्यांनी शिक्षण व राजकीय संघटनेसारख्या काही विषयांवर प्रचंड भर दिला. या अनुषंगाने, सुधारणा करणाऱ्या जुन्या नेत्यांनी निवडलेले मार्ग अस्पष्ट ठरल्यामुळे त्यांच्या प्रगतीत अडसर आले आणि सामाजिक सुधारणेचे नवीन, गतिमान मार्ग उपलब्ध आहेत असे चित्र दिसले. त्यामुळे, भूमिजांच्या अलीकडच्या सभांमध्ये संघर्ष आणि अस्थिरता दिसून आली.

नवीन राजकीय पद्धतींमध्ये धार्मिक सुधारणांच्या बाबतीत बरेच साम्य आहे. दोघांनाही केवळ भूमिज समाजापेक्षा मोठ्या असलेल्या विस्तृत समाजात प्रगती करण्याची इच्छा आहे. दोघांनाही संयम, शिस्त, तत्पर सुखाचे विलंबन या गोष्टींची गरज आहे. राष्ट्रवादामध्ये जी मुभा मिळते त्यासाठीही "द्विज" मापदंडांइतकीच शिस्तीची गरज असते, पण ही शिस्त आहारनियमनापेक्षा शिक्षणप्राप्तीकडे आणि लैंगिक भूमिका वेगळ्या करण्यापेक्षा राजकीय भूमिका निर्माण करण्याच्या दिशेस जास्त जाते. अधिक बंदिस्त वर्तन आणि व्यापक सामाजिक संबंधांकरिता महत्त्वाची आदिवासी मूल्ये सोडून देणे दोन्ही चळवळींमध्ये गरजेचे ठरते.

आता ज्या भूमिजांना त्यांच्या समूहाचे वर्गीकरण आदिवासी म्हणून केले जावे असे वाटते त्यांना पूर्वीप्रमाणे समाजापासून दूर ठेवणारी आणि सांस्कृतिक वेगळेपण असलेली

जीवनपद्धती नको आहे. किंबहुना त्यांना झालेले ऐहिक लाभ आणि सामाजिक स्तरावरील व्यापक उत्कर्ष अधिक वाढविण्याची त्यांची इच्छा आहे. ही उद्दिष्टे भूमिज राजांनी मांडलेली होती आणि नंतर सांप्रदायिक गुरूंनी त्यांचे समर्थन केले. आपल्या शिष्यांच्या अविनाशी आत्म्यांचा स्तर आपण वाढवत आहोत असे त्या साधूंना वाटत होते, पण त्या शिष्यांसमोर एक व्यापक विश्व खुले करून त्यांनी त्यांच्या भौतिक महत्त्वाकांक्षांची धारही वाढवली होती. त्यांच्यापैकी ज्यांनी थोडेफार आधुनिक शिक्षण घेतले आणि ज्यांना सामाजिक चलनशीलतेचे धोरण कायम ठेवून आदिवासी म्हणून वर्गीकरण करून घ्यायचे होते, त्यांच्या बाबतीत या महत्त्वाकांक्षा आणखी वाढल्या.

उत्तर प्रदेशातील जोहार खोऱ्यातले भोटिया

जोहारी भोटियांनीदेखील पूर्वी क्षत्रियांच्या श्रेणीचा दावा केला होता आणि त्यात ते यशस्वी ठरले होते. तरीही १९५० मध्ये ते स्वतःला शासनाकडून विशेष संरक्षण मिळण्यास पात्र असलेले आदिवासी म्हणवून घेण्याबाबत साशंक होते. राम श्रीवास्तव यांनी सयुक्तिकपणे दाखवले आहे (१९६२) त्यानुसार जोहारी भोटियांची परिस्थिती विशेष होती. पहिली गोष्ट म्हणजे, हे भोटिया लोक हिमालयातील उंचावरील खोऱ्यांमध्ये राहतात. त्यांची गावे उत्तर प्रदेशातील अलमोरा जिल्ह्यात समुद्रसपाटीपासून ११००० ते १३००० फूट उंचीवर वसलेली आहेत. दुसरे असे की परंपरेने ते व्यापारी होते आणि त्यांनी तिबेट व भारताच्या दरम्यान सामानाची, प्रामुख्याने मिठाची ने-आण केली होती. अखेरीस, त्यांच्या सामाजिक दर्जाविषयी कुठलाही संघर्ष झाला तर तो त्यापेक्षा मोठ्या संघर्षाने झाकला जात असे. पीपल्स रिपब्लिकन ऑफ चायनाच्या सैन्याने तिबेटचा ताबा घेतल्यानंतर त्याचा परिणाम म्हणून ते मोठे संघर्ष निर्माण झाले होते (श्रीवास्तव १९६२).

भारतात हिमालयाजवळ असणाऱ्या मोठमोठ्या खोऱ्यांमध्ये जातिव्यवस्थेवर आधारित आणि आदिवासी अशी दोन्ही प्रकारची गावे आहेत. पूर्वी नमूद केले होते त्याप्रमाणे, तेथील जातीय समाजातील लोक दुर्बळ जातिव्यवस्थेचे पालन करतात. आधीच्या प्रकरणात नमूद केले होते त्यानुसार, या प्रदेशांतील आदिवासी आणि जातिव्यवस्थेतील लोकांमध्ये फरक आहे. तरीही त्यांच्यातील सांस्कृतिक फरक फारसा मोठा नाही. मात्र, पाहणाऱ्याला त्यांच्यातील सामाजिक अंतर बरेच मोठे असल्यासारखे वाटू शकते. ज्या चार खोऱ्यांमध्ये भोटियांचे प्राबल्य आहे तिथे प्राचीन काळापासून ब्राह्मण आणि रजपुतांचे वास्तव्य आहे तसेच "स्थलांतरित" ब्राह्मण आणि रजपूतही (या स्थलांतरितांचे पूर्वज त्या प्रदेशात "२० ते २५ पिढ्यांपासून राहिले होते"). ब्राह्मण आणि रजपूत दोन्ही प्रकारचे हिंदू भोटियांकडे गोमांस खाणारे आदिवासी म्हणून तुच्छतेने पाहतात.

हिमालयाच्या सीमावर्ती भागात भोटिया हे नाव तिबेट व भारतादरम्यान व्यापार करणाऱ्या कुठल्याही प्रकारच्या व्यापाऱ्यासाठी वापरले जाते. पण प्रामुख्याने अलमोरा शहराच्या ईशान्येकडील चार खोऱ्यांमध्ये राहणारे भोटिया (१९६१ मध्ये २२०००) हे मूळचे भोटिया आहेत आणि ते तिबेटो-बर्मीज भाषाकुळातील एक वेगळी भाषा बोलतात. जोहार खोऱ्यातील भोटिया शहरभागापासून सर्वांत जवळ राहतात आणि पूर्वेकडील तीन खोऱ्यांतल्या भोटियांच्या तुलनेत हिंदू व हिंदुत्वाशी त्यांचा संपर्क जास्त होता. त्यांनी व्यापारातही प्रगती केली आहे, बरेचसे हिंदू जातीचे स्वरूप प्राप्त केले आहे आणि रजपुतांचा सामाजिक दर्जा मिळावा म्हणून दावा केला आहे.

जोहार भोटियांपेक्षा वेगळे असलेल्या पूर्वेकडील भोटियांमध्ये हिंदू विधींचे फक्त काही अंश दिसतात. त्यांच्याकडे "अविवाहित पुरुष आणि स्त्रिया एकत्र येऊन नृत्य, मद्यपान आणि शय्यासोबत" यांचा आनंद अजूनही घेतात (श्रीवास्तव १९६२, पृ. क्र. ६६). या प्रथेमुळे आणि त्यांच्या इतर आदिवासी पद्धतींमुळे, त्यांना ओळखणाऱ्या श्रद्धाळू हिंदूंच्या संवेदनशीलतेस धक्का पोहोचतो. एक उत्साही हिंदू धर्मप्रसारक त्यांतील एका खोऱ्यात (जे यात्रामार्गावर आहे) गेला तेव्हा त्याने तिथे एक मंदिर व शाळा बांधल्या आणि त्यांच्या देखभालीसाठी एक समाज सुसंघटित केला. प्रथम त्यांनी धूम्रपान, मद्यपान आणि बेफिकीरपणे लैंगिक संबंध ठेवणे सोडून देतील, असा शब्द दिला. पण काही महिन्यांनी त्या पवित्र पण कंटाळवाण्या आयुष्याचा आवेग ओसरला आणि त्यांनी पुन्हा एकदा मद्यपान, नृत्य आणि आनंदी जीवन जगायला सुरुवात केली (श्रीवास्तव १९६२, पृ. ७–७२).

जोहारी भोटियांनी एखाद्या मोठ्या प्रमाणात संस्कृतीसंक्रमण झालेल्या समूहाप्रमाणे पूर्वेकडील भोटियांपासून काळजीपूर्वक स्वतःला दूर केले. त्यांना व्यापारात मिळालेल्या यशामुळे जोहार खोऱ्यातील १०,००० रहिवाशांमध्ये ते सर्वांत धनवान बनले. ब्राह्मण पुरोहितांची सेवा प्राप्त करण्यात ते यशस्वी ठरले आणि रजपूतधर्माचे पालन खोऱ्यातील जुन्या रजपुतांपेक्षा अधिक कडकपणे करत असल्याचा त्यांना अभिमान वाटतो. पण भोटियांनी कनिष्ठ दर्जाचेच असावे असे त्या रजपुतांना वाटते; कारण भोटिया स्वतः जरी गोमांस सेवन करीत नसले तरी ते तिबेटी लोकांशी व्यवहार करतात आणि बहुधा त्यांच्यासोबत जेवतात आणि तिबेटी लोक निश्चितपणे गोमांस खातात (श्रीवास्तव १९६२, पृ. क्र. ५४). या दोषारोपास जोहारी भोटियांनी दिलेला प्रतिसाद हा अशा प्रकारे अपमानित झालेल्या इतर महत्त्वाकांक्षी समूहांसारखीच होता. त्यांनी सुधारणा घडवून आणण्यासाठी संघाची स्थापना केली; त्यांच्या एका नेत्याने एक नियतकालिक सुरू केले आणि एक वंशावळ तयार केली, ज्यामध्ये ते मूळचे रजपूत असल्याचे दाखवले होते (श्रीवास्तव १९६२, पृ. क्र. ६८–६९).

व्यापारातील त्यांचे कौशल्य हे इतर आदिवासींसाठी असू शकते तसे असंबद्ध नाही. आम्ही आधी नमूद केल्याप्रमाणे, आदिवासी लोक त्यांच्या मित्रमंडळींशी जवळच्या

नातेवाइकासारखे वागणे पसंत करतात. व्यापार करणारा माणूस ग्राहकांशी आणि पुरवठादारांशी क्वचितच जवळच्या माणसांसारखा वागू शकतो, त्यामुळे सहसा आदिवासींना उत्तम व्यापारी बनता येत नाही. त्याचबरोबर, एखादा आनंदी प्रसंग साजरा होत असेल तर व्यापारासाठीचा माल फुकट वापरू देण्याकडेही त्यांचा कल असते आणि असे प्रसंग आदिवासी समाजात अनेकदा येतात. मात्र, जोहारी भोटिया जो व्यापार करतात त्यामध्ये जगातील काही उंच भागांतील मार्गांवरील अवघड प्रवासाचा समावेशही असतो; आठवडी बाजारासाठी केल्या जाणाऱ्या साध्या प्रवासासारखे ते अजिबात नसते. ते प्रामुख्याने मिठाचा व्यापार करतात आणि मीठ म्हणजे काही एखाद्या सणसमारंभात संपवून टाकण्यासारखा पदार्थ नाही. त्याशिवाय, ते त्यांच्या सोबतच्या आदिवासींबरोबर व्यापार करत नाहीत, तर वेगवेगळ्या प्रदेशांतील वेगवेगळ्या प्रकारच्या लोकांसोबत करतात. त्यामुळे, त्यांचा व्यापार म्हणजे धान्य किंवा कापडबाजारातील औद्योगिक व्यवहारापेक्षा जास्त एखाद्या परक्या प्रदेशातील चढाईसारखा होता.

उद्योगप्रिय व देशांतर करून आलेल्या जोहारी भोटियांनी स्वतःच्या मुलांना आधुनिक शाळांमध्ये पाठवले. त्यामुळे स्वातंत्र्यप्राप्तीच्या वेळेपर्यंत त्यांच्यातील स्त्रीपुरुष सुशिक्षित झाले होते, ज्यांनी राष्ट्रीय स्तरावरील घटनांचा मागोवा घेतला आणि मतदानाच्या ताकदीमुळे मिळणारे लाभ ओळखले. त्यांनी "कुमाउँ भोटिया पीपल्स फेडरेशन" ची स्थापना केली, पूर्वी अपमानित केलेल्या पूर्वेकडील भोटियांशी पुन्हा संबंध जोडण्याची तयारी दाखवली आणि सर्व भोटियांच्या संरक्षणासाठी नियम बनविण्याची विनंती शासनास केली.

त्यानंतर अशा घडल्या ज्यांमुळे त्यांना शासकीय संरक्षणाचा विचार अधिक आस्थेने करणे भाग पडले. चीनने तिबेट घेतले तेव्हा तिबेटी लोकांनी भारताऐवजी चीनशी व्यापार करावा असा आग्रह चीनने धरला. त्यामुळे भोटियांचा व्यापार फार वेगाने बंद पडला. हे नुकसान झाल्याने, शासनाकडून कुठलेही लाभ मिळत असतील तर ते प्राप्त करण्याची उत्सुकता त्यांना जास्त वाटली. त्यांनी अनुसूचित जमातींमध्ये समावेश व्हावा यासाठी एक मोहीम सुरू केली, मात्र राज्यातील कोणालाही अशा प्रकारे सूचीबद्ध न करण्याचा निर्णय उत्तर प्रदेश सरकारने घेतला होता. जोहारी भोटियांना या अधिकृत स्थानाबाबत काही देणेघेणे वाटत नाही. दोन देशांच्या भांडणात त्यांच्या स्वतःच्या सामाजिक मोहिमेस कमी लेखले गेले, त्यामुळे त्यांची मदत प्राप्त करण्याची गरज अधिक मोठी होती.

बिहारमधील जमशेदपूरजवळचे संथाळ

संथाळांनी चलनशीलतेसाठी केलेले प्रयत्न हे पारंपरिक वर्णव्यवस्थेस मागे टाकून थेट नवीन राजकीय सत्ता व दर्जा प्राप्त करण्यासाठी केले गेले होते. संथाळ नेते वर्तनाच्या बाबतीत नवीन मापदंडांचा पुरस्कार करतात, प्राचीन क्षत्रिय किंवा ब्राह्मण प्रारूपांकडे परत जाण्यापेक्षा ते या

नवीन मापदंडाच्या संथाळ परंपरा आणि देवतांना मान्य असलेल्या संथाळ मूल्यांचा पुरस्कार करतात. त्यांची ही चळवळ संथाळांची जुनी ओळख व देवता यांचे जतन करण्यावर भर देते आणि हिंदू धर्माच्या पुराणग्रंथांतील काही अत्यंत पवित्र घटक नाकारते, गायीचे पवित्र असणे हा त्यातीलच एक घटक. संथाळांच्या चलनशीलतेच्या एका विशेष गुणाचे वर्णन मार्टिन ओरान यांच्या टिप्पणीमध्ये केलेले आहे, "झारखंड चळवळीत लहानाचा मोठा झालेल्या एका तरुण पक्ष कार्यकर्त्याला मी एका थोड्याफार शिकलेल्या वयस्कर संथाळ माणसाला सांगत होता की त्याला संथाळ जात टिकवून ठेवायची असेल तर गोमांसाचे सेवन पुन्हा सुरू करावे लागेल" (१९६५, पृ. क्र. १०८).

संथाळ समाज हा भारतातील सर्वांत मोठ्या आदिवासी समूहांपैकी एक आहे. मुंडा कुळातील संथाळी ही भाषा बोलणाऱ्यांची आणि ओरिसा, बिहार व पश्चिम बंगालाच्या काही भागांत राहणाऱ्यांची संख्या तीस लाखांहून अधिक आहे. त्यांच्यात राजकीय संलग्नता खूप कमी होती, पण त्यांच्यात सांस्कृतिक साम्य होते आणि आपण हिंदूंपेक्षा पूर्णपणे वेगळे आहोत, ही सर्व संथाळांमधील भावना तीव्र होती (कुलशॉ १९४९, पृ. क्र. १५–२४). संथाळांच्या इतिहासातील एक मोठी घटना, म्हणजेच १८५५–१८५७ मध्ये संथाळांनी केलेल्या बंडाने त्यांच्या त्या तीव्र भावनेचे समर्थन केले होते. त्यांच्या त्या उठावाचे गुणगान अजूनही गाण्यांतून व लोककथांमधून केले जाते आणि त्यांच्या स्मृतींमध्ये त्या घटनेला केंद्रस्थान दिले गेले आहे.

संथाळांचे ते बंड म्हणजे त्यांच्या प्रदेशात स्थलांतर करणाऱ्या बिगर आदिवासी लोकांकडून त्यांची जमीन व चरितार्थाच्या साधनांवर सतत होणारे आक्रमण दूर करण्याचा अनियंत्रित प्रयत्न होता. बाहेरून येणाऱ्या लोकांनी आर्थिक व कायदेशीर प्रक्रियांच्या बाबतीत केलेल्या चलाखीशी इतर आदिवासींप्रमाणे संथाळांना जुळवून घेता आले नाही आणि स्थलांतरितांकडून केली जाणारी खुशामत ज्यामुळे संथाळ कर्जात बुडले आणि कायदेशीररीत्या त्यांच्या जमिनी हिरावून घेतल्या गेल्या त्या खुशामतीला ते विरोधही करू शकले नाहीत. अनेक वर्षे निष्फळ तक्रारी केल्यानंतर ते शस्त्रसज्ज होऊन एकत्र आले. बाण, भाले आणि कुऱ्हाडींचा वापर करून त्यांनी अनेक स्थलांतरितांची कत्तल केली, त्यांच्या विरोधात पाठविलेल्या पोलिसांना पळवून लावले आणि सैन्यदलाच्या एका तुकडीलाही अडवले (ओमॅली १९४१, पृ. क्र. ४२१– ४३०). पण अखेरीस एकामागे एक झालेल्या रक्तरंजित उद्रेकांमध्ये त्यांच्यावर मात केली गेली आणि त्यांच्या नेत्यांना तुरुंगवास किंवा देहदंड देण्यात आला. ते बंड म्हणजे असह्य अन्यायाविरुद्ध दाखविलेले धैर्य आणि एकतेची तेजस्वी आठवण बनली आहे.

संथाळांचा अलिप्तपणा सांस्कृतिक असण्यापेक्षा सामाजिक आहे. त्या प्रदेशातील हिंदूंसारखे संथाळही जवळच्या आप्तमित्रांचा उपयोग करून घेतात. बहुतांश उत्पादित

वस्तूंसाठी ते कारागीर जातींवर अवलंबून असतात, प्रसूतीच्या वेळेस ते 'हरिजन' सुईणींची मदत घेतात. काही जण तर जातिव्यवस्थेतील लोकांशी वरवरची नातीही जोडतात, तरीही काही विशिष्ट मित्रमंडळींशी जवळचे संबंध असूनही जातिव्यवस्थेतील लोकांविषयीचे त्यांचे सर्वसाधारण मत पुसले जात नाही. ओरान्स लिहितात, "संथाळांच्या ज्या संस्कृतीचे पालन सर्व संथाळांकडून केले जाते त्यावर हिंदूंच्या वैशिष्ट्यांचा ठसा एवढा आहे की ती सर्व वैशिष्ट्ये दाखवून देणे खूप महत्त्वाचे काम ठरू शकते" (१९६५, पृ. क्र. ४२–४३; पहा, दत्ता-मजुमदार १९५६, पृ. क्र. ९८–१२९; कोचर १९६३, पृ. क्र. १७६–१७८).

काही सधन आणि स्थिरावलेल्या कुटुंबांनी "द्विज" समाजाच्या पद्धतींचा अवलंब केला; गोमांस भक्षण आणि गायीचा बळी देण्याची पद्धत सोडून देण्यात आली. पोशाख आणि विवाहविषयक प्रथांमध्ये बदल केले गेले. यातील महत्त्वाची बाब म्हणजे त्यांपैकी बहुतेक कोणीच हिंदू बनण्याचा किंवा एक जाती म्हणून स्वतःची ओळख निर्माण करण्याचा प्रयत्न केला नाही. ख्रिश्चन धर्मप्रसारकांनी संथाळांचे धर्मांतर केले. १९४१ मधील या मोहिमेसाठी प्रामुख्याने स्कँडेनेव्हिया आणि अमेरिका यांनी प्रयत्न केले होते आणि त्यात २५००० पेक्षा अधिक संथाळ ख्रिश्चन बनले. भारतात अन्यत्र असलेल्या संथाळांसाठी धर्मप्रसारकांनी दिलेले महत्त्वाचे योगदान म्हणजे एरवी ज्यांना शालेय शिक्षण घेता येणार नाही अशा अनेकांसाठी त्यांनी शैक्षणिक संधी उपलब्ध करून दिल्या (ओरान्स १९६५, पृ. क्र. ८७–९०; कुलशॉ १९४९, पृ. क्र. १६१–१७४).

१९०८ मध्ये जमशेदपूर येथे पोलादाचा कारखाना आणि कारखान्यासाठीचे शहर वसवले गेले. संथाळांनी व्यवस्थेशी जुळवून घेण्याच्या प्रक्रियेत या दोन्हींची भूमिका महत्त्वाची ठरली. सुशिक्षित आणि अशिक्षित अशा दोन्ही प्रकारच्या संथाळांना तिथे योग्य काम मिळाले; त्या औद्योगिक वातावरणात त्यांना उच्च धार्मिक श्रेणीसाठी प्रयत्न करणे किंवा उच्च सामाजिक दर्जासाठीच्या पारंपरिक पद्धतींचा अवलंब करणे गरजेचे वाटले नाही. जमशेदपूरमधील संथाळांची भूमिका इतर संथाळांना समजली. "जमशेदपूरची व्यवस्थित माहिती असलेला संथाळ मनुष्य शाकाहार, मदिरावर्जन आणि जानव्यापेक्षा पाश्चिमात्य वेशभूषा स्वीकारत असे, ऑटोमोबाईल किंवा मोटरसायकल चालवत असे आणि पक्के घर बांधत असे (आधुनिक सुखसोयींनी युक्त)..." (ओरान्स १९६५, पृ. क्र. १०१). ग्रामीण भागातील बरेचसे संथाळ अशा सामाजिक उंचीची महत्त्वाकांक्षा बाळगण्याइतके पुरेसे सुशिक्षित आणि सुसंपन्न नव्हते, पण ते सुशिक्षित संथाळांचे अनुकरण करत होते. त्या सुशिक्षितांपैकी एकाने नवीन धार्मिक पंथाची स्थापना केली आणि इतर संथाळ एका सार्वजनिक राजकीय पक्षाचे प्रमुख समर्थक बनले.

त्या पंथाची स्थापना काही अंशी १९५१ च्या जनगणनेची अटकळ ठेवून संथाळांचे बळ दाखविण्यासाठी केली गेली होती. जनगणना करणाऱ्यांनी अनेक संथाळांची गणना पूर्वी हिंदू

म्हणून केलेली होती. त्या पंथास *सारना धरम सेमलेत* असे म्हणतात. ती एक पवित्र धार्मिक संघटना आहे आणि आदिवासी देवतांचे प्रमुख स्थान व धार्मिक समारंभ करण्याच्या स्थानामुळे ओळखली जाते. संथाळांपैकी शालेय शिक्षण पूर्ण करणारा एकजण या धर्माच्या प्रमुख संस्थापकांपैकी एक होता आणि त्याला पूज्य गुरूची उपाधी देण्यात आली होती. त्याने वीररसावर आधारित एक महानाट्य लिहिले ज्यामध्ये संथाळांची कर्तव्ये, जातिव्यवस्थेतील लोकांकडून होणारा अन्याय आणि संथाळ वीरांची थोर मूल्ये यांविषयी उपदेशपर लेखन केले होते. स्वतःचे पौराणिक महाकाव्य असावे यासाठी संथाळदेखील लायक आहेत, हे त्यातून सूचित होते. आणखी एका सुशिक्षित संथाळाने त्या कथेस आधार म्हणून पुरातत्त्वशास्त्रातील काही पुरावे सादर केले; ते नाटक म्हणजे एका आकाशवाणीची परिणती होती असे, थोडे कमी प्रगत असलेल्या संथाळांचे म्हणणे होते. गुरूंनी संथाळी भाषेच्या लेखनासाठी लिपी शोधली आहे आणि नव्या लिपीमध्ये संथाळ परंपरेविषयी अधिकृत लेखन करण्याची योजना आहे (ओरान्स १९६५, पृ. क्र. ११३–११९). त्यांच्या नवीन धार्मिक विधींमध्ये आदिवासींच्या उपासना पद्धतीवर भर दिला जातो. त्यात केवळ पवित्र वृक्षवाटिकेतील उपासना केली जात नाही तर बिअरचा नैवेद्य, समारंभांच्या वेळेस नृत्य आणि अगदी गायीचा बळीही दिला जातो. या बाबतीत ते हिंदूंच्या संवेदनशीलतेचा विचार करत नाहीत. हिंदू आणि त्यांच्यातील फरक दाखविण्याचे मार्ग म्हणून ते अशा भेद स्पष्ट करणाऱ्या वैशिष्ट्यांवर भर देतात.

मात्र व्यापक दृष्टीने पाहिल्यास या पुनरुज्जीवीकरणाने एक मूलभूत सवलत दिलेली आहे.

त्या चळवळीचे समर्थक संथाळांना अप्रत्यक्षपणे सांगतात की पुराणग्रंथ, उपदेशक, महाकाव्ये आणि मोठ्या प्रमाणात समन्वय केल्या जाणाऱ्या समारंभांचा अभाव असलेल्या पारंपरिक आदिवासी धर्माची पुनर्रचना करणे गरजेचे आहे. ख्रिश्चन आणि इस्लामप्रमाणेच हिंदू धर्माच्या साच्यात त्या धर्माची पुन्हा रचना केली जात आहे. ही अप्रत्यक्ष पोचपावती म्हणजे ओरान्स ज्याला "श्रेणी सवलतीचे लक्षण" म्हणतात त्याचाच एक भाग आहे. श्रेणी सवलतीचे लक्षण म्हणजे, जातिव्यवस्थेच्या तुलनेत सामाजिक आणि सांस्कृतिक बाबतीत कमी प्रतीचे आहोत, या बाबीचा आदिवासींनी केलेला स्वीकार आणि त्या अनुषंगाने त्यांचा सामाजिक स्तर उंचावण्यासाठी त्यांनी स्वतःच्या अटींवर आणि स्वतःच्या साधनांसह केलेले प्रयत्न (ओरान्स १९६५, पृ. क्र. १२३–१४६).

मुंडा जमातीमधील जयपाल सिंग या ऑक्सफर्डमधून शिक्षण घेतलेल्या ख्रिश्चन माणसाने स्थापन केलेला झारखंड पक्ष हे संथाळांच्या प्रगतीचे एक साधन होते. आदिवासींची संख्या अधिक असलेल्या छोटा नागपूर भागात एक नवीन राज्य निर्माण करायचे हा त्या पक्षाचा प्रकट उद्देश होता. ती सर्व आदिवासी जमातींसाठीची चळवळ म्हणून चळवळ सुरू केली गेली असली तरी संथाळांना त्यांच्या प्रदेशात एकत्र आणण्यासाठीही त्या चळवळीची

मदत झाली. त्या चळवळीने संथाळांना जातिव्यवस्थेच्या विरोधात जाण्यासाठी एक कारण दिले आणि एक कार्यक्रम पुरवला ज्याबाबत सुशिक्षित व अशिक्षित, स्थिरावलेले उच्चभ्रू आणि सामान्य गावकरी असे सर्व प्रकारचे संथाळ सहमत होऊ शकले. या कार्यक्रमाने, जातिव्यवस्थेशी असलेल्या विभक्ततावादाचे समर्थन केले आणि त्याच वेळेस त्यांच्या स्वतःच्या संथाळ समाजातील फूट कमी केली. त्या पक्षाचे प्रादेशिक मुख्यालय जमशेदपूरच्या बाहेरच होते आणि शहरातील व आजूबाजूच्या खेड्यांमधील संथाळ तसेच इतर आदिवासींना एकत्र आणणारे ठिकाण म्हणून त्या मुख्यालयाचा उपयोग केला.

जमशेदपूरमधील संथाळांसाठी त्या पक्षाने सामाजिक देवाणघेवाण व एकजुटीसाठी एक महत्त्वाचा नवा पाया उपलब्ध करून दिला. त्यांच्या उद्योगक्षेत्रातील नोकऱ्यांमुळे त्यांच्या सामाजिक गरजा पूर्ण होत नाहीत; एकजूट निर्माण करणाऱ्या पारंपरिक पद्धतींचा अवलंब शहरात नीट करता येऊ शकत नाही. वैवाहिक संबंध दोन कुटुंबांमध्ये जोडले जातात आणि नातलगांच्या दोन मोठ्या समूहांमध्ये नाते जोडले गेल्याच्या नाट्यपूर्ण घोषणा केल्या जात नाहीत. संथाळांचे जुने रीतीरिवाज खेड्यातल्या पद्धतीने पार पडू शकत नसले तरी राजकीय सभांमध्ये त्याच प्रकारचे काही सामाजिक कार्यक्रम पार पडतात. नाटके सादर केली जातात, पारंपरिक नृत्यांचे आयोजन होते, गाणी गायली जातात व मौजमजा केली जाते. संथाळांच्या पारंपरिक जीवनातील उत्सवप्रसंगांसारखेच या पक्षीय सभा म्हणजे एक आनंदोत्सव असतो (ओरान्स १९६५, पृ. क्र. ९३–१०४) आणि तरीही त्यांना मिळणाऱ्या आनंदात साम्य नसते; पक्षाचे कार्यक्रम जास्त आखीवरेखीव आणि मर्यादित स्वरूपाचे असतात आणि पक्षाचे नेते संतुलितपणे व शांतपणे कार्यक्रम साजरे करतात.

सुशिक्षित संथाळांना हिंदू धर्माची उच्च प्रतीके फारशी महत्त्वाची वाटत नसली तरी पुराणग्रंथांतील काही मूल्ये स्वीकारण्याचे शिक्षण त्यांना दिले जाते, जसे आनंदाची भावना दूर ठेवण्यावर भर देणे. काटकसर, संयम आणि मेहनत किंवा किमान एक नियमित कार्यसीमा आखून घेण्याचे विचार त्यांच्यात रुजवले जातात. संस्कृतीमध्ये होणारे हे संक्रमण आता वाढत आहे आणि त्यामुळे जमशेदपूरच्या आजूबाजूच्या भागांतील मुले शालेय शिक्षण घेत आहेत. औद्योगिक कामगार असलेल्या संथाळांच्या बाबतीत ओरान्स यांनी जे बदल नोंदविले ते कायम राहण्याची आणि वेग घेण्याची शक्यता आहे. तिथे झालेल्या मूलभूत बदलांपैकी एक म्हणजे काम, अभ्यास व श्रेणीप्राप्तीवर जोर देण्याचे वाढलेले प्रमाण आणि त्या अनुषंगाने "सुखाविषयी" उदासीनता (ओरान्स १९६५, पृ. क्र. १०९). अशा रीतीने संथाळ हिंदू धर्माची पारंपरिक प्रतीके ठामपणे नाकारत असले तरी अनेक संथाळ समकालीन भारतीय नागरी संस्कृतीची मानसिकता आणि मूल्ये यांचा स्वीकार करीत आहेत.

सामाजिक स्थित्यंतरे आणि पद्धतशीर टप्पे

या उदाहरणांतून भारतातील बहुतांश आदिवासींमध्ये घडून आलेल्या बदलांचे चित्रण केले आहे. बडेरी गावातील कोंड प्रमुखाप्रमाणे त्यांच्यात दुहेरी स्थित्यंतर होत होते. एकीकडे ते जातींचे पारंपरिक मापदंड स्वीकारत होते आणि त्या दरम्यान आधुनिक, विशेषकरून राजकीय वर्तनाशी संबंधित बदल करून घेत होते. आपण चर्चा केलेल्या पाच समूहांपैकी कोटा समाजाची कमी संख्या, त्यांच्यात असलेला मोठ्या जातसमूहाचा अभाव, तयार नात्यांचा अभाव यांमुळे या प्रयत्नांच्या बाबतीत ते असमर्थ ठरतात. कदाचित यामुळेच काही कोटा लोक त्यांचा विस्तारित समाज कसा होता त्याचा विचार करून भावूक होतात. इथे चर्चा केलेल्या इतर चार आदिवासी समाजांमध्ये आदिवासी संघांची स्थापना केली गेली आहे. अर्थातच, केवळ एखादा संघ अस्तित्वात आहे म्हणून त्याच्या सामाजिक परिणामाची हमी देता येत नाही; काहींचे नुसते अस्तित्वच उरते तर इतर संघ हळूहळू निष्क्रिय बनतात. तरीही, संघामुळे हे सूचित होते की सामाजिक उतरंडीमधील नव्या परिस्थितीवर पकड मिळविण्यासाठी नवीन प्रकारच्या सामाजिक संस्थांची गरज आहे याची जाणीव काही नेत्यांना झाली आहे.

भूमिजांना नव्या परिस्थितीशी जुळवून घेणे काहीसे अवघड गेले; कारण ते पूर्वी काय होते त्याविषयीचे त्यांचे दावे विसरणे त्यांच्यापैकी अनेकांना कठीण वाटले. राष्ट्रीय स्वातंत्र्य चळवळीने त्यांना एका वेगळ्या व्यवस्थेची दिशा दिली त्या वेळेस त्यांनी क्षत्रिय असल्याविषयीचा त्यांचा दावा जवळजवळ निश्चित केला होता.

भोटियांना त्यांच्यात बदल करण्यात थोड्याफार अडचणी आल्या. पण चीनचा नवीन विस्तार त्यांच्यासाठी आणखी चालना देणारा ठरला. त्या विस्तारामुळे त्यांनी त्वरेने त्यांच्या सरकारचा आश्रय घेतला. संथाळ नेत्यांनी स्वतःच्या अटींवर नवीन राजकीय संस्थांना आजमावून पाहिले, तरीही, असे प्रयोग करून पाहण्यास नाखूश नव्हते. त्यांनी त्यांचा स्वतःचा पंथ विकसित केला आणि एका आदिवासी राजकीय पक्षास पाठिंबा दिला. आदिवासींच्या सांस्कृतिक पुनरुज्जीवनाचे समर्थन करत असताना ते भारतीय नागरी संस्कृतीशी जुळवून घेण्यासाठी त्यांच्या मूळ आदिवासी वैशिष्ट्यांमध्ये बदल करण्याचा प्रयत्न करीत आहेत.

आदिवासींमधील सध्याच्या प्रवाहांच्या बाबतीत कोंड समाज अधिक प्रातिनिधिक स्वरूपाचा आहे. त्यांच्या समूहप्रमुखाचा गुरू त्याच्या शिष्यासाठी जे करायचा प्रयत्न करत असे तेच करण्याचा प्रयत्न कोंडांचा आदिवासी संघ सर्व कोंडांसाठी करतो. समूहप्रमुखाला धर्मनिष्ठ हिंदू आणि एक "सन्माननीय हिंदू" होण्याची शिकवण देत असताना गुरू त्याला नवीन प्रकारच्या स्थानिक राजकारणात अधिक परिणामकारक पद्धतीने सहभागी होण्यास सक्षम बनवतो. बराचसा जातसंघासारखा असलेला आदिवासी संघ कोंडांमध्ये सुधारणा करण्याचा, त्यांचे शिक्षण वाढविण्याचा आणि राज्याच्या राजकारणात त्यांचे राजकीय वजन निर्माण करण्यासाठी प्रयत्न करत आहे.

आधुनिक मापदंड आणि आदिवासींची जुनी वैशिष्ट्ये यांमध्ये काही बाबतीत साम्य आहे. उच्च जातश्रेणींतील लोकांच्या मूळ परंपरांपेक्षा सुशिक्षित लोकांचा कल सहसा मोठ्या प्रमाणात व्यक्तिगत समानता, वैयक्तिक स्वातंत्र्य, लग्नासंबंधीचे पर्याय, आहाराबाबतची मोकळीक मिळविण्याकडे अधिक असतो. आदिवासींसाठी "द्विज" समाजाच्या मापदंडांपेक्षा ही आधुनिक मूल्ये जास्त जवळची ठरतात. मात्र, इतर अनेक बाबतीत पारंपरिक भारतीय नागरी संस्कृतीसह कुठल्याही नागरी संस्कृतीमध्ये अभिजनवर्गावर ज्या अपेक्षा लादल्या जातात त्या अपेक्षा आधुनिक मूल्यांमुळेही लादल्या जातात. स्वयंशिस्त, एखाद्या कामाचे मोठ्या प्रमाणात विशेष ज्ञान, भूमिकांमधील फरक आणि आप्तमित्रांशिवाय इतरांशी मोठ्या प्रमाणात जोडलेली नाती जपणे या गोष्टींची आवश्यकता असते.

आदिवासींना ज्या अनेक प्रकारच्या नागरी संस्कृतींमधील पद्धतींचा अवलंब करावा लागतो, त्यांचे आशय खूपच वेगवेगळे असले तरी मूलभूत स्तरावर त्या सारख्याच असतात. आधुनिक काळातील हिंदू धर्मोपदेशक उच्च वर्णाच्या अधिक शुद्ध पद्धती आदिवासींनी स्वीकाराव्यात म्हणून आग्रह धरतात; ख्रिश्चन धर्मप्रसारकांनी ख्रिश्चन मूल्यांचा पुरस्कार केला आहे; आदिवासींच्या कल्याणासाठी काम करणाऱ्यांनी आधुनिक प्रकारचे वर्तन व शिक्षणाचे फायदे स्पष्ट करून सांगितले आहेत. प्रत्येक धर्माचे प्रमुख त्यांना सारखाच सल्ला देतात; एखाद्या मोठ्या, बराच काळ टिकणाऱ्या आनंदासाठी त्वरित आनंद देणारी सुखं दूर ठेवण्याची, विषयासक्तीची भावना लपविण्याची, संयम आणि मेहनतीस महत्त्व देण्याची, लेखी शब्द आणि विद्वत्संकेताचा आदर करण्याची विनंती ते आदिवासींना करतात. त्यांच्या प्राचीन जमातीचे अधिक भले व्हावे यासाठी आता त्यांच्या स्वतःच्या संघाचे नेते त्यांना व्यक्तिगत वर्तनात ही मूल्ये दाखवावीत म्हणून विनंती करतात.

मानव समाजातील बदलाचा दीर्घकालीन आढावा घेतला तर आपल्याला दिसते की अनेक शतकांपूर्वी नव्या तंत्रज्ञानामुळे, विशेषतः नांगरणीच्या शेतीमुळे नागरी संस्कृतीमधील सामाजिक-सांस्कृतिक शोध घेणे शक्य झाले तेव्हा आदिवासी जमातींतून जातिव्यवस्थेत येण्यासाठीचा विकास सुरू झाला भारतातील नागरी संस्कृतीमध्ये जातिव्यवस्था निर्माण झाली. सुधारित तंत्रज्ञानाने नागरी संस्कृतीच्या विकासाची शक्यता उपलब्ध झाली, पण नागरी संस्कृतीने आणि त्या संस्कृतीतील लोकांनी सर्व आदिवासी समाजांना पूर्णपणे व्यापून टाकले नाही.

अलीकडच्या शतकांमध्ये विज्ञानातील बौद्धिक क्रांती आणि तंत्रज्ञानातील मोठ्या क्रांतींमुळे मानवी विकासाच्या नवीन शक्यता खुल्या झाल्या आहेत. जगभरात सर्वत्र बदल होत आहेत आणि त्याचे परिणाम भारतीय ग्रामस्थांच्या जीवनावर होत आहेत, मग ते जातिव्यवस्थेत राहत असतील किंवा आदिवासी व्यवस्थेतील असतील. जातिव्यवस्था आणि आदिवासी हे दोघेही पूर्वीइतके एकाकी राहिलेले नाहीत. जगभरातील प्रेरक घटकांचा

परिणाम दोन्हींवर झाला आहे, त्यांच्या व्यापक, राष्ट्रीय समाजव्यवस्थेत ते दोघेही एकमेकांशी जोडलेले आहेत.

सखोल सामाजिक सहभागामुळे सांस्कृतिक बदल होतात. पहाडी माडिया गोंडांप्रमाणे काही आदिवासी अनिच्छेने हे बदल करून घेतात, कारण त्या बदलांमुळे त्यांचा तोटा होतो असे त्यांना वाटते. पूर्वीच्या काळातील अनेक आदिवासींप्रमाणे त्यांना वाटते की भौतिक लाभ आणि सामाजिक स्रोतांच्या बाबतीत झालेल्या कोणत्याही वृद्धीचे परिणाम म्हणून त्यांची ठोस ओळख, दृढ ऐक्य, धार्मिक समाधान आणि भावनिक सुरक्षा गमवावी लागते. एका स्वाभिमानी जमातीतून एका कमी प्रतीच्या जातीत जाण्याची इच्छा त्यांना नसते. अशा विचारांचा पगडा आदिवासींवर बऱ्याच काळापासून असल्यामुळे त्यांनी जातिव्यवस्थेतील लोक आणि प्रथांना थोपवून धरले आहे.

मात्र आता अतिक्रमण करणारी दडपणे मोठी आहेत आणि बदलाचे फायदे मोठे असल्यासारखे दिसतात. आदिवासी आणि जातिव्यवस्थेतील गावकरी या दोहोंवर एकाच दिशेने होणाऱ्या भरती-ओहोटीचा प्रभाव पडतो आहे. त्या भरती-ओहोटीमध्ये दोन्ही समूहांतील फरक तसेच त्यांच्या बदलाच्या गतीमध्ये बऱ्यापैकी असलेले फरक नाहीसे होत नाहीत किंवा पुसले जात नाहीत. ही भरती ओहोटी त्यांना सातत्याने नवीन प्रकारच्या सामाजिक संरचनेकडे आणि पुनर्रचित सांस्कृतिक मापदंडांच्या दिशेने सरकवत राहते.

जातीय समाजाकडे दूरदृष्टीने पाहिले तर जातिव्यवस्थेत आदिवासींना सामावून घेणे हा पुनरावर्ती बदलाचा एक भाग आहे. नव्याने येणाऱ्यांना सामील करून घेतले जाते; एकंदरीत सामाजिक व्यवस्था आणि घटकव्यवस्थांमध्ये काही बदल होत नाहीत. पण आदिवासी समाजाच्या दृष्टिकोनातून पाहिले तर त्याच घटनांमुळे त्यांच्यात व्यवस्थात्मक बदल होतात. आधी आदिवासी असलेले लोक पूर्णपणे जातसदस्य असल्यासारखे वागतात तेव्हा ते एका वेगळ्या प्रकारच्या सामाजिक व्यवस्थेत प्रवेश करतात. मग ते आदिवासी व्यवस्थेत करायचे त्यापेक्षा आणखी वेगळ्या भूमिका आणि अधिक कसबी कामे करू शकतात. आदिवासी व्यवस्थेच्या तुलनेत जातिव्यवस्थेमुळे समाज अधिक मोठ्या संख्येने आणि उत्पादक पद्धतीने लोकांना सामावून घेऊ शकतो.

आपण पाहिले आहे त्यानुसार जातिव्यवस्था बदलत आहे. सामाजिक दर्जा वाढविण्याचे प्रयत्न आता आधीपेक्षा मोठ्या सामाजिक स्तरावर म्हणजे, राज्य आणि राष्ट्रीय स्तरावर होऊ शकतात. व्यापक चित्र पाहिले तर एखाद्या जातीच्या उतरंडीत असते त्यापेक्षा जास्त फरक, विशेषीकरण आणि वहनक्षमता दिसते. यातून हे सूचित होते की जातिव्यवस्था एका पद्धतशीर बदलाच्या माध्यमातून सामाजिक संरचनेच्या नवीन स्तराकडे जात आहे. जातिव्यवस्थेतील व्यवस्थात्मक बदलकदाचित आधुनिक, वैश्विक संरचनेच्या दिशेने होणारा पुनरावर्ती बदल म्हणून समजून घेता येईल, जसे आदिवासी समाजातील पद्धतशीर बदलांकडे जातिव्यवस्थेतील पुनरावर्ती बदल म्हणून पाहता येऊ शकते.

विभाग ८
सलगता आणि प्रवाह

२० मानसशास्त्रीय प्रेरक घटक, सामाजिक प्रक्रिया आणि पद्धतशीर बदल

एखाद्या सामाजिक व्यवस्थेत एकत्र येणाऱ्यांना ती व्यवस्था चालू ठेवायची असेल तर त्यांच्याकडे काही महत्त्वाची मानसशास्त्रीय वैशिष्ट्ये असावी लागतात. त्यामुळे आमच्या सामाजिक विश्लेषणाच्या पुढील सारांशाची सुरुवात दोन मानसशास्त्रीय घटकांविषयीच्या चर्चेने होते, जे या व्यवस्थेसाठी विशेष महत्त्वाचे आहेत. त्यापैकी एक आहे आकलनविषयक गृहीतक आणि दुसरे आहे वैयक्तिक प्रेरणा. या दोन्हींचा वापर सामाजिक कृतीच्या व्याकरणातील उत्पादनक्षम तत्त्वे म्हणून केला जातो. व्यक्तीच्या बहुतांश सामाजिक अन्योन्यक्रियेमध्ये या दोन्हींचे उपयोजन केले जाते. व्यक्तिगत वर्तणुकीविषयीच्या या संकल्पना सर्व स्तरांवरील सामाजिक चुरशीच्या मुळाशी असतात. स्पर्धात्मक संघर्ष वाढविणाऱ्या या कृतींमुळे, सामाजिक दर्जा हा संघर्षयोग्य असतो ही स्पर्धकांची समजूत पक्की होण्यास मदत होते.

सामाजिक दर्जासाठीची स्पर्धा म्हणजे संपूर्ण सामाजिक व्यवस्थेची जुळवून घेण्याची क्षमता असते. जे समूह भौतिकदृष्ट्या यशस्वी झाले (त्यांच्या क्षमतांमुळे किंवा सुदैवाने मिळालेल्या संधींमुळे, किंवा दोन्हींमुळे) ते त्यांच्या स्थानिक सामाजिक व्यवस्थेत उन्नती करू शकले आणि त्यांची सर्वसाधारण व्यवस्था खंडित करण्याची गरज त्यांना भासली नाही. तसेच नवीन समूह आणि संस्था यांना सामावून घेण्यासाठी स्थानिक व्यवस्थेस अनुकूल बनविणे शक्य झाले. एखाद्या परिसरातील लोक त्यांची स्वतःची सामाजिक एकता आणि सामाजिक दर्जाची निश्चितपणे हानी होईल असा विचार न करता परक्या समूहांशी संबंध जोडू शकले. सामाजिक स्तरावर ज्या समूहांना सामावून घेतले गेले ते जातिव्यवस्थेच्या तत्त्वांनुसार सांस्कृतिकदृष्ट्या मिसळून गेले.

या प्रक्रियांमुळे स्थानिक सामाजिक व्यवस्थांमध्ये पुनरावर्ती बदल झाले आणि मूलभूत व्यवस्थेस दीर्घकालीन स्थैर्य प्राप्त झाले. त्या व्यवस्थेची परिमाणे आता बदलण्यात येत आहेत आणि त्यांच्याबरोबर व्यवस्थेतील काही तत्त्वेदेखील बदलताना दिसतात. पारंपरिक सामाजिक संकल्पना व संरचनांसाठी आधारभूत ठरलेल्या, दृष्टिकोन व प्रेरणेच्या मानसशास्त्रीय पद्धतींवर या बदलांमुळे परिणाम होऊ शकेल. याआधीच्या प्रकरणांमध्ये आकलनात्मक गृहीतक आणि वैयक्तिक प्रेरणेची मानसशास्त्रीय वैशिष्ट्ये नमूद केली आहेत; त्या सर्वांचे इथे एकत्रितपणे परीक्षण करणे उपयुक्त ठरेल.

व्यक्तिगत वर्तनाच्या संकल्पना

आकलनात्मक गृहीतक असे आहे की बहुतांश अन्योन्यक्रिया ही श्रेष्ठ आणि कनिष्ठ यांच्यामध्ये किंवा एखाद्या मातब्बर आणि आश्रित समूहाच्या प्रतिनिधींमध्ये होते. त्यामुळे एखाद्या समाजाकडे क्रमवारी असलेली व्यवस्था म्हणून पाहिले जाते; त्या व्यवस्थेनुसार, एखाद्या सामाजिक प्रसंगातील संबंधित व्यक्तींमध्ये होणाऱ्या अन्योन्यक्रियेच्या आधी त्यांची संबंधित स्थाने निश्चित होतात. वर्चस्व आणि गौणत्व हे केवळ भारतातच नाही तर सर्वच समाजांचे मूलभूत पैलू असतात. सामाजिक स्थानाची नवीन परिभाषा ही सर्व सामाजिक व्यवस्थांमध्ये आवश्यक असते.

भारताच्या ग्रामीण समाजात सामाजिक क्रमवारीचे गृहीतक विशेषकरून व्यापकपणे, कठोरपणे आणि तीव्रतेने लागू केले जाते. एखाद्या व्यक्तीचे प्रत्यक्ष अनुभव आणि त्याच्या धार्मिक मतांशी त्या गृहीतकांचा संबंध जोडून सातत्याने ती अधिक पक्की केली जातात. प्रत्येक व्यक्तीची जैविक कार्ये, विशेषतः त्याची अन्नग्रहणाची कृती म्हणजे काही प्रमाणात त्याच्या जातीतील सर्वांसाठी आस्थेचा विषय असतो. धार्मिक शुद्धता आणि विटाळाच्या बाबतीत जातीचे मापदंड पाळण्यात तो कमी पडला तर त्या सर्वांना कनिष्ठ सामाजिक स्तरावर फेकले जाण्याचा धोका असतो. अशा रीतीने, त्याचे शरीर म्हणजे एक असे स्थान बनते जिथे समूहाच्या सामाजिक स्थानाविषयीचे सर्व महत्त्वाचे विषय पणाला लागलेले असतात. प्रत्येक लहान मुलाला समजते की त्याच्या दैनंदिन कृती आणि अनुभवांनुसार ते अधिक अपवित्र किंवा अधिक पवित्र होते. धार्मिक शुद्धता आणि विटाळाचे निकष जे एखाद्या व्यक्तीच्या अस्तित्वाच्या वेगवेगळ्या अवस्था निश्चित करतात, त्यांचा वापर त्या व्यक्तीच्या समाजाचा सामाजिक स्तर सुचविण्यासाठीही केला जातो.

सामाजिक क्रमवारीच्या दृष्टिकोनाच्या बाबतीत मिळणाऱ्या काही महत्त्वाच्या सवलतींची नोंद यापूर्वी वर केलेली आहे. कुटुंबामध्ये भाऊ-बहीण आणि आई-मुलांमधील नात्यांचे अर्थ लावताना वेगवेगळ्या बाबींवर जोर दिला जातो. समर्पित वृत्तीचा पूज्य मनुष्य म्हणजे साधूने

सामाजिक चौकटीतून स्वतःला दूर केले आहे असे गृहीत धरले जाते. असे काही प्रसंग असतात ज्यामध्ये सामाजिक क्रमवारी हे प्रमुख गृहीतक नसते, जसे एखाद्या समान शत्रूविरुद्ध एकत्र संघर्ष करणारी माणसे, मग ती एखाद्या संप्रदायातील गांजलेली माणसे असोत किंवा महाविद्यालयातील वर्गमित्र असोत. हे आणि असे इतर अपवाद कमी नाहीत, पण तरीही ते सामाजिक क्रमवारीविषयीच्या प्रचलित गृहीतकांसाठी अपवाद ठरत नाहीत.

वेगवेगळ्या जातीच्या लोकांमधील नात्यांत सामाजिक क्रमवारीविषयीच्या गृहीतकाचा संबंध धार्मिक पावित्र्य व अपावित्र्यामधील आधारभूत फरकांशी जोडलेला आहे. ही जोडलेली गृहीतके जपण्याचे एक फलित म्हणजे ब्राह्मणांचे धार्मिक विधींमधील श्रेष्ठत्व भौतिक सत्ता प्राप्त केलेल्या बहुतेकांनी मान्य केले आहे. ब्राह्मणांना ती सत्ता वैध ठरवणे शक्य होते आणि कधीकधी त्यांनी त्या विशेष अधिकाराचा वापर कुशलतेने केला होता. दीर्घकाळ टिकून राहील असा प्रभाव ब्राह्मण निर्माण करू शकत होते, त्याचे आणखी एक कारण म्हणजे मातब्बर जाती (आणि जुन्या काळातील राजे) ब्राह्मणांचे धार्मिक विधींमधील श्रेष्ठत्व मान्य करताना त्यांच्या स्वतःच्या वर्तनाच्या केंद्रस्थानी असलेल्या सामाजिक क्रमवारीच्या तत्त्वांनादेखील दुजोरा देत असत. या कारणामुळेदेखील स्थानिक व्यवस्थेत 'अस्पृश्यां'ची प्रगती आणि ब्राह्मणांच्या अधोगतीबाबत बरेच शैथिल्य होते. एखाद्या भागातील लोक त्यांच्या सामाजिक व्यवस्थेच्या स्पष्ट मर्यादा जपताना त्यांच्या गृहीतकांचे निकषदेखील जपत होते, ज्या गृहीतकांच्या मदतीने ते त्यांच्या आयुष्याचे नियमन करत होते.

वर्णव्यवस्थेतील वर्गांनी त्या गृहीतकांचे रूपांतर सामाजिक आराखड्यात केले, ज्यामध्ये अलीकडच्या काळात आधुनिक वर्तनाचा समावेश असलेल्या परस्परव्यापी वर्गांचा समावेश केला गेला होता. मुस्लीम, ख्रिश्चन आणि ज्यू लोकांनी त्यांचे स्वतःचे समरूप विभाग तयार केले. महत्त्वाकांक्षी गावकरी उच्च वर्णाच्या संदर्भ वर्गानुसार आणि विशेषकरून ज्या संदर्भ समूहांचे वर्तन त्यांना दिसू शकते त्यांच्या प्रत्यक्ष उदाहरणानुसार स्वतःच्या वर्तनाचा आकृतिबंध तयार करतात. अनुकरण आणि चलनशीलतेच्या त्यांच्या संघर्षांमध्ये, गावकऱ्यांनी स्वतःसमोर आणि त्यांच्या संपूर्ण समाजासमोर वैशिष्ट्यपूर्ण चक्राकार पद्धतीने दाखवून देतात की सामाजिक क्रमवारीचे गृहीतक निश्चितपणे खरे आहे.

सामाजिक क्रमवारी असलेल्या या समाजाच्या प्रतिमेसह, आपल्या आजूबाजूच्या श्रेणींमध्ये श्रेष्ठ ठरण्याची पात्रता आपल्याकडे असल्याची स्वतःविषयीची एक प्रतिमा असते. एखाद्या माणसाला सहसा कुठल्याही सामाजिक क्रमवारीत त्याच्यापेक्षा वरच्या स्थानावर असलेल्यांना आव्हान देणे गरजेचे वाटत नाही; अशा श्रेष्ठ माणसांविषयी पूर्णपणे नापसंती दाखविली जात नाही, मग ते कोणी पूज्य गुरू असोत किंवा एखादा प्रभावशाली अधिकारी. मात्र, एखाद्या जवळच्या श्रेणीतील कोणापेक्षा तरी गौणस्थान स्वीकारणे नेहमी गैरसोयीचे आणि

ज्यामध्ये शक्य तितका लवकर बदल करावासा वाटेल असे काहीसे वाटते. ही व्यक्तिगत प्रेरणा म्हणजे पुनरावर्ती बदलाच्या दिशेने सतत लोटत राहणारा आणखी एक स्रोत आहे.

ही प्रेरणा आणि आत्मविश्वासावर आधारित स्वप्रतिमा कशी रुजवली जाते, त्याविषयी आपल्याला फक्त अंदाज लावता येऊ शकतात, कारण त्याबाबतचे सविस्तर संशोधन उपलब्ध नाही. हे विचार निश्चितच लहानपणी कौटुंबिक अनुभवांतून ग्रहण केले जातात. कदाचित, सर्व सामाजिक स्तरांतील आईसाठी तिच्या अपत्याच्या जन्माचे असलेले महत्त्व हा त्यातील एक घटक असतो. तिचे अपत्य, तेही विशेषतः पहिला मुलगा हा तिच्यासाठी सामाजिक तारणहार ठरतो; तिच्या इतर अपत्यांपैकी प्रत्येक अपत्य म्हणजे तिच्या सभोवतालच्या वातावरणातील तिच्या खुल्या भावनिक अभिव्यक्तीचा विषय असू शकते, ज्यामुळे तिला भावनिक निचऱ्याचे आणखी काही मार्ग उपलब्ध होतात. अशा प्रकारे आईचे लक्ष आणि प्रेम एकवटल्यामुळे मुलामध्ये स्वविषयक जाणीव तीव्रतेने निर्माण होऊ शकते. भारतीय कौटुंबिक जीवनातील निर्णायक घटक कुठलेही असले तरी व्यक्तिमत्त्वाचे हे प्रकार देशातील विविध प्रदेशांमध्ये आणि सामाजिक स्तरांमध्ये व्यापकपणे दिसून येतात. हीच वैयक्तिक प्रेरणा स्थानिक व्यवस्थेत तळाशी असलेल्या 'अस्पृश्यां'ना (जर ते गरिबीने पूर्णपणे पिचून गेले नसतील तर) आणि उच्च श्रेणीतील अभिजनांना जागृत करते.

या प्रेरणेतून घडणाऱ्या कृतीला बचावात्मक प्रतिसाद दिला जातो. एखाद्या श्रेष्ठ माणसाला आव्हान देण्यासाठी बळ गोळा करणाऱ्या माणसाला हे माहीत असते की त्याच्यापेक्षा गौणस्थानावर असलेले काही जण बहुधा त्याला आव्हान देण्याची तयारी करत आहेत. यामुळे त्याचा जो काही श्रेष्ठ दर्जा असतो त्या दर्जाचे विशेष हक्क आणि प्रतीकांविषयी तो जास्त संवेदनशील बनतो. यातून व्यक्तिगत नात्यांची एक शैली तयार होते, जिचा उल्लेख मी अन्यत्र कुठेतरी "आक्रमक बचाव" असा केला आहे (मंडेलबाउम १९५५, पृ. क्र. २३५–२३९).

जवळच्या नात्यांतील अस्थिरतेच्या विरुद्ध दूरच्या नात्यांतील सापेक्ष स्थैर्य असते. समाजात सामाजिक क्रमवारीवर आधारित एक चौकट आहे याविषयीच केवळ गावकरी सहमत होत नाही तर काही विशिष्ट विषयांच्या बाबतीत खुली स्पर्धा होऊ शकत नाही, याबाबतही सहमत होतात.

एखाद्या कुटुंबातील पुरुषाच्या पित्याची भूमिका अधिक दूरस्थ असते आणि त्याच्या भावाची भूमिका निकटची असते. वडिलांचा अधिकार संपुष्टात आल्यानंतर भावाभावांमधील एकी तत्परतेने कमी होते. एक भाऊ दुसऱ्याला आव्हान देतो, कालांतराने कुटुंब वेगळे होते आणि त्यांच्यातील कटुता आणखी वाढते कारण प्रत्येक भाऊ दुसऱ्याला आदर्शांच्या पायमल्लीकरिता दोष देतो. दोघे जण घरातील स्त्रियांनाही दोष देतात, काही अंशी भावाभावांमध्ये शत्रुत्व निर्माण केले म्हणून आणि काही अंशी घरातील स्त्रियांची एकमेकींशीही

स्पर्धा असते म्हणून. धाकट्या सुनेने सासूच्या आज्ञेतच राहायचे असते, पण तिला मुले होतात आणि तिच्याकडे अधिकार येतात तेव्हा ती सासूला शह देण्यास आणि घरातील इतर कुठल्याही सुनेवर मात करण्यासाठी तिच्याशी भांडणे करण्यास सुरुवात करू शकते. कौटुंबिक नात्यांच्या काही पैलूंमध्ये सामाजिक स्तर आणि प्रदेशांनुसार फरक पडत असला तरी कुटुंबात घडणाऱ्या या घटना सगळ्या प्रदेशांत आणि जातींमध्ये घडतात. एखादे कनिष्ठ श्रेणीचे कुटुंब प्रगती करू लागते तेव्हा उच्च श्रेणीतील जातींच्या कौटुंबिक पद्धती स्वीकारण्याकडे त्या कुटुंबातील सदस्यांचा कल असतो.

कुटुंबापलीकडे, एखाद्या जातीतील एखादे घराणे दुसऱ्या घराण्याला आव्हान देते; एका गावातील लोक एखाद्या परिस्थितीत दुसऱ्या गावास स्पर्धेत मागे टाकण्याचा प्रयत्न करू शकते. मात्र, आव्हान देण्याचे आणि संघर्षाचे काम प्रामुख्याने जातीकडून केले जाते. आपण आधी पाहिल्याप्रमाणे जात म्हणजे एखाद्या व्यक्तीची ओळख सांगणारा प्रमुख घटक, व्यक्ती आणि समूहाच्या अधिकारांचे प्रमुख माध्यम, सामाजिक स्थानाचा प्रमुख वाहक आहे. गावातील एखादा माणूस त्याच्या मानसन्मानाविषयी युक्तिवाद करतो–पूर्वी लिहिल्याप्रमाणे, इज्जत हा शब्द उत्तर भारतात अनेकांसाठी महत्त्वाचा ठरतो–तेव्हा त्यामध्ये व्यक्तिगत आणि कौटुंबिक सामाजिक स्थानाबरोबरच त्याच्या जातीची एकजूट, मापदंड आणि प्रतिष्ठेसाठीही युक्तिवाद केला जातो.

पद्धतशीर प्रक्रियांच्या स्वरूपातील स्पर्धा आणि संघर्ष

जातीजातींमधील स्पर्धा ही सामान्य बाब आहे आणि गावातील संघर्षाचे मूळ कारण म्हणून पाहण्यापेक्षा त्या संघर्षामागील प्राथमिक प्रेरणेचे फलित म्हणून ही स्पर्धा अधिक चांगल्या प्रकारे समजून घेता येते. आपल्या सदस्यांना इतरांकडून कसल्याही आव्हानाची भीती नाही असे एखाद्या जातीस किंवा जातसमूहास ठामपणे वाटते, तेव्हा या प्रेरणेचे महत्त्व दिसून येते. त्या परिस्थितीत समूहातच आव्हान आणि संघर्ष निर्माण होण्याची शक्यता असते. समूहातील काही सदस्यांना इतर सदस्यांपेक्षा गौण असल्यासारखे वाटेल आणि कधी ना कधी त्यांच्यात श्रेष्ठत्वासाठी वाद निर्माण होईल. निकटच्या वरच्या श्रेणीस आव्हान देण्याची व्यक्तिगत प्रेरणा कायम असते आणि तशीच सामाजिक स्पर्धाही कायम असते.

ती न संपणारी स्पर्धा असते. केवळ, आपल्यापेक्षा गौणस्थानावर असलेले काही जण आपल्यावर मात करतील असे प्रत्येक वरिष्ठाला वाटते म्हणून नाही तर एखाद्या विशिष्ट संदर्भानुसार श्रेष्ठ असलेल्या माणसाला इतर बाबतीत इतरांपेक्षा गौण असल्यासारखे वाटते म्हणूनही ती स्पर्धा अखंड चालू राहते. त्या संदर्भांच्या बाबतीत स्वतःचे स्थान सुधारण्याचा प्रयत्न करण्यास तो उद्युक्त होईल तर इतर बाबतीत त्याला इतरांसमोर सावधपणे बचावात्मक पवित्रा घ्यावासा वाटेल. स्पर्धेमुळे माणसाला उल्हसित करणारी फळे मिळू शकतात तसेच त्याला टोचणी लावणाऱ्या

चिंताही निर्माण होऊ शकतात. एखाद्या माणसाला सामाजिक स्थानासाठी केलेल्या प्रयत्नांचे जे परिणाम प्राप्त होतात त्यांमुळे त्याला बरेच वैयक्तिक समाधान मिळते, जे समाधान त्याला कौटुंबिक फायद्याचे विवाहसंबंध जोडल्यामुळे किंवा त्याच्या जातीसाठी मोलाचे धार्मिक प्रतीक प्राप्त झाल्याने किंवा एखाद्या आप्तास सत्ता व प्रतिष्ठा देणारे पद मिळवून दिल्यावर होते.

आयुष्यातील अनेक प्रसंग स्पर्धेने व्यापलेले असतात, पण गावातील माणसाच्या आयुष्यात असेही बरेच काही असते जिथे ही स्पर्धा नसते. आम्ही आधी लिहिल्याप्रमाणे, नात्यांना आणि प्रसंगांना अपवाद असतात. ज्यांचे श्रेष्ठत्व पूर्णपणे मान्य केले गेले आहे अशी श्रेष्ठ माणसे आणि त्यानुसार महत्त्व दिली जाणारी त्यांच्यापेक्षा गौण स्थानावरची माणसे यांच्यातील नातेसंबंध सुरक्षित आणि खात्रीचे असतात (पहा, कारस्टेअर्स १९५७, पृ. क्र. १०६). अशा वेळेस गौणस्थानावरील माणसाला त्याच्या अवलंबित्वाचा राग येण्याऐवजी ते महत्त्वाचे वाटते. काही लोकांसाठी स्पर्धेमुळे उठणाऱ्या ओरखड्यांपेक्षा धर्म हा सुरक्षित स्रोत आहे असे वाटते. पुराणांतील आदर्शांनुसार कौटुंबिक जबाबदाऱ्या पूर्ण करणारा माणूस सामाजिक स्पर्धेपासून दूर राहतो आणि धार्मिकदृष्ट्या समर्पित होतो. अशाही काही व्यक्ती आणि समूह असतात जे तटस्थ राहणे पसंत करतात आणि कुठलीही स्पर्धा काठावरून पाहण्याचा प्रयत्न करतात. ते काही काळापुरते तसे करण्यात यशस्वी ठरतात, पण समाजव्यवस्थेच्या रेट्यामुळे कधीकधी ते स्पर्धेत ओढले जातात.

चलनशीलतेच्या प्रयत्नांत येणारे अपयश सामाजिक क्रमवारीच्या गृहीतकाने कमी होते. पराभूत झालेल्या समूहाचे अस्तित्व पुसून टाकले जात नाही किंवा पूर्णपणे असहाय्य वाटेल इतके अपमानित केले जात नाही. त्या समूहातील काही सदस्यांना मारहाण होऊ शकते, काहींची हत्याही होते, समूहातील अनेक सधन कुटुंबांना त्यांची संपत्तीही गमवावी लागू शकते, पण त्या समूहाची अवस्था सर्वसामान्यपणे पूर्वी होती त्यापेक्षा वाईट होत नाही. जिंकणाऱ्यांना सहसा पराभूत गट मूळ स्थानावर परत गेल्याचे समाधान वाटते. श्रेष्ठ स्थानांवरील लोकांना वस्तू व सेवांची गरज असते आणि त्यांच्या श्रेष्ठ स्थानास दुजोरा देण्यासाठी त्यांना त्यांच्यापेक्षा खालच्या स्थानावर गौण लोकांची गरज असते.

वर्णांमध्ये स्पर्धा नसावी ही विचारसरणी ठामपणे मान्य केली जाते आणि त्याच वेळेस जातीजातींमध्ये सामाजिक स्तरावर उत्साहाने स्पर्धात्मक वर्तन केले जाते. कुठल्याही वेळेस आणि कुठल्याही ठिकाणी काही समूह प्रगती करत असू शकतात आणि इतरांना त्यांच्या स्थानिक व्यवस्थेतील स्थान गमवावे लागू शकते. हा चढउतार म्हणजे एखाद्या विशिष्ट समूहास कोणते स्थान द्यायचे याविषयीच्या वेगवेगळ्या मतांचे एक कारण आहे.

गावकऱ्यांच्या विचारसरणीमध्ये कुटुंबांमधील संघर्षांबाबत नापसंती दाखवली जाते, पण प्रत्यक्ष नातेसंबंधांत ते स्वाभाविकपणे येतात. एखाद्या कुटुंबात ज्यामुळे संघर्ष निर्माण होऊ शकेल

असा तणावाचा क्षण तेव्हा येतो जेव्हा, मोठ्या झालेल्या भावंडांना आईवडिलांचा धाक उरलेला नसतो आणि घरच्या आर्थिक स्थितीविषयी त्यांना काहीतरी महत्त्वाचा निर्णय घेणे आवश्यक असते.

जातींच्या बाबतीत, गावातील सणसमारंभांमध्ये गावभोजनासाठी आलेल्या प्रत्येक जातीला संबंधित श्रेणीनुसार बसणे आवश्यक असते, तेव्हा हे समारंभ संघर्ष निर्माण करणारे प्रसंग ठरतात. अशा संघर्षांमध्ये, प्रत्येक स्पर्धक समूह संघटित होऊ शकतो आणि उच्च श्रेणी अत्यंत महत्त्वाची आहे या विचाराचे समर्थन करू शकतो. त्यामुळे श्रेणीविषयीचे वाद मानसशास्त्रीय कल्पनांमधून निर्माण होतात आणि त्या कल्पनांना दुजोराही देतात.

जुळवून घेण्याच्या क्षमता

पारंपरिक सामाजिक व्यवस्था बंदिस्त आणि अपरिवर्तनीय असल्याचे मानले जात होते, पण प्रत्यक्षात त्या व्यवस्थेत महत्त्वाकांक्षी समूहांच्या प्रगतीसाठी अवघड आणि मर्यादित का असेना पण जागा होती. मनुने सांगितलेली बंदिस्त वर्णव्यवस्था फारशी नाकारली गेली नाही. पण सामाजिक स्थान उंचावण्याच्या खरी शक्यता त्यांच्यासाठीच यशाची हमी देणार होती, ज्यांना परिस्थितीशी उत्तम प्रकारे जुळवून घेणे शक्य होते. समाजातील एखाद्या समूहाला जुळवून घेण्यात येणारे यश येते त्याची सुरुवात आर्थिक स्रोतांचा कुशल विकास, सैन्याने मिळविलेले विजय, नवीन जमिनींबाबतचे निर्णय, हुशारीने केलेला व्यापार किंवा राजकीय नजर किंवा सभोवतालच्या वातावरणातून इतर कुठल्याही प्रकारे आश्वासक लाभ प्राप्त करून घेण्याने होऊ शकते. सैन्याचा पराक्रम हे काही जातीच्या उत्कर्षाचे माध्यम नव्हते. पण सामाजिक दर्जा वाढविण्याचे इतर मार्ग अजूनही वापरले जातात. खूप थोड्या लोकांना त्यांच्या हयातीत धार्मिक विधींच्या बाबतीत बऱ्यापैकी प्रगती करणे शक्य झाले, पण त्यांना त्यांचा भौतिक पाया पुरेसा उंचावता येऊ शकतो, ज्यामुळे त्यांना अशा स्थानाची झलक दिसू शकते, ज्याविषयी त्यांनी स्वतःला वचन दिले होते आणि त्यांचे वंशज त्या स्थानाचा उपभोग घेऊ शकतात.

जातिव्यवस्थेवर आधारित एखाद्या समाजाचे जुळवून घेण्याबाबतचे प्रमुख वैशिष्ट्य म्हणजे परक्या समूहांना सामावून घेणे, जे समूह मग श्रेणीचे स्पर्धक बनतात आणि त्या अनुषंगाने संपूर्ण व्यवस्थेचे समर्थक बनतात. अशा समूहांना सहजपणे सामावून घेता येते कारण जातिव्यवस्थेतील गावकऱ्यांना त्यांच्या शेजाऱ्यांमधील सांस्कृतिक फरक धोकादायक वाटत नाहीत. स्वतःचा दर्जा किंवा सामाजिक स्थान जपत आपल्यापेक्षा वेगळ्या प्रथा असलेल्यांशी मर्यादित स्वरूपाचे नातेसंबंध जोडणे त्यांना शक्य होते. आदिवासींना सातत्याने समाजात सामावून आणि मग सांस्कृतिकदृष्ट्या आपलेसे करून घेतले गेले आहे; जातिव्यवस्थेतील लोक स्वतःच्या जातीय समाजास हानी न पोहोचवता त्यांना कनिष्ठ श्रेणीचे आश्रित किंवा परिस्थितीचा रेटा असल्यास प्रभावशाली जमीनधारक म्हणून स्वीकारू शकत

होते. भारताच्या अन्य प्रदेशांतून आलेले किंवा देशाबाहेरून आलेल्या स्थलांतरितांना याच प्रकारे सामावून घेण्यात आले. सुरुवातीस आलेले ख्रिश्चन, ज्यू आणि मुस्लीम व्यापाऱ्यांना जातिव्यवस्थेच्या समाजात सामावून घेण्यात आले आणि त्यांनी त्यांची धार्मिक ओळख कायम ठेवली. स्वतःची साम्राज्ये निर्माण करण्यासाठी स्थिरावलेल्या परकीय आक्रमकांनी जातिव्यवस्थेशी जुळवून घेतले. ब्रिटिशांनी जातीवर आधारित नातेसंबंधांच्या व्यवस्थेपासून अलिप्त राहण्याचा प्रयत्न केला, पण एका मोठ्या राजकीय सत्तेचे चालक या नात्याने जातिव्यवस्थेवर त्यांचा परिणाम झाला. तरीही या व्यवस्थेवर त्यांच्या सर्व प्रभावामुळेसुद्धा जातीय संबंधांतील मूलभूत घटक किंवा व्यापकतेमध्ये बदल झाला नाही.

जातिव्यवस्थेतील लोकांना नव्याने समोर आलेल्या संस्था तसेच समूहांना सामोरे जाणे शक्य झाले. ब्रिटिशांनी नव्या प्रकारची नोकरशाही, कायदे, शिक्षण आणि तंत्रज्ञान आणले आणि त्या सर्वांचा वापर जातीसाठी तसेच वैयक्तिक कारणांसाठी तत्परतेने केला गेला. उदाहरणार्थ, वसाहतींमध्ये नोकरशाही निर्माण करण्यात आली तेव्हा एखाद्याचे कुटुंब आणि जातीने त्यात सहभागी होणे चांगले आहे की नाही याविषयी फारसा प्रश्न नव्हता. त्या क्रमवारीमध्ये आपल्याला मानाचे स्थान मिळू शकते, हे ज्यांना समजले त्यांना त्या व्यवस्थेत सहभागी व्हायचे की नाही यापेक्षा तिथे शक्य तितके वरचे स्थान कसे मिळवायचे याविषयी चिंता होती. त्यांनी नव्या संस्थांकडे उच्च स्थानप्राप्तीचा उपकारक निकष, उच्च श्रेणी प्राप्त करण्याच्या नवीन संधी आणि चलनशीलतेचे अतिरिक्त माध्यम म्हणून पाहिले.

युरोपिअन प्रभावांचा पगडा निर्माण होण्यापूर्वी खूप आधी गावकरी प्रबल बाह्य प्रभावांना सामोरे गेले—आर्थिक, शासकीय आणि धार्मिक—आणि त्यासाठी त्यांनी त्यांच्या सामाजिक संरचनेचे मूळ बदलू दिले नाही. उदाहरणार्थ, तंजावरच्या गावांमध्ये खूप पूर्वी जलसंधारणाचे आर्थिक परिणाम दिसले होते आणि तेथील जातरचना पूर्णपणे कायम ठेवली गेली. म्हैसूरचे तोतागद्दे गाव, जिथे अनेक शतकांपासून एक नगदी पीक घेतले जात होते, तिथे ही जातरचना जपली गेली. अशा आर्थिक प्रेरकांचे खूप महत्त्वाचे परिणाम झाले होते. त्या प्रेरकांमुळे एखाद्या भागातील जातिव्यवस्थेवर परिणाम झाला पण ती व्यवस्था विस्कळीत झाली नाही.

शासकीय विषयांच्या बाबतीत, स्वतःच्या साधनांच्या मदतीने स्वतःचे स्थानिक व्यवहार सांभाळत असताना राजाला त्याचे किमान देणे देण्याचे मार्ग गावकऱ्यांकडे होते. ब्रिटिशांच्या शासकीय संस्थांचे बहुधा पारंपरिक व्यवस्थेशी वैर होते, पण आपण याआधी पाहिले आहे त्यानुसार गावकऱ्यांनी त्यांचे स्वतःचे राजकीय सिद्धान्त आणि जातिव्यवस्थेमध्ये ब्रिटिश कायदा व पोलीस व्यवस्थेचा अंतर्भाव यशस्वीरीत्या करून घेतला.

तात्पुरत्या शासकांच्या इस्लाम व ख्रिश्चन या बाहेरून आलेल्या धर्मांनी लाखो लोकांचे धर्मांतर केले आणि त्याचा प्रभाव संपूर्ण नागरी संस्कृतीवर झाला. त्याच्या प्रभावामुळे

पारंपरिक समाजव्यवस्था क्षीण झाली नाही. त्याचबरोबर, व्यवस्थेविरुद्ध धार्मिक विद्रोह करण्याच्या अंतर्गत वृत्तीमुळे सामाजिक समूह तयार झाले, ज्यांना त्या व्यवस्थेमध्ये नियमितपणे सामावून घेतले गेले.

सामाजिक चलनशीलता आणि व्यवस्थेची देखभाल

इतक्या अनुकूल पद्धतीने व्यवस्थेचा वापर केला गेला; कारण लोकांनी एखाद्या विषयासंबंधीचे नियम खंबीरपणे आणि लवचीकपणे अशा दोन्ही प्रकारे लागू केले. त्यांनी नवीन तसेच नेहमीच्या प्रसंगांना सामाजिक क्रमवारीचा दृष्टिकोन खंबीरपणे लागू केला; त्यांनी सर्व प्रसंगांत कुठल्याही एका किंवा पूर्णपणे समायोजित सामाजिक क्रमवारीचा आग्रह न धरता लवचीकपणे तो दृष्टिकोन लागू केला. स्थानिक जातिव्यवस्थेतील परमावस्थेमध्येही एक विशिष्ट लवचीकपणा आहे. एखाद्या भागातील बहुतांश लोक मान्य करतात की काही विशिष्ट जाती सर्वांत कनिष्ठ श्रेणीतील आहेत. पण या प्रत्येक कनिष्ठ जातीचे सदस्य सहसा आग्रह धरतात की इतरांपैकी एका जातीला तरी त्यांच्या समूहापेक्षा खालची श्रेणी दिली जावी. या अर्थाने स्थानिक पातळीवरील जातींच्या क्रमवारीस सहसा नेमका शेवट नसतो आणि त्याच अर्थाने नेमके असे वरचे स्थान नसते.

सर्वांत वरच्या स्थानावर असणारे त्या स्थानावरील उत्कृष्ट जागेकरिता आपापसांत स्पर्धा करतात किंवा त्यांना एखाद्या विस्तारित व्यासपीठावरील मोठा संघर्ष अपेक्षित असतो. उदाहरणार्थ, ब्रिटिश राजवटीच्या काळात, एखाद्या राजावर ब्रिटिशांनी लादलेली काही मोजकी आणि विस्तृत बंधने सोडल्यास त्याला त्याच्या राज्यात कोणी आव्हान देऊ शकत नाही. तरीही अशा अनेक युवराजांनी त्यांना अधिकृतपणे प्राप्त झालेला सन्मान मोठ्या समारंभांच्या प्रसंगी दिल्या जाणाऱ्या नऊ ते अकरा बंदुकांच्या सलामीसारख्या गोष्टींतून वाढविण्याचा प्रयत्न केला.

सामाजिक प्रगतीच्या दिशेने मिळणाऱ्या प्रेरणांमध्ये बरेच सातत्य असते, पण त्या प्रगतीसाठी केले जाणारे डावपेच विविध प्रकारचे असतात. वेगवेगळे मार्ग अवलंबिले जाऊ शकतात; तीन "द्विज" वर्णांमध्ये पारंपरिक पर्याय असतात. काही विशिष्ट बाबतीत हे संदर्भवर्ग खूप वेगळे असले तरी त्या तिन्हींमध्ये एक विशिष्ट प्रकारचे समान वर्तन केले जाते, जसे स्त्री-पुरुषांमधील नात्यांच्या बाबतीत आणि वागणुकीतील शिस्तीबाबत. या उच्च श्रेणींपैकी एकीमध्ये स्थलांतरित होण्याचा प्रयत्न जे करतात त्यांना भारतीय नागरी संस्कृतीमधील सर्व प्रमुख समूहांसाठी आवश्यक असलेल्या व्यापक मापदंडांशी जुळवून घ्यावे लागते. कनिष्ठ श्रेणीतल्या जातीमधून इस्लाम किंवा ख्रिश्चन धर्मात जाणाऱ्या माणसाला अशा पद्धतींनी स्वतःला अनुशासित करावे लागते, त्या पद्धती, हिंदू धर्मातील उच्च स्थान मिळविण्यासाठी तो ज्यांचे पालन करेल अशा पद्धतींशी सर्वसाधारण साम्य सांगणाऱ्या असल्या तरी त्यांचे तपशील वेगळे असतात.

कोणताही मार्ग निवडला तरी परिणामकारक प्रगतीची सुरुवात कुटुंबांच्या व्यक्तिगत भरभराटीमुळे सुरू होते. उच्च श्रेणीसाठीच्या आशेस धार्मिक बळ मिळाले नाही तर ती आशा व्यर्थ ठरते. कुटुंबांची व्यक्तिगत प्रगती केवळ एका मोठ्या समूहाचा भाग म्हणूनच होऊ शकते आणि अशा रीतीने उत्कर्ष करणारी कुटुंबं त्यांच्या समूहास धार्मिक विधींच्या बाबतीत लाभ व्हावेत म्हणून त्यांच्या ऐहिक स्रोतांचा वापर करतात. त्याच वेळेस त्यांच्या नेत्यांना यशस्वी ठरण्यासाठी बाहेरील विरोधास सामोरे जावे लागते आणि अंतर्गत बळ कायम ठेवावे लागते.

सहसा विरोधी जातींवर हळूहळू मात करत यश प्राप्त केले जाते, त्यासाठी इतरांना चांगल्या प्रकारे प्रत्युत्तर देता येणार नाही अशा बदलांपासून सुरुवात करून क्रमाक्रमाने अनेक टप्पे पार केले जातात. महत्त्वाकांक्षी गावकरी संपत्ती आणि पावित्र्याचा पाया रचतात, तसतसे ते उघडपणे काही दावे करू लागतात जे त्यांच्या वरच्या श्रेणीतील लोकांसाठी जास्त आक्षेपार्ह असतात. सेनापूर गावामध्ये, भूमिपुत्र/ मजूर जातींनी जानवे घालायचे ठरविले. असेच काही मुद्दे असतात जेव्हा वाढत्या महत्त्वाकांक्षा आणि त्यांच्याप्रति वाढणारा वैरभाव टोकाला पोचतो आणि संघर्ष निर्माण होतो. सर्वसामान्यपणे त्यामध्ये शारीरिक, कायदेशीर आणि सामाजिक अशी सर्व प्रकारची चकमक होते. उच्च श्रेणीतील समूहांनी आधुनिक मापदंड स्वीकारले असतील आणि महत्त्वाकांक्षी कनिष्ठ जाती जे मिळविण्याचा प्रयत्न करत आहेत त्या पारंपरिक प्रतीकांना उच्च श्रेणीतील समूह कमी महत्त्व देत असतील तर संघर्ष लांबणीवर पडू शकतात. संघर्ष पुढे ढकलले जाऊ शकतात पण नाहीसे होत नाहीत.

अशा प्रकारचे संघर्ष कमी करण्यासाठी एखाद्या महत्त्वाकांक्षी समूहास त्यांचे एकजुटीने केले जाणारे प्रयत्न वेगाने करावे लागतात. एकी ही नेहमी एक कठीण समस्या असते. जातीतील सर्व विभाग त्यांचे स्रोत आणि स्थानिक दर्जा यांमध्ये एकाच प्रमाणात सुधारणा करत नाहीत. जास्त प्रगत विभागांनी त्यांच्या व्यवहारांमध्ये इतकी सुधारणा केलेली असू शकते की जे सुधारलेले नाहीत अशा लोकांचे जात-भागीदार असल्याचे ते फार क्वचितपणे मान्य करू शकतात. त्याचबरोबर काही जणांच्या यशामुळे जातीतील इतरांकडून आव्हान निर्माण केले जाऊ शकते.

अधिक यशस्वी सदस्यांना जर असे लक्षात आले की त्यांना त्यांच्या उद्देशाकरिता पुरेशी सांस्कृतिक आणि सामाजिक एकी निर्माण करता येत नाही आहे, तर ते समूहाच्या सीमांची पुनर्रचना करू शकतात. पारंपरिक प्रक्रियेत अधिक प्रगत किंवा असमाधानी कुटुंबं वेगळी होतात आणि त्यांची स्वतंत्र जात असल्याचे जाहीर करतात. कधीकधी असे विभाग इतर जातींतील त्यांच्याइतक्याच गतिशील विभागांमध्ये सामील झाले, ज्यामुळे मिश्रण आणि विखंडन हे दोन्ही लादले गेले. मग नव्या एकजुटीसह ते उच्च श्रेणीचा सामना करण्यास पुढे सरसावले.

व्यक्ती वेगवेगळ्या समूहांचे समर्थन वेगवेगळ्या प्रसंगांनुसार करतात आणि प्रत्येक संदर्भानुसार उच्च श्रेणीसाठी स्पर्धा करू शकतात. एखादा उत्साही गावकरी त्याच्या जातीतील

कुटुंबांमध्ये त्याच्या कुटुंबाची श्रेणी वाढविण्यासाठी आणि तिचे समर्थन करण्यासाठी ताकदीने संघर्ष करू शकतो, पण तो त्याच्या जातीवर परिणाम करू शकेल अशा मुद्द्यासाठी गावपंचायतीमध्ये सहभागी होतो तेव्हा त्याने स्वतःच्या कुटुंबापेक्षा जातीचा पुरस्कर्ता म्हणून वागणे उचित ठरते. एखाद्या प्रसंगी त्याच्या गावाची प्रतिष्ठा दावणीला लागली असेल तेव्हा तो त्याच्याकडून गावाचे समर्थन केले जाण्याची आणि इतर गावांना आव्हान दिले जाण्याची शक्यता असते.

काही संदर्भांत तो त्याच्या धर्माचे किंवा प्रदेशाचे किंवा भाषिकसमूहाचे सामाजिक स्थान उंचावण्यासाठी लढू शकतो. हे मान्य करावे लागेल की कदाचित अधिक प्रयत्न कुठे करायचे हे त्याला नेहमी माहीत असेलच असे नाही. त्याचे समर्थन तो नेहमीच खूप सहजपणे बदलत नाही; कधीकधी गावाचे हित साधायचे की स्वतःच्या जातीचे, याबाबत गावच्या नेत्याची द्विधावस्था होऊ शकते.

त्याचबरोबर, एखाद्या महत्त्वाकांक्षी नेत्याने कार्याभिमुख तसेच श्रेणीभिमुख असले पाहिजे. गावासाठी काय करायला हवे आणि जे केले आहे त्यातून कोणाला श्रेणीचा लाभ मिळतो याकडे त्याने लक्ष केंद्रित केले पाहिजे. हे दोन्हीही हेतू सहसा पूर्णपणे स्वतंत्र नसतात; एक हेतू दुसऱ्यावर अतिक्रमण करतो. पण नेत्याला जर एखाद्या उपक्रमात यशस्वी व्हायचे असेल तर दोन्हींपैकी कुठल्याच हेतूबाबत हात आखडता घेता येत नाही. प्रत्येक विचाराच्या बाबतीत समतोल साधणे ही सर्व स्तरांवरील नेत्यांसमोर सातत्याने येणारी समस्या आहे. सर्व मिश्र समाजांच्या बाबतीत हे खरे ठरते; भारतातील ग्रामीण नेत्यांसमोर असलेली ही विशेष प्रभावी समस्या आहे.

सामाजिक चलनशीलतेसाठी संघर्ष करणारे लोक सामाजिक क्रमवारीच्या चौकटीस आव्हान देत नाहीत, तर त्याउलट ते असे मानतात की त्यांचे योग्य स्थान परत मिळविण्यासाठी प्रयत्न करीत आहेत. त्यांना विरोध करणारे असे मानतात की वरच्या स्थानावर जाऊ पाहणारे हे लोक समाजाची विहित रचना बदलण्याचा प्रयत्न करीत आहेत.

आम्ही केलेले विश्लेषण व्यापक दृष्टिकोनातून पाहिले तर दिसते की आव्हान देणाऱ्यांनी सांगितलेली कारणे बरोबर नसली तरी त्यांची बाजू बरोबर असते. ते बरोबर असतात कारण त्यांचे प्रयत्न हे सर्वसाधारण सामाजिक व्यवस्थेतील खूप मोठ्या प्रतिबदलाचा एक भाग असतात, ज्या व्यवस्थेच्या माध्यमातून ऐहिक अधिकार आणि धार्मिक विधींतील श्रेणींमध्ये व्यापक समानता साधली जाते. मात्र त्या समानतेस अपवाद असतात. ब्राह्मणांमध्येही गरीब आणि परिणामकारक नसणारे लोक असतात, किंबहुना संपूर्ण ब्राह्मणजात तशी असते. त्याउलट, कधीकधी गावातील 'हरिजन' श्रीमंत आणि प्रभावी असू शकतो. तरीही, एकंदरीत गावपरिसरातील उच्च श्रेणीतल्या जाती अधिक सधन आणि शक्तिशाली असतात आणि जे सर्वांत गरीब असतात ते धार्मिक विधींच्या बाबतीतही सर्वांत खालच्या स्थानावर असतात. त्यामुळे, आम्ही नमूद केल्याप्रमाणे, ज्या कृती श्रेणीवर आधारित असलेल्या प्रस्थापित आणि

स्थिर स्थानिक व्यवस्थेत ढवळाढवळ करण्याच्या उद्देशाने केल्या जातात, त्या कृतींमुळे त्याच वेळेस जातीमधील संबंधांची गतिशील, अनुकूलनक्षम सर्वसाधारण व्यवस्थाही जतन केली जाते.

पुनरावर्ती आणि व्यवस्थात्मक बदल

भारतातील समाजव्यवस्थेत फार प्राचीन काळात बदल झाले होते; आरंभीच्या काळातील वेदपुराणांत जातींनी जखडलेल्या समूहांपेक्षा खुल्या वर्गांचा समावेश असलेली समाजव्यवस्था होती. जातींवर आधारित अभिजातिव्यवस्था निर्माण झाल्यानंतर, बहुधा हजार वर्षांपूर्वी, तात्कालिक शासकांनी सामाजिक क्रमवारीमध्ये कधीकधी हस्तक्षेप केला, मात्र व्यवस्थेच्या नियमांमध्ये फेरफार केले नाहीत. लुटालूट करून राजसत्ता काबीज करणारा माणूस जमिनीची वतने आणि इतर विशेषाधिकारांच्या मदतीने स्वतःच्या जातीची श्रेणी वाढवू शकत होता आणि इतर जातींच्या गावातील सामाजिक क्रमवारीमध्ये फेरफार करू शकत होता.

ब्रिटिश राजवटीच्या काळात सामाजिक क्रमवारी जास्त कठीण झाल्यासारखी दिसते. त्यामध्ये सर्वांत जास्त भर श्रेणीसाठीच्या धार्मिक निकषावर दिला जात होता आणि मोठे अधिकार अशा जातींना प्राप्त झाले ज्या जातींमधील पुरुष आधीच उच्च स्थानावर आणि मातब्बर होते. हे बदल खऱ्या अर्थाने व्यवस्थात्मक बदल नव्हते. प्रमुख सामाजिक घटक होते तसेच राहिले; जास्त आणि कमी प्रतिष्ठेविषयीची गृहीतके तशीच राहिली; जाती-जातींमधील संबंध तसेच कायम ठेवले गेले; आणि चलनशीलतेसाठीच्या युक्त्यांमध्ये काही बदल झाले तरी चलनशीलतेसाठीच्या चळवळी सुरू राहिल्या.

राजकीय स्वातंत्र्यामुळे सामाजिक आणि आर्थिक बदलांची एक मालिका निर्माण झाली, जे बदल अजूनही घडत आहेत. काही बाबतीत हा प्रवाह वसाहतपूर्व अवस्थेकडे जात असल्यासारखा दिसतो, ज्या वेळेस सत्ताधीश जातीच्या क्रमवारीवर थेट आघात करू शकत होते. आधुनिक राजकीय सत्ता सैन्यबळावर, खानदानी एकाधिकारशाहीवर आणि जमिनींच्या वतनांवर नाही तर मतदानाचा प्रभाव, शासनव्यवस्थेतील स्थान आणि कूपनलिका, रस्ते व आयातीचे परवाने यांसारख्या गोष्टींच्या मंजुरीवर आधारलेली आहे. संपत्ती आणि सत्तेचे मार्ग बदलल्यामुळे गतिशालतेच्या प्रक्रियांमध्ये बदल झाले आहेत. गावात ज्यांची अडवणूक केली जात होती अशा काही कनिष्ठ श्रेणीतील समूहांनी राजकारणातील उच्च अधिकारांसाठी दावे केले आहेत, मतदानासाठी संघटित झाले आहेत आणि कार्यालये, अनुदाने व स्थानिक प्रभाव प्राप्त केले आहेत. पारंपरिक पद्धतीने टप्प्याटप्प्याने केली जाणारी प्रक्रिया सोडून त्यांनी मानाचा दर्जा मिळविण्यासाठी राजकीय कृतीच्या माध्यमातून थेट धडक मारली आहे.

अशा कृतींच्या वाढत्या यशाचा परिणाम म्हणून उच्च श्रेणीच्या पारंपरिक प्रतीकांविषयीचे आकर्षण कमी झाले. या अनुषंगाने, जानवे घालण्यासाठी दीर्घकाळ कडवा संघर्ष करण्यात

यशस्वी ठरलेल्या नोनियांच्या लक्षात आले की त्यांच्या मुलांना त्यात फारसा रस नाही. उच्च श्रेणीतील जातींच्या लोकांना, जानवे कोण परिधान करते त्याविषयी पूर्वी होती तितकी आस्था राहिली नाही कारण नोनिया तरुणांसारख्या त्यांच्यापैकी अनेकांना उच्च वर्णाच्या प्रतीकांपेक्षा उच्च आधुनिक शिक्षणाची काळजी जास्त होती.

महत्त्वाकांक्षी पुरुषांना आता धार्मिक विधींमधील पावित्र्यासाठी जातींचे विखंडन करण्यापेक्षा राजकीय बळाकरिता जातींचे मिश्रण करणे जास्त परिणामकारक ठरेल असे वाटते. त्यामुळे, बरेचसे जातनेते समान असूनही आधी स्वतंत्र असलेल्या जातींमधील विवाहांना उत्तेजन देऊन त्यांच्या अंतर्विवाही समूहांचा विस्तार करावा अशी विनंती करत आहेत. या प्रवाहाचा ओघ काही मोजक्या, विस्तारित, अधिक चांगल्या प्रकारे संघटित होणाऱ्या जातींकडे आहे. गावातील लोक अजूनही असे मानतात की अंतर्विवाह हा सामाजिक एकीचा मध्यवर्ती घटक आहे, सामाजिक समूहांची श्रेणी ठरलेली आहे आणि कोणाच्याही स्वतःच्या समूहाने प्रगतीसाठी किंवा स्वतःच्या सामाजिक स्थानाचे समर्थन करण्यासाठी सातत्याने प्रयत्न करत राहिले पाहिजे. व्यवस्थेतील जे बदल इथे विचाराधीन आहेत ते थेट स्तरविरहित समाजाकडे नाही तर, काही मोजक्या आणि अधिक एकजिनसी सामाजिक समूहांकडे निर्देश करतात. हे बदल वेगाने झाले असतील हे गरजेचे नाही; बऱ्याच प्रमाणात हे आर्थिक सुधारणांच्या दरावर अवलंबून आहे.

इतर समकालीन समाजांमध्ये झालेल्या व्यापक बदलांच्या तुलनेत भारतीय समाजातील महत्त्वाचे बदल एकाच दिशेने झालेत. सर्वसाधारण प्रवाह समाजातल्या समूहांमधील सांस्कृतिक विषमता आणि सामाजिक अंतरे कमी करण्याकडे असला तरी तो स्तरीकरण पूर्णपणे नाहीसे करण्याच्या दिशेने तो क्वचितच जातो. प्रतिष्ठेच्या पारंपरिक प्रतीकांपासून आधुनिक राजकीय आणि तंत्रज्ञानविषयक प्रतीकांकडे एक सर्वसाधारण बदल झाला आहे. समाजाच्या प्रत्येक स्तरावरील वंचित समूह राजकीय व्यासपीठावर प्रवेश करत आहेत, जे त्यांना आधी शक्य नव्हते.

आधुनिक तंत्रज्ञान, उद्योगक्षेत्र, शिक्षण आणि दळणवळणाचे प्रभाव, जे व्यापकपणे समान असतात, त्यांमुळे काही समान प्रवाह तयार होतात. विकसित होत असलेल्या सामाजिक यंत्रणांसाठी हे प्रेरक घटक मापदंड तयार करतात, मात्र ते त्यापैकी कुठल्याच मापदंडाचे नेमके स्वरूप काय असावे ते ठरवत नाहीत. पण त्या मापदंडांमधून नव्या प्रकारच्या सामाजिक व्यवस्थेची चौकट तयार होते, जी चौकट बहुतांश जुन्या व्यवस्था स्वीकारत आहेत. यामुळे आपण पुन्हा मागील प्रकरणात उपस्थित केलेल्या सूचनेकडे येतो. भारतासारख्या एखाद्या मोठ्या समाजातील व्यवस्थात्मक बदल आधुनिक जगातील नागरी संस्कृतीच्या दृष्टिकोनातून पाहिले तर ते आरंभीचे पुनरावर्ती बदल असल्याचे दिसते.

२१ प्रवाह

भारतीय समाज काही महत्त्वाच्या मार्गांनी बदलत आहे. या बदलांचा आढावा घेण्याची प्रक्रिया अद्याप सुरू असून त्यांचे एकूण महत्त्व किती आहे त्याचे मूल्यमापन अजून होऊ शकलेले नाही. मात्र, सामाजिक विकासाच्या काही विशिष्ट दिशा स्पष्टपणे दिसून येतात. आम्ही या प्रवाहांविषयी या प्रकरणात चर्चा करणार आहोत आणि सामाजिक बदलाची सर्वसाधारण दिशा व बदलाच्या विशिष्ट नमुन्याचे उदारण म्हणून या चर्चेत कौटुंबिक नातेसंबंधांवर लक्ष केंद्रित करणार आहोत.

सामाजिक बदलामागील चालना आणि अडथळे

भारतात अनेक जण असे मानतात की सामाजिक बदलाचे नेतृत्व शासनाने केले पाहिजे. राजकीय विषयांत पुराणमतवादी असणारे लोकदेखील मान्य करतात की बऱ्याचशा सामाजिक बदलांना दिशा आणि प्रेरणा देण्याचे काम शासकीय संस्थांनी केले पाहिजे. शासनाच्या या नावीन्यपूर्ण आणि सुधारणावादी कार्यांची मुख्य जबाबदारी समाजातील नवअभिजनांवर असते. राज्याचे व्यवहार हाताळणाऱ्यांचा समावेश ज्या वर्गात होतो त्या श्रेणीतील वाढत्या सुशिक्षितांना एम. एन. श्रीनिवास यांनी या नावाने संबोधले आहे (१९९६, पृ. क्र. ६९–८२). या वर्गातील सदस्यांचे राजकीय दृष्टिकोन आणि सामाजिक ओळख यांमध्ये बरेच वैविध्य असले तरी सामाजिक बदलाची इच्छा आणि बदलाचे अपेक्षित प्रकार यांविषयीच्या त्यांच्या विशिष्ट मूलभूत संकल्पना समान आहेत.

स्वातंत्र्यप्राप्तीपासून नवीन अभिजन वर्गाला मिळालेल्या यशाकडे कधीकधी दुर्लक्ष केले गेले आहे किंवा त्यास कमी लेखले गेले आहे. साधारण भारताबरोबरच नव्याने राष्ट्रीयत्व प्राप्त झालेल्या अन्य लोकांच्या परिस्थितीवर दृष्टिक्षेप टाकला तर दिसते की भारतातील राष्ट्रीय स्तरावरच्या नेत्यांकडे मुत्सद्दीपणा, समर्पित वृत्ती आणि क्षमतेची कमतरता असती तर भारतीय तितकेसे चांगले काम करू शकले नसते. तरीही आतापर्यंतचे यश किंवा भारतातील अनेकांना जी साध्या करायची आहेत अशा भौतिक किंवा सामाजिक उद्दिष्टांच्या दिशेने सध्या केल्या जाणाऱ्या प्रयत्नांचे प्रमाण यांबाबत समाधानी असणारे फार थोडेजण आहेत, मग ते गावकरी असो किंवा शहरातील अभिजन.

ही उद्दिष्टे साध्य करण्यासाठीची देशाची क्षमता विविध प्रकारच्या परिस्थितींमुळे असमर्थ ठरलेली आहे. जिथे असंख्य लोक अत्यंत दरिद्री अवस्थेत राहत आहेत अशा प्रचंड मोठ्या लोकसंख्येच्या जगण्यावागण्याच्या पद्धती बदलणे ही त्यांपैकी एक सर्वांत महत्त्वाची समस्या आहे. त्याचबरोबर पूर्वापार चालत आलेले काही विरोधाभास आणि न टाळण्यासारखे संघर्ष

आहेत. हे संघर्ष अशा कुठल्याही लोकांसमोर उभे राहतात, ज्यांच्या नेत्यांना वेगवान विकास हवा असतो. भारतातील लोकसंख्येचा आकार आणि गरिबीचे प्रमाण यांमुळे येथील विरोधाभास फारसे आवाक्यात राहू शकत नाहीत. काही अभ्यासकांनी असे म्हटले आहे की राष्ट्रीय योजनांवर भारतीय समाजाच्या स्वरूपाविषयीच्या चुकीच्या कल्पनांचा पगडा आहे–हा एक असा अडथळा आहे ज्यावर आपल्या सध्याच्या अभ्यासात विशेषत्वाने लक्ष दिले गेले आहे.

ज्या देशात एक सप्तमांश मानवजातीचे वास्तव्य आहे तेथील मूलभूत सामाजिक बदलांना दिशा देण्यासाठी जे प्रयत्न आवश्यक आहेत, त्यांच्या आवाक्याबाबत अनेक लेखकांनी सविस्तरपणे लिहिलेले आहे. त्यातील प्रमुख तथ्ये व निष्कर्षांपैकी काही मोजक्यांचाच उल्लेख इथे करणे गरजेचे आहे. आर्थिक उत्पादन नियमितपणे वाढत असले तरी ढोबळ राष्ट्रीय उत्पादन तुलनेने अजूनही कमी आहे. देशातील बरीचशी लोकसंख्या कल्पना करता येणार नाही इतकी गरीब आहे.[१] हालाखीची गरिबी असणारी कुटुंबे–आणि असे लाखो लोक आहेत–ते त्यांची उत्पादकता वाढविण्यासाठी किंवा त्यांचा सामाजिक दर्जा वाढविण्यासाठी क्वचितच काही करू शकतात.

नियोजकांना आणि कायदे बनविणाऱ्यांना ज्या परस्परविरोधी परिस्थितींना सामोरे जावे लागते, त्यांचे चित्रण लोकसंख्यावाढीच्या समस्येतून केले जाते. आरोग्य सुधारण्यासाठी आणि आयुर्मर्यादा वाढविण्यासाठी मोठ्या प्रमाणात संसाधनांचे वाटप केल्याने देशाच्या अर्थव्यवस्थेवरील लोकसंख्येचा दबाव वाढेल आणि त्यामुळे विकासासाठी तुरळक प्रमाणात उपलब्ध असलेली संसाधने कमी होतील. इतर प्रतिकूल दबाव हे सामाजिक समानतेसाठीची चालना आणि उत्पादक कार्यक्षमता यांच्या दरम्यान निर्माण होतात. जमिनीचे मालकी हक्क व्यापक प्रमाणात विभागले गेल्यास शेतीच्या व्यवस्थापनात अडथळे आल्याने सुरुवातीच्या टप्प्यात उत्पादन कमी होऊ शकते. सर्वांत महत्त्वाची अडचण म्हणजे महत्त्वाचे विकास प्रकल्प हे दीर्घकाळ चालणारे उद्योग असतात आणि त्या प्रकल्पांतून उत्पन्न सुरू होण्यास अनेक वर्षे लागू शकतात. तरीही काही ठोस लाभ तत्परतेने निर्माण करण्यासाठी राजकीय नेत्यांवर जनतेकडून दबाव येतो.

भौतिक परिणाम वेगाने साध्य करण्याच्या दडपणांबरोबरच त्वरित सामाजिक परिणाम साधण्याची वैचारिक दडपणेही असतात. प्रमुख राजकीय पक्षांनी अधिक मोठ्या सामाजिक न्यायाबरोबरच देशाची विपुल प्रगती साधण्याचे वचनही दिले होते. न्याय आणि प्रगती

[१] उदाहरणार्थ, १९६२ मध्ये ८६५५ ग्रामीण घरांचे एक नमुना सर्वेक्षण केले गेले होते. त्यामध्ये असे दिसले की त्यापैकी अधिक गरिबी असलेल्या ५० टक्के घरांमध्ये एकूण पुनरुत्पादक संपत्तीपैकी फक्त ७ टक्के संपत्ती होती आणि एकूण उत्पन्नातील २२ टक्के उत्पन्न त्यांना मिळत होते. अधिक गरिबी असलेल्या अर्ध्या घरांकडे एकूण जमिनीपैकी खूप कमी जमीन होती; त्यापैकी ६२ टक्के लोकांकडे प्रतिवर्षी २५० डॉलर्सपेक्षा कमी उत्पन्न मिळत होते (लोकनाथन १९६५, पृ. क्र. ७, ११२–१२१; १९६५ब, पृ. क्र. ३).

साधण्याच्या मार्गात जातिव्यवस्था मोठा अडसर ठरते असे राष्ट्रीय नेत्यांनी वारंवार म्हटले होते (उदा. नेहरू १९४६, पृ. क्र. ११२–११३; नारायण १९५८, पृ. क्र. ८७). अशा नेत्यांना वाटते की अत्यंत ठाम विचारांच्या समाजव्यवस्थेस हादरे देण्यासाठी त्यांना खूप शब्दबंबाळ वक्तृत्वशैली वापरणे गरजेचे आहे. पण या शब्दबंबाळपणामुळे नियोजक आणि कायदे बनविणाऱ्यांसमोर समाजाविषयीचे चित्र स्पष्ट होत नाही. सध्या अस्तित्वात असलेली बहुतांश ग्रामीण समाजव्यवस्था राष्ट्रीय कल्याणाच्या दृष्टीने पूर्णपणे प्रतिकूल आहे आणि एक व्यवस्था म्हणून ती लवकरात लवकर संपुष्टात आणली पाहिजे, असे धोरणकर्त्यांना वाटले तर त्या समाजास रचनात्मक मार्गांनी हाताळण्यासाठी त्यांची बौद्धिक तयारी नाही. ते त्यांना नापसंत असलेल्या सामाजिक पद्धतींचे उच्चाटन त्वरेने करू शकत नाहीत आणि त्यांना अपेक्षित असलेली रचनात्मक उद्दिष्टे साध्य करू शकतील अशा प्रेरकांचा शोध त्यांच्याकडून सध्या अस्तित्वात असलेल्या समाजात घेतला जाण्याची शक्यता नसते.

सामाजिक बदलाविषयीचे गैरसमज

काही विद्वज्जनांनी भारतीय समाजाच्या स्वरूपाविषयी गैरसमज निर्माण केले आहेत. अर्थशास्त्रज्ञ के. विल्यम कॅप यांनी लिहिलेल्या *हिंदू कल्चर, इकॉनॉमिक डेव्हलपमेंट अँड इकॉनॉमिक प्लॅनिंग इन इंडिया* (१९६३) या निबंधमालेतील एक खंड इथे उदाहरणादाखल चर्चेत घेतला आहे. कॅप यांच्या प्रमुख निष्कर्षांपैकी एक म्हणजे, "...हिंदू संस्कृती आणि हिंदू सामाजिक संरचना हे भारतातील कमी दराने होणाऱ्या विकासासाठी कारणीभूत ठरणारे घटक आहेत" (पृ. क्र. ६४). कॅप यांची मते मॅक्स वेबर यांच्या मतांना समांतर ठरणारी होती. मॅक्स वेबर यांनी १९१५ मध्ये जो अभ्यास केला त्याचा प्रभाव नंतरच्या काळातील बऱ्याच समाजशास्त्रीय आणि आर्थिक लिखाणावर पडला होता (पहा, वेबर १९५८; बेंडिक्स १९६०, पृ. क्र. १५८–२११; सिंगर एमएस १९६९).

कॅप यांचे युक्तिवाद आणि वेबर यांच्या प्रबंधाचे खंडन करता मिल्टन सिंगर यांनी याकडे लक्ष वेधले आहे की, या प्रबंधांमध्ये जे संशोधन प्रसिद्ध केले आहे त्यामध्ये अशा निष्कर्षांसाठी पुरेसा अनुभवजन्य पुरावा दिलेला नाही. तसेच हिंदू संस्कृती आणि समाजव्यवस्थेने आर्थिक विकासाचे मोठे खच्चीकरण होईल असे परिणाम केलेले नाहीत. त्याचबरोबर, कॅप यांचे निष्कर्ष म्हणजे बहुतकरून पुराणग्रंथांतील संकल्पनांबाबतच्या गैरसमजातून केलेली काल्पनिक भाकिते आहेत. सिंगर म्हणतात ही भाकिते अशा रीतीने सादर केली आहेत, जणू काही ती, "खात्रीशीर अशी सार्वत्रिक विधाने आहेत, ज्यांतून दूरगामी धोरणात्मक निर्णय घेतले गेले पाहिजेत" (१९६६, पृ. क्र. ५०५). सिंगर नमूद करतात की भारतातील काही धोरणकर्ते भारतीय समाजासंबंधीच्या या अप्रमाणित आणि

दिशाभूल करणाऱ्या विचारांचा वापर आर्थिक विकासासाठी करतात. "तसे झाल्यास, राजकीय व बुद्धिजीवी नेत्यांच्या, तुलनेने लहान असलेल्या एखाद्या समूहाची वैचारिक बांधीलकी ही आर्थिक वृद्धीसाठी कुठल्याही पारंपरिक मूल्याइतकी आणि मतप्रणाली किंवा सामाजिक संरचनेच्या वैशिष्ट्याइतकीच महत्त्वाची मर्यादा ठरू शकते" (सिंगर, १९६६, पृ. क्र. ५०२).

जातिव्यवस्था आणि आर्थिक विकास यांविषयीच्या नेहमीच्याच चाकोरीतल्या कल्पना गुन्नर मिर्डाल यांच्या सर्वसमावेशक आणि काही बाबींवर प्रखर प्रकाशझोत टाकणाऱ्या *एशियन ड्रामा* मध्ये दिसतात. मिर्डाल सुरुवातीस "व्यापक संस्थात्मक पद्धत"(पृ. क्र. ९) या पद्धतीविषयी असलेल्या त्यांच्या बांधीलकीवर जोर देतात, पण आर्थिक संकल्पनांविषयीचे त्यांचे संस्थात्मक विश्लेषण सयुक्तिक असूनही ते भारतीय समाजातील यंत्रणेच्या बळास कमी लेखतात. या अनुषंगाने मिर्डाल लिहितात (पृ. क्र. १०८१) की भारतीयांना काम आणि मेहनत करण्यासाठी एकंदरीतच व्यवस्थेकडून प्रोत्साहन मिळत नाही. याउलट, गावांच्या अभ्यासातून जे दिसते त्यानुसार सामाजिक दर्जासाठीच्या व्यापक ध्यासातून मेहनतीसाठी निरंतर प्रेरणा मिळत होती, जरी त्या मेहनतीचे फळ खर्चीक संघर्षासाठी, न्यायालयीन खटल्यांसाठी, नजरेत भरेल अशा उपभोगासाठी आणि एखाद्या अर्थशास्त्रज्ञाला तोट्याचे वाटेल अशा इतर कोणत्याही मार्गाने खर्च होत असले तरी. एखाद्या अर्थशास्त्रज्ञाच्या दृष्टिकोनातून ते मार्ग तोट्याचे ठरू शकतात, मात्र गावकऱ्यांना तसे वाटेलच असे नाही.

मिर्डाल जेव्हा म्हणतात की (पृ. क्र. १६९२) दक्षिण आशियातील जनता खर्च, परतावा आणि कमाल फायदा या गोष्टींची आकडेमोड तर्कसंगतपणे करत नाही, तेव्हा ते त्यांनी स्वतः केलेल्या सामाजिक आकडेमोडीकडे दुर्लक्ष करत असतात. त्यांनी केलेली ती आकडेमोड ग्रामीण वातावरणात तितकीच तर्कसंगत ठरते जितकी त्यांच्या सभोवतालच्या वातावरणात त्यांची आकडेमोड तर्कसंगत असते. त्याच परिच्छेदात मिर्डाल लिहितात की दक्षिण आशियातील देशांसारख्या देशांतील जनतेला तिचे जीवनमान उंचावण्यात काही रस नाही आणि ते असेही म्हणतात की "मानववंशशास्त्राविषयी जगभरात झालेल्या संशोधनाने याची पुष्टी केली आहे." मानववंशशास्त्रातील संशोधन अशा कुठल्याच निष्कर्षास दुजोरा देत नाहीत.

मिर्डाल यांचे काही शेरे सयुक्तिक आणि काही धक्कादायकही आहेत. उदाहरणार्थ, औद्योगिक क्रांतीपूर्वी (१९६८, पृ. क्र. ६८८) अनेक शतके भारतीय उपखंडातील जनता पाश्चिमात्य युरोपियन देशांच्या तुलनेत अत्यंत गरिबीच्या अवस्थेत राहत होती असे त्यांचे मत त्यांच्याकडील सर्व माहितीच्या आधारे बनले आहे असे ते नमूद करतात. दुसऱ्या महायुद्धानंतर लोकसंख्येतील वाढ हा एकमेव महत्त्वाचा सामाजिक बदल दक्षिण आशियात घडून आला आहे असा निष्कर्षही ते मांडतात. "इतर कुठल्याही सुधारणेच्या किंवा

विकासासाठीच्या प्रयत्नांपेक्षा हा बदल अत्यंत महत्त्वाचा आहे आणि या बदलामुळे त्या प्रयत्नांमध्ये बरेच अडथळे आले आहेत" (१९६८, पृ. क्र. १५३०).

तरीही भारतीय समाज आणि त्याच्या व्यक्तिमत्त्वाविषयीची त्यांची काही विधाने खूप चुकीची आहेत (पहा, मदन १९६८). उदाहरणार्थ, ते म्हणतात की एखाद्या पाश्चिमात्य अभ्यासकाच्या दृष्टीने भारताच्या दुर्बलतेचा (बहुधा आर्थिक दुर्बळपणा) प्रमुख स्रोत मानवी घटकामध्ये आढळतो. मिर्डाल पुढे म्हणतात की यात अंगभूत क्षमता किंवा तांत्रिक कौशल्यांच्या अभावाचा प्रश्न नसून पुढाकार घेण्याची वृत्ती, आर्थिक दर्जा सुधारण्यातील रस आणि श्रमाचा आदर या गोष्टींचा अभाव त्यात दिसतो-"त्यांच्या व्यक्तिमत्त्वावरील जातिव्यवस्थेची छाप" (पृ. क्र. ११४८).

काही "पाश्चिमात्य अभ्यासकांची" मते मिर्डाल यांच्यासारखी आहेत, तर इतर पाश्चिमात्य व पाश्चिमात्येतर अशा दोन्ही प्रकारच्या संशोधकांनी या मतांना उत्साहाने (आणि माझ्या मते, योग्यरीत्या) आव्हान दिले आहे (पहा, ए. के. सिंग १९६७; मॉरिस १९६७; सिंगर १९६६; १९६९). त्याचबरोबर, भारतातील प्रत्यक्ष ग्रामीण जीवनाच्या अभ्यासात पुढाकाराचा थोडा अभाव किंवा सुधारणेबाबतची थोडी अनिच्छा दिसून येते, पण त्यामध्ये आर्थिक स्थिती, राजकीय वातावरण आणि सामाजिक यंत्रणेमुळे उद्योजकीय प्रयत्नांत येणारे अडथळे समोर येतात. "मानवी घटकास" याचा दोष देण्यामुळे गावकऱ्यांना आणि शहरवासीयांना अधिक मेहनत करण्यास, त्यांच्या प्रथांमध्ये सुधारणा करण्यास, प्रलोभने दूर ठेवण्यास आणि मानवी दोष दूर सारून प्रगती करण्यास सांगावे लागेल. नैतिक प्रश्नांवर अशा प्रकारचे विवेचन मुबलक प्रमाणात केले गेले आहे; मात्र, संबंधित सामाजिक प्रेरक घटक, जातिव्यवस्थेचे प्रत्यक्ष स्वरूप आणि संस्थात्मक बदलाच्या खऱ्या क्षमता या सर्वांविषयीच्या आकलनाचा अभाव दिसून येतो. लोकांच्या (अपरिभाषित) व्यक्तिमत्त्वावर असलेली (चुकीच्या पद्धतीने समजून घेतलेल्या) जातिव्यवस्थेची छाप ही भारताची सर्वांत मोठी समस्या आहे, असे भारतातील आर्थिक आणि सामाजिक विकासाविषयी आस्था असणाऱ्यांना सांगितले तर त्यांना त्यातून फार काही लाभ होत नाही.

वर्णसंकल्पनेसारख्या विचारांतून एखाद्या गुंतागुंतीच्या परिस्थितीविषयी खूपच साध्याशा स्वरूपाचे स्पष्टीकरण मिळते; पण वर्णसिद्धान्तापेक्षा वेगळे असलेले हे विचार जे मानतात त्यांच्या उद्दिष्टांना या विचारांमुळे मजबुती मिळण्याऐवजी ती कमी लेखली जाऊ शकतात. ती उद्दिष्टे पुढे नेताना, जातीवर आधारित नातेसंबंध अत्यंत तत्परतेने नाहीसे कसे करायचे ही मुख्य समस्या नसते, तर ग्रामीण समाजातील गतिशील प्रेरक घटकांना सर्वोत्तम पद्धतीने प्रवाहित कसे करायचे, जेणेकरून समाजातील सर्वांसाठी अत्यंत फायदेशीर ठरेल अशी नातेसंबंधांची नवीन व्यवस्था निर्माण करता येईल–ही समस्या असते. काही विचारवंतांनी

समूळ उच्चाटनाबाबत सुचवले आहे आणि चळवळीतील काहींना त्यांच्या उद्दिष्टांकडे नेणारा तो एकमेव मार्ग आहे असे वाटते. या मार्गात काही सर्वज्ञात तोटे आहेत तसेच स्वाभाविक आकर्षणेही आहेत. एखाद्या समाजात राजकीय-सामाजिक उलथापालथ होते, तेव्हा लोकांना आधीपासून माहीत असलेल्या नात्यांच्या आधारे कुठलीही नवीन नाती आणि संस्था विकसित कराव्या लागतात. तो सामाजिक पाया स्पष्टपणे समजून घेतला तर थेट बदलांसाठी प्रयत्न करणाऱ्यांना–त्यांचा राजकीय दृष्टिकोन काहीही असला तरी–त्याचा निश्चितपणे फायदा होतो. भारतीय समाजाच्या स्वरूपाविषयी दिशाभूल करणारे विचार प्रभावी असतील तरच, भारताच्या विकासात येणाऱ्या अडचणी दूर होऊ शकतात.

प्रस्थापित प्रथा आणि आधुनिक बदल यांमध्ये अंगभूत विरोधाभास असला पाहिजे, हा विशेषकरून एक चुकीचा विचार आहे. आम्ही आधीच्या प्रकरणांमध्ये नमूद केले आहे त्यानुसार समाजातील आधुनिक बदलाच्या जोडीने लक्षात येण्याजोगे सांस्कृतिक सातत्य चालत आले आहे. गावकऱ्यांनी नव्या भूमिका आणि यंत्रणा ज्या प्रमाणात पूर्णपणे स्वीकारल्या त्यापेक्षा त्यांनी त्यांच्या जुन्या पद्धती पुढे जास्त चालू ठेवल्या. त्यांना तसे करणे शक्य झाले कारण भारतीयांनी अनेक शतकांपर्यंत मिश्र समाजपद्धती जतन केली आहे; आधुनिक पाश्चिमात्य नागरी संस्कृतीमधील विचार, मानवनिर्मित वस्तू आणि प्रतिनिधी सामोरे येतात तेव्हा स्वतःची नागरी संस्कृती जपण्याच्या क्षमता त्यांच्याकडे खूप आधीपासून होत्या.

पुण्यापासून बारा मैलांवर असलेल्या लोणी (लोणीकंद) या गावाविषयी १८१९ मध्ये जे लेखन केले गेले होते त्यामध्ये याचे चित्रण केले आहे. पुण्यामध्ये सतरा वर्षे राहिलेले आणि ग्रामीण भागात प्रचंड भटकंती करणारे शल्यविशारद थॉमस कोट्स यांनी हे लेखन केले आहे. १९५४–५८ मध्ये जी.एस. घुर्ये आणि त्यांच्या सहकाऱ्यांनी जे पुनःसंशोधन केले ते कोट्स यांच्या या लेखनावर आधारित होते (कोट्स १८२३; घुर्ये १९६०).

कोट्स यांनी त्यांचे लेखन केले तेव्हा त्या गावावर दोन वर्षांपेक्षा कमी काळापासून ब्रिटिशांचा अंमल होता आणि त्यामुळे गावात थोडेसे बदल झाले होते. गावकऱ्यांनी मौद्रिक अर्थव्यवस्था आणि बाजारपेठीय विनिमय पूर्णपणे स्वीकारलेला होता. उच्चवर्णीय जातीतील मुलांसाठी एक शाळा होती. कोट्स यांना दिसले की सामान्य शेतकरी साक्षर नसले तरी त्यांना त्यांच्या व्यवसायातील सर्व बारकावे माहीत होते आणि त्यांच्यापैकी अनेकांना त्यांच्या देशाच्या इतिहासातील प्रमुख घटनांचे "माफक ज्ञान" होते. "एकंदरीतच त्यांना त्यांच्याच गावातील कनिष्ठ श्रेणीतील लोकांपेक्षा जास्त माहिती असते आणि शिष्टसंमत व शिस्तबद्ध आचरणाबाबत ते निश्चितच त्यांच्यापेक्षा उजवे असतात" (कोट्स १८२३, पृ. क्र. १९२).

१८१९ मध्ये, ज्यावर्षी ही निरीक्षणे नोंदविण्यात आली (ते व्हिक्टोरिया राणीचे जन्मवर्षही होते) तेव्हा लोणीच्या गावकऱ्यांना नुकतेच एका सर्वांत मोठ्या राजकीय

कार्यक्षेत्रात, जे कधी काळी अस्तित्वात होते, त्यामध्ये सामावून घेतले गेले होते. तरीही साधारण वीस शतकांपूर्वी हा प्रदेश अन्य एका साम्राज्याचा भाग होता. सम्राट अशोकाचे ते साम्राज्य कधी काळी अस्तित्वात असलेल्या सर्वांत मोठ्या राजकीय प्रदेशांपैकी एक होते. लोणीतील गावकऱ्यांनी ब्रिटिश संस्कृतीचा प्रभाव आणि राजकीय सत्तेमुळे १३० वर्षांच्या काळात त्यांच्या पद्धतींमध्ये जरी बदल केले असले आणि स्वातंत्र्यप्राप्तीनंतर बदलाचा वेग वाढला असला तरी त्यांच्या संस्कृतीच्या मूळ रचनेचे कोट्स यांनी १८१९ मध्ये वर्णन केले होते ती रचना, घुर्ये यांच्या १९६० मधील पुस्तकातून ती रचना अजूनही अस्तित्वात असल्याचे दिसते.

अशा प्रकारच्या सलगता ओळखल्यामुळे "पारंपरिक" आणि "आधुनिक" पद्धतींच्या दरम्यान गृहीत धरलेला विरोध नाहीसा होतो. तथाकथित पारंपरिक पद्धतींना अपरिवर्तनीय मानले गेले नाही आणि वर्तनाच्या आधुनिक प्रकारांना जुन्या पद्धतींमध्ये सामावून घेण्यात आले आहे. या सलगतांमध्ये संघर्ष, विरोधाभास आणि द्विधावस्था टाळलेली नाही हे मान्य करावे लागेल. एखाद्या गोष्टीला जे महत्त्व दिले जाते त्यामध्ये होणारा कुठलाही मोठा बदल, आधीच्या व्यवहारांत सामाजिक व वैयक्तिक स्तरावर सहभागी असलेल्यांसाठी अपरिहार्यपणे गैरसोयीचा ठरतो.

आधुनिक सामाजिक बदलाच्या प्रवाहांचे चित्रण करण्यासाठी आम्ही पुढे कौटुंबिक भूमिका आणि नात्यांमध्ये झालेले बदल तपासून पाहणार आहोत. एखादी व्यवस्था तिच्यातील कोणत्याही घटकसमूहापेक्षा भक्कम असते आणि तिच्या कुठल्याही मूलभूत तत्त्वांइतकी कमकुवत असते. जाती, राजघराणी, पंथ, वसाहतींच्या सत्ता असे विशिष्ट समूह भारतात आले आणि गेले त्यांनी सर्वसाधारण सामाजिक व्यवस्थेस फारसे नुकसान पोहोचविले नाही. ठरावीक काळात आणि ठरावीक ठिकाणी समाजातील घराण्यांसारख्या काही विशिष्ट घटकांचे महत्त्व कमी जास्त झाले आहे आणि सर्वसाधारण व्यवस्था होती तशीच राहिली आहे. मात्र, समाजातील अनेक जणांनी त्यांची सामाजिक व्यवस्था कशी आहे आणि कशी असावी याविषयीचे त्यांचे मूलभूत विचार बदलले तर मोठे बदल होण्याची शक्यता आहे.

कौटुंबिक बदल आणि सातत्य

भारतातील एकत्र कुटुंबव्यवस्था ही जुन्या, शेतीवर आधारित समाजासाठी योग्य होती, पण सध्याच्या परिस्थितीत ती निरुपयोगी आहे या निकषावर ही कुटुंबव्यवस्था "मोडकळीस" येण्याची शक्यता नेहमी व्यक्त केली जाते. त्यामुळे "पारंपरिक" एकत्र कुटुंब आणि "आधुनिक"विभक्त कुटुंब यांमध्ये तीव्र भेद असणे गृहीत धरलेले असते. मात्र कुटुंबाची रचना आणि एखाद्या प्रकारची आर्थिक व्यवस्था यांमध्ये जवळचा संबंध नसतो हे दर्शविणाऱ्या संशोधनाने तो दृष्टिकोन अमान्य केला (पहा, कपाडिया १९६६, पृ. क्र. २७३–३०८,

३२९–३३१; सिंगर १९६८, पृ. क्र. ४२३–४२४). कुटुंबाचा अभ्यास करणाऱ्या बहुतांश विद्यार्थ्यांना समजते की आधुनिक समाजाचा सर्वसाधारण कल पती-पत्नींमधील वैवाहिक नात्यास अधिक महत्त्व देण्याकडे, सगोत्र नात्यांमधील विशेषतः भावंडांच्या नात्यांतील अपेक्षा कमी करण्याकडे असतो. पण हा कल म्हणजे कौटुंबिक नात्यांमध्ये अचानक बदल करण्याचे कारण नसून एक दीर्घकालीन प्रवाह आहे. भारतातील कौटुंबिक प्रवाहांविषयीच्या अनेक संशोधनांमध्ये एकत्र कुटुंबांबात गृहीत धरलेले, या व्यवस्थेचे नाहीसे होणे, या गोष्टीवर लक्ष केंद्रित केलेले असल्यामुळे कौटुंबिक कार्ये व मूल्ये यांचे सातत्य तपासून पाहण्यापेक्षा स्वतंत्र घरात विभागले गेल्यांची संख्या मोजण्याचे काम जास्त केले गेले आहे. ए.एम. शाह हे अशा विद्वानांपैकी एक आहेत, ज्यांनी कौटुंबिक अभ्यासाच्या त्या पद्धतीविषयी धारदार प्रश्न विचारले जी पद्धत "मोठ्या आणि मिश्र (किंवा एकत्र) घरांचे लहान आणि साध्या घरांत रूपांतर होण्याचा अपरिहार्य प्रवाह" गृहीत धरते. भारतीय कुटुंबाचा सामान्य, चक्रीय विकास आणि कुटुंबरचनेतील मूलभूत बदल यांमध्ये फरक केला पाहिजे याकडे ते लक्ष वेधतात (१९६८, पृ. क्र. १३३–१३४).

आम्ही विभाग २ मध्ये नमूद केले होते त्यानुसार त्या चक्रीय विकासात, विभक्त कुटुंबातील मुलांची लग्ने होऊन ते आधीसारखे त्यांच्या पत्नींसोबत आणि नंतर मुलांसोबत आईवडिलांच्या घरीच राहतात तेव्हा सर्वसामान्यपणे विभक्त कुटुंबाचे एकत्र कुटुंब बनते. काळाच्या ओघात, सहसा वडिलांच्या मृत्यूनंतर ते कुटुंब विखरून लहान कुटुंबं तयार होतात. कुटुंब एकत्र राहण्याचा कालावधी जमीनमालक असलेल्या शेतकऱ्यांकडे आणि अधिक सधन व उच्च श्रेणीच्या जातींमध्ये मोठा असतो. गरीब घरांत आणि रोख उत्पन्न मिळविणाऱ्यांकडे हा कालावधी खूप थोडा असतो. मग ते रोख उत्पन्न आधुनिक जलसंधारणाच्या शेतीतून मिळत असेल किंवा आधुनिक व्यवसायांमधून मिळत असेल. देशाच्या वेगवेगळ्य प्रदेशांतील कुटुंबांमध्ये याबाबतीत आणखी वैविध्य असते, पण त्या सर्व वैविध्यांच्या मुळाशी काही व्यापक विचार आहेत. कौटुंबिक समूहाची सुरक्षितता आणि संरक्षण घरातील पुरुषांमधील, म्हणजे वडील व मुलांमधील, भावाभावांमधील एकोप्याच्या नात्यांवर अवलंबून असते, असे हे विचार सांगतात. कुटुंबातील पुरुषांची परस्परनिष्ठा ही मुलाच्या त्याच्या पत्नीसाठी असलेल्या निष्ठेमुळे कमी होता कामा नये. कुटुंबातील पुरुषांनी टिकून राहील असे सातत्य उपलब्ध करून देणे अपेक्षित असते आणि स्त्रियांना इतर कुटुंबांमधून आणून तिथे रुजवले जाते व त्यांच्यामुळे घरात फूट पडेल असे गृहीत धरलेले असते. तरीही पुरुषाला घरातील स्त्रियांच्या माध्यमातून, विशेषतः त्याच्या आईच्या भावंडांकडून खूप मदत आणि प्रेम मिळते. ही मदत व प्रेम त्याला त्याच्या पितृघराण्यातील एक भूमिका पार पाडणारा माणूस म्हणून नाही तर एक व्यक्ती म्हणून दिले जाते.

कौटुंबिक आदर्शांचे पालन कधीच पूर्णपणे केले गेलेले नाही, पण घरातील प्रत्येक व्यक्तीच्या कौटुंबिक अनुभवांवर त्या आदर्शांचा प्रचंड प्रभाव असतो. या आदर्शांच्या सध्याच्या सामर्थ्याचे मूल्यमापन करण्यासाठी दोन संशोधनांमध्ये उपयुक्त माहिती उपलब्ध होते. त्यापैकी एक अभ्यास एम. एस. गोरे (१९६८) यांनी अगरवाल कुटुंबांविषयी केला होता. दिल्ली आणि दिल्लीच्या आसपास राहणारे अगरवाल कुटुंबीय परंपरेने व्यापारी आणि सौदेबाज होते. दुसरा अभ्यास मिल्टन सिंगर (१९६८) यांनी केला आहे. मद्रास शहरातील प्रमुख उद्योजक असामींच्या कुटुंबांचा अभ्यास त्यांनी केला होता.

गोरे यांचे संशोधन एका विस्तृत प्रश्नावलीस मिळालेल्या प्रतिसादांवर आधारित आहे. ३९९ कुटुंबांतील सदस्यांनी या प्रश्नावलीची उत्तरे दिली होती. त्यामध्ये शहरवासी आणि ग्रामस्थांबरोबरच शहराजवळच्या काही "सीमावर्ती" गावांमधील रहिवाशांचा समावेश आहे. जातीचे पारंपरिक व्यवसाय न करणारे काही कार्यालयीन कर्मचारी आणि व्यावसायिकांच्या १०० कुटुंबांकडूनही या प्रश्नांची उत्तरे प्राप्त करण्यात आली. प्रमुख सर्वेक्षणातील व्यक्तींच्या सरासरी शिक्षणापेक्षा त्यांचा शैक्षणिक स्तर खूपच जास्त होता. प्रमुख सर्वेक्षणातील कुटुंबप्रमुखांनी तुलनेने खूप कमी औपचारिक शिक्षण घेतलेले होते (गोरे १९६८, पृ. क्र. ७७–९१).

१९६१ मध्ये पूर्ण झालेल्या त्या अभ्यासातून दोन प्रमुख निष्कर्ष प्राप्त होतात. "त्यांपैकी एक म्हणजे, सर्वेक्षण केल्या गेलेल्या सर्व कुटुंबांचे वर्तन, भूमिकांविषयीची जाण आणि मानसिकता यांबाबतीत अजूनही मोठ्या प्रमाणात एकत्र कुटुंब पद्धतीस दुजोरा मिळतो." दुसरा निष्कर्ष म्हणजे शहरातील निवास आणि शिक्षण यांतून "विशिष्ट प्रमाणातील वैविध्य समोर आल्यासारखे दिसते." पण हे वैविध्य प्रत्यक्ष वर्तनापेक्षा प्रश्नावलीवरील उत्तरांमागील मानसिकतांमध्ये जास्त दिसते. कौटुंबिक बदलाबाबत उत्तरार्थींच्या तयारीवर, महाविद्यालय किंवा उच्च महाविद्यालयांच्या माध्यमातून मिळणाऱ्या शिक्षणाचा प्रभाव प्रामुख्याने दिसत होता, शहरातील निवासाचा नव्हे. किंबहुना, पारंपरिक व्यवसाय करणाऱ्या आणि मर्यादित शिक्षण घेतलेल्या कुटुंबांमध्ये "ग्रामीण-शहरी फरक स्पष्टपणे दिसत नव्हते" (गोरे १९६८, पृ. क्र. १५१, २३२). राहण्याची व्यवस्था आणि कुटुंबातील स्त्रियांचे स्थान यांविषयीच्या उत्तरांतून दिसून आले की बऱ्याचशा कुटुंबांमध्ये या बाबतीत पारंपरिक पद्धत कायम ठेवलेली होती. प्रश्नोत्तरांच्या काळात अर्ध्यापेक्षा जास्त कुटुंबांमध्ये (४९९ पैकी २६३) विभक्त कुटुंबपद्धती होती, पण या विभक्त कुटुंबांतील ८६ टक्के कुटुंबप्रमुख पूर्वी एकत्र कुटुंबात राहिलेले होते. विभक्त कुटुंबांच्या सदस्यांनी एकत्र कुटुंबात राहण्यामागचे आदर्श अमान्य केलेले नाहीत. तरीही त्यांनी त्या आदर्शाकडे भावंडांमधील एकजुटीपेक्षा घरातील अपत्य म्हणून एकजूट दाखवणे या अर्थाने पाहिले (गोरे १९६८, पृ. क्र. १०९, २३५).

इतर जातींमध्ये आणि देशाच्या इतर प्रदेशांत असेच निष्कर्ष प्राप्त झाल्याची नोंद केली गेली आहे. कौटुंबिक आदर्शांना अजूनही खूप वजन आहे. एकजुटीवर आधारित नात्यांना बऱ्याच प्रमाणात मान दिला जातो आणि ती जतन केली जातात. काही बदल केले जात आहेत. भावाभावांमधील एकजुटीवर पूर्वीइतका भर दिला जात नाही. कुटुंबातील स्त्रियांचे स्थान बदलत आहे. या अनुषंगाने, अगरवाल कुटुंबांमध्ये स्त्री-पुरुषांनी दूर राहण्याबद्दल तितकीशी सक्ती केली जात नाही. तरीही कौटुंबिक जीवनातील बदलांचा स्वीकार हा प्रत्यक्ष कृतीपेक्षा शब्दांत जास्त दिसतो. शाब्दिक उत्तरे आणि सामाजिक वर्तन या दोन्हींतील सर्वांत ठळकपणे दिसणारे बदल, हे अशा लोकांमध्ये दिसतात ज्यांनी माध्यमिक किंवा उच्चशिक्षण घेतले आहे.

डॉ. गोरे यांच्या पुस्तकासाठी लिहिलेल्या प्रस्तावनेमध्ये डब्ल्यू. जे. गूड त्यांच्या अभ्यासाच्या निष्कर्षांना कौटुंबिक संबंधांमधील जागतिक प्रवाहांच्या चौकटीत बसवतात. आधुनिक शहरीकरणाचा खूप ठोस पगडा निर्माण होण्याआधी बदलाच्या विचारसरणीचे खूप महत्त्वाचे परिणाम होऊ शकतात आणि या विचारसरणीमुळे, ओघाने येणारे शहरीकरण व औद्योगिकीकरण सुकर होऊ शकते याकडे गूड लक्ष वेधतात. जगभरातील कुटुंबव्यवस्था वैवाहिक नात्यांच्या पद्धतीकडे वाटचाल करत आहेत याची पुष्टी गूड करतात, पण हे रूपांतर सहजपणे होणार नाही, असेही ते नमूद करतात (गूड यांचे गोरे १९६८ मधील लेखन, vii–viii).

सिंगर यांनी केलेल्या अभ्यासात, मद्रास शहरातील प्रमुख उद्योजकांपैकी एकोणीस उद्योजक आणि त्यांची कुटुंबं शहरी वातावरणात जुन्या कौटुंबिक आदर्शांना कसे सामावून घेत आहेत हे जाणण्यासाठी त्यांच्या मुलाखती घेण्यात आल्या. त्या कुटुंबांमधील लोक सुशिक्षित, संपन्न आणि अत्यंत यशस्वी होते. हे बडे उद्योजक गावात किंवा लहान शहरात लहानाचे मोठे होत असताना होते त्यापेक्षा त्यांचे सध्याचे कौटुंबिक नातेसंबंध निश्चितच वेगळे होते. कुटुंबाचा आकार, स्त्रियांचे स्थान, कुटुंबाचा दिनक्रम हे वेगळे आहे. तरीही सांस्कृतिक सातत्य स्पष्टपणे दिसून येते, "विभक्त घरांत राहणारी कुटुंबं एकत्र कुटुंबांतील असंख्य नियमांचे पालन करत राहतात आणि शक्यतो त्या व्यवस्थेतील मापदंडांशी आधीप्रमाणेच सहमत होतात" (सिंगर १९६८, पृ. क्र. ४३८).

सातत्य आणि बदल हे दोन्ही जपण्याची एक पद्धत म्हणजे वर्गीकरणाच्या माध्यमातून कामाच्या वर्तुळाचे मापदंड घरगुती वर्तुळापासून वेगळे ठेवण्याची पारंपरिक पद्धत. घराबाहेरच्या कामांपेक्षा, घरात वावरताना पुराणग्रंथांतील मापदंडांचे पालन अधिक काटेकोरपणे करण्याकडे या कुटुंबांतील सदस्यांचा कल असतो. या उद्योजकांच्या बालपणी त्यांच्या घरात ती वर्तुळं जितकी वेगळी ठेवली जायची त्यापेक्षा अधिक काटेकोरपणे ते ती वर्तुळं स्वतंत्र ठेवतात आणि कामाच्या वर्तुळाचा आवाका प्रचंड मोठा असतो. पण आधुनिक व्यवहारांचे मूळ जुन्या प्रघातांमध्ये असते (सिंगर १९६८, पृ. क्र. ४३८–४४४). एक

लक्षात घेतलेच पाहिजे ते म्हणजे, हा उपाय केवळ औद्योगिक क्षेत्रातील अभिजनांपुरता मर्यादित नाही. अगदी लखनौच्या रस्त्यावर रिक्षा खेचणारी माणसेदेखील याच पद्धतीने कामाच्या ठिकाणचे आणि घरातील वर्तनाचे मापदंड वेगवेगळे ठेवतात (गाऊल्ड १९६५अ, पृ. क्र. ३१). जुळवून घेण्याच्या आणखी एका प्रक्रियेस सिंगर "वर्तनपद्धतीतील प्रातिनिधिक बदल" असे म्हणतात. या प्रकारातील औद्योगिक अधिकारी धार्मिक विधींच्या संदर्भातील त्याची घरगुती कर्तव्ये विश्वासार्ह पद्धतीने पूर्ण करू शकत नाही. त्यामुळे तो त्याच्यासाठी असे विधी पार पाडण्याकरिता व्यावसायिक पुरोहितांची नेमणूक करतो. तसेच त्याची पत्नी व मुलांना धार्मिक विधींतील समर्पणासाठी प्रोत्साहन देतो. तो त्याच्या धर्माचे कौटुंबिक पैलू नाकारत नाही, पण त्यांसाठी इतरांची नेमणूक करतो.

या उद्योजकांनी त्यांच्या व्यावसायिक संस्थांच्या व्यवस्थापनात कौटुंबिक व्यवस्थापनाच्या काही पारंपरिक पद्धती स्वीकारलेल्या आहेत. व्यवसाय आणि कुटुंब या दोन्हींमध्ये नियंत्रण आणि मालकीहक्क वेगवेगळे ठेवले जातात; कुटुंबप्रमुखाकडे व्यवसायाची सूत्रे असतात. व्यवसायातील समभागधारक किंवा हिस्सेदार त्याच्या अधिकाराचा मान राखतात. सिंगर म्हणतात की एकत्र कुटुंबातील व्यवहारांमुळे "उद्योग उभारणीसाठी काही विशेष फायदे होतात" (१९६८, पृ. क्र. ४४५).[२]

पहिल्या पिढीतील व्यावसायिकांचे कौटुंबिक व्यवहार पुढील पिढ्यांमध्येही तसेच राहतील का या प्रश्नाला नेमके उत्तर नसले तरी काही लेखकांनी ठासून सांगितले त्याप्रमाणे एकत्र कुटुंबातील आदर्श आणि व्यवहार यांच्यामध्ये आर्थिक विकासास कमी लेखले जात नाही (पहा, गूड १९६३, पृ. क्र. २०५). गावकरी आणि शहरवासी एकत्र कुटुंबपद्धतीचे आदर्श तत्परतेने नाकारत नाहीत आणि वैवाहिक नात्यावर आधारित कुटुंबव्यवस्थेकडे बेफिकिरीने वळत नाहीत. अनेक समूहांमध्ये विभक्त कुटुंबांचे प्रमाण वाढलेले आहे आणि त्यामागे एकत्र कुटुंबातील कर्तव्यांविषयीच्या तिरस्कारापेक्षा आर्थिक घटकांचे कारण जास्त असते (पहा, कपाडिया १९५८, पृ. क्र. २६०; देसाई १९६४, पृ. क्र. १४५–१४७; ड्रायव्हर १९६३, पृ. क्र. ४१–५६). या कर्तव्यांप्रति असलेली निष्ठा काळाच्या ओघात कमी होत जाते, पण तरीही या कर्तव्यांविषयीच्या जाणिवेचे समर्थन भारतातील अनेक जण अजूनही करतात.

---

[२] यापैकी एक उद्योगप्रमुख वडीलधारी व्यक्तीच्या नात्याने जे अधिकार सांभाळत होता, त्याचे प्रतिबिंब एका घटनेत दिसते. ती म्हणजे जन्मदर नियंत्रित केला पाहिजे असे मानणाऱ्या त्या माणसाने स्वतः नसबंदी केली होती आणि मग त्याने कुटुंबातील इतर पुरुष सदस्य व त्याच्या अंदाजे ३००० पुरुष कर्मचाऱ्यांनाही तसेच करण्यास उद्युक्त केले (सिंगर १९६८, पृ. क्र. ४३५).

कौटुंबिक भूमिकांमधील आणि कर्तव्यांमधील बदल

स्त्रियांच्या कौटुंबिक भूमिकांमध्ये होणारे बदल अधिक ठळकपणे समोर येत आहेत. एखाद्या घरातील स्त्रिया पूर्वीप्रमाणे पुरुषांवर औपचारिकपणे खूप अवलंबून राहत नाहीत आणि त्यांच्याशी खूप फटकूनही राहत नाहीत. स्त्रियांचे नशीब पूर्णपणे नवऱ्यांवर अवलंबून नसते, कारण जिथे विधवांच्या पुनर्विवाहास पूर्ण बंदी होती अशा काही उच्च श्रेणीतील जातींतील विधवांना पुनर्विवाहाची परवानगी दिली जात आहे (पहा, गूड ११६३, पृ. क्र. ३६५; गोरे १९६८, पृ. क्र. २१६; कपाडिया १९६६; पृ. क्र. १७४–१७९; मदन १९६५, पृ. क्र. २६, १२२; पोकॉक १९५४, पृ. क्र. २०१). आता तर कायद्याने शक्य असलेल्या घटस्फोटाची मदतही उच्च श्रेणीतल्या जाती घेत आहेत (देशपांडे १९६३; कपाडिया १९६६, पृ. क्र. १८६–१९७; रॉस १९६१, पृ. क्र. २७३).

बनारसजवळच्या सेनापूर गावाच्या अहवालानुसार, स्त्रियांच्या भूमिकेत होणाऱ्या बदलांची जाणीव गावकऱ्यांना आहे. समोर दिसणाऱ्या महत्त्वाच्या बदलांविषयीच्या प्रतिक्रिया नोंदविण्यासाठी मानववंशशास्त्रज्ञांच्या एका गटाने सेनापूरच्या २९ स्त्री-पुरुषांना प्रश्न विचारले (त्यांची एकूण संख्या ५५ पेक्षा अधिक होती). "त्या सर्वांनी पडदा पद्धत शिथिल करण्याबद्दल किंवा स्त्रियांनी वेगळे बसण्याबद्दल प्रतिक्रिया व्यक्त केल्या, काही जणांनी बऱ्याच मोठ्या प्रतिक्रिया दिल्या. याला कोणीही अपवाद नव्हते" (ओप्लर १९६०, पृ. क्र. ९४). सेनापूरच्या बहुतांश जातींमध्ये, घरातील लहान स्त्रीने सासरे व मोठ्या दिरासमोर अजिबात येऊ नये, शांतपणे सासूचा मान राखावा, घरातच राहावे सर्वांसमोर पतीशी विशेष जवळीक दाखवू नये आणि या सगळ्यांतून दाखवून द्यावे की घरातील तिचे स्थान कनिष्ठ आहे, असे बंधन तिच्यावर असते. सर्व उत्तरार्थींनी मान्य केल्यानुसार १९५० पर्यंत सेनापूरमधील तरुण विवाहित स्त्रिया सर्वांसमोर न येण्याची पद्धत पाळण्याबाबत बेफिकीर झाल्या होत्या, त्या मोकळेपणे घराबाहेर जात होत्या, सार्वजनिक ठिकाणी पतीसोबत जाण्यास आणि त्याला मदत करण्यास त्या अधिक उत्सुक होत्या. पती आणि पत्नी दोघांनाही त्यांच्यातील जवळीक लपवून ठेवण्याची फारशी इच्छा नव्हती.

उत्तरार्थींना बदलाची कारणे बरीच स्पष्टपणे माहीत होती. त्यांनी ठामपणे सांगितले की या बदलांची सुरुवात तरुणांनी केली. विशेषतः असे तरुण ज्यांनी गावाबाहेरचे जग अनुभवले होते आणि ज्यांनी महाविद्यालयीन किंवा उच्च महाविद्यालयीन शिक्षण घेतले होते. शहरांत शिक्षण घेणाऱ्या किंवा नोकरी करणाऱ्या पुरुषांनी तेथील स्त्रिया सेनापूरच्या स्त्रियांच्या तुलनेत अधिक मोकळेपणाने वावरत असलेल्या पाहिल्या होत्या. शहरांतील काही स्त्रिया कार्यालयांत आणि दुकांनात काम करत होत्या, काही जण व्यवसायात आणि राजकारणात कार्यरत होत्या. सेनापूरच्या पुरुषांनी स्त्रियांच्या या कामांकडे उच्च आणि अत्यंत हवेसे वाटणाऱ्या सामाजिक

स्थानाचा एक भाग म्हणून पाहिले. त्यामुळे, गावात परतल्यावर त्यांनी त्यांच्या पत्नींना बंधनात जास्त न राहता मोकळेपणाने वावरण्यास प्रोत्साहन दिले. सुशिक्षित पुरुषांच्या पत्नींनीही थोडेसे शिक्षण घेतलेले असते. त्या शिक्षणामुळे त्यांना थोडासा वैयक्तिक आत्मविश्वासही मिळालेला असतो. अशा स्त्रिया त्यांच्या आई-आजीइतक्या सहजपणे कुटुंबात संपूर्ण गौणस्थान स्वीकारत नाहीत.

याचा अर्थ असा नाही की सेनापूरमध्ये एकत्र कुटुंबाचे आदर्श कालबाह्य झाले आहेत. १९५० मध्ये गावातील एकत्र कुटुंबांची संख्या विभक्त कुटुंबांच्या दुप्पट होती आणि गावातील चार पंचमांश लोक एकत्र कुटुंबात राहत होते. तरीही, सेनापूरच्या वृद्ध माणसांना जाणवले होते त्यानुसार स्त्रियांच्या वागणुकीत झालेल्या बदलांमुळे कौटुंबिक नात्यांवर खूप महत्त्वाचे परिणाम होऊ शकतात (ओप्लर १९६०, पृ. क्र. ९६–९७).

विविध प्रकारच्या अभ्यासांमध्ये असेच बदल सूचित केले आहेत. भारताच्या बहुतांश भागांतील मुलींचे लग्नाच्या वेळचे वय सतत आणि मोठ्या प्रमाणात वाढत आहे (कपाडिया १९६८, पृ. क्र. १५८–१९९; रॉस १९६१, पृ. क्र. २४५–२५०, २८२; गूड १९६३, पृ. क्र. २३२–२३६; कन्नन १९६३, पृ. क्र. १८७–१९२ ड्रायव्हर १९६३, पृ. क्र. ६१). लग्नानंतर नवऱ्याच्या कुटुंबात राहायला येणारी नववधू ही पहिल्यांदा मासिक पाळी येऊन काही आठवडे किंवा महिनेच झाले असतील इतकी लहान नसते. ती त्यापेक्षाही मोठी, स्वतःच्या क्षमता व वैयक्तिक हक्कांची थोडीफार जाणीव असलेली तरुणी असते (कपाडिया १९६६, पृ. क्र. ३२७–३२८). प्रतिष्ठा मिळवू पाहणारे कुटुंबीय त्यांच्या मुलीला थोडे शिक्षण देण्याचा प्रयत्न करतात. बहुतांश लग्नेच्छू मुले सुशिक्षित असतात आणि त्यांच्याइतके नाही तरी त्यापेक्षा कमी शिकलेली मुलगी वधू म्हणून मिळावी अशी त्यांची इच्छा असते.

ज्या गावांचे नेते पुरोगामी म्हणून त्यांची प्रतिमा निर्माण करू इच्छितात त्या गावांमध्ये मुलींच्या शिक्षणाचे प्रमाण प्रचंड वेगाने वाढत आहे. कमला नाथ यांनी अशाच एका गावातील मुलींचा अभ्यास केला. पंजाबच्या लुधियाना जिल्ह्यातील जितपूर नावाचे ते गाव होते. नमुन्याखातर निवडलेल्या अठरा घरांतील पस्तीसपेक्षा जास्त वयाच्या १४ स्त्रिया निरक्षर होत्या. पस्तीस वर्षांपेक्षा कमी वयाच्या १२ स्त्रिया होत्या; त्यांपैकी १२ म्हणजे निम्म्यापेक्षा जास्त स्त्रियांनी थोडे शिक्षण घेतले होते. शाळकरी वयाच्या (६ ते १४ वर्षे) १८ मुली शाळेत शिकत होत्या. या घरांमध्ये १० सुना होत्या. त्यांचे पती सैन्यात असल्यामुळे किंवा पतीने पांढरपेशा नोकरी स्वीकारल्याने त्या गावाबाहेर राहत होत्या. त्या दाहीजणी शिकलेल्या होत्या, बहुधा महाविद्यालयीन स्तरापर्यंत त्यांचे शिक्षण झाले होते. श्रीमती नाथ लिहितात की गावातील सर्व कुटुंबांतील मुलींना शाळेत पाठवले जात आहे आणि जे अधिक पुढारलेले आहेत ते मुलींना शिक्षक किंवा इतर करिअरसाठी तयार करावे म्हणून प्रशिक्षण संस्थांमध्ये

पाठवत आहेत. “मुलींना शिक्षण दिले जात आहे कारण (सरकारी किंवा सैन्यातील) नोकरी करणाऱ्या सुशिक्षित पुरुषांना आणि खूप मागणी असलेल्या नवऱ्या मुलांना शिकलेल्या मुली हव्या आहेत” (कमला नाथ १९६५, पृ. क्र. ८१५). या घटनेचा परिणाम म्हणजे गावातील निरक्षर किंवा जेमतेम शिकलेल्या मुलांना लग्नासाठी मुली मिळण्यात प्रचंड अडचणी येत आहेत.

नमुन्यादाखल घेतलेल्या घरांतील दोन पिढ्यांमध्ये पूर्णपणे निरक्षर स्त्रियांपासून ते पूर्णपणे शिकलेल्या मुलींपर्यंत झालेला हा बदल म्हणजे त्या गावातील स्त्रियांच्या भूमिकेत होत असलेल्या सर्वसाधारण बदलाचा सूचक आहे. अशा रीतीने आता अनेक मुली सायकलवर शाळेत जातात, एक प्रकारे “आधीच्या पिढीत, जेव्हा मुलीला कोणाच्या सोबतीशिवाय गावाबाहेर जाण्याची परवानगी नव्हती, तेव्हा या बदलाचा विचारही शक्य झाला नसता” (कमला नाथ १९६३, पृ. क्र. ८१५). जितपूर हे विशेषकरून एका प्रगतिशील जिल्ह्यातील संपन्न गाव आहे आणि तेथील बदलाचे प्रमाण हे सर्व भारतीय गावांसारखे नाही. पण जितपूरमधील स्त्रियांच्या कृतींमधील बदलाची दिशा ही देशभरात सर्वत्र दिसणाऱ्या प्रवाहासारखीच आहे.

महाविद्यालयीन किंवा उच्च महाविद्यालयीन शिक्षण घेतलेल्या स्त्रियांच्या वाढत्या संख्येचा एक परिणाम म्हणजे त्यांच्यात कारकुनी, प्रशासकीय किंवा व्यावसायिक कामे करणाऱ्यांची संख्या वाढली (गाडगीळ १९६५; छिब्बर १९६८, पृ. क्र. १२०–१२३). शेतातील किंवा अकुशल प्रकारचे काम करणाऱ्या स्त्रियांच्या तुलनेत त्यांची संख्या जास्त नाही, पण शहरांमध्ये आता शिक्षण घेऊन नोकरी करणाऱ्या स्त्रियांची संख्या इतकी भरपूर आहे की ज्यामुळे उच्च सामाजिक स्थान असलेल्या स्त्रिया पगारी नोकऱ्या करत आहेत हा विचार आता आश्चर्यकारक किंवा विसंगत वाटत नाही.

पुरुषांच्या तसेच स्त्रियांच्या कौटुंबिक भूमिकांमध्ये बदल होत आहेत. जे पुरुष त्यांच्या स्वतःच्या हक्काचे उत्पन्न मिळवतात, मग ते नगदी पीक घेणारे शेतकरी असोत, उद्योजक, नोकरदार किंवा व्यावसायिक असोत, ते वडीलधाऱ्यांच्या अमलातून पूर्वीपेक्षा जास्त लवकर स्वतंत्र होऊ शकतात. अगदी जिथे असे स्वतंत्र उत्पन्न हा महत्त्वाचा घटक नसतो, जसा तो खालापूर गावातील रजपूत कुटुंबांत होता, तिथेही पुरुषांच्या कौटुंबिक नात्यांमध्ये बदल होत आहेत. तिथे रजपूत कुटुंबातील पित्याने त्याच्या मुलांशी बरेचसे सक्तीने आणि फटकून वागावे असे अपेक्षित असते. पण ही बाब पूर्वीइतकी खरी नाही. त्याने त्याच्या मुलांसाठी शिस्तप्रिय असणेही अपेक्षित असते आणि घरातील इतर पुरुषांपैकी त्याचे स्वतःचे वडील आणि भावांनी त्या मुलांची बाजू घेणे अपेक्षित असते. स्वतःच्या मुलांपेक्षा भावाच्या मुलाशी त्या माणसाचे जास्त सलोख्याचे संबंध असावेत अशी अपेक्षा असते. हे अजूनही योग्य मानले जाते पण क्वचितच तसे घडते. आता भावांचा कल वेगळे होण्याकडे असतो आणि

प्रत्येक माणूस त्याच्या स्वतःच्याच मुलांशी संवाद साधतो (मिन्टर्न आणि हिचकॉक १९६६, पृ. क्र. ११८–११९).

भारतातील अनेक कुटुंबांतील वडीलधाऱ्या माणसांना, आधीच्या पिढीतील वडीलधाऱ्यांना स्वतःच्या मुलाच्या व सुनेच्या नात्याबाबत धास्ती वाटायची तितकी आता वाटत नाही; वैवाहिक नात्यामुळे पालकांचे अधिकार किंवा भावाभावांमधील एकजुटीस धोका निर्माण होईल याबद्दलची त्यांची भीती कमी झाल्यासारखी दिसते. पतीपत्नीच्या नात्यातील मोकळीक आता आणखी समजून घेतली जाते आणि स्त्रीपुरुषांनी खूप जास्त फटकून न राहणे आता बरेच जण मान्य करतात. तरुण पतीपत्नीच्या दरम्यानच नाही तर वडील आणि मुलाच्या नात्यातही एकमेकांपासून दूर राहण्याचे दडपण कमी झाले आहे.

पुरुषांना सुरुवातीला जे आर्थिक आणि वैयक्तिक स्वातंत्र्य मिळते त्यामुळे कुटुंबापासून दूर होण्याचा तणाव पूर्वीपेक्षा कमी होतो. जरी नव्या कौटुंबिक रचनेत नव्या प्रकारच्या वैयक्तिक समस्या निर्माण होऊ शकत असल्या तरी स्त्रीसाठी मुलीपासून सुनेपर्यंतचा प्रवास आधीइतका नाट्यमय ठरणार नाही. समाजाच्या दृष्टीने कौटुंबिक भूमिकांमधील हे बदल म्हणजे व्यवस्थेत होऊ घातलेल्या बदलाचे अरिष्टसूचक असतात. बहुतांश लोकांसाठी ते अजूनही अरिष्टसूचकच आहेत. खूप पूर्वीपासून सुस्थापित असलेल्या कौटुंबिक भूमिका आता अनेक कुटुंबांमध्ये बदलण्यात येत आहे; पण बहुतांश गावकरी कौटुंबिक चक्रातील विशिष्ट टप्प्यांच्या कालावधीमध्ये बदल करत असले तरी ते बरेचसे आधीच्या पिढ्यांच्या पद्धतीनेच कौटुंबिक चक्र चालू ठेवतात.

के.एम. कपाडिया कौटुंबिक प्रवाहासंबंधीच्या त्यांच्या प्रचंड अभ्यासाचा सारांश लिहिताना यावर भर देतात की व्यक्तिगत वागणुकीवर अजूनही एकत्र कुटुंबातील आदर्शांचा प्रचंड प्रभाव आहे. ते लिहितात की स्वतंत्र राहण्याच्या उद्देशाने आईवडिलांपासून वेगळे झालेल्या माणसाचीसुद्धा अशी अपेक्षा असते की त्याच्या मुलांची लग्ने होतील तेव्हा त्याच्या कुटुंबाने एकत्र राहावे. लग्न झालेल्या मुलांना सहसा त्यांच्या वडीलधाऱ्यांच्या गरजा पूर्ण करणे आणि लहान भावंडांची शिक्षणे व लग्नांची जबाबदारी घेणे हे त्यांचे कर्तव्य वाटते. "स्वतःच्या कर्तव्यांमध्ये अपयशी ठरणाऱ्या माणसाला केवळ त्याचे नातेवाईकच नाही तर शेजारीही बेभरवशाचा आणि बाईलवेडा आहे असे म्हणतात" (कपाडिया १९६६, पृ. क्र. ३३२–३३३). फार थोडेजण अशा दडपणांचा विरोध करू शकतात; विशेषतः कौटुंबिक आदर्शांची मूल्ये वैयक्तिक पातळीवर रुजवलेली असतात तसेच सामाजिक स्तरावर लादली जातात. पारंपरिक कौटुंबिक रचनेतील आणखी एक घटक म्हणजे मुले होऊ देण्यासाठी असलेले दडपण, विशेषकरून मुलग्यांची संख्या जास्त असावी, हे दडपण स्त्री आणि पुरुष या दोघांनाही खूप तीव्रतेने जाणवते.

प्रकरण ३ मध्ये नमूद केले होते त्यानुसार शहरात राहिल्यामुळे कौटुंबिक नात्यांतील बदल वेगाने घडत नाहीत; आप्तेष्टांमधील नात्यांचे व्यापक बंध शहरात काही मार्गांनी दृढ होतात. शहरात कामासाठी येणारे गावकरी नेहमी त्यांच्या नातलगांच्या समूहात एकत्र राहतात. त्यामुळे, गर्दीत हरवून टाकणाऱ्या शहरी जीवनात त्यांना एक आश्रयस्थान मिळते. तसेच शहरातील धोक्यांपासून वाचवणारा रक्षक स्रोतही ठरतो. लखनौमधील रिक्षा ओढणाऱ्यांविषयीच्या अभ्यासाचा निष्कर्ष मांडताना गाऊल्ड लिहितात की "व्यवसाय कोणतेही असले तरी शहरी वातावरणात आप्तमित्रांचे संयुक्त समूह मोठ्या प्रमाणात कायम ठेवले जातात," (१९६५, पृ. क्र. ४६). विल्यम रोवे यांनी सेनापूर गावातील ४६ पुरुषांचा अभ्यास केला होता, त्यातूनही त्यांनी असाच निष्कर्ष मांडलेला आहे. ते ४६ लोक बॉम्बे शहरात काम करत होते. त्यांपैकी एकजण सोडून बाकी सर्व जण अत्यंत नियंत्रित समूहांमध्ये राहत होते; ते समूह एकतर खऱ्या जवळच्या नात्यांच्या आधारे (ती नाती जवळचीच असली पाहिजेत असे नाही) किंवा मानलेल्या नातेबंधांच्या आधारे तयार केले गेले होते. रोवे लिहितात, एखाद्या गावातील सर्व पुरुष एकमेकांचे भाऊबंद असतात हा विचार इतर कुठल्याही ठिकाणापेक्षा शहरात फार महत्त्वाचा ठरतो (रोवे १९६४, पृ. क्र. २१).

शहरातील बरीचशी कुटुंबं गावात राहणारे आईवडील व भावंडांच्या बाबतीत एकत्र कुटुंबाची कर्तव्ये पार पाडतात. श्रीनिवास यांच्या निरीक्षणानुसार, शहरातील अनेक घरे म्हणजे गावातील किंवा शेकडो मैल दूर असलेल्या छोट्या शहरांतील नातलगांच्या समूहाचा केवळ एखादा उपग्रह असावा तशी असतात (१९६६, पृ. क्र. १३८). श्रीनिवास पुढे लिहितात, शहरातील जी कुटुंबं नव्याने उच्चभ्रूवर्गात सामील झाली आहेत ती त्यांच्या कौटुंबिक जीवनाची पद्धत सर्वाधिक स्पष्टपणे बदलत असतात. त्याचे एक कारण म्हणजे मोठ्या भौगोलिक अंतरामुळे ते जवळच्या नातलगांपासून दुरावलेले असू शकतात आणि दुसरे म्हणजे ते अशा सामाजिक आणि सांस्कृतिक वातावरणात राहतात जे त्यांच्या गावातील किंवा छोट्या शहरातील नातेवाइकांपेक्षा प्रचंड वेगळे असते. सहसा अशा कुटुंबांमध्ये, कुटुंबातील पारंपरिक प्रथांचे पालन करतील अशा वडीलधाऱ्या मंडळींचा अभाव असतो; आईवडिलांना त्यापेक्षा त्यांच्या मुलांच्या शिक्षणातील व करिअरच्या स्पर्धेतील यशाची जास्त काळजी असते (श्रीनिवास १९६६, पृ. क्र. १३८–१३९). तरीही नव्याने उच्चभ्रू बनलेल्या अनेक कुटुंबांसाठी लग्न म्हणजे कौटुंबिक प्रतिष्ठेची परीक्षा ठरते, लग्नसमारंभ हे अजूनही मोठ्या प्रमाणात खर्च करण्याचे प्रसंग असतात, लग्नाचे नाते सर्वसाधारणपणे आईवडिलांकडून आणि नातलगांकडून जुळवले जाते आणि अंतर्विवाहाचा विषय अद्यापही गांभीर्याने विचारात घेतला जातो.

विवाहपद्धतींमधील बदल

हुंड्याच्या मोठमोठ्या रकमा आणि लग्नसमारंभासाठीचा बेसुमार खर्च ही सार्वजनिक चिंतेची बाब आहे. वर्तमानपत्रांमध्ये यावर संपादकीय लेख लिहिले जातात; राजकीय नेते त्यावर चर्चा करतात; या खर्चांना आळा घालण्यासाठी कायदेमंडळाने कायदे केले आहेत. विशेषकरून, उत्तर भारतातील उच्च श्रेणीतल्या जातींमध्ये हुंडा देण्याची पद्धत नवीन नाही आणि अशा प्रकारे हुंडा दिल्याने लग्नाचे स्थैर्य व वधूचे तिच्या पतीच्या कुटुंबात चांगले स्वागत होईल याची हमी देण्यास मदत झाली आहे (पहा, गूड १९६३, पृ. क्र. २११−२१२). अलीकडच्या काही दशकांमध्ये, सामाजिक दर्जासाठीच्या वाढत्या स्पर्धेत हुंड्याचे प्रमाण वाढले असल्याचे सांगितले जाते. ज्या घरांत मुलींची संख्या भरपूर आहे अशा ठिकाणी हुंड्याबाबतचे हे दायित्व मोठे ओझे ठरते. त्यांचा आकांत.. (रॉस १९६१, पृ. क्र. २६०−२६४; कॉरमॅक १९६१, पृ. क्र. ११३−११४). एकोणिसाव्या शतकातील लेखक आणि सुधारकांनी या प्रथेस दोष दिला; अगदी अलीकडच्या प्रतिक्रियाही कमी महत्त्वाच्या नाहीत. या अनुषंगाने कपाडिया ढोबळपणे म्हणतात, "दुष्टवृत्ती नाहीशी करण्याऐवजी शिक्षणाने मोठ्या प्रमाणात त्या वृत्तीला वाईट स्वरूप दिले आहे" (१९६६, पृ. क्र. १३७). १९६१ मध्ये भारतीय संसदेने हुंडा प्रतिबंधक कायदा पारित केला. श्रीनिवास लिहितात, "हुंडापद्धतीला विरोध करण्यात हा कायदा फारसा यशस्वी ठरलेला नाही" (१९६६, पृ. क्र. १२६). कुटुंबाच्या प्रतिष्ठेस दिले जाणारे महत्त्व आणि ती प्रतिष्ठा जपण्याचे व उंचावण्याचे योग्य मार्ग यांविषयी भारतातील जास्तीत जास्त लोकांचे विचार बदलत नाहीत, तोपर्यंत त्या कायद्यास फार मोठे यश लाभणार नाही.

अशा प्रकारच्या वैवाहिक दुष्टचक्रात सापडलेली कुटुंबं लग्नाच्या आणि हुंड्याच्या खर्चांमुळे जेरीस येतात. अनेक विद्वानांनी आणि राजकीय नेत्यांनी असे खर्च चुकीचे असल्याचे सातत्याने म्हटले असले तरी अनेक कुटुंबांना या लग्नाच्या प्रचंड खर्चाचे ओझे वहावे लागते. मागील प्रकरणांत नमूद केले होते त्यानुसार कौटुंबिक चक्रात एक प्रमुख घटना म्हणून आणि सामाजिक बंधांचे प्रदर्शन करण्याचा व ते बंध वैध ठरविण्याचा प्रमुख प्रसंग म्हणून लग्नसमारंभाचे स्थान कायम राहते. पंजाबच्या अंबाला जिल्ह्यातल्या एका छोट्या शहरातील व्यापारी कुटुंबाविषयी लिहिले गेले आहे त्यानुसार, कुटुंबाची भविष्यातील पत ठरविण्यासाठीसुद्धा ते समर्पक ठरू शकते. "लग्नसमारंभ आणि हुंड्याचे सार्वजनिक प्रदर्शन हे एखाद्याच्या आर्थिक परिस्थितीचे वर्णन करणारी जाहीर निवेदने ठरू शकतात आणि ती स्थानिक समाजातील इतर सदस्यांसाठी अर्थपूर्ण ठरतात" (हेझलहर्स्ट १९६६, पृ. क्र. ११६).

सर्व सामाजिक स्तरांवरील मोठे विवाहखर्च हे कुटुंबातील मुलाबाळांसाठी सामाजिक कल्याणाची हमी देण्यासाठी आणि कुटुंबाची पत वाढविण्याच्या उद्देशाने केले जातात.

कुटुंबातील वयस्कर मंडळी, विशेषतः स्त्रियांना असे वाटते की त्यांच्या आर्थिक स्रोतांचा वापर यापेक्षा जास्त चांगल्या प्रकारे होऊ शकणार नाही. आर्थिक भांडवलाचे रूपांतर सामाजिक भांडवलात केले जात नाही तोपर्यंत त्याला काही मोल नाही, असा युक्तिवाद त्या करतात. आर्थिक उत्पादकता वाढविण्यास मदत करत नाहीत अशा सर्वच खर्चांविषयी अर्थशास्त्रज्ञ आणि नियोजकांनी तीव्र नापसंती व्यक्त केली आहे. मात्र, कौटुंबिक सदस्यांना असे वाटते की त्यांच्या मुलांच्या सामाजिक सुरक्षिततेसाठी केल्या जाणाऱ्या गुंतवणुकीपेक्षा कुठल्याच गुंतवणुकीस प्राधान्य दिले जाऊ नये.

जोडीदाराच्या निवडीचा विषय प्रामुख्याने कुटुंबातील मोठ्या माणसांनी ठरविण्याचा विषय असतो. विशेषकरून महाविद्यालयीन किंवा उच्च महाविद्यालयीन शिक्षण घेतलेल्या तरुणवर्गाचा कल जोडीदार निवडीच्या बाबतीत अधिक स्वातंत्र्य मिळविण्याकडे असतो (पहा, गूड १९६३, पृ. क्र. २१६–२१७; रॉस १९६१, पृ. क्र. २५१–२६०). त्यांच्यापैकी अनेकांना भावी जोडीदाराला पाहण्याचा, कदाचित त्याच्याशी बोलण्याचा अधिकार मिळालेला आहे. आईवडिलांची निवड आवडली नाही तर विवाहाचा प्रस्ताव नाकारणे काही जणांनाच शक्य होते. तरुणवर्गाचे लग्नाच्या तयारीत सहभागी होण्याचे प्रमाण, या विषयावर विविध प्रकारची माहिती हातात आली आहे.

ऐलीन रॉस यांनी बंगलोरमध्ये केलेल्या अभ्यासाच्या आधारे असा निष्कर्ष मांडला आहे की सुशिक्षित तरुणांना अशा तयारीत सहभागी होण्याच्या काही मोजक्या संधी मिळतात (१९६१, पृ. क्र. २७९). मात्र बी. व्ही. शाह यांनी गुजरातमध्ये केलेले सर्वेक्षण असे सुचवते की महाविद्यालयीन विद्यार्थ्यांना त्यांच्या वैवाहिक जोडीदाराच्या निवडीत बऱ्याच प्रमाणात सहभागी होता येते (१९६४, पृ. क्र. ८०–१०४). सी. टी. कन्नन यांनी संबंधित विषयावरील विविध संशोधनांचे जे परीक्षण केले आहे त्यामध्ये नमूद केले आहे की आता अशा तरुणांबाबत लग्नाचा निर्णय घेण्यापूर्वी त्यांच्याशी "पूर्ण चर्चा" केली जाते (१९६३, पृ. क्र. १९८). मात्र, सुशिक्षित मुलांच्या लग्नासाठी पुढाकार घेणे आणि त्यांबाबत वाटाघाटी करण्याचे काम पारंपरिक प्रथेप्रमाणे बहुतांशी मुलांचे पालक आणि वयस्कर नातलगांच्याच हातात असते.

काही विवाहविषयक जाहिरातींतल्या शब्दांतून असे सूचित झाल्यासारखे वाटते की विवाहाशी संबंधित बरेचसे मापदंड नाहीसे झाले आहेत, पण अशा जाहिरातींचे विश्लेषण केल्यावर दिसते की त्यांपैकी बऱ्याच जाहिरातींमध्ये पारंपरिक निकष (आणि शिक्षण) तसेच शहरी मध्यमवर्गीय समाजाच्या पद्धतीने विवाहसमारंभाचे आयोजन अपेक्षित असते (अय्यप्पन १९५५, पृ. क्र. १२१–१२२; आनंद १९६५; जिस्ट १९५३; नीहोफ १९५८; रेज-हॉकिंग्ज १९६६).

लग्न ठरविताना अंतर्विवाहाचा विचार प्रामुख्याने केला जात असला तरी, पूर्वी नमूद केल्याप्रमाणे, अंतर्विवाह करणाऱ्या समूहाच्या सीमा, विस्तारण्यात येत आहेत आणि आता, एकाच जातगटातील पूर्वी वेगळ्या असलेल्या जातींमधून वैवाहिक जोडीदाराची निवड होऊ शकते (पहा, कपाडिया १९६२, पृ. क्र. ८५–८६). पूर्णपणे वेगळ्या जातींशी संबंधित आहोत, असे उघडपणे मान्य करणाऱ्या काही थोड्या जोडीदारांचे विवाह होतात. कन्नन यांनी जो आंतरजातीय विवाहांचा अभ्यास केला आहे त्यातून सूचित होते की अशा विवाहांची संख्या वाढत आहे, पण तरीही शहरी आणि सुशिक्षित लोकांमध्ये अजूनही असे विवाह खूप अपवादात्मक आहेत (घुर्ये १९६१, पृ. क्र. २०४–२०५; गोरे १९६८, पृ. क्र. २०४–२०७; गुडी १९६३, पृ. क्र. २१५–२१७; कन्नन १९६३, पृ. क्र. १९८–२१७; कपाडिया १९६६, पृ. क्र. ११८–११९; न्यूवेल १९६३; पॅटर्सन १९५८; रॉस १९६१, पृ. क्र. २७०–२७३).

कौटुंबिक नात्यांशी संबंधित कायद्यांमध्ये लक्षणीय बदल केले गेले आहेत. भारताच्या राज्यघटनेने "सामाजिक गरजांकरिता कायदा करणे हा कायदेमंडळाचा अधिकार आणि कर्तव्य आहे ही बाब केवळ गृहीत धरलेली नाही तर स्पष्ट शब्दांत जाहीर केली आहे" असे जेव्हा के. एम. पणिक्कर यांनी लिहिले तेव्हा त्यांनी कायदेमंडळाच्या नव्या रेट्याचा सारांश मांडलेला आहे (१९६१, पृ. क्र. ८१). यातील सर्वाधिक निकडीची गरज म्हणजे "स्त्री पुरुषांसाठी समान संधी." कायदे बनविणाऱ्यांनी हिंदू संहिता विधेयक आणि इतर कायदे बनवून घटनेच्या बंधनांचे पालन केले आहे ज्यामुळे भारतातील कौटुंबिक जीवनाची पुनर्रचना करण्याचा प्रयत्न केला जातो. कारण आधीच्या कोणत्याही शासनाने तसे करण्याचा प्रयत्न केलेला नाही. वारसाहक्काविषयीचे जुने नियम बदलण्यात आले आहेत, जसे वर्णाधारित वर्गांची कायदेशीर मान्यता आणि एकत्र कुटुंबांचे कायदेविषयक प्राधान्य यांसारख्या विषयांबाबत बदल केले आहेत (पहा, गॅलँटर १९६५, पृ. क्र. ७९).

आपण पाहिले आहे त्यानुसार, कौटुंबिक कायद्यातील या बदलांमुळे कौटुंबिक जीवनावर लगेच दूरगामी बदल झाले नाहीत. नव्या कायद्यांमुळे कौटुंबिक बदलांतील कायदेविषयक अडथळे दूर केले; पण एकत्र कुटुंबातील नाती जपण्याविषयीची बंधने त्यांनी लादली नाहीत (तरी कर आणि जमीनविषयक काही कायद्यांनी कथितपणे तसे केले आहे). डेरेट यांचे मूल्यमापन असे आहे की "जोपर्यंत वडील आणि मुलांना कुटुंबातील सदस्यांची देखभाल ही एकत्रितपणे आणि सातत्याने पार पाडायची जबाबदारी आहे असे वाटत राहील तोपर्यंत एकत्र कुटुंबपद्धती अस्तित्वात राहील आणि आधुनिक हिंदू कायद्यामुळे या कुटुंबपद्धतीची चौकट नाहीशी केलेली नाही" (डेरेट १९६२, पृ. क्र. ४६).

वडील आणि मुले (आणि आई) सर्वसाधारणपणे कौटुंबिक जबाबदारीची ही संकल्पना मानतात, मग ते शहरातील व्यावसायिक असोत किंवा गावातील शेतकरी. नागरिक किंवा

कायदे बनविणाऱ्यांच्या भूमिकेतून सुशिक्षितांनी कौटुंबिक नातेसंबंधांत बदल करण्याबाबत जास्त उत्साह दाखविला आहे. या विषयातील त्यांच्या राजकीय विचारसरणीने त्यांच्या कौटुंबिक वर्तनास मागे टाकले आहे. असे असूनही ते त्यांचे कौटुंबिक वर्तन तसेच त्यांचे विचार भिन्नलिंगांतील संबंध, जोडीदारांमधील संबंध आणि आईवडील व मुलांमधील संबंध याकडे वळवत आहेत, ज्यासाठी जागतिक नागरी संस्कृतीमधील नवी परिस्थिती अनुकूल असल्याचे दिसते.

बदलाचा नमुना

सर्वच सामाजिक स्तरांवर कौटुंबिक भूमिका आणि नातेसंबंधांमध्ये बदल होत आहेत. वैवाहिक नात्यावर अधिक भर देण्याबरोबरच स्त्री-पुरुषांना औपचारिकपणे दूर ठेवण्याचे प्रमाण कमी करण्याच्या दिशेने हा बदल होत आहे. उदरनिर्वाहाचे नवे मार्ग, व्यापक प्रमाणात उपलब्ध असलेले शिक्षण, वाहतूक आणि दळणवळणाच्या आधुनिक सुविधा, स्वातंत्र्यप्राप्तीनंतरचे कायदेशीर कारवाईचे वातावरण या सर्वांचा परिणाम लोकांच्या कुटुंबविषयक कल्पनांवर झालेला आहे.

बदलाच्या प्रमाणात केवळ शिक्षण आणि जातीनुसारच नाही तर बदलत्या कल्पनांच्या प्रकारानुसारही फरक पडतो. कौटुंबिक नातेसंबंध कसे असावेत याविषयी सुशिक्षित लोकांच्या विचारात झालेल्या प्रचंड बदलाचे प्रतिबिंत नव्या कौटुंबिक कायद्यामध्ये दिसते. विशिष्ट भूमिकांवर प्रभाव पाडणाऱ्या संकल्पनाही बदलत आहेत. स्त्रियांच्या भूमिका या महत्त्वाच्या विषयाबाबत आम्ही आधी नमूद केले आहे त्यानुसार मुली व स्त्रियांच्या योग्य वर्तणुकीविषयीचे विचार नवे रूप घेत आहेत आणि त्याचा बराच परिणाम सर्वच प्रकारच्या कौटुंबिक वर्तनावर होऊ शकतो.

वर्तनाविषयीच्या अव्यक्त, व्यापक आणि खोलवर रुजलेल्या संकल्पनांच्या बाबतीत मात्र, बदलाची दिशा आणि प्रमाण तितकेसे स्पष्ट दिसत नाही. कुटुंबातील, उतरंडीवर आधारित असलेली ताठर क्रमवारी सौम्य होत असतानाच कुटुंबा-कुटुंबांतील सामाजिक स्थानासाठीची स्पर्धा आधीच्या शतकाच्या तुलनेत फारशी कमी झालेली दिसत नाही. कौटुंबिक प्रतिष्ठेची नवीन प्रतीके आणि कुटुंबाच्या सामाजिक स्थानाचे नवे आशय गरजेचे असतात, पण हुंडा आणि वैवाहिक खर्चाच्या संदर्भात नमूद केले होते त्यानुसार, श्रेणीविषयीचा दृष्टिकोन आणि प्रतिष्ठेसाठीची स्पर्धा कमी झालेली दिसत नाही. नवीन कौटुंबिक आदर्श आणि नवीन कायद्यांमुळे कौटुंबिक नात्यांच्या बाबतीत व्यवस्थात्मक बदलाची शक्यता निर्माण केली आहे. त्यामध्ये, मूलभूत भूमिका आणि प्रक्रिया पुन्हा परिभाषित केल्या जातात. तरीही अनेक सामाजिक नातेसंबंधांच्या मुळाशी असणाऱ्या वर्तनविषयक संकल्पना, ज्यामध्ये कौटुंबिक नातेसंबंधांचाही समावेश आहे, त्यावर फार थोडासा परिणाम झाल्याचे दिसते. कदाचित या मूलभूत कल्पना भविष्यातील व्यवस्थेसाठीही सतत आधारभूत ठरतील.

जाती आणि गावाविषयीच्या तसेच सामाजिक चलनशीलता आणि राजकीय सहभागाविषयीच्या विचारांची पुनर्रचना केली जात आहे, तीही आम्ही कौटुंबिक नात्यांच्या बाबतीत नमूद केले होते तशाच पद्धतींनी. भारतातील सर्व ठिकाणचे लोक पारंपरिक सामाजिक पद्धतींना आधुनिक स्थितीसाठी अनुकूल बनवत असतानाच त्या पद्धती कायम ठेवतात. अमूर्त आदर्शांची पुनर्रचना सर्वांत सहजपणे केली जात आहे; आकलन आणि प्रेरणेविषयीच्या मूलभूत कल्पनांमध्ये थोडेसे बदल झालेले दिसतात आणि नव्या तऱ्हेच्या स्पर्धेत ते स्पष्टपणे दिसतात.

अंतर्विवाहाच्या संदर्भातील एक प्रमुख घटक, अस्मितेसंदर्भातील एक महत्त्वाचा गुणविशेष, संवादाचे समान केंद्रस्थान आणि सामाजिक चलनशीलतेचे महत्त्वाचे माध्यम म्हणून जातीचे स्थान कायम राहते. आम्ही नमूद केले होते त्यानुसार या सर्व कार्यांचे अर्थ नव्याने मांडले जात आहेत. केवळ अंतर्विवाहालाच पूर्वीपेक्षा व्यापक अर्थ दिला जात आहे असे नाही तर वैयक्तिक ओळख हीदेखील पूर्वीइतक्या व्यापकपणे जातसदस्यात्वाचा विषय राहिलेली नाही. जवळपास प्रत्येक जातीच्या सदस्यांमध्ये व्यवसाय, शिक्षण, उत्पन्न आणि निवास यांबाबतीत वैविध्याचे प्रमाण वाढत आहे. अशा प्रकारचे वैविध्य जातींमध्ये आधीही बराच काळपासून आहे, पण आता ते पूर्वीपेक्षा अधिक परिणामकारक आहे. इतकेच नाही तर, अनेक लोक आता कामासाठी त्यांच्या मूळ गावाबाहेर जातात आणि अशी कामे करतात, ज्यांमध्ये जातीविषयक विचारांचा थेट संबंध नसतो (पहा, जिस्ट १९५४; कपाडिया १९६३; माथुर १९५९; शर्मा १९६१).

गावकरी अजूनही त्यांची स्थानिक सामाजिक क्रमवारी श्रेणीबद्ध आणि परस्परावलंबी जातींनी मिळून बनलेली असेल याकडे लक्ष देतात, पण ते या क्रमवारीच्या निकषांची आणि परस्परावलंबीपणाच्या अर्थाची पुनर्रचना करत आहेत. यापूर्वी नमूद केल्याप्रमाणे, आधीचे बलुतेदारी संबंध अलीकडच्या काळात मोठ्या प्रमाणात मर्यादित केले गेले आहेत. भिन्न जातींतील कुटुंबं एकमेकांवर आर्थिकदृष्ट्या आणि बरेचदा धार्मिक विधी व राजकारणाच्या बाबतीतही अवलंबून राहतात. पण हे अवलंबित्व आधीच्या काळाइतके खूप मोठेही नाही आणि तितके बंधनकारकही नाही.

जातींमधील सांस्कृतिक आणि सामाजिक अंतरे कमी केली जात आहेत. भारतात सर्वत्रच मोठ्या तफावती कायम राहतात, पण स्थानिक उतरंडीमध्ये अधिक चांगले स्थान मिळविण्यासाठी नव्या संधी आणि नव्या प्रेरणा मिळत आहेत. कनिष्ठ श्रेणीतील जातींना आता किमान सांस्कृतिक परंपरा आणि आधुनिक व सुशिक्षित अभिजनांच्या परंपरांपर्यंत पोहोचण्यासाठीच्या शक्यता उपलब्ध होतात. दोन्हींपैकी एखाद्या उच्च परंपरेची प्रत्यक्ष माहिती 'हरिजन' जातीमधील खूप कमी जणांना असेल पण त्यांच्यापैकी बऱ्याच जणांना त्यांच्या जातसमूहातील (किंवा त्यांच्यासारख्या जातसमूहातील) काही सदस्य माहीत

असतील ज्यांनी यशस्वीरीत्या दोन्हींचा अनुभव घेतलेला असेल. मोठ्या प्रमाणात वैयक्तिक प्रगती करण्यात यशस्वी ठरलेल्यांचे उदाहरण (डॉ. आंबेडकर हे एक असे ठळक उदाहरण आहे) इतरांना जातीतील आणि राजकारणातील प्रगतीसाठी संघर्ष करण्यास प्रोत्साहन देते.

काही ठिकाणी वेगवेगळ्या जातींच्या लोकांमधील सामाजिक अंतर कमी होण्याचे प्रमाण खूपच कमी आहे आणि काही ठिकाणी ते बरेच लक्षणीय आहे. पण यामध्ये, वंचित जातींना अधिक मोठे सामाजिक हक्क मिळण्याविषयीचा प्रवाह अधिक स्पष्टपणे दिसतो. त्यांच्या वस्तुनिष्ठ सामाजिक अक्षमतांवर काही प्रमाणात मात केलेली असल्यामुळे त्यांची व्यक्तिनिष्ठ रागाची भावना वाढण्याकडे आणि आक्रमकपणे व्यक्त करण्याकडे त्यांचा कल असतो. त्यांच्या सामाजिक आशा वाढतात तसतसे त्यांना कमी लेखणारे सामाजिक स्थान स्वीकारण्याचे प्रमाण कमी होते. काही जणांनी डॉ. आंबेडकरांचे अनुकरण करत बौद्ध धर्म स्वीकारला आणि क्रमवारीवर आधारित जातिव्यवस्थेतून बाहेर पडण्याचा प्रयत्न केला.

सर्वांत कनिष्ठ जातींतील अनेकांची अत्यंत दरिद्री अवस्था कायम राहते आणि त्या दारिद्र्यामुळे त्यांचे प्रगतीचे प्रयत्नही तोकडे पडतात. राष्ट्रीय उत्पादकतेमध्ये वाढ झाल्याचे फायदे म्हणून मध्यम आणि उच्च उत्पन्न असलेल्या कुटुंबांच्या उत्पन्नांत भर पडते. त्यामुळे अनेक ठिकाणी गरीब आणि सधन लोकांमधील आर्थिक दरी वाढलेली असू शकते. तरीही सर्वांत कनिष्ठ श्रेणीतील लोकांसाठी, स्वातंत्र्यप्राप्तीपूर्वीच्या काळाच्या तुलनेत आता आर्थिक स्थिती सुधारण्यासाठीच्या अधिक संधी उपलब्ध आहेत; 'हरिजन' कुटुंबं स्वतःची आर्थिक प्रगती करण्यात यशस्वी होतात तेव्हा ते त्यांच्या अतिरिक्त उत्पन्नाचा काही भाग त्यांच्या मुलांसाठी खर्च करतात, तसेच उच्च सामाजिक दर्जासाठीची जुनी प्रतीके व समारंभांसाठी खर्च करतात.

बहुतांश गावकऱ्यांसाठी जमीन हा प्रमुख आर्थिक स्रोत आहे आणि जिथे एका जातीतील कुटुंबांकडे गावातील बऱ्याचशा जमिनीची मालकी असते तिथे गावच्या व्यवहारांत त्यांचे स्थान अजूनही प्रभावशाली असते. मात्र, आता ते वर्चस्व मतदानाच्या अधिकारातून निर्माण होणाऱ्या आव्हानानुसार ठरते. इतर देशांतील मतदारांइतकीच भारतातील मतदारांचीही दिशाभूल आणि गैरवापर होऊ शकतो. तरीही ज्यांना सार्वजनिक काम करायचे आहे, मग ते गावात असो किंवा अधिक मोठ्या मतदारसंघात असो, त्यांना असंख्य जातींच्या मतांकडे दुर्लक्ष करून चालत नाही.

अशा तऱ्हेने एक नागरिक आणि मतदार म्हणून व्यक्तीची भूमिका जात सदस्य म्हणून असलेल्या तिच्या भूमिकेशी जोडली गेली आहे. जातीच्या सदस्यत्वाविषयीच्या वस्तुस्थितीवर, सामाजिक न्यायाच्या नव्या आदर्शांचा परिणाम झाला आहे. हे आदर्श प्रामुख्याने सुशिक्षित लोकांनी मांडले आहेत. या आदर्शांविषयी सहमती व्यक्त करत नव्या अभिजन वर्गाच्या नेत्यांनी काही कायदेशीर आणि राजकीय बदल केले, ज्यांमुळे जातीविषयक

भूमिकांच्या आधीच्या क्षमतांमध्ये बदल झाले आहेत. राजकारणाच्या विस्तृत व्यासपीठांवर जातीचे सदस्यत्व हा एक महत्त्वाचा घटक बनला आहे; या व्यासपीठांवरील स्पर्धकांचा दृष्टिकोन आणि प्रेरणा नेहमी गावातील स्पर्धेसारखी असते.

सर्वसामान्यपणे गावातील माणसाची कार्ये प्रामुख्याने गावातच पार पडतात आणि त्याच्या सामाजिक नात्यांचे केंद्रस्थानही तेच असते. अनेक गावकऱ्यांनी त्यांच्या पूर्वजांच्या तुलनेत गावाबाहेरचे जग जास्त अनुभवलेले असते आणि त्यांच्या परिसरापलीकडचे विश्व त्यांना जास्त कळत असते, तरीही त्यांची आस्था प्रामुख्याने त्यांच्या गावात आणि परिसरात एकवटलेली असते. अनेकांना त्यांचे गाव बदलत आहे याची जाणीव असते. गावांत लोकशाहीच्या आधारे होणाऱ्या विकासावर देशाचे कल्याण अवलंबून आहे, हे राष्ट्रीय नेत्यांनी जाणल्यामुळे गावांतील शासकीय उपक्रम मोठ्या प्रमाणात वाढले आहेत. निर्वाचित पंचायती या आर्थिक विकास आणि सामाजिक कल्याणाच्या स्थानिक प्रतिनिधी संस्था म्हणून सुस्थापित झाल्या आहेत. या वैधानिक पंचायती स्थापन करण्यासंबंधीचे कायदे म्हणजे गावातील लोकशाहीविषयी सुशिक्षितांकडून बाळगण्यात येणाऱ्या आदर्शांची अभिव्यक्ती होती. अशा आदर्शांवर आधारित इतर कायद्यांच्या बाबतीत बऱ्याच अडचणी आल्या आणि त्या कायद्यांचे उद्देश समजण्यास विलंब झाला. तरीही, काही ठिकाणी वैधानिक पंचायतींनी चांगल्या प्रकारे कामास सुरुवात केली आहे. मात्र त्यांच्यापैकी बऱ्याच पंचायतींना, ज्या उद्देशांसाठी त्यांची स्थापना झाली होती ती साध्य करण्यात यश आलेले नाही. या निर्वाचित संस्थांनी गावातील शासकीय कार्यांमध्ये भर घातलेली आहे; पण त्यांनी गावाच्या एकजुटीमध्ये वाढ केलेली नाही. पाणीपुरवठा, शाळा, विशेष अनुदाने उपलब्ध करून देण्यासंदर्भातील शासनाच्या वाढीव कार्यांमुळे संघर्षासाठी तसेच सहकार्यासाठी नवीन कारणे निर्माण झाली आहेत. नवीन गावपंचायतींमध्ये सहकार्याची आधुनिक साधने विकसित होत आहेत, पण तिथे सामाजिक दर्जासाठीचे जुने संघर्षही दिसत आहेत.

सामाजिक चलनशीलतेसाठीची स्पर्धा ही गावच्या राजकारणात बऱ्याच काळापासून महत्त्वाची ठरली आहे. चलनशीलतेसाठीचे प्रयत्न आता जिल्हा, राज्य आणि अगदी राष्ट्रीय राजकारणाशी जास्त संबंधित असतात. या अधिक उच्च स्तरावरील राजकीय वर्तनाचे गावच्या राजकारणाशी असलेले साम्य हे केवळ यामुळे नसते की राज्यस्तरीय आणि राष्ट्रीय नेते म्हणजे गावची वडीलधारी मंडळी असतात; तर गावकरी आणि नवीन अभिजनवर्गाचे मूळ एकाच नागरी संस्कृतीमध्ये असते आणि त्यांचे दृष्टिकोन, प्रेरणा व मूल्ये समान असतात, जे त्या नागरी संस्कृतीचे गुणधर्म असतात (पहा, मॉरिस-जोन्स १९६७).

सामाजिक विकासाच्या एका नवीन टप्प्यानंतर उद्योगक्षेत्राची प्रगती आणि कृषी तंत्रज्ञानामध्ये मोठ्या सुधारणा होऊ शकतात. या दोन्ही गोष्टी सध्या आरंभिक अवस्थेत

आहेत आणि त्यांच्या सामाजिक परिणामांविषयी फार थोडे संशोधन केले गेले आहे. कारखान्यातील कामगारांविषयीच्या उपलब्ध संशोधनातून असे सूचित होते की गावकऱ्यांच्या तुलनेत ते त्यांच्या सामाजिक पद्धतींमध्ये अधिक वेगाने बदल करत असावेत. पण केवळ घरगुती कामांच्या बाबतीतच नाही तर औद्योगिक क्षेत्रातील कामगारांची भरती आणि व्यवस्थापनाच्या बाबतीतही जातीविषयक विचारांचे महत्त्व त्यांच्यासाठी कायम राहते (पहा, लँबर्ट १९६३).

भारतीय लोक तंत्रज्ञान आणि आर्थिक प्रगतीचे नवे स्तर गाठत जातात, तसतशा सामाजिक व सांस्कृतिक बाबतीत जुळवून घेण्याच्या समस्यादेखील त्यांच्यासमोर येतात. अशा समस्यांना सामोरे जाण्याचा एक संभाव्य स्रोत म्हणजे बुद्धिमत्ता, जी समाजातील विद्यार्थ्यांना उपलब्ध करून दिली जाऊ शकते. ही बुद्धिमत्ता सांख्यिकी, आकृतिबंध, संस्था यांविषयीच्या ज्ञानापेक्षा अधिक असते; या बुद्धिमत्तेमुळे लोकांविषयीचे ज्ञान प्राप्त करण्याची, विचारांचे परीक्षण करण्याची आणि उत्पादक प्रश्न विचारून समज वाढविण्याची प्रक्रियाही पार पडते. असे प्रश्न नष्टप्राय परंपरेपेक्षा सामाजिक अनुकूलनाशी अधिक संबंधित असतात. हे प्रश्न नैतिक सचोटीच्या ग्राह्य अपयशांवर केंद्रित असण्यापेक्षा सामाजिक व्यवस्थेतील लोकांच्या संकल्पनांवर आधारित असतील तर ते जास्त उपयोगी ठरतात. राजकीय आणि धार्मिक नेत्यांनी नैतिक मुद्द्यांवर बोलले पाहिजे. पण नियोजक आणि धोरणकर्त्यांना हे माहीत असायलाच हवे की व्यवस्थात्मक नातेसंबंध तसेच नैतिक तत्त्वे स्त्रीपुरुषांचे वर्तन नियंत्रित करतात.

प्रत्येक सामाजिक प्रणाली इतर बदलांच्या तुलनेत काही विशिष्ट प्रकारच्या बदलांसाठी अधिक सक्षम असते. या प्रकरणात सुचविलेल्या बदलातून या फरकाचा एक पैलू दाखवला जातो: विशिष्ट भूमिका आणि नात्यांविषयीच्या संकल्पनांपेक्षा सार्वत्रिक आदर्श अधिक सहजपणे बदलले गेले. अस्फुट पण प्रभावी अशा मानसशास्त्रीय संकल्पनांच्या तुलनेत या आदर्शांमध्ये अधिक बदल झाले. या विचाराचे आणि वैविध्यपूर्ण सामाजिक संदर्भांमधील इतर सर्व सैद्धान्तिक सूत्रांचे परीक्षण करण्याची जबाबदारी सामाजिक शास्त्रज्ञांची आहे, जेणेकरून माणसाचे मानवी वर्तणुकीविषयीचे ज्ञान वाढेल आणि त्या ज्ञानाला तजेला मिळेल. सध्या ते ज्ञान आहे त्या अवस्थेत लोकांसाठी जास्तीत जास्त लाभकारक ठरेल अशा रीतीने वापरणे हे लोककल्याणाविषयी आस्था असणाऱ्यांचे काम आहे.

परिशिष्ट:
व्यवस्था आणि स्तरीकरणाच्या संकल्पना

संकल्पनांचे उपयोग

व्यवस्था या संकल्पनेच्या उपयोगामध्ये एकाच नमुन्यात दिशाभूल करणारे काही द्विभाजक काढून टाकून महत्त्वाचे सामाजिक घटक सामावून घेण्याचा गुणधर्म आहे. संरचना आणि प्रक्रिया, सुसंवाद आणि संघर्ष यांकडेही याच सर्वसाधारण दृष्टिकोनातून पाहिले जाते. स्थैर्य आणि बदल, नियम आणि नियमभ्रष्टता या दोहोंकडे एका सर्वसाधारण दृष्टिकोनातून पाहता येऊ शकते. सामाजिक अनुरूपतेशिवाय अन्य कोणत्याही सामाजिक नियंत्रणाचे उपचार गरजेचे नाहीत. व्यवस्था हीच सामाजिक नियंत्रक आहे; प्रतिबदलाविषयी निर्माण होणारी प्रतिक्रिया ही विनिमयामध्ये अपेक्षित असलेल्या प्रतिक्रियेइतकीच अविभाज्य आहे. लोकांना ज्या प्रकारची व्यवस्था हवी असते आणि जशी व्यवस्था ते कायम राखतात त्यातून त्यांची प्रमुख मूल्ये व्यक्त होतात.

इथे सामाजिक रचनेकडे सामाजिक व्यवस्थेचा एक पैलू म्हणून पाहिले जाते. रचनेच्या संकल्पनेमध्ये घटकगट आणि एका विशिष्ट काळातील त्यांचे आपापसातील संबंध यावर लक्ष केंद्रित केले जाते. व्यवस्थेच्या संकल्पनेत गटागटांतील प्रतिबदलांच्या प्रक्रिया आणि त्या प्रतिबदलांमुळे काळाच्या ओघात होणारे व्यवस्थात्मक बदल यांचा समावेश केला जातो.

सामाजिक व्यवस्था सतत गतिमान ठेवली जाते आणि तिच्यात अनुकूल बदल केले जाऊ शकतात. लोक त्यांच्या व्यवस्थांचा वापर एक अनुकूलक माध्यम म्हणून करतात, केवळ त्यांच्या विश्वाशी जुळवून घेण्यासाठी नाही तर त्यांचे जगणे स्पष्ट करण्यासाठी आणि जगण्याच्या नवीन पद्धती तयार करण्यासाठी. व्यवस्था ही संकल्पना आपल्याला समाजाच्या सर्व भागांची गोळाबेरीज पाहण्यापेक्षा अधिक व्यापक नजरेने समाजाकडे पाहायला शिकवते आणि—रेडफिल्ड यांचे जरासे विरोधाभास असलेले विधानही—एक "विश्लेषण केलेले संपूर्ण/परिपूर्ण विधान" म्हणून समजून घ्यायला शिकविते. मी स्वतः या संकल्पनेचा जो वापर केला आहे त्याचे दाखले होमन्स (१९५०), नाडेल (१९५१), रेडफिल्ड (१९५५), व्होट (१९६०), पार्सन्स (१९६१) आणि बकली (१९६७) यांनी अगदी अलीकडे केलेल्या संकलनामध्येही आहेत.

तरीही जी संकल्पना सर्वसमावेशक असल्याचा दावा करते, ती त्या अनुषंगाने जास्त नेमकेपणाने स्पष्टीकरण देऊ शकत नाही. संकल्पना ही निर्गमनाचे माध्यम आहे आगमनाचे

नाही. त्याचबरोबर, या संकल्पनेच्या वापरामुळे काही प्रश्न निर्माण होतात जे घोळत राहणारे आहेत. ही संकल्पना कोणाची आहे? ही संकल्पना म्हणजे तिचा अभ्यास करणाऱ्या एखाद्या तज्ज्ञ व्यक्तीचा दृष्टिकोन आणि मानसिकतेचा भाग आहे की हे मानवी जीवनाचे वास्तव आहे, लोकांच्या खऱ्या आयुष्याचा भाग आहे? आपण इथे ही संकल्पना जशी वापरतो, तीमध्ये हे दोन्ही आहे. ज्या लोकांच्या समाजाचा अभ्यास आपण करतो, त्यांच्याकडे त्यांच्या समाजाच्या व्यवस्थात्मक स्वरूपाविषयी काही उत्साहपूर्ण (त्या अचूक असतीलच असे नाही) कल्पना आहेत. ते लोक खंबीर राहिले नाहीत तर त्या कल्पनांचा प्रभाव त्यांच्या सामाजिक संबंधांवर पडतो. त्यांच्या कल्पना म्हणजे आपल्या विश्लेषणातील महत्त्वाचे घटक आहेत.

आणखी एक प्रश्न आहे तो व्यवस्थेच्या मर्यादांविषयीचा. आम्ही प्रकरण एक मध्ये नमूद केले आहे त्यानुसार, कुटुंब हे नातेसंबंधांच्या एका खूप मोठ्या व्यवस्थेचा एक भाग असते. पण नातेसंबंध हीदेखील एका मोठ्या समाजातील उपव्यवस्था असते. आपण जर कौटुंबिक नात्यांवर लक्ष केंद्रित केले तर प्रत्येक कुटुंबाकडे कौटुंबिक नात्यांच्या सर्वसाधारण व्यवस्थेचा एक भाग म्हणून पाहिले पाहिजे. त्याच पद्धतीने धार्मिक, आर्थिक आणि राजकीय उपक्रमांना विशिष्ट उद्देशांसाठीच्या स्वतंत्र व्यवस्था म्हणून आणि विश्लेषणाच्या इतर संदर्भांनुसार उपव्यवस्था म्हणून विचारात घेतले पाहिजे. या प्रश्नाबाबतदेखील आम्हाला, ज्यांचा अभ्यास आम्ही करतो ते एखाद्या कृतीचे विविध संदर्भ कसे समजावून घेतात आणि त्यांमध्ये भेद कसा करतात याविषयीचे मार्गदर्शन प्राप्त होते. मात्र आम्हाला आदर्श वर्तनाविषयीचे त्यांचे विचार, त्यांच्या अपेक्षांपासून आणि प्रत्यक्षात जे समजले त्यांपासून वेगळे करावे लागतात.

अखेरीस, कुठलीही मार्गदर्शक संकल्पना कितीही सयुक्तिक आणि चांगली असली तरी तिच्या उपयोजनाविषयी एखादा प्रश्न नेहमीच असतो. व्यवस्थेच्या संकल्पनेत चपखल बसणाऱ्या दाखल्याकडे लक्ष केंद्रित करण्याकडे आणि तितका नेमकेपणा नसलेल्या पुराव्याकडे दुर्लक्ष करण्याकडे आपला कल असतो. आपण प्रतिबदलास आधारतत्त्व मानत असल्याने त्याचा खरा पुरावा निर्माण करतो. आपण असे गृहीत धरतो की व्यवस्थेशी संबंधित सामाजिक नाती असतात आणि त्यामुळे प्रत्येक टप्प्यावर त्या संकल्पनेची उपयुक्तता पारखून घेत नाही. आपण हे गृहीत धरतो की माणसाकडून सर्वसाधारणपणे सुव्यवस्थित नात्यांना आणि सुव्यवस्थितपणाकडे परत येण्यास प्राधान्य दिले जाते, त्यामुळे सामाजिक नात्यांच्या बाबतीत बेशिस्तपणा आणि गल्लत आपल्याकडून क्वचितच केली जाईल, किंवा ती नाती म्हणजे एखादी नवीन आणि अधिक समाधानकारक सुव्यवस्था प्राप्त करण्याचे एक माध्यम आहेत—जे ती असतील किंवा नसतीलही—असा अर्थ आपल्याकडून क्वचितच घेतला जाईल. मात्र, एखादी संकल्पना संभाव्यतांचा खुलासा, स्पष्टीकरण आणि मूल्यांकन करण्यासाठी मदत करते का यावरून त्या संकल्पनेच्या उपयुक्ततेची सर्वसाधारण पारख होते,

त्या संकल्पनेविषयी आणि तिच्यात असलेल्या फरकांविषयीच्या प्रश्नांवर ती मात करते का त्यावरून होत नाही.

सामाजिक स्तरीकरणाचा विषय या निरीक्षणाच्या पार्श्वभूमीपेक्षा तिच्या अग्रभागी अधिक आहे. आपण स्तरीकरणाच्या अभिजात उदाहरणाकडे नागरीकरणाची चौकट आणि केंद्रबिंदू म्हणून पाहत आहोत, तरीही आपल्याला हे मान्य करावे लागेल की भारतात स्तरीकरणाविषयीच्या कल्पना अशा पद्धतीने बदलत आहेत ज्या, जगभरातील लोक सामाजिक विभागणीविषयीचे त्यांचे विचार ज्या पद्धतींनी बदलतात त्यांसारख्या आहेत. हे मोठे बदल बरेचसे बहुतांश आधुनिक देशांतील बदलांसारखे आहेत. त्यामुळे, प्रत्येक ठिकाणचे बुद्धिजीवी लोक आणि राजकीय कार्यकर्ते यांच्याकडून सामाजिक स्तर व प्रत्येक समूहाचे योग्य हक्क व फलिते या विषयाचा कोणता तरी पैलू नेमकेपणे आत्मसात केला जातो. स्तरीकरणाकडे एखाद्या समाजाची प्रमुख वितरणशील रचना म्हणून पाहिले जाते, जी रचना, कोणाला काय, कसे व का मिळते याचा विचार करते (गाऊल्डस १९६०अ, तुमिन १९६७; पृ. क्र. १२; लेन्स्की १९६६, पृ. क्र. १–२३). त्यामुळे, मेल्विन यांनी त्यांच्या या विषयावरील सर्वेक्षणामध्ये जी टिप्पणी केली आहे की स्तरीकरणाचा अभ्यास आधुनिक समाजशास्त्राचे केंद्रस्थान बनत आहे, त्यात आश्चर्य वाटण्यासारखे काही नाही. ते असे नमूद करतात की समाजशास्त्रज्ञांसाठी हा एक "अत्यंत महत्त्वाचा अभ्यासाचा विषय" बनलेला आहे आणि समाजाच्या विविध स्तरांतील लोकांच्या जीवनविषयक संधी आणि जीवनपद्धती यांच्यामध्ये जोपर्यंत असमानता निर्णायक ठरतात तोपर्यंत हे असेच राहण्याची शक्यता आहे (१९६७, पृ. क्र. १०–११). समाजशास्त्रज्ञांइतके मानववंशशास्त्रज्ञ या विषयाशी खूप जास्त समरस झाले नाहीत, पण या विषयाचे महत्त्व ते मान्य करतात.

स्तरीकरणाविषयीच्या काही लेखनांमध्ये वस्तुनिष्ठ निकषावर आणि सामाजिक विभागणीस चालना देणाऱ्या भौतिक प्रेरकांवर भर दिलेला आहे. इतर लेखनांमध्ये सर्वेक्षणातील सहभागी व्यक्तींच्या विषयनिष्ठ दृष्टिकोनास महत्त्व दिले आहे. सामाजिक वर्गांची तंत्रज्ञानावर आधारित कारणे व वस्तुनिष्ठ निकष यांविषयी कार्ल मार्क्स यांनी दिलेला दाखला आणि सामाजिक वर्गांमधील अपरिहार्य संघर्षांचे त्यांनी केलेले विश्लेषण यांतून त्यांनी फार मोठे परिणाम स्पष्ट केले आहेत. अलीकडच्या काळातील समाजशास्त्रातील लेखकांपैकी लॉईड वॉर्नर आणि टॅलकॉट पार्सन्स यांनी नमूद केले आहे की, लोक त्यांच्या समाजाचे स्वरूप कसे समजून घेतात आणि परिणामी ते त्यांचे स्वतःचे वर्गीकरण कसे करतात, हा एक महत्त्वाचा घटक आहे. सामाजिक नातेसंबंधांमध्ये मूल्यांची निवड आणि नैतिक न्यायनिवाड्याचा समावेश अपरिहार्यपणे होतो आणि ज्या पद्धतीने स्तरीकरण केले जाते ती लोकांनी केलेल्या नैतिक मूल्यमापनावर अवलंबून असते, याकडे पार्सन्स लक्ष वेधतात (१९५३; १९६१, पृ. क्र. ४२–४४).

एक बराच वादाचा मुद्दा आहे तो, स्तरीकरण स्थैर्यासाठी उपकारक ठरते यांवर भर देणारे आणि स्तरीकरणाकडे संघर्षाचा स्वाभाविक स्रोत म्हणून पाहणारे यांच्यामध्ये. पहिला वर्ग सुव्यवस्था, फलिते, अंतर्गत अवलंबित्व, विषयनिष्ठ समाधान यांवर स्थिरावतो, तर दुसरा वर्ग सत्ता, शोषण, ताण, असंतोषाची कारणे यांवर भर देतो (लेन्स्की १९६६, पृ. क्र. २२–२३, ४४१–४४३; डाऱ्हेनडॉर्फ १९६६, पृ. क्र. ७१४–७१८). ज्या पद्धतीने या विषयावर वादविवाद केला जातो, ती पद्धत इतर समाजांपेक्षा भारतीय समाजाविषयी जाणून घेण्यासाठी कमी समर्पक वाटते. भारतातील सामाजिक विभागणीमध्ये वस्तुनिष्ठ आणि व्यक्तिनिष्ठ अशा दोन्ही निकषांचे पालन अत्यंत स्पष्टपणे केले जाते; त्यांमध्ये स्थैर्य आणि ताण, सहकार्य व संघर्ष या दोन्हींचा समावेश होतो. या किंवा त्या प्रकारचा प्रभाव वरचढ ठरतो का हा प्रश्न नसून प्रत्येक प्रभावाचे अस्तित्व किती प्रमाणात आणि कुठल्या परिस्थितीमध्ये असते हा प्रश्न आहे.

दक्षिण आशियाच्या बाहेरील, मोठ्या प्रमाणात स्तरीकरण झालेल्या समाजांना जातीवर आधारित समाज म्हणता येईल का हा आणखी एक वादग्रस्त विषय आहे. त्या समाजांना तसे संबोधण्याने असे ध्वनित होते की त्या समाजांमध्ये भारतीय समाजाची महत्त्वाची वैशिष्ट्ये आढळतात. बार्थ (१९८०) आणि बेली (१९६३अ) व विशेषकरून गेराल्ड बेरेमन यांनी या विषयाचा सखोल अभ्यास केला. गेराल्ड बेरेमन यांनी विसाव्या शतकाच्या मध्यात भारत व अमेरिकेच्या दक्षिण भागाचा जो अभ्यास केला होता, प्रामुख्याने त्याच्या आधारावर त्यांनी ठामपणे सांगितले की त्या समाजांकडे अशी वैशिष्ट्ये असतात.

"जातिव्यवस्था" ही कुठल्या प्रकारची व्यवस्था आहे?

बेरेमन यांनी जातिव्यवस्थेविषयी चर्चा केली आहे त्यानुसार, श्रेणीबद्ध गटांनी मिळून बनलेली ती व्यवस्था असते. कुठल्याही एखाद्या समूहाचे सदस्यत्व हे केवळ जन्माने प्राप्त होते. हे समूह परिपूर्ण, विशेष आणि वेगळे असतात; म्हणजे प्रत्येक व्यक्ती अशा एखाद्या आणि केवळ एकाच समूहाची सदस्य असते; त्या व्यक्तीस इतर लोक तिच्या स्वतंत्र समूहाचा सदस्य म्हणून ओळखतात. त्या समूहातील त्या व्यक्तीच्या सदस्यत्वाचा प्रभाव बहुतांशी तिच्या भूमिका व उपक्रमांवर होतो; तिथे मोठ्या प्रमाणात "भूमिकेची गोळाबेरीज" असते. त्या व्यक्तीला वारशाने मिळालेले सदस्यत्व बदलण्याचा प्रयत्न कोणी करू नये आणि उच्च श्रेणीच्या समूहात स्थानांतर करण्यासाठी लोकांकडून केले जाणारे कुठलेही प्रयत्न मंजूर केले जात नाहीत (बेरेमन १९६६, पृ. क्र. २७५, २८५; १९६७अ, पृ. क्र. ४८; १९६७ब, पृ. क्र. ३५५).

संबंधित श्रेणीचा परिणाम जवळपास सर्वच सामाजिक नात्यांवर होतो. वेगळ्या समूहांतील लोकांमध्ये होणाऱ्या अन्योन्यक्रियेमध्ये श्रेष्ठत्व आणि गौणत्वाचा विचार सामील असतो

आणि श्रेष्ठत्व म्हणजे खूप मोठे लाभ, अग्रक्रम आणि आयुष्यात मोठ्या प्रमाणात वाट्याला येणाऱ्या चांगल्या गोष्टी. प्रत्येक गटाचे एक ठाम अस्तित्व असते, त्याला एक नाव असते, तो सीमित असतो, त्याला स्वविषयक जाणीव असते आणि त्यामध्ये सांस्कृतिक एकजिनसीपणा असतो. वेगवेगळ्या समूहातील लोकांमध्ये होणारी अन्योन्यक्रिया मर्यादित असते आणि गटांतर्गत ती अधिक सखोल असते त्यामुळे एखाद्या गटाच्या सदस्यांची सांस्कृतिक वैशिष्ट्ये समान असतात. त्यामुळे जातिव्यवस्था म्हणजे एक बहुतत्त्ववाद असतो (बेरेमन १९६७अ, पृ. क्र. ४६, ५५; १९६७ब, पृ. क्र. ३५४).

समूह एकमेकांवर अवलंबून असतात; प्रत्येक समूहाला इतर समूहांकडून दिल्या जाणाऱ्या सेवा किंवा वस्तूंची गरज असते. पण ते परस्परांच्या गरजा व उद्देशांपेक्षा श्रेष्ठ समूहांच्या सक्तीमुळे एकत्र बांधलेले असतात (जातिव्यवस्थेचे इतर विद्यार्थी/अभ्यासक या सक्तीचे महत्त्व जाणतात, पण केवळ त्यामुळे अशी व्यवस्था टिकून राहते असे ते समजत नाहीत.) कनिष्ठ श्रेणीतील समूह व्यवस्थेशी जुळवून घेतात, पण त्यांच्या लाचारपणामागे जी कारणे असतात, त्यामागचे त्यांचे विचार सुसंगत असतीलच असे नाही (बेरेमन १९६६, पृ. क्र. २८९; १९६७ब, पृ. क्र. ३५२–३५७).

बेरेमन लिहितात की अशा व्यवस्थेतील सर्वसाधारण आनुषंगिक गोष्ट म्हणजे, उच्च श्रेणीचे समूह त्यांचे श्रेष्ठत्व नैतिक मूल्यमापनाच्या स्वरूपात व्यक्त करतात, ज्यातून ते स्वाभाविकपणे अधिक पात्र का आहेत, ते दिसून येते. कनिष्ठ श्रेणीतील लोकांच्या बाबतीत ते पितृत्वाच्या भावनेने वागतात, त्यांना बालीश, बेजबाबदार, उत्कृष्ट जाणिवा बाळगण्याची किंवा उच्चस्तरीय यश मिळविण्याची क्षमता नसलेले समजतात. कनिष्ठ श्रेणीच्या लोकांना ही मते मान्य नसतात पण संघर्ष टाळण्यासाठी ते औदासीन्य, मानसिक अलिप्तपणा किंवा अतिप्रमाणात अनुपालन करून श्रेष्ठ समूहांच्या सत्तेशी जुळवून घेतात. इतर आनुषंगिक गोष्टी म्हणजे वेगवेगळ्या समूहातील लोकांच्या नात्यांवर असलेली बंधने. एकत्र खानपान व ऊठबस करण्याबाबत आणि लग्न व लैंगिक संबंधांवर आधारित नात्यांबाबत कडक निर्बंध असतात किंवा ती नाती निषिद्ध मानली जातात (बेरेमन १९६६, पृ. क्र. ३०८; १९६७अ, पृ. क्र. ५९, ६४).

उच्च श्रेणीचे, विशेषाधिकार प्राप्त असलेले समूह सामाजिक व्यवस्था स्थिर असते, असे मानतात; कनिष्ठ श्रेणीचे लोक स्वतःचा सामाजिक दर्जा सुधारण्यासाठी प्रयत्न करतात. वेबलेन, बेंडिक्स आणि लिपसेट व इतरांनी नमूद केले आहे त्यानुसार, उल्लेखनीय स्तरीकरण असलेली कुठलीही व्यवस्था ही स्वतःच चलनशीलतेला प्रेरणा देणारा एक स्रोत असते. एखाद्या जातिव्यवस्थेमध्ये अशा प्रकारे चलनशीलतेसाठी केला जाणारा संघर्ष हा एक गतिमान प्रेरक घटक असतो. भारत आणि दक्षिण अमेरिकेमधील फरक बेरेमन निदर्शनास आणून देतात. कारण भारतातील कनिष्ठ श्रेणीतील समूहाला सहसा समाजातील समानतेपेक्षा समूहाकरिता श्रेष्ठ

स्थान प्राप्त करण्यात अधिक रस असतो. तर अमेरिकेच्या दक्षिणेकडील दुर्गम भागांत अनेक समूहांऐवजी दोन प्रमुख विभाग केलेले असल्याने तेथील निग्रोंनी त्या व्यवस्थेबद्दल तसेच त्या व्यवस्थेतील त्यांच्या स्थानाबद्दल आक्षेप घेतला आहे. अशा रीतीने समाजव्यवस्थेच्या योग्य स्वरूपाविषयी भारतात दक्षिण अमेरिकेपेक्षा अधिक एकवाक्यता आहे. तरीही, दोन्हीही ठिकाणी कनिष्ठ श्रेणीतील समूह त्यांच्या गौणत्वाची संकल्पना मान्य करत नाहीत, याकडे बेरमन लक्ष वेधतात (१९६६, पृ. क्र. २९८, ३०८, ३१८; १९८७अ, पृ. क्र. ६६).

बेरेमन ज्या दृष्टिकोनातून पाहतात त्यानुसार, सामाजिक व सांस्कृतिक वैविध्य कायम राखणे आणि ते नेमकेपणे स्पष्ट करून त्याची अंमलबजावणी करणे ही एखाद्या जातिव्यवस्थेची कामे असतात. सत्तेच्या माध्यमातून विशेषाधिकारांचे संरक्षण केले जाते. बेरेमन यांच्या चर्चेत नमूद केल्याप्रमाणे, आधुनिक काळात ही कार्ये अत्यंत निरुपयोगी, मानवी कल्याणासाठी विसंगत आणि अनावश्यक संघर्ष व दुःख यांचे स्रोत बनलेली आहेत (१९६७ब, पृ. क्र. ३५२, ३५६–३६६).

वर्गव्यवस्था उपयुक्त आहे का असा प्रश्न "जातिव्यवस्थेच्या" अशा व्याख्यांचे समीक्षक करतात. कनिष्ठ श्रेणीतील समूहांसारखे काही विशिष्ट समूह सर्वसाधारण व्याख्येत सहजपणे बसत नाहीत (डेव्हॉस १९६७). त्याचबरोबर, सर्व आधुनिक समाजांमध्ये विशेषीकरण गरजेचे आहे आणि विशेषीकरणामुळे काही प्रमाणात स्तरीकरण व श्रेणिनिश्चिती होते याकडेही समीक्षक लक्ष वेधतात. सर्व समाजांतील सामाजिक आणि सांस्कृतिक विविधता स्पष्टपणे मांडल्या पाहिजेत; आपल्या सदस्यांना काही विशेषाधिकार आणि सत्ता मिळावी याकडे प्रत्येक स्वतंत्र समूहाचा कल असतो. एखाद्या मिश्र समाजात या प्रक्रिया सुरुवातीपासूनच असतात आणि प्रक्रिया म्हणून त्यांना क्वचितच निष्क्रिय म्हणता येते. बहुतांश समकालीन समाजांमधील प्रवाह निश्चितच जातविभागांतील समावेशक, अपमानकारक भेदांपासून दूर आहे, पण तो सांस्कृतिक बहुतत्त्ववाद आणि सांस्कृतिक सुसंगतपणापासूनही दूर आहे, ज्यासाठी काही जण खेद व्यक्त करतात. समीक्षक पुढे म्हणतात की जातिव्यवस्थेविषयीच्या चर्चेने भारतीय नागरी संस्कृतीमधील जातसंस्थेविषयीचे ज्ञान वाढविण्यात फार थोडी मदत केली आहे (लीच १९६०, १९६७; ड्युमॉन्ट १९६७; एस. सिन्हा १९६७; कॉह्न १९६८, पृ. क्र. १९६).

पण "जातिव्यवस्था" म्हणजे काय याविषयीच्या या चर्चांमुळे आपल्याला किमान, मानवी सलगतेचा एक भाग म्हणून आणि बऱ्याचशा मानवजातीच्या समान सामाजिक प्रक्रियांचे बाह्यस्वरूप व विशेष शब्दप्रयोग म्हणून भारतीय समाजातील व्यवस्था समजून घेण्यास मदत होते. भारतीय व्यवस्थांचे गतिमान स्वरूप समजून घेण्यासाठी हे विशेषकरून महत्त्वाचे ठरते, कारण हिंदू ग्रंथ आणि गावकऱ्यांच्या विचार-संकल्पनांमध्ये तसेच या विषयावरील बऱ्याचशा लेखनामध्ये त्यांचे चित्रण बरेचदा स्थिर म्हणून केले आहे.

संदर्भग्रंथसूची

Agarwala, B. R. 1955. In a mobile commercial community. *In* Symposium: caste and joint family. Sociological Bulletin 4:138–146.

Aggarwal, Partap C. 1966. A Muslim sub-caste of North India: problems of cultural integration. Economic and Political Weekly 1:159–167.

Ahmad, Aziz. 1964. Studies in Islamic culture in the Indian environment. Oxford: Clarendon Press.

Ahmad, Imtiaz. 1965. Social stratification among Muslims. The Economic Weekly 10:1093–1096.

Ahmad, Zarina. 1962. Muslim caste in Uttar Pradesh. The Economic Weekly 14:325–336.

Aiyappan, A. 1937. Social and physical anthropology of the Nayadis of Malabar. Bulletin of the Madras Government Museum, n.s., Volume 2, No. 4.

———. 1944. Iravas and culture change. Bulletin of the Madras Government Museum, n.s., Volume 5, No. 1.

———. 1955. In Tamilnad, Sociological Bulletin 4:117–122.

———. 1965. Social revolution in a Kerala village: a study in cultural change. Bombay: Asia Publishing House.

Allison, W. L. 1935. The Sadhs. London and Calcutta: Oxford University Press.

Ambedkar, B. R. 1948. Remarks on draft constitution. Constituent Assembly Debates, Official Reports, Volume 7, No. 1, pp. 38–39.

Anand, K. 1965. An analysis of matrimonial advertisements. Sociological Bulletin 14:59–71.

Anantakrishna Ayyar, L. K. 1926. Anthropology of the Syrian Christians. Eranakulam: Cochin Government Press.

Ansari, Ghaus. 1955. Muslim marriage in India. Wiener Völkerkundliche Mitteilungen 3:191–206.

———. 1960. Muslim caste in Uttar Pradesh: a study of culture contact. The Eastern Anthropologist (special number) 13:5–80.

Atal, Yogesh. 1963. Short-lived alliances as an aspect of factionalism in an Indian village. The Journal of Social Sciences (Agra) 3:65–75.

———. n.d. Trends of change in village politics: a case study. Mussoorie: Cultural Institute of Study and Research in Community Development. Mimeographed, 7 pp.

Bachenheimer, R. 1956. Theology, economy and demography: a study of caste in an Indian village. MS., 11 pp.

Bacon, Elizabeth E. (editor). 1956. India sociological background: an area handbook. New Haven: The Human Relations Area Files.

Baden-Powell, B. H. 1896. The Indian village community. London: Longmans, Green and Co. (Reprinted by HRAF Press: New Haven, 1957.)

Bailey, Frederick G. 1957. Caste and the economic frontier: a village in highland Orissa. Manchester: Manchester University Press.

————. 1958. Political change in the Kondmals. The Eastern Anthropologist 11:88–106.

————. 1960a. The joint-family in India: a framework for discussion. The Economic Weekly 12:345–352.

————. 1960b. Tribe, caste and nation: a study of political activity and political change in highland Orissa. Manchester: Manchester University Press.

————. 1961. "Tribe" and "caste" in India. Contributions to Indian Sociology 5:7–19.

————. 1963a. Closed social stratification in India. European Journal of Sociology 4:107–124.

————. 1963b. Politics and social change: Orissa in 1959. Berkeley: University of California Press.

————. 1964. Two villages in Orissa (India). *In* Closed systems and open minds: the limits of naïvety in social anthropology, Max Gluckman, editor, pp. 52–82. Chicago: Aldine Publishing Co.

————. 1965. Decisions by concensus in councils and committees. *In* Political systems and the distribution of power, F. Eggan and M. Gluckman, editors, pp. 1–20. London: Tavistock Publications; New York: Frederick A. Praeger.

Baines, Athelstane. 1912. Ethnography (castes and tribes). Strassburg: Trübner Verlag.

Bannerjee, Hemendra Nath. 1960. Community structure in an artisan village of Pargannah Barabhum. Journal of Social Research (Ranchi) 3:68–79.

Banton, Michael. 1965. Roles: an introduction to the study of social relations. London: Tavistock Publications.

Baranov, I. L. 1965. "Kastovyi bunt" v Ramnade ("The caste revolt" in Ramnad) *In* Kasty v Indii (Caste in India), G. G. Kotovshii, editor, pp. 262–273. Moscow: Akademiia Nauk SSSR. Institut Narodov Azii.

Barnabas, A. P. 1961. Sanskritization. The Economic Weekly 13:613–618.

Barth, Fredrik. 1959. Political leadership among Swat Pathans. London School of Economics. Monographs in Social Anthropology, No. 19. London.

————. 1960. The system of social stratification in Swat, North Pakistan. *In* Aspects of caste in South India, Ceylon and Northwest Pakistan, E. R. Leach, editor, pp. 113–146. Cambridge Papers in Social Anthropology, No. 2. Cambridge: Cambridge University Press.

Basham, A. L. 1954. The wonder that was India. London: Sidgwick and Jackson.

Basu, N. B. 1957. Gango (an instance of Hindu method of tribal absorption). Bulletin of the Tribal Research Institute (Chhindwara) 1:40–47.

Basu, Tara Krishna. 1962. The Bengal peasant from time to time. London and Bombay: Asia Publishing House.

Beals, Alan R. 1955. Change in the leadership of a Mysore village. *In* India's villages, pp. 132–143. Calcutta: West Bengal Government Press.

————. 1959. Leadership in a Mysore village. *In* Leadership and political institutions in India, R. L. Park and Irene Tinker, editors, pp. 427–437. Princeton: Princeton University Press.

————. 1962. Gopalpur. New York: Holt, Rinehart, and Winston.

————. 1964. Conflict and interlocal festivals in a South Indian region. The Journal of Asian Studies 23:95–113.

————. 1965. Crime and conflict in some South Indian villages. Mimeographed 23 pp.

————. n.d. Dravidian Kinship and Marriage. Unpublished paper.

Beals, Alan R. and Bernard J. Siegel. 1966. Divisiveness and social conflict: an anthropological approach. Stanford: Stanford University Press.

Bebarta, Prafulla C. 1966. Family type and fertility. Economic and Political Weekly 1:633–634.

Beech, Mary Jane, O. J. Bertocci and L. A. Corwin. 1966. Introducing the East Bengal village. In Inside the East Pakistan village. (Asian studies papers. Reprint series, 2.) East Lansing: Michigan State University.

Beidelman, Thomas O. 1959. A comparative analysis of the jajmani system. Monograph of the Association for Asian Studies, No. 8. Locust Valley, New York: J. J. Augustin.

Bendix, Reinhard. 1960. Max Weber: an intellectual portrait. New York: Doubleday.

Berreman, Gerald. D. 1960a. Caste in India and the United States. American Journal of Sociology 66:120–127.

————. 1960b. Cultural variability and drift in the Himalayan hills. American Anthropologist 62:774–794.

————. 1962a. Behind many masks. Ithaca: The Society for Applied Anthropology.

————. 1962b. Caste and economy in the Himalayas. Economic Development and Cultural Change 10:386–394.

————. 1962c. Pahari polyandry: a comparison. American Anthropologist 64:60–75.

————. 1962d. Village exogamy in northernmost India. Southwestern Journal of Anthropology 18:55–58.

————. 1963. Hindus of the Himalayas. Berkeley and Los Angeles: University of California Press.

————. 1965. The study of caste ranking in India. Southwestern Journal of Anthropology 21:115–129.

————. 1966. Caste in cross-cultural perspective: organizational components. In Japan's invisible race, George De Vos and Hiroshi Wagatsuma, editors, pp. 275–324. Berkeley and Los Angeles: University of California Press.

————. 1967a. Stratification, pluralism and interaction: a comparative analysis of caste. In Caste and race, comparative approaches, A. de Reuck and J. Knight, editors, pp. 45–73. London: J. and A. Churchill.

————. 1967b. Caste as social process. Southwestern Journal of Anthropology 23:351–370

Béteille, André. 1962. Sripuram: a village in Tanjore district. The Economic Weekly 14:141–146.

————. 1964. A note on the referents of caste. European Journal of Sociology 5:130–134.

————. 1965. Caste, class and power. Berkeley and Los Angeles: University of California Press.

Bharati, Agehananda 1961 The ochre robe. London: Allen and Unwin.

————. 1963. Pilgrimage in the Indian tradition. History of Religions 3:135–167.

————. 1966. The decline of teknonymy: changing patterns of husband-wife appellation in India. MS., 12 pp.

Bhatt, G. S. 1958. Occupational structure among the Chamars of Dehra Dun. Sociological Annual 1:32–43. Dehra Dun: Sociology Association, D. A. V. College.

Bhattacharya, Jogendra Nath. 1896. Hindu castes and sects. Calcutta: Thacker, Spink and Co.

Blunt, E. A. H. 1931. The caste system of northern India. London: Oxford University Press.

Bose, A. B. and N. S. Jodha. 1965. The jajmani system in a desert village. Man in India 45:105–126.

Bose, A. B. and S. P. Malhotra. 1964. Studies in group dynamics (1): factionalism in a desert village. Man in India 44:311–328.

Bose, Nirmal Kumar. 1951. Caste in India. Man in India 31:107–123.

————. 1953a. Cultural anthropology and other essays. Second edition. Calcutta: Indian Associated Publishing Company.

————. 1953b. The Hindu method of tribal absorption. In his Cultural anthropology and other essays, pp. 156–170. Calcutta: Indian Associated Publishing Co.

————. 1954. Who are the backward classes? Man in India 34:89–98.

————. 1956. Culture zones of India. Geographical Review of India 18:1–12.

————. 1957. The effect of urbanization on work and leisure. Man in India 37:1–9.

————. 1958a. East and west in Bengal. Man in India 38:157–175.

————. 1958b. Some aspects of caste in Bengal. Man in India 38:73–97.

————. 1958c. Types of villages in West Bengal: a study in social change. The Economic Weekly 10:149–152.

————. 1960. The use of proceedings of caste panchayats. Journal of Social Research (Meerut) 1:98–100.

————. 1964. Change in tribal cultures before and after independence. Man in India 44:1–10.

Bose, N. K. and Surajit Sinha. 1961. Peasant life in India: a study in unity and diversity. Anthropological Survey of India. Memoir No. 8.

Bose, Shib Chunder. 1881. The Hindoos as they are. London, Calcutta: Edward Stanford, W. Newman and Co.

Bouglé, Célestin. 1908. Essais sur le régime des castes. Paris: Felix Alcan.

Brass, Paul. 1967. Regions, regionalism, and research in modern Indian society and politics. In Regions and regionalism in South Asian studies: an exploratory study, R. I. Crane, editor, pp. 258–270. Duke University Program in Comparative Studies on South Asia. Monograph No. 5.

Bright, William. 1960. Linguistic change in some Indian caste dialects. International Journal of American Linguistics 26:19–26.

Brown, W. Norman. 1957. The sanctity of the cow in Hinduism. Journal of the Madras University 28:29–49.

———. 1961 The content of cultural continuity in India. The Journal of Asian Studies 20:427–434.

Buckley, Walter. 1967. Sociology and modern systems theory. Englewood Cliffs, New Jersey: Prentice Hall.

Burling, Robbins. 1960. An incipient caste organization in the Garo Hills. Man in India 40:283–299.

Carstairs, G. Morris. 1953. The case of Thakur Khuman Singh: a culture-conditioned crime. British Journal of Delinquency 4:14–25.

———. 1955. Attitudes to death and suicide in an Indian cultural setting. International Journal of Social Psychiatry 1:33–41.

———. 1957. The twice born: a study of a community of high caste Hindus. London: The Hogarth Press.

———. 1961. Patterns of religious observance in three villages of Rajasthan. Journal of Social Research (Ranchi) 4:59–113.

Castets, J. 1931. L'église et le problème de la caste au XVIe siècle. Revue d'Histoire des Missions 8:547–565.

Chanana, Dev Raj. 1961a. Caste and mobility. The Economic Weekly 13:1561–1562.

———. 1961b. Sanskritisation, westernisation and India's Northwest. The Economic Weekly 13.409–414.

Chauhan, Brij Raj. 1960. An Indian village: some questions. Man in India 40:116–127.

Chhibbar, Y. P. 1968. From caste to class, a study of the Indian middle classes. New Delhi: Associated Publishing House.

Cohn, Bernard S. 1955. The changing status of a depressed caste. In Village India, M. Marriott, editor, pp. 53–77. Chicago: University of Chicago Press.

———. 1957. India as a racial, linguistic and cultural area. In Introducing India in liberal education, Milton Singer, editor, pp. 51–68. Chicago: University of Chicago Press.

Cohn, Bernard S. 1959a. Some notes on law and change in North India. Economic Development and Cultural Change 8:79–93.

———. 1959b. Madhopur revisited. The Economic Weekly 11:963–966.

———. 1960. The initial British impact on India: a case study of the Benares region. The Journal of Asian Studies 19:418–431.

———. 1961a. Chamar family in a North Indian village. The Economic Weekly 13:1051–1055.

———. 1961b. The development and impact of British administration in India. New Delhi: Indian Institute of Public Administration.

————. 1961c. From Indian status to British contract. Journal of Economic History 21:613–628.

————. 1961d. The pasts of an Indian village. Comparative Studies in Society and History 3:241–249.

————. 1962. Review of M. Marriott, caste ranking and community structure in five regions of India and Pakistan. Journal of the American Oriental Society 82:425–430.

————. 1965. Anthropological notes on disputes and law in India. American Anthropologist 67:82–122.

————. 1967. Regions, subjective and objective: their relation to the study of modern Indian history and society. In Regions and regionalism in South Asian studies: an exploratory study, R. I. Crane, editor, pp. 5–37. Duke University Program in Comparative Studies in Southern Asia. Monograph No. 5.

Cohn, Bernard S. and McKim Marriott. 1958. Networks and centres in the integration of Indian civilisation. Journal of Social Research (Ranchi) 1:1–9.

Cole, B. L. 1932. The Rajput clans of Rajputana. Census of India, 1931, 27:134–141.

Collver, Andrew. 1963. The family cycle in India and the United States. American Sociological Review 28:86–96.

Cormack, Margaret L. 1961. She who rides a peacock. New York: Frederick A. Praeger.

Cronin, Vincent. 1959. A pearl to India. New York: E. P. Dutton.

Culshaw, W. J. 1949. Tribal heritage: a study of the Santals. London: Lutterworth Press.

Dahrendorf, Ralf. 1966. Review of G. Lenski, power and privilege. American Sociological Review 31:714–718.

Dames, Mansel Longworth (editor). 1918. The book of Duarte Barbosa, Volume 1 (Volume 2, 1921). London: The Hakluyt Society.

Damle, Y. B. 1963. Reference group theory with regard to mobility in caste. Social Action, April 1963.

Dandekar, V. M. and Kumudini Dandekar. 1953. Survey of fertility and mortality in Poona District. Poona: Gokhale Institute of Politics and Economics.

Darling, Malcolm Lyall. 1934. Wisdom and waste in the Punjab village. London: Oxford University Press.

Das Gupta, Biwan Kumar. 1962. Caste mobility among the Mahato of South Manbhum. Man in India 42:228–236.

Datta Gupta, Jaya. 1959. A study on the Paundra Kshatriya of West Bengal. Bulletin of the Department of Anthropology, Government of India 8:109–130.

Datta-Majumder, Nabendu. 1956. The Santal: a study in culture change. Department of Anthropology, Government of India. Memoir No. 2.

Davis, Kingsley. 1951. The population of India and Pakistan. Princeton: Princeton University Press.

De, Barun. 1967. A historical perspective on theories of regionalism in India. *In* Regions and regionalism in South Asian studies: an exploratory study, R. I. Crane, editor, pp. 48–88. Duke University Program in Comparative Studies in Southern Asia. Monograph No. 5.

Deming, Wilbur S. 1928. Rāmdās and the Rāmdāsis. London, Calcutta: Oxford University Press.

Derrett, J. Duncan M. 1960. Law and the predicament of the Hindu joint family. The Economic Weekly 12:305–311.

————. 1961. Illegitimates: a test for modern Hindu family law. Journal of the American Oriental Society 81:251–261.

————. 1962. The history of the juridical framework of the joint Hindu family. Contributions to Indian Sociology 6:17–47.

————. 1963. Introduction to modern Hindu law. Bombay: Oxford University Press.

Desai, I. P. 1955. An analysis. *In* Symposium: caste and joint family. Sociological Bulletin 4:97–117.

————. 1956. The joint family in India: an analysis. Sociological Bulletin 5:144–156.

————. 1964. Some aspects of family in Mahuva. New York: Asia Publishing House.

Deshpande, Kamalabai. 1963. Divorce cases in the court of Poona, an analysis. The Economic Weekly 15:1179–1183.

Deva, Indra. 1958. The sociology of Bhojpuri folk-literature. Doctoral thesis, Lucknow University.

Devons, Ely and Max Gluckman. 1964. Conclusion: modes and consequences of limiting a field of study. *In* Closed systems and open minds: the limits of naïvety in social anthropology, Max Gluckman, editor, pp. 158–261. Chicago: Aldine Publishing Co.

DeVos, George. 1967. Discussion. *In* Caste and race: comparative approaches, A. de Reuck and J. Knight, editors, pp. 74–77. London: J. and A. Churchill.

De Vos, George and H. Wagatsuma. 1966. Japan's invisible race: caste in culture and personality. Berkeley: University of California Press.

Dhillon, Harwant Singh. 1955. Leadership and groups in a South Indian village. Planning Commission, Programme Evaluation Organisation. New Delhi: Government of India. P. E. O. Publication No. 9.

Diehl, Carl Gustav. 1956. Instrument and purpose: studies on rites and rituals in South India. Lund: Gleerup.

Drekmeier, Charles. 1962. Kingship and community in early India. Stanford: Stanford University Press.

Driver, Edwin D. 1963. Differential fertility in central India: Princeton: Princeton University Press.

Dube, S. C. 1955a. A Deccan village. *In* India's villages, pp. 180–192. Calcutta: West Bengal Government Press. (Second edition, 1960, M. N. Srinivas, editor, pp. 202–215. London: Asia Publishing House.)

———. 1955b. Indian village. Ithaca, New York: Cornell University Press.

———. 1955c. Ranking of castes in a Telengana village. The Eastern Anthropologist 8:182–190.

———. 1956. Cultural factors in rural community development. *In* The Indian village: a symposium. The Journal of Asian Studies 16:19–30.

———. 1958. India's changing villages. Ithaca, New York: Cornell University Press.

———. 1960. Approaches to the tribal problem. Journal of Social Research 3:11–15.

Dubois, Jean Antoin, Abbé. 1928. Hindu manners, customs and ceremonies. (Translated by Henry K. Beauchamp.) Oxford: Clarendon Press.

Dumont, Louis. 1951. Kinship and alliance among the Pramalai Kallar. The Eastern Anthropologist 4:3–26.

———. 1953. The Dravidian kinship terminology as an expression of marriage. Man 54:34–39.

———. 1957a. Hierarchy and marriage alliance in South Indian kinship. Occasional Papers of the Royal Anthropological Institute, No. 12. London: Royal Anthropological Institute.

———. 1957b. Une sous caste de l'Inde du sud. Paris: Mouton.

———. 1959. Dowry in Hindu marriage as a social scientist sees it. The Economic Weekly 11:519–520.

———. 1960. World renunciation in Indian religions. Contributions to Indian Sociology 4:33–62.

———. 1961a. Les marriages Nayar comme faits indiens. L'Homme, Revue Francaise d'Anthropologie 1:11–36.

———. 1961b. Marriage in India: the present state of the question. Contributions to Indian Sociology 5:75–95.

———. 1962. "Tribe" and "caste" in India. Contributions to Indian Sociology 6:120–122.

———. 1963. Le mariage secondaire dans l'Inde du nord. Paris: VIth International Congress of Anthropological and Ethnological Sciences 2:53–55.

———. 1964a. Marriage in India: the present state of the question; postscript to part one. Contributions to Indian Sociology 7:77–98.

———. 1964b. A note on locality in relation to descent. Contributions to Indian Sociology 7:71–76.

———. 1966. Homo hierarchicus. Essai sur le système des castes. Paris: Gallimard.

———. 1967. Caste: a phenomenon of social structure or an aspect of Indian culture? *In* Caste and race, comparative approaches, A. de Reuck and J. Knight, editors, pp. 28–38. London: J. and A. Churchill.

Dumont, Louis and D. Pocock. 1957a. For a sociology of India. Contributions to Indian Sociology 1:7–22.

———. 1957b. Village studies. Contributions to Indian Sociology 1:23–42.

———. 1957c. Kinship. Contributions to Indian Sociology 1:43–64.

———. 1960. For a sociology of India: a rejoinder to Dr. Bailey. Contributions to Indian Sociology 4:82–89.

Dutt, Nripendra Kumar. 1931. Origin and growth of caste in India. London: Kegan Paul, Trench, Trübner.

Edgerton, Franklin. 1952. The Bhagavad Gītā. Part 2: Interpretation and Arnold's translation. Cambridge: Harvard University Press.

Eglar, Zekiye. 1960. A Punjabi village in Pakistan. New York: Columbia University Press.

Elwin, Verrier. 1964. The tribal world of Verrier Elwin. New York and Bombay: Oxford University Press.

Emeneau, Murray. B. 1956. India as a linguistic area. Language 32:3–16.

Epstein, T. Scarlett. 1959. A sociological analysis of witch beliefs in a Mysore village. The Eastern Anthropologist 12:234–251.

———. 1960. Economic development and peasant marriage in South India. Man in India 40:192–232.

———. 1962. Economic development and social change in South India. Manchester University Press; New York: The Humanities Press.

Farquhar, J. N. 1920. An outline of the religious literature of India. London: Oxford University Press.

Ferguson, Frances. N. 1963. The master-disciple relationship in India. Research Reviews (University of North Carolina) 10:22–26.

Fernandez, Frank. 1965. Indian tribal societies: tribal or peasant? MS., 13 pp. (Mimeo.)

Fischel, Walter J. 1962. Cochin in Jewish history. American Academy for Jewish Research, Proceedings 30:37–59.

———. 1967. The exploration of the Jewish antiquities of Cochin on the Malabar Coast: a historical-critical survey. Journal of the American Oriental Society 87:30–51.

Fortes, Meyer. 1958. Introduction. In The developmental cycle in domestic groups, pp. 1–14. Cambridge Papers in Social Anthropology, No. 1. Cambridge: University Press.

Foster, George. M. 1965. Peasant society and the image of limited good. American Anthropologist 67:293–315.

———. 1966. Foster's reply to Kaplan, Saler and Bennett. American Anthropologist 68:210–214.

Fox, Richard G. 1967. Resiliency and culture in the Indian caste system: the Umar of U. P. The Journal of Asian Studies 26:575–587.

Freed, Stanley A. 1963a. Fictive leadership in an Indian village. Ethnology 2:86–103.

———. 1963b. An objective method for determining the collective caste hierarchy of an Indian village. American Anthropologist 65:879–891.

Freed, Stanley A. and Ruth S. Freed. 1964. Spirit possession as illness in a North Indian village. Ethnology 3:152–171.

————. 1966. Unity in diversity in the celebration of cattle-curing rites in a North Indian village: a study in the resolution of conflict. American Anthropologist 68:673–692.

Freedman, Maurice. 1962.The family in China: past and present. Pacific Affairs 34:323–336.

Frykenberg, Robert Eric. 1963. Traditional processes of power in South India: an historical analysis of local influence. Indian Economic and Social History Review 1:1–21.

Fuchs, Stephen. 1950. The children of Hari: a study of the Nimar Balahis in the Central Provinces of India. Vienna: Verlag Herold.

————. 1960. The Gond and the Bhumia of Eastern Mandla. New York, Bombay: Asia Publishing House.

Fukutake, Tadashi, Tsutomu Ouchi, and Chie Nakane. 1964. The socio-economic structure of the Indian village. Tokyo: Institute of Asian Economic Affairs.

Fürer-Haimendorf, Christoph von. 1943. The Chenchus: jungle folk of the Deccan. London. Macmillan.

————. 1945. The Reddis of the Bison Hills. London: Macmillan.

————. 1967a. Morals and merit: a study of values and social controls in South Asian societies. Chicago: University of Chicago Press.

————. 1967b. The position of tribal populations in modern India. In India and Ceylon: unity and diversity, P. Mason, editor, pp. 182–222. New York: Oxford University Press.

Gadgil, D. R. 1965. Women in the working force in India. Bombay: Asia Publishing House.

Gait, E. A. 1913. Census of India, 1911, Volume 1, part 1. Report. Calcutta: Government Printing Office.

Galanter, Marc. 1963. Law and caste in modern India. Asian Survey 3:544–559.

————. 1964. Hindu law and the development of the modern Indian legal system. Mimeographed, 32 pp.

————. 1965. Legal materials for the study of Modern India. Appendix: Hindu law and the modern Indian legal system. Mimeographed. The College, University of Chicago.

————. 1966a. The modernization of law. In Modernization: the dynamics of growth, M. Weiner, editor, pp. 153–165. New York: Basic Books.

Galanter, Marc. 1966b. The problem of group membership: some reflections on the judicial view of Indian society.

In Class, status and power, R. Bendix and S. M. Lipset, editors, pp. 628–640. Second edition. New York: Free Press. (Reprinted from The Journal of the Indian Law Institute, 1962, 4:331–358.)

Gandhi, Mohandas K. 1940. An autobiography or the story of my experiments with truth. (Translated from the original in Gujarati by Madadev Desai.) Ahmedabad: Navajivan Publishing House.

Gangarade, K. D. 1963. Dynamics of a panchayat election. Avard (Journal of the Association of Voluntary Agencies for Rural Development, New Delhi) 5:5–8.

————. 1964. Conflicting value system and social case work. The Journal of Social Work 24:247–256.

Gardner, Peter M. 1966. Symmetric respect and memorate knowledge: the structure and ecology of individualistic culture. Southwestern Journal of Anthropology 22:389–415.

Geertz, Clifford. 1960. The Javanese kikaji: the changing role of a cultural broker. Comparative Studies in Society and History 2:228–249.

————. 1963. Agricultural involution: the process of ecological change in Indonesia. Berkeley and Los Angeles: University of California Press.

Ghurye, G. S. 1953. Indian sadhus. Bombay: The Popular Book Depot.

————. 1959. The scheduled tribes. Second edition. Bombay: The Popular Book Depot.

————. 1960. After a century and a quarter: Lonikand then and now. Bombay: The Popular Book Depot.

————. 1961. Class, caste and occupation. Bombay: The Popular Book Depot.

Gideon, Helen. 1962. A baby is born in the Punjab. American Anthropologist 64:1220–1234.

Gist, Noel P. 1953. Mate selection and mass communication in India. Public Opinion Quarterly 17:481–495.

————. 1954. Occupational differentiation in South India. Social Forces 33:129–138.

————. 1955. Selective migration in South India. Sociological Bulletin 4:147–160.

Gnanambal, K. 1960. Ethnography of Gannapur. Cyclostyled, 127 pp.

Goode, William. J. 1963. World revolution and family patterns. New York: The Free Press of Glencoe.

Gopalaswami, R. A. 1953. Census of India, 1951, Volume 1, India, part 1–A. Report. New Delhi: Government of India Press.

Gore, M. S. 1961. The husband-wife and the mother-son relationships. Sociological Bulletin 11:91–102.

————. 1965. The traditional Indian family. In Comparative family systems, M. F. Nimkoff, editor, pp. 209–231. Boston: Houghton Mifflin.

————. 1968. Urbanization and family change. Bombay: Popular Prakashan.

Gough, E. Kathleen. 1955. The social structure of a Tanjore village. In Village India, M. Marriott, editor, pp. 36–52. Chicago: University of Chicago Press.

————. 1956. Brahmin kinship in a Tamil village. American Anthropologist 58:384–853.

————. 1960. Caste in a Tanjore village. In Aspects of caste in South India, Ceylon, and North-West Pakistan, E. R. Leach, editor, pp. 11–60. Cambridge Papers in Social Anthropology, No. 2. Cambridge: Cambridge University Press.

————. 1961a. Mappilla: North Kerala. In Matrilineal kinship, David M. Schneider and Kathleen Gough, editors, pp. 415–442. Berkeley and Los Angeles: University of California Press.

————. 1961b. Nayar: Central Kerala. *In* Matrilineal kinship, David M. Schneider and Kathleen Gough, editors, pp. 298–384. Berkeley and Los Angeles: University of California Press.

————. 1963. Indian nationalism and ethnic freedom. *In* The concept of freedom in anthropology, David Bidney, editor, pp. 170–207. The Hague: Mouton.

————. 1965. A note on Nayar marriage. Man 65:8–11.

Gould, Harold A. 1958. The Hindu jajmani system: a case of economic particularism. Southwestern Journal of Anthropology 14:428–437.

————. 1959. The peasant village: centrifugal or centripetal? The Eastern Anthropologist 13:3–16.

————. 1960a. Castes, outcastes and the sociology of stratification. International Journal of Comparative Sociology 1:220–238.

————. 1960b. The micro-demography of marriages in a North Indian area. Southwestern Journal of Anthropology 16:476–491.

Gould, Harold A. 1961a. A further note on village exogamy in North India. Southwestern Journal of Anthropology 17:297–300.

————. 1961b. Sanskritization and westernization: a dynamic view. The Economic Weekly 13:945–950.

————. 1961c. Some preliminary observations concerning the anthropology of industrialization. The Eastern Anthropologist 14:30–47.

————. 1964. The jajmani system of North India: its structure, magnitude and meaning. Ethnology 3:12–41.

————. 1965a. Lucknow rickshawallas: the social organization of an occupational category. International Journal of Comparative Sociology 6:24–47.

————. 1965b. Modern medicine and folk cognition in village India. Human Organization 24:201–208.

————. 1965c. True structural change and the be time dimension in the North Indian kinship system. *In* Studies on Asia, R. K. Sakai, editor, pp. 179–192. Lincoln: University of Nebraska Press.

Gray, R. M. and Manilal C. Parekh. 1931. Mahatma Gandhi: an essay in appreciation (fourth impression). Calcutta: Association Press.

Grigson, W. V. 1949. The Maria Gonds of Bastar. London: Oxford University Press.

Gross, Neal, W. S. Mason, and A. W. McEachern. 1958. Explorations in role analysis: studies of the school superintendency role. New York: John Wiley.

Guha, Uma. 1965. Caste among rural Bengali Muslims. Man in India 45: 167–169.

Guha, Uma anl M. N. Kaul. 1953. A group distance study of the castes of U. P. Bulletin of the Department of Anthropology 2:11–32. Calcutta: Department of Anthropology, Government of India.

Gumperz, John J. 1957. Some remarks on regional and social language differences in India. *In* Introducing Indian in liberal education, Milton Singer, editor, pp. 69–79. Chicago: University of Chicago Press.

————. 1958. Dialect differences and social stratification in a North Indian village. American Anthropologist 60: 668–682.

————. 1961. Speech variation and the study of Indian civilization. American Anthropologist 63:976–988.

————. 1964. Religion and social communication in village North India. The Journal of Asian Studies 32:89–98.

Gumperz, John J. and C. M. Naim. 1960. Formal and informal standards in the Hindi regional language area. International Journal of American Linguistics 26:92–118.

————. 1964. Religion and social communication in village North India. The Journal of Asian Studies 23:89–97.

Gupta, Raghuraj. 1956. Caste ranking and inter-caste relations among the Muslims of a village in North Western U. P. Eastern Anthropologist 10:30–42.

Gupta, T. R. 1961. Rural family status and migration: study of a Punjab village. The Economic Weekly 13:1597–1603.

Gupte, B. A. 1919. Hindu holidays and ceremonials. Second edition, revised. Calcutta and Simla: Thacker, Spink and Co.

Hardgrave, Robert L., Jr. 1964. Caste in Kerala: a preface to the elections. The Economic Weekly 16:1841–1847.

————. 1966. Varieties of political behavior among Nadars of Tamilnad. Asian Survey 6:614–621.

Harper, Edward B. 1957a. Hoylu: a belief relating justice and the supernatural. American Anthropologist 59:801–816.

————. 1957b. Shamanism in South India. Southwestern Journal of Anthropology 13:267–287.

————. 1959a. A Hindu village pantheon. Southwestern Journal of Anthropology 15:227–234.

————. 1959b. Two systems of economic exchange in village India. American Anthropologist 61:760–778.

————. 1961. Moneylending in the village economy of the Malnad. The Economic Weekly 13:169–177.

————. 1963. Spirit possession and social structure. In Anthropology on the march, Bala Ratnam, editor, pp. 165–197. Madras: The Book Center.

————. 1964. Ritual pollution as an integrator of caste and religion. The Journal of Asian Studies 2:151–197.

————. 1968. Social consequences of an "unsuccessful" low caste movement. In Social mobility in the caste system in India, James Silverberg, editor, pp. 36–65. Comparative Studies in society and history. Supplement III. The Hague: Mouton.

Harper, Edward B. and Louise G. Harper. 1959. Political organization in a Karnataka village. In Leadership and political institutions in India, Richard L. Park and Irene Tinker, editors, pp. 453–469. Princeton: Princeton University Press.

Harrison, Selig S. 1956a. Caste and the Andhra communists. The American Political Science Review 50:378–404.

———. 1960 India: the most dangerous decades. Princeton: Princeton University Press.

Haye, Chowdhry Abdul. 1966. The Freedom movement in Mewat and Dr. K. M. Ashraf. *In* Kunwar Mohammed Ashraf: an Indian scholar and revolutionary, 1903–1962, Horst Krüger, editor, pp. 291–336. Berlin: Akademic-Verlag.

Hazlehurst, Leighton W. 1966. Entrepreneurship and the merchant castes in a Punjab city. Duke University Program in Comparative Studies in Southern Asia. Monograph No. 1.

Hein, Norvin. 1958. The Rām Līlā. Journal of American Folklore 71:279–304.

Hitchcock, John T. 1958. The idea of the martial Rājpūt. Journal of American Folklore 71: 216–223.

———. 1959. Dominant caste politics in a North Indian village. Mimeographed, 59 pp.

———. 1960. Surat Singh: head judge. *In* In the company of Man, J. B. Casagrande, editor, pp. 234–272. New York: Harper and Brothers.

Hockings, Paul. 1965. Cultural change among the Badagas: a community of South India. Doctoral dissertation, University of California, Berkeley.

Homans, George C. 1950. The human group. New York: Harcourt, Brace and World.

Honigmann, John J. 1960a. South Asian research: a village of renown. Research Previews 7:7–14.

———. 1960b. Education and career specialization in a West Pakistan village of renown. Anthropos 55:825–840.

Hopkins, Edward W. 1884. The ordinances of Manu. London: Trübner and Co.

Hsu, Francis L. K. 1963. Clan, caste, club. Princeton: D. Van Nostrand Company.

Hutton, J. H. 1941. Primitive tribes. *In* Modern India and the West, L. S. S. O'Malley, editor, pp. 417–444. London: Oxford University Press.

———. 1961. Caste in India: its nature, function and origin. Third edition. Bombay: Oxford University Press.

Ibbetson, Denzil. 1916. Panjab castes. (Reprint of chapter in Census of the Panjab, 1883.) Lahore: Government Printing Press.

Ingalls, Daniel H. H. 1954. Authority and law in ancient India. Journal of the American Oriental Society, Supplement, No. 17:34–45.

———. 1958. The Brahmin tradition. Journal of American Folklore 71:209–215.

Irschik, Eugene F. 1969. Politics and social conflict in South India: the non-Brahmin movement, Tamil separatism 1916–1929. Berkeley and Los Angeles: University of California Press.

Ishwaran, K. 1965. Kinship and distance in rural India. International Journal of Comparative Sociology 6:81–94.

Isaacs, Harold R. 1965. India's ex-untouchables. New York: The John Day Company.

Iyer, L. K. Anantha Krishna (Anantakrishna Ayyar, L. K.). 1909–1912. The Cochin tribes and castes. Madras: Government Printing Press.

Izmirlian, Harry Jr. 1964. Caste, kin and politics in a Punjab village. Doctoral dissertation, University of California, Berkeley.

Jackson, A. V. Williams, editor. 1907. History of India. Volume 9. London: The Grolier Society.

Jagalpure, L. B. and K. D. Kale. 1938. Sarola Kasar: Study of a Deccan village in the famine zone. Ahmednagar: L. B. Jagalpure.

Jay, Edward J. 1959. The anthropologist and tribal warfare. Journal of Social Research (Ranchi) 2:82–89.

———. 1961a. A comparison of tribal and peasant religion with special reference to the Hill Maria Gonds. Mimeographed, 60 pp.

———. 1961b. Social values and economic change: the Hill Marias of Bastar. The Economic Weekly 13:1369–1372.

———. 1964. The concepts of 'field' and 'network' in anthropological research. Man in India 64:137–139.

Kalidasa. 1959. Shakuntala and other writings. (Translated by Arthur W. Ryder.) New York: E. P. Dutton.

Kane, Pandurang Vaman. 1941. History of Dharmaśāstra. Volume 2, part 1. Poona: Bhandarkar Oriental Research Institute.

———. 1946. History of Dharmaśāstra. Volume 3. Poona: Bhandarkar Oriental Research Institute.

Kannan, C. T. 1963. Intercaste and inter-community marriages in India. Bombay: Allied Publishers.

Kapadia, K. M. 1947. Hindu kinship: an important chapter in Hindu social history. Bombay: The Popular Book Depot.

———. 1956. Rural family patterns. Sociological Bulletin 5:111–126.

———. 1957. A perspective necessary for the study of social change in India. Sociological Bulletin 6:43–60.

———. 1958. Marriage and family in India. Second edition. London: Oxford University Press.

———. 1959. The family in transition. Sociological Bulletin 8:68–99.

———. 1961. The growth of townships in South Gujarat: Maroli Bazar. Sociological Bulletin 10:69–87.

———. 1962. Caste in transition. Sociological Bulletin 12:73–90.

———. 1963. The passing of the traditional society. Fiftieth Indian Science Congress, Delhi.

———. 1966. Marriage and family in India. Third edition. Bombay: Oxford University Press.

Karaka, Dosabhai Framji. 1884. History of the Parsis. Volume 1. London: Macmillan.

Karandikar, S. V. 1929. Hindu exogamy. Bombay: Taraporevala.

Karim, A. K. Nazmul. 1956. Changing society in India and Pakistan. Dacca: Oxford University Press.

Karve, Irawati. 1953. Kinship organization in India. Poona, Deccan College Monograph Series, No. 11. Poona: Deccan College.

————. 1958a. The Indian village. Bulletin of the Deccan College 18:73–106.

————. 1958b. What is caste? (1) Caste as extended kin. The Economic Weekly 10:125–138.

————. 1961. Hindu society: an interpretation. Poona: Sangam Press.

————. 1962. On the road: a Maharashtrian pilgrimage. Journal of Asian Studies 22:13–30.

————. 1965. Kinship organization in India. Second revised edition. Bombay: Asia Publishing House.

Karve, Irawati and Y. B. Damle. 1963. Group relations in village community. Deccan College Monograph Series. Poona: Deccan College.

Karve, Irawati and Vishnu Mahadeo Dandekor. 1951. Anthropometric measurements of Mahārāshtra. Deccan College Monograph Series, No. 8. Poona: Deccan College.

Kautilya. 1961. Kautilya's Arthasāstra. (Translated by R. Shamasastry.) Seventh edition. Mysore: Mysore Printing and Publishing House.

Kennedy, Beth C. 1954. Rural-urban contrasts in parent-child relations in India. Indian Journal of Social Work 15:162–174. (Reprinted by the Bureau of Research and Publications, Tata Institute of Social Science, Chembur, Bombay.)

Kennedy, Melville T. 1925. The Chaitanya movement. London and Calcutta: Oxford University Press.

Ketkar, Shridhar Venkatesh. 1909. The history of caste in India. Ithaca: Taylor and Carpenter.

Khadduri, Majid and H. J. Liebesny. 1955. Law in the Middle East. Volume 1. Washington: The Middle East Institute.

Khan, Khan Ahmad Hasan. 1931. Census of India, 1931, Volume 17. Punjab.

Khare, R. S. 1960. The Kanya-Kubja Brahmins and their social organization. Southwestern Journal of Anthropology 16:348–367.

Khedkar, Vithan Krishnaji. 1959. The divine heritage of the Yadavas. Allahabad: Parmanand.

Klass, Morton. 1966. Marriage rules in Bengal. American Anthropologist 68:951–970.

Kochar, V. K. 1963. Socio-cultural denominators of domestic life in a Santal village. The Eastern Anthropologist 16:167–180.

Kolenda, Pauline Mahar. 1958. Changing caste ideology in a North Indian village. Journal of Social Issues 14:51–65.

————. 1959. A multiple scaling technique for caste ranking. Man in India 39:127–147.

————. 1963. Toward a model of the Hindu jajmani system. Human Organization 22:11–31.

————. 1964. Religious anxiety and Hindu fate. The Journal of Asian Studies 23:71–82.

―――. 1967. Regional differences in Indian family structure. *In* Regions and regionalism in South Asian Studies: an exploratory study, R. I. Crane, editor, pp. 147–226. Duke University Program in Comparative Studies in Southern Asia. Monograph No. 5.

―――. 1968. Region, caste, and family structure: a comparative study of the Indian "joint" family. *In* Structure and change in Indian society, M. Singer and B. S. Cohn, editors. Chicago: Aldine Publishing Company.

Kosambi, D. D. 1955. The basis of ancient Indian history (2). Journal of the American Oriental Society 75:226–237.

―――. 1965. The culture and civilization of ancient India in historical outline. London: Routledge and Kegan Paul.

Kothari, Rajni and Rushikesh Maru. 1965. Caste and secularism in India: case study of a caste federation. The Journal of Asian Studies 25:33–50.

Kripalani, Krishna. 1962. Rabindranath Tagore: a biography. New York: Grove Press.

Kroeber, A. L. 1944. Configurations of culture growth. Berkeley and Los Angeles: University of California Press.

―――. 1947. Culture groupings in Asia. Southwestern Journal of Anthropology 3:322–330.

Kudryavtsev, M. K. 1964. On the role of Jats in North India's ethnic history. Journal of Social Research (Ranchi) 7:126–135.

―――. 1965. Musul'manskie kasty (Muslim castes). *In* Kasty v Indii (Castes in India), G. G. Kotovskii, editor, pp. 214–232. Moscow: Akademiia Nauk SSSR. Institut Narodov Azii.

Lacey, W. G. 1933. Census of India, 1931, Volume 7, part 1. Report, Bihar and Orissa. Patna: Government Printing Press.

Lall, R. Manohar. 1933. Among the Hindus: a study of Hindu festivals. Cawnpore: Minerva Press.

Lambert, Richard D. 1958. Factory workers and the non-factory population in Poona. The Journal of Asian Studies 18:21–42.

―――. 1962. The impact of urban society upon village life. *In* India's urban future, Roy Turner, editor, pp. 117–140. Berkeley and Los Angeles: University of California Press.

―――. 1963. Workers, factories, and social change in India. Princeton, New Jersey: Princeton University Press.

Leach, Edmund R. 1960. Introduction: What should we mean by caste? *In* Aspects of caste in South India, Ceylon and North-West Pakistan, E. R. Leach, editor. Cambridge Papers in Social Anthropology, No. 2. Cambridge: Cambridge University Press.

―――. 1967. Caste, class and slavery: the taxonomic problem. *In* Caste and race: comparative approaches, A. de Reuck and J. Knight, editors, pp. 17–27. London: J. and A. Churchill.

Leacock, Seth and David G. Mandelbaum. 1955. A nineteenth century development project in India: the cotton improvement program. Economic Development and Cultural Change 3:334–351.

Learmonth, A. T. A. and A. M. Learmonth. 1958. The regional concept and national development. The Economic Weekly 10:153–156.

Lenski, Gerhard. 1966. Power and privilege: a theory of social stratification. New York: McGraw-Hill.

Levinson, Daniel J. 1959. Role, personality and social structure in the organizational setting. Journal of Abnormal and Social Psychology 58:170–180.

Lewis, Oscar. 1955. Peasant culture in India and Mexico: a comparative analysis. *In* Village India, M. Marriott, editor, pp. 145–170. Chicago: University of Chicago Press.

———. 1958. Village life in Northern India: studies in a Delhi village. Urbana: University of Illinois Press.

Lewis, Oscar and Victor Barnouw. 1956. Caste and the jajmani system in a North Indian village. Scientific Monthly 83:66–81.

Lewis, Oscar. (assisted by Victor Barnouw and Harvant Dhillon)

———. 1956. Aspects of land tenure and economics in a North Indian village. Economic Development and Cultural Change 4:279–302.

Lokanathan, P. S. 1965a. All India rural household survey. Vol. II. New Delhi: National Council of Applied Economic Research.

———. 1965b. All India rural household survey, 1962. A summary statement on income distribution by rural and All India. Occasional Paper 13. National Council of Applied Economic Research. New Delhi.

Lynch, Owen M. 1967. Rural cities in India: continuities and discontinuities. *In* India and Ceylon: unity and diversity,

Philip Mason, editor, pp. 142–158. London: Oxford University Press.

McClelland, David C. 1961. The achieving society. Princeton: D. Van Nostrand.

McCormack, William. 1956. Changing leadership of a Mysore village. Mimeographed, 9 pp.

———. 1957. Mysore villager's view of change. Economic Development and Cultural Change 5:257–262.

———. 1958a. The forms of communication in Vīraśaiva religion. Journal of American Folklore 71:325–335.

McCormack, William. 1958b. Sister's daughter marriage in a Mysore village. Man in India 38:34–48.

———. 1959. The development of Hindu law during the British period. Mimeographed, 65 pp.

———. 1960. Social dialects in Dharwar Kannada. International Journal of American Linguistics 26:79–91.

———. 1963. Lingayats as a sect. Journal of the Royal Anthropological Institute 93:59–71.

McCrindle, J. W. 1877. Ancient India as described by Megasthenes and Arrian. London: Trübner.

———. 1901. Ancient India as described in classical literature. London: Constable.

McDonald, Ellen E. 1968. The modernization of communication: vernacular publishing in nineteenth-century Maharashtra. Asian Survey 8:589–606.

MacLachlan, Morgan E. and Alan R. Beals. 1966. The internal and external relationships of a Mysore chiefdom. Journal of Asian and African Studies 1:87–99.

Madan, B. K. 1951. The economics of the Indian village and its implications in social structure. International Social Science Bulletin 3:813–822. Paris: UNESCO.

Madan, T. N. 1962a. The Hindu joint family. Man 62:88–89.

———. 1962b. The joint family: a terminological clarification. International Journal of Comparative Sociology 3:7–16.

———. 1962c. Is the Brahmanic gotra a grouping of kin? Southwestern Journal of Anthropology 18:59–77.

———. 1965. Family and kinship: a study of the Pandits of rural Kashmir. New York: Asia Publishing House.

———. 1968. Caste and development. Economic and Political Weekly 4:285–290.

Mahajan, Mehr Chand. 1963. Looking back. Bombay: Asia Publishing House.

Mahar, Pauline M. (see Kolenda, Pauline Mahar)

Maine, Henry. 1861. Ancient law. London: J. Murray.

———. 1881. Village-communities in the East and West. Fourth edition. London: John Murray.

Majumdar, Dhirendra Nath. 1944. The fortunes of primitive tribes. Lucknow: Universal Publishers.

———. 1958a. Caste and communication in an Indian village. Bombay: Asia Publishing House.

———. 1958b. Races and cultures of India. Bombay: Asia Publishing House.

Majumdar, D. N., M. C. Pradhan, C. Sen, and S. Misra. 1955. Inter-caste relations in Gohanakallan, a village near Lucknow. The Eastern Anthropologist 8:191–214.

Majumdar, R. C. 1960. The classical accounts of India. Calcutta: Firma K. L. Mukhopadhyay.

Malaviya, H. D. 1956. Village panchayats in India. New Delhi: Economic and Political Research Department. All India Congress Committee.

Mandelbaum, David. G. 1938. Polyandry in Kota society. American Anthropologist 40:574–583.

———. 1939. The Jewish way of life in Cochin. Jewish Social Studies 1:423–460.

———. 1941. Social trends and personal pressures. In Language, culture and personality, L. Spier, A. I. Hallowell, and S. Newman, editors, pp. 219–238. (Reprinted in Anthropology of folk religion, C. Leslie, editor, 1960, pp. 221–255. New York: Vintage Books.)

———. 1947. Hindu-Moslem conflict in India. The Middle East Journal 1:369–385.

————. 1948. The family in India. Southwestern Journal of Anthropology 4: 123–139.

————. 1949. Population problems in India and Pakistan. Far Eastern Survey 18:283–287.

————. 1954a. Fertility of early years of marriage in India. *In* Professor Ghurye felicitation volume, K. M. Kapadia, editor, pp. 150–168. Bombay: The Popular Book Depot.

————. 1954b. Form, variation and meaning of a ceremony. *In* Method and perspective in anthropology, R. F. Spencer, editor, pp. 60–102. Minneapolis: University of Minnesota Press.

————. 1955. The world and the world view of the Kota. *In* Village India, M. Marriott, editor, pp. 223–254. Chicago: University of Chicago Press.

————. 1956. The Kotas in their social setting. *In* Introduction to the civilization of India, Milton Singer, editor. Chicago: University of Chicago Press.

————. 1959a. Concepts and methods in the study of caste. The Economic Weekly Annual, Volume 2:145–149.

————. 1959b. Social uses of funeral rites. *In* The meaning of death, H. Feifel, editor, pp. 189–217. New York: MacGraw-Hill.

Mandelbaum, David. G. 1960. A reformer of his people. *In* In the company of man, J. Casagrande, editor, pp. 273–308. New York: Harper.

————. 1962. Review of M. Marriott, caste ranking and community structure in five regions of India and Pakistan. Journal of Asian Studies 21:434–436.

————. 1964. Introduction: process and structure in South Asian religion. *In* Religion in South Asia, Edward B. Harper, editor, pp. 5–20. Seattle: University of Washington Press. (Also published in The Journal of Asian Studies 23:5–20.)

————. 1965. Alcohol and culture. Current Anthropology 6:281–292.

————. 1966. Transcendental and pragmatic aspects of religion. American Anthropologist 68:1174–1191.

Marriott, McKim. 1955a. Western medicine in a village of Northern India. *In* Health, culture and community: case studies of public reactions to health programs, Benjamin D. Paul, editor, pp. 239–268. New York: Russell Sage Foundation.

————. 1955b. Little communities in an indigenous civilization. *In* Village India, M. Marriott, editor, pp. 171–222. Chicago: University of Chicago Press.

————. 1959a. Changing channels of cultural transmission in Indian civilization. *In* Intermediate societies, social mobility and communication, Verne Ray, editor, pp. 66–74. Seattle: American Ethnological Society.

————. 1959b. Interactional and attributional theories of caste ranking. Man in India 39:92–107.

————. 1960. Caste ranking and community structure in five regions of India and Pakistan. Poona: G. S. Press.

————. 1962. Communication: rejoinder to Metraux. Journal of Asian Studies 21:263–265.

Marten, J. T. 1924. Census of India, 1921, Volume 1, part 1. Report. Calcutta: Government Printing Press.

Martin, Montgomery. 1838. The history, antiquities, topography and statistics of Eastern India. London: Allen and Co.

Mathur, K. S. 1958a. Caste and occupation in a Malwa village. Eastern Anthropologist 12:47–61.

———. 1958b. The Indian village: is it a structural unity? Journal of Social Research (Ranchi) 1:50–53.

———. 1959. Caste and occupation in a Malwa village. Eastern Anthropologist 12:47–61.

———. 1964. Caste and ritual in Malwa village. Bombay: Asia Publishing House.

Mayer, Adrian C. 1952. Land and society in Malabar. London: Oxford University Press.

———. 1956. Some hierarchical aspects of caste. Southwestern Journal of Anthropology 12:117–144.

———. 1957. An Indian community development block revisited. Pacific Affairs 30:35–46.

———. 1958a. The dominant caste in a region of Central India. Southwestern Journal of Anthropology 14:407–427.

———. 1958b. Local government elections in a Malwa village. Eastern Anthropologist 9:189–202.

———. 1960. Caste and kinship in Central India: a village and its region. Berkeley and Los Angeles: University of California Press.

———. 1962. System and network: an approach to the study of political process in Dewas. In Indian anthropology, T. N. Madan and G. Sarana, editors, pp. 266–278. Bombay: Asia Publishing House.

Mayer, Albert and Associates. 1958. Pilot project, India: the story of rural development at Etawah, U. P. Berkeley and Los Angeles: University of California Press.

Maynard, H. J. 1917. Influence of the Indian king upon the growth of caste. Journal of the Panjab Historical Society 6:88–100.

Mencher, Joan. 1963. Growing up in South Malabar. Human Organization 22:54–65.

———. 1965. The Nayars of South Malabar. In Comparative family systems, M. F. Nimkoff, editor, pp. 163–191. Boston: Houghton, Mifflin.

———. 1966. Kerala and Madras: a comparative study of ecology and social structure. Ethnology 5:135–179.

Mencher, Joan P. and Helen Goldberg. 1967. Kinship and marriage regulations among the Namboodiri Brahmins of Kerala. Man n.s. 2:87–106.

Metcalfe, Charles T. 1833. Appendix 84 to the report of the Select Committee of the House of Commons on the affairs of the East India Company. III-Review, pp. 328–334. Minute on the Upper Provinces. London, 1833. (House of Commons sessional papers 1831–32. XI, superscribed enumeration pp. 692–698.)

Miller, Eric J. 1954. Caste and territory in Malabar. American Anthropologist 56:410–420.

Miller, Eric J. 1960. Village structure in North Kerala. *In* India's villages, M. N. Srinivas, editor, pp. 42–55. Second revised edition. London: Asia Publishing House.

Minturn, Leigh. 1963. The Rājpūts of Khalapur, Part II, child training. *In* Six cultures: studies of child rearing, B. B. Whiting, editor, pp. 301–361. New York and London: John Wiley and Sons.

Minturn, Leigh and John T. Hitchcock. 1963. The Rājpūts of Khalapur, India. *In* Six cultures: studies of child rearing, B. B. Whiting, editor, pp. 203–361. New York and London: John Wiley and Sons.

———. 1966. The Rājpūts of Khalapur, India. New York: John Wiley. (Six cultures series, Volume 3.)

Minturn, Leigh and William W. Lambert. 1964. Mothers of six cultures. New York: John Wiley and Sons.

Misra, Satish C. 1964. Muslim communities in Gujarat. New York: Asia Publishing House.

Mitra, A. 1965. Levels of regional development in India, being part 1 of General Report on India. Census of India, 1961, Volume 1, part 1-A (i). Delhi: Government of India Press.

Monga, Veena. 1967. Social mobility among the Potters: report of a caste conference. Economic and Political Weekly 2:1047–1055.

Moon, Penderel. 1945. Strangers in India. New York: Reynal and Hitchcock.

Morgan, Lewis H. 1871. Systems of consanguinity and affinity of the human family. Washington: Smithsonian Institution.

Morris, Morris David. 1960. Caste and the evolution of the industrial workforce in India. Proceedings of the American Philosophical Society 104:124–133.

———. 1967. Values as an obstacle to economic growth in South Asia, The Journal of Economic History 27:588–607.

Morris-Jones, W. H. 1967. The government and politics of India. Anchor Books edition. New York: Doubleday and Co.

Morrison, William A. 1959. Family types in Badlapur: an analysis of a changing institution in a Maharashtrian village. Sociological Bulletin 8:45–67.

Mukerji, A. B. 1957. The bi-weekly market at Modinagar. The Indian Geographer 2:271–293.

Müller, Fredrich Max. 1868. Chips from a German workshop. Volume 2. Second edition. London: Longmans, Green and Co.

Mullick, Bulloram (Balarama Mallika). 1882. Essays on the Hindu family in Bengal. Calcutta: W. Newman and Co.

Murdock, George P. 1949. Social structure. New York: Macmillan.

Myrdal, Gunnar. 1968. Asian drama: an inquiry into the poverty of nations. New York: Random House (Pantheon).

Nadel, S. F. 1951. The foundations of social anthropology. London: Cohen and West.

————. 1954. Caste and government in primitive society. Journal of the Anthropological Society of Bombay, pp. 9–22.

Nair, Kusum. 1963. Blossoms in the dust. New York: Frederick A. Praeger.

Nandi, Proshanta Kumar. 1965. A study of caste organizations in Kanpur. Man in India 45:84–99.

Nandi, Santibhushan and D. S. Tyagi. 1961. Forms of villages. In Peasant Life in India, pp. 1–6. Anthropological Survey of India, Calcutta. Memoir No. 8.

Nandimath, S. C. 1942. A handbook of Virasaivism. Bangalore: Basel Mission Press.

Narain, Dhirendra. 1957. Hindu character (a few glimpses). Bombay: University of Bombay. Sociology Series No. 8.

Narayan, Jayaprakash. 1958. Toward a new society. New Delhi: Congress for Cultural Freedom.

Nath, Kamla. 1965. Women in the new village. The Economic Weekly 17:813–816.

Nath, V. 1961. The village and the community. In India's Urban Future, Roy Turner, editor, pp. 139–154. Berkeley and Los Angeles: University of California Press.

————. 1962. Village, caste and community. The Economic Weekly. 14:1877–1882.

Navalakha, Surendra Kumar. 1959. The authority structure among the Bhumij and Bhil: a study in historical causations. The Eastern Anthropologist 13:27–40.

Nayar, Unni. 1952. My Malabar. Bombay: Hind Kitabs.

Neale, Walter C. 1962. Economic change in rural India: land tenure and reform in Uttar Pradesh, 1800–1955. New Haven and London: Yale University Press.

Neale, Walter C., Harpal Singh and Jai Pal Singh. 1965. Kurali market: a report on the economic geography of marketing in Northern Punjab. Economic Development and Cultural Change 13:129–168.

Nehru, Jawaharlal. 1941. Toward freedom: the autobiography of Jawaharlal Nehru. New York: John Day.

————. 1946. The discovery of India. New York: John Day.

Nehru, S. S. 1932. Caste and credit in the rural area. London:

Neill, Stephen. 1934. Builders of the Indian church. London: Edinburgh House Press.

Newell, W. H. 1963. Inter-caste marriage in Kuzti village. Man 63:55–57.

Nicholas, Ralph W. 1961. Economics of family types in two West Bengal villages. The Economic Weekly 13:1057–1060.

————. 1962. Villages of the Bengal Delta: a study of ecology and peasant society. Doctoral dissertation, University of Chicago.

————. 1963. Ecology and village structure in deltaic West Bengal. The Economic Weekly 15:1185–1196.

————. 1965. Factions: a comparative analysis. In Political systems and the distribution of power, Max Gluckman and Fred Eggan, editors, pp. 21–61.

London: Tavistock Publications; New York: Frederick A. Praeger. A. S. A. Monograph No. 2.

———. 1966. Segmentary factional political systems. *In* Political anthropology, M. S. Swartz, V. W. Turner, and A. Tinden, editors, pp. 49–59. Chicago: Aldine Publishing Co.

———. 1967. Ritual hierarchy and social relations in rural Bengal. Contributions to Indian Sociology, New Series 1:56–83.

Nicholas, Ralph W. and Tarashish Mukopadhyay. 1962. Politics and law in two West Bengal villages. Bulletin of the Anthropological Survey of India 11:15–39.

Niehoff, Arthur. 1958. A study of matrimonial advertisements in North India. The Eastern Anthropologist 12:73–86.

Nikitin, Afanasy. 1960. Khozhenie za tri moria Afanasiia Nikitina, 1466–1472. (Afanasy Nikitin's voyage beyond three seas, 1466–1472.) B. Kumkes, editor. Moscow. (Text in Russian, Hindi and English.)

O'Malley, L. S. S. 1913. Census of India, 1911, Volume 5, part 1. Report, Bengal, Bihar, Orissa and Sikkim. Calcutta: Bengal Secretariat Book Depot.

———. 1934. India's social heritage. Oxford: Clarendon Press.

———. 1941. Modern India and the West. London: Oxford University Press.

Opler, Morris E. 1956. The extensions of an Indian village. *In* The Indian village: a symposium. The Journal of Asian Studies 16:5–10.

———. 1958. Spirit possession in a rural area of Northern India. *In* Reader in comparative religion, W. A. Lessa and E. Z. Vogt, editors, pp. 553–566. Evanston: Row, Peterson.

———. 1959a. Family, anxiety and religion in a community of North India. *In* Culture and mental health, Marvin K. Opler, editor, pp. 273–289. New York: Macmillan.

———. 1959b. The place of religion in a North Indian village. Southwestern Journal of Anthropology 15:219–226.

———. 1960. Recent changes in family structure in an Indian Village. Anthropological Quarterly 35:93–97.

Opler, Morris E. and Rudra Datt Singh. 1952. Two villages of eastern Uttar Pradesh (U. P.), India: an analysis of similarities and differences. American Anthropologist 54:179–190.

Orans, Martin. 1965. The Santal: a tribe in search of a great tradition. Detroit: Wayne State University Press.

———. 1968. Maximizing in jajmaniland. American Anthropologist 70:875–897.

Orenstein, Henry. 1959. Leadership and caste in a Bombay village. *In* Leadership and political institutions in India, Richard L. Park and Irene Tinker, editors, pp. 415–426. Princeton: Princeton University Press.

———. 1960. Irrigation, settlement pattern and social organization. *In* Selected papers of the fifth international congress of anthropological and ethnological sciences, Philadelphia, Anthony F. C. Wallace, editor, pp. 318–323. Philadelphia: University of Pennsylvania Press.

————. 1961. The recent history of the extended family in India. Social Problems 8:341–350.

————. 1962. Exploitation or function in the interpretation of jajmani. Southwestern Journal of Anthropology 18:302–316.

Orenstein, Henry. 1963. Caste and the concept "Marātha" in Maharashtra. The Eastern Anthropologist 16:1–9.

————. 1965a. Gaon: conflict and cohesion in an Indian village. Pinceton: Princeton University Press.

————. 1965b. Notes on the ecology of irrigation agriculture in contemporary peasant societies. American Anthropologist 67:1529–1532.

————. 1965c. The structure of Hindu caste values: a preliminary study of hierarchy and ritual defilement. Ethnology 4:1–15.

Orr, W. G. 1947. A sixteenth-century Indian mystic. London and Redhill: Lutterworth Press.

Panikkar, K. M. 1956. Hindu society at the cross roads. Second revised edition. Bombay: Asia Publishing House.

————. 1961. Hindu society at the cross roads. Third edition. Bombay: Asia Publishing House.

Parsons, Talcott. 1953. A revised analytical approach to the theory of social stratification. In Class, status and power, R. Bendix and S. M. Lipset, editors, pp. 92–128. Glencoe: Free Press.

————. 1961. An outline of the social system. In Theories of society, Talcott Parsons et al., editors, Volume 1, pp. 30–79. New York: Free Press of Glencoe.

Patnaik, Nityananda. 1953. Study of the weekly market at Barpali. Geographical Review of India 15:19–31.

————. 1960a. Assembly of the Mahanayaka Sudras of Puri District, Orissa. In Data on caste: Orissa, pp. 81–118. Anthropological Survey of India, Calcutta. Memoir No. 7.

————. 1960b. Service relationship between barbers and villagers in a small village in Ranpur. The Economic Weekly 12:737–742.

Patnaik, Nityananda and A. K. Ray. 1960. Oilmen or Teli. In Data on caste: Orissa, pp. 9–80. Anthropological Survey of India. Memoir No. 7.

Patterson, Maureen L. P. 1958. Intercaste marriage in Maharashtra. The Economic Weekly 10:139–142.

Pillai, N. Kunjan. 1932. Census of India 1931, Travancore Vol. 28, Part I. Trivandrum: Government Press.

Planalp, Jack Milan. 1956. Religious life and values in a North Indian village. Doctoral dissertation, Cornell University.

Pocock, David F. 1954. The hypergamy of the Patidars. In Professor Ghurye felicitation volume, K. M. Kapadia, editor, pp. 195–204. Bombay: The Popular Book Depot.

————. 1955. The movement of castes. Man 55:71–72.

————. 1957a. Bases of faction in Gujerat. British Journal of Sociology 8:295–317.

————. 1957b. Inclusion and exclusion: a process in the caste system of Gujerat. Southwestern Journal of Anthropology 13:19–31.

————. 1962. Notes on jajmani relationships. Contribution to Indian Sociology 6:78–95.

————. 1964. The anthropology of time reckoning. Contributions to Indian Sociology 7:18–29.

Poffenberger, Thomas. 1964. The use of praise. University of Baroda, Department of Child Development. Working papers in Indian personality. MS., 6 pp.

Poffenberger, Thomas and Bihari J. Pandya. n.d. The effect of the dowry system on endogamy among Leva Patidar in a low status village. MS., 8 pp.

Prabhu, Pandhari Nath. 1954. Hindu social organization. Bombay: The Popular Book Depot.

Pradhan, M. C. 1965. The Jats of Northern India: their traditional political system. The Economic Weekly 17:1821–1824, 1855–1864.

————. 1966. The political system of the Jats of Northern India. Bombay: Oxford University Press.

Prasad, Rajendra. 1957. Autobiography. Bombay: Asia Publishing House.

Pyarelal (Nair). 1965. Mahatma Gandhi, Volume 1: the early phase. Ahmedabad: Navajivan Publishing House.

Raghavan, V. 1965. Variety and integration in the pattern of Indian culture. Far Eastern Quarterly 15:33–41.

Raghuvanshi, V. P. S. 1966. The institution and working of caste in the latter part of the eighteenth century from European sources. *In* Kunwar Mohammad Ashraf: an Indian scholar and revolutionary 1903–1962, Horst Krüger, editor, pp. 147–175. Berlin: Akademie Verlag.

Raj, Hilda. 1959. Persistence of caste in South India: an analytic study of the Hindu and Christian Nadar. Doctoral dissertation, American University, Washington, D.C.

Ranade, Ramabai. 1938. Himself: the autobiography of a Hindu lady. (Translated and adapted by Katherine van Akin Gates from a book wirtten in the Marathi language by Mrs. Ramabai Ranade.) New York, Toronto: Longmans, Green and Co.

Rangachari, Diwan Bahadur K. 1931. The Sri Vaishnava Brahmans. Bulletin of the Madras Government Museum. Volume 1, part 2. Madras: Government Press.

Rao, C. V. H. 1966. The fifth steel plant: Andhra's case. The Economic and Political Weekly 1:534.

Rao, M. S. A. 1955. Symposium on caste and joint family: in Kerala. Sociological Bulletin 4:122–129.

————. 1957. Social change in Malabar. Bombay: Popular Book Depot.

————. 1961. The jajmani system. The Economic Weekly 13:877–878.

————. 1964. Caste and the Indian army. Economic Weekly 16:1439–1443.

Rao, V. L. S. Prakasa and L. S. Bhat. 1960. Planning regions in the Mysore State: the need for readjustment of district boundaries. Calcutta: Indian Statistical Institute. Regional studies No. 1.

Rao, Y. V. Lakshmana. 1966. Communication and development: a study of two Indian villages. Minneapolis: University of Minnesota Press.

Rath, R. and N. C. Sircar. 1960a. The cognitive background of six Hindu caste groups regarding the low caste untouchables. Journal of Social Psychology 51:295–306.

———. 1960b. The mental pictures of six Hindu caste groups about each other as reflected in verbal stereotypes. Journal of Social Psychology 51:277–293.

Reddy, N. S. 1952. Transition in caste structure in Andhra Desh with particular reference to depressed castes. Doctoral dissertation. University of Lucknow, Lucknow.

———. 1955. Functional relations of Lohars in a North Indian village. The Eastern Anthropologist 8:129–140.

———. 1963. Spatial variance of custom in Andhra Pradesh. In Anthropology on the march, Bala Ratnam, editor, pp. 283–296. Madras: The Book Centre.

Redfield, Robert. 1955. The little community: viewpoints for the study of a human whole. Chicago: University of Chicago Press.

Renou, Louis. 1953. Religions of ancient India. London: Athlone Press.

Retzlaff, Ralph H. 1962. Village government in India. London: Asia Publishing House.

Reyes-Hockings, Amelia. 1966. The newspaper as surrogate marriage broker in India. Sociological Bulletin 15:25–39.

Risley, H. H. 1892. The tribes and castes of Bengal. Calcutta: Bengal Secretariat Press.

———. 1915. The people of India. Second edition. London: W. Thacker and Co.

Rivers, W. H. R. 1921. The origin of hypergamy. In The Journal of the Bihar and Orissa Research Society 8:9–24.

Rooksby, R. L. 1956. Status in a plural society: seminar on social and cultural problems of India, School of Oriental and African Studies, University of London. Mimeographed, 15 pp.

Ross, Aileen. D. 1961. The Hindu family in its urban setting. Toronto: University of Toronto Press.

Rosser, Colin. 1960. A "hermit" village in Kulu. In India's villages, M. N. Srinivas, editor, pp. 77–89. Second revised edition. London: Asia Publishing House.

Rowe, William L. 1960. The marriage network and structural change in a North Indian community. Southwestern Journal of Anthropology 16:299–311.

———. 1963. Changing rural class structure and the jajmani system. Human Organization 22:41–44.

———. 1964. Caste, kinship, and association in urban India. MS., 24 pp.

———. 1968. The new Cauhāns: a caste mobility movement in North India. In Social mobility in the caste system in India, James Silverberg, editor, pp. 66–67. Comparative Studies in Society and History, Supplement III. The Hague: Mouton.

Roy Burman, B. K. 1960. Basic concepts of tribal welfare and tribal integration. Journal of Social Research 3:16–24.

Roy, Ramashray. 1963. Conflict and co-operation in a North Bihar Village. Journal of the Bihar Society 49:297–315.

Roy, Sarat Chandra. 1934. Caste, race and religion in India: inadequacies of the current theories of caste. Man in India 14:75–220.

Rudolph, Lloyd I. 1965. The modernity of tradition: the democratic incarnation of caste in India. The American Political Science Review 59:975–989.

Rudolph, Lloyd I. and Susanne H. Rudolph. 1960. The political role of India's caste associations. Pacific Affairs 33:5–22.

———. 1967. The modernity of tradition: political development in India. Chicago: University of Chicago Press.

Rudolph, Susanne Hoeber. 1965. Self-control and political potency: Gandhi's asceticism. The American Scholar 35:79–97.

Russell, R. V. and Rai Bahadur Hīra Lāl. 1916. The tribes and castes of the Central Provinces of India. Volume 1. London: Macmillan and Co.

Sachchidananda. 1964. Culture change in tribal Bihar. Calcutta: Bookland Private Limited.

———. 1965 Profiles of tribal culture in Bihar. Calcutta: Firma K. L. Mukhopadhyay.

Sangave, Vilas Adinath. 1959. Jaina community: a social survey. Bombay: Popular Book Depot.

Sarma, Jyotirmoyee. 1951. Formal and informal relations in the Hindu joint household of Bengal. Man in India 31:51–71.

———. 1955. A village in West Bengal. In India's villages, pp. 161–179. West Bengal Government Press.

———. 1959. The secular status of castes. Eastern Anthropologist 12:87–106.

———. 1960. A village in West Bengal. In India's villages, M. N. Srinivas, editor, pp. 180–201. Second revised edition. London: Asia Publishing House.

———. 1964. The nuclearization of joint family households in West Bengal. Man in India 44:193–206.

Schwartzberg, Joseph E. 1965. The distribution of selected castes in the North Indian plains. Geographical Review 55:477–495.

———. 1967. Prolegomena to the study of South Asian regions and regionalism. In Regions and regionalism in South Asia studies: an exploratory study. R. I. Crane, editor, pp. 85–111. Duke University Program in Comparative Studies in Southern Asia. Mimeograph No. 4.

Sen, Lalit Kumar. 1965. Family in four Indian villages. Man in India 45:1–16.

Senart, Emile. 1930. Caste in India. London: Methuen.

Sengupta, Sunil. 1958. Family organization in West Bengal: its nature and dynamics. The Economic Weekly 15:384–389.

Shah, A. M. 1955a. Caste, economy and territory in the Central Panchmahals. Journal of the Maharaja Sayajirao University of Baroda 4:65–91.

———. 1955b. A dispersed hamlet in the Panchmahals. The Economic Weekly 7:109–116.

————. 1959. Social anthropology and the study of historical societies. The Economic Weekly 11:953–962.

————. 1964a. Basic terms and concepts in the study of family in India. Indian Economic and Social History Review 1:1–36.

————. 1964b. Political systems in eighteenth century Gujarat. Enquiry (Delhi) 1:83–95.

Shah, A. M. and R. G. Shroff. 1958. The Vahāvancā Bārots of Gujarat: a caste of geneologists and mythographers. Journal of American Folklore 71:246–276.

Shah, B. V. 1960. Joint family system: an opinion survey of Gujarati students. The Economic Weekly 12:1867–1870.

————. 1964. Social change and college students of Gujarāt. Baroda: M.S. University of Baroda.

Shahani, Savitri. 1961. The joint family: a case study. The Economic Weekly 13:1823–1828.

Sharma, Kailas N. 1956a. Urban contacts and cultural change in a little community. Doctoral dissertation, Lucknow University, Lucknow.

————. 1956b. Hypergamy in theory and practice. The Journal of Research 3:18–32.

————. 1961a. Hindu sects and food patterns in North India. Journal of Social Research 4:47–58.

————. 1961b. Occupational mobility of castes in a North Indian village. Southwestern Journal of Anthropology 17:146–164.

————. 1963. Panchayat leadership and resource groups. Sociological Bulletin 12:47–52.

Siegel, Bernard J. and Alan R. Beals. 1960a. Pervasive factionalism. American Anthropologist 62:394–417.

————. 1960b. Conflict and factionalist dispute. The Journal of the Royal Anthropological Institute 90:107–117.

Silverberg, James 1959. Caste-ascribed 'status' versus caste-irrelevant roles. Man in India 39:148–162.

Singer, Milton. 1956a. Cultural values in India's economic development. Annals of the American Academy of Political and Social Science 305:81–91.

————. 1956b. Introduction. *In* The Indian village: a symposium. The Journal of Asian Studies 16:3–5.

————. 1958. The great tradition in a metropolitan center: Madras. Journal of American Folklore 71:347–388.

————. 1963. The Radha-Krishna bhajans of Madras City. History of Religions 2:183–226.

————. 1964. The social organization of Indian civilization. Diogenes, Winter issue 1964, pp. 84–119.

————. 1966. The modernization of religious beliefs. *In* Modernization, Myron Weiner, editor, pp. 55–67. New York: Basic Books, Inc.

————. 1968. The Indian joint family in modern industry. *In* Structure and change in Indian society, Milton Singer and Bernard S. Cohn, editors, pp. 423–452. Chicago: Aldine Publishing Co.

————. [1969]. Modernization, ritual and belief among industrial leaders in Madras City. *In* Modernization in India: studies in social-cultural aspects, Amar Kumar Singh, editor. Bombay: Asia Publishing House.

Singh, Amar Kumar. 1967. Hindu culture and economic development in India, Conspectus 3:9–32.

Singh, Indera P. 1958. A Sikh village. Journal of American Folklore 71:479–503.

————. 1961. Religion in Daleke: a Sikh village. Journal of Social Research (Ranchi) 4:191–219.

Singh, Indera P. and H. L. Harit. 1960. Effects of urbanization in a Delhi suburban village. Journal of Social Research (Ranchi) 3:38–43.

Singh, Khushwant. 1953. The Sikhs. London: George Allen and Unwin.

————. 1963–1966. A history of the Sikhs. Two volumes. Princeton: Princeton University Press.

Singh, Rudra Datt. 1956. The Unity of an Indian village. *In* The Indian village: a symposium. The Journal of Asian Studies 16:10–19.

Singh, Yogendra. 1959. Group status of factions in rural community. Journal of Social Sciences 2:57–67.

Sinha, D. P. 1963. The role of the Phariya in tribal acculturation in a Central Indian market. Ethnology 2:170–179.

————. 1967. The Phariya in an inter-tribal market. Economic and Political Weekly 2:1373–1378.

Sinha, Surajit. 1957a. The media and nature of Hindu-Bhumij interactions. Journal of the Asiatic Society: Letters and Science 23:23–37.

————. 1957b. Tribal cultures of peninsular India as a dimension of little tradition in the study of Indian civilization: a preliminary statement. Man in India 37:93–118.

————. 1958a. Changes in the cycle of festivals in a Bhumij village. Journal of Social Research (Ranchi) 1:24–49.

————. 1958b. Tribal cultures of peninsular India as a dimension of little tradition in the study of Indian civilization: a preliminary statement. Journal of American Folklore 71:504–518.

————. 1959. Bhumij-Kshatriya social movement in South Manbhum. Bulletin of the Department of Anthropology, Government of India 8:9–32.

————. 1962. Status formation and Rajput myth in tribal Central India. Man in India 42:35–80.

————. 1963. Levels of economic initiative and ethnic groups in Pargana Barabhum. The Eastern Anthropologist 16:65–74.

————. 1965. Tribe-caste and tribe-peasant continua in Central India. Man in India 45:57–83.

————. 1967. Caste in India: its essential pattern of socio-cultural integration. *In* Caste and race: comparative approaches, A. de Reuck and J. Knight, editors, pp. 92–105. London: J. and A. Churchill.

Sinha, Surajit, Bimar Kumar Dasgupta, and Hemendra Nath Banergee. 1961. Agriculture, crafts and weekly markets of South Manbhum. Bulletin of the Anthropological Survey of India. Volume 10, No. 1.

Smith, Donald Eugene. 1963. India as a secular state. Princeton: Princeton University Press.

Smith, Marian W. 1952. The Misal: a structural village group of India and Pakistan. American Anthropologist 54:41–56.

Smith, Wilfred Cantwell. 1957. Islam in modern history. Princeton: Princeton University Press.

Sovani, N. V. 1961. The urban social situation in India. Artha Vijnana 3:85–224.

Sovani, N. V., D. P. Apte and R. G. Pendse. 1956. Poona: a re-survey: the changing pattern of employment and earnings. Poona: Gokhale Institute of Politics and Economics. Publication No. 34.

Spate, O. H. K. 1954. India and Pakistan: a general and regional geography. New York: E. P. Dutton.

Srinivas, M. N. 1942. Marriage and family in Mysore. Bombay: New Book Co.

Srinivas, M. N. 1952a. Religion and society among the Coorgs of South India. Oxford: Oxford University Press.

———. 1952b. A joint family dispute in a Mysore village. Journal of the Maharaja Sayarijao University of Baroda 1:7–31.

———. 1954. A caste dispute among washermen of Mysore. Eastern Anthropologist 7:148–168.

———. 1955a. The social structure of a Mysore village. In India's villages, pp. 15–32. Calcutta: West Bengal Government Press.

———. 1955b. The social system of Mysore village. In Village India, M. Marriott, editor, pp. 1–35. Chicago: University of Chicago Press.

———. 1956a. A note on sanskritization and westernization. Far Eastern Quarterly 15:481–496.

———. 1956b. Regional differences in customs and village institutions. The Economic Weekly 8:215–220.

———. 1959a. The dominant caste in Rampura. American Anthropologist 61:1–16.

———. 1959b. The case of the potter and the priest. Man in India 39:190–209.

———. 1962. Caste in modern India and other essays. Bombay: Asia Publishing House.

———. 1965. Social structure. The National Gazeteer 1:1–77.

———. 1966. Social change in modern India. Berkeley and Los Angeles: University of California Press.

Srinivas, M. N. and André Béteille. 1964. Networks in Indian social structure. Man 64:165–168.

Srinivas, M. N. and A. M. Shah. 1960. The myth of the self-sufficiency of the Indian village. The Economic Weekly 12:1375–1378.

Srivastava, Ram P. 1962. Tribe-caste mobility in India and the case of Kumaon Bhotias. London: Department of Anthropology, School of Oriental and African Studies, University of London. Mimeographed, 80 pp.

Srivastava, S. K. 1963. The process of desanskritisation in village India. In Anthropology on the march, Bala Ratnam, editor, pp. 263–267. Madras: The Book Center.

Staal, J. F. 1963. Sanskrit and sanskritization. The Journal of Asian Studies 22:261–275.

Steed, Gitel P. 1955. Notes on an approach to a study of personality formation in a Hindu village in Gujarat. *In* Villiage India, M. Marriott, editor, pp. 102–144. Chicago: University of Chicago Press.

Stein, Burton. 1960. The economic function of the medieval South Indian temple. Journal of Asian Studies 19:163–176.

———. 1967. Comment on Bernard S. Cohn's paper. *In* Regions and regionalism in South Asian studies, R. I. Crane, editor, pp. 41–47. Duke University Program in Comparative Studies in Southern Asia. Monograph No. 4.

———. 1968. Social mobility and medieval South Indian Hindu sects. *In* Social mobility in the caste system in India, James Silverberg editor, pp. 78–94. Comparative Studies in Society and History, Supplement III. The Hague: Mouton.

Stephen, Leslie. 1921. Henry Sumner Maine. *In* The Dictionary of National Biography, Vol. 12. pp. 787–790. London: Humphrey Milford.

Stevenson, H. N. L. 1954. Status evaluation in the Hindu caste system. Journal of the Royal Anthropological Institute 84:45–65.

Stevenson, Mrs. Sinclair. 1920. The rites of the twice-born. London: Humphrey Milford.

Strizower, Schifra. 1959. Jews as an Indian caste. Jewish Journal of Sociology 1:43–57.

Stroop, Mildred Luschinsky. 1960. The impact of some recent Indian government legislation on the women of an Indian village. Mimeographed, 9 pp.

Tandon, Prakash. 1961. Punjabi century, 1857–1947. London: Chatto and Windus.

Thapar, Romila. 1966. A history of India. Volume 1. Baltimore: Penguin Books.

Thoothi, N. A. 1935. The Vaishnavas of Gujarat. Bombay, London: Longmans, Green and Co.

Thurston, Edgar. 1909. Castes and tribes of Southern India. Seven volumes. Madras: Government Press.

Tilak, Lakshmibai. 1950. I follow after. (Translated by E. Josephine Inster.) Madras: Oxford University Press.

Trivedi, R. K. 1965. Fairs and festivals: Gujarat. Census of India, 1961, Volume 5, part 7-B.

Tumin, Melvin M. 1967. Social stratification. Englewood Cliffs, New Jersey: Prentice-Hall.

Ullah, Inayat. 1958. Caste, patti and faction in the life of a Punjab village. Sociologus n.s. 8:170–186.

Underhill, M. M. 1921. The Hindu religious year. Calcutta: Association Press.

Unni, K. Raman. 1956. Visiting husbands in Malabar. Journal of the Maharaja Sayajirao University of Baroda 5:37–56.

van Buitinen, J. A. B. 1966. On the archaism of the Bhāgavata Purāna. *In* Krishna: myths, rites and attitudes. Honolulu: East-West Center Press.

Vidyarthi, Lalita P. 1961. The sacred complex in Hindu Gaya. Bombay: Asia Publishing House.

————. 1967. Some preliminary observations on inter-group conflict in India: tribal, rural and industrial. Journal of Social Research 10:1–10.

Vogt, Evon Z. 1960. On the concepts of structure and process in cultural anthropology. American Anthropologist 62:18–33.

Vreede-de Stuers, Cora. 1962. Mariage préférential chez les Musalmans de l'Inde du Nord. Revue de Sud-est Asiatique 1962:141–152.

————. 1963. Terminologie de parenté chez les Musalmans Ashrāf de l'Inde Nord. Bijragen tot de taal-, land- en Volkenkunde 119:254–266.

Wallace, Anthony. 1961. The psychic unity of human groups. In Studying personality cross-culturally, Bert Kaplan, editor, pp. 129–164. Evanston: Row, Peterson and Co.

Ward, William. 1822. A view of the history, literature and mythology of the Hindoos. London: Kingsbury, Parbury and Allen.

Watters, Thomas. 1904. On Yuan Chwang's travels in India, 629–645 a.d., T. W. Rhys Davids and S. W. Bushnell, editors. London: Royal Asiatic Society.

Weber, Max. 1958. The religion of India. Glencoe, Illinois: The Free Press.

Weiner, Myron. 1967. Party building in a new nation. Chicago: University of Chicago Press.

Wheeler, Mortimer. 1953. The Cambridge history of India. Supplementary volume: the Indus civilization. Cambridge: Cambridge University Press.

Whiting, Beatrice B. 1963. Introduction. In Six cultures: studies of child marriage, B. B. Whiting, editor, pp. 1–13. New York: John Wiley.

————. 1965. Sex identity, conflict and physical violence: a comparative study. In The ethnography of law, Laura Nader, editor. American Anthropologist 67 (part 2): 123–140.

Williams, A. Hyatt. 1950. A psychiatric study of Indian soldiers in the Arakan. The British Journal of Medical Psychology 23:130–181.

Winslow, J. C. 1923. Narayan Vaman Tilak: the Christian poet of Maharashtra. Calcutta: Association Press.

Wiser, William H. 1936. The Hindu jajmani system: a socio-economic system inter-relating members of a Hindu village community in service. Lucknow: Lucknow Publishing House.

Wiser, William H. and Charlotte Viall Wiser. 1963. Behind mud walls. Berkeley and Los Angeles: University of California Press.

Wolf, Eric. R. 1966. Kinship, friendship and patron-client relations in complex societies. In The social anthropology of complex societies, Michael Banton, editor. London: Tavistock Publications.

Wright, Theodore P., Jr. 1966. The Muslim League in South Indian since independence: a study in minority group political strategies. The American Political Science Review 60:579–599.

Yalman. Nur. 1962. The structure of Sinhalese kindred: a re-examination of the Dravidian terminology. American Anthropologist 62:548–575.

————. 1967. Under the Bo tree: studies in caste, kinship and marriage in the interior of Ceylon. Berkeley and Los Angeles: University of California Press

⑤SAGE | bhasha

भारतीय भाषा प्रकाशन उपक्रम

आपण सामाजिक शास्त्रे आणि/किंवा व्यवस्थापन व व्यवसाय या क्षेत्रांविषयी लिखाण करता? आपल्याला हे लिखाण प्रकाशित करायचे आहे?

मग सेजच्या साह्याने प्रकाशित करा

- सेजचा जगन्मान्य उत्कृष्ट दर्जा

- हस्तलिखितापासून प्रकाशनापर्यंत < 90% प्रक्रिया सेजकडून व्यवस्थापित

- सेजच्या जागतिक विपणन व्यवस्थेत आणि ई-बुक उपक्रमांत थेट अंतर्भाव

- सर्व हस्तलिखिते/भाषांतरांचे समीक्षकांच्या पॅनलकडून मूल्यांकन

- भारतीय भाषांमध्ये विद्वत्तापूर्ण शैक्षणिक प्रकाशने

- प्रकाशनासाठी कोणतेही शुल्क नाही

- विक्री आणि रॉयल्टीबाबत पूर्ण पारदर्शकता

- भारत आणि जगभरात विस्तृत वितरण

आमची प्रकाशने या विषयांमध्ये आहेत:

- व्यवसाय आणि व्यवस्थापन
- समाजशास्त्र
- मानसशास्त्र
- माध्यमे आणि संचार

- नागरी अभ्यास
- कायदा आणि फौजदारी न्याय
- अर्थशास्त्र आणि विकास
- शिक्षण

- संशोधन पद्धती
- राजकारण आणि आंतरराष्ट्रीय संबंध
- समुपदेशन आणि मानसोपचार
- आरोग्य आणि समाजकार्य

आपले हस्तलिखित पाठवण्यासाठी sagebhasha@sagepub.in वर कळवा.

भारतीय भाषा प्रकाशन उपक्रम

सन २०१५मध्ये सुरू झालेल्या सेज भाषा उपक्रमातर्फे, वैचारिक आणि शैक्षणिक क्षेत्रातील प्रत्येक थरापर्यंत अत्याधुनिक संशोधनाद्वारे भारतीय भाषांमधून पोहोचण्याचा आमचा निर्धार आहे. याची सुरुवात आम्ही मराठी आणि हिंदीपासून केलेली आहे. वाजवी दरांमध्ये दर्जेदार प्रकाशने उपलब्ध करून देण्याचा हा उपक्रम आम्ही प्रकाशित करत असलेल्या प्रत्येक भारतीय भाषेमध्ये राबवणार आहोत.

सेजचे सहकारी व्हा.

आपण एखाद्या विषयातले तज्ज्ञ आहात का आणि **हस्तलिखितांचे परीक्षण** करू इच्छिता?

 **भाषांतर क्षेत्रात** आपल्याला **भविष्य** घडवायचे आहे का?

जगातल्या अग्रणी शैक्षणिक प्रकाशकाबरोबर एक **वितरक** म्हणून आपल्याला काम करायला आवडेल?

मग **sagebhasha@sagepub.in** वर कळवा.

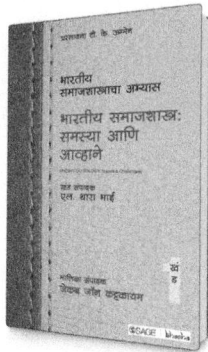